புதைவீடு

தமிழ்மகன்

மின்னங்காடு

படைவீடு/ நாவல்

உரிமை: தமிழ்மகன் ©

முதல் பதிப்பு: மே 2020, இரண்டாம் பதிப்பு: டிசம்பர் 2020, மூன்றாம் பதிப்பு: மே 2021, நான்காம் பதிப்பு: ஆகஸ்ட் 2021, ஐந்தாம் பதிப்பு: டிசம்பர் 2022, எட்டாம் பதிப்பு: 2025.

Padaiveedu/ Novel

Rights: Tamilmagan ©

First edition: May 2020, Second edition: December 2020, Third edition: May 2021, Fourth Edition: August 2021, Fifth Edition: December 2022, Eighth Edition: 2025.

மின்னங்காடி

வெளியீடு -5
24, அண்ணா 3-வது குறுக்குத் தெரு,
அவ்வை நகர், பாடி, சென்னை - 600050.
தொலைபேசி: 7299241264, 7824049160
ரூ.660/-

Minnangadi publications-5
No: 24, Anna 3rd cross street,
Avvai Nagar, Padi, Chennai -600050.
Rs.660/- whats app: 7299241264, Gpay: 7824049160
For online orders: www.minnangadi.com
minnangadipublications@gmail.com

ISBN: 9788194565810

இருண்ட காலங்களை உருவாக்குவது எப்படி?

பதின்மூன்றாம் நூற்றாண்டின் இறுதியில் பிற்காலச் சோழர்கள், பிற்கால பாண்டியர்களின் ஆட்சிகள் அடுத்தடுத்து முடிவுக்கு வந்தன. பதினைந்தாம் நூற்றாண்டில் விஜயநகர பேரரசின் ஆட்சி தென்னிந்தியா முழுக்க பரவி வளர்ந்தது. இடையிலே சுமார் ஒரு நூற்றாண்டு காலம் அமைதியோ அமைதி. அந்தக் காலகட்டத்தில் தமிழகத்தில் என்ன நடந்தது என்பது கிட்டத்தட்ட களப்பிரர் காலத்து இருண்ட காலம் போன்ற ஒரு தோற்றத்தையே வரலாறு நமக்கு தந்துகொண்டிருக்கிறது.

நூறு ஆண்டு காலம் என்பது ஒரு வெள்ளைப் பக்கம் போல வெறுமனே புரட்டப்படுவது போன்ற சாதாரண புரட்டல் அல்ல. வரலாற்றுப் புரட்டு. அப்போது இங்கே என்னதான் நடந்தது என்பதை ஆய்வு மனப்பான்மையோடும் அக்கறையோடும் தேட ஆரம்பித்தேன். அதில் முடிக்கப்படாத சந்தேகக் குறிப்புகளும் அவசர முடிவுகளும் முதலில் கிடைத்தன. இடையறாத தேடலின் அடுத்தகட்டமாக மாபெரும் புதையலென ஏராளமான கல்வெட்டுகளும் சில ஆராய்ச்சி குறிப்புகளும் கிடைக்கப்பெற்றன. வரலாற்று அறிஞர்கள் முனைவர் நடன காசிநாதன், முனைவர் கோ.தங்கவேலு - தியாகராஜன், ஸ்ரீதரன், தாமரைக்கண்ணன் - வன்னிய அடிகளார், திருமாவளவன் போன்றோர் எழுதிய நூல்கள் பதினான்காம் நூற்றாண்டைப் பார்க்க உதவின.

வடபெண்ணை முதல் தென்பெண்ணை வரை பரந்துவிரிந்த கல்வெட்டுக் குறிப்புகள் கிடைத்தன. கல்வெட்டுகளில் பெரும்பாலும் கோயில்களுக்குச் செய்த திருப்பணிகள், கோயில்களைப் பராமரிக்க வழங்கப்பட்ட இறையிலி நிலங்கள், ஆடு மாடுகள் போன்றவைதான் அதிகம் இருக்கும். வென்றவர், தோற்றவர் குறித்த குறிப்புகள் இருக்கும். அந்தக் கல்வெட்டுகளின் இடையேதான் அரிதான சில தகவல்களும் ஒளிந்திருக்கின்றன. படைவீட்டு அரசின் கல்வெட்டுகளில் அப்படிக் கிடைத்ததில் முக்கியமானவை 'அஞ்சினான் புகலிடங்கள்' பற்றிய கல்வெட்டுகள். சுல்தானியர் ஆட்சிகாலத்தில் மக்கள் பட்ட அவதிகள், அபயம் தேடி வந்த மக்களின் நிலை ஆகியவற்றை அதில் உணர முடிகிறது. அவர்களைப் பாதுகாக்க உருவாக்கப்பட்டவைதான் அஞ்சினான் புகலிடங்கள். சம்புவராயர்களின் பொறுப்பான அரசாட்சிக்கான ஆதாரமான விஷயங்கள் அதில்தான் இருந்தன.

தொண்டமண்டல பகுதியை மையமாகக் கொண்டு அப்போது சம்புவராயர்கள் ஆட்சி செய்தனர். அவர்களுக்கென அரச

இலச்சினைகளும் நாணயங்களும் கொடிகளும் கோட்டைகளும் நாணய பட்டறைகளும் இருந்ததை ஒவ்வொன்றாகக் கவனத்தில் கொண்டேன். சம்புவராயர்கள் வீரம் மிகுந்த அரசர்களாக இருந்தனர். சம்புவராயர்களை வென்ற விஜயநகரப் பேரரசை சேர்ந்தவர்களே அதற்கான குறிப்புகளைத் தந்திருக்கிறார்கள். மதுரா விஜயம் என்ற நூல், 1363-ல் ஆட்சி செய்த மல்லிநாத ராசநாராயண சம்புவராய மன்னனை வெற்றிகொள்வதற்கு அவர்கள் எடுத்த வியூகத்தை விளக்குகிறது. நெடு நாட்கள் போராடியதும் தெரிகிறது.

மதுரா விஜயம் என்ற அந்தக் காவியம், விஜயநகர அரசனான குமார கம்பணன் துங்கபத்ரா நதிக்கரையில் இருந்த தன் அரண்மனையிலிருந்து தமிழகம் நோக்கிப் புறப்படுகிறான். மதுரையை அப்போது இஸ்லாமியர்களான சுல்தானிய அரசர்கள் ஆண்டுகொண்டிருக்கிறார்கள். அவர்களைப் பிடிக்க வேண்டுமானால் முதலில் சம்புவராயர்களை வெல்ல வேண்டும். அந்தப் பெரும் போரை மதுரா காவியம் சொல்கிறது.

சுமார் நூறு ஆண்டு காலம் கோலோச்சிய அந்த சம்புவராய ஆட்சி குறித்து வரலாற்று ஆய்வாளர்கள் முடிவுக்கு வரமுடியாத சில கேள்விகளை அடுக்குகின்றனர். சம்புவராயர்கள் சுல்தானியர்கள் மீது ஏன் படையெடுக்கவில்லை? சுல்தானியர்கள் ஏன் சம்புவராயர்கள் மீது போர் தொடுக்கவில்லை? இந்த இரண்டு கேள்விகளுக்கும் எளிமையான ஒரு விடையைச் சொல்கிறார்கள். "இருவரும் தங்களுக்குள் ஏதேனும் உடன்படிக்கை வைத்திருந்தனர் எனத் தெரிகிறது."

இந்த யூகத்தில் இருக்கிற அநியாயம் சுட்டெரிப்பதாக இருக்கிறது. வடக்கிலிருந்து வந்தவர்கள் இந்தப் பெரும் பகுதியை விட்டுவிட்டு தென்கோடியில் இருக்கிற மதுரை பிடித்தது எதனால்?

இங்கே ஒரு கட்டுக்கோப்பான ஆட்சி நடந்துகொண்டிருந்தது. மதுரையிலே அப்போது வாரிசுப் போர்... வாரிசு போரில் மோதிக்கொண்ட சுந்தரபாண்டியர், வீரபாண்டியர் இருவரும் தங்கள் பலத்தைப் பெருக்கிக்கொள்ள பக்கத்து நாட்டு அரசர்களின் தயவைத் தேடிக்கொண்டிருந்தனர். இதற்கு முந்திய காலத்தில் சிங்கள அரசின் தயவை நாடி ஆட்சி செய்த வரலாறும்கூட பாண்டியர்களுக்கு இருந்தது. அவர்களின் அடுத்தகட்ட தயவு நாடும் போக்கு சுல்தானியர்களுக்குச் சிவப்புக் கம்பளம் விரித்து வரவேற்கவும் தயங்கவில்லை. பாண்டிய நாட்டை அவர்களேதான் சுல்தானியருக்குப் பட்டயம் எழுதி தந்ததாக நினைக்கத் தோன்றுகிறது.

சிங்கள மன்னன் தயவில் ஆள நினைத்த பாண்டியர்கள் ஒரு கட்டத்தில் அவனுக்கு அடிமையாக வேண்டிய அவலமும் ஏற்பட்டது. இந்த நேரத்தில் அவர்களைக் காக்க சோழ மன்னனும் அவனுடைய படைத் தளபதியாக இருந்த பல்லவராயருமே பெரும் காரணமாக இருந்தனர். பல்லவராயரும்

2

எதிரிலிச் சோழ சம்புவராயரும் இல்லையென்றால் அன்றே சிங்களனுக்கு பாண்டிய நாடு பலியாகி இருக்கும். அந்த சம்புவராயர் வழிவந்தவர்கள்தான் பின்னாளில் படைவீடு அரசை அமைக்கிறார்கள். காலம்தோறும் சோழ மன்னனுக்கும் பாண்டிய மன்னனுக்கும் சேர மன்னனுக்கும்கூட ரத்த உறவுகளாக சம்புவராயர்கள் இருந்தது சரித்திரக் குறிப்புகளில் தெரிகிறது. அந்த மூவேந்தர்களின் வீழ்ச்சிக்குப் பின்னர் சம்புவராயர்கள் அமைத்த ஆட்சி தமிழர்கள் பெருமைகொள்ளத் தக்கதாக இருந்தது. அது நிலையான ஆட்சி என்பதில் மாற்றுக்கருத்து இல்லை. அந்த நூறு ஆண்டுகளில் உள்நாட்டுப் போர்கள் இல்லை. அதனால்தான் அவர்களுடைய கோயில் திருப்பணிகள் நடந்த கல்வெட்டுகள் வடக்கே நெல்லூர் முதல் பழவேற்காடு, காளத்தி, திருவேற்காடு, திருப்பாலைவனம், திருவொற்றியூர், செங்கல்பட்டு, உத்திரமேரூர், அச்சிறுப்பாக்கம், காஞ்சிபுரம், திருவண்ணாமலை, தில்லை, திருச்சி திருவானைக்கா வரை கிடைக்கப்பெறுகின்றன.

மதுரை சுற்றுவட்டார பகுதியில் இருந்து அமைதியற்ற சூழலாலும் சுல்தானியர்களின் அச்சுறுத்தலாலும் அபயம் தேடி தொண்ட மண்டலம் வந்தவர்களுக்கு அஞ்சினான் புகலிடங்கள் அமைத்துக் கொடுத்தனர் சம்புவராயர்கள். நிலைகெட்டு வந்துசேர்ந்தவர்களுக்கு உறைவிடம், வேலை செய்வதற்கான ஏற்பாடு, உணவு அத்தனையும் வழங்கப்பட்டன. தமிழகத்தை, தமிழ் மண்ணைக் காக்க வேண்டிய மாபெரும் பொறுப்பு அவர்கள் தலையிலிருந்தது. மக்களைக் காப்பாற்றவும் அந்நியர்கள் தன் தேசத்தில் புகாமல் இருக்கவும் அவர்கள் மேற்கொண்ட முயற்சிகள் அதிலே விளங்கும்.

சுல்தானியர்களை எதிர்க்கும் போரில் விஜயநகர அரசுக்கு ஆதரவாக செயல்பட்டு இருக்கலாமே என்ற கேள்வியும் பதில் இல்லாமல் அப்படியே நிற்கிறது. அதற்கு எனக்கு ஒரு தத்துவார்த்தமான பதில் தேவையாக இருந்தது. சம்புவராயர்கள் சிவனைப் போற்றுகிறார்கள். படை வீட்டில் முதன்முதலாக ராசகம்பீர சம்புவராயரால் நிறுவப்பட்ட அம்மையப்பன் சிவன் கோயில் இருக்கிறது. அது படைவீடு அரசை உருவாக்கிய ராசகம்பீரன் கட்டிய கோயிலாக இருக்கலாம். அந்தக் கோயிலின் வயதும் அந்த அரசின் வயதும் ஏறத்தாழ ஒன்றுதான். ஏகாம்பரநாதர் என்ற சம்புவராய மன்னர், நீண்டகாலம் படைவீடு அரசை ஆண்டவர். அவருக்கு 'வென்று மண்கொண்டார்' எனவும் சகலலோக சக்ரவர்த்தி எனவும் பெயர்கள் இருந்ததாகக் கல்வெட்டுகள் குறிப்பிடுகின்றன. சிவ பக்தன் ஆண்ட ஆட்சி அது. அதே நேரத்தில் எல்லா சமயங்களையும் ஆதரித்து வந்ததும் தெரிய வருகிறது. மேல்சித்தாமூர், வந்தவாசி பகுதிகளில் இன்றும் இருக்கிற சமணக் கோயில்கள் அதற்குச் சான்று. தன் மகனுக்கு மல்லிநாதன் என்ற சமணப் பெயரோடு ராசநாராயணன்

என்ற வைணவப் பெயரையும் இணைத்தே வைத்திருக்கிறார். விஜயநகர அரசு சிருங்கேரி சங்கராச்சாரியாரால் உருவாக்கப்பட்ட, சாதி படிநிலைகளை ஏற்றுக் ஏற்றுக்கொண்ட அரசு. தெலுங்கும் சமஸ்கிருதமும் அவர்களின் ஆட்சி மொழி. அதனாலேயே அவர்களுடன் இணைந்து செயல்பட முடியாத ஒரு சூழல் சம்புவராயர்களுக்கு இருந்தது. சுல்தானியர்கள் ஒரு சமயத்தை சேர்ந்தவர்கள், அதைப்போலவே விஜயநகரப் பேரரசும் அவர்களுக்கு வேறொரு சமயம் போலத்தான்.

சம்புவராயர்கள் ஏன் சுல்தானியர்கள் மீது போர் தொடுக்கவில்லை என்பதற்கும் விஜயநகரப் பேரரசினரோடு ஏன் இணைந்து செயல்படவில்லை என்பதற்கும் இவை நியாயமான காரணங்களாக இருந்தன. சுல்தானியர்களோடு சம்புவராயர்கள் ஒப்பந்தம் போட்டுக்கொண்டார்கள் என்ற சப்பை காரணத்தைவிட இது மேலானது. சம்புவராயர்கள் நடத்திய ஒரே பெரும் போர் விஜயநகர படையினுடன்தான்.

கூத்துக் கலைக்கு ஆலயங்களில் இடம் ஒதுக்கியதற்கும் சைவ சமயத்தைத் தாங்கிப் பிடித்ததற்கும் போதிய ஆதாரங்கள் காலம் உருவாக்கிய கல்வெட்டாக நாவலின் ஊடே தந்திருக்கிறேன். அவர்கள் கவிஞர்களைப் போற்றியதற்கான கண்கூடான உதாரணம் இரட்டைப் புலவர்கள் எழுதிவைத்த ஏகாம்பரநாதர் உலா. ஆண்டவனையும் அரசனையும் ஒப்பிட்ட காவியம். எல்லாவற்றுக்கும் ஆவணம் தேவையென்பது வரலாற்று நாவலுக்குப் பொருந்தவே பொருந்தாது. ஏன் வரலாறு எழுதுவதற்கும்கூட பொருந்தாது. எடுத்ததெற்கெல்லாம் கல்வெட்டு எழுதிவைப்பது செய்தித்தாள் அச்சடிப்பது போன்ற எளிய வேலையும் அல்ல. அப்படியே இதுவரை எழுதப்பட்டவற்றைப் பாதுகாப்பதும் படியெடுப்பதும் சாதாரண வேலையாகவும் இல்லை. மக்களின் வாழ்வியலிலிருந்து வரலாற்றை மீட்டெடுப்பதுதான் அவசியமானதும் முறையானதுமாகும். வரலாற்று நாவல் எழுதுபவனின் அறிவும் நேர்மையும்தான் ஆவணங்கள் போதாத இடத்தில் ஆதாரங்களாக இருக்கின்றன. எல்லாவற்றுக்கும் ஓலைச்சுவடிகளையும் கல்வெட்டுகளையும் காட்டச் சொல்வது பொருத்தமில்லாதது. இவ்வளவு ஊடகங்களும் படம் பிடித்துக் காட்ட கருவிகளும் உடனே தொடர்புகொள்வதற்கான அலைபேசிகளும் இருக்கும் இந்தச் சூழலில் எத்தனையோ சம்பவங்கள் சாட்சி இல்லாமல் போகின்றன. அல்லது ஊடகங்கள் மிகத் தவறான ஒன்றை சித்தரித்து அதையே உண்மையாக்கிவிடுகிற சூழலும்கூட நடக்கிறது. அந்த இடங்களில்தான் மக்களின் குறிப்புகளாக சில செவிவழி செய்திகள் துணைபுரிகின்றன.

அதை நேர்மையோடு செய்திருக்கிறேன். நம்பகத்தன்மையோடு பதிவு செய்திருக்கிறேன். இந்த நாவலுக்காக நான் பெரும் பயணங்கள் செய்ய வேண்டியிருந்தது. துங்கபத்ரா நதிக்கரை தொடங்கி, காவிரி நதிக்கரை

வரை குறுக்கு வெட்டாக அலைந்து திரிந்து தேடிய நதிக்கரை நாகரிகம் இது என்று சொல்வேன். மூத்த ஊடகவியலாளர் ராஜா வாசுதேவன், இந்தப் பயணங்களுக்கு எடுத்துக்கொண்ட அக்கறை கொஞ்ச நஞ்சமல்ல. மருத்துவர் தெ.வேலாயுதம், தொழிலதிபர் பலராமன், பதிப்பாளர் மயிலவேலன் ஆகியோர் இந்தப் பயணங்களில் உடனிருந்து ஆய்வுகள் செய்தவர்கள். ஆய்வாளர்கள் பெரியவர் இறைவன், பேராசிரியர் இரா. கோமகன், வழக்கறிஞர் காந்தி பாலசுப்ரமணியன், ரெங்கையா முருகன், ஆறகழூர் வெங்கடேசன், கோவை கோணங்கள் அமைப்பைச் சேர்ந்த ராஜா, எப்போதும் எனக்கு ஆலோசனைகள் தரும் நண்பர் இரா. கோவர்தன் எனப் பலரும் தந்த ஆய்வுக் குறிப்புகள் நாவலெங்கும் நிகழ்வுகளாகியிருக்கின்றன. சென்னை பல்கலைக்கழகத்தின் சைவ சிந்தாந்தத் துறைத் தலைவர் நல்லூர் சரவணன் அவர்கள் சமயங்களின் நிலைப்பாடுகள் குறித்து விளக்கிக் கூறினார். கடல் போன்ற அறிவு அவருக்கு. கதைக்காக சில துளிகளையே எடுத்துக்கொண்டேன். இவர்கள் அனைவரும் என் மீது வைத்த நம்பிக்கை, பொறுப்பை சுமக்க வைத்தது. கடுமையான உழைப்பைக் கோரிய இந்த நாவல் சமூக அக்கறையையும் எனக்குள் ஏற்படுத்தியது. சாதியும் மதமும் இந்த நாவலில் பல இடங்களில் அலசப்பட்டன. கடந்த ஓராண்டுக்கும் மேலாக தகவல்கள் திரட்டி இருந்தபோதும் வேலையிலிருந்து விலகிய பின்னரே என்னால் முழுமூச்சாக எழுத முடிந்தது. ஐந்து மாதங்கள் அயராது எழுதினேன்.

கவிஞர் பழனிவேள் இந்த சரித்திரக் கதையை நான் எழுதத் தொடங்கிய நேரத்தில் நல்ல ஆலோசனைகள் சொன்னவர். அவருடைய மறைவு படைவீட்டுக்குப் பேரிழப்பு. தருமபுரி ரமேஷ், முனைவர் அமுல்ராஜ் என நன்றி சொல்வதற்கு ஏராளமான நல்ல உள்ளங்கள் உண்டு. அவற்றைப் பட்டியலிட வேண்டுமானால் பல பக்கங்கள் தேவைப்படும். ஓய்வே இல்லாத ஓவியர் கோபி பிரசன்னா அட்டைப் படம் வரைந்து பெருமைபடுத்தினார். ஓவியத்தில் உறுதுணையாக இருந்த ஓவியர் உதய் அவர்களுக்கும் என் நன்றிகள். பக்க வடிவமைப்பு செய்த ராஜூ முருகேசனுக்கு என் நன்றி. சம்புவராயர் ஆய்வு மையத்தின் துணையுடன் தழல் வெளியீடாக நாவலை வெளிக் கொணரும் நண்பர்களுக்கு என் நன்றி.

சாதி எப்படி உருவாகியிருக்கும் என்ற கேள்வி எனக்குள் பல ஆண்டுகளாக உண்டு. சாதிரீதியாக சுலபமாக ஒன்று திரளும் மக்களை அடிக்கடி பார்க்கிறேன். சொந்த சாதியினருக்கு நன்மைகள் செய்பவர்களையும் பார்க்கிறேன். பெரிய பதவியில் இருப்பவர்கள், பெரிய பணக்காரர்கள் பலர் தங்கள் சொந்த சாதியினரைத் தேடி உதவுவதைப் பார்க்கிறேன். வாழவே வழியில்லாத பலர் தங்கள் இறுதி முயற்சியாகத் தங்கள் உறவுகளிடம் தஞ்சமடைவதைப் பார்க்கிறேன்.

"குரலற்றவரின் கடைசி புகலிடமாக இருக்கிறது சாதி!" என வரலாற்று அறிஞர் தொ.பரமசிவன் நான் எடுத்த நேர்காணலில் சொன்னார். கடைசி புகலிடம் என்றா சொல்கிறீர்கள் எனக் கேட்டதற்கு, "கட்சி, நண்பர்கள், சங்கம் எல்லாம் கைவிடப்பட்டவர்களுக்கு அவர்களுடைய சொந்த உறவும் சாதியும்தான் உடன் நிற்கிறது" என்றார் அந்த சாதி மறுப்பாளர் அழுத்தமாக. உயிரற்ற வைரஸ், உயிருள்ள ஒரு செல்லில் ஒளிந்திருப்பதைப் போல பல்குகிறது சாதி. அது எப்படி உருவாகியிருக்கும், ஏன் உருவானது, எப்படி தழைக்கிறது... இந்த மூன்று கேள்விகளும் முக்கியமானவையாக இருந்தன. அதை நோக்கிப் பயணமானேன். ஏற்ற தாழ்வுகள் எப்படி அகலும் என்ற நான்காவது கேள்விக்கான விடை தெரியவில்லை.

நம்பிக்கையுடன் இந்த நாவலை என் பெயரன் அதியமானுக்கு உரித்தாக்குகிறேன்.

அன்புடன்,
தமிழ்மகன்
29.04.20
தமிழ்மகன்

ஆசிரியர் குறிப்பு:-

பிறப்பு, படிப்பு, பணி:

- ☐ தமிழ்மகன் என்கிற பா.வெங்கடேசன் சென்னையில் 1964இல் பிறந்தவர்.

- ☐ படிப்பு; B.Sc., M.A. மாநிலக் கல்லூரி, சென்னைப் பல்கலைக்கழகம்.

- ☐ 1989 தொடங்கி போலீஸ் செய்தி, தமிழன் நாளிதழ், வண்ணத்திரை, தினமணி, குமுதம், குங்குமம், ஆனந்த விகடன் இதழ்களில் 2019 வரை பணியாற்றியவர்.

- ☐ மாநிலக் கல்லூரியில் படித்தபோது 'பூமிக்குப் புரியவைப்போம்', 'ஆறறிவு மரங்கள்' என இரண்டு கவிதைத் தொகுதிகள் வெளியாகின.

- ☐ இளைஞர் ஆண்டையொட்டி, 1984இல் டி.வி.எஸ். நிறுவனமும் இதயம் பேசுகிறது இதழும் இணைந்து நடத்திய போட்டியில் இவரது வெள்ளை நிறத்தில் ஒரு காதல் புதினம் முதல் பரிசு பெற்றது. இதயம் பேசிறது இதழில் தொடராக வெளியானது. அரசியல் விமர்சகர் சின்னக்குத்தூசி தேர்வு செய்தார். இதுவும் கல்லூரி படிக்கும்போதே நிகழ்ந்தது. பேராசிரியர்கள் இரா.இளவரசு, கவிஞர் மு.மேத்தா, பொன்.செல்வகணபதி, இ.மறைமலை, பி.சிவகுமார் போன்றோர் ஆசிரியர்களாக - வழிகாட்டிகளாக- அமைந்தனர்.

விருதுகள்

- ☐ 1984-ல் இதயம் பேசுகிறது - டி.வி.எஸ் நிறுவனம் நடத்திய போட்டியில் வெள்ளை நிறத்தில் ஒரு காதல் நாவலுக்கு விருது.

- ☐ மொத்தத்தில் சுமாரான வாரம் குறுநாவல் தி.ஜானகிராமன் நினைவு போட்டியில் தேர்வு செய்யப்பட்டது. 1986-ல் தேர்வு செய்தவர் எழுத்தாளர் அசோகமித்திரன்.

- ☐ இவர் எழுதிய மானுடப் பண்ணை நாவல் 1996இல் தமிழக அரசின் விருது பெற்றது.

- ☐ எட்டாயிரம் தலைமுறை சிறுகதைத் தொகுப்பு 2008-ம் ஆண்டுக்கான தமிழக அரசின் விருது பெற்றது.

- எழுத்தாளர் சுஜாதா நினைவு அறிவியல் புனைகதை விருது (2008).

- வெட்டுப்புலி நாவல் (2009) கோவை ரங்கம்மாள் நினைவு விருது, ஜெயந்தன் அறக்கட்டளை விருது பெற்றது.

- ஆண்பால் பெண்பால் நாவலுக்கு (2011) விகடன் விருதும் ஜி.எஸ். மணி நினைவு விருதும் கிடைத்துள்ளன.

- வனசாட்சி நாவல் (2012) சுஜாதா அறக்கட்டளை விருது, மலைச்சொல் விருதுகள், அமுதன் அடிகள் விருது ஆகியன பெற்றது.

- வேங்கை நங்கூரத்தின் ஜீன் குறிப்புகள் நாவலுக்கு கனடா இலக்கியத் தோட்ட புனைவு இலைக்கிய விருது (2017) பெற்றார்.

- படைவீடு நாவல் (2021) வென்றுமண்கொண்டார் விருது, சௌமா விருது, வள்ளுவப் பண்பாட்டு நடுவம் விருது, உலகத் தமிழ்ப் பண்பாட்டு மைய விருது ஆகியன பெற்றது. 2022- ஆண்டுக்கான மலேசிய இலக்கிய அமைப்பான கே.ஆர்.சோமா அறக்கட்டளை விருது பெற்றது. இது 10.000 அமெரிக்க டாலர்கள் விருது தொகை கொண்டது.

- திராவிடர் கழகத்தின் பெரியார் விருது (2014), விஜய் டி.வி நீயா? நானா? வழங்கிய இலக்கிய விருது (2016) உள்ளிட்ட பல விருதுகள் பெற்றவர்.

எழுதிய நூல்கள்

- பூமிக்குப் புரியவைப்போம், ஆறறிவு மரங்கள் இரண்டும் கவிதைத் தொகுப்புகள்.

- வெள்ளை நிறத்தில் ஒரு காதல் (1984), மானுடப் பண்ணை நாவல் (1996), சொல்லித் தந்த பூமி (1997), ஏவி. எம். ஸ்டூடியோ ஏழாவது தளம் (2007), வெட்டுப்புலி (2009),ஆண்பால் பெண்பால் (2011), வனசாட்சி (2012), ஆபரேஷன் நோவா (2014), தாரகை (2016), நான் ரம்யாவாக இருக்கிறேன் (2018), படைவீடு (2020), பிரம்மராட்சஷ் (தொடாதே துரத்து) (2021) ஆகியவை இவரது நாவல்கள்.

- எட்டாயிரம்தலைமுறை(2008),சாலைஓரத்திலேவேலையற்றதுகள்(2006), மீன்மலர் (2008), அமரர் சுஜாதா (2013), மஞ்சு அக்காவின் மூன்று முகங்கள் (2014) இவரது சிறுகதைத் தொகுப்புகள்.

- இவருடைய நூல்கள் பலவும் முனைவர் பட்டத்துக்கும் ஆய்வு பட்டயங்களுக்கும் எடுத்தாளப்பட்டுள்ளன. கல்லூரிகளில் பாடமாக வைக்கப்பட்டுள்ளன.

- திரைப் பிரமுகர்கள் பற்றிய அரிய செய்திகளைச் சொல்லும் செல்லுலாயிட் சித்திரங்கள் (திரை) (2009), நூற்றாண்டு கண்ட தமிழ்ச் சிறுகதைகளை அறிமுகப்படுத்தும் தமிழ்ச் சிறுகதைக் களஞ்சியம் - (2013) ஆகிய கட்டுரைத் தொகுப்புகளும் இவர் படைப்புகள். சென்னையின் வரலாற்றை மெட்ராஸ் நல்ல மெட்ராஸ் (2016) என்ற பெயரில் எழுதியிருக்கிறார். விகடன் இணைய இதழில் வெளிவந்து பெரும் வரவேற்பைப் பெற்றது.

- ஆனந்த விகடனில் வெளியான ஆபரேஷன் நோவா (2014), ஜூனியர் விகடனில் வெளியான 'நான் ரம்யாவாக இருக்கிறேன்' (2018) ஆகிய அறிவியல் புனைகதைகள் பெரும் வாசக வரவேற்பைப் பெற்றன. திரையுலகைப் பின்னணியாகக் கொண்டு தாரகை என்ற நாவலை எழுதியுள்ளார்.

- ராணி வார இதழில் 'ஒரு ஊர்ல ஒரு ராணி' என்ற தொடர்கதை 2022- ஆம் ஆண்டு வெளி வந்தது.

திரைத்துறை பணிகள்

- புகழேந்தி தங்கராஜ் இயக்கிய உள்ளக்கடத்தல், ரசிகர் மன்றம், தயாரிப்பாளர் சி.வி.குமாரின் பீட்ஸா (மம்மி -3), கொற்றவை உள்ளிட்ட திரைப்படங்களுக்கு வசனம் எழுதியுள்ளார். நான் ரம்யாவாக இருக்கிறேன், ஆபரேஷன் நோவா நாவல்கள் சினிமாவுக்காக ஒப்பந்தமாகிள்ளன. ஏராளமான திரைக்கதை விவாதங்களில் இடம் பெற்றவர். தங்கர் பச்சான் இயக்கிய கருமேகங்கள் கலைகின்றன என்ற திரைப்படத்தின் விவாதங்களில் இடம் பெற்றார்.

குடும்பம்

தந்தை க.பாலகிருஷ்ணன் - தாய் பார்வதி. மனைவி திலகவதி.

மகன் மாக்ஸிம் - மருமகள் த.சந்தியா. பேத்தி அகல்விழி.

மகள் அஞ்சலி - மருமகன் ஸ்ரீதர். பேரன்கள் அதியமான், அகிலன்.

தொடர்புக்கு:
writertamilmagan@gmail.com
7824049160

பாகம் 1 தீ

1.வடக்கிலிருந்து ஆபத்து 2.செண்பகா நதி, 3.ஒற்றன், 4..வள்ளுவ விவாதம், 5.தயாராகுங்கள், 6. ஈசன் வாள், 7.அரச வேடம், 8.வந்தது யார்? 9.சௌந்தரியின் விருந்து, 10.ராசமல்லிக்குத் தீர்ப்பு, 11..விரிஞ்சிபுரம் சோதனைச் சாவடி, 12.மாலிக் காபூர், 13.பெரும்புலியூர் சத்திரம்.

பாகம் 2 நீர்

1.கோடை மழை 2.மீண்ட செல்வம், 3.கண்டராதித்தம், 4.பயணம் தொடர்கிறது. 5.நடுக்கத்தில் தில்லை, 6.கொள்ளிடம் துறைமுகம், 7. தீவுக்கோட்டை, 8.சுரபுன்னைக் காடு, 9.ரகசிய வீரன், 10.ஈசன் வாள், 11.உறை இங்கே வாள் எங்கே? 12.கடல் மல்லைக் கணிகை, 13. போர்வீரன், 14.இடங்கை வலங்கை, 15.யாருடைய சூழ்ச்சி? 16.தோள் கண்டேன் தோளே கண்டேன்!

பாகம் 3 காற்று

1.பொன்முகியில் புலவர்கள், 2.பேதம் வருண பேதம், 3.சுந்தர பாண்டியனின் ஒற்றன், 4.குந்தவை ஓவியம், 5.முத்துவடுகு, 6.ஆன்மிகமும் அரசியலும், 7.அவசர அழைப்பு, 8.ஆலோசனை மண்டபம், 9. சமயங்களின் அரசியல், 10.சௌந்தரியின் சோகம், 11. நந்தனார் கூத்து, 12.ஏகாம்பரநாதர் உலா, 13.மூன்றாம்நாள் முடிவுகள், 14. ஆடித் திருவிழா, 15.உறவு தேசங்களின் உடன்படிக்கை, 16.பேரரசர் பட்டம், 17.முதல் ஆலோசனை, 18.காஞ்சியில் திருமணம், 19.முதலிரவு.

பாகம் 4 நிலம்

1.பெருவழிப்பாதைகள் 2.பிரம்மதேசம் யுத்தகளம், 3.திசைதோறும் காவல்கோட்டம், 4.எதிரிக்கு எதிரி, 5.மல்லிநாதர் செய்த மாற்றம், 6.கலமறுத்த காந்தளூர் சாலை, 7.மலைக்கோட்டை மர்மம், 8.அஞ்சி வந்தோர்க்குப் புகலிடம், 9.போரும் வாழ்வும், 10.மாம்பழ வியாபாரி, 11.படைக்குடிகளின் பாதை, 12.வேண்டாம் விஜயநகரம், 13.புக்கரின் போர்ப்படை, 14.பாம்புக்கூடை, 15.போர் போர்! 16.எங்கே வசந்தன்?

பாகம் 5 வெளி

1.விரிஞ்சிபுரம் இரவு, 2.தில்லை ரகசியம், 3.ஆட்கொல்லி புலி, 4. கங்காதேவி, 5.கிரியாசக்தி பண்டிதர், 6.காவி காவியம்! 7.ஊரும் ஆறும்! 8.ஆனெகொண்டி ஆலோசனை, 9.பாதி சேனை! 10.நெடுமொழி, 11.காஞ்சிபுரமா, விரிஞ்சிபுரமா? 12. குந்தவை அரண்மனை, 13.முதலில் காஞ்சி பிறகு படைவீடு, 14.கோட்டை மலைச் சுரங்கம், 15.கணிகையும் காளமேகப் புலவரும், 16.பழனிவேளர் குறுவாள்! 17.சாதிக்கொரு புராணம், 18.சலக்கிரீடை, 19.வெற்றிவேலரின் வியூகம், 20.மல்லிநாதரின் கட்டளை.

பாகம் 1

தீ

ஓதிமா மலர்கள் தூவி உமையவள் பங்கா மிக்க
சோதியே துளங்கும் எண்தோள் சுடர்மழுப் படையினானே
ஆதியே அமரர் கோவே அணியணா மலையுளானே
நீதியால் நின்னை அல்லால் நினையுமா நினைவிலேனே

— திருநாவுக்கரசர்

கி.பி. 1310 தொடங்கி...

1. வடக்கிலிருந்து ஆபத்து!

தீப்பந்தத்தைக் காற்று உரசிச் சென்றபோது உருவான படபடப்புச் சத்தமும் அலைபாய்ந்து அடங்கிய இருட்டும் அவர்களின் ஆலோசனைக்குச் சற்றே தடங்கலாக இருந்தது. காற்றுத் தணியட்டும் எனக் காத்திருந்தனர். கைலாச பாறையின் முகட்டில் இருந்த அம்மையப்பன் சிவன் கோயிலில் இருந்தபடி, அந்தப் படைவீடு நகரத்தின் அழகையும் கோட்டையின் முழு தோற்றத்தையும் காண முடிவதே கண்கொள்ளாக் காட்சியாக இருந்தது. அரண்மனை, கோட்டைச் சுவர்கள், கோயில்கள், அரசு அதிகாரிகளின் வீடுகள், வணிகர்கள் - வியாபாரிகள், கடைவீதிகள், திரி விளக்கு ஏற்றப்பட்ட தெருக்கள் என ஓவியம் போல் தெரிந்தது.

சற்று தூரத்திலே விவசாயக் குடிகள். வயல் வெளிகள், செண்பகா அருவி அனைத்தையுமே இங்கிருந்தபடி பார்க்க முடிந்தது. அவர்கள், தங்கள் பேச்சை நிறுத்திவிட்டு அந்த நகரின் அழகை ரசிக்க வேண்டும் என்பதற்காகவே காற்றின் படபடப்பு ஏற்பட்டு அடங்கியது போலிருந்தது. இயற்கையே உருவாக்கிப் பாதுகாத்துவந்த அந்த அழகிய சூழலுக்கு இன்னும் சில காலத்தில் என்ன நேருமோ என்ற கவலையும் அவர்களுக்குள் இருந்தது. பேச்சைத் தொடர வேண்டி, சிறுகனைப்பில் அனுமதித்தார் மன்னர் வீரசம்புவர்.

தமிழ்மகன்

இளவரசர் ஏகாம்பரநாதரும் அமைச்சர் திருநம்பியும் மன்னருக்கு நெருக்கமாக நின்றிருக்க, எதிரே படைத்தளபதி சோழகன் நின்றிருந்தார். அங்கிருந்த நால்வருமே சம்புவராயர் ஆட்சியின் முக்கியத் தூண்கள். ராசகம்பீர சம்புவராயரால் நிறுவப்பட்டு, இடையே சில காலம் பாண்டியர் வசமாகிப் போன படைவீட்டு அரசை மீட்டு, தனி ஆட்சியை மீண்டும் தொடங்கிவைத்த தளகர்த்தர்கள். அரண்மனையின் நான்கு புறமும் இருக்கும் கிளி மண்டபம், தேக்கு மண்டபம், ராஜ மண்டபம், தர்பார் மண்டபம் ஆகியவை எத்தனையோ ஆலோசனைகளைக் கேட்டவை. அரச உரையாடல்களை அறிந்தவை. ஆனால், அதையெல்லாம் விட்டுவிட்டு இங்கே காட்டின் நடுவே, மலைகளுக்கு மையத்தில் குன்றின்மீது அமர்ந்து பேச வேண்டிய அரச நெருக்கடியை அவர்கள் ஆழமாக அறிந்திருந்தனர்.

நாற்புறமும் மலையே அரணாக, பசுமைச் சுவராக இருந்தது அந்த இடம். ராசகம்பீரன் மலை, அத்திமல்லன் மலை, சவ்வாது மலை எனச் சூழ்ந்திருந்த நெடு மலைகளைக் கடந்து ஒருவர் படை வீட்டை நெருங்குவது குதிரைக்கொம்பு. அதையும் தாண்டிவிட்டால் எல்லைக்காவல் படை, அகம்படையார் படை, அரசப்படை, குடிபடை என நாடே படையாக இருக்கும். அனுமதியின்றி கோட்டைக்குள் யாருமே நுழைய முடியாது என்பதற்கு அரண் வாயிலில் வீற்றிருந்த படைவீட்டம்மனே சாட்சி. வணிகர்கள், புலவர்கள், வழிப்போக்கர்கள், வழிபட வந்தவர்கள், அரச தொடர்பு உள்ளவர்கள், குடி மக்கள், வெளியூர்க்காரர்கள் எல்லோரையும் சோதித்து அனுப்ப நேர்மையான அதிகாரிகள்கொண்ட சுங்கச் சாவடியும் வரி வசூலிப்பு மையமும் அங்கே இருந்தன. மலையும் மக்களும் தெய்வமும் பாதுகாக்கும் அரண் வாயில் பகுதியாக இருந்தது படைவீடு. அத்தனை பாதுகாப்பான பகுதிக்கு ஆபத்து என்றால்..? அதை எதிர்கொள்ளத்தான் இந்த ஆலோசனை.

"வாயிலூர் வாசலையும் கணியம்பாடி வாசலையும் மூடியாயிற்று. சந்தவாசல் மட்டுமே இனி படைவீடு கோட்டைக்கான ஒரே வழி." சோழகன் மிடுக்கோடு சொன்னார். சுந்தர பாண்டியரோடு நடந்த போரை வழிநடத்திய தளபதி என்பதால் அவருடைய ஏற்பாடுகள் முக்கியமானதாக இருந்தன. அவரது முறுக்கிவிட்ட அடர்த்தியான கருகரு மீசையும் வைரம் பாய்ந்த தேக்கு போன்ற தேகமும் எதிரியை ஒரு நொடியில் உருக்குலைக்கச் செய்துவிடும்... அவர் அமைக்கும்

வியூகங்களும்தான்.

"நல்லது. ஆனால் அது மட்டும் போதாது. தில்லி சுல்தான்கள் முரடர்கள். எந்தப் போர் தருமமும் அவர்களுக்கு இல்லை.'' உறுதியான குரலில் இளவரசர் ஏகாம்பரநாதர் சொன்னார். அவருடைய முகத்தின் தீவிரம் தீப்பந்த வெளிச்சத்தில் மேலும் துலக்கமாகத் தெரிந்தது. மாந்தளிர் நிறம். நீறு பூசிய அகன்ற நெற்றி புருவ மத்தியில் கங்கு போன்ற குங்குமம். அரும்பு மீசை. முறுக்கிவிடுவதற்குப் போதுமானதாக இல்லையெனினும் அவ்வப்போது அவருடைய விரல்கள் அதைத் தடவிக் கொடுத்த வண்ணமிருந்தன. விரிந்த தோள்பட்டையில் படர்ந்திருந்த தலைமுடியின் சுருட்டை இழைகள் காற்றில் புரண்டபடியிருந்தன. பட்டாடைப் போர்த்திய உடல் மிடுக்காகத் தெரிந்தது.

மன்னர் வீரசம்புவர் ஆமோதித்தார். "அவர்கள் நோக்கம் கோயில் செல்வங்களைக் கொள்ளையடிப்பது ஒன்றுதான். இங்கேயே இருந்து நாடாள்வதல்ல... அப்படி ஆளவும் முடியாது" ஐம்பது வயதைக் கடந்த அனுபவம் பேச்சில் இருந்தாலும் தோற்றத்தை வைத்து இன்னும் பத்திருபது ஆண்டுகளைக் குறைக்கத்தான் தோன்றும். அச்சு அசலாகத் தன் பாட்டன் ராசகம்பீரன் போன்ற தோற்றம் அவருக்கு. மார்பைத் தொட்டுக்கொண்டிருந்த தாடி.. நெற்றியில் பளீரென ஒளிர்ந்த திருநீரு, அவர்மீது பயம் கலந்த பக்தியை ஏற்படுத்துவதாக இருந்தது.

''கொள்ளையடிப்பது மட்டுமல்ல தந்தையே... கோயில் சிற்பங்களைச் சேதப்படுத்துவது, கோட்டைகளைத் தகர்ப்பது, கலைச் செல்வங்களைச் சீரழிப்பது எல்லாமே நடக்கிறது. அதைவிடக் கொடுமை ஒன்றும் நடக்கிறது. அது..." எனத் தயங்கி நிறுத்தினார். தந்தையின் முன் அதை எப்படிச் சொல்வதென்ற யோசனை.

"இளவரசரே... யாருக்கும் தெரியாததா என்ன? தினம் எத்தனை அபலைகள் குடும்பம் குடும்பமாக நம் எல்லைக்குப் பாதுகாப்புக் கேட்டு ஓடி வருகிறார்கள். இதையெல்லாம் நாடே பார்த்துக்கொண்டுதான் இருக்கிறது. விரைவில் அந்த சுல்தான் கூட்டத்துக்குத் தகுந்த பாடம் கற்பிக்க வேண்டும் என்பதுதான் மன்னரின் விருப்பமும்" சோழகனார் விளக்கமாகவே சொன்னார். ரஜபுத்ர மன்னன் ரத்தன் சிங்கின் மனைவி பத்மாவதியை அடைவதற்காகவே அலாவுதீன் கில்ஜி, சித்தூர்மீது படையெடுத்துச்

தமிழ்மகன்

சென்று நாசம்செய்த கதையையெல்லாம் அரசவையிலே பேசியதுதான். அந்த அலாவுதீனுக்குத் துணையாகப் படை நடத்துபவன்தான் இந்த மாலிக் காபூர் என்பதும் விந்திய மலைக்குக் கீழேயும் பரவிவிட்ட செய்திதான்.

"காஞ்சிபுரம், விரிஞ்சிபுரம் எல்லைகளில் வீரர்கள் எந்த நேரமும் தயாராக இருக்க வேண்டும். வல்லவராயருக்கு ஏற்கெனவே ஓலை அனுப்பியாகிவிட்டது. ஒருவேளை தில்லை வழியாகப் படையெடுத்துவந்தால் தீவுக்கோட்டை, ஆறகழூர், சேந்தமங்கலம் ஆகிய பகுதிகளில் நட்பு படைகளை எச்சரிக்கை நிலையில் வைக்க வேண்டும். மகதப் பெருவழி, காஞ்சியிலிருந்து கங்கை வரை நீண்டிருக்கிறது. இந்த எல்லைகளில் வீரர்களின் எண்ணிக்கையை இரண்டு பங்காகக் காவலுக்கு உயர்த்தப்பட வேண்டும். ஆர்க்காடு பெரும்பாதை காவல் கோட்டங்கள் விழிப்புடன் இருக்க வேண்டும். வடபெண்ணை முதல் காவிரி வரையான ஆறு கடக்கும் பாதைகளில் கண்காணிப்பு பலமாக இருக்க வேண்டும். படகோட்டிகளிடம் தொடர்ந்து விசாரிக்க வேண்டும். சிறு தகவலும் நம்மைத் தயார்படுத்திக்கொள்ள உதவும். இப்படியொரு வெறிபிடித்தக் கூட்டத்தை இதுவரைக் கண்டதில்லை... இத்தனை வெறித்தனத்தோடு மனிதர்கள் தொடர்ந்து அலைவது அச்சமூட்டுவதாக இருக்கிறது" என அலுத்துக்கொண்ட இளவரசருக்கு விளக்கம் சொல்லும் நோக்கோடு சோழகனார் சொன்னார்: "அவர்கள் பயன்படுத்தும் போதைப்பொருள்கள் அவர்களுக்கு அந்த மிருகத்தனத்தைத் தக்கவைக்கிறது. அவனுடைய படை வீரர்களின் வெறித்தனத்துக்குப் பரிசே சிறைபிடிக்கப்படும் பெண்கள்தான்."

"சோழகனாரே... மேற்கொண்டு அதைப் பற்றிப் பேச வேண்டாம். என்ன செய்யலாம் என்பதை மட்டும் பேசுவோம்" என்றார் மன்னர்.

பேசித் தீர்க்க வேண்டிய விவகாரங்களும் வியூகங்களும் நிறைய இருந்தன. தமிழகத்துக்கு வடக்கே போசாளர்கள், ராஷ்டிரகூடர்கள், காகதியர்கள் ஆட்சிப் பரப்பின் பெரும்பகுதி இப்போது அவர்கள் வசம் போய்விட்டன. சோழர்களும் சேரர்களும் சிற்றரசுகள் என்ற தகுதிக்கும் கீழே இருக்கின்றனர். பாண்டிய அரசிலோ வாரிசு சண்டை. சுந்தர பாண்டியர் வம்பாகப் போய், துலுக்கப் படையினரை அழைத்துத் தன் ஆட்சியைப் பலப்படுத்திக்கொள்ள நினைத்தார். அது வினையாக வந்து முடிந்தது. வாணகோவராயர், காடவராயர், அதியர், வல்லவராயர், மலையமான், பழுவேட்டரையர்,

மழவர், சேதியர் போன்ற போர்க் குழுவினர் தொண்ட மண்டலத்தில் சம்புவர்களின் தலைமையில் அணி திரண்டு இருந்தனர். கடல் சென்று நாடு பல வெற்றி கண்ட தமிழ் சமூகம் இப்படி துலுக்கர்களிடம் மாட்டிச் சீரழிய வழி ஏற்பட, பெண்கள் அபயம் தேடி ஓடுவதும் சுயகௌரவத்துக்கு நேர்ந்த இழுக்கென நினைத்தனர். போராடிய வீரர்கள், எதிர்த்தவர்கள், அழகானப் பெண்கள் அனைவருமே அந்தக் கொள்ளைக் கூட்டத்தின் சித்ரவதைக்கு ஆளாக்கப்படுகின்றனர். இதுதான் நாட்டைச் சூழ்ந்திருக்கும் இக்கட்டு.

ஆலோசனைக்கு வந்த நான்கு பேரும் தீவிர யோசனையில் இருந்தனர். அல்லது யார் முதலில் ஆரம்பிப்பது என்ற தயக்கத்தில் இருந்தனர். அதை உணர்த்துவதுபோல அங்கே கட்டியிருந்த குதிரைகள் மெல்ல கனைத்தன. இளவரசர் எச்சரிக்கை உணர்வோடு சுற்றுமுற்றும் நோட்டமிட்டார். எதிரே இருந்த ராஜ கம்பீரன் மலை, இடதுபுறம் இருந்த அத்திமல்லன் மலை, வலது புறமும் பின்னும் அமைந்த வீரபாகு மலை, கோட்டை மலை எல்லாமே குளிர்க்காற்றின் சிறுவீச்சில் ஆழ்ந்திருந்தன. பௌர்ணமி வெளிச்சம் மலையெங்கும் முலாம் பூசியிருந்தது. முன்னரே சொன்னதுபோல கோட்டையிலே அமர்ந்து பேச வசதியான வசந்த மண்டபங்கள் இருந்தும் அரசர் இந்தச் சிறிய குன்றுக் கோயிலுக்கு வந்ததற்குக் காரணம், சிவபெருமான் முன்னிலையில் பேச வேண்டும் என்பதே. மன்னர் நடத்தும் முக்கியமான ரகசிய ஆலோசனைகளில் சிவபெருமானும் பங்கு பெற்றுவிட்டது போல அரசருக்கு ஒரு திருப்தி அதிலே இருந்தது. எடுக்க வேண்டிய முடிவு முக்கியமானது. பேரரசின் மானத்துக்கே சவாலான விவகாரம். சிவபெருமானின் முன்னிலையில் அந்த முடிவு எடுக்கப்பட வேண்டும் என்பதுதான் அவருடைய நோக்கம். தன் பாதுகாவலுக்கு உட்பட்ட முழு பரப்பையும் பார்த்தபடியே பேசுவது அவருடைய பொறுப்புணர்வை அதிகரிப்பதாகவும் இருந்தது. சிவன் வாக்கு அவருக்கு முக்கியமாக இருந்தது... அவரே சிவனாக இருந்து வாக்களிக்க வேண்டியதாகவும் இருந்தது.

“அச்சம் வேண்டாம் ஏகாம்பரநாதா... குதிரையின் கனைப்பு வேற்றாள் நடமாட்டத்துக்கானது அல்ல.”

“தெரியும் அப்பா. இருந்தாலும் இந்த சுல்தான் படையினரை நம்பவே முடியாது.”

மன்னர், மகனின் எச்சரிக்கை உணர்வை ஆமோதிப்பதுபோல தலையசைத்துவிட்டு, “போசாள மன்னர் வீரவல்லாளர் இப்போது துலுக்கர்களின் பிடியில். இந்த நேரத்தில் அவரைக் காக்க நம்மைவிட்டால் ஒரு தமிழரசனும் இல்லை. மதுரையிலே அவரைப் பணையக் கைதியாகப் பிடித்து வைத்திருக்கிறார்கள். மதுரையை நோக்கிப் படையைத் தயார் செய்யலாமா?” என்பதுதான் என் கேள்வி.

அமைச்சர் திருநம்பி பதில் சொல்லாமல் இருந்தார். மன்னர் அவருடைய கருத்தை அறிவதற்காக அமைச்சரை நோக்கித் திரும்பினார். “வேண்டாம் மன்னா... இந்த நேரத்தில் நாம் போர் தொடுப்பது உசிதமல்ல. ஒன்று, அங்கு மானம் துறந்து அபலைகளாக இங்கே அபயம் தேடி வந்திருப்போர் எண்ணிக்கைக் கூடிக்கொண்டிருக்கிறது. மதுரையில் சுல்தான்கள் உள்ளே நுழைந்து துவம்சம் செய்ய ஆரம்பித்துவிட்டார்கள். நமக்கிருக்கும் ஒரே பாதுகாப்பு நம் மலைகள். இவற்றைக் கடந்து உள்ளே வருவதும் நம்மைப் பிடிப்பதும் அவர்களுக்கு இப்போதைக்கு அவசியமற்ற பெரும்பாடு என நினைக்கிறார்கள். இரண்டாவது சோழ, பாண்டிய பேரரசுகளில் நம் நட்பரசுகள் காட்டிய தீவிரம் அவர்களுக்குத் தெரிந்திருக்கிறது. நம் மீது கைவைப்பது தேன் கூட்டைக் கலைப்பதுபோல. சோழ, பாண்டிய நாடுகளில் கொள்ளை அடிப்பதுதான் அவர்களின் நோக்கமும். இந்த நேரத்தில் நாமாக இந்தப் போரில் தலையிட்டால் கில்ஜி சுல்தானின் கோபம் நம் பக்கம் திரும்பும். லட்சம் பேரோடு நம்மைச் சூழ்ந்தால் நமக்குப் பெரிய சவாலாக அமைந்துவிடும்” என்றார் திருநம்பி.

“நம் வீரர்கள் மீது அவ்வளவு அவநம்பிக்கையா? சுந்தர சோழர் காலத்தில் இருந்து நம் படைகளின் ஆற்றல் பற்றி யாருக்குமே வராத சந்தேகம் இது” இளவரசர் வெகுண்டார்.

“நேற்று காலை வல்லாளரை அடிபணிய வைத்து, அவருடைய குடும்பத்தார் அனைவரையுமே கைதிகளாகப் பிடித்துவைத்திருக்கிறான் சுல்தான். மதுரையை முழுமையாகக் கைப்பற்றும் வரை உடனிருந்து ஆலோசனை சொல்ல வேண்டும் என வல்லாளருக்கு உத்தரவிட்டிருக்கிறான். போசாளர்கள் நம்மைவிட வலிமையான படைபலம் உடையவர்கள் என்பதை மறந்துவிடக்கூடாது” என்றார் வீரசம்புவர்.

“ஆம் இளவரசரே... எப்பேர்பட்ட படை பலம் இருந்தும்

தோற்றது ஏன் என யோசிக்க வேண்டும். சுல்தானின் அடுத்த குறி சுந்தர பாண்டியர். மூன்றாம் ராசராசசரை, காடவர்மர் கோப்பெருஞ்சிங்கராயர் சிறைப்பிடித்து வைத்தபோது, போசாள மன்னர் ஒரு மூச்சில் வந்து மீட்டார். ஆனால், அந்த போசாள மன்னர் இப்போது கபூருக்கு அஞ்சிக்கொண்டிருக்கிறார். வீரத்தினால் போராடுவது வேறு... அதுதான் நம் மண்ணில் காலம் காலமாகத் தொடர்ந்துவந்த மரபு. இப்போது வந்திருப்பவர்கள் வேறு. போர் அறம் அற்ற அந்தக் கூட்டம் என்னவும் செய்யும். நாம் வல்லாளரைக் காக்க நினைத்தால், அது தோல்வியில்தான் முடியும் என்பதோடு, சுல்தான்கள் நம்மை நோக்கித் திரும்புவார்கள். நாம் அவர்களை எதிர்கொள்வோம். அதே நேரத்தில் தமிழகம் முழுதும் இருந்து இங்கு பாதுகாப்புகோரி வந்துகொண்டிருக்கும் பெண்களையும் முதியோரையும் நினைத்துப் பார்க்க வேண்டியிருக்கிறது. போரினால் அமைதி குலையும். நம்பி வந்தவர்களைக் காப்பாற்ற முடியாமல் போகும். போரிடுவதைவிட நம்பி வந்தோரைக் காப்பாற்றுவதே நம்முடைய இப்போதைய கடமை." திருநம்பி பொறுமையாகச் சொல்லிவிட்டு இளவரசர் ஏற்றுக்கொண்டாரா என்பதுபோல் கவனித்தார் திருநம்பி.

இளவரசர், மன்னரை நோக்கினார். "இந்தப் போரை நிகழ்த்தாமல் போனால் வரலாற்றில் நமக்கு ஒரு கரும்புள்ளி உருவாகுமே? சுல்தான் படைக்கு வழிவிட்டு சும்மா இருந்ததாகுமே" என்றார் இளவரசர்.

இதற்காகவே காத்திருந்ததுபோல தளபதி சோழகன், "போர் அறிவிப்பு செய்வோம். நமது நேச நாட்டினர் அனைவரையும் ஒன்று சேர்ப்போம். அதியர், வாணகோவராயர், வல்லவராயர், காடவர், பழுவூரார், சோழர், சேதியர் என சிதைந்துகிடக்கும் அனைவரையும் ஒன்று திரட்டுவோம். அச்சிறுப்பாக்கம், உத்தரமேரூர் பகுதி கோட்டக் காவலர் காலிங்கராயர் மூலம் தகவல் அனுப்புவோம். அந்த மாலிக் காபூரை தில்லிக்கு விரட்டி அடிப்போம்" என்றார்.

மன்னர் சொல்லப்போகும் சொல்லுக்காக அனைவருமே காத்திருந்தனர்.

சிவனும் பார்வதியும் மூலவர்களாக வீற்றிருந்த திசைநோக்கி, மன்னர் தீப ஒளியின் முன் கண் மூடி அமர்ந்திருந்தார். மக்களைக் காப்பதா, மன்னனைக் காப்பதா... இதுதான் அமைச்சர் முன்வைத்த கேள்வி. கடந்த சில மாதங்களாகவே தென் தமிழகத்தில் இருந்து

தமிழ்மகன்

மக்கள் சம்புவராயரின் ஆட்சிப் பகுதிக்கு வந்து குடியமர்வதும் பாதுகாப்பும் புகலிடமும் கேட்பதும் அதிகமாகிக்கொண்டிருப்பதை மன்னரும் அறிவார். தமிழகத்திலேயே சம்புவராயரின் ஆட்சி ஒரு தீவுபோல மாறியிருப்பதை உணர்ந்தே இருந்தார். படைபலமும் செல்வாக்கும் நாட்டின் சூழலும் ஒரு நொடியில் அவர் நெஞ்சில் வந்து நின்றன. விபூதியை எடுத்து நெற்றியில் தீற்றியபடி, "அரசப் படைகள் தயாராகத்தான் இருக்கின்றன. குடிமைப் படைக்குத் தகவல் தெரிவியுங்கள். தயாராக இருக்கட்டும். போர் வேண்டுமா, வேண்டாமா என்பதை பாண்டி நாட்டுக்குச் சென்ற நம் ஒற்றன் வந்து சொல்லும் சேதிக்குப் பிறகு முடிவெடுப்போம்."

"உத்தரவு அரசே" என்றார் சோழகனார். குதிரையில் மன்னர் வீரசம்புவர் ஏறி அமர, அடுத்து அமைச்சரும் இளவரசரும் தளபதியும் தத்தமது குதிரைகளில் அமர்ந்தனர். மெய்க்காப்பாளர்கள் சற்றே பின்னால் தொடர்ந்தனர். கைலாச பாறை சரிவிலிருந்து குதிரைகள் வேக மெடுத்தன. செண்பகா நதியை* ஒட்டிய சந்தவாசல் சாலையில் குதிரைகள் பாய்ந்து பறக்க, அரை காத* தூரத்திலேயே படைவீடு அரண்மனை தெரிந்தது. நெருங்க நெருங்க அதன் பிரம்மாண்டமும் தீப கலச வெளிச்சமும் கோட்டை காவல் வீரர்களின் வரிசையும் தெரிய ஆரம்பித்தன. படைவீடு பேரரசின் காளைக் கொடி எழுச்சியுடன் பறந்துகொண்டிருந்தது.

*படைவீட்டம்மன் கோயில் - இப்போது ரேணுகா தேவி கோயில் என வழிபடப்படுகிறது.

*செண்பகா நதி - இப்போது கமண்டல நதி என அழைக்கப்படுகிறது.

* காத தூரம் - வெவ்வேறு கால கட்டங்களில் வெவ்வேறு அளவீடுகளில் அளக்கப்பட்டது. சிலப்பதிகார காலகட்டத்தில் 15 கிலோ மீட்டர் தூரம் ஒரு காதமாக இருந்தது எனக் கணக்கிடுவார் உண்டு. சம்புவராயர் காலகட்டத்தில் சுமார் 1.6 கிலோ மீட்டர் தூரம் ஒரு காதம் எனப்பட்டது. அந்த அளவீட்டு முறையிலேயே நாவலில் தூரங்களைக் குறிப்பிட்டிருக்கிறேன்.

2. செண்பகா நதி

வேலாயுதமும் பழனிவேளும் ஒட்டிப் பிறக்காத இரட்டையர்கள். எப்போதும் ஒன்றாகச் சுற்றும் இளைஞர்கள். கவளை ஓட்டி நீர் இறைத்துப் பயிர் காப்பதில் தொடங்கி, பனை ஏறி நுங்கு கழிப்பது, கள் இறக்குவது, மாலையில் சடுகுடு- கம்பு சுத்துவது என எல்லா இடங்களிலும் இந்த இரட்டையரைப் பார்க்கலாம். அதனாலேயே அவர்களின் காதல் பருவத்தில் பெண்கள் பார்வையில் இடம்பெறாமலும் இருந்தார்கள். பழனிவேள் ஒரு வயது மூத்தவன். வேலாயுதத்துக்கு இப்போது வயது பதினெட்டு.

இருவருக்கும் அடுத்த வயல்கள் என்பதால் ஒன்றாகவே வந்து பேசியபடியே வேலைகளைப் பார்ப்பார்கள். ஒருத்தனுக்கு கத்திரிச் செடிக்குப் பாத்தி போடும் வேலையிருந்தால், ஒருத்தன் புடலங்காய்க்குப் பந்தல் போட்டுக்கொண்டிருப்பான். ஒருத்தன் ஒட்டுமண் சாத்திக்கொண்டிருந்தால் இன்னொருத்தன் நாத்து விளாவிக்கொண்டிருப்பான். வேலை முடிந்தாற் போலவும் இருக்கும் பேசி மகிழ்ந்தபடியும் கழிக்கலாம். எந்த வேலையும் இல்லை என்றாலும் மாங்காய் அடிக்கவும் தேங்காய் பறிக்கவும் கிழங்கு சுட்டுச் சாப்பிடவும் அவர்களாக ஒரு வேலையை

தமிழ்மகன்

உருவாக்கிக்கொள்வார்கள். இன்றைக்கு வேலாயுதத்துக்கு அண்டைக்கழிக்க வேண்டியிருந்தது. பயிறுக்குப் பாய்கிற வாய்க்கால் எங்கும் புல் மண்டிப்போய் நீர் வரத்தே குறைந்துபோய்விட்டதால் வாய்க்காலைச் சுத்தப்படுத்தும் வேலையில் இருந்தான்.

பழனிவேள் பச்சைக் கட்டிய நெல் பயிறுக்கு நீர் பாய்ச்ச ஏற்றம் போட்டுக்கொண்டிருந்தான். பக்கத்துப் பக்கத்து நிலத்தில் இருந்த அவனுடைய நெற்பயிர்களில் இருந்த வித்தியாசம் வருத்தமேற்படச் செய்தன. ஆழ்ந்த சோகத்தில் பார்த்துக்கொண்டிருந்தான் பழனிவேள்.

"என்னடா கவளையோட்டச் சொன்னால் கவலையாகப் பார்த்துக்கொண்டு நிற்கிறாய்?" என்றான் வேலாயுதம்.

"இல்லை... அந்தப் பயிறும் இதுவும் ஒன்றாகப் பிறந்தவைதான். இதைப் பார்... எப்படி ஈ என்று நிற்கிறது. ஒரு வாரம் பிந்தி நட்டது தவறாகப் போய்விட்டது. காலத்தே பயிர் செய் என்று சொன்னது இப்போதுதான் அனுபவமாகப் புரிகிறது. காற்று திசை மாறிப்போய்விட்டது. அந்தப் பயிர் கிளைத்தது மாதிரி இது கிளைக்கவில்லை. பல் குறைவாகத்தான் இருக்கும்போலிருக்கிறது" என்றான்.

"விடுடா... விடுடா. மாட்டெருவைப் போட்டு சரி கட்டிவிடலாம்" என்று தேற்றினான் வேலாயுதம்.

அப்போது ஏதோ சலசலப்பும் பேச்சுக்குரலும் கேட்டது. நேரம் போகப் போக வருவது பெண்கள் என்பதும் அது வள்ளியும் தேன்மொழியும்தான் என்பதும் தெரிந்தது. இவர்களின் பக்கத்துத் தோட்டக்காரிகள். ஆனால், வாயைத் திறந்தால் வம்புக்குவந்து நிற்பார்கள். எதற்கு வம்பு என பேசாமல் இருந்தால் அவர்களாகப் பேச்சுக்கொடுத்து சீண்டுவார்கள்.

வள்ளி கிண்டலே செய்வாள். "இரண்டு பேரும் சேர்ந்து ஒருத்தியைத்தான் கட்டிக்கொள்வீர்கள் போல இருக்கிறதே?"

தேன் மொழி அதற்கும் மேலே. "இரண்டு பேருக்கும் நடுவில் அவளுக்கு இடம் தருவார்களா? இல்லை... இரண்டு பேருக்கும் நடுவில் வந்து பிரித்துவிட்டாள் என ஒதுக்கிவைத்துவிடுவார்களா?"

தேன்மொழிக்கு ஆடியில் பதினாறு தொடங்குகிறது. வள்ளிக்கு ஆவணி பிறந்தால் பதினாறு வயது. குரங்காட்டம், சடுகுடு, நீச்சல் என எதிலும் சளைத்தவர்கள் இல்லை. அதனாலேயே வாளிப்பும்

திடமும் அழகும் ஒருங்கே பெற்றிருந்தார்கள். ஏக்கப் பார்வை பார்த்து இளிக்கும் எவனையும் இவர்கள் தொழுவத்து சாணி போலத்தான் பார்ப்பார்கள். இளைஞர்களாகக் கருதிக் கொஞ்சமாவது மதித்துப் பேசுவது இந்த இரண்டு பேர்களிடம்தான்.

செண்பகா நதி தரையிறங்கிப் பாய்ச்சல் காட்டும் பொன்னிமேடு கிராமத்துப் பகுதி. தென்னையும் பனையும் மேகத்தை உரசி வளர்ந்திருக்கும். மஞ்சள், கரும்பு, நெல், வாழை, பயிற்றம் பயிர், கம்பு, கேழ்வரகு என எல்லாமே விளையும் பொன் பூமி. அதனால்தானோ என்னவோ கிராமத்துக்கு அப்படி ஒரு பெயர். வேலாயுதம், பழனிவேள் நிலங்களுக்கு அடுத்தடுத்து அமைந்தது வள்ளி, தேன்மொழியின் நிலங்கள். அதனால்தான் நிலத்துப் பக்கம் நான்கு பேரும் சந்திக்கும் நேரங்களில் இப்படி ஒரு வம்பளத்தல் ஆரம்பிக்கும். பொதுவாக வயலில் வேலைசெய்யும் இன்னும் சிலரோ, அல்லது பெண்களின் பெற்றோரோ இருப்பார்கள். இன்றைக்கு ஏனோ பெண்கள் மட்டும் மிளகாய் பறிக்க வந்திருந்தார்கள். அதனால் பேச்சு இன்னும் கொஞ்சம் ஈர்ப்பாகத் திரும்பியது. அண்டை கழித்து நீர் வரத்துக்கு வழி செய்து முடிக்கும் நிலையிலிருந்தான் வேலாயுதம். செண்பகா நதியில் இருந்து ஏற்றம் போட்டுக்கொண்டிருந்த பழனிவேளும் அவ்வப்போது பேச்சில் கலந்துகொண்டான்.

“அங்கே மட்டும் என்னவாம்? ஒருத்திக்கு இன்னொருத்தி காவல் போட்டுக்கொண்டு வருகிறீர்கள்... வண்டி மாடுக்குப் புனை போட்டது போல. ஆனால் வேலு, நல்ல மாடு என்றால்தான் உள்ளூரிலேயே விலை போகுமே” என்றான் பழனிவேள்.

“மாடு கீடு என்று சொன்னால் அவ்வளவுதான்” எனச் சீறினாள் தேன்மொழி.

“சரி.. சரி. அதற்காக முட்டாதே.” வேலாயுதம் மேலும் சீண்டினான்.

தேன்மொழியும் சொலவடை சொல்வதில் சாமர்த்தியக்காரி. “வெங்கம் பயலுக்கு ஒரு மாடு, அதைப்பிடிச்சுக் கட்ட ரெண்டு ஆளு. ஒரு நாள் முட்டிச் சாய்க்கிறோம்... இரு. நாங்கள் முட்டினால் எப்பிடியிருக்கும் என அப்போதுத் தெரியும்.”

“ஏன் இன்னொரு நாளுக்குத் தள்ளிப்போடுகிறாய் தேனு? இப்போதே முட்டிப் பாருங்களேன்.”

விவாதம் தீவிரமாவதை உணர்ந்த வள்ளி... “சரி சும்மா இருடீ.

ஏதோ போர் வருகிறது என ஊரெல்லாம் புகைச்சலாக இருக்கிறது. இதுகள் அங்கே போய் மோதிவிட்டு வரட்டும். அப்புறம் பார்த்துக்கொள்ளலாம்" எனப் பேச்சை மாற்றிப் பார்த்தாள்.

பழனிவேள் பெப்பெப்பெப் எனக் கிண்டலாகச் சிரித்தான். எதற்காகச் சிரிக்கிறான் என வேலாயுதத்துக்குப் புரியவில்லை. வாய்க்காலில் மண்வெட்டியைப் போட்டுவிட்டு நிமிர்ந்தான். ஏற்றம் போட்டுக்கொண்டிருந்த பழனிவேள் எதுவும் நடவாததுபோல ஏற்றக் காலில் முன்னும்பின்னும் நகர்ந்தபடி இருந்தான்.

தேன்மொழி, "சொல்லிவிட்டுச் சிரித்தால் நாங்களும் சிரிப்போம்" என்றாள்.

அப்போதாவது சொல்வானா என வேலாயுதம் காத்திருந்தான். வள்ளியும் மிளகாய்ப் பறிப்பதை நிறுத்திவிட்டு, எதற்காகச் சிரித்தான் எனத் தெரிந்துகொள்ள வேலாயுதம் போலவே காத்திருந்தாள்.

''ஒன்றுமில்லை... போருக்கு உங்களிடமே பயிற்சி எடுத்துக்கொள்ளலாமா என்று நினைத்துப் பார்த்தேன். சிரிப்பு வந்தது."

"ஓகோ... போர்ப் பயிற்சியா? அது சாயங்காலம் ஆடுகளத்தில் நடக்கும். அங்கே பாருங்கள். வாடீ கிளம்பலாம்" வள்ளி, வாலிபச் சீண்டலைப் புரிந்துகொண்டு வெடுக்கெனப் புறப்பட்டாள்.

வேலாயுதம், "ஏதோ வேடிக்கைக்காகச் சொன்னான். நீங்கள் அதற்காகப் புறப்பட வேண்டாம். ஒரு பேச்சுத்துணைக்குக் கொஞ்ச நேரம் இருங்களேன்."

"பேச்சுத்துணையா? உங்களிடம் என்ன பேச்சு வேண்டியிருக்கிறது? நாங்கள் கிளம்புகிறோம். காணாத கழுதை கஞ்சியைக் கண்டதாம், ஓயாம ஓயாம ஊத்திக் குடிச்சதாம்" தேன்மொழி மிடுக்கு காட்டி கூந்தலை எடுத்து முன்பக்கம் போட்டு நடந்துபோனாள்.

"வேலாயுதம், வள்ளிக்காக மிகவும் வருத்தப்படாதே. வெயில் உச்சந் தலையைத் தொட்டுவிட்டது... அதனால்தான் கிளம்புகிறாள். மிளகாய் பழமும் பறித்து முடித்தாகிவிட்டது. வெறுமனே வந்து உட்கார்ந்தால் விவகாரம் வேறு மாதிரி போய்விடும் என்று நினைக்கிறாள். நானும் கிளம்புகிறேன்... உன் தோழனிடம் சொல்லிவிடு" என்றாள் தேன்மொழி. இருவரும் கலகலவென சிரித்தபடி வரப்புகளில் வேகமாக நடக்கத் தொடங்கினர்.

நதியையொட்டிய தாழம் புதரருகே வள்ளி ஓய்யாரமாக நடப்பது நன்றாகத்தான் இருந்தது. அங்கே தாழப் படர்ந்திருந்த மாமரத்தில் தப்பு மாங்காய் சில தென்படுவதைக் கவனித்த தேன்மொழி, ஒரு கூழாங்கல்லை எடுத்துக் குறிபார்த்து எறிந்தாள். "ஒரே கல்லில் இரண்டு மாங்காய்" எனக் கத்திக் குரல்கொடுத்தான் பழனிவேள்.

அதே நேரத்தில் ஆ என்ற அலறலும் "காப்பாற்றுங்கள்... காப்பாற்றுங்கள்" என்ற குரலும் ஒலித்தன. அது தேன்மொழியின் குரல்தான் என உணர்ந்து, பழனியும் வேலுவும் குரல் வந்த திசை நோக்கி ஓடினர். அங்கே வள்ளி மிரண்டுபோய் அமர்ந்திருக்க, தேன்மொழி தன்னுடைய வலது காலை மடித்து அமர்ந்தபடி உட்கார்ந்திருந்தாள். இரண்டு பேரின் கண்களிலும் நீர் வழிந்தபடி இருந்தது. தன் கணுக்காலைக்காட்டி பேசவும் முடியாமல் அழுதாள் தேன்மொழி. வள்ளியின் கண்களில் மிரட்சியும் கண்ணீரும் திரண்டிருந்தது.

"நாகம் எதுவும் தீண்டிவிட்டதா?" எனப் பதறினான் பழனிவேள். வேலாயுதம் பதறிப்போய் தேன்மொழியின் காலைப் பிடித்துக் கிட்டே நெருங்கி ஊன்றிப் பார்த்தான்.

"ஆமா.. இந்த தாழம்புதருக்கு உள்ளே ஓடிப்போய்விட்டது... மாங்காய் கீழே விழுந்ததும் புதரின் உள்ளே போய் எடுக்கப் போனேன்... எட்டடி பாம்பு... கொத்திவிட்டு ஓடிவிட்டது. உயிரே போகிறதே" என்றாள் தேன்மொழி.

இவ்வளவு நேரமும் கிண்டலும் முரட்டுத்தனமுமாகப் பேசிய பழனிவேள் பதறிப்போனான்.

"வேலா... சீக்கிரம்" என்றான். வேலன் வைத்தியத்தில் தேர்ந்தவன். பழனிவேளைப் போல பதறவில்லை. கொத்தப்பட்ட இடத்தைப் பார்த்தான். "நல்ல பாம்புதான்" என அவன் முணுமுணுத்தான். அருகருகே இரண்டு ரத்தப் புள்ளிகள். வேலாயுதம் வேகமாக இங்கும் அங்கும் பார்த்துவிட்டு வரப்புக்கு மேலே மேட்டில் ஏறி அந்தப் பக்கம் போனான். சற்று நேரத்தில் கையில் ஏதோ பச்சை மூலிகையைக் கசக்கியபடி வந்தான். தேன்மொழியின் காலில் பாம்பு கடித்த இடத்தை வாயில் வைத்து உறிஞ்சி நஞ்சை நீக்கும் முயற்சியில் இருந்தான் பழனிவேள். அவனை அறியாமல் கண்கள் கலங்கியிருந்தன. உடம்பு வேர்த்திருந்தது.

"இதை முதலில் வாயில் போட்டு முழுங்கு" எனப் பச்சிலையை

தமிழ்மகன்

தேன்மொழியின் வாயில் திணித்தான் வேலாயுதம். பச்சிலை வாயில் பட்டதும், "அய்யோ எரியுதே... ஆ... ஊ" என்றபடி மூலிகையைக் கீழே துப்பிவிட்டு எழுந்து நின்றாள் தேன்மொழி.

"என்ன வேலா... என்ன இது... பச்சை மிளகாயை நசுக்கி வாயில் திணித்துவிட்டாயே?" என்றாள்.

வேலாயுதம் சிரித்துக்கொண்டே, "பாம்பு கொத்தியிருந்தால் பச்சிலை கொடுத்திருப்பேன். வேண்டுமென்றே நாடகம் ஆடினால் பச்சை மிளகாய் வைத்தியம்தான்" என்றான்.

பழனிவேள் ஒன்றும் புரியாமல் நின்றான். வள்ளி சிரிப்பை அடக்கமாட்டாமல் தூரமாய் போய் வரப்பில் அமர்ந்து சிரித்தாள். தேன்மொழியும் வாயில் இருந்த மிளகாயை முழுக்கத் துப்பிவிட்டு, வாய்க்காலில் ஓடிய நீரில் நன்கு கொப்பளித்துவிட்டு வந்தாள்.

"முள்ளில் இரண்டு இடத்தில் குத்திவிட்டால் அதைப் பாம்பு கொத்தியதாக நினைப்பேன் என நினைத்தீர்களா? எட்டடி பாம்பு என்றீர்கள். எட்டடி பாம்புக்கு வாய் எவ்வளவு இருக்கும் என்ற கணக்கை மறந்துவிட்டீர்கள். அதன் நச்சுப்பல் இரண்டும் இவ்வளவு கிட்டக்கவா இருக்கும்? இப்போதுதான் பொறித்த குஞ்சு பாம்புக்குக்கூட இவ்வளவு சின்ன வாய் இருக்காதே? பாம்புக் கடியின் ஆழம் இல்லை. வலிக்காமல் முள்ளால் மேலாகக் குத்தியிருந்தீர்கள்... அப்புறம் உங்கள் நடிப்பு போதாது. அதுவும் வள்ளியின் நடிப்பு சுத்தம். வாய்க்கால் நீரை எடுத்துக் கண்ணில் பூசிக்கொண்டால் அது கண்ணீர் ஆகிவிடுமா? எது நிஜக் கண்ணீர்... எது போலிக் கண்ணீர் எனப் பார்த்தவுடன் தெரிந்துவிட்டது. பாவம் பழனிதான் பயந்துவிட்டான்" என்றான் வேலாயுதம்.

பழனிவேளுக்கு வந்ததே கோபம். "அடிக்கள்ளி. உன் காலையெல்லாம் கடித்து உறிஞ்சும்படி செய்துவிட்டாயே... உன்னை" எனத் துரத்தினான்.

வள்ளியும் தேன்மொழியும் அவர்கள் கைக்குச் சிக்காமல் வேகமாக ஓடினர். கொஞ்சதூரம் துரத்திவிட்டு, நண்பர்கள் இருவரும் தங்கள் கழனிகளுக்கு வந்து அமர்ந்தனர்.

"என்னப்பா தேன்மொழிக்கு ஒன்று என்றால் அப்படித் துடிக்கிறாய்? கண்ணெல்லாம்கூடக் கலங்கிவிட்டதே?" என்றான் வேலாயுதம்.

"உண்மைதான். பாம்பு கொத்திவிட்டது எனப் பயந்துவிட்டேன்.

கள்ளி... என்னையே ஏமாற்றிவிட்டாளே?”

“காதலின் தன்மை அப்படி. எப்பேர்பட்டவரையும் அது ஏமாறுவதற்குத் தயார்படுத்திவிடும்.”

“வள்ளியிடம் நீ ஏமாறுவதும் உறுதி என்கிறாயா?”

“என்னுடைய வள்ளி அப்படியெல்லாம் செய்ய மாட்டாள்” என்றான் வேலாயுதம்.

“அடடா... என்னுடைய வள்ளி! பிரமாதம். அப்படியெல்லாம் செய்ய மாட்டாள் என நினைக்கிறாயே, அதுவே நீ ஏமாந்ததன் அறிகுறிதான்” எனச் சிரித்தான் பழனிவேள்.

இருவரும் சிரித்துக்கொண்டே, பெண்கள் சென்ற திசையை ஒரே நேரத்தில் திரும்பிப் பார்த்தனர். பிறகு நண்பர்கள் இருவரும் செண்பகா நதியில் குதித்து நீந்தத் தொடங்கினர். “போர் வரப்போகிறது என்பது இவர்கள் வரைக்கும் தெரிந்துவிட்டதே?” என்றான் பழனிவேள்.

“மணவாளர்தான் நேற்றே ரகசியம் போல அறிவித்தாரே...”

இன்னமும்கூட வெளியில் தெரிந்துவிடக் கூடாத ரகசியம்போல கூத்து வாத்தியார் சொல்லிக்கொண்டிருந்தார். மணவாளரைக் கூத்து வாத்தியார் என்பது பொதுவாக சொல்வது. அபிமன்னன் கதை, கர்ணமோட்சம், அரவான் களபலி என எல்லாம் அவருக்குத் தண்ணிப்பட்ட பாடு. ஆடித் திருவிழாவுக்கு அவர் கூத்துதான் பிரதானம். கூடவே, கம்புச் சண்டை, வாள் சண்டை என ஒன்று பாக்கியில்லாமல் சொல்லித்தருகிறவர். இருந்தாலும் அவரைக் கூத்து வாத்தியார் என்றே எல்லோரும் அழைத்தனர்.

“தமிழகப் பகுதிகளில் சுல்தான்கள் படையெடுக்க இருக்கிறார்கள். அதை எதிர்கொள்ளும்போர்தான் இப்போது நடக்கப்போகிறது” என்றான் வேலாயுதம்.

குடிமைப் படையைத் தயார் செய்யும் வேலை தொடங்கிவிட்டதை இரண்டு மூன்று நாட்களாகவே இருவரும் கவனித்தனர். தேர்ந்த குடிபடை விவசாயிகள் சிலருக்குப் பொறுப்புகள் வழங்கப்பட்டிருந்தன. போர் நுட்பங்களைச் சொல்லி விவரிப்பதும் போரில் ஆணைகளைப் பின்பற்றும் நடைமுறைகளை விவாதிப்பதும் சிலம்பம் பயிலும் ஆடுகளத்தில் நடக்க ஆரம்பித்திருந்தது. சிலரோ, வாள், வேல், ஈட்டி போன்ற பழைய ஆயுதங்கள் சிலவற்றைச் செப்பனிடப்படுவதற்காகக் கொல்லர்களிடம் வந்திருப்பதாகவும் மேலும் புதிய ஆயுதங்கள்

தமிழ்மகன்

செய்ய உத்தரவுகள் வந்திருப்பதாகவும் பேச்சு ஓடிக்கொண்டிருந்தது. கொல்லன் பட்டறையில் வேலை நடப்பது... கத்திரிக்காய் முத்தி கடைத்தெருவுக்கு வந்துவிட்டதை உணர்த்தியது. போர்ச் சூழல் ஊருக்குப் புரிந்தது.

"இன்னும் இரண்டு நாளில் எல்லாம் எல்லாருக்கும் தெரிந்துவிடும்" என்றான் மல்லாக்காக நீந்தியபடி வேலாயுதம்.

"எதிர்க்கப்போவது யாரை எனத் தெரியுமா?" ஆர்வமாகக் கேட்டான் பழனிவேள்.

"மதுரையில் முகாமிட்டிருக்கிறானாம். பெயர் மாலிக் காபூராம்!"

3. ஒற்றன்

யாமத்தின் குளிர் இரவில் பாய்ந்து வந்துகொண்டிருந்தது அந்தக் குதிரை. எருதின் நெற்றி போல அமைந்த மார்புடன் திடமான உடல் வாகுடன் தேக்கு போல இருந்தான் அந்தக் குதிரை மீது இருந்தவன். நேர்த்தியான உடற்கட்டு. கண்ணிமைக்கும் நேரத்தில், காத தூரத்தைக் கடப்பவனாக இருந்தான். நெடுந் தொலைவில் இருந்து வருகிறான் என்பது குதிரையின் உஷ்ணத்திலும் குதிரையின் மீதிருப்பவனின் களைப்பிலும் ஒருவாறு தெரிந்தது. ஒற்றர்களுக்கேயான கரிய குதிரை. இருட்டில் யாருக்கும் தெரியாமல் இருப்பதற்கு வசதி. ஓரிடத்தில் கட்டி வைத்தாலும் இருட்டில் பயணித்தாலும் அருகே வருகிறவரை யாருக்கும் தெரியாது. அதற்கு ஏற்றாற்போல குதிரையின் மீது இருந்தவனும் கருப்பு அங்கி ஒன்றைக் கழுத்துவரைப் போர்த்தியிருந்தான். அவனுக்கு இருபது வயதுக்கு சற்றே ஏற்றத்தாழ இருக்கலாம்.

இந்த அகால நேரத்திலும் மன்னர் தன் தகவலுக்காகக் காத்திருப்பார் என அந்த ஒற்றனுக்குத் தெரியும். இல்லையென்றால் இரவோடு இரவாக வந்து சேர வேண்டும் எனச் சொல்லி அனுப்பியிருக்க மாட்டார். நாடு இருக்கும் கலக்கமான சூழ்நிலை, எல்லோரையும்விட மன்னருக்கு நன்றாகவே தெரியும். கொண்டு

தமிழ்மகன்

செல்லும் சேதியை அறிந்தால் மன்னருக்கு இன்னும்கூட அதிர்ச்சியாக இருக்கக் கூடும் என நினைத்தான். மோசமான சூழ்நிலை என்பது நன்றாகவே தெரிந்தது. தமிழகமே ரணக்காடாக மாறப் போவதை அவன் மனக்கண்ணால் பார்த்தான்.

அரண்மனையை நெருங்கி, மேற்குப் புற வாசல் காவலாளியிடம் மன்னரின் முத்திரை மோதிரத்தைக் காட்டினான். அரசு தொடர்பான அதிகாரிகள் வருவதற்கு மேற்குப் புற வாசலில்தான் அனுமதி. கிழக்கு வாசல் வழியாக வர்த்தகர்கள், சிறுவியாபாரிகள் வருவார்கள். சந்தை போடுவார்கள், வணிகப் பொருட்களுக்கான வரிகளைச் சுங்கச் சாவடியில் செலுத்திவிட்டு அங்காடிகளுக்குச் செல்வார்கள். தெற்கு, வடக்கு வாசல்களில் அரசு பிரதிநிதிகளைச் சந்திக்கவரும் குடியானவர்கள் செல்வதற்கான வழி. தெற்கு வாசலில் வைத்தியர், சோதிடர், ஆயத்தார்கள் இருந்தனர். வடக்கு வாசலில் யார் வந்து செல்கிறார்கள் என்பதே பூடகமாக இருக்கும். வேற்று நாட்டு சிற்றரசர்கள், அமைச்சர்கள், தளபதிகள் போன்றவர்கள் அரசரைச் சந்தித்துவிட்டுப் போவதற்கான வழி எனச் சொல்வார்கள். ஊர் மக்களால் அதை உறுதியாகச் சொல்ல முடியவில்லை. மொத்தத்தில் அது அதிபாதுகாப்பு நிறைந்த பகுதி என்பதில் மாற்றுக்கருத்து யாருக்கும் இருக்கவில்லை.

மேற்கு வாசல் வழியாக வந்த ஒற்றனை வடக்கு வாசல் வழியாக அரசர் வரச் சொல்லிவிட்டதாகத் தலைமைக் காவல் அதிகாரி சொன்னான். கோட்டையின் உட் புறமாகவே செல்லும் தெருவில் பாய்ந்து இடது புறமாகச் சென்று வடக்கு வாசலை அடைந்தான் ஒற்றன். சாவடியில் இருந்த அதிகாரி, விசாரித்த அடுத்த நொடி அவனை அரண்மனைக்கு அனுப்பிவைத்தான்.

தலைமைக் காவலனிடம் இருந்து செய்தி என்றால் அர்த்த யாமத்திலும் அரசர் வந்து விசாரிப்பார். அரண்மனைக் கதவையொட்டித் தொங்கும் நீளமான மல்லிக் கொடியைப் பிடித்து இழுத்தால், அது மாடத்தில் இருக்கும் மன்னரின் படுக்கை அறையில் உள்ள மணியை ஒலிக்கும். அதுதான் அவசரத் தேவைக்கான சைகை. அதை அரண்மனைத் தலைமைக் காவலன் அன்றி ஒருவரும் ஒருபோதும் அடித்ததில்லை. இதற்கு முன்னால் சுந்தர பாண்டியன் படையெடுப்பின் போதுதான் இரவில் அந்தக் கொடியை இழுக்க வேண்டியிருந்தது. பத்தாண்டுக்குப் பிறகு இழுக்கப்படுகிற அந்தக் கொடியின் கயிறுகள் ஒருவேளை இற்றுப்போய் செயலிழந்திருக்குமோ எனத் தலைமைக் காவலன் ஒரு கணம் நினைத்தான். நமக்கு

படைவீடு

உருவாகும் இந்த சந்தேகம், அரசருக்கும் ஏற்படத்தானே செய்யும்? அனுதினமும் அதன் செயல்பாட்டை சோதிக்காமலா இப்படியொரு அவசர மணியை வைத்திருப்பார் என அவனே தேற்றிக்கொண்டான்.

மல்லிக் கொடியோடு உறுதியான பனை நார் கயிறொன்றும் சுற்றப்பட்டிருந்தது. அது புத்தம் புதியதாகவும் அதற்கான வாசத்தோடும் இருந்தது. அடிக்கடி அந்தக் கயிற்றின் தரம் சோதிக்கப்பட்டு மாற்றப்படுவது தெரிந்தது. இப்படியான யோசனையில் காவலன் மாறன் அந்தக் கயிற்றைத் தொட்டானா, மணி அடித்ததா என்பதை எல்லாம் உணரும் முன்பே மன்னர் உப்பரிகைப் படிகளில் இறங்கிவரும் சத்தம் கேட்டது. காவலன், "மன்னா ஒற்றன் வசந்தன் வந்திருக்கிறான்" என்றான்.

"கிளி மண்டபத்துக்கு அனுப்பு." மன்னர் வீரசம்புவர் முகத்தில் இறுக்கம் அதிகமாக இருந்தது. ஒற்றனின் வருகையை அவர் எதிர்பார்த்திருந்தது தெரிந்தது.

மன்னர் எந்த மண்டபத்துக்கு அனுப்பச் சொல்கிறார் என்பதிலும் ஓர் அர்த்தம் இருக்கும். சில நேரங்களில் நான்கு மண்டபங்களிலும் முக்கியஸ்தர்கள் காத்திருப்பார்கள். யார் எந்த வசந்த மண்டபத்தில் இருக்கிறார்கள், வந்த நோக்கமென்ன, அவர்களை எப்படி எதிர்கொள்வது, என்ன பேசுவது, எப்படி அனுப்பிவைப்பது எல்லாமே மன்னருக்கு அத்துப்படி.

ஒற்றன் அந்த மண்டபத்துக்கு வந்து சேர்வதற்குள் இளவரசர் அங்கே இருந்தார். ஒற்றன் வாயெடுத்து எதோ சொல்ல வருவதற்குள், "கொஞ்சம் பொறுங்கள். மன்னர் வந்துவிட்டார். அவரிடமே சொல்லுங்கள்" என்றார் ஏகாம்பரநாதர்.

மன்னர் இருக்கையில் அமர்ந்ததும் இளவரசரும் அவருக்கு சற்றுத் தள்ளியிருந்த இன்னோர் இருக்கையில் அமர்ந்தார்.

மன்னர் ஒற்றனை நோக்கித் தலையசைத்தார்.

"மதுரையில் போசாள மன்னர் வீரவல்லாளரைப் பற்றிக் கேள்விப்பட்ட செய்திகளை முதலில் சொல்கிறேன். சுல்தான் கைது செய்து நிர்வாணப்படுத்தி அரண்மனையிலிருந்து விரட்டினானாம்." அதிரடியாக ஆரம்பித்தான் ஒற்றன் வசந்தன்.

"தில்லி சுல்தானிடம் போற்றத்தக்க ஒரு குணம்கூட இல்லையே?"

"அதுவும் ஊர் மத்தியில் பொதுமக்கள் மத்தியில். வீரவல்லாளர்

துடித்துக் கலங்கி அழுதிருக்கிறார்.”

“போதும். சடையவர்மர் சுந்தர பாண்டியர் பற்றி ஏதும் தகவல் உண்டா?” என்றார் வீரசம்புவர்.

“அவர்களின் சகோதரச் சண்டை உச்சத்தில் இருக்கிறது. மதுரையில் அவர்கள் சண்டையில் உள்ளே நுழைந்து மதுரையைப் பிடிப்பதுதான் போசாளர் வல்லாளரின் திட்டம். அவர் மதுரை நோக்கிப் படையை நடத்திய நேரத்தில்தான் மாலிக் காபூர் போசாள நாட்டைப் பிடித்தான்.”

“சமயம் பார்த்து நுழைந்துவிட்டான். இல்லையென்றால் வல்லாளரை வீழ்த்துவது அத்தனைச் சுலபமல்ல.”

“இனியும் நாம் தாமதிப்பது சரியல்ல. மாலிக் காபூரின் அடுத்த இலக்கு நாம்தான். நாம் உடனே மதுரையை நம் கட்டுப்பாட்டுக்குள் கொண்டுவர வேண்டும்.” இளவரசர் தன் கருத்தை வெளியிட்டார்.

“மாலிக் காபூரின் இலக்கு நாம் அல்ல. போருக்கு இது சரியான நேரமுமல்ல.” வீரசம்புவர் இறுக்கமாகச் சொன்னார்.

“நம்முடைய வில்மறவர் கூட்டத்தின்மீது நம்பிக்கையில்லையா?”

“இளவரசரே... நம் வீரத்தைக் குறைத்து மதிப்பிடவில்லை. பல்லவர் ஆட்சி முதலே அதை நாம் நிரூபித்திருக்கிறோம். இது விவேகத்துக்கான நேரம். வல்லாளர் விவகாரத்துக்கு வருவோம். போசாள மன்னர், பேரரசர். வீரசோமசுந்தரேஸ்வரரின் வெற்றித் திருமகன்.”

“அவர்தான் சுல்தானுக்கு அடிபணிந்துவிட்டாரே?” என்றார் இளவரசர்.

“போசாளர் மூன்றாம் வல்லாளர், பாண்டிய இளவரசர்களின் வாரிசுப் போரைப் பயன்படுத்தி அவர்களின் ஆட்சியைப் பிடிக்க நினைத்தார். ஆனால், அந்த சமயத்தில் போசாளர் மீது படையெடுத்திருக்கிறான் மாலிக். இருப்பினும் பெரும்போர் நடத்தியிருக்கிறார் வல்லாளர். ஆனால், அவருடைய படைகளில் பெரும்பகுதி மதுரையை நோக்கிச் சென்றிருந்தன. அதுதான் பாதகமாகிவிட்டது. இல்லையென்றால் வல்லாளரைத் தோற்கடித்திருக்க இயலாது.” அரசர் உறுதிபட சொன்னார்.

ஒற்றனுக்கு சொல்வதற்கு இன்னும் செய்தியிருப்பதை அறிந்து அவனை நோக்கி நிமிர்ந்தார். “மன்னருக்கு இன்னுமொரு செய்தியும்

சொல்ல வேண்டும். வல்லாளர் தன்னிடம் உள்ள அத்தனைச் செல்வங்களையும் கொடுப்பதாக வாக்கு தந்தார். அதன் அடிப்படையில் அவரை உயிரோடுவிட்டான், சுல்தான். ஆனால், 'மொத்த செல்வங்களும் என்றால் நீ அணிந்திருக்கும் ஆடைகளும்தான்' என அதையும் பிடுங்கிக்கொண்டு ஊரை வலம்வரச் செய்தான் மாலிக். போசாள அரண்மனைக்கு வெளியே ஒரு குடியானவர் கொடுத்த போர்வையைத்தான் அரசர் உடுத்திக்கொண்டாராம். பிறகு அவரைத் துணைக்கு வைத்தே மதுரைக்குப் படையெடுத்தார். வீரவல்லாளரை வைத்து மதுரைக்கு மாற்றுப் பாதையில் நுழைந்திருக்கிறான். சத்தியமங்கலம், கரூவூர் வழியாக தமிழக எல்லைக்குள் நுழைந்து, திண்டுக்கல் வந்து மதுரையை அடைந்திருக்கிறான். இந்தப் பாதைக்கு வழிகாட்டியதே வல்லாளர்தான். அவர்தான் மாலிக் காபூரின் வழிகாட்டி. போசாள மன்னரின் நிலைமை வழிகாட்டும் அளவுக்கு மாறிவிட்டது. சுந்தர பாண்டியர் எதிர்ப்பார்க்காத பாதையில் சென்று அவரைப் பிடிக்க வேண்டும் என்பதுதான் சுல்தான் வல்லாளருக்கு இட்டக் கட்டளை. அதனால்தான் யாரும் எதிர்ப்பார்க்காத அந்தக் காட்டுப் பாதையைத் தேர்ந்தெடுத்தார். இல்லையென்றால் வேலூர், திருவண்ணாமலை, திருவரங்கம் பாதையைத்தான் தேர்ந்தெடுத்திருப்பார். நாம்தான் சுல்தானின் படையை முதலில் எதிர்கொண்டிருக்க வேண்டியிருந்திருக்கும். சுல்தான் படை வருவதை அறிந்து பாண்டியர்கள் தலைமறைவாகிவிட்டனர். பாண்டிய இளவரசர்கள் தத்தமது மனைவியர்களையும் குழந்தைகளையும் அழைத்துக்கொண்டு காடுகளில் மறைந்து திரிவதாகப் பேச்சு. ஆனால்..."

"ஆனால்?..."

"அவர்கள் இருப்பதற்கான வாய்ப்பு இல்லை என்றுதான் தோன்றுகிறது. காடுகளில் அவர்களுக்கு உணவளிக்கச் சென்றவர்கள், தகவல் அளிக்கச் சென்றவர்கள் யாருமே உயிரோடு திரும்பவில்லையாம்."

"ஓ... சோதனையான காலகட்டம். மூன்றாம் ராசாதிராச சோழரும் ஒடுங்கிப் போய்விட்டார். இனி அவர் போர் நடத்தி நாடாள முடியுமா எனத் தெரியவில்லை. பாண்டியர்கள் காட்டிலே இருக்கிறார்களா, இல்லையா என்பதே தெரியவில்லை. சிம்ம

தமிழ்மகன்

சொப்பனமாக இருந்த மூவேந்தர் அரசுகள் இந்த இக்கட்டான சூழலில் செயலிழந்து கிடக்கிறதே? முடிவெடுப்போம். இரவு தங்கி, ஓய்வெடுத்துக்கொள். காலையில் புறப்படும் முன் அரசவையில் காலையில் சந்திக்கலாம். தங்குவதற்கான ஏற்பாடுகளைத் தலைமைக் காவலர் செய்வார்."

ஒற்றன், "உத்தரவு அரசே!" என விடைபெற்றான். மாறன் அவனை அழைத்துக்கொண்டு போனார். அவர்கள் தலை மறையும் வரைக் காத்திருந்த இளவரசர், ''அப்பா... மதுரை நோக்கி படையெடுப்போமோ?" என்றார்.

"ஒரே தமிழ் அரசாக இந்தத் தொண்ட மண்டலம் மட்டும்தான் இருக்கிறது. நாமும் படையெடுத்துச் சென்றால் அதன்பிறகு இதுவும் கலவர பூமியாக மாறிவிடும். ஏனோ சுல்தான் தொண்ட நாட்டின் மீது படையெடுக்கவில்லை. அவனுடைய கவனமெல்லாம் தென் பகுதிக் கோயில்களில் கொள்ளையடிப்பதிலே இருக்கிறது. நம் பக்கம் எந்த நேரமும் திரும்பலாம். படைகளை மேலும் பலப்படுத்துவோம். அவனாக வந்தால் பார்த்துக்கொள்வோம். நாமாகப் பிரச்னையை விருந்துவைத்து அழைக்கக் கூடாது. அதுவரை மக்களுக்குப் பாதுகாப்பளிக்க வேண்டிய பெரும் பொறுப்பு நமக்கு இருக்கிறது."

"அவர்கள் எல்லை மீறிக்கொண்டிருக்கிறார்களே அப்பா?"

"நம் எல்லையைத் தீண்டாதவரை அவர்கள் எல்லை மீறவில்லை என்பதுதான் என் எண்ணம். நேரம் வரட்டும் நானே போர் அறிவிப்பைச் சொல்கிறேன். போ... ஓய்வெடு" என்றார் வீரசம்புவர். மறுபேச்சு பேசாமல் இளவரசர் ஏகாம்பரநாதர் தன் அறையை நோக்கி நடந்தார்.

இளவரசர் சென்றதும் அப்படியே சில நிமிடம் அமர்ந்திருந்தார். அங்கே நின்றிருந்த ஏவலாளை அழைத்து, "ஒற்றன் காலையில் புறப்படுவதற்கு முன் என்னைச் சந்திக்கச் சொல்லியிருக்கிறேன். அமைச்சரும் தளபதியும் அவைக்கு வந்தபிறகு ஒற்றன் வந்தால் போதும்" எனச் சொல்லிவிட்டு நெடிய தேக்குக் கதவுகளைத் திறந்துகொண்டு உள்ளே சென்றார். அறையில் அரசியார் மன்னர் கொண்டுவரும் செய்தியைக் கேட்க ஆவலோடு காத்திருக்கும் நோக்கில் அமர்ந்திருந்தார். அவசரமாக மன்னர் புறப்பட்ட நொடியிலேயே அரசியும் விழித்துக்கொண்டார். அகாலத்தில்

படைவீடு

அரசருக்கு அழைப்பு வந்தது அவருக்கும் ஏராளமான மனக் குழப்பத்தை ஏற்படுத்தியிருந்தது. அறைக்குள் மன்னர் நுழைந்து, மாடச் சுடர்களை ஏற்றினார். அரசி விழித்துக்கொண்டு அமர்ந்திருப்பதைப் பார்த்தார். "உறங்கவில்லையா செண்பகா?" என்றார்.

இல்லையெனத் தலையசைத்து, மன்னர் சொல்லப்போகும் செய்திக்காக அவருடைய முகத்தை அரசி கூர்ந்து நோக்கியபடி பார்த்தார்.

4 வள்ளுவ விவாதம்!

மன்னரின் அத்தனை ஆக்கபூர்வமான திட்டங்களுக்கும் பக்கபலமாக இருந்து நிறைவேற்றுவதில் அரசி ஆராயி செண்பகா தேவியின் பங்கு அசாதாரணமானது. குறிப்பாகக் கோயில் பணிகளில் அவருக்கு அதீத நாட்டமிருந்தது. படைவீட்டம்மன் கோயில், விரிஞ்சிபுரம் கோயில், பள்ளிகொண்ட பெருமாள் கோயில், காஞ்சிபுரம் ஏகாம்பரீஸ்வரர் கோயில், திருவொற்றியூர் வடிவுடையம்மன் கோயில், பழவேற்காடு திருப்பாலைவனத்து சிவன் கோயில்... அனைத்திலும் அவருடைய திருப்பணிச் செயல்பாடுகளைத் தமிழகமே பாராட்டிக்கொண்டிருந்தது. கல்வெட்டுகளில் அவருடைய செயல்பாடுகளை அவ்வப்போது மன்னர் குறிக்கத் தவறியதில்லை என்றாலும் பட்டத்தரசிக்கு அந்தப் பெருமைகளில் அவ்வளவு நாட்டமில்லை. ஆராயி செண்பகா தேவி அடக்கத்தின் திருவுருவம்.

"இறைத் தொண்டுகளைப் பெருமைக்காகச் செய்யக் கூடாது" என்பார்.

"தற்பெருமைக்காகச் செய்யக்கூடாது என்று வேண்டுமானால் சொல். உன் பெருமையை ஊரார் சொல்லக் கூடாது எனக் கட்டளையிடுவது தவறல்லவா?" என்று சீண்டுவார் அரசர்.

“அப்படியானால் நீங்கள் வேறு, நான் வேறா? நீங்கள் என்னைப் புகழ்ந்தாலும் தற்பெருமைதான்” எனப் பதிலடி கொடுப்பார்.

இந்த அர்த்த யாமத்தில் மன்னருக்கு அவசரச் செய்தி வருகிறதென்றால் அதன் பொருள் புரிந்தவர் செண்பகா தேவி. “என்ன செய்தி?” என்றார்.

ஒற்றன் வசந்தன் சொன்ன செய்தியைச் சுருக்கமாகச் சொன்னார்.

செண்பகா தேவியின் முகம் கோபத்தில் சிவந்துவிட்டது. “யார் அவன்... மாலிக் காபூர்?” என்றாள்.

“மாறவர்மன் குலசேகர பாண்டியன் மகன்கள் இரண்டு பேரும் அரசப் பதவிக்காகச் சண்டை போட்டுக்கொண்டு மாலிக் காபூருக்கு வழி கொடுத்துவிட்டனர். மாலிக் காபூர் இந்துவாக இருந்து முஸ்லிமாக மதம் மாற்றப்பட்டவன். அந்த மதத்தில் உருவ வழிபாடு கிடையாது. இதை தில்லி மன்னன் கில்ஜியைவிட அதிகமாகப் பின்பற்றுபவன் இந்த மாலிக் காபூர்தான். அலாவுதீன் கில்ஜியின் தலைமைப் படைத்தலைவன்.

கில்ஜியின் ஆணைப்படி உலுக்கான் என்ற படைத்தலைவன் கூர்ச்சரம்* மீது படையெடுத்து, சோமநாதர் ஆலயத்தையும் இடித்துத் தள்ளினான். கூர்ச்சரம் பகுதியை ஆண்டு வந்தவர் வகேலா குல மன்னர், இரண்டாம் கர்ணதேவர். அந்த மன்னரின் பட்டத்தரசி கமலா தேவி மற்றும் அவளது பணிப்பெண்ணான அலி ஒருத்தியையும் தில்லி சுல்தான் கில்ஜியிடம் ஒப்படைத்தனர். கமலா தேவியை கில்ஜி, இசுலாமிய மதத்துக்கு மாற்றி மணந்துகொண்டான். அரசியின் அந்தப்புரக் காவலனாக ஆண் தன்மை நீக்கப்பட்டு பணியில் அமர்த்தப்பட்டிருந்தவன்தான் இந்த ‘மாலிக் காபூர்’. அவனுக்கு வேறு ஏதோ ஒரு பெயர்... இசுலாத்துக்கு மாற்றப்பட்டதால் இப்படி பெயரையும் மாற்றிவிட்டார்கள். இதுதான் அவனைப் பற்றிய வரலாறு.”

“என்னது... மாலிக் காபூர் அலியா?”

“அலி என்பது பொதுவாகச் சொல்வது. மாலிக் காபூர் ஆணுறுப்பு நீக்கப்பட்டவன். உழவுக் காளைகளை வைத்திருக்கிறோமே அப்படி. பெண்ணுக்குப் பாதுகாவலாகப் போர்திரத்தோடும் ஆனால், ஆண்மையில்லாதவனாகவும் இருக்க வேண்டும் என்பதற்காக இந்த ஏற்பாடு. ஆனால், பாரதத்தில் வரும் சிகண்டிக்கு நிகரானவன். வடமேற்கு இந்தியாவைக் கைப்பற்றி இருந்த, யாராலும் வெல்ல

தமிழ்மகன்

முடியாத மங்கோலிய படைவீரர்களை விரட்டியடித்தவன். அவன் இப்போது தெற்கே வந்திருக்கிறான். தேவகிரியை வென்று மன்னர் ராமச்சந்திரனின் மகள் இளவரசி சோதியைப் பிடித்துச் சென்று கில்ஜியிடம் பரிசாக ஒப்படைத்தான்."

"அவனுக்குப் பெண்களைப் பரிசளிப்பதுதான் வேலையா?"

"கில்ஜியின் பலவீனம்தான் இவனுடைய பலம். சில மாதங்களுக்கு முன் வாரங்கல் நாட்டை ஆண்டுகொண்டிருந்த காகதிய குல மன்னர் பிரதாப ருத்ர தேவனை வென்றான். இப்போது போசாள மன்னன் வல்லாளரைப் பிடித்து, அவன் துணையோடு பாண்டிய மன்னர்களை விரட்டியடித்திருக்கிறான்."

"தில்லியரசனுக்கு இப்படி ஓர் அடிமையா?"

"விசுவாசி. கில்ஜி ஒரு கோயிலை இடிக்கச் சொன்னால் இவன் ஒன்பது கோயிலை இடிக்கிறான். இந்துவாக இருந்து இஸ்லாத்துக்கு மாற்றப்பட்டவன்... விசுவாசத்தைக் காட்ட வேண்டுமல்லவா? கோயில் சிலைகளைச் சேதப்படுத்துவது இவனுக்குப் பிடித்த பொழுதுபோக்கு."

"கோயில் சிலைகளைச் சேதப்படுத்திய குற்றத்துக்காகவாவது அவனை நீங்கள் பழிவாங்க வேண்டும்."

"உன் கவலை உனக்கு. நான் மக்களைக் காப்பதா... சிலைகளைக் காப்பதா? காலையில் அவையில் ஆலோசனைக் கூட்டமிருக்கிறது. அதில் கலந்து பேசிவிட்டு முடிவெடுக்கிறேன். படையெடுப்பது என முடிவெடுத்துவிட்டால் அந்த மாலிக் காபூரா, நானா என ஒரு கை பார்த்துவிடுவேன். நீ கவலைவிடு."

ஆவேசத்தில் போர்த் தொடுக்கச் சொல்லிவிட்டாளே தவிர, போர் எத்தனைக் கொடியது என நன்கு அறிந்தவள் ஆராயி செண்பகா தேவி. சோழ வம்சத்தின் வழிவந்தவள் அவள். அடுக்கடுக்கான பல்வேறு போர்களைப் பார்த்தவள். சோழ அரசு சரிந்து விழுந்ததைப் பார்த்தவள். வெற்றியும் வீரமரணமும் ஒன்றுதான் என ஊட்டி ஊட்டி வளர்க்கப்பட்டவள். மன்னருக்குத் தான் விடுத்த வேண்டுகோளின் பொருள் உணர்ந்து அவர் மார்பில் சாய்ந்தாள். மன்னருக்கும் அது புரியாமலில்லை. அவளை அரவணைத்து உறங்குமாறு கேட்டுக்கொண்டார்.

உள்வட்ட ஆலோசனை என்றால் இடதுபுற வசந்த

படைவீடு

மண்டபத்தில்தான் அரசர் கூட்டத்தை வைப்பார். அமைச்சர் திருநம்பி, தளபதி சோழகனார், இளவரசர் ஏகாம்பரநாதர் ஆகியோர் அரை வட்ட இருக்கைகளில் அமர்ந்திருந்தனர். வசந்தன் நடு நாயகமாக நின்றிருந்தான்.

"யாமத்தில் ஒற்றன் வந்து சொன்ன சேதி... வேதனை தருவதாக இருந்தது. இல்லையென்றால் இரவே இந்தக் கூட்டத்தைக் கூட்டியிருப்பேன்" வீரசம்புவர் சொல்லிவிட்டு ஒற்றனையே அதைச் விளக்குமாறு சைகைகாட்டினார்.

"ஐயன்மீர்... அங்கே கேட்ட செய்தி தந்த அதிர்ச்சியிலிருந்து இன்னும் மீளவில்லை. ஊர் பொதுவில் வைத்து வல்லாளரின் ஆடையைக் களைந்தார்களாம். இன்னும் அவர்களை எதிர்க்கிற மன்னர்களுக்கு ஓர் எச்சரிக்கை போலவும் அவர்களின் வெறித்தனத்தின் அடையாளம் போலவும் அதைச் செய்துகாட்டியுள்ளனர். மக்கள் ஓலமிட்டனர். போசாள தேசமே அழுகையால் நனைந்ததாம். வல்லாளர் வழிகாட்டுதலில் மதுரை நோக்கி வந்தனர். இப்படித்தான் மதுரையிலே பேசிக்கொண்டிருக்கிறார்கள். அங்கே பாண்டிய மன்னர்கள் யாரும் அவனை எதிர்கொண்டு தாக்கத் தயாரில்லை. தலைமறைவாகிவிட்டனர். தொண்ட மண்டலம் தவிர்த்து தமிழகத்தின் பெரும்பகுதி இப்போது அவர்களின் ஆளுகைக்குப் போய்விடும் எனத் தெரிகிறது."

"அப்படியானால் நாம் அடுத்து என்ன செய்யப் போகிறோம் என்பதுதான் மக்களின் எதிர்பார்ப்பாக இருக்கும்" இளவரசர் ஏகாம்பரநாதர் கொதித்தெழுந்தார் என்றுதான் சொல்ல வேண்டும்.

"சுல்தான் படையினருக்குப் போர் தர்மங்கள் இல்லை என்பதையும் வல்லாளனுக்கு ஏற்பட்ட இந்தச் சம்பவம் மீண்டும் உணர்த்தியிருக்கிறது... அதையும் கவனத்தில்கொள்ள வேண்டும்." மன்னர் இளவரசருக்கு மட்டுமன்றி எல்லோருக்கும் சொன்னார்.

"தொழுத கையுள்ளும் படையொடுங்கு மொன்னா

அழுத கண்ணீரு மனைத்து' என வள்ளுவனே சொல்லியுள்ளான். நயவஞ்சகம் அவர் காலத்திலேயே இருந்தது. ஆனால், போர் நடக்காமலா இருந்தது?" என்றார் ஏகாம்பரநாதர். அவருடைய பதினேழு வயது இளரத்தம் பழிக்குப் பழி வாங்கத் துடித்தது.

"மன்னா இதில் யோசிக்க ஒன்றுமில்லை. நேற்று இரவே நாம்

எடுத்த முடிவுதான். வல்லாளருக்கு நேர்ந்த கதியினால் அதை மாற்றிக்கொள்ள வேண்டாம் என்பதே என் அபிப்ராயம்.'' சொல்லிவிட்டுத் தன் நரைத்த நீண்ட தாடியைத் தடவிக்கொண்டார் திருநம்பி.

"வினைவலியும் தன்வலியும் மாற்றான் வலியும் துணைவலியும் தூக்கிச் செயல்' என்றும் வள்ளுவர் சொல்லியிருக்கிறார் என்பதை இளவரசருக்குச் சுட்டிக்காட்ட விரும்புகிறேன்'' வீரசம்புவர் குரலில் கண்டிப்புத் தொனித்தது. "தன்வலி மட்டும் போதுமென்று போரில் இறங்க முடியாது. நம்முடைய வீரம் தொண்ட மண்டலம் அறிந்ததுதான். இதற்கு முன் சோழர்களுக்கும் பாண்டியர்களுக்கும்கூட நம் வீரம் தேவைப்பட்டது. வினைவலியும் துணைவலியும் நமக்குச் சாதகமாக இல்லை. மாற்றான் வலியோ தில்லி வரை நீண்டிருக்கிறது. தேவைப்பட்டால் ஐம்பதனாயிரம் பேரைக்கூட அங்கிருந்து உடனே அனுப்ப முடியும்.'' மன்னர் சொல்லிவிட்டு நிறுத்தினார்.

அனைவருமே ஆழ்ந்த மௌனத்தில் இருந்தனர். கௌலி ஒன்று கிரிக் கிரிக் என முன்மொழிவது கேட்டது.

* கூர்ச்சரம் - குஜராத்

5. தயாராகுங்கள்!

“என்னதான் செய்யலாம் அரசே?”

“இளவரசரை நம் ஆதரவுப் படையினரைத் திரட்ட அனுப்ப நினைக்கிறேன். வாணகோவராயர், வல்லவராயர், காடவராயர், மழவர், சோழர் உள்ளிட்ட அத்தனை பேரின் ஆதரவையும் பெற வேண்டும். நம் சமயத்தினருக்கு ஏற்பட்ட ஆபத்து இது. அதனால் அனைவருமே நமக்குத் துணைபுரிவார்கள் என்பது நிச்சயம். அதன்பிறகுதான் நாம் போருக்கு நாள் குறிக்க வேண்டும்.” மன்னர் வீரசம்புவர் உறுதியாகச் சொன்னார்.

திருநம்பி, “ஒற்றனை அனுப்பினால் போதாதா? இந்தப் போர்ச் சூழலில் இளவரசர் இத்தனை தூரம் பிரயாணிப்பது சரியா?” என்றார்.

“ஒற்றனிடம் ஓலை கொடுத்து அனுப்பலாம். பதில் ஓலை கொடுத்து அனுப்புவார்கள். சம்மதம் தெரிவித்துவிட்டால் சரி. சந்தேகங்கள் கேட்டால்? உட்பகையைக் காரணம் காட்டித் தவிர்க்க நினைத்தால்... அதற்காகத்தான் இளவரசரையே அனுப்பத் தீர்மானித்தேன்.”

“இன்றே புறப்படுகிறேன் தந்தையே” என்றார் இளவரசர் ஏகாம்பரநாதர்.

“அதிகாலையில் புறப்படு. விடிவதற்குள் திருவண்ணாமலை சென்றுவிடுவாய். சேந்தமங்கலம் காடவராயர் மணவாளப் பெருமாள், தீவுக்கோட்டை சோழர் மூன்றாம் ராசாதிராசர், வாணகோவரையர் இரண்டாம் சுத்தமல்லர், பொன்குமார வல்லவராயர் எல்லைக்காவல் படை ஆளுநர்கள் ஆகியோரைச் சந்தித்துப் பேசு. நான் அளிக்கும் ஓலையை அவரவரிடம் கொடு. நாம் நடத்தப் போவது தில்லிப் பேரரசை எதிர்த்துப் போர். நம் ஆலயங்களை, மக்களைக் காக்கும் போரும்கூட. சேர, சோழ பாண்டியர்களும்கூட தமக்குள் போரிட்டுக்கொண்டாலும் வடக்கிலிருந்து எதிரிகள் வந்தால் ஒன்று சேர்ந்து துரத்தி அடிப்பார்கள். ஒவ்வொரு முறையும் இமயத்தில் சென்று கொடி நாட்டிவிட்டு வருவது... வடக்கிலிருந்து வரும் எதிர்ப்புகளுக்கு நாம் தரும் எச்சரிக்கை. வடக்கில் உருவாகும் எந்தப் பேரரசும் நம் தமிழகத்தைத் தீண்டியதில்லை. நிலப்பரப்பிலேயே தீவு போல வாழத்தெரிந்தவர்கள் நம் முன்னோர். அதே போன்றதொரு தேவை நமக்கு ஏற்பட்டுள்ளது. எப்போதும் சோழருக்கோ, பாண்டியருக்கோ நாம் துணை நிற்போம். இப்போது நாமே போருக்குப் புறப்பட வேண்டிய சூழல். இளவரசரே இதைத்தான் நீங்கள் நம் சிற்றரசுகளுக்குச் சொல்ல வேண்டிய செய்தி.”

.“புரிகிறது தந்தையே... அப்படியே செய்வேன். அனைவரையும் ஒன்று திரட்டுவேன். படைபலத்தைப் பெருக்குவேன். குதிரை, யானை படைகள் மட்டுமல்ல... குடிமைப் படைகளையும் தயார் நிலைக்கு ஏற்பாடு செய்வேன். சுல்தான்களுக்குத் தகுந்த பாடம் நடத்த நாம் தயார் என்ற நல்ல செய்தியோடு வருவேன்.”

“நன்றி ஏகாம்பரம்... சரி நீ சென்று தயாராகு. காலையில் கிளம்பிச் செல்ல வேண்டுமல்லவா?”

பயணத்திட்டத்தை அமைச்சர் விளக்கினார். “படைவீடு முதல் தீவுக்கோட்டை வரை எப்படியெல்லாம் பயணிக்கலாம் எனச் சொல்லிவிடுகிறேன். நீங்கள் அறிந்த பாதைதான். பயணத் திட்டத்துக்காக வரிசைப்படுத்துவது என் கடமை. சந்தவாசலுக்குத் தெற்கே இருபது காதம் பயணித்தால் போளூர். இந்த வட்டாரத்தில் சமணர்கள் அதிகமாக இருக்கிறார்கள் என்பதை நீ அறிவாய். போளூரிலிருந்து தெற்கு நோக்கி சென்றால் திருவண்ணாமலை.

படைவீடு

அண்ணாமலையார் கோயில் ஐம்பூதங்களில் நெருப்புக்கான ஆலயம். அங்கிருந்து இருபது காதம் தென் திசை நோக்கி பயணம் செய்யவேண்டும். தென்பெண்ணை ஆறு குறுக்கிடும். பெண்ணையைக் கடந்தால் ஆதித் திருவரங்கப் பெருமாள் கோயில். பிறகு கெடிலம், கோமுகி, மணிமுக்தா நதி ஆறுகளைக் கடந்து தென் மேற்கு திசையில் சென்றால் வாணாதி நதிக்கரையில்* ஆறகழூர். வாணகோவராய மன்னன் தலை நகரம். சுத்தமல்லரைச் சந்தித்துவிட்டு இரவு அங்கேயே தங்கிவிட்டு காலையில் புறப்படுங்கள்."

"இல்லை. அமைச்சரே... இரவே புறப்பட்டுவிடுகிறேன். நான் சத்திரம் சாவடிகளில் தங்குவதையே விரும்புகிறேன். மக்களின் மன ஓட்டத்தையும் படிக்க வேண்டும் என்பது என் விருப்பம்."

அமைச்சர், அரசரைப் பார்த்தார். அரசர் அப்படியே ஆகட்டுமென தலையசைத்தார்.

"அப்படியே செய்யுங்கள் இளவரசே... பாதுகாப்பிலும் கவனமாக இருக்க வேண்டும். ஆறகழூரில் இருந்து வாணாதி நதிக் கரையில் பதினைந்து காத பயணத்துக்குப் பிறகு, ஆற்றின் கரையைவிட்டு சாலை ஒன்று பிரியும். அதில் இருபது காதம் சென்றால் வெள்ளாறு குறுக்கிடும். வெள்ளாற்றைக் கடந்து நாற்பது காதம் தெற்கு நோக்கிப் பயணித்தால் கொள்ளிடம். மறுகரையில் திருவானைக்காவல். இது ஐம்பூதங்களில் தண்ணீருக்கான ஆலயம். இங்கு கொள்ளிடம் ஆற்றின் கரை வரை நம் ஆளுகைக்கு உட்பட்டது. நீங்கள் தங்குவதென்றால் வெள்ளாற்றைக் கடந்ததும் பெரும்புலியூர் சத்திரத்தில் தங்கலாம். அது காட்டுப் பகுதி. சில காலம் முன்பு வரைகூட அங்கு புலிகளின் அட்டகாசம் அதிகமிருந்தது. காட்டுப் பாதை. வணிகர்கள், வழிப்போக்கர்களின் வசதிக்காக அங்கே ஒரு சத்திரம் உண்டு. பெரும்பாலும் சித்தர்கள், சமணர்கள் போன்ற துறவிகள் தங்கியிருப்பார்கள்."

"அங்கேயே தங்கிக்கொள்கிறேன்" என்றார் இளவரசர்.

அமைச்சருக்கு வழி சொல்வது மிகவும் பிடிக்கும். அடி பிசகாமல் சொல்லிக்கொண்டே போவார். சாலை ஓரத்திலே இருக்கும் நடுகல், புளியமரம் எல்லாமே ஓவியம்போல அவருடைய மனதில் பதிந்துகிடக்கும். அவையே அவருடைய வழியைப் பின்பற்றுவதுபோல பார்த்துக்கொண்டிருந்தது.

"அங்கு ஒரு வலுவான படைப்பிரிவை நாம் நிறுத்திவைத்துள்ளோம். அவர்களை ஊக்கப்படுத்தி தயார் நிலையில் வைக்க வேண்டும். தேவைப்பட்டால் படைபலத்தை அதிகரிக்க வேண்டும். ஆனைக்காவல் கோயிலுக்கு வட திசையில் கொள்ளிடம் ஆறு ஓடுகிறது. கொள்ளிடத்தைக் கடந்து வந்து அதன் இடது கரை வழியே கிழக்கு திசை நோக்கிப் பயணிக்க வேண்டும். ஆறு காதம் சென்றால் கல்லணை. கரிகால சோழர் கட்டியது. நேராக இன்னொரு ஆறுகாதம் சென்றால் கண்டராதித்தம். இது ராசராச சோழனின் பாட்டனார் கண்டாரதித்தன் பெயரில் உள்ள ஊர். கண்டராதித்தத்தைக் கடந்து ஒரு காதம் சென்றால் திருமழப்பாடி. அது, கொள்ளிடம் ஆற்றின் வட கரையில் அமைந்துள்ள சிவ ஆலயம். திருநாவுக்கரசர் உள்ளிட்டவர்களால் பாடல் பெற்ற கோயில். கிழக்கு நோக்கி ஓடிக்கொண்டிருக்கும் கொள்ளிடம் இங்கு வடக்கு நோக்கி திரும்பி ஒரு காதம் செல்லும். பிறகு கொள்ளிடம் வழக்கம் போன்று கிழக்கு நோக்கிக் கடலுக்குப் பயணம் செய்யும். மழப்பாடியை கடந்து சென்றால் மானூர். திருமானூரில் சிவன் கோயில் உள்ளது. கரை அருகே பெரிய சிற்பங்கள் இருக்கும். இது சோழர் காலத்தில் செய்யப்பட்டவை. தஞ்சைக்குக் கொண்டு செல்வதற்காக எடுத்து வரப்பட்டபோது கொள்ளிடத்தில் அதிக தண்ணீர் சென்றதால் சிலையைக் கொண்டு செல்ல முடியாமல் மானூரில் வைத்துவிட்டதாகச் சொல்கிறார்கள்."

"தெரியும் அமைச்சரே. அழகான சிற்பங்கள்! அதைவிட அழகு அந்தச் சிலைக்குப் பின் இருக்கும் கதை!"

"கதை அல்ல இளவரசே! அதுதான் உண்மை. கொள்ளிடத்தில் வெள்ளம் வந்தால் நாடு தாங்காது. சிலைகளைக் கரையில் வைத்துக்கொண்டு எவ்வளவு நாள் காத்திருப்பார்கள்? அதனால்தான் கரையிலேயே வைத்துவிட்டார்கள்."

"அமைச்சரே.. வேடிக்கைக்காகச் சொன்னேன். கொள்ளிடம், வெள்ளம் வந்தால் கொள்ளா இடமாகிவிடும் என்று தெரியும்தானே?"

"அடுத்துச் செல்ல வேண்டிய இடங்களை விளக்குகிறேன். அங்கிருந்து வடக்கு நோக்கி அரியலூர் செல்லும் சாலையில் பழுவூர். காலம் பாய்ந்த கோயில். பெரிய பழுவேட்டரையர் மற்றும் சிறிய பழுவேட்டரையர் பற்றி அறிந்திருப்பாய். அவர்களின் படைக் கோட்டம் அங்குதான் இருந்தது. சிறிய அளவில் அவர்களின் வாரிசுகள் இருக்கிறார்கள். நம் பேரரசுக்கு உட்பட்ட அரச வம்சத்தினர். அவர்களையும் சந்தித்துப் பேச வேண்டும்."

படைவீடு

"வேண்டாம் அமைச்சரே... அவர்களின் வாரிசுகள் கிட்டத்தட்ட அரச காரியங்களில் இருந்து விலகிவிட்டார்கள். இந்த நேரத்தில் அவர்களைச் சந்தித்து நேரம் கடத்த வேண்டாம். தேவைப்பட்டால் ஓலை அனுப்பித் தெரிவிக்கலாம்." வீரசம்புவர் குறுக்கிட்டுச் சொன்னார்.

"அப்படியே ஆகட்டும் அரசே. பழுவூர் கடந்து வந்தால் அரியலூர்."

"மனப்பாடமாகச் சொல்கிறீர்களே?"

"சோழர்களுக்காகத் தலைமுறை தலைமுறையாகப் படையெடுத்துச் சென்ற பாதையாயிற்றே? அதைத் தாண்டினால் கங்கைகொண்ட சோழபுரம். ஊருக்கு முன்பே சோழகங்கம் என்ற பெரிய ஏரி உண்டு. ராசேந்திர சோழன், இமயம் வரை வென்றதன் நினைவாக இந்த ஏரியைக் கட்டினார். அருகே மாளிகைமேடு என்ற இடம் உள்ளது. இங்குதான் சோழர்களின் அரண்மனை இருந்தது. கங்கைகொண்ட சோழபுரம் சுமார் நூறு ஆண்டுகளுக்கு முன்பு வரை சோழர்களின் தலைநகரமாக இருந்துள்ளது. இங்கிருந்து மீன்சுருட்டி வழியாகச் சென்றால் காட்டுமன்னார் கோயில். இங்கு உள்ள வீரநாராயண பெருமாள் கோயில் சோழர் காலத்தியது. நீர் நிலைகளின் கரையில் பெருமாள் கோயில் கட்டப்பட்டது என்பதற்கு சான்றாக இருக்கிறது. கோயிலில் இருந்து ஒன்னரை காத தொலைவில் வீரநாராயணர் ஏரி ஆரம்பமாகிறது. கொள்ளிடம் ஆறு கடலில் கலக்கும் இடத்தில் தீவுக்கோட்டை உள்ளது.

கோப்பெரும் சிங்கராயரால் மூன்றாம் ராசராசர் கைதுசெய்யப்பட்டு, பிறகு சுந்தரபாண்டியரால் மீட்கப்பட்ட கதை உனக்குத் தெரியும். அதன் பின் சோழ வாரிசுகள் கங்கைகொண்ட சோழபுரத்தில் வசிப்பதை ஏனோ விரும்பவில்லை. இந்த தீவுக்கோட்டைக்கு வந்து முகாமிட்டிருக்கிறார்கள். அவர்களைச் சந்தித்துப் பேசி நிலைமையை விவரிக்க வேண்டியது முக்கியம். சுரப்புன்னைக் காடுகளின் அருகே சிறு தீவு போன்ற இடத்தில் இப்போது மூன்றாம் ராசாதிராசர் கோட்டை அமைத்து ஆட்சி நடத்துகிறார். சுரபுன்னை காடுகள் வழியாகப் பயணிக்கும்போது எச்சரிக்கையாக இருக்க வேண்டும். சுரபுன்னை என்பது நீரில் வளரும் தாவரம். அந்த நீர்க் காட்டுக்குள் நுழைந்தால், வெளியே வருவதற்கு வழி தெரியாமல் போய்விடும். இங்கிருந்து பிறகு தில்லை

வந்தே மற்ற ஊர்களுக்குச் செல்ல இயலும்” அமைச்சர் திருநம்பி சொல்லி முடியும் வரை அனைவருமே விரித்த விழி மூடாமல் கேட்டுக்கொண்டிருந்தனர்.

“இப்படியா ஒரே மூச்சில் சொல்வது?” என்றார் மன்னர் வீரசம்புவர்.

“ஒன்றும் பாதகமில்லை அப்பா. ஏற்கெனவே நான் சென்ற இடங்கள்தான். என்னைவிட என் குதிரைக்கே அவை கால்போன பாதை. வரிசைப்படுத்திச் சொல்லியிருக்கிறார் அமைச்சர். மனதில் ஏற்றிக்கொண்டேன் அமைச்சரே... எல்லாம் கடந்த ஆண்டு ஆடித் திருவிழாவுக்கு மன்னர்களுக்கு அழைப்பு விடுக்க நானும் அமைச்சரும் சென்றுவந்த பாதை. மீண்டும் பயணிப்பது மகிழ்ச்சியாக இருக்கும். வரும்போது சதுரங்கப்பட்டினம் வந்து துறைமுகத்தையும் ஓர் எட்டுப் பார்த்துவிட்டு வருகிறேன். கம்போச தேசத்துக்குச் சிற்பிகள் செல்கிறார்கள். ஏற்றுமதி நிலவரத்தையும் நேரில் விசாரித்து நாளாகிவிட்டது.” இளவரசர் தன் பயணத்தை நீட்டி விவரித்தார்.

“ஏதேது நீ வருவதற்கு மாதக்கணக்கில் ஆகிவிடும் போல் இருக்கிறதே?” என்றார் மன்னர்.

“இல்லை அப்பா. வரும் பௌர்ணமிக்குப் படைவீட்டில் இருப்பேன். சூழ்நிலையைப் பொருத்து விரைந்து வர வேண்டியிருந்தால் முன்னரே வந்துவிடுவேன். ஆடித் திருவிழாவுக்கு அனைத்து சிற்றரசர்களையும் அழைக்க நினைக்கிறேன்.”

“நாம் படைவீட்டில் அரசை நிறுவிய நாளல்லவா அதை மறப்பேனா? ஆடி சோதிநாள் நம் ராச்சியத்தின் திருநாள். நானும் ஓலையில் அதைக் குறிப்பிட்டிருக்கிறேன்” என்றார் வீரசம்புவர்.

“நீங்கள் விரும்பினால், நீலகங்கரையர்களையும் அணி திரட்டலாம். பெரிய கடற் படைவலிமை அவர்களிடம் இப்போது இல்லையென்றாலும் நம் எல்லைப் பகுதிகளுக்கு வலு சேர்க்க உதவும்.”

“மகனே... நீ சொல்வதைப் பார்த்தால் சோதிநாளுக்குள் திரும்ப இயலுமா என ஐயமாக இருக்கிறது.”

“அதைத்தான் சொன்னேனே? வரும் நாளை முதலில் குறித்துக்கொண்டு அதற்கேற்பத்தான் பயணம். நேரம் வாய்த்தால் திருமல்லை வழியாகக் காஞ்சிபுரம் வந்து படைவீடு வந்து சேர்வேன்.

சோதிநாளுக்குள் திட்டமிட்டு பயணம் முடிப்பேன்.”

“பெரிய கடமை. பொறுப்புடன் செயல்பட்டு நாட்டுக்குப் பெருமை சேர்க்க வேண்டும். போய் வா” என்றபடி மகனை ஆரத் தழுவினார் சம்புவர்.

தந்தையின் அன்பில் சற்றே மெய்ம்மறந்து நின்ற இளவரசர், சுதாரித்து, “உத்தரவு தந்தையே... நான் வருகிறேன்” என்றார்.

“இந்தாருங்கள் திருவோலைகள்... அவரவர் பெயரிட்டு அரச இலச்சினையோடு தயாராக இருக்கின்றன” அமைச்சர் திருநம்பியும், படைத் தளபதி சோழகனாரும் தயாராக இருந்த ஓலைகளைப் பட்டுத் துணிகளில் சுற்றிக்கொடுத்து வழியனுப்பினர்.

வீரசம்புவர், தன் மகன் அந்த அரங்கத்தைவிட்டுச் செல்லும் வரை அவனையே பார்த்துக்கொண்டிருந்தார். பல்லவர்களுக்கும் சோழர்களுக்கும் ஏற்பட்ட போரும் போசாளருக்கும் சாளுக்கியருக்கும் ஏற்பட்ட போரும் மன்னருக்குச் செவிவழிச் செய்திகள்தான். அதைப் போன்றதொரு போர் அவர் கண் முன் தெரிந்தது. அதை வழி நடத்த ஏகாம்பரநாதர் தயாராவதையும் அவர் உணர்ந்தார் என்றுதான் சொல்ல வேண்டும்.

* வாணாதி நதி - இப்போது வசிஷ்டா நதி என்ற பெயரில் அழைக்கப்படுகிறது. சமஸ்கிருத பெயர் சூட்டல் மிகவும் பிற்காலத்தே நிகழ்ந்தது. வசிஷ்டா நதி என்பதன் ஆதி பெயர் தெரியவில்லை. வாணகோவராயர் ஆண்ட பகுதியில் ஓடிய ஆறு என்பதைக் குறிக்க வாணாதி ஆறு எனப் பெயரிட்டேன்.

6. ஈசன் வாள்!

இளவரசர் கிளம்பிச் சென்றதும் போர்க்கருவிகள் குறித்துப் பேச்சு திரும்பியது.

" 'படையும் கொடியும் குடையும் முரசும் நடைநவில் புரவியும் களிறும் தேரும் தாரும் முடியும் நேர்வன பிறவும் தெரிவுகொள் செங்கோல் அரசர்க்குரிய' என்கிறது தொல்காப்பியம்."

"அமைச்சரே வகுப்பெடுக்கத் தொடங்கிவிட்டீரா?" என்றார் மன்னர்.

"ஒரு நாடு எந்த நேரத்திலும் போருக்குத் தயாராக இருக்க வேண்டும். களிறு, தேர், நடைநவில், புரவி ஆகிய நாற்படை கொண்டிருத்தல் அரசரின் இலக்கணம். தனிப்பேரரசு நிறுவிய உங்களுக்கு இந்தப் பாடத்தைச் சொல்வேனா? தளபதிக்கும், காவல் படைத் தலைவருக்கும்கூட இது ஒன்றும் புதிய செய்தி இல்லை. நினைவுபடுத்தினேன்... அவ்வளவுதான். கொடி, குடை, முரசு, மாலை, மணிமுடி, செங்கோல் முதலியன மன்னரின் அடையாளச் சின்னங்கள். நாற்படை உடைய அரசன் அப்படைகளைப் பெருக்கி, மக்களை அமைதியாகவும் பாதுகாப்பாகவும் வாழ வழிசெய்ய வேண்டிய கடப்பாடு உடையவர். நம்முடைய நால்வகைப் படையும் தயார்தான். இதோ இளவரசரும் நட்பு நாடுகளிடம் படை திரட்டக்

கிளம்பிவிட்டார். அதைத்தான் சொல்ல வந்தேன்.'' திருநம்பி சுட்டிக்காட்டிப் பேசினாலும் புகழ்ந்துரைப்பதுபோலவே சொல்லி முடித்தார்.

"மன்னர் பின்னோராக விளங்கும் ஏனைய குடிமக்கள் வில், வேல், கழல், கண்ணி, குதிரை ஆகியன கொண்டு போர் புரியத் தயாராகிவிட்டனர். கூத்து வாத்தியார் மணவாளரே தம் பங்குக்கு ஆரம்பித்துவைத்துவிட்டார். அரசப்படையினரோ எப்போதும்போல் தேர், குதிரை, களிறு, எறி வில், வேல், வாள் ஆகியன கொண்டு போருக்குத் தயாராகி நிற்கின்றனர். அடார், அரம், அரிவாள், ஆயுதக்காம்பு, எஃகு, கண்ணாடி தைத்த கேடகம், கணிச்சிப்படை, கலப்பை, கழிப்பிணிப் பலகை, கிளிகடி கருவி, குந்தாலி, குறடு, கேடகம், கோடாலி, சக்கரம், சிறியிலை எஃகம், சேறுகுத்தி, தறிகை, துடுப்பு, நவியம், படைவாள், பூண்கட்டிய தண்டு, மழு, வாள், வில், வேலுறை ஆகிய கருவிகளைக் கொல்லர்கள் சீர்படுத்தி வருகின்றனர். எதிரிகளின் போர்க்கருவிகள் ஊறு செய்யாவண்ணம் காக்கக் கரடித்தோல், மான் தோலால் செய்யப்பட்ட கவசங்கள் குவிக்கப்பட்டுவிட்டன. போர் என்று வந்துவிட்டால் நெல்லறுக்கும் உழவுக் கருவிகளும் குடிபடையினருக்கு ஆயுதங்கள்தான்."

"தளபதி நீங்கள் என்ன சொல்கிறீர்கள்?"

"இரும்பாலையூர் படைக்கலக் கொட்டிலில் கொல்லர்கள் முழு நேரப் பணியாகக் கருவிகளைச் செப்பனிடுவதையும் புதிதாக உருவாக்குவதையும் செய்து வருகின்றனர். விரிஞ்சிபுரத்திலும் காஞ்சிபுரத்திலும் படைவீட்டிலும் வேலைகள் தீவிரமாக நடக்கின்றன. காவல் படையினர் எல்லைக் காவல் படையினருக்குக் கருவிகளை அனுப்பிவைத்துள்ளனர்."

''இன்றே அவற்றைப் பார்வையிட ஏற்பாடு செய்யுங்கள். அப்படியே விரிஞ்சிபுரத்துக்கும் காஞ்சிபுரத்துக்கும் செல்ல வேண்டும்." அரசர் நிலைமையை நேரில் அறிய ஆர்வம் காட்டினார்.

"அப்படியே ஆகட்டும் அரசே!"

"கொல்லர்களை மேலும் முடுக்கிவிட வேண்டும். உலைக்கூடங்களில் பழைய கருவிகளைச் செப்பனிடுவதும் புதிய கருவிகள் உருவாக்குவதும் தொடர்ந்து பார்வையிடப்பட வேண்டும். போரின் தேவை அறிந்து புதிய உத்திகளோடு கருவிகள் படைக்க ஆலோசிக்க வேண்டும்."

தமிழ்மகன்

"அதற்கான ஏற்பாடுகளும் நடைபெற்று வருகின்றன. மன்னர் அவற்றை நேரில் பார்க்கலாம்." சோழகனாரின் பேச்சில் நம்பிக்கை தொனித்தது.

"இன்னொரு முக்கியமான பணியையும் இளவரசருக்கு இட்டிருக்கிறேன்." மன்னர் முத்தாய்ப்பாகச் சொன்னார்.

"என்ன மன்னா?" என்றார் சோழகனார்.

மன்னர் மனதில் இருந்த ரகசியத்தை அவர் முகத்தின் வழி உணர முடிந்தது. சுற்றியிருந்த அனைவரையும் பார்த்தார். திருநம்பி, சோழகனார், ஊர்க்காவல் படைத் தலைவர் மாறன் ஆகியோர் மன்னர் சொல்லப் போகும் செய்திக்காகக் கவனமாகக் காத்திருந்தனர்.

"ஈசன் வாள்!" எனச் சுருக்கமாகச் சொல்லிவிட்டு அனைவரின் முகக் குறிப்பையும் பார்த்தார். எல்லோர் முகமும் கண்களும் ஆச்சர்யத்தில் ஒளிர்ந்தன.

"ஈசன் வாள் இருக்குமிடம் தெரிந்துவிட்டதா மன்னா?" வியப்புமேலிட வினவினார் திருநம்பி.

"அவசரப்படாதீர்கள் அமைச்சரே... இருக்குமிடம் தெரியாது. இருக்கிறது என்பதுமட்டும்தான் இப்போதைக்குத் தெரியும்."

"இருக்கிறது என்பதே மகிழ்ச்சிதான். இளவரசர் அதை மீட்டுக்கொண்டு வருவார் என்பது உறுதி." சோழகனார் கண்களில் வெற்றி ஒளிர்ந்தது. "சுல்தான்கள் கையில் கிடைத்தால் அதன் பெருமை தெரியாமல் ஆயுதங்கள், அணிகலன்கள் பட்டியலில் அதையும் சேர்த்துவிடுவார்கள். இதுநாள் வரை அது சோழர்களிடம் இருக்கிறது, பாண்டியர்களிடம் இருக்கிறது என மாறி மாறிச் சொல்லிக்கொண்டிருந்தார்களே ஒழிய யாரிடம் இருக்கிறது என்பதற்கான ஆதாரம் இல்லாமலேயே இருந்தது. மன்னா, இருக்கிறது எனச் சொல்லி நெஞ்சில் பால் வார்த்துவிட்டீர்கள்."

சோழகனாரும் திருநம்பியும் மிகுந்த மகிழ்ச்சியோடு மன்னரைப் பார்த்துக்கொண்டிருந்தாலும் ஈசன் வாள் கிடைப்பது அத்தனை எளிது அல்ல என்பதை உணர்ந்து, அவர் அதை ஆழ்ந்த மௌனத்தோடு எதிர்கொண்டார்.

7. அரச வேடம்

முண்டாசு கட்டி முகத்தையும் பட்டுத்துணியால் மூடியிருந்தார் ஏகாம்பரநாதர். ஆடிமாதம் என்பதால் அதிகாலைக் காற்றின் தீவிரம் அதிகமாகவே இருந்தது. குதிரையை மிதமான வேகத்திலேயே செலுத்தியும் மலைக் காற்றின் தாக்கம் குளிர்ச்சியூட்டுவதாக இருந்தது. ராசகம்பீரன் மலையில் இருந்து குளிர்காற்று அதிகம் வீசியது. பச்சை இலைகளின் பூக்களின் நறுமணமும் சில் வண்டுகள், புல்லினங்களின் இசையொலியும் காலைப் பொழுதுக்குக் களைகூட்டின. பெரும்பணியை மன்னர் தனக்கு இட்டிருப்பதை இளவரசர் நன்கு உணர்ந்திருந்தார். நாட்டைச் சூழ்ந்திருக்கும் ஆபத்தை எதிர்கொள்ள வேண்டிய அவசரம் தமிழ் மன்னர்களுக்கு இருப்பதை அறிந்திருந்தார். மதுரைக்கு வந்திருப்பது கொடும்படை... கொள்ளைப்படை. போசாள மன்னர் வல்லாளர் வீழ்ச்சியும் இப்போது மதுரை நோக்கிய சுல்தானின் பயணமும் நாட்டுக்கு நேரப் போகும் நெடு நோயின் அறிகுறி. மௌரியர், குப்தர், கனிஷ்கர், சாதவாகனர் போன்றோரின் பேரரசுகளும் தமிழகத்தைத் தீண்டியதில்லை. தமிழரசர்கள் ஒருவருக்கு ஒருவர் மோதிக்கொண்டாலும்

தமிழ்மகன்

வடக்கிலிருந்து ஆபத்து என்றால் ஒன்றிணைந்து போராடுவது மரபு. வடநாட்டுப் பேரரசுகளுக்கு அதை அறிவுறுத்துவதுபோல இமயத்தில் கொடி நாட்டுவதை மூவேந்தர்களுமே கடமையாக வைத்திருந்தனர் என்பதையும் இளவரசர் தன் பாட்டன் ராசகம்பீரன் சொல்லக்கேட்டு வளர்ந்தவர்தான். இன்று மூவேந்தரும் முடக்கிக் கிடக்கும் நாளில் சிற்றரசர்களை ஒருங்கிணைத்துப் போராட அழைப்புவிடுக்கும் பொறுப்பை அவர் பெருமிதமாக உணர்ந்தார்.

சேந்தமங்கலம் காடவராயச் சிற்றரசர் மணவாளப் பெருமாளைச் சந்தித்துப் பேச வேண்டும். மூன்றாம் ராசராசரை வீழ்த்தி, சோழ அரசைத் தீவுக்கொட்டைக்குள் சுருக்கிப் போட்டவர் காடவராயர் கோப்பெரும் சிங்கராயர் என தந்தையார் சொல்லிக்கேட்டிருக்கிறார். பல்லவ வம்சாவழியினரான காடவர்கள், சம்புவர்கள், வாணகோவராயர், சேதியர், வல்லவராயர் ஆகியோர் வேளிர் குடிகளாக, சிற்றரசர்களாக, நட்பு அரசர்களாகவும் சோழர்களின் உறவுக்குடிகளாகவும் இருப்பதாக அவர் சொல்லியிருந்தார். இவர்கள் சிம்ம விஷ்ணு, மகேந்திரவர்ம பல்லவர், நரசிம்ம வர்மர் உறவின்முறையினர். பல்லவர்களிடத்திருந்து சோழன் விஜயாலயன் நாட்டைக் கைப்பற்றியது போல அவரிடத்திருந்து பல்லவக் காடவர் கோப்பெரும் சிங்கராயர் மீண்டும் நாட்டை மீட்டார். அவர்களிடமிருந்து பாண்டியர் வென்றனர். மீண்டும் சிற்றரசாக உள்ளனர் என்ற வரலாறெல்லாம் ஏகாம்பரநாதர் நன்கு அறிந்திருந்தார். தாமும் பல்லவர் வழி வந்து சோழர்களுக்கு உறவினர்களாக இருந்து தனியரசு அமைத்து பாண்டியர் வசமாகி, மீண்டும் தனியரசாக மாறியவர்கள் என்பதால் சரித்திரச் சக்கரம் எப்படியெல்லாம் சுழலும் என்பதை அங்குலம் அங்குலமாக அறிந்திருந்தார். இப்போது சம்புவராயர் கை மேலோங்கியதும் மலையமான், காடவர், வாணகோவராயர் ஆகியோரும் இவர்களின் பேரரசுக்கு உட்பட்ட நட்பு அரசுகளாக மாறினர். காடவர்கள், சோழர்கள் ஆட்சிக் காலத்திலிருந்தே சம்புவராயரிடம் நட்பும் ரத்த உறவும் பாராட்டிவந்த அரச வம்சத்தினர். சம்புவராயரைப் போலவே சோழ இளவரசியை மணந்த மரபார்ந்த குடியினர். வீர மரபினர். சம்புவராயரைப் போன்றே தேர்ந்த வில்லிகள் எனப் பெயரெடுத்த வீரர்கள். காடவராயர் மணவாளர் இளவரசர் ஏகாம்பரநாதர் மீது மிகுந்த பாசம் கொண்டவர். தன் மகளை ஏகாம்பரநாதருக்கு மணமுடித்து வைக்க வேண்டும் என்ற ஆசையும்

அதற்கு ஒரு காரணம்.

இரண்டு அரசுகளையும் இணைத்து சோழப் பேரரசுக்கு நிகராக ஆட்சியை உருவாக்க ஏகாம்பரநாதரைப் போன்ற ஒரு வீரரைத்தான் அவரும் தேடிக்கொண்டிருந்தார். தீவுக்கோட்டையிலிருக்கும் சோழ மன்னரான மூன்றாம் ராசாதிராசனாருக்கும் இரண்டு மகள்கள் இருந்தனர். அவருக்கும் அப்படி ஓர் ஆசை இருந்தது. மன்னர் மட்டுமல்ல.. பூங்குழலி, தேன்குழலி என்ற அந்த இரண்டு பேரழகிகளுமே கடந்த ஆடித் திருவிழாவில் அதை ஜாடை மாடையாக வெளிப்படுத்தியிருந்தனர். இளவரசருக்குப் போர் ஆபத்தைவிட இவர்களை எதிர்கொள்ள வேண்டிய அச்சம் அதிகமாகிக்கொண்டே இருந்தது. இன்னும் எந்தப் பெண்ணும் அவர் மனதுக்கு இணக்கமாக வரவில்லை. நாட்டில் ஒரு வீர இளவரசன் கிடைத்துவிட்டால் அதுதானே அரசாங்க பலம்? பெண் கொடுக்கும் அரசையும் அல்லவா சேர்த்துக் கவனிக்க வேண்டியிருக்கிறது? அரசர்களைக் கொலுமண்டபத்தில் சந்தித்த கையோடு கிளம்பிவிட்டால் இவர்களை எதிர்கொள்ள வேண்டிய அவசியமிருக்காது. அரண்மனை வாசமே உதவாது எனவும் உறுதிபூண்டார். சத்திரம், சாவடியில் தங்கி நான்கு சிற்றரசுகளையும் சந்தித்து ஆதரவு தேடவே அவர் உத்தேசித்திருந்தார். மன்னர் கொடுத்துள்ள ஓலையில் ஒரு செய்தி முக்கியமானதாகக் குறிப்பிடப்பட்டிருந்தது. ஆடி சோதி நாளில் அனைத்து ஆதரவு அரசுகளும் படைவீட்டில் கூடி முடிவெடுக்க வேண்டும் என்பதே மன்னர் கொடுத்துள்ள வேண்டுகோள். அதை விளக்கிச் சொல்ல வேண்டிய பொறுப்பு, ஏகாம்பரநாதருக்கு.

இப்படியெல்லாம் எண்ணமிட்டவாறு பல காத தூரம் கடந்திருந்தார் ஏகாம்பரநாதர். பளபளவென பொழுது விடிவதற்கும் திருவண்ணாமலையார் கோயில் கோபுரம் கண்ணில் படுவதற்கும் நேரம் சரியாக இருந்தது. ‘நம்மில் யார் பெரியவர் என்ற போட்டி பிரம்மனுக்கும் திருமாலுக்கும் ஏற்பட்டது. சிவபெருமான் இருவரின் பிரச்னையைத் தீர்க்க முன் வருகிறார். பெருமான் சோதி வடிவாக உயர்ந்து நிற்கிறார். தன்னுடைய அடியையோ, முடியையோ யார் முதலில் காண்கிறார்களோ அவர்களே வென்றவர்கள் என்கிறார் சிவபெருமான். பிரம்மனுக்கும் திருமாலும் லிங்கோத்பவராய் காட்சி தந்த இடம்தான் திருவண்ணாமலை என்பது ஐதீகம். சோதிப் பிழம்பாய் ஆதியும் அந்தமும் இல்லாமல் நின்றார் பெருமான்.

இருவராலுமே சிவனின் அடியோ, முடியோ காண இயலவில்லை. இருவரையும்விட சிவனே பெரியவர் என்பது இதனால் விளங்கும். இந்த தீப உக்கிரத்தைப் பொறுக்கமாட்டாமல் தேவர்கள் அலறினர். சிவபெருமான் கணிந்து கருணை காட்டினார். சோதி வடிவாக இருந்த சிவன் நின்ற கோலம்தான் இப்போது திருவண்ணாமலையாக நிற்கிறது என்கிறது புராணம். இதையே தான் இளவரசரின் ஆசிரியர் குமார வர்மரும் சொன்னார். புராணக் கதைகளில் அத்தனை ஈடுபாடு இல்லையாயினும் சோதி வழிபாடு இன்று நேற்று தொடங்கியதல்ல என்பதை இளவரசர் தன் ஆசிரியர் குமார வர்மர் மூலம் நன்கு அறிந்திருந்தார். பல்லவர்கள், சோழர்கள், பாண்டியர்கள், சம்புவராயர்கள் எனப் பல அரசர்கள் திருப்பணி செய்த பழம்பெரும் கோயில். மெய்கண்டார் எழுதிய சிவஞான போதம் இக்கோயிலுக்குக் கொடையளிக்கப்பட்ட நூல். கிழக்கு கோபுரத்தின் வழி உள்ளே நுழைந்து குதிரையை வாயிலின் அருகே இருந்த தூணில் கட்டினார். வேகமாக உள்ளே செல்ல ஆரம்பித்தார். சித்தி விநாயகர், பாதாள லிங்கேசுவரர், பஞ்சமூர்த்தி மண்டபங்களைக் கடந்தார். கர்ப்பக் கிரகத்தில் அண்ணாமலையார் லிங்க வடிவாய் காட்சி தந்தார். நெஞ்சமெல்லாம் சோதியாய், அருட்கடலாய், ஆணவத்தின் செருக்கடக்கும் மூலமாய் சிவன் வடிவம். நாம் இப்போது செல்லுகிற காரியம் பூரண சித்தி அடைய வேண்டுமென வேண்டிக்கொண்டார். அர்ச்சகர் இத்தனை காலையில் யாரோ அரச விருந்தினர் வந்திருக்கிறாரே என தீப விளக்கின் ஒளியிலேயே ஏற்றி இறக்கிப் பார்த்தார். லிங்கத்துக்குக் காட்டும் ஆராதனை போலவே இருந்தது அது.

“நீங்கள் யார்? பெரிய இடத்துப் பிள்ளை போல தெரிகிறதே?” என்றார் அர்ச்சகர்.

“எம்பெருமான் முன் யார் பெரியவர்... யார் சிறியவர்? பெருமான் முன் எல்லோரும் சமம். நான் ஒரு வணிகன். முத்து, பவளம், ரத்தினம் விற்பவன். அரச குடும்பங்களைச் சந்தித்து வியாபாரம் செய்கிறேன்.”

அர்ச்சகருக்குப் புரிந்தும் புரியாமலும் இருந்தது. வாழ்த்தி திருநீறு எடுத்துத் தந்தார். நெற்றியிலே மூன்று விரல்களால் பட்டையாகப் பூசிக்கொண்டார் ஏகாம்பரநாதர். அண்ணாமலையாரை தரிசித்துவிட்டு வெளி திருச்சுற்றைச் சுற்றி வரும்போது உண்ணாமுலை அம்மன் சன்னிதி. மூன்றாம் குலோத்துங்க சோழன் திருப்பணி

செய்த கல்வெட்டும் அங்கே இருந்தது. வழிபாட்டுக்குப் பின்னர் பயணத்தைத் தொடங்க முடிவெடுத்தார் இளவரசர். கோயிலுக்கு வெளியே பெரிய சத்திரம். புளியோதரையும் தயிர்ச் சாதமும் தொன்னையிலே பரிமாறப்பட்டு, பக்தர்களும் வழிப்போக்கர்களும் சாப்பிட்டுக்கொண்டிருந்தனர். உணவுக்காகக் கூட்டம் குழுமிக்கிடப்பதைப் பார்க்க முடிந்தது. வெளியூரில் இருந்து அபயம் தேடிவந்த சிலரும் அங்கே இருந்தனர். இளவரசர் கோயில் திருச்சுற்றைச் சுற்றி பின் வாசலுக்கு வந்தார். அங்கே குருடர் ஒருவர், முடவர் ஒருவரைச் சுமந்து வருவது தெரிந்தது. முடவர் வழிசொல்லச் சொல்ல குருடர் அந்தப் பக்கமாக நடந்துகொண்டிருந்தார். கோயில் பின்பக்க வாசல் அருகே தலைக்குச் சவரம் செய்தபடி அமர்ந்திருந்தான் மடப்பள்ளி நிர்வாகி ஒருவன். தொன்னை சாதம் வாங்க வந்தவர்களை ஏடாகூடமாகவும் எளனமாகவும் பேசிக்கொண்டிருந்தான். முடவர், அந்தக் குருடர் தோளில் இருந்து முடவரை இறக்கிக் கீழே அமரவைத்துவிட்டு மடப்பள்ளி இருக்கும் இடத்தை விசாரித்துக்கொண்டிருந்தார். அவர்களைப் பற்றி ஏகாம்பரநாதர் நன்றாகவே அறிந்திருந்தார். அவர்களை அணுகிப் பேச எத்தனிப்பதற்குள் மடப்பள்ளி அதிகாரி அவர்களை எகத்தாளமாக அழைத்தான். இப்போது இங்கே என்ன நடக்கப் போகிறது என்பதை ஆவலோடு கவனிக்க ஆரம்பித்தார் இளவரசர்.

“யாரப்பா நீவீர்... பக்தர்களுக்குத்தான் உணவளிக்க முடியும்... பிச்சைக்காரர்களுக்கு அனுமதியில்லை” என்றான் மடப்பள்ளி நிர்வாகி.

அவர்கள் உடையும் தோரணையும் பிச்சைக்காரர்கள்போல இல்லை. அந்த மடப்பள்ளிக்காரனுக்கு அஞ்சினார்கள் போல இல்லாமல், “யாரப்பா நீ?” என்றனர் பதிலுக்கு.

“என்னையா யாரென்று கேட்டாய்? நான் இந்த மடப்பள்ளியின் நிர்வாகி... சம்பந்தன் என்றால் அண்ணாமலையாருக்கே தெரியும். உங்களுக்குத் தெரியாதா? ஏதேது... உங்களில் ஒருவர் குருடர்.... அது பரவாயில்லை... இன்னொருத்தருக்கு என்ன கேடு? பார்த்தால் தெரியவில்லை?” என்றான்.

“உமக்குக் கண்ணிருந்து என்ன பயன்? உமக்கும்தான் எங்களைத் தெரியவில்லை” என்றார் குருடர்.

“தெரிவதற்கு அவ்வளவு பெரிய ஆட்களா... சொல்லுங்களேன், தெரிந்துகொள்கிறேன்” என்றான் சம்பந்தன்.

தமிழ்மகன்

"இளஞ்சூரியர், முதுசூரியர் அறிவீரோ... நாங்கள் இரட்டைப் புலவர்கள். நான் இளஞ்சூரியன்" என்றார் பார்வையில்லாதவர்.

"ஓ கவிகளா... நல்லது நல்லது. இப்படிச் சொல்லிக்கொண்டு நிறையபேர் ஓலைக்கட்டைத் தூக்கிக்கொண்டு அலைகிறார்கள். எங்கிருந்து வருகிறீர்கள்?"

"புறப்பாடு அறிந்துதான் சாப்பாடு போடுவீரோ? குடந்தையில் இருந்து வருகிறோம்" என்றார் முடவர்.

"முகவரி வேண்டாம்... உங்கள் கவிவரி போதும். உம்மைச் சோதித்துப் பார்த்துவிட்டுத்தான் சாப்பாடு போடுவேன்" என சம்பந்தனும் பதிலுக்கு பதில் பேசிக்கொண்டிருந்தான்.

"இறுதியாக என்ன சொல்ல வருகிறீர்?" என்றார் இளஞ்சூரியர்.

'வெண்பா பாடினால் வெண்பொங்கல் தருவேன், சம்மதமா?" என்றான்.

"அதற்கென்ன பாடிவிட்டால் போகிறது" என்றார் இளஞ்சூரியர்.

"பொறும் அய்யா... வெண்பொங்கலுக்காக எதையாவது பாடிவிட்டுப் போவதற்கா? நான் சொல்லுகிறபடி பாடும். 'மன்னு' எனத் தொடங்கி 'மலுக்கு' என முடிய வேண்டும் அந்த வெண்பா. போட்டி சரிதானா?"

மடப்பள்ளிக்காரனும் சாதாரண ஆள் இல்லை எனத் தெரிந்தது. மடத்துக்குத் தலைவனாயிருந்து கொண்டே திருவண்ணாமலைக் கோயில் நடைமுறைகளை மேற்பார்வையும் செய்துவந்தான் சம்பந்தன். அடுத்த நிமிடம் இளஞ்சூரியர் ஏழு சீரும் முதுசூரியர் எட்டு சீருமாக ஒரு வெண்பாவை கச்சிதமாகச் சொல்லி முடித்தனர்.

**"மன்னு திருவண்ணா மலையிற்சம் பந்தனுக்குப்
பன்னு தலைச்சவரம் பண்ணுவதேன்? மின்னின்
இளைத்த யிடைமாத ரெல்லாருங் கூடி
வளைத்திழுத்துக் குட்டாம லுக்கு."**

"அருமை... அருமை" எனக் கைதட்டி அருகே வந்தார் இளவரசர். எளிமையான ஆடையில் இருந்ததால் யாருக்கும் இளவரசரை அடையாளம் தெரியவில்லை. "ஒரு பிடி வெண்பொங்கலுக்கு இப்படி வாங்கிக்கட்டிக்கொண்டீரே, தேவையா?" என்றார் சம்பந்தனை நோக்கி. தம் கவியை ரசித்துக் கைதட்டியவரை இரட்டைப் புலவர்கள் ஆர்வமாக நோக்கினர்.

"மன்னு முதல் மலுக்கு வரை சரியாக இருந்ததா?" என்றனர் புலவர்கள்.

"அவர் விடுத்த சவாலையும் எதிர்கொண்டு கிண்டல் ததும்பவும் பதிலடி கொடுத்துவிட்டீர்கள். பலே. 'இளம்பெண்கள் எல்லாம் முடியை இழுத்துக் குட்டுவதைத் தவிர்க்கவே சம்பந்தன் மொட்டை அடிக்கிறான்' எனப் பாடியது பிரமாதம்."

"உங்கள் பாராட்டும் தோரணையும் நீங்கள் பெரிய இடத்துப் பிள்ளை எனக் காட்டுகிறது... நீர் யார்?" என்றார் இளஞ்சூரியர்.

"பாராட்டுவதற்கும் பெரிய இடத்துப் பிள்ளையாய் இருக்க வேண்டுமா? நானொரு வணிகன்."

முதுசூரியர் சொன்னார். "போதுமே... இடங்கைப் பிரிவினர். நேரடி உற்பத்தியில் உழைப்பில் விவசாயத்தில் போரில் ஈடுபடாதவர் இடங்கையர்தானே? வரிசெலுத்தும் பிரிவினர்."

"இருந்தாலும் நம்ம ராசராச சோழர் இப்படிப் பிரித்திருக்கக் கூடாது. செட்டியாரை இடங்கையராக்கினார் சரி. எங்களைப் போன்ற கூத்துக்கட்டிகளையும் இடங்கையில் சேர்த்துவிட்டுப் போய்விட்டாரே.'' மை மீசை வைத்துக்கொண்டு நீண்ட தலைமுடியைத் தோள்வரை தொங்கவிட்டபடி வந்தவன் இப்படிச் சொல்லிவிட்டு விவாதத்தில் கலந்துகொண்டான். அவனுடைய கட்டுடலும் முக அம்சமும் அரசவேடத்துக்குப் பொருத்தமானவன் போலத் தோன்றச் செய்தது.

"வாய்யா அர்ச்சுனா... அதனால் என்னய்யா இருந்துவிட்டுப் போகட்டுமே? செட்டிப் போட்ட வட்டியாகக் குட்டியாக இருந்துவிட்டுப் போக வேண்டியதுதானே? கூத்தாடிக்குக் கீழே கண், கூலிக்காரனுக்கு மேலே கண்" என இப்போதுதான் சம்பந்தன் இயல்பாகப் பேசத் தொடங்கினான்.

"புலவர்களும் கூத்துக்கட்டியான அர்ச்சுனனிடம் ஆர்வமாகப் பேச ஆரம்பித்தனர். அர்ச்சுனன் பாத்திரத்திலிருந்து அவன் சில காட்சிகளை அப்போதே ஏற்ற இறக்கத்துடன் நடித்துக்காட்ட, புலவர்களும், "அர்ச்சுனனாய் வேடமிட்டாய்... அர்ச்சுனரே நேரில் வந்தார்" எனப் பாராட்டித் தள்ளினர்.

அர்ச்சுனன் சும்மா இல்லாமல், "ஏம்பா வணிகரே... நீரும் நானும் ஒரு சாதி. வணிகனும் கூத்தாடியும் ஒரு சாதி என்பதற்காகச் சொன்னேன். அப்புறம் என்ன நல்ல களையாக இருக்கிறீர். நம்

தமிழ்மகன்

கூத்தில் சேர்ந்துவிட சம்மதமா?" என்றான்.

"பார்க்கலாம்" என எழுந்தார் இளவரசர். "மாலைக்குள் ஆறகழூர் போய்ச் சேர வேண்டும்."

"பார்க்கலாம் எனப் போய்க்கொண்டே இருந்தால் எப்படி? எங்கே பார்ப்பது... எப்போது பார்ப்பது?"

"வியாபாரத்தை முடித்துக்கொண்டு திரும்பி வரும்போது பார்க்கிறேன். திருவண்ணாமலையில் எனக்கு இப்போது சம்பந்தன், அர்ச்சுனன் என இரண்டு கூட்டாளிகள் இருக்கிறார்கள்."

"எங்களை விட்டுவிட்டீரே.. செட்டியாரே?"

"நீங்கள் குடந்தை, இளந்துறைக்காரர்கள் அல்லவா? உங்களையும் விரைவில் சந்திப்பேன். வருகிறேன்" என்றபடி கோயில் கிழக்கு வாசலில் கட்டி வைத்திருந்த தன் குதிரையை நோக்கிப் போனார்.

அர்ச்சுனனும் பேசிக்கொண்டே வந்தான். குதிரையில் இளவரசர் தாவி ஏறி அமர்ந்த லாகவத்தைப் பார்த்து, "அட அரச வேடமே கொடுக்கலாமே?" என்றான்.

இளவரசர் சிரித்துக்கொண்டே, "ஏன் எனக்கு வணிகன் வேடம் பொருத்தமாக இருக்காதா?" என்றார்.

அர்ச்சுனன், "வணிகர் வேடம் போடலாம். ஆனால் அதற்கு நீங்கள் நடித்துப் பழக வேண்டும். அரச வேடம் என்றால் உள்ளபடி இருந்தாலே போதும்" என்றான்.

இளவரசர் சேணத்தில் அமர்ந்து குதிகாலால் குதிரையைத் தட்டிவிட துள்ளலாகப் பாய்ந்து கிளம்பியது. எதிரே வந்த தலைமை அர்ச்சகர், குதிரை வந்த திசையில் நெடுஞ்சாண்கிடையாகத் தரையில் விழுந்து வணங்கி, எழுந்தார். புழுதி பறக்கப் புரவி பறந்து அதே வேகத்தில் கண்ணைவிட்டு மறைந்தது.

"ஐயரே... ஏன் தரையில் விழுந்து வணங்கினீர்? யார் அவர்?"

"யாரென்று தெரியாமலா இவ்வளவு நேரமாகப் பேசிக்கொண்டிருந்தாய்? அவர்தான் நம் இளவரசர்... ஏகாம்பரநாதர்."

"ஆள், அம்பாரி இல்லாமல் எளிமையாக வந்துவிட்டுப் போய்விட்டாரே? எதற்காக வந்தார்... எங்கு செல்கிறார்?"

அர்ச்சகர் தீர்க்கமாகச் சொன்னார்: "எளிமையும் அவசரமும் உள்ளங்கை நெல்லிக்கனி. இளவரசர் அரசியல் சுற்றுப்பயணம்

படைவீடு

கிளம்பியிருக்கிறார் என்று அர்த்தம்."

திருவண்ணாமலை கோட்டத்தின் தலைவன் இல்லம் சென்ற இளவரசர், திருவண்ணாமலை எல்லையின் பாற்பட்ட எல்லா பகுதிகளிலும் காவலைப் பலப்படுத்துமாறு சொன்னார். அறிவிப்பில்லாமல் வந்த இளவரசரை எதிர்கொள்ள இயலாமல் தடுமாறினார் அகம்படையார். ஏகாம்பரநாதர் அவசர காரியமாக, தான் நட்பு நாடுகளை எல்லாம் நேரில் பார்த்துப் பேசிவிட்டு வரப் போகிற செய்திகளையெல்லாம் சொல்லி முடித்தார். செய்யாறு, ஆரணி பகுதிகள் உள்ள காவல் படையினரை எச்சரிக்கையாக இருக்குமாறு தெரிவித்தார். சுல்தானிய படையினரின் அட்டூழியங்கள் அகம்படையாருக்கு நன்றாகவே தெரிந்திருந்தன. போதுமான எச்சரிக்கையுடன் இருப்பதை அவர் பணிவுடன் பகர்ந்தார்.

ஆடி சோதிநாளில் படைவீட்டில் நடக்கும் வைபவத்தில் வந்து மேலும் விவாதிக்க வேண்டியவற்றைப் பேசிக்கொள்ளலாம் என்ற சுருக்கமான தகவலைப் பகிர்ந்துகொண்டு வேகமாகப் புறப்பட்டார் ஏகாம்பரநாதர். அவர் அகம்படையாரின் வீட்டில் இருந்து புறப்பட்டபோது தூரத்தில் இன்னொரு குதிரையும் புறப்படுவதைக் கவனித்தார். அந்தக் குதிரையின் மீதிருந்தவீரன், திருவண்ணாமலையார் கோயிலில் இரட்டைப் புலவர்களோடு பேசிக்கொண்டிருந்த நேரத்திலும் தன்னைத் தீவிரமாகக் கண்காணிப்பதைப் பார்த்தார். அர்ச்சகரிடம் வைர வியாபாரி என்று சொன்னதைக் கேட்டுவிட்டு வழிப்பறி செய்ய பின்தொடர்கிறானோ? எந்த நேரத்திலும் எச்சரிக்கையாக இருக்க வேண்டிய அவசியத்தை சிற்றரசுகளுக்கும் அகம்படையார்களுக்கும் உணர்த்துவதற்காகக் கிளம்பிய இளவரசர் தான் முதலில் எச்சரிக்கையாக இருக்க வேண்டியதை உணர்ந்தார்.

8. வந்தது யார்?

“திருவண்ணாமலையிருந்து இருபது காதம் தென் திசை நோக்கி பயணம் செய்யவேண்டும். தென்பெண்ணை ஆறு குறுக்கிடும். பெண்ணையைக் கடந்தால் ஆதித் திருவரங்கப் பெருமாள் கோயில். அங்கிருந்து தென் மேற்கு திசையில் நாற்பது காதம் சென்றால் வாணாதி நதிக்கரையில் ஆறகழூர். அங்கே வாணகோவராயர் அரண்மனை.” திருநம்பி சொன்னது மனதில் ஒலித்தது. அறுபது காத தூரம். அவசரம் உணர்ந்து குதிரையை வேகமாகச் செலுத்தினார் ஏகாம்பரநாதர்.

வெயில் உச்சந்தலைக்கு நேராக இருந்தாலும் வனப்பகுதியில் செல்வதாலும் குதிரையின் வேகத்தாலும் அதன் தாக்கம் தெரியவில்லை. நண்பகலுக்குள் ஆறகழூர் சென்றுவிட வேண்டும் என்ற முனைப்பு ஏகாம்பரநாதருக்கு இருந்தது. ஆடி மாத வெயிலும் புழுதிக் காற்றும் முகத்தில் அறைந்தது. தோளில் புரண்ட மேல் துண்டை முகத்தில் பார்வைக்காக இடம் விட்டு மற்ற இடங்களை மூடி கட்டிக்கொண்டார். சாலையின் இரு மருங்கும் வேளாண்குடிகள் விவசாயத்தில் ஈடுபட்டிருந்தனர். நீர் ஆதாரம் அதிகமிருக்கும் இடங்களில் நீர்ப் பாய்ச்சி உழுது நிலத்தைப் பண்படுத்திக்கொண்டிருந்தனர். சில இடங்களில் ஆடிப்

பட்டத்துக்காகப் புழுதிகால் ஓட்டி, மழை வந்ததும் விரைப்பாடுக்குத் தயார்படுத்திக்கொண்டிருந்தனர். மிளகாய், வெண்டைக்காய், கத்திரிக்காய் போன்ற தோட்டப் பயிர்கள் தென்பட்டன. கடந்த காலத்தில் வறட்சி ஏற்பட்டு விவசாயம் பொய்த்துப்போன சமயத்தில் வேளாண்குடிகளின் வரியைத் தள்ளுபடி செய்து அவர்களின் வாழ்வுக்கு ஆதரவாக இருந்ததையும் நினைத்துப் பார்த்தார். 'வரப்புயர நீர் உயரும், நீர் உயர நெல் உயரும், நெல் உயர குடி உயரும், குடி உயர கோல் உயரும், கோல் உயர கோன் உயர்வான்' என்ற அவ்வையாரின் பாடலையும் அவர் நினைத்துப் பார்க்கத் தவறவில்லை.

தென்பெண்ணை ஆற்றங்கரையை அடைந்ததும் ஆற்றின் வேகத்தைப் பார்த்தார். சில இடங்களில் அகன்றும் சில இடங்களில் சிறுத்தும் ஓடிக்கொண்டிருந்தது. ஆற்று மணல் பரப்பில் குதிரையைச் செலுத்தினார். நீரோட்டம் குறுகியிருந்த இடங்களை நோக்கிச் சென்று குதிரை ஒரே தாவலாகத் தாவிக்குதிக்கக் கூடிய நீள அகலங்களைக் கண்களால் அளந்தார். வெட்டவெளி மணற்பரப்பு வெயிலின் கொடுமையை உணர்த்த ஆரம்பித்தது. அரை காத தூரத்துக்கு மேல் பரந்துகிடந்த ஆற்று மணல் பரப்பைக் கடந்து மறுகரையை அடைந்ததும் குதிரையில் இருந்து இறங்கி முகத்தையும் தலையையும் கை கால்களையும் குளுமை ஏற்படும் வரை நீரால் கழுவிக்கொண்டு குதிரையும் நீர் பருகச் செய்தார். செவலை குறைவாகத்தான் நீர் அருந்துவான். பயண நேரத்தில் அவனுடைய உணவுக் கட்டுப்பாடு இளவரசருக்கே ஆச்சர்யமாக இருக்கும்.

சற்றே பரவலாக நீர் ஓடிக்கொண்டிருந்த இடத்தில் சிலர் படகோட்டியின் தயவில்தான் மறுகரையை அடைய வேண்டியிருந்தது. குதிரையின் சேணத்தில் ஒய்யாரமாகக் கைவைத்தபடி நடந்துவந்த இளைஞனைப் பார்த்ததும் படகோட்டிக்கு அவனைப் பற்றி அறிந்துகொள்ள வேண்டும் எனத் தோன்றியிருக்க வேண்டும். "இரண்டு மாதங்களுக்கு முன்பு கடும் கோடை. ஆற்றில் மணல் மட்டும்தான் தென்பட்டது" எனப் பேச்சுக்கொடுத்தான் படகோட்டி.

"ஆற்றில் நீர் பெருக்கெடுத்து ஓடும் நேரங்களில் படகுகளுக்கு நிறைய வேலையிருக்கும். வணிகர்களும் பக்தர்களும் அதிகம் தோணிகளைத் தேடி வருவார்கள் இல்லையா?" என இளவரசரும் அவன் வாயைக் கிளறினார்.

“வணிகர்களும் பக்தர்களுமா? உங்களைப் போன்ற அரசப் பிரமுகர்களும்கூட அதிகம் வருவார்கள்.”

“ஏதேது... என்னைப் பார்த்தால் அரசப் பிரமுகர் போலவா இருக்கிறது?”

“தோரணையும் உடம்பின் கட்டுக்கோப்பும் மீசையும் அப்படித்தான் நினைக்க வைக்கிறது.”

“இல்லை அய்யா. நான் வணிகன். பை நிறைய ராசகம்பீரன் குளிகையை வைத்துக்கொண்டு அதைக் காப்பாற்ற உடம்பை பலமாக வைத்துக்கொள்ளவில்லை என்றால் என்ன பயன்? அதனால்தான் கொஞ்சகாலம் சிலம்பம் பழகினேன்.”

இளவரசர் சொன்னதை நம்பி, “ஓஹோ அப்படியா? சிறிது நேரத்துக்கு முன் ஒருவர் வந்தார். அவருடைய தோரணையும் இப்படித்தான் இருந்தது. அதனால் சொன்னேன்.”

அரசப் பிரமுகர் யாராக இருக்கும் என இளவரசருக்கும் உள்ளுக்குள் யோசனை புரண்டது. திருவண்ணாமலையில் இருந்து தன்னைத் தொடர்ந்துகொண்டிருக்கும் அந்த ஒற்றனாக இருக்குமோ? அதை வெளிக்காட்டிக்கொள்ளாமல், “அரசு அதிகாரிகளுக்கு ஆயிரம் வேலையிருக்கும். எதிரிப் படைகள் உள்ளே நுழையாமல் இருந்தால் சரிதான்” என்றார்.

படகோட்டி தீர்க்கமாகச் சொன்னான். “சம்புவராயர், வாணகோவராயர், வல்லவராயர், காடவராயர், மழவராயர் என பல்லவ வழித்தோன்றல்களின் ஆட்சியை மீறி ஒரு எதிரி உள்ளே நுழைந்துவிட முடியுமா? அவர்களே வேண்டுமானால் எதிரெதிராக அணி திரளலாம். மீறி ஒரு தூசு துரும்பு வர முடியாது.”

“அவர்கள் ஏன் எதிரெதிராக அணித் திரளப் போகிறார்கள்? எதிரி வெளியிலிருந்து வந்தால்தான் உண்டு. ஏதோ அரசு அதிகாரி வந்தார் என்றீர்களே... அது எதிரி கிடையாது என நிச்சயமாகச் சொல்கிறீர்களா?” விசாரித்தார் இளவரசர்.

“ஆமாம்.”

“இப்போது நிலைமை அப்படியில்லை. மதுரையை சுல்தான்கள் சுற்றி வளைத்துவிட்டார்கள். கோயில்களைக் கொள்ளையடிப்பதுதான் அவர்கள் ஒரே லட்சியம். கோயில் செல்வங்களை நோட்டம் பார்ப்பதற்காக ஆட்களை

படைவீடு

அனுப்பிக்கொண்டிருக்கிறார்கள்."

"அப்படிப் பார்த்தாலும் வந்தவர் துருக்கியர் இல்லை" என்றான் படகோட்டி.

"நன்றாக இருக்கிறதே உங்கள் கணிப்பு. நோட்டம் பார்க்க அவனா வருவான்?"

"பின்னே? நம் ஆட்களா கோயிலில் கொள்ளையடிக்க அவர்களுக்குத் துணை போவார்கள்?"

"ஏன் காட்டிக்கொடுக்க மாட்டார்கள். சைவர்கள், வைணவர்களுக்கு எதிரி... வைணவர்கள் சைவர்களுக்கு எதிரி. இவர்கள் இருவருக்கும் சமணர்கள் ஆகாது. போதாதா? அவர்களில் யாரையாவது தூண்டிவிட்டுக் காரியம் சாதிக்கலாம் அல்லவா?" இளவரசர் வேறுவிதமாக எடுத்துக்கொடுத்தார்.

"இப்போதெல்லாம் சமயச் சண்டை ஒருவாறு ஒழிந்துவிட்டதுபோலத்தான் இருக்கிறது. எல்லா மன்னர்களுமே தொல்லையில்லாமல் ஒரு சிவன் கோயில், ஒரு திருமால் கோயில், ஒரு சமணக் கோயில் எனக் கட்டிக்கொண்டிருக்கிறார்கள். இருக்கிற கோயிலுக்கெல்லாம் திருப்பணி செய்கிறார்கள். ஆனாலும் சிலர் இப்படி முரட்டுத்தனமாக இருக்கிறார்கள்தான்" என ஒப்புக்கொண்டான் படகோட்டி.

"அதனால்தான் சொன்னேன். வந்தவர் எந்தப் பக்கம் போனார் எனத் தெரியுமா?" என விசாரித்தார் ஏகாம்பரநாதர்.

"ஆதித் திருவரங்கன் ஆலயம் நோக்கித்தான் போனார். நீங்கள் சொல்வதைப் பார்த்தால் ஐயம் வலுக்கிறதே?"

"சரி. நான் பார்க்கிறேன்" என்றபடி கோயிலை நோக்கி வேகமாகப் போனார். கோயில் பிரகாரத்தை வேகமாக ஒரு சுற்று சுற்றி வந்தார். யாரும் தென்படவில்லை. கோயிலுக்குள் சென்று பார்க்கலாம் எனக் குதிரையை வாசலில் நிறுத்தி, பிரமாண்டமான கோயில் கதவின் அருகே இருந்த தூணில் கட்டிவிட்டு உள்ளே சென்றார். கோயிலுக்குள் சில பக்தர்கள் தென்பட்டார்களே தவிர, படகோட்டி சொன்னது போல அரசு அதிகாரிகள் போலயாரும் தென்படவில்லை. ஏகாம்பரநாதனின் பார்வையில் இருந்த தேடலை கோயில் பட்டர், கவனித்திருக்க வேண்டும்.

"என்ன தேடுகிறீர்கள்?" என்றார்.

ஏகாம்பரநாதர் சுதாரித்தபடி, “என் நண்பர் இங்கே வருகிறேன் எனச் சொல்லியிருந்தார். அவரைத்தான் தேடுகிறேன்.”

“ஆண்டவன் சந்நிதியில் ஆண்டவரைத் தேடுங்கள். உங்கள் நண்பரைத் தேடாதீர்கள்.”

“ஆண்டவரைத் தேடித்தான் இப்போது தில்லியில் இருந்து பலர் புறப்பட்டு வந்திருக்கிறார்கள்.'' ஏகாம்பரநாதர் சொன்ன இரட்டுறமொழிதலை அந்த வைணவ அடியார் புரிந்துகொள்ளவில்லை. “அப்படியா?” என ஆச்சரியப்பட்டார்.

ஆதித் திருவரங்கன் பிரமாண்டத் தோற்றத்தோடு, கோயில் கருவறைச் சுவரில் பதிந்திருந்த காட்சியைப் பார்த்ததும் ஏகாம்பரநாதருக்கு ஒரு கணம் உடம்பெல்லாம் சிலிர்த்தது. என்னே தோற்றம்? என்ன ஓய்யாரம்? தலை முதல் பாதம் வரை அங்குலம் அங்குலமாகப் பார்ப்பது பரவச அனுபவமாக இருந்தது. பள்ளிகொண்ட நிலையில் திருவரங்கன் இருந்த காட்சி, ஆற்றின் போக்குக்கே அணை போட்டதுபோல இருந்தது. கற்பூர தீபத்தின் ஒளியில் அவனுடைய தரிசனம் உடலைச் சிலிர்க்க வைத்தது. பச்சை மா மலை போல் மேனி. இந்த வரி இந்தச் சிற்பத்தைப் பார்த்துத்தான் உருவாகியிருக்க வேண்டும் என நினைத்தார் இளவரசர்.

9.சௌந்தரியின் விருந்து!

மகதை வளநாட்டின் ஆறகழூர் வாணகோவராயர் அரண்மனையை அடைந்தபோது உச்சிப் பொழுது கடந்துவிட்டது. ஆறே அகழியாக அமைந்த ஊர் என்பதால் ஆறகழூர் ஆனதை நேரில் கண்டபோது உணர்ந்தார் ஏகாம்பரநாதர். வாணாதி நதியையொட்டிய அன்புநாதர் ஆலையத்தின்* கோபுரம் அழகுற காட்சி தந்தது. செங்கல்லால் ஆன அரண்மனையும் கோயிலையொட்டியே இருந்தது. அண்ணாமலையார் கோயில் கோபுரத்துக்குப் பொன்கூரை வேய்ந்ததால் பொன்பரப்பின வாணகோவராயர் என வாழ்த்தப்பட்ட மாவேந்தன் சுத்தமல்லரின் பெயரன் இரண்டாம் சுத்தமல்லரின் அரண்மனை என்றால் நம்புவது கடினமாகத்தான் இருந்தது. கோயில்களுக்குப் பொன்கூரையும் வானைத் தொடும் கோபுரங்களையும் கட்டிய வேந்தர்கள் தாம் வாழ்வதற்கான அரண்மனையை எளிமையாக அமைத்துக்கொள்வதன் விசித்திரத்தை அவர் பலமுறை யோசித்திருக்கிறார். குதிரையைவிட்டு இறங்கும் முன்பே அரண்மனைக் காவலன் எதிர்கொண்டு விசாரித்தான். அறிமுகப்படுத்திக்கொண்டார் ஏகாம்பரநாதர். மிக்க பணிந்து மரியாதையுடன் அழைத்துச் செல்லப்பட்டு வரவேற்பு மண்டபத்தில் அமரவைக்கப்பட்டார் இளவரசர். நெடிதுயர்ந்த விதானம்.

பல்லவர் வழிவந்த அனைவருக்குமே கல்லைக் கயிறாகவும் திரிக்கும் திறன் இருப்பதை இளவரசர் கவனித்தார்.

புலி ஒன்றை வேலால் குத்தியபடி இருக்கும் வீரனின் கற் சிற்பம் ஒன்று இருந்தது. புலியின் வாய் வழியே பாய்ந்த வேல், வயிற்றுக்குள் இறங்கி, முதுகு வழியே வெளியேறியபடியான சிற்பம். ஒரே கல்லில் அத்தனை நுணுக்கமாக செய்வது அபூர்வம்தான். தேக்கு மரத்தில் செதுக்குவதுகூட அத்தனை சாத்தியமா எனத் தெரியவில்லை. கல்லையே தேக்கு போல வழவழப்பாக இழைத்திருந்தார்கள். தொண்ட மண்டல அரசர்களில் வாணகோவராயர் வலுவான நட்பரசர். வாணர் குலத்தவர். திருவல்லத்தில் ஆட்சிசெய்த வந்தியத் தேவரின் வாரிசான பொன்குமார வல்லவராயரின் நெருங்கிய உறவின் முறையினர். இருவரையுமே வாணர் குலம் என அழைப்பது மரபு. முப்பாட்டன் ராசகம்பீர சம்புவர் காலத்தில் இருந்தே நெருக்கமான நட்பு பாராட்டும் அரச வம்சம். தொண்ட மண்டல வில்லாளிகள் வம்சத்தில் காடவராயருக்கு நிகரான படைபலமும் சோழர்கள் காலம் தொட்டுத் தொட்டுத் தொடரும் உறவும் உள்ளவர்கள். சோழர்களின் மண உறவு தேசத்தவர்.

தலைமைக் காவலர், வேகமாக ஓடிவந்தார் என்றுதான் சொல்ல வேண்டும். "இளவரசரே நீங்களா? காளை இலச்சினையைப் பார்த்ததும் சோழகனார்தான் வந்திருப்பார் என நினைத்துவிட்டேன். இதோ ஒரு நொடியில் அரசரிடம் தெரிவிக்கிறேன். தாமதத்துக்கு மன்னித்துக்கொள்ளுங்கள்" என்றார்.

"பொறுமையாக வரட்டும். அதுவரை இந்தச் சிற்பங்களைப் பார்த்துக் கொண்டிருக்கிறேன்" என்றார்.

"மகிழ்ச்சி. இதோ வருகிறேன். பழச்சாறு பருகுகிறீர்களா?"

"எதுவும் வேண்டாம். மன்னரைப் பார்த்துவிட்டுப் பிறகு அருந்துகிறேன்."

தலைமைக் காவலரிடம் வந்திருக்கும் சேதியைச் சொன்ன சில வினாடிகளில் அரசர் இரண்டாம் சுத்தமல்லரே எதிர்கொண்டு அழைக்க வந்துவிட்டார். அவருடன் மெய்க்காப்பாளர், அமைச்சர், படைத் தலைவரும் அரண்மனை விருந்தினர் கூடத்துக்கே வந்து வரவேற்றனர்.

"இளவரசே... என்ன விசேஷம் ஓர் ஓலைகூட அனுப்பாமல் அப்படி ஓர் அவசரம். வாருங்கள்... வாருங்கள். உள்ளே சென்று

பேசுவோம்.”

உள்ளே நடக்கத் தொடங்கியதுமே, “காவலரே... இளவரசர் வந்திருக்கிறார். இரவு விருந்துக்கு ஏற்பாடு நடக்கட்டும்” என்றார்.

“மன்னரே... மன்னிக்கவும். இரவு தங்க முடியாது. நான் உடனே விடைபெற வேண்டும்.”

“இளவரசரே... ஏன் இந்த அவசரம்?”

“தாமதிக்க நேரமில்லை.. தொண்ட மண்டல அரசுப்படைகள் அனைத்தையும் திரட்ட வேண்டிய வேலை. சுல்தான்கள் நெருங்கிவிட்டார்கள். தமிழகத்துக்கு இப்படி ஓர் ஆபத்து இதற்கு முன் ஏற்பட்டதில்லை.”

“என்ன எல்லா அரசுகளும் இணைந்து போராடுவதா?”

“ஆமாம்... அதற்கான பயண ஏற்பாடோடுதான் வந்திருக்கிறேன்.”

“வாருங்கள்.. வசந்த மண்டபத்தில் அமர்ந்து பேசுவோம்.” அரசரின் வேண்டுகோளை மீற முடியாமல் அவர் பின்னால் நடந்தார் இளவரசர்.

வசந்த மண்டபம் நெடுதுயர்ந்த கல் மண்டபம். நான்கு புறமும் விசாலமான சாளரங்கள் திரைச்சீலைகளால் அலங்கரிக்கப்பட்டிருந்தன. வாணகோவராயர் இரண்டாம் சுத்தமல்லர், ஏகாம்பரநாதரை இருக்கையில் அமரவைத்த பின்னரே தனது இருக்கையில் அமர்ந்தார்.

“முக்கியமான காரியமாகத்தான் வந்திருப்பீர்கள் என உணர முடிகிறது. முன்கூட்டி எந்தத் தகவலும் தராமல் இப்படி திடீரென வருகைப் புரிந்திருப்பதை வைத்து காரியத்தின் அவசரத்தையும் அவசியத்தையும் அறிகிறேன். விளக்கமாகச் சொல்லுங்கள்.”

“தென் தமிழகம் முழுதும் ஏற்பட்டிருக்கும் அச்சநிலையை நீங்கள் அறிவீர்கள். மூவேந்தர்களின் படைகளிலும் முக்கியப் பொறுப்பு வகித்தவர்கள் நாம். இன்றோ, அவர்கள் ஆட்சி எல்லா இடங்களிலும் பொலிவிழந்து போய்விட்டன. இறுதியாக மூன்றாம் ராசராசர் காலம் வரை சோழர்களின் ஆட்சியை நிலைநிறுத்த உடன்படிக்கை செய்து உடனிருந்தோம். ராசராசரைச் சிறைபிடிக்க காடவராயர் முனைந்தபோதும் நாம் சோழருக்குத் துணையாக நின்றோம். பின்னர், ராசராசரை வீரவல்லாளர் மீட்டபோதும் நாம் காடவராயருக்குத் துணை நிற்கவில்லை. இத்தனைக்கும் காடவராயர் நம் நட்புப் படைவம்சத்தைச் சேர்ந்தவர்.” சுத்தமல்லர் ஏன் இந்தப்

பழைய கதை இழுக்கிறார் என்பது ஏகாம்பரருக்குப் புரியாமல் இல்லை. வந்திருக்கும் நோக்கம் உணர்ந்து பொறுமை காத்தார்.

“எதற்குச் சொல்கிறேன் என்றால்... ஒவ்வொரு முறையும் சோழர்களாகவும் பாண்டியர்களாகவும் நம்மவர்களே பிரிந்து போராடித்தான் பழக்கம். ஒவ்வொருவரிடமும் அந்தப் பழைய காயங்கள் வருத்தங்கள் இருக்கும். இந்தத் தருணத்தில் இணைந்து போராடுவோம் வாருங்கள் என்றால் எத்தனை பேர் இசைவார்கள் என்பது தெரியவில்லை.” வாணகோவராயர் சொல்லி முடித்தார்.

“நமக்குள்ளே ஆயிரம் உள்முரண்பாடுகள் இருக்கலாம். ஆனால், நாம் போர் ஒழுக்கம் பேணியவர்கள். நம்பிக்கை நம்முடைய சொத்து. எந்த மன்னரின் பக்கம் நியாயம் இருப்பதாக நினைக்கிறோமோ அவர்களே துணை நிற்போம். நாம் ஆளும் பிராந்தியத்தின் வரி ஆதாயம் நம் நிர்வாகத்துக்குப் போதுமானதாக இருக்கும். இப்படித்தான் நாம் ஆட்சி செலுத்தி வருகிறோம். பெரும்பாலும் நாம் சோழர்கள் அங்கமாக நின்றவர்கள். சில சிறிய முரண்பாடுகள் வரும்போகும். பொது எதிரி வரும்போது ஒன்று திரண்டு நிற்க வேண்டுமல்லவா? வருபவன் போர் ஒழுக்கமற்ற கொள்ளைக்காரன். காலமோ மூவேந்தர்களின் முடியரசுகள் வீழ்ந்துபட்ட காலம். காலம்தோறும் அவர்களுக்காகப் போர்முனையில் நின்றவர்கள் நாம். இப்போதோ நாமே நம் பொது எதிரியை எதிர்கொள்ள வேண்டிய தருணம். நாம் எல்லோரும் இணைந்து நின்றால் சுல்தான் படையைச் சுக்கு நூறாக்கிச் சிதறடிக்க முடியும்.”

“நம் வீரத்தைக் காட்ட இதைவிடச் சிறந்த தருணம் இருக்க முடியாது. அதை நான் அறிவேன். ஆனால்...” சுத்தமல்லர் நிதானித்த அடுத்த கணமே ஏகாம்பரநாதர் பேச்செடுத்தார். “நான் எதிர்பார்ப்பது ‘ஆனால்’ என்ற யோசனையை அல்ல. ‘அதனால் சம்மதிக்கிறேன்’ என்ற உங்கள் ஒப்புதலை.”

“எனக்குச் சம்மதம்தான். நான்தான் முதலிலேயே சொல்லிவிட்டேனே... நம் வீரத்தைக் காட்ட இதைவிடச் சிறந்த தருணம் இல்லை என.” வாணகோவராயர் ஒப்புக்கொண்டார்.

“அதுபோதும். உங்கள் சம்மதம்தான் எனக்கு முக்கியம். நீங்கள் சம்மதித்துவிட்டீர்கள் என்பதைச் சொல்லியே மற்ற சிற்றரசுகளை உடன்படிக்கைக்கு உட்படுத்திவிடுவேன். குறிப்பாகக் காடவராயர் மூன்றாம் கோப்பெரும் சிங்கராய மணவாள பெருமாள் அவர்களை.”

படைவீடு

சுத்தமல்லர் பெரு மகிழ்வுடன் பெரும் சத்தம் கொடுத்துச் சிரித்தார். "நான் தயங்கியது அதற்காகத்தான். வீரவல்லாளரை வீழ்த்துவதற்கு சம்புவர்ப் படை துணைபுரியவில்லை என்ற கோபம் காடவராயருக்கு இன்னமும் இருக்கிறது. நமக்கு ஆதாயம் என்னும்போதுமட்டும் உறவு பாராட்டுகிறார்கள் என நினைத்துவிடக் கூடாதே எனச் சொல்ல நினைத்தேன். ஆனால் நீங்கள் அவரை உடன்படிக்கைக்கு உட்படுத்திவிடுவேன் என்பதை சொல்லிவிட்டீர்கள். மகிழ்ச்சி."

ஏகாம்பரநாதர், "இது சம்புவர் ஆட்சிக்கான ஆதாயம் இல்லை என்பதை உணரவைப்பேன். வடக்கே இருந்து வந்திருக்கும் இந்த நெருக்கடியை முறியடிப்பது தமிழர்களின் கடமை என்பதைச் சொல்வேன். இந்த தருணத்தில் நாம் இணைந்து செயல்படவில்லை என்றால் நம் தமிழ்ப் பெண்களும் சமூகமும் அடையும் ஆபத்தைச் சொல்வேன்" என்றார்.

"போதும் ஏகாம்பரம்... போதும். இத்தனை தெளிவாக நீங்கள் இருக்கும்போது நானும் காடவராயருக்கு ஓலை அனுப்பிச் சம்மதிக்க வைப்பேன். வாணர் குலத்தைப் பொறுத்தவரை வல்லவராயர் உங்கள் வார்த்தைக்குக் குறுக்கே நிற்கமாட்டார். எங்கள் தாய் மாமன் என்ற முறையில் நானும் தனிப்பட்ட முறையில் அவருக்குத் திருமுகம் அனுப்புகிறேன். நீங்கள் எடுத்திருப்பது பெரும்பணி. என் வாழ்த்துக்கள். வாருங்கள் உணவருந்திவிட்டுப் பேசுவோம்."

இளவரசருடன் சுத்தமல்லர் அரண்மனை விருந்து மண்டபம் நோக்கிச் செல்ல மற்றவர் விடைபெறும் நோக்கத்தோடு தயங்கி நிற்க, "அனைவரும் வாருங்கள்" என்றார் சுத்தமல்லர்.

மெய்க்காவல் படைத் தலைவர் சுந்தரவர்மர் முகத்தில் சற்றே நாணம் தோன்றி மறைந்தது.

"வேண்டாம் மன்னா. சமையல் ஏற்பாடுகளைக் கவனித்தேன். அது இளவரசருக்கான பிரத்யேக சமையல் எனத் தெரிகிறது. நாங்கள் கிளம்புகிறோம்."

பிரத்யேக சமையலா என மன்னருக்கே குழப்பமாகத்தான் இருந்தது. அவர்களுக்கு விடைகொடுத்துவிட்டு விருந்து மண்டபத்துக்கு இளவரசரை அழைத்துச் சென்றார் சுத்தமல்லர். சுந்தரவர்மர் நாணத்தால் சிவந்தது ஏன் எனத் தெரிந்தது. விருந்து

மண்டபத்தில் இளவரசி ஞானசௌந்தரி வரவேற்றாள்.

“வாருங்கள் இளவரசே! சாப்பிடாமல் தப்பிக்கப் பார்த்தீர்களா?” அன்பு மிரட்டலும் புன்னகையுமாக அவள் எதிர்கொண்டதை இளவரசரும் ரசித்தார். “எப்படியிருக்கிறாய் சௌந்தரி?” என்றார் அவளுடைய மிரட்டலுக்குப் பணிந்த பாவனையுடன்.

“அப்பா... இளவரசருக்காக நானே சமையல் ஏற்பாடுகளைக் கவனித்தேன். அவர் இனிப்புப் பிரியர் என முன்னமே ஒருமுறை எனக்குச் சொல்லியிருந்தீர்கள். சமையல்காரர்கள் பாகற்காய் பலகாரங்களைச் செய்து அவர் மனதை நோகடித்துவிடப் போகிறார்கள் என அஞ்சி நானே இந்த ஏற்பாடுகளைச் செய்தேன்” என்றாள்.

“நல்லவேலை செய்தாய். இளவரசர் சாப்பிடாமல் போக இருந்தார். இரு. என்னவெல்லாம் செய்திருக்கிறாய்.. இதோ பார்த்துவிட்டு வருகிறேன்” என்றபடி சுத்தமல்லர் சமையல் கூடத்தைப் பார்த்துவிட்டு வரச் சென்றார்.

அவர் சென்றதும், “ஞானசௌந்தரியா... அடையாளமே தெரியாத அளவுக்கு மாறிவிட்டாயே?” என ஏகாம்பரநாதரும் வியப்பால் கண்கள் விரியப் பார்த்தார்.

“இரண்டு ஆண்டுகளுக்கு முன் ஆடித் திருவிழா மண்டபத்தில் நான்தானே முதல் வரிசையில் என் தந்தையின் அருகில் இருந்தேன்.”

“அது நினைவிருக்கிறது சௌந்தரி... அடையாளம் மாறிவிட்டதைத்தான் சொன்னேன்.”

“ஓஹோ... அப்படி என் உடம்பில் என்ன அடையாளம் மாறிவிட்டது?” என அவளே அவளை ஒருமுறை ஏற இறங்கப் பார்த்துக்கொண்டாள்.

“எங்கெங்கே அடையாளம் மாறிவிட்டது என்பது உனக்கே தெரியுமே?” என்றபடி இளவரசரும் அவளை ஏற இறங்கப் பார்க்க, சௌந்தரியின் கண்கள் வெட்கத்தால் செவ்வரி ஓடி அடங்கின. அதற்குள் மன்னர் வந்துவிட, “அமருங்கள் அப்பா. இருவருக்கும் நானே பரிமாறுகிறேன்” என்றாள்.

“மன்னர் வீரசம்புவர் எப்படியிருக்கிறார்?” என்றபடி வெள்ளித் தட்டுகளை இருவருக்குமாக வைத்தார் மன்னர்.

“நலமுடன் இருக்கிறார். நான் எல்லா சிற்றரசர்களையும் சந்தித்து

போருக்குத் தயார்படுத்தியபின் ஆடி மாதம் சோதிநாளில் படைவீட்டில் அனைவரையும் ஓரிடத்தே சந்தித்து ஆலோசிக்க இருக்கிறார். சம்புவர்களுக்கு ஆடி சோதிநாளும் படைவீடும் எத்தனை முக்கியம் என எனக்குத் தெரியும். நிச்சயம் அனைவரும் வருவோம்."

"அரசியல் பேச்சு போதும் சாப்பிடுங்கள்" என்றபடி பனங்கற்கண்டு கலந்த பழக்கூழை முதலில் வைத்தாள். முயல்கறியும், மீன் வறுவலும், தட்டை நிறைத்தன. "சோறு வைக்க கொஞ்சம் இடம் வை அம்மா" என அரசர் சிரிக்க, "தொட்டுக்கொள்ள கொஞ்சம் சோறு தருவேன். இன்னும் மான் கறியும் கோழி கறியும் பாக்கியிருக்கிறது" என்றாள்.

"ஏனம்மா இளவரசருக்குப் பிடித்த இனிப்புகள் எங்கே?"

"அதிரசமும் முந்திரி பாயசமும் கடைசியில் தருவேன் அப்பா."

"நான் படைதிரட்டப் போவதா? இங்கேயே படுத்துத் தூங்குவதா?" என்றார் ஏகாம்பரநாதர்.

"போரா... அப்படியானால் உடம்பைத் தேற்ற வேண்டாமா?" என்றபடி இன்னும் ஒரு கரண்டி குறும்பாட்டுக்கறி வறுவலை எடுத்து தட்டில் வைக்கப் போக, அவள் கையைப் பிடித்துத் தடுத்தார் இளவரசர். மன்னரும் அதை மகிழ்ச்சியுடன் கவனித்தார். அதே நேரத்தில் பட்டத்தரசி பார்வதி தேவியும் அங்கே வந்து சேர்ந்தார்.

"படுத்து உறங்கிவிட்டு பகலில் செல்லலாமே என்பதைச் சொல்லத்தான் நானும் வந்தேன். அண்ணன் வீரசம்புவர் எப்படியிருக்கிறார். அண்ணியார் எப்படியிருக்கிறார்" என விசாரிக்க ஆரம்பித்தார் பார்வதி.

"அத்தையாரே... நான் அரச வேலையாக நெடுந்தூரம் பயணிக்க வேண்டியிருக்கிறது. தங்கிச் செல்ல அவகாசமில்லை. மன்னிக்க வேண்டும்."

நிலைமையை உத்தேசித்து, "இளவரசருக்குப் பெரும் பணியிருக்கிறது. அவரைக் கட்டாயப்படுத்த வேண்டாம்" என்றார் மன்னரும்.

"மன்னா... உங்களுக்கு இன்னொரு பொறுப்பையும் அளிக்க விரும்புகிறேன். நான் இப்படியே பெரும்புலியூர் வழியாக திருவானைக்கா செல்லவிருக்கிறேன். நீங்கள் திருக்கோவிலூர் மலையமான் அரசர் தென்னவர்கோன் அவர்களிடம் இந்தத் திருமுகத்தைச் சேர்ப்பித்து நமக்கு அவருடைய ஆதரவு தேவையென்பதை அறியப்படுத்தவும். நீங்களே நேரில் சென்று

தமிழ்மகன்

அழைத்தால் மகிழ்வேன்."

"உங்கள் சார்பாகவும் என் சார்பாகவும் அழைக்கிறேன் இளவரசே!"

10. ராசமல்லிக்குத் தீர்ப்பு!

விருந்து முடிந்து வெளியே மண்டபத்தில் வந்து அமர்ந்ததும் அமைச்சர் ஏதோ அவசரச் செய்தியோடு வருவது தெரிந்தது. மன்னர் சுத்தமல்ல வாணகோவராயர் வினாக் குறியோடு விழியை உயர்த்திப் பார்த்தார். படைவீட்டில் இருந்து வந்திருக்கும் விருந்தினர் இளவரசர் ஏகாம்பரநாதர் அவர்களின் சொந்த நாட்டு விவகாரம் ஏதேனும் பேச வேண்டியிருக்குமோ என விலகிச் சென்று அமர்வதற்கு எத்தனித்தார்.

இளவரசரின் சங்கடத்தை உணர்ந்து, மன்னர் "நீங்கள் எங்கள் மதிப்புக்குரிய விருந்தினர்... நீங்கள் இங்கேயே இருக்கலாம்" என்றபடி அமைச்சரையும் அமரச் சொன்னார்.

"என்ன அமைச்சரே?"

"அன்புநாதர் கோயிலில் சிவன் சொத்து திருடு போயிருக்கிறது அரசே. மக்கள் எல்லோரும் ராசமல்லியைச் சந்தேகித்துக் குற்றவாளி கூண்டில் ஏற்றியிருக்கிறார்கள். தாங்கள் வந்து விசாரித்து தீர்ப்பு வழங்க வேண்டும் என்பது மக்களின் வேண்டுகோள்" என்றார் அமைச்சர்.

"இரண்டு நாழிகை அவகாசிக்கச் சொல்லுங்கள். இளவரசரையும் அழைத்துக்கொண்டு அங்கே வருகிறேன்" என்றார் அரசர் சுத்தமல்லர்.

“அரசே நானா? நான் ஏகப்பட்ட இடங்களுக்குச் செல்ல வேண்டும். மதுரையை எட்டியிருக்கும் சுல்தான் படை எந்த நேரத்திலும் தொண்ட மண்டலம் நோக்கித் திரும்பும். இன்னும் ஓரிரு வாரங்களுக்குள் செய்து முடிக்க வேண்டிய பணிகள் ஏராளம். சோதி நாளுக்குள் திரும்பிவிடுவேன் என என் தந்தைக்கு வாக்குகொடுத்திருக்கிறேன்” என ஏகாம்பரநாதர் தயங்கினார்.

“வழக்கு முடிந்து அப்படியே நீங்கள் புறப்படலாம்... போதுமா?”

“அப்படியானால் சரி” என சம்மதித்தார் இளவரசர்.

சற்றே பொழுது சாய்ந்த நேரம். சுத்தமல்லரும் ஏகாம்பரநாதரும் அன்புநாதர் ஆலயத்துக்குப் புறப்பட்டனர். தேர் வந்து நின்ற நொடியில், “நானும் வரட்டுமா அப்பா?” என்றபடி ஓடி வந்தாள் சௌந்தரி. அவளுடைய காற்சிலம்பொலி இசையென ஒலித்தது.

“நீ எதற்கு அம்மா? அங்கே வழக்கு ஒன்று நடக்கிறது. உனக்கு பிடித்தமானது எதுவும் அங்கே இருக்காது” என்றார் சுத்தமல்லர்.

“எனக்கு சதிராட்டம் சொல்லித்தந்த தலைக்கோலி ராசமல்லி. அவர்மீது திருட்டுப் பட்டம் கட்டியிருக்கிறார்கள். எனக்கு உண்மை தெரிய வேண்டாமா?” என வாதிட்டாள்.

மன்னருக்கு அதற்கு மேலும் சௌந்தரியிடம் விவாதிக்க விருப்பமில்லை. “என்ன நடந்தது என இன்னும் தெளிவாகத் தெரியவில்லை. கோயில் நிர்வாகம் முழுக்கவே தேவரடியார் ராசமல்லியிடம்தான் இருந்தது. ஈசனுக்குச் சாத்தும் வைர அட்டிகைகள், பொன்னாபரணங்கள், அம்மனுக்கான சரடுகள், சங்கலிகள் அனைத்தும் அவருடைய கட்டுப்பாட்டில்தான் இருந்தன. அவரே அதைத் திருடிவிட்டார் என்றால் என்ன அர்த்தம் என்றே தெரியவில்லையே? ஒரு தேவரடியார் செய்கிற வேலையா இது?” என்றார்.

“நேரில் போய் விசாரிக்கும்போதுதான் உண்மை தெரியவரும். நேரம் கடத்தாமல் அங்கே சென்றுவிடுவோம் அப்பா” என்றாள்.

“நீ வேண்டுமானால் பல்லக்கில் வா அம்மா” என்றார்.

“இல்லையப்பா. நானும் உங்களுடன் தேரிலேயே வருகிறேன்.”

மன்னர் அதன்பிறகு மறுப்பு தெரிவிக்கவில்லை. தேர், வாசலுக்கு வந்துவிட்டதாக காவலாளி வந்து தெரிவிக்க, மூவரும் புறப்பட்டனர். தெரு நெடுக்க மன்னரின் வருகைக்காக மக்கள் காத்திருப்பது

தெரிந்தது. மன்னர் வாழ்க என்ற முழக்கங்கள் ஒலித்தபடி இருந்தன. கோயிலின் முன்பு தேர் சென்று நின்றதும் அதிலிருந்து மன்னரும் இளவரசியும் மட்டுமின்றி வேறொருவரும் இறங்குவதைக் கண்டு மக்களுக்குக் குழப்பமும் தயக்கமும் ஏற்பட்டிருக்க வேண்டும்.

மன்னர் தேரைவிட்டு இறங்கி, இளவரசரின் தோளின்மீது கையைப் போட்டு, “இவர் சம்புவராயர் ஏகாம்பரநாதர். படைவீடு பேரரசின் இளவரசர்” என்றார். மக்கள், “இளவரசர் ஏகாம்பரநாதர் வாழ்க!” என்றனர். இளவரசியும் அவரருகே பூரிப்புடன் நிற்பதைக் கண்ட மக்களுக்குக் கூடவே மன்னர் திருமண அறிவிப்பையும் செய்யப் போகிறார் என்றுதான் நினைத்தனர்.

பொருத்தமான ஜோடிதான் என அவர்களின் மனத் தராசில் நிறுத்துப் பார்த்துக்கொண்டிருந்தனர். மக்களின் மன ஓட்டமும் மகளின் மன ஓட்டமும் மன்னருக்குப் புரியாமல் இல்லை. அதற்குள் அமைச்சர், “வாருங்கள் மன்னா, மண்டப மேடைக்குச் செல்வோம்” என அழைத்தார்.

ராசமல்லி கண்கலங்கி, கூனிக்குறுகி தூண் ஓரமாக நின்றிருந்தாள். மன்னர் வருகை அறிந்து தலை நிமிராமல் கைகூப்பினாள். எத்தனையோ முறை அவளுடைய சதிராட்டத்தால் களைகட்டிய மண்டப மேடையில் இன்று அவளை விசாரிக்கவே பயன்படுமென யாரும் நினைக்கவில்லை. மன்னரும் ஏகாம்பரநாதரும் சௌந்தரியும் பட்டுத்துணிப் போர்த்தியிருந்த அந்தக் கற்பலகையின் மீது அமர்ந்தனர்.

“என்ன நடந்தது எனச் சுருக்கமாகச் சொல்லுங்கள்!” எனக் கோயில் அறங்காவலர் ஞானசம்பந்தனிடம் கேட்டார் மன்னர்.

“உச்சிகால பூஜை முடிந்து எல்லா நகைகளையும் சரி பார்த்து ராசமல்லியிடம் ஒப்படைத்தோம் மன்னா. அவரும் அனைத்தையும் உறுதிப்படுத்தி, பெட்டகத்தில் வைக்கக் கொண்டு சென்றார். இப்போது அதிலே ஒரு வைர அட்டிகை காணவில்லை. நாங்கள் எல்லோரும் சென்ற பிறகு கோயிலில் இருந்தது ராசமல்லி மட்டும்தான். இறுதியாக நகை அவரிடம்தான் இருந்தது. கேட்டால், எனக்குத் தெரியாது எனச் சாதிக்கிறார்.”

ராசமல்லி இருக்கும் பக்கமாக மன்னர் திரும்பினார். அவள் இப்போதும் குனிந்த தலை நிமிராமல் நின்றிருந்தாள். “நகைகளைக் கடைசியாக அவளிடம்தான் கொடுத்தீர்கள்... அதனால் அவள்தான்

திருடினாள் என்பது போதுமானதாக இல்லையே?'' என்றார் ஞானசம்பந்தனை நோக்கி.

''மன்னா... தகுந்த ஆதாரம் இருக்கிறது. ராசமல்லிக்கு ஒரு சகோதரன் உண்டு. பெயர் மாணிக்கம். அவ்வப்போது கோயிலுக்கு வருவான். ஊதாரிப் பயல். ராசமல்லியை நச்சரித்து காசு பறித்துச் செல்வான். ஊரெல்லாம் அவனுக்குக் கடன். அவன் இன்று மத்தியானம் வந்தான். அவனுக்கு உதவத்தான் இந்த வைர அட்டிகையை எடுத்துக்கொடுத்திருக்கிறாள். அவனைத் தேடிப்பார்த்தோம். தலைமறைவாகிவிட்டான். அவனைப் பிடித்துவர காவலரிடம் தகவல் சொல்லிவிட்டோம்."

இந்த முறை மன்னர் திரும்பிப் பார்த்தபோதும் ராசமல்லி மறுப்பேதும் சொல்லாமல் நின்றிருந்தாள். மன்னர் தன்னைச் சந்தேகித்து ஒரு வார்த்தை கேட்டாலும் அவள் துடித்துப்போவாள் என மன்னருக்கே தெரிந்தது. செளந்தரியை பதின் வயதில் அவளிடம் சதிர் கற்க அனுப்பியதில் இருந்து கோயில் திருவிழாக்களில் அவள் ஆடும் தெய்வாம்சம் பொருந்திய நாட்டிய அபிநயங்களைக் கண்டது வரை எல்லாவற்றிலும் கலையும் ஆன்மிகச் செயல்பாடும் மட்டுமே வெளிப்படும். மாசு மறுவற்ற கறந்தபாலின் தூய்மை அது. அவளை நோக்கிக் கேட்க மன்னருக்கும்தான் தயக்கமாக இருந்தது.

"அப்படியானால் இவள் தம்பியைப் பிடித்து அல்லவா விசாரிக்க வேண்டும்?" என்றார் அரசர்.

இளவரசர் ஏகாம்பரநாதர், ''அரசே குறுக்கிடுவதற்குப் பொறுத்துக்கொள்ள வேண்டும். நகைப் பெட்டகத்தின் திறப்புகோல் இப்போது யாரிடம் இருக்கிறது எனத் தெரிந்துகொள்ளலாமா?" என்றார்.

"இத்தனை நாட்கள் இவளிடம் இருந்தது. மத்தியானம் முதல் நான் வாங்கி வைத்திருக்கிறேன்... இந்தாருங்கள்!'' என்றார் ஞானசம்பந்தன்.

"இந்த ஒரு திறப்புதானா? மாற்று திறப்புகோல் வேறு இருக்கிறதா?"

"வேறு சாவி இல்லை இளவரசே... இந்த ஒரு திறப்புதான். இது எப்போதும் ராசமல்லியிடம்தான் இருக்கும்."

''உச்சிக்கால பூசைக்குப் பிறகு நகைகள் பெட்டகத்தில் வைக்கப்பட்டுப் பூட்டப்பட்டன. அதன்பிறகு திறப்பு இந்த ராசமல்லியிடம் இருந்தது. அந்த நேரத்திலே இவளுடைய சகோதரன்

படைவீடு

வந்தான். அவனிடம் இவள் நகையை எடுத்துக் கொடுத்துவிட்டாள் என்பது உங்கள் கணிப்பு. சரிதானே?"

ஆமாம் என்பதாகத் தலையசைத்தார் அறங்காவலர். இளவரசரின் விசாரணை மன்னர் மட்டுமன்றி மண்டபத்தைச் சுற்றிக் குழுமியிருந்த மக்களும் ஆர்வமாகப் பார்த்துக்கொண்டிருந்தனர். அதற்கு வசதியை ஏற்படுத்துவதுபோல மண்டப விளக்குகள் ஏற்றப்பட்டன. இருள் சூழ ஆரம்பிக்க, விளக்கின் ஒளியும் பிரதானமாக மாறிக்கொண்டிருந்தது.

"உங்கள் கணிப்புப்படி நகையைத் திருடுவதற்கு இவளுக்கு வாய்ப்புகள் அதிகம். அல்லது இவள் அயர்ந்த நேரத்தில் யாரோ திறப்பைத் திருடி எடுத்துவந்து நகையைத் திருடிவிட்டு, மீண்டும் திறப்பை எடுத்த இடத்தில் வைத்திருக்கலாம் அல்லவா?"

"அப்படி திறப்பைத் திருட வேண்டுமானாலும் அதை அவளுடைய தம்பிதான் செய்திருக்க வேண்டும். ஏனென்றால் திறப்பு எப்போதும் ராசமல்லியின் முந்தானையில் முடிச்சுப் போட்டு தொங்கிக்கொண்டிருக்கும். முந்தானையில் இருந்து அதை அவள் அவிழ்க்கவே மாட்டாள். பெட்டகத்தைத் திறக்கும்போதுகூட அது முந்தானையில் இருந்தபடிதான் திறப்பாள்."

ராசமல்லி அனிச்சையாக முந்தானை இழுத்து முன்பக்கமாக சுருட்டிக்கொள்வதை ஏகாம்பரநாதர் கவனித்தார்.

"அப்படியானால் அச்சு அசலாக அதே போன்றதொரு திறப்பு செய்யப்பட்டிருக்க வேண்டும். புதிதாக உருவாக்கப்பட்ட அந்தத் திறப்புதான் இது. திருடிய அவசரத்தில் பழைய திறப்பை வைத்துக்கொண்டு, புதிய திறப்பை இவள் முந்தானையில் வைத்திருக்கிறார்கள். இதனுடைய மூல திறப்பு யாரிடம் இருக்கிறது என்பது தெரிந்தால் குற்றவாளியைக் கண்டுபிடித்துவிடலாம்!" என்றார் ஏகாம்பரநாதர்.

"இருக்கவே முடியாது... இதுதான் பழைய திறப்பு." அறங்காவலர் உறுதியாகச் சொன்னார்.

"அப்படியானால் புதிய திறப்பு ஒன்று செய்யப்பட்டதை ஒப்புக்கொள்கிறீர்களா?"

"என்ன நீங்கள் குற்றவாளியைவிட்டுவிட்டு என்னையே கேட்டுக்கொண்டிருக்கிறீர்கள். அவளிடம் விசாரியுங்கள்!"

“குற்றவாளி யார் என்பதற்காகத்தான் இந்த விசாரணையே! இளவரசரின் கேள்விக்குப் பதில் சொல்லுங்கள்” என்றார் மன்னர் சுத்தமல்லர்.

“மன்னரின் கோபத்துக்குக் காரணமாகிவிட்டேன். மன்னியுங்கள் அரசே. புதிய திறப்பு செய்யப்பட்டுத் திருடப்பட்டிருந்தாலும் அதுவும் அந்த மாணிக்கத்தின் வேலையாகத்தான் இருக்க முடியும் அரசே!”

“திறப்பைச் செய்வதற்கான உபகரணங்கள் கொல்லர்களிடம்தான் உண்டு. ஊரில் ஏதோ ஓர் ஆசாரிதான் அவனுக்குத் திறப்பு செய்ய உதவியிருக்க வேண்டும். அதுவும் உச்சிகால பூசை நடந்த இரண்டு நாழிகை நேரத்துக்குள். ஊரில் உள்ள கொல்லர் குடும்பங்கள் இங்கே வரவும்” என்றார் மன்னர்.

ஐந்து ஆசாரிகள் மன்னரின் முன் வந்து நின்றனர். ஒருவரை ஒருவர் பார்த்துக்கொண்டு, “அரசே... நாங்கள் யாருக்கும் திறப்பு செய்து தரவில்லை... இது அன்புநாதர் மீது ஆணை!” என்றார் அவர்களில் மூத்தவராகத் தென்பட்ட ஒருவர்.

“அரசே... என்னுடைய யூகம் சரியாக இருந்தால் இவர்தான் புதிய திறப்பைச் செய்திருக்க வேண்டும். கோயில் தீப கலச வெளிச்சத்தில் இவர் கட்டியிருக்கும் வேட்டியில் இருந்து சில உலோகத் துகள்கள் ஒளிர்வதைக் கண்டேன். பித்தளை போன்ற உலோகத்தை அரம்கொண்டு ராவும்போது பறக்கும் துகள்கள் ஆடையில் படிந்தால் அப்படியிருக்கும். ராசமல்லி வைத்திருந்தது இரும்பு திறப்பு. இவர் செய்தது பித்தளை திறப்பு. அதனால்தான் இதுதான் அந்தப் பழைய திறப்பு என்றபோது பதற்றத்தில் இது புதுசாவி இல்லை எனச் சொன்னார். திறப்பு எப்போதும் ராசமல்லியின் முந்தானையிலேயே முடிந்து இருக்கும் என்று சொன்னார். அது உண்மைதான். திறப்பின் அச்சுக்குக் களிமண்ணைப் பயன்படுத்தியிருக்கிறார். ராசமல்லி வேறு கவனத்தில் இருந்த நேரத்தில் களிமண்ணை முந்தானையில் இருந்த திறப்பை ஒற்றி எடுத்து அச்சு செய்திருக்கிறார். ராசமல்லியின் முந்தானையில் களிமண் கறை படிந்திருப்பதையும் கவனித்தேன். பித்தளையைக் காய்ச்சி திறப்புக்கான அச்சில் வார்த்து, அரம் கொண்டு சீர்படுத்தி பெட்டகத்தில் இருந்து வைர அட்டிகையை எடுத்திருக்கிறார்.”

“அய்யகோ... இது என்ன கற்பனை! நான் ஒரு காலத்தில் கொல்லன் தொழில் பார்த்தவன் என்பதை வைத்து என்மீது இப்படி

ஒரு குற்றச்சாட்டை இளவரசர் சுமத்தலாமா?”

இளவரசி களுக்கென சிரித்தார். “ஒரு காலத்தில் ஆசாரி தொழில் பார்த்தவர் என்பதையும் நீங்களே எடுத்துக்கொடுக்கிறீர்கள்!”

அதே நேரத்தில் வெள்ளையும் சொள்ளையுமாக இருந்த ஒரு வெளியூர் ஆளைக் காவலர்கள் மன்னர் முன் இழுத்துவந்து நிறுத்தினர். “அரசே... வைர அட்டிகை இதோ இவனிடம் இருக்கிறது!”

அரசர் அவனை தலை முதல் பாதம் வரை ஏற இறங்க நோக்கினார். வசதியான ஆளாக இருந்தான். ஆடையும் தொப்பை விழுந்த சரீரமும் திருடனுக்கான ஒரு அருகதையையும் காட்டவில்லை.

“நீதான் திருடினாயா?... எந்த ஊர் நீ?” என்றார் அரசர்.

“அரசே... நானொரு வணிகன். இந்த வைர அட்டிகையை நான் விலைகொடுத்து வாங்கினேன். இதோ நிற்கிறாரே ஞானசம்பந்தன் அவர்தான் எனக்கு விற்றார்.” படகோட்டி சொன்ன அரச விருந்தினன் இவன்தான் போலும் என மனதில் எண்ணிக்கொண்டார் இளவரசர்.

அனைவரின் கண்களும் ஞானசம்பந்தன் மீது திரும்பியது.

ஞானசம்பந்தன், அரசரின் காலில் விழுந்தான். “அரசே என்னை மன்னித்துவிடுங்கள். ராசமல்லி மீது வீண்பழி சுமத்தியது உண்மைதான். ராசமல்லி எப்போதும் நடனக் கலையிலேயே பொழுதைக் கழிக்கிறாள். கோயில் நிர்வாகப் பொறுப்பு முழுவதுமாக என் கைக்கு வர வேண்டும்... கோயிலைச் சிறப்பாக நிர்வகிக்க வேண்டும் என்ற ஆவலிலேயே அப்படிச் செய்தேன். இவனிடம் நகையைக் கொடுத்துப் பெற்ற பொற்காசையும் உடனே கோயில் உண்டியலில் செலுத்துவிட்டேன். தவறுக்கு மேல் தவறு செய்துவிட்டேன். என்னை மன்னித்துவிடுங்கள்.”

மன்னர் அவனைத் தூக்கி நிறுத்தும்படி காவலருக்குக் கட்டளையிட்டார். ஞானசம்பந்தன் சற்று நேரத்துக்கு முன் காட்டிய கம்பீரம் குலைந்து கூனிக்குறுகி ஒடுங்கி நின்றான். “பதவியை அடைய நேர் வழியைப் பயன்படுத்த வேண்டும். நீங்கள் கடவுளுக்குச் செய்ய நினைத்த நல்லதை, கடவுளே விரும்பியிருக்க மாட்டாரே! வீணாக ஒரு அப்பாவிப் பெண்ணின் மீது பழி சுமத்தப் பார்த்தாயே... ஏகாம்பரநாதர் இந்த வழக்கை விசாரிக்காமல் இருந்திருந்தால்

ராசமல்லிக்குக் கடும் தண்டனை விதித்திருப்பேன். நீ நகையைத் திருடியது ஒரு குற்றம். அதை ஒரு அப்பாவியின் மீது சுமத்தியது அடுத்த குற்றம்... அதற்காக உன்னை...” மன்னர் தண்டனையை உச்சரிக்க இருந்த நேரத்தில் குறுக்கிட்டது ராசமல்லியின் குரல்.

“அரசே... இந்த அபலைமீது பரிவு காட்டியமைக்கு நன்றி. ஞானசம்பந்தன் நல்லவர். இறை நம்பிக்கை அதிகம் உள்ளவர். கோயிலை நிர்வகிக்கும் பொறுப்பையே அவருக்குத் தண்டனையாக வழங்கும்படி கேட்டுக்கொள்கிறேன்!”

“கோயிலை நிர்வகிப்பது எப்படி தண்டனை ஆகும்?” என்றார் சுத்தமல்லன்.

“கோயிலுக்குச் சொந்தமான பல நூறு வேலி நிலங்களில் இருந்து ஒழுங்காக விவசாயப் பொருட்களை வசூலித்துக் கோயில் திருப்பணி வேலைகளைச் செய்யத்தான் ஆள் தேவை. அடுத்த ஆண்டில் திருப்பணி வேலைகளைச் செய்து முடிக்க வேண்டும் என்பதையே உத்தரவாகச் சொன்னால் போதும். கோயில் தேர் செய்ய வேண்டிய பணியும் ஆரம்பிக்கப்படாமல் அப்படியே இருக்கிறது. இவற்றைச் சிறப்பாகச் செய்து முடிக்கும் திறமை ஞானசம்பந்தனிடம் இருக்கிறது.”

“அடடா... இறைப்பணியையே தண்டனையா? அருமை. ஞானசம்பந்தன் விரும்பிய தண்டனை.”

“ஆமாம். அரசே. திருப்பணி ஆற்ற உத்தரவிட வேண்டும். என் சொத்துக்கள் மொத்தத்தையும் செலவிட்டாகிலும் ஆலயப்பணியை அடுத்த ஆண்டில் முடிப்பேன். ஆணையிடுங்கள் அரசே!”

“அப்படியே ஆகட்டும். அரச கட்டட வல்லுநர்களையும் ஏற்பாடு செய்கிறேன். சபை கலையலாம்!” என்றார் அரசர்.

இளவரசி செளந்தரி ஓடிச்சென்று ராசமல்லியின் அருகில் நின்று வணங்கினாள். “உங்கள்மீது இப்படி ஒரு பழியைச் சொன்னதும் பதறிப்போய்விட்டேன். அதனால் வழக்கு விவரத்தைக் கேட்க அடம்பிடித்து இங்கு வந்தேன். இளவரசர் சமயோசிதமாகவும் வேகமாகவும் விசாரித்தார்” என்றாள்.

“வந்ததும் உங்கள் முகத்தைப் பார்த்தேன். அதில் குற்ற உணர்ச்சி சிறிதும் இல்லை. வீண் பழிக்கு ஆளாகிவிடுவோமோ என்ற அச்ச உணர்ச்சி மட்டுமே இருந்தது. அரசரை நோக்கிக் கைகூப்பியபோது முந்தானையில் படிந்திருந்த சேற்றையும் பார்த்தேன். மாற்று

படைவீடு

திறப்பைச் செய்த ஞானசம்பந்தன் அவசரத்தில் வேட்டியை மாற்றாமல் வந்தார். தீப வெளிச்சத்தில் பித்தளைத் துகள்கள் வேட்டியில் மின்னின. மிகவும் தற்செயலாகத்தான் அனைத்தையும் யூகித்தேன். ராசமல்லி திருடிவிட்டதாகச் சொல்லி அவளிடமிருந்த திறப்பையும் ஞானசம்பந்தன் வாங்கி வைத்துக்கொண்டார். இரண்டு திறப்புகளும் அவரிடம் இருந்தன. அவசரத்தில் புதிய திறப்பை எடுத்து நம்மிடம் கொடுத்துவிட்டார். ஞானசம்பந்தன், அவராகவே நிறைய தகவல்களைத் தந்துவிட்டார். தெய்வம் உங்கள் பக்கம் இருக்கிறது. எம்பெருமான் ஈசன் உங்களைக் கைவிடவில்லை" ஏகாம்பரநாதர் விளக்கினார்.

"இந்த நல்ல நேரத்தில் அரசரிடம் சிறு விண்ணப்பம்."

"சொல்லுங்கள் ராசமல்லி!"

"என் தம்பியைப் பற்றி இங்கே நிறைய பேசினார்கள். அவன் ஊதாரியாகவும் சோம்பேறியாகவும் வளர்ந்துவிட்டான். தேவரடியார் குடும்பத்தில் இப்போது இப்படியான போக்கு அதிகரித்துவிட்டது. அவனைச் சீர்படுத்த வேண்டும். அதனால் என் சொந்த ஊரான குடந்தைக்கே சென்று வசிக்க அனுமதிக்க வேண்டும்."

"உங்கள் மீது எந்த நடவடிக்கையும் இல்லையே... நீங்கள் ஏன் செல்ல வேண்டும். உங்கள் சகோதரரை இங்கேயே வந்து இருக்கச் சொல்லலாம்."

"வேண்டாம் அரசே! இனி அவன் இங்கு வந்து இருந்தால் சந்தேகமான பார்வை அவனைத் துரத்தும். ஒரு மனிதன் சந்தேகங்க பழிகளைச் சுமந்துகொண்டு வாழ்வதினும் கொடுமை இல்லை. சந்தேகப்படும் மனிதர்களுக்கும் சந்தேகத்துக்கிடமான மனிதருக்குமே இது சுமைதான்."

"நீங்கள் சொல்வது சரிதான். ஆனால் எங்களுக்கு ஒரு நாட்டிய இழப்பு இருக்குமே!"

"ஆண்டுதோறும் நடக்கும் சிவராத்திரி திருவிழாவுக்கு நான் நிச்சயம் வருவேன். என்னுடைய நாட்டியமும் இங்கே இடம்பெறும்."

"உங்கள் விருப்பப்படியே அகட்டும். பயணத்துக்கான ஏற்பாடுகளைச் செய்கிறேன்!"

சௌந்தரி தன் பங்குக்கு தன் ஆசிரியையின் பயணத்தை நிறுத்தும்

தமிழ்மகன்

முயற்சியில் ஈடுபட்டுப் பார்த்தாள். ஆனால் ராசமல்லி கேட்பதாக இல்லை.

இளவரசர், ஏகாம்பரநாதர், "அரசே... எனக்கு நேரமாகிவிட்டது. கிளம்புகிறேன். போருக்குத் தயாராக இருங்கள். ஆடி முழுநிலவுத் திருவிழாவுக்குப் படைவீட்டுக்கு வர வேண்டும். அத்தையையும் சௌந்தரியையும் அழைத்துவாருங்கள். ஆடித் திருவிழாவில் ராசமல்லியின் சதிராட்டமும் இடம்பெற வேண்டும் என்பது என் விருப்பம். மன்னர் அனுமதிக்க வேண்டும்" என்றார்.

"கலைஞர்களை நான் கட்டாயப்படுத்துவது இல்லை. ராசமல்லிக்கு விருப்பம் என்றால் படைவீடு ஆடித் திருவிழாவுக்கு வரலாம்."

"அது என் பாக்கியம்!" என்றாள் ராசமல்லி.

"நன்றி. சரி நான் வருகிறேன்!"

இளவரசரின் குதிரையைக் கோயிலுக்குக் கொண்டுவர ஏற்பாடு செய்திருந்தார் மன்னர். குதிரையின் கழுத்தில் தொங்கிய தோல் பட்டையைக் கையில் பிடித்தபடி அனைவரையும் பார்த்துப் புன்னகைத்து விடைபெற்றார். மக்கள், "இளவரசர் வாழ்க" என முழங்கினர். ஏற்றுக்கொண்டதற்கு இணங்க தலையசைத்த இளவரசர், குதிரை மீது ஏறி அமர்ந்ததைத்தான் எல்லோரும் பார்த்தனர். அடுத்த விநாடி, அது கவிழத்தொடங்கிய இருட்டுக்குள் கலந்து மறைந்தது. சௌந்தரியின் குவளைக் கண்கள் ஏனோ அடுத்த நொடி கலங்கியிருந்தன.

* காமதீஸ்வரர் ஆலயம்- அன்புநாதர் ஆலயம்

11. விரிஞ்சிபுரம் சோதனைச் சாவடி

இளவரசரின் பயணம் தொடங்கிய அதே நேரத்தில் விரிஞ்சிபுரத்தின் எல்லைக்காவல் படையைப் பார்வையிட மன்னர் வீரசம்புவரும் படைதளபதி சோழகனாரும் விரிஞ்சிபுரம் நோக்கி ஆறு புரவி பூட்டிய தேரில் நாலுகால் பாய்ச்சலில் பறந்துகொண்டிருந்தனர். சம்புவராயர்களின் முக்கியமான கோட்டையும் அரண்மனையும் விரிஞ்சிபுரத்தில்தான் இருந்தது. ஒரு புறம் பாலாறு. மற்ற மூன்றுபுறமும் மலைபோல் உயர்ந்து நிற்கும் கோட்டை மதில்கள். அதனுள் எதிர் மனநிலையோடு எவரேனும் வந்தால் ஆனை வாய் கரும்பின் கதைதான். திரும்பிச் செல்ல முடியாது. கோடைக் காலங்களில் மட்டும் ஓரிரு மாதங்களுக்குத் தன் படைவீடு அரண்மனைக்கு ஜாகையை மாற்றிக்கொள்வது சம்புவராயர்களின் வழக்கம். படைவீட்டின் மலையடிவாரப் பகுதியில் உள்ள கோட்டை பிரமாண்டமானது. பத்தாயிரம் அடிகளுக்கும் மேலான நீள அகலம் கொண்டது. கருங்கல் அஸ்திவாரம். அதன் மேலே பத்துவரிசை செங்கல் பூச்சுக்கு சுண்ணாம்பும் கறும்புச் சாறும் முட்டையும் கலந்த கலவை. அதைவிட எள்ளளவும் குறைந்ததில்லை விரிஞ்சிபுரம் கோட்டை. ஆனால், படைவீட்டுக் கோட்டையும் அரண்மனையும் மிகுந்த பாதுகாப்பும் அழகுணர்ச்சியும் கொண்டவை. அருகே ராசகம்பீரன்

தமிழ்மகன்

மலை. அதன் உச்சியை அடைவது எளிதானது அல்ல. ஒரே ஒரு ரகசிய பாதை உண்டு. மலையில் குடைந்த பாதை. சில நூறு அடிகள் அதனுள் கடந்தால் சுலபமாக ஏறிச் செல்லக் கூடிய இன்னொரு பாதை வரும். மீண்டும் ஒரு குகைப் பாதை. சில நூறு அடிகள் அதனுள் பயணிக்க வேண்டும். அதன் பிறகு மலைப்பாதை. மலை உச்சியை அடைந்துவிடலாம். ஆனால், வழக்கமாக மலையில் சுற்றி ஏறி வர வேண்டுமானால் இந்த ரகசிய பாதையைப் போல பத்து மடங்கு தூரமும் பத்து மடங்கு நேரமும் அதிகரிக்கும். இந்தப் பாதையை அரச வம்சத்தினர் மட்டுமே அறிந்திருந்தனர். அங்கே மலை மீது ஒரு கோட்டை கட்ட வேண்டும் என்பது ஏகாம்பரநாதருக்கு இருந்த லட்சியங்களில் ஒன்று.

பெரும்பாலும் மன்னர் விரிஞ்சிபுரத்தில்தான் இருப்பார். அதிலும் போர்க்காலம் என்றால் படை வீடும் விரிஞ்சிபுரமும் சுறுசுறுப்பாகிவிடும். இங்கிருந்து அங்கும் அங்கிருந்து இங்கும் நடமாட்டம் அதிகரிக்கும். அத்தகைய நேரம் நெருங்கிவிட்டதா என்பதை அறியவும்தான் வீரசம்புவர் இந்தப் பயணத்தை முடிவுசெய்தார். இரும்புலைக் கொல்லன் பட்டறை*யையும் ஒரு எட்டு பார்த்துவிட வேண்டும் என்பது மன்னரின் நோக்கம். தேர் செல்லும் சத்தம் தவிர வேறு சத்தம் இல்லை. மன்னரே பேச்சைத் தொடங்கினார்.

"வடக்கில் இருந்து வருபவர்களுக்குக் கோலார் வழியாக நம் தேசத்தை அடைய மூல வாசல்* தான் ஒரே வழி. அதனால் அதைக் காலம்தொட்டு கிழக்கு வாசல் என்றும் அழைத்துவருகிறார்கள். காடுகள் வழியே உள்ள ஒரே ஒரு பெருவழி அது. வெங்கடகிரி கோட்டையைக் கடந்தால் காடும் மலையும் எதிர்ப்படும். நெட்டுக்குத்தான பாதை. அதைக் கடந்து இறங்கினால் நம் தேசம். பிறகு, குடியேற்றம் வழியாகப் பாலாற்றை அடைய வேண்டும். அங்கு அவர்களின் முதல் இலக்கு நமது விரிஞ்சிபுரம் கோட்டை. அதுதான் சம்புவராயர் ஆளுகைக்கான முக்கியமான பாதுகாப்புப் பகுதியும்கூட. அங்கே வழி கிடைத்துவிட்டால் தமிழகத்தையே வளைத்துவிடுவார்கள். நஞ்சு தொண்டையைக் கடந்துவிட்டால் வயிற்றுக்குள் போய் உயிரையே குடித்துவிடும். தொண்ட மண்டலமும் அப்படித்தான். தமிழகத்தின் தொண்டை இதுதான். இது வழி யாரெல்லாம் வரலாம் என்பது நம் கண்காணிப்பில்தான் காலமெல்லாம் இருக்கிறது. பாண்டியர், சோழர், பல்லவர் எனக்

படைவீடு

"காலம்தோறும் ஆட்சிகள் மாறலாம். ஆனால், இந்தத் தொண்டை வழி மட்டும் நல் வில்லாளிகள் கையில்தான் இருந்திருக்கிறது. சித்தூர் வழியோ, நெல்லூர் சாலையோ தொண்ட மண்டலத்தை அடைவதற்கான பாதைகள். அவை அவர்கள் நம்மை அடைவதற்கான எளிய பாதைகள் அல்ல. ஆயிரமாயிரம் ஆண்டுகளாய் நம்மை வடக்கிலிருந்து எதிர்த்து வந்தவர்கள் அனைவரும் அதே பாதையில்தான் வந்தார்கள். தோற்றார்கள். நம் தேசத்தைச் சுற்றி கடல் இருக்கிறது. கடல் வழியாக வந்து நம்மைப் பிடிப்பவர்கள் இன்னும் பூமியில் பிறக்கவில்லை. ஆனால், மாலிக் காபூர் வந்திருக்கும் பாதை வித்தியாசமானது. எதிர்பாராதது. தொண்ட மண்டலத்தைத் தொடாமல் சத்தியமங்கலம், கருவூர் பாதையில் உள்ளே சென்றுவிட்டான்" மன்னர் விவரித்துக்கொண்டே போனார்.

"மன்னா குறுக்கிடுவதற்கு மன்னிக்க வேண்டும். சுல்தான் படை மையம் கொண்டிருப்பது மதுரையில். இனி, நமக்கு ஆபத்து தெற்கில் இருந்துதானே வர வேண்டும்?" என்றார் சோழகனார்.

மெய்க்காவல் படையைச் சேர்ந்த ஒருவரே தேரோட்டியாக இருந்த காரணத்தால் மன்னர் தன் யூகத்தைச் சொல்ல ஆரம்பித்தார்.

"அப்படி நாம் நினைப்போம் என்பதுதான் அவர்களுடைய திட்டமும். மதுரையில் மையம் கொண்டுள்ள படைவீரர்கள் சில ஆயிரம் பேர்தான். கரிகாலனுக்கு முந்தைய காலத்தில் இருந்து நாம்தான் தமிழகத்தின் எல்லையில் போர்க்குடிகளாக இருந்து வருகிறோம். ஆயிரம் ஆயிரம் ஆண்டுகளாகத் தமிழக எல்லையைக் கடக்க நினைத்த அத்தனைப் படைகளையும் எல்லையிலேயே நிறுத்தி வைக்க நம்முடைய உதவியை சோழர்களோ, பாண்டியர்களோ நாடாது இருந்ததில்லை. நம்மை எதிர்கொள்ள எந்த வட நாட்டு அரசப் படையும் இதுவரை தெற்கில் இருந்து யாரும் முயற்சி செய்தது இல்லை. அதற்கான வாய்ப்பும் இல்லை. இதைத்தான் இப்போது சொன்னேன். கில்ஜி படைதான் தொண்ட மண்டலத்தைத் தொடாமல் உள்ளே நுழைந்திருக்கிறது."

"ஆமாம். இதுவரை யாரும் இப்படி ஒரு மாற்றுவழியில் வந்ததில்லை." சோழகனார் ஆமோதித்தார்.

"வீரவல்லாளர் துணையோடு சுல்தான்கள் இப்படி எடுத்த எடுப்பில் மதுரையை அடைந்திருக்கிறார்கள். பாவம், வல்லாளருக்கும் வேறு வழியில்லாமல் போய்விட்டது. மதுரையைப் பிடித்தது மாதிரி

நம்மைப் பிடிக்க முடியாது என்பது அவர்களுக்குத் தெரிந்திருக்கிறது."

"அதனால்?"

"மேலும் அதிரடியாகப் பல்லாயிரம் பேர்கொண்ட படையோடு, வடக்கிலிருந்து வந்து நம்மைத் தாக்க அவர்கள் விரிஞ்சிபுரத்தை முற்றுகையிட நேரும். அதற்கான தருணத்தைத்தான் அவர்கள் எதிர் பார்த்துக்கொண்டிருக்கிறார்கள். அது எப்போது நடக்கும் என்பது யாருக்கும் தெரியவில்லை. ஒரு வேளை முதல் கட்டமாக மதுரைச் செல்வங்களைக் கொள்ளையடித்துவிட்டு அதன் பிறகு நம்மை நோக்கி வரலாம். ஆகவே நம் கவனம் எழுபது விழுக்காடு விரிஞ்சிபுரத்தில் இருக்க வேண்டும். தெற்கில் ஆக வேண்டிய முன்னேற்பாடுகளை ஏகாம்பரநாதர் செய்துகொண்டிருக்கிறார்."

"ஆழ்ந்த கணிப்பு மன்னா. விரிஞ்சிபுரத்தில் முன்னெப்போதையும்விட அதிகமாக ஆயுதங்கள் குவிக்கப்பட்டுவிட்டன. நுணுக்கமான பல கருவிகள் தயாராகியிருக்கின்றன. எதிரிகளை அரைக் காத தூரத்தில் இருக்கும்போதே வீழ்த்தி அழிக்கும் கருவிகளை நம் ஆயுதப் பட்டறையில் உருவாக்கியுள்ளனர். நேற்றே அவற்றை விசாரித்துவிட்டேன்" என்றார் சோழகனார்.

"அப்படியா? அப்படியானால் இரும்புலைக் கொல்லையைப் பார்த்துவிட்டுச் செல்லலாம்."

படைவீட்டில் இருந்து ஐந்து காத தூரத்தில் இருந்தது அந்த ஆயுதப் பட்டறை. விரிஞ்சிபுரம், படைவீடு இரண்டுக்கும் இடையில் இரண்டு மலைகளுக்கு நடுவே, மலைகளே சுவர்போல அமைந்த பாதுகாப்பான இடத்தில் அந்த ஆயுதத் தொழிற்சாலை இருந்தது. பெரிய கூரை வேய்ந்த அந்தக் கூடத்தில் ஐம்பது அறுபது கொல்லர்களும் கம்மியர்களும் மும்முரமாகப் பணியில் ஈடுபட்டிருந்தனர்.

மன்னர் வருகையைக் கண்டு சிலர் காற்று ஊதிகளை நிறுத்திவிட்டு எழுந்து வந்தனர். இரும்பைக் காய்ச்சி ஊற்றும் நேரத்தில் அதை நிறுத்திவிட்டு எழுந்ததைக் கண்ட மன்னர், "வேலைகளை நிறுத்தாதீர்கள். பதம் மாறிப்போனால் வாளின் உறுதி கெட்டுப் போகும்" என்றார். தலைவணங்கி நின்றார் கிடங்கின் நிர்வாகி கொல்லரான மணி நாகப்பன்.

"ஆமாம் மன்னா. அத்தனையும் கிரேக்க யவன தொழில்நுட்பக்

கலைஞர்களின் போர்த் தந்திரங்களைப் பின்பற்றி வடிவமைக்கப்பட்டவை. சர்வதோப்ரதம் என்ற இந்தப் போர்த் தந்திரம் பிரமாண்டமானது. கோட்டையின் சுவர்களில் சிங்கச் சிலைகளை அமைக்க வேண்டும். பார்ப்பதற்கு ஏதோ அலங்காரத்துக்கு வைக்கப்பட்டவை போல இருக்கும். அகன்று திறந்திருக்கும் அவற்றின் வாய் வழியே நாலாபுறமும் கற்களை வீசியடிக்கும் தொழில்நுட்பம் செய்திருக்கிறோம். கோட்டையையொட்டியிருக்கும் ராட்டினங்களைச் சுழற்றினால் போதும். இதன் மூலமாக, ஆமணக்கு எண்ணெய் தீப்பந்தங்களையும் எதிரிகள் மீது எறியமுடியும். சிங்க வாய்களில் இருந்து நொடிக்கு ஒன்றாகக் கற்களோ, தீப்பந்தங்களோ வந்து விழும். பத்தாயிரம் பேர் கொண்ட படையாக இருந்தாலும் எதிர்கொள்வது கடினம்."

"இன்று இரவு அதற்கான சோதனை வெள்ளோட்டத்தைப் பார்ப்போம்."

"ஆகட்டும் மன்னா."

பிரமாண்டமான கருவிகள், வழக்கமான கருவிகள், புதுமையான கருவிகள் பலவற்றை மன்னருக்குக் காட்டும் ஆர்வத்தில் மணியும் ஆர்வத்துடன் இருப்பது தெரிந்தது.

மீண்டும் தேரில் ஏறினர். மன்னர் சற்று நேரம் ஆழ்ந்த யோசனையில் இருந்தார். பெருவழிச் சாலையில் சாலை மண் தேர்ச் சக்கரத்தில் அரைபடும் சத்தமும் தேர் விதானத்தில் ஆடும் மெல்லிய மணிகளின் சத்தமும் மட்டும் ஒரு சீரான இசை நயத்துடன் ஒலித்துக்கொண்டிருந்தன. வெட்டி வேர் போட்டிருந்த குளிர்ச்சியான நீரைக் குவளையில் இருந்து குடித்தார்.

"நேற்று பேசியதைப் போல மாற்றான் வலி எப்படி இருக்கிறது என்பதையும் ஆராய வேண்டும். வட பேரரசுகள் அனைத்தையும் சுல்தானிய படை வென்றுகொண்டிருக்கிறது என்றால் அது சாமானிய வலிமை அல்லவே?"

"அரசே... அவர்கள் லாகிரி அதிகம் பயன்படுத்துபவர்கள். போரில் அவர்கள் வெறித்தனத்தைக் கூட்டுவதற்கு அது ஒரு காரணம். இன்னொன்று பாலைவன தேசத்தில் இருந்து வரும் அவர்களுக்கு நம் நாட்டின் செல்வம் எல்லாமே கொள்ளையடிப்பதற்கானவைபோல இருக்கின்றன. ஆயுதங்கள் என்று எடுத்துக்கொண்டால், வாள்களைத்தான் அதிகம் பயன்படுத்துகிறார்கள். வில் வித்தையும்கூட அறியாதவர்கள். பெரிய

பெரிய கவண்களைக் கட்டி அதிலே பாறைகளை வைத்துக் கோட்டை மதில்களைச் சிதைக்கிறார்கள். உடல் முழுவதையும் இரும்புச் சங்கலிகளால் ஆன உடையைப் போர்த்தியிருப்பதால் அவர்கள் மீது அம்பை எய்துவதோ, அவர்களை வாளால் வெட்டுவதோ இயலாததாக இருக்கிறது என்றார்கள். போர் உத்தி என எடுத்துக்கொண்டால் அவ்வளவுதான். போர் தர்மம் என்பது அறவே கிடையாது."

போர்க்குடி மரபில் வந்த சம்புவராயருக்கு தர்மம் இல்லாமல் போர் நடத்துவது எப்படி என்பது கவலையாகத்தான் இருந்தது. அவருடைய கவலைக்கு மருந்துபோல வழித்துணைநாதரின்* கோயில் கோபுரம் தெரிய ஆரம்பித்தது.

தேரோட்டியை நோக்கி, "தேரை வழித்துணைநாதர் கோயிலுக்கு ஓட்டு... ஈசனை தரிசித்துவிட்டு விரிஞ்சிபுரம் செல்வோம்" என்றார்.

கோயில் வாசலில் அரசரின் தேர்வந்து நிற்பதைப் பார்த்து அனைவரும் பரபரப்பாகக் கூடுவதும் தேருக்கு வழிவிட்டு விலகி நிற்க முற்படுவதுமாக சிறிய தள்ளுமுள்ளு ஏற்பட, சோழகனார் முதலில் இறங்கி தோரணையோடு நின்றார். அனைவரும் "மன்னர் வாழ்க... மன்னர் வாழ்க" என முழக்கமிட்டனர். அரசர் மக்களை நோக்கிக் கைகூப்பியபடி கோயிலுக்குள் நுழைய, கோயில் நிர்வாகிகளும் அந்தணர்களும் அரசரை வரவேற்க வாயிலுக்கே வந்தனர். ஈசனை வழிபட்டு திருநீறு பூசியதில் மனதில் கலக்கம் நீங்கியதுபோல அரசர் அமைதியாக வெளியே வந்தார். கோயிலைச் சுற்றியிருந்த நீண்ட பிரகாரத்தில் மன்னருடைய பட்டத்தரசி ஆராயி செண்பகா தேவி செய்த திருப்பணிகளைக் கோயில் அர்ச்சகர் விளக்கிச் சொல்லி, புகழ்ந்தபடி வந்தார். அதற்கான கல்வெட்டு பதிக்கப்பட்ட இடத்தையும் ஆவலோடு காட்டுவதற்கு விருப்பப்பட்டு அந்தக் கல்வெட்டு பதிக்கப்பட்ட இடத்தைக் காட்ட ஆர்வப்பட்டு அழைத்தார்.

மன்னர், "அதைப் பார்த்து என்ன செய்யப் போகிறேன்?" என்று மறுத்தவர், ஏதோ யோசனை வந்தவர் போல, "இளவரசரை நம் ஆளுகைக்கு உட்பட்ட படையரசுகளைச் சந்திக்க அனுப்பியது போல இன்னொரு காரியத்தையும் உடனே செய்ய வேண்டும்" என்றார்.

"உத்தரவிடுங்கள் அரசே!" என்றார் படைத் தலைவர்.

"திறமையான, நம்பிக்கையான ஆட்களை மதுரைக்கு அனுப்பி

படைவீடு

அங்கேயே இருந்து தகவல் திரட்டி வரவேண்டும். நான் சொன்னதுபோல அவர்களின் போர் தந்திரங்கள், ஆயுத பலம், அவர்களின் அடுத்தகட்ட நடவடிக்கை ஆகியவற்றை அறிந்துவந்து சொல்பவர்கள் வேண்டும். அதற்கு ஒற்றன் போதாது. அங்கேயே தங்கியிருந்து தகவல் திரட்டிச் சொல்ல வேண்டும். இரண்டு பேராக இருந்தால் நல்லது."

"இணைபிரியாத இரண்டு நண்பர்கள் இங்கே இப்போது நம் படையிலே புதிதாக அழைத்துவரப்பட்டிருக்கிறார்கள். அவர்கள் குடிபடையினர். வேலாயுதம், பழனிவேள் என அவர்களுக்குப் பெயர். மிகுந்த திறமைசாலிகள்."

"எப்படி பெயர் உட்பட தெரிந்து வைத்திருக்கிறீர்கள் தளபதி?" என அரசர் வியந்து கேட்டார்.

"காரணம் இருக்கிறது அரசே. நேற்றுதான் அவர்களைப் படைவீடு சிலம்ப வாத்தியார் மூலம் அறிந்தேன். விரிஞ்சிபுரம் காவலுக்கு அவர்களைப் பரிந்துரைத்து அழைத்துவந்தார். நான்தான் நேற்று இங்கே அனுப்பிவைத்தேன். சிலம்பம், வாள் சண்டை, வில் எய்தல் இவற்றோடு வைத்தியமும் விவசாயமும் அறிந்தவர்கள். இளம் காளைகள்" எனச் சொல்லிக்கொண்டே போனார்.

"இரவு ஆயுத சோதனை நடைபெறும் இடத்துக்கு அவர்களையும் வரச் சொல்லுங்கள். நானும் பார்க்கிறேன்" என்றார் அரசர்.

இரவு தீப்பந்தங்களையும் பாறைகளையும் ஈட்டிகளையும் அம்புகளையும் வைத்து ஒரு போர் ஒத்திகையை நிறைவேற்றிக் காட்டினார் சோழகனார். அரசருக்கு பிரமிப்பாக இருந்தபோதிலும் இன்னும் சில போர்த் தந்திரங்களைக் கையாள வேண்டும் என நினைத்தார். இவை எல்லாமே போர் நியமனங்களைப் பின்பற்றுபவர்களுக்கானவை என அவருக்குத் தோன்றியது. இதே போல ஓர் உத்தியுடன்தான் எதிரியும் வருவான். ஆனால், வருபவன் எதிரியல்ல... கொள்ளையன். மூர்க்கன். ஆழ்ந்த யோசனையோடு, "மகிழ்ச்சி... எதிரிகளை வெல்ல இன்னும் சில உத்திகளையும் ஆலோசிக்க வேண்டும். அதைக் காலையில் பேசுவோம். எங்கே அந்த இரட்டை வீரர்கள்?" என்றார்.

"இதோ உங்கள் ஆணைக்காகக் காத்திருக்கிறார்கள் அரசே!" என்றார் சோழகனார்.

பழனிவேளும் வேலாயுதமும் எதிரே வந்து நின்றனர்.

தமிழ்மகன்

*இரும்புலையூர்க் கொல்லன் பட்டறை - இரும்பலியூர் என இன்றும் அங்கே ஒரு ஊரும் அங்கே இரும்பைக் காய்ச்சி உருக்கும் உலைகள் இருந்தற்கான பாறைத் தடயங்கள் உள்ளன. காசுகள் தயாரிக்கும் தங்கசாலையும் இருந்த தடயங்கள் இருக்கின்றன.

*வழித்துணைநாதர் - விஜயநகர ஆட்சியில் மார்க்கபந்தீஸ்வரர் என வழிபடத் தொடங்கினர்.

12. பெரும்புலியூர் சத்திரம்!

ஆறகழூரில் இருந்து வாணாதி நதிக் கரையில் ஐந்து காதம் சென்ற பிறகு அந்த நதி வெள்ளாற்றில் கலக்கும். வெள்ளாற்றைக் கடந்து தெற்கு நோக்கி காட்டுப்பாதையில் பயணம் செய்ய வேண்டும். புலிகளும் சிறுத்தைகளும் உள்ள காடு குறுக்கிடும். காட்டின் தெற்கு முனையில் பெரும்புலியூர்* சத்திரத்தில் தங்கிக்கொள்ளலாம் என அமைச்சர் திருநம்பி சொன்னதை மனதில் நினைத்துக்கொண்டார்.

வெள்ளாற்றைக் கடந்ததும் அடர்த்தியான காடு ஆரம்பமானபோது அமைச்சர் சொன்னதன் பொருள் புரிந்தது. ஊரில் இருக்கும் மரங்களும் காற்றும் காட்டுக்குள் வேறு வாசத்துக்கு மாறிவிடுகின்றன. ஊரின் சத்தங்கள் காட்டில் இல்லை, அவை வேறாக இருந்தன. நிலவின் வெளிச்சம் மரங்களைக் கடந்து அவ்வப்போது துண்டும் துளியுமாக நிலத்தை அடைந்தன. காட்டுப் பாதையில் தன்னந்தனியாகப் பயணிப்பது புதிய அனுபவமாக இருந்தது. நரிகள் சில தூரத்தில் நின்று நெருப்புபோன்ற விழிகளுடன் பார்த்துக்கொண்டிருந்தன. சிறுத்தையோ, புலியோ எதிர்கொள்ளும் என்ற எச்சரிக்கையுணர்வுடன் செவலையை வேகமாகச் செலுத்திக்கொண்டிருந்தார். குளம்படி சத்தம் கேட்டு பறவைகள்

தமிழ்மகன்

சில பறந்து கிளைமாறி அமர்ந்தன. முயலொன்று பதறி குறுக்கே ஓடியது. தீவிரமான அமைதியினிடையே சிறு சலசலப்பும் அச்சமூட்டுவதாக இருந்தது. பகலில் ரசிக்க உகந்ததாக இருக்கும் காடு, இரவில் பயமூட்டுவதாக மாறிவிடுகிற விந்தையை எண்ணிப்பார்த்தார். பிழை காட்டின் மீதா மனத்தின் மீதா எனவும் நினைத்து மனதைத் தேற்றிக்கொண்டார். இரவில் ஏதோ ஒரு விலங்கு தம்மைக் கண்காணித்துக்கொண்டிருப்பது போலவும் பாய்ந்துவந்து தாக்க இருப்பதுபோலவும் அஞ்சுவதும் அவருக்கு வேடிக்கையாக இருந்தது. இரவின்மீது மனிதர்கொள்ளும் அச்சம் ஆயிரம் காலத்துக்கான நீண்ட நெடிய பழக்கத்தின் விளைவு என்பது புரிந்தாலும் சலசலப்புகளின்போது அச்சம்கொள்வதைத் தவிர்க்க முடியவில்லை. குதிரையின் குளம்படியோசை மட்டுமே வழித்துணையாக இருந்தது. தூரத்தில் சிறுவெளிச்சம் கண்ணில் படுகிறவரை அது தீரவில்லை.

அவர் எதிர்பார்த்தது போலவே அது சத்திரம்தான். பெரும்புலியூர் சத்திரம் மிக நீண்ட கல் திண்ணைகள் கொண்ட சதுரமான அகன்ற விடுதி. ஏராளமான வணிகர்கள், வழிப்போக்கர்கள் அதிலே இருந்தனர். விபூதி பூசிய சாமியார்களும் மற்றும் சமண துறவிகளும் ஒன்றிரண்டு பேர் இருந்தனர். கோடையின் வெப்பத்தால் புழுக்கம் அதிகமிருந்தது. சத்திரத்துக்கு அருகே தின்பண்டங்கள் விற்கும் அங்காடிகள் சில இருந்தன. கொழுக்கட்டை, அதிரசம், சுண்டல், பெருவிளங்கா உருண்டை போன்றவை அங்கே இருந்தன. ஏகாம்பரநாதருக்குப் பசியே இல்லை. மதியம் சௌந்தரி பரிமாறிய உணவே இரவுக்கும் போதுமானதாக இருந்தது. குதிரைக்கு மட்டும் கொஞ்சம் கொள்ளு பயிற்றை ஒரு துணியிலே வைத்து அதன் வாயோடு கட்டினார். செவலைக்கு இந்த நெடிய பயணம் உற்சாகமாக இருந்தது. அதைத் தெரிவிக்கும் விதமாக சிறுகனைப்பு செய்தது.

ஒரு சிவயோகி, சிறுகுரலில் பாடிக்கொண்டிருந்தார். காரைக்கால் அம்மையாரின் பாடலென அறிய முடிந்தது.

"அவனே இருசுடர் தீ ஆகாசமாவான்
அவனே புவிபுனல் காற்றாவான் - அவனே
இயமானனாய் அட்ட மூர்த்தியுமாய் ஞான
மயனாகி நின்றானும் வந்து."

ஐம்பொறிகளும் ஈசனே என உணர்ந்துவிட்டால் அதனினும்

பேறு ஏது?

மேலே போர்த்தியிருந்த போர்வையைப் விரித்துப் படுத்தார். சத்திரம் இரவின் மடியில் உறங்கிக் கிடந்தது. ஏகாம்பரநாதர், ஒரு நாள் பயணத்தை நினைவுபடுத்திப் பார்த்தார். இரட்டைப் புலவர்கள் தொடங்கி, சுத்தமல்லன் நடத்திய வழக்கு வரை அவருக்கு மிக நீண்ட அனுபவங்களை ஒரு நாளில் காலம் சுருக்கித் தந்தது போல இருந்தது. அடுத்து சந்திக்க வேண்டிய சிற்றரசர்கள், அவர்களிடம் எடுத்துச் சொல்லி இணக்கமான நடவடிக்கைக்கு ஆயத்தம் செய்ய வேண்டிய பணிகள் அவர்முன் பிரமாண்டமாய் நின்றன. பயணத்தை ஒரு வாரத்துக்குள் முடித்துக்கொண்டு விரிஞ்சிபுரம் சென்றுவிட வேண்டும் என்பதுதான் அவருடைய அவசியமான யோசனையாக இருந்தது. இரவு சீக்கிரம் தூங்கி, சீக்கிரம் எழுந்திருக்க வேண்டும் என யோசித்தார். வௌவாள்கள் இங்கும் அங்கும் கிரீச்... கிரீச் என சத்தமிட்டுப் பறந்துகொண்டிருந்தன. இளவரசர் சொகுசான சூழலிலேயே இருக்க வேண்டும் என எப்போதுமே விரும்பியது இல்லை. கட்டாந்தரையில் படுத்தாலும் தூங்க வேண்டும் என முடிவெடுத்து படுத்த ஒரு நாழிகையில் தூங்கிவிடுவார். அது ஒரு வகையான உடற்பயிற்சி கலந்த மனப்பயிற்சி. எந்த உறக்கத்திலும் ஆபத்தை எதிர்கொள்ள சுதாரிப்புடன் இருப்பவர். ஓலை நறுக்குகளை தலை மாட்டில் வைத்தபடி கையை மடித்து தலைக்கு முட்டுக்கொடுத்து தூங்க முற்பட்டார். சத்திரத்துத் திண்ணையில் ஆங்கொருத்தரும் இங்கொருத்தருமாகப் படுத்திருந்தனர்.

திண்ணையில் ஏகாம்பரநாதருக்குச் சற்றுத்தள்ளி சித்தர் ஒருவர் தூணில் சாய்ந்தபடி ஏகாந்தமாக உட்கார்ந்திருந்தார். இளவரசர் உறங்குவதற்குத் தயாரானபோது சித்தர், “அம்மா அனுப்பிவெச்சாளா? ம் ம்ம்ம்” என்று ஏதோ பேச ஆரம்பித்தார். சித்தர்கள் பலர் பித்தர்கள் போல பேசிக்கொண்டிருப்பது சாதாரணம்தான் என எண்ணிய இளவரசர் அவரை ஆர்வத்துடன் பார்த்துக்கொண்டிருந்தார்.

“மக்களைக் காக்க வந்த மகேசா... சர்வலோகம் போற்றும் சக்ரவர்த்தி... ஹா ஹா ஹா. மக்களை வெல்லலாம்... மண்ணை வெல்வானோ மன்னன்..? ஹாஹாஹா! நீ படுப்பா...” என்றார் சித்தர்.

தன்னிடம்தான் ஏதோ சொல்கிறார் என எண்ணினார்

தமிழ்மகன்

இளவரசர். "என்ன சொல்கிறீர்கள் ஐயா?" என்றார் நிமிர்ந்து அமர்ந்தபடி.

"உறங்கச் சொன்னேன்."

"என்னை உங்களுக்குத் தெரியுமா? மக்களைக் காக்கவந்தவன், சக்ரவர்த்தி, மன்னன் என்றெல்லாம் சொன்னீர்களே?"

"நீ யாரெனத் தெரியும். என்ன செய்யப் போகிறாய் என்பதும் தெரியும்."

"ஓ... சோதிடம் அறிந்தவரா?"

"சோதிடம் அறியேன். முக்காலம் அறியும் முனிவனுக்கு வயிற்றுப் பிழைப்பு தொழில் தெரியாதே."

"சரி ஐயா நீங்கள் சொல்லுங்கள்."

அவர் சொல்வது அவருக்கு அவரே பேசுவதா, நம்மிடம் பேசுகிறாரா எனத் தடுமாறினார். சித்தர், மனதுக்குள் பாடுவது போலவும் ஏகாம்பரநாதரை நோக்கிப் பாடுவது போலவும் இருந்தது.

"ஐயா நீங்கள் சொல்வது எனக்கு விளங்கவில்லை."

"விளங்கும்... விளங்கும்... படைவீடு விளங்க பலநூறு ஆண்டுகளாகும்..." என்று மறுபடி சிரித்தார்.

"நான் படைவீட்டிலிருந்து வருகிறேன் என்பது தங்களுக்குத் தெரியுமா?"

"உங்கள் பெயர் தெரியும்... ஊர் தெரியும்... ஆதியும் தெரியும் அந்தமும் தெரியும்!"

ஏகாம்பரநாதர் அவரே பேசட்டும் எனக் காத்திருந்தார்.

"மலைகளின் தலைவன் முருகன்...
கொடும்பகை தீர்த்தான்.
சித்தர்களின் சித்தனவன்
சிவனென்று பெயர்கொண்டான்.
கொள்ளை நோய் அதில் காத்தான்.
வில்லுக்கும் வேலுக்கும் உரியவராய்
மக்களைக் காக்கவே மன்னராய் வந்துதித்தார்.

பாண்டியென்றார், சேரனென்றார்,
சோழனென்றார், ராயறென்றார்.
வில்லாளி இனத்துக்கு விதவிதமாய் பலபெயர்கள்.
மக்களைக் காத்திடும் மன்னனுக்கு இலக்கணமாய்
தலைமுறையாய் இனம் காத்தாய்.
மண்ணுக்குரியோனே... மனைவியை அறிவாயோ?
முன்னொட்டாய் மலர்ந்திடுவாள் முழு மனதாய் ஏற்றிடுவாய்!
உன் பின்னோர் கொத்துக்கொத்தாய் மாண்டனர் காண்!
தன்வம்சம் செழித்திடவே பலஊராய் சென்றனர் காண்!
கொடிமரபாய் குலமரபாய் படைவீட்டாள் துணையிருந்தாள்
குடிகாத்தாள் வளம்காத்தாள் கொற்றவையாய் குலம் காத்தாள்."

என்று சொல்லிக்கொண்டே போனார். அவர் பேசுவதைப் புரிந்துகொள்ள இயலவில்லை. அதிலும் களைப்பு அதிகமாக இருந்தது. விரித்த துண்டின் மேல் படுத்தார் ஏகாம்பரநாதர். சித்தரும் போதுமென்று நினைத்துவிட்டார் போலும். அவரும் கையைத் தலைக்கு வைத்து படுத்தார்.

கடைசி மூலையில் படுத்திருந்த ஒருத்தன் யாரையும் தூங்கவிடாதபடிக்கு அல்லி ராணி கூத்துப் பாட்டு ஒன்றை நாலு கட்டையில் பாடிக்கொண்டிருந்தான். சற்று தூரத்தில் மனைவி குழந்தைகளோடு வந்திருந்த வழிப் போக்கன் ஒருவன், சத்திரத்துக் காவலாளியிடம் சென்று குழந்தைகளைத் தூங்கவிடாமல் ஒருத்தன் கத்திக்கொண்டிருக்கிறான் எனப் புகார் வாசித்துவிட்டு வந்தான். காவலாளி, யாரும் வாயைத் திறந்து பாடக்கூடாது என உத்தரவு போட்டான்.

அதன் பிறகு பாட்டுச் சத்தம் கேட்கவில்லை. மனதுக்குள்ளேயே பாட ஆரம்பித்தானோ, என்னவோ? காலையில் எழுந்ததும் சிலர் விடியலிலேயே கிளம்பிவிட்டது தெரிந்தது. சித்தரையும் காணவில்லை. சித்தன் போக்கு சிவன்போக்கு. வேம்புக் குச்சியை ஒடித்து பல்லைத் தேய்த்தார். எதிரே இருந்த குளத்தில் முகத்தைக் கழுவி, இரவு பாட்டுப் பாடியவனைத் தேடினார். அவன், இளவரசரின் குதிரை அருகே நின்று அதை ஏற இறங்கப்

பார்த்துக்கொண்டிருந்தான். இளவரசர் அருகே நெருங்கியதும், "இளவரசே! உங்கள் குதிரைதானா எனப் பார்த்துக்கொண்டிருந்தேன். நீங்களே வந்து நிற்கிறீர்கள். திருவண்ணாமலையில் என்னைப் பார்த்தது நினைவிருக்கிறதா?" என்றபடி கும்பிட்டவனின் கையை வேகமாக அடக்கினார்.

"அர்ச்சுனா... அதற்குள்ளா மறந்துவிடுவேன்? இரவு உன் பாட்டை முழுதாகக் கேட்க முடியாமல் போய்விட்டது. எச்சரிக்கை... நான் யார் என இங்கே யாருக்கும் காட்டிக்கொடுக்காதே" என்றார்.

"உங்கள் பயண நோக்கம் என்னைப் போன்றவர்களுக்கு எளிதில் புரியாது. நான் கவனமாக இருக்கிறேன். கூத்தாடிகள் ஆடுவதற்கும் பாடுவதற்கும் வாய்ப்பு கிடைப்பதில்லை. அதனால்தான் நேரம் கிடைக்கிறபோதெல்லாம் பாடித் தீர்த்துக்கொள்கிறேன். இரவு தூங்கவிடாமல் செய்ததற்கு மன்னிக்கவும்" என்றான் அர்ச்சுனன்.

"மன்னிப்பா... கலைஞர்களுக்குக் களம் அமைத்துக்கொடுக்காத அரசர்களை நீதான் மன்னிக்க வேண்டும்."

"இளவரசே... பெரிய வார்த்தை சொல்லிவிட்டீர்கள்."

"காட்டிக்கொடுக்காதே எனச் சொன்னேன், இல்லையா?"

"அர்ச்சுனன் அமைதியாக இருந்தான். ஆடி சோதிநாளுக்கு முன் அவசியம் என்னை படைவீட்டில் வந்து பார். அங்குதான் இருப்பேன்." பேசிக்கொண்டே கட்டியிருந்த குதிரையின் பட்டியை அவிழ்த்தார். இளவரசர் குதிரையின்மீது தாவி அமர்ந்தார். அப்போதுதான் குதிரையின் நடையில் சிறு சுணக்கத்தைக் கவனித்தார்.

"இளவரசே... புரவியின் காலில் வலி இருப்பது போல இருக்கிறதே?"

பதறி கீழே இறங்கினார். செவலையின் கால்களைக் கவனித்தார். இடது முன்னங்காலில் தரையை ஊன்றும்போது சிரமப்படுவது தெரிந்தது. ஆனாலும் பயணத்துக்கான துறுதுறுப்பில் துள்ளலுடன் இருந்தது செவலை.

"இளவரசே சத்திரத்துக்கு அருகிலேயே குதிரைகளுக்கு வைத்தியம் பார்ப்பவர் இருக்கிறார். அனுமதி கொடுத்தால் அவரை அழைத்து வருகிறேன்."

ஏகாம்பரநாதர் குதிரையின் கழுத்தைத் தடவிக்கொடுத்தவாறு யோசித்தார். நெடிய பயணத்துக்குத் திட்டமிட்டிருக்கும் நேரத்தில்

இப்படியாகிவிட்டதே என்ற சிந்தனை மாற்று யோசனைகளைத் தேடிக்கொண்டிருந்தது. திருவானைக்கா சென்றுவிட்டால் மாற்று குதிரை கிடைத்துவிடும். அதுவரை செவலையைச் சிரமப்படுத்த அவருக்கு மனமில்லை. குதிரை வைத்தியரிடமே மாற்று குதிரை கிடைக்க வழியிருக்குமா எனவும் யோசித்தார்.

இளவரசரின் மௌனத்தைக் கலைக்கத் தயங்கி, மெல்லிய குரலில், "இளவரசே..." என மென்று முழுங்கியபடி அழைத்தான் அர்ச்சுனன்.

"போய்ப் பார்க்கலாம் வா" என்றார் இளவரசர்.

வயிற்றுப்போக்கு, காயம் உள்ளிட்ட காரணங்களால் வைத்தியம் எதிர்நோக்கி வரவழைக்கப்பட்ட குதிரைகள் அங்கே இருந்தன. வைத்தியரின் உதவியாளர்கள் அவற்றுக்கான மூலிகைகளை உலர்த்தி பொடி செய்வதிலும் அரைப்பதிலும் ஈடுபட்டிருந்தனர். பொதுவாக அவை வண்டி குதிரைகளாக இருந்தன. அந்த இடத்தில் செவலையின் தோற்றம் பிரம்மாண்டமாக இருந்தது. குதிரையைப் பிடித்து அழைத்துவந்த இருவரையும் கூர்ந்து கவனித்தபடி வந்தார் வைத்தியர். குதிரை சாதாரணமானது இல்லை என்பது அவருக்குத் தெரிந்தது. குதிரையைச் சுற்றிவந்து பார்த்தார்.

"சுத்தசுழி. இப்படியொரு குதிரையை இப்போதுதான் என் வாழ்நாளில் பார்க்கிறேன். நீங்கள் யார்?" என்றார் இளவரசரை நோக்கி.

"நான் ஒரு வணிகன். இது என் குதிரை."

"குதிரையின் நடையில் சிறு தயக்கத்தை உணர்ந்தேன்." பேசியபடியே குதிரையின் கால்களை நோட்டமிட்டார். காலில் கல்லடி பட்டிருக்கிறது. தைலம் தடவி ஒருநாள் ஓய்வெடுத்தால் சரியாகிவிடும்."

ஒருநாளா எனப் பதைத்துப்போனார் இளவரசர். சோதிநாளுக்குள் செய்து முடிக்க வேண்டிய கடமைகள் கண்முன் வந்து நின்றன. அதே சமயம் செவலையின் நிலையையும் யோசித்தார். செவலையை இங்கே விட்டுவிட்டு வேறு குதிரையில் பயணிப்பதையும் எப்படியிருக்கும் என யூகிக்க இயலாதபடியிருந்தது.

"நாளை விடியலில் பயணிக்க இயலுமா?" என்றார்.

"நிச்சயமாக வணிகரே."

வைத்தியருக்கு முதுமை தோற்றமெனினும் உடற்கட்டும்

தமிழ்மகன்

தோரணையும் இளமையில் தேர்ந்த குதிரை வீரனாக இருந்திருப்பான் என எண்ணவைத்தது. குனிந்து குதிரையின் கால்களை உருவிவிட்டு பார்த்தார்.

அர்ச்சுனன், "அருகில்தான் எங்கள் நந்தனார் கூத்துக்கான ஒத்திகை நடக்கிறது. பார்த்துக்கொண்டிருங்கள். எங்களுக்கு யோசனைகள் சொன்னதுபோலவும் இருக்கும். இரவு ஒரு பொழுது தங்கிச் செல்லுங்கள். நீங்கள் சொன்னதுபோல விடியலில் கிளம்பலாம்."

ஏகாம்பரநாதர் இயற்கையின் சதியை எண்ணி யோசித்தார். செவலையைப் பார்த்தார். சரி என தலையசைத்தார் இளவரசர்.

13. மாலிக் காபூர்

மதுரை இன்னும் நிதானத்துக்கு வரவில்லை. எங்கு நோக்கினும் பதற்றமும் ரணகளமும் தெரிந்தது. மனித ரத்தத்தின் வாசனை நகரத்தில் துலக்கமாகக் கலந்திருந்தது. மக்கள் மனத்தில் அச்சமும் கலவரமும் நிறம் போல படிந்திருந்தன. சிவப்பான சுல்தான் படை வீரர்கள் தெருக்களில் குதிரை மீது வலம் வந்தனர். அவர்கள் கண்களில் சந்தேகமும் விரோதமும் அதிகம் இருந்தது. பாண்டிய மன்னருக்கு பதில் இப்போது இவர்கள்தான் நம்மை ஆள்கிறார்கள் என்பது மக்களுக்கும் புரியவில்லை. நாம் இந்த மக்களைத்தான் ஆண்டுகொண்டிருக்கிறோம் என அவர்களுக்கும் தெரியவில்லை. ஆபரண அங்காடிக்குள் புகுந்து ஆன வரைக்கும் நகைகளை அள்ளிக்கொண்டு கடைக்காரனையும் கழுத்திலே ஒரு வெட்டு வெட்டிவிட்டுப் போனான் ஒரு சுல்தான் வீரன். நகரத்தில் ஒரு பொற்கொல்லரையும் விடவில்லை. அவர்களின் நோக்கம் எல்லாம் பொன் ஆபரணங்களின் மீதும் பொற்காசுகளின் மீதும் வைரங்கள், நவரத்தினங்கள், மாணிக்கங்கள் மீதுமே இருந்தன. அங்காடிகள் பலவும் நகரத்தைவிட்டு எங்கோ காணாமல் போய்விட்டன. மதுரை காலமெல்லாம் நாளங்காடி, அல்லங்காடி வைத்து வர்த்தகம் புரிந்துவந்த பல வணிகர்கள் தலைமறைவாக இருந்தனர். கொள்ளை வெறி மெல்ல அதிகரிப்பதை மக்கள் கவனித்தனர். மீனாட்சி அம்மன் கோயில் பாதுகாப்பு அறையில், கோயில் கருவறையில் அவர்கள் நகைகளை சூறையாட

தமிழ்மகன்

ஆரம்பித்தனர். கோயிலில் எந்தவிதமான ஆட்சேபகரமான சம்பவங்களும் நடந்து விடக்கூடாது என்பதில் கவனமாக இருந்தனர் கோயில் நிர்வாகத்தினர். அவர்களாகவே கோயிலில் இருந்த அனைத்தையும் கொண்டுவந்து மூட்டை மூட்டையாகக் கட்டி அவர்களின் காலடியில் வைத்தனர்.

மாலிக் காபூர் மூட்டைகளைக் கண்களால் எடை போட்டான். இன்னும் எத்தனை கோயில்கள் இருக்கின்றன என்று கேட்டான் மாலிக் காபூர். பாண்டிய அரசின் கீழ் இருக்கிற செழிப்பான கோயில்களின் பட்டியல் கேட்டான். கோயில் தர்மகர்த்தா பொன்னம்பலம், "ஒருநாள் பொறுத்துக்கொள்ளுங்கள். எல்லாவற்றையும் நானே பட்டியலிட்டு எழுதித் தருகிறேன்" என்றார். மாலிக் காபூர் நீண்ட வாளை எடுத்து அவர் கழுத்தின் மீது வைத்து, "இப்போதே அத்தனை விவரங்களும் எனக்கு வேண்டும்" என்றான்.

"இப்போதே சொல்கிறேன் அரசே" என்றார் பொன்னம்பலம். மக்கள் தூரத்தில் கூட்டமாகத் திரண்டு நின்று, இந்த அத்துமீறலை வாய்ப் பொத்திப் பார்த்துக்கொண்டிருந்தனர். இளைஞன் ஒருவன் முன்னே வந்து, "அவர் வயதுக்கு மரியாதை கொடுங்கள். உங்களுக்குத் தேவை நகைதானே எடுத்துக்கொண்டு போங்கள்" என்றான் ஆவேசம் பொங்க.

சுல்தான் வாளின் கூர் முனையால் அவனை அருகே வரச் சொல்லி அழைத்தான். "இந்த முரடர்களிடம் ஏன் வீண் விவாதம்" என்று மக்கள் எல்லாம் அலறினர். அந்த இளைஞன் அஞ்சவில்லை. சில அடிகள் முன்னே வந்து நின்றான். மாலிக் காபூர் மேலும் கீழும் ஏறிட்டுப் பார்த்தான்.

"எனக்கு நகை வேண்டும். மூட்டை மூட்டையாக, வண்டி வண்டியாக நகை வேண்டும். ஆனால் அதை எனக்கு ஒருவன் பிச்சையாகப் போடக் கூடாது" எனச் சொன்ன மாத்திரத்தில் ஒரே வீச்சில் அவன் கழுத்தை வெட்டி வீசினான் மாலிக் காபூர். ரத்தம் பீறிட்டு கோயில் மண்டப விதானம் வரை பீய்ச்சியடித்தது. தலை மட்டும் தனியாக உருண்டு உருண்டு உருண்டு ஓரமாகப் போய் விழுந்தது. முண்டம் துடித்து ஓய்வதைக் காணச் சகிக்காமல் மக்களின் ஓலம் அதிகரித்தது. "எனக்கு செல்வம் வேண்டும்... பதவி வேண்டும்... அதிகாரம் வேண்டும். இதையெல்லாம்விட முக்கியமாக என்மீது அச்சம் வேண்டும். என்னை ஒருவன் எதிர்க்கத் துணிந்தால்

அவனையும் சேர்த்து ஒரு நூறு பேரைக் கொல்வேன். வேறு யாருக்காவது கொல்லப்பட்டு சாக விருப்பம் இருக்கிறதா இங்கே?" என்றான்.

மாலிக் காபூர் சுற்றியிருந்த சில நூறு வீரர்களும் குதிரையில் இருந்தபடி வாளுக்கு வேலை கொடுக்கக் காத்திருந்தது தெரிந்தது. பெண்களும் குழந்தைகளும் அமைதியாக இருந்தனர்.

“இப்போது சொல்லுங்கள். நகைகளை அதிகம் வைத்திருக்கும் கோயில்கள் எங்கெல்லாம் இருக்கின்றன?"

பொன்னம்பலம் மக்கள் அனைவரையும் ஏற இறங்க ஒரு தரம் பார்த்தார். இறுக்கமான முகத்துடன், “நாங்கள் எங்கள் தெய்வங்களை அலங்கரிப்பதற்காக நகைகளை வைத்திருக்கிறோம். உங்களுக்கு வேண்டுமானால் தேவையான அளவுக்கு நகைகளைத் தருவித்து தருகிறோம். எவ்வளவு வேண்டுமோ வாங்கிக் கொள்ளுங்கள். கோயிலுக்குச் சொந்தமான நகைகளை எடுக்க வேண்டாம்" என்றார் பொன்னம்பலம்.

சுல்தானுக்கு அதை ஒருவன் அவன் மொழியில் விளக்கிச் சொன்னான். அவன் சுல்தான் படைகள் வருவதற்கு முன்னரே இந்தியாவுக்கு குதிரை விற்க வந்த அரபு நாட்டுக்காரன். வர்த்தக நிமித்தமாக இங்கேயே தங்கிவிட்டவன். அப்படிப் பலர் தமிழ் தேசத்தில் இருந்தனர். இப்படி ஒரு மரண தண்டனைக்குப் பிறகும் இவ்வளவு துணிச்சலாக பேசுவது வியப்பை அளித்திருக்க வேண்டும். “எனக்கு ஆலோசனை சொல்வதற்கு ஓர் அருகதை இருக்க வேண்டும். எந்த நகையை எடுத்துச் செல்ல வேண்டும் என்று நீ சொல்லக் கூடாது" என்றான்.

அதற்குள் தூணிலிருந்து ஒரு அழகிய சிற்பத்தின் கைகளை என்று உடைத்து கீழே போட்டான் ஒரு சுல்தானிய வீரன். இளைஞனின் தலை சீவப்பட்ட போதுகூட மக்கள் அப்படி அழவில்லை... சிலையின் கைகளை உடைத்துப் போட்ட காட்சி அவர்களைப் பதற வைத்துவிட்டது. மந்திரவாதியின் உயிர் கிளி வயிற்றுக்குள் இருக்கிற ரகசியம் மாலிக் காபூருக்குப் புரிந்தது.

“நீங்கள் நான் கேட்ட விவரங்களைத் தரவில்லை என்றால் இன்னும் சிறிது நேரத்தில் இங்கு இருக்கிற அத்தனை சிலைகளும் உடைத்து நொறுக்கப்படும்" என்றான். இன்னொரு சுல்தான் அது வெறும் மிரட்டல் இல்லை என்பதை உணர்த்துவது போல கை

தமிழ்மகன்

உடைக்கப்பட்ட சிலையின் தலையை வாளால் அடித்து உடைத்துத் தூக்கிப் போட்டான். பொன்னம்பலம் பதறி அடித்துக்கொண்டு ஓடிப்போய் மாலிக் காபூரின் காலில் விழுந்தார். நீங்கள் கேட்ட விவரங்கள் அனைத்தையும் இதோ இப்போதே தருகிறேன்... விட்டுவிடுங்கள்... சிலைகளை எதுவுமே செய்யாதீர்கள். தங்க ஆபரணங்களை மட்டும் எடுத்துச் செல்லுங்கள்" என்றார்.

அடுத்த சில மாத்திரையில் வரிசையாகப் பல கோயில்களின் விவரங்கள் வந்து விழுந்தன. பொன்னம்பலம் எல்லாவற்றையும் வேகமாகச் சொல்லிக்கொண்டிருந்தார். மிகப் பெரிய தோல் ஒன்றில் கருப்பு மையால் வேகமாக எழுதிக் கொண்டிருந்தான் மாலிக் காபூரின் காரியதரிசி. திருப்பரங்குன்றம், கள்ளழகர் கோவில், ராமேஸ்வரம் கோயில், ரங்கநாதர் கோயில், தில்லை நடராஜர் கோயில் என பெரிய பெரிய கோயில்களின் பட்டியல் அதிலே இருந்தது.

மொழிபெயர்ப்பாளனிடம், "இந்தக் கோயில்கள் எல்லாம் எவ்வளவு தூரங்களில் இருக்கின்றன. எவ்வளவு நாட்களில் போய் சென்று சேர முடியும்" என விசாரித்தான் மாலிக் காபூர்.

"இது கோயில்களால் ஆன பூமி. ஊருக்கு நான்கு கோயில்கள் இருக்கும். எல்லா கோயில்களிலுமே தங்க ஆபரணங்கள் இருக்கும். பெரிய கோயில்களில் வண்டி வண்டியாக இருக்கும். சிறிய கோயில் என்றால் சிறிய மூட்டையில் எடுத்துச் செல்வதாக இருக்கும். சில இடங்களில் சாமி சிலைகளே தங்கத்தால் ஆனதாக இருக்கும். ஒரு காத தூரத்துக்கு ஒரு வண்டி பொன் என்று கணக்கு வைத்துக்கொள்ளுங்கள். உங்கள் வசதி பிரபு."

"நீ சொல்வதைப் பார்த்தால் நான் வாழ்நாள் முழுக்க இங்கே கொள்ளையடிக்க வேண்டியிருக்கும் போலிருக்கிறதே?"

மொழிபெயர்ப்பாளன் சந்தோஷமாகச் சிரித்தான்.

"நிறைய எடுக்க வேண்டும். குறைந்த நாட்களில் எடுக்க வேண்டும். அதற்கு மட்டும் திட்டம் சொல்." மாலிக் காபூர் நிதானமாகக் கேட்டான்.

"பெரிய கோயில்கள் மட்டும் போதும். இரண்டு மாதங்களில் இந்தக் கோயில்களில் நகைகளை எடுத்துவிட முடியும். போகிற வழியில் நூறு கோயில்கள் வரும். தேவைப்பட்டால் அவற்றையும்

படைவீடு

ஒரு கை பார்த்துக்கொண்டு செல்ல வேண்டுமானால் குறைந்தது மூன்று மாதங்கள் தேவைப்படும்" என்றான்.

"நாளை முதல் நமக்கு அதுதான் வேலை. எதிர்க்கிறவர்கள் யாராக இருந்தாலும் வெட்டி வீச வேண்டும். ஒரு கோயிலையும் விடக்கூடாது" என்றான் மாலிக் காபூர்.

இந்தக் காட்சிகள் அனைத்தையும் வீரசம்புவரால் அனுப்பப்பட்ட வேலாயுதமும் பழனியும் பொறுமையாகப் பார்த்துக்கொண்டிருந்தனர். வீரசம்புவருக்குக் கொடுத்த வாக்குறுதியைக் காப்பாற்ற வேண்டும் என்பதற்காகவே அவர்கள் பொறுமை காத்தனர். வேலாயுதம் அளவுக்குப் பழனி பொறுமைசாலி அல்ல. அவனுக்கு மூளை கொதித்தது. தோள்கள் திமிரின. மூச்சு, பெரு மூச்சாக வெளிப்பட்டது. இடையே பழனி ஒரு தரம் கண்கள் சிவக்க உணர்ச்சி வசப்பட்டு அசைந்தபோது வேலாயுதம் அவனைத் தோளில் அழுத்திச் சாந்தப்படுத்தினான்.

மாலிக் காபூர் தன் படையுடன் வெளியே இருவரும் மெல்ல நகர்ந்து கோயிலுக்கு வெளியே வந்தனர். "நடப்பதை எல்லாம் பார்த்தால் ரத்தம் கொதிக்கிறது" என்றான் பழனிவேள்.

வேலாயுதம், "நீ விரிஞ்சிபுரம் கிளம்பு. மன்னருக்கு இந்தத் தகவல்களை உடனே தெரிவித்தாக வேண்டும். எவ்வளவு சீக்கிரம் செல்ல முடியுமோ, அவ்வளவு சீக்கிரம் சென்று சேர். நான் இவர்கள் கொள்ளையடிக்கப் போகிற கோயில்களைப் பின் தொடர்கிறேன்" என்றான்.

வெள்ளி முளைக்கும் முன்னரே இளவரசர் ஏகாம்பரநாதரின் புரவி சமயபுரம் நோக்கிப் பறந்துகொண்டிருந்தது. பொழுது விடிந்து, சூரிய வெளிச்சம் சூட்டை உணர்த்த ஆரம்பித்திருந்தது.

சமயபுரத்துக்கு அருகே பனைமரத்தில் கள் இறக்கிக்கொண்டிருந்தார்கள். குடிப்பதற்குக் கூட்டம் காத்திருந்தது. சற்று தூரத்திலே பனங்காய் வெட்டி பரப்பி வைத்துக்கொண்டு நுங்கு உறிஞ்சிக்கொண்டிருந்தான் ஒருவன். இளவரசருக்கும் நுங்கு உண்ண விருப்பம் ஏற்பட்டு, குதிரையை நிறுத்திவிட்டு இறங்கினார். நுங்கு சாப்பிட்டுக்கொண்டிருந்த இளைஞன், பதறி எழுந்து நெருங்கி வந்து, "இளவரசே நீங்கள் எப்படி இங்கே?" என்றான் மெல்லிய

102

குரலில். அவன் இளவரசர் வாழ்க என கூப்பாடு போடாமல் அமைதியாக விசாரித்ததில் இருந்தே அவன் அரசியல் நுணுக்கம் உணர்ந்தவன் எனத் தெரிந்தது. “என்னை எப்படித் தெரியும்?” என்றார் இளவரசர்.

“அய்யா நான் படைவீட்டில்தான் இருக்கிறேன். உங்கள் தந்தையார் இட்ட கட்டளையை நிறைவேற்றும் பொருட்டு மதுரை சென்று திரும்பிக்கொண்டிருக்கிறேன்... வெகு முக்கியமான செய்தி. உங்களிடம் கொஞ்சம் தனிமையில் பேச வேண்டும்” என்றான்.

“என் தந்தையார் இட்ட கட்டளையா?” என்றபடி அவனை இளவரசர் ஏற இறங்கப் பார்த்தார்.

பதினெட்டு வயது மதிக்கத் தக்க இளைஞன். பிடியில் இருந்த தேகம். “இளவரசே என் மீது நம்பிக்கை இல்லையா, சந்தேகமாகப் பார்க்கிறீர்கள்?” என்றான்.

“சந்தேகமெல்லாம் இல்லை. அரசர் இட்ட கட்டளை என்றால் எனக்குத் தெரியாமல் எப்படி? வா... அதோ அந்த தென்னந்தோப்பில் அமர்ந்து பேசுவோம்” என்றார் ஏகாம்பரநாதர்.

இருவரும் தென்னந்தோப்பில் வந்து அமர்ந்தனர். “முந்தா நாள் இரவுதான் மதுரைக்கு அனுப்பினார். சுல்தானின் நடவடிக்கைகளைக் கண்காணிக்க. மதுரையிலிருந்து வரும் வழியில் சுல்தானிய வீரர்கள் இடைமறித்தனர். எப்படியோ இங்கு வந்து சேர்ந்தேன். அதுவும் நல்லதாகப் போய்விட்டது.”

“அப்படி என்ன அவசரம்... விவரமாகச் சொல்.”

“என் பெயர் வேலாயுதம். நானும் என் நண்பன் பழனியும் படைவீட்டில் இருந்து விரிஞ்சிபுரம் காவல் பணிக்குச் சென்றோம். அங்கே தளபதி எங்களை மன்னரிடம் அறிமுகப்படுத்தினார். அவர்தான் மாலிக் காபூர் பற்றி வேவு பார்க்க எங்களை மதுரைக்கு அனுப்பிவைத்தார்.”

“ஓ!”

“மாலிக் காபூர் மதுரை நகரைச் சூறையாடிக்கொண்டிருக்கிறான். அவர்கள் கண்ணில் படாமல் தப்பித்து வருவதற்குள் போதும் போதுமென்றாகிவிட்டது. இப்போது திருவரங்கம் நோக்கி கொள்ளையடிக்க வந்துகொண்டிருக்கிறான். அடுத்து தில்லை வந்து கோயில்களில் கொள்ளயடிப்பதுதான் அவனுடைய திட்டம்.

தீவுக்கோட்டை சென்று சோழ அரசரிடம் விவரத்தைச் சொல்லி எச்சரிக்கை படுத்துவது எப்படி என முழித்துக்கொண்டிருந்தேன். நான் வந்து சேர்ந்த நேரம் நீங்கள் வந்து இறங்குவதைப் பார்த்தேன்."

"கொள்ளையடிப்பவன் ஒரு மன்னனா? மதுரையில் கொள்ளையடித்து முடித்துவிட்டானா?"

"மீனாட்சியம்மன் கோயில் நடந்த அக்கிரமங்களை நேரில் பார்த்தேன். கோயிலுக்குள்ளேயே மக்களை வெட்டுகிறான். கோயில் சிற்பங்களை உடைக்கிறான். மீதம் உள்ள கோயில் நகைகளை வேகமாக மண்ணிலே புதைத்து வைக்க வேண்டும். தங்கச் சிற்பங்களையும் பூமியில் பாதுகாப்பதுதான் நல்லது." வேலாயுதம் உத்தி சொல்லிவிட்டு இளவரசரைப் பார்த்தான்.

"இப்போது அவர்கள் எங்கே இருக்கிறார்கள்?"

"இரவே அவர்கள் திருவரங்கம் நோக்கிப் புறப்பட்டுவிட்டார்கள். மாலைக்குள் வந்து சேர்ந்துவிடுவார்கள். அந்தக் கோயில் நகைகளை யானையிலும் குதிரையிலும் ஏற்றிக்கொண்டு தில்லிக்குச் செல்வார்கள். அதனால்தான் வேகமாக மற்ற கோயில் சொத்துக்களைப் பாதுகாக்க வேண்டும் என்கிறேன் இளவரசே!"

"நீ சொல்வது சரிதான். ஆனால், கோயிலில் ஒரு நகையும் இல்லாமல் இருந்தால் நாம் எச்சரிக்கையாகிவிட்டது தெரிந்துவிடும். கோபத்தைக் கோயில் சிற்பங்கள் மீது காட்டுவார்கள். ஊர் மக்களைக் கொல்வார்கள். அதனால் கால்வாசி நகைகளையாவது கோயிலில் இருக்கும்படி வைத்துவிட்டு, மீதியை நம்பிக்கையானவர்கள் முன்னிலையில் ரகசியமாகப் புதைத்து வைக்க வேண்டும். கொள்ளையர்கள் கொண்டு செல்லும் நகைகளை நம் வீரர்கள் வழியில் புகுந்து ஆனவரையிலும் கைப்பற்ற வேண்டும். முக்கியமாகத் தொண்ட மண்டலம் அவர்களை எதிர்கொள்ளத் தயாராகிவிட்டது என்பதை அவர்களுக்குத் தெரியப்படுத்த வேண்டும்."

"இளவரசே... நான் என்ன செய்ய வேண்டும்? கட்டளையிடுங்கள்."

"மதுரையில் ஆட்சி தளர்ந்துவிட்டதை வைத்து அவர்கள் கொள்ளையடிக்க ஆரம்பித்திருக்கிறார்கள். காவிரி ஆற்றைக் கடந்து திருவரங்கன் தீவுக்கு வந்துவிட்டால் நிலைமை அவர்கள் எதிர்பார்த்தது போல அத்தனை எளிமையாக இருக்காது என்பதை உணர வைப்போம். நேற்றுதான் வாணகோவராயர் சுத்தமல்லரைப் பார்த்து போருக்குத் தயாராக வேண்டிய அவசியத்தைச்

சொல்லிவிட்டு வந்தேன். நீ உடனே அங்கே சென்று, மாலிக் காபூர் கொள்ளையடிக்க வரும் செய்தியைச் சொல். பெரும்பகுதி நகைகளைப் பத்திரப்படுத்தவும் வீரர்களைத் தயார் நிலையில் இருக்கவும் ஆவன செய். என்னுடைய கணிப்பில் ஈசன் வாள் மதுரை அரண்மனையில்தான் இருக்க வேண்டும். இப்போது அது மாலிக் காபூர் கையில் சிக்கியிருக்குமோ என அஞ்சுகிறேன்."

"நல்லவேளை அதைப் பற்றிச் சொன்னீர்கள். ஈசன் வாள் குறித்து மேலோட்டமாக சில தகவல்கள் தெரியவந்தன. இத்தனைக் காலம் அது அங்குதான் இருந்திருக்கிறது. மாலிக் காபூர் வருவதற்கு முன் நிகழ்ந்த சில குழப்பங்களில் அது காணாமல் போய்விட்டது என்று அறிந்தேன். சுந்தர பாண்டியரும் அதைத் தேடிப் பார்த்துவிட்டு, காட்டுக்குள் செல்வதற்கு முன் அது மாலிக் காபூர் கையில் கிடைக்கக் கூடாது என வீரர்களுக்கு உத்தவிட்டுவிட்டுச் சென்றிருக்கிறார். அதைக் கைப்பற்ற பலரும் முயற்சி செய்வதை அறிந்தேன். என்னுடன் வந்த பழனிவேள் இப்போது சுல்தானியர்களின் தகவலோடு விரிஞ்சிபுரம் வந்து சேர்வான்" என்றான் வேலாயுதம்.

"அப்படியானால் ஈசன் வாள் நம் தொண்ட மண்டலம் நோக்கித்தான் வரும். அது யார் கையில் இருக்கிறது என்பதை விரைவில் கண்டுபிடிக்க வேண்டும். சுல்தானியர்கள் காவிரியைத் தாண்டி வந்தால் நம் வில்லாளிகள் அத்தனை எளிதில் விட்டுவிட மாட்டார்கள்."

"அது பல ஆயிரம் ஆண்டுகளாக நிரூபிக்கப்பட்ட உண்மை. அதனால்தான் மாலிக் காபூர், தொண்ட மண்டலம் பக்கம் வராமல் வேறு வழியில் மதுரையை அடைந்திருக்கிறான். மதுரையிலிருந்து திருவரங்கத்துக்கு வடக்கே ஓடும் காவிரியுடன் அவனுடைய எல்லை முடிந்துவிட்டது. இனி ஓர் அடி எடுத்து வைத்தாலும் அவன் கதை முடிந்தது. நான் சோழ மன்னரைப் பார்த்துப் பேசுகிறேன். நீ சுத்தமல்லரைப் பார்த்துவிட்டு, சம்புவராயரிடம் செல். நடந்தவை அனைத்தையும் சொல். நான் வேறு திசையில் பயணப்பட வேண்டியிருப்பதால் காடவராயர் மணவாள பெருமாளை நம் அமைச்சரை அனுப்பி பேசச் சொல். என்னால் இந்தப் பயணத்தில் அவரைச் சந்திக்க வாய்ப்பு இல்லை என்பதைத் தெரிவி."

"சரி இளவரசே. தற்போது நீங்கள் தீவுக்கோட்டை செல்கிறீர்களா?"

"ஆமாம். அதற்கு முன்னாள் மாலிக் காபூரை ஒரு எட்டு நேருக்கு

படைவீடு

நேர் பார்க்க வேண்டும் என்பது என் ஆவல். திருவானைக்கா சென்றுவிட்டுத்தான் தீவுக்கோட்டை செல்வதாகத் திட்டம். அதனால் அவனை அங்கேயே எதிர்கொள்ள விரும்புகிறேன்."

"அப்படியானால் நானும் உங்களுடன் வருகிறேன் இளவரசே!"

"மன்னருக்குத் தகவல் தெரிவிப்பதுதான் முக்கியம். அவகாசம் குறைவு. நீ வேகமாகக் கிளம்பு. நான் பார்த்துக்கொள்கிறேன். எனக்குத் துணையாக ஒரு பத்து குடிபடை வீரர்கள் இருந்தாலும் போதும் அதிரடியாக அவனை எதிர்கொள்வதற்கு" என்றார் இளவரசர்.

"இதோ இங்கே கள் குடிக்க வந்திருப்பவர்கள் குடிபடை வீரர்கள்தான் இளவரசே... இப்போதுதான் பேச்சுக்கொடுத்தேன். நான் கள் குடிப்பதில்லை என்றதால் எனக்கு பனங்காய் வெட்டிக் கொடுத்தார்கள். சாப்பிடுகிறீர்களா?"

"இதைச் சாப்பிடத்தான் இறங்கி வந்தேன். வெட்டிக்கொடு."

வேலாயுதம் ஐந்தாறு பனங்காய்களை சீவி நுங்கு உறிஞ்ச வசதியாக வைத்துவிட்டு, குடிபடை வீரர்களைத் திரட்டி வரச் சென்றான். ஏகாம்பரநாதர் நேருக்கு நேராக மாலிக் காபூரை எதிர்கொள்ள இருப்பதில் எதிர்பார்ப்பு இருந்தாலும் அச்சமும் அதிகமாக இருந்தது வேலாயுதத்துக்கு. மாலிக் காபூரை அருகிலிருந்து பார்த்தவன் என்பதால் அவனுக்கு அந்த கிலி அதிகரித்தது. இளவரசரைத் தடுக்க வேண்டும் என்ற எண்ணம் அலைமோதியது. மாலிக் காபூர் மனித உருவில் வந்திருக்கும் மிருகம். ஈவு இரக்கமற்றவன். அவனுடன் மோதுவது என்ன விளைவை ஏற்படுத்துமோ என்ற அச்சத்தில் சற்று தயங்கி நின்றவன் பிறகு குடிபடை வீரர்களை நோக்கிச் சென்றான்.

*

* சுல்தானியர் ஆட்சியின்போது மதுரையில் இருந்த ஆய்வாளர் இபின் பதூதா குறிப்புகளிலிருந்து...

* பெரும்புலியூர் - பெரம்பலூர்

பாகம் 2

நீர்

“சிலந்தியும் ஆனைக்காவில் தரு நிழல் பந்தர் செய்து
உலந்து அவண் இறந்தபோதே கோச் செங்கணானுமாக
கலந்த நீர் காவிரிசூழ் சோனாட்டு சோழர் தங்கள்
குலந்தனில் பிறப்பித்திட்டார் குறுக்கை வீரட்டனாரே!”

– **திருநாவுக்கரசர்**

1. கோடை மழை

குடிபடை வீரர்கள் அசாத்திய துணிச்சல் மிக்கவர்கள். ஒருவகையில் போர் அவர்களுக்குப் பொழுதுபோக்கு. போர் அற்ற நாட்களில் பெரும்பாலும் விவசாய வேலைகள்தான் இருக்கும். போர்க்காலங்களில் அரசப் படைகளுக்கு நிகராகத் தன்னெழுச்சியுடன் களத்துக்கு வருவார்கள். வந்திருப்பவர் இளவரசர் என அறிந்து கள் குடுவைகளை அப்படியே போட்டுவிட்டு ஓடிவந்தனர்.

"இளவரசே உங்களை இங்கே சந்திப்போம் எனக் கனவிலும் நினைக்கவில்லை. இப்படியான இடத்தில் சந்தித்ததுதான் சங்கடமாகிவிட்டது. நாங்கள் பத்து பேரும் இன்னும் குடிக்க ஆரம்பிக்கவில்லை. மாலிக் காபூர் திருவரங்கம் நோக்கி வருகிறான் என்று அறிந்தோம். இப்போது நாங்கள் என்ன செய்ய வேண்டும் என உத்தரவிடுங்கள்" என்றான் அந்தப் பத்து பேரில் தலைமைதாங்கும் ஆளுமையுள்ள ஒருவன். "உங்கள் குதிரைகளையும் ஆயுதங்களையும் எடுத்துக்கொண்டு வேகமாக வந்து சேருங்கள். முதலில் கொள்ளிடம் ஆற்றைக் கடந்து திருவரங்கம் செல்வோம். பிறகு காவிரியைக் கடந்து மறுகரையில் காத்திருப்போம். நம்மையும் குதிரைகளையும் மறுகரைக்குக் கொண்டு செல்ல தோணிகள் வேண்டும். வேகமாக

ஏற்பாடு செய்யுங்கள்" என்றார். வீரர்கள் வேட்கையுடனும் அக்கறையுடனும் பணிகளில் இறங்கினர்.

நேரம் குறைவாகவே இருந்தது. வேலாயுதத்தை அனுப்பிவைத்துவிட்டு, வீரர்களை அழைத்துக்கொண்டு கொள்ளிடம் ஆற்றங்கரைக்கு வந்தார். பத்து தோணிகள் தயாராக இருந்தன. ஒவ்வொன்றிலும் ஒவ்வொரு குதிரையும் வீரனும் ஏற படகோட்டிகள் ஒரு நாழிகையில் மறுகரையில் கொண்டு சேர்த்தனர். புரவிகள் திருவானைக்கா நோக்கி விரைந்தன. கோயிலை நெருங்கியதும் ஏகாம்பரநாதர் திட்டங்களை வகுத்தார். சுல்தான் படையினரின் அடுத்த நகர்வு எந்தத் திசையை நோக்கி என்பதைத் தெரிந்துகொள்ள ஒரு வீரனை காவிரியைக் கடந்து சென்று உளவு பார்த்துவிட்டு வருமாறு பணித்தார். ஒரு வேளை அவர்கள் மேலேறி வடக்கு நோக்கிப் பயணிப்பதாக இருந்தால் எந்தப் பாதையில் வருவார்கள் என்பதையும் அறிந்துவரச் சொன்னார். பெரிய பெரிய கோயில்களையே குறிவைத்து வருவதால் அவர்களின் அடுத்த இலக்கில் முதலில் திருவரங்கம்... பிறகு தில்லை என்று வேலாயுதம் சொல்லியிருந்தான். திருவானைக்காவையும் விட்டுவைக்க மாட்டார்கள் என்பதே ஏகாம்பரநாதரின் கணிப்பாக இருந்தது. அப்படியே சோழர்களின் தீவுக் கோட்டை அரசைச் சூறையாடுவதற்கு அவர்களுக்கு இரண்டு நாள்கள் போதும். திருவரங்கத்தில் இருந்து தில்லை செல்வதைத் தடுப்பது ஒரு முன்னெச்சரிக்கை நடவடிக்கையாக இருக்கும். யோசனையினூடே ஒரு மண் முகட்டில் வந்து நின்றார். வீரர்களில் நால்வரை அக்கம் பக்கத்து ஊருக்குள் திருப்பினார். மதிய வேளையில் அந்தக் காட்டுப் பகுதிக்கே சட்டி பானைகளில் சாப்பாடு கொண்டு வந்தனர். எளிய உணவுதான். எந்த தாயின் கை பக்குவமோ அமுதமாக இருந்தது.

"வருகிறவர்களின் வலிமையறிந்து செயல்பட வேண்டும். நம்மால் முடியுமென்றால் அனைவரையும் தாக்கி விரட்டியடிக்க வேண்டும். இல்லையென்றால் அதில் ஒரு பகுதியை திசை திருப்பி அவர்களை வெல்ல வேண்டும். பகுதி ஆபரணங்களையாவது மீட்க வேண்டும்" என்றார் ஏகாம்பரநாதர்.

"இன்னும் வீரர்களைத் திரட்டலாமா இளவரசே!"

"வேண்டாம். நடக்க இருப்பது போரல்ல... நம்முடைய ஆபரணங்களை மீட்பதற்கான முயற்சி. சிறு மிரட்டல். பாடம்

புகட்டல். தமிழகம் விழித்துக்கொண்டால் என்ன ஆகும் என்பதை உணர்த்துவதற்கான எச்சரிக்கை. பத்து மண்வெட்டி, பத்து கடப்பாரை, பத்து மூங்கில் கூடை வேண்டும். குடி படையினர் இருந்தால் வில், அம்பு, வேல் கம்புகளோடு திரட்டி வாருங்கள். அனைவரும் மீண்டும் இதே இடத்தில் சந்திக்க வேண்டும்" என்றார். அவர்கள் கிளம்பிப் போனதும் அங்கே இருந்து நான்கு திசைகளிலும் பார்க்க முடிகிற உயரமான மரங்களில் மற்ற ஐவரையும் ஏறி, கோயிலில் இருந்து சுல்தான் படைகளின் நடமாட்டத்தைக் கவனிக்கச் சொன்னார். எல்லோரும் மரத்தில் ஏறிக் காத்திருந்த வேளையில், விட்டதுபோல் இருந்த மழை மீண்டும் வலுக்கத் தொடங்கியது. ஆடிக் காற்று சுழன்றடித்தது. சிறிது நேரத்தில் மழையின் பேயாட்டம். அடுத்த சில நொடியில் அடை மழையின் காரணமாக எதிரில் இருப்பவர் யார் எனத் தெரியாத அளவுக்கு நீர்த் திரையிட்டது. அடை மழை என்றால் அடாத மழையும்தான். நடு யாமம் வரை நிற்காமல் பெய்தது. மரக் கிளைகளில் புல்லினங்கள் ஆங்காங்கே ஒடுங்கிக்கிடந்தன. இரவு நேரத்தில் மனிதர்கள் ஏதோ திட்டமிடுவதை அறிந்தோ, என்னவோ சில பறவைகள் சிறு குரலில் பதற்றம் தெரிவித்து பறந்து பறந்து அமர்ந்தன.

இந்த அடைமழையில், இருட்டில் சுல்தானியருக்கு வேறு இடங்களுக்கு நகர்வதில் சுணக்கம் இருக்கும். நமது படைகள் தில்லை கோயிலுக்குப் பாதுகாப்பாக வந்து சேர்ந்தார்களானால் அவர்களை முடிவுக்குக் கொண்டு வந்துவிடலாம் என ஏகாம்பரநாதர் நினைத்தார். ஒரு வீரனை அழைத்தார். எல்லா கோயில்களிலும் தேவையான அளவுக்கு ஆபரணங்களைப் பாதுகாப்பாக மண்ணில் பதுக்கிவைக்கும்படி பேரரசின் எல்லைக்குள் உள்ள அனைத்து அகம்படை நிர்வாகிகளுக்கும் செய்தி சொல்லியனுப்பினார். முடிந்த அளவுக்குக் கோயில் சொத்துகளைப் பாதுகாக்க அது உதவும் என்ற போதிலும் நாட்டின் சொத்துகள் பலவும் இப்படிக் கோயில்களில் ஆபரணங்களாகக் கட்டுமானங்களாக முடங்கிப் போவது ஒருவகையில் நாட்டின் வளர்ச்சிக்குப் பாழ் என்ற எண்ணமும் வந்தது. மேற்கொண்டு படையெடுத்துவரும் எவருக்குமே இந்த பொன் நகைகள் கண்ணை உறுத்தும். அதற்காகவே படையெடுப்புகள் வருங்காலத்தில் நடக்கும் என்றும் ஏகாம்பரநாதர் நினைத்தார். கோயில் சொத்துக்களைக் குறி வைப்பதற்கு வெளியில் இருந்து வேறு சமயத்தைச் சேர்ந்தவன்தான் வர வேண்டும் என்பதுகூட இல்லை. அன்புநாதர் ஆலயத்தில் நிகழ்ந்ததுபோல உள்ளூரைச்

தமிழ்மகன்

சேர்ந்தவனேகூட ஆசைப்படலாம். காலம் காலமாக விவசாய உற்பத்தியும் வரிப்பணமும் பெரும்பகுதி கோயில்களில் முடக்கப்படுவதை அவர் பலநேரம் யோசித்திருக்கிறார். கருவூலத்தில் பொருள் மிகுந்தால் காஞ்சியிலே மிக உயர்ந்த தரத்தில் கல்வி - கலா சாலை அமைக்கும் திட்டமும் அவருக்கு இருந்தது. இன்று இந்த இரவில், மழையில் அதை மீண்டும் நினைப்பதற்கு வாய்ப்பாக இருந்தது. அடை மழையில் இருந்து பாதுகாக்க மரக்கிளைகள் போதுமானதாக இல்லை. சுழன்றடித்த காற்றில் கிளைகள் நாலா பக்கமும் அலைந்து அச்சுறுத்தின. அதே நேரத்தில் உளவு பார்க்க அனுப்பப்பட்ட வீரன் திரும்பி வருவது தெரிந்தது. ஏகாம்பரநாதர் மரத்தில் இருந்து இறங்கி வந்தார். குதிரையில் இருந்து பாய்ந்து இறங்கியவன், "இளவரசே... பெரும் கொள்ளை. நூறு யானைகள், பல நூறு குதிரைகளில் பொன் ஆபரணங்களை ஏற்றிச் செல்கிறார்கள். மூட்டை மூட்டையாகத் துணிகளில் கட்டி வைத்திருக்கிறார்கள். மதுரையில் இருந்து சிராபள்ளி வரும் வரை அவர்கள் சூறையாடிய கோயில் நகைகள் இவை. ஆனால் ஒரு நற்செய்தியும் உண்டு" என்றான்.

"என்ன?"

"மாலிக் காபூர் உடனே தில்லி திரும்ப ஓலை வந்திருக்கிறதாம். இன்றே அவன் புறப்படுவான்."

"உறுதியான தகவலா?"

"ஆம் இளவரசே! காவிரியின் மறுகரையில் அவனுடைய சுல்தானிய வீரர்கள் காவலுக்கு நிற்கிறார்கள். அவர்களின் பேச்சில் இருந்து தெரிந்தது. திருவரங்கத்தைக் கொள்ளையடிக்கத்தான் திட்டமிட்டிருந்தான். காவிரியில் வெள்ளம் கரைபுரள ஆரம்பித்திருப்பது அவனுக்கு பாதகமாகப் போய்விட்டது. அதனால் காவிரிக்கு வலது புறமே கரூவூர் நோக்கிப் பயணிக்கத் திட்டமாம். சத்தியமங்கலம் வழியாக தாளவாய் கணவாயை அடைந்து சாளுக்கிய தேசம் சென்று தில்லி செல்கிறான்."

"அவர்களின் பேச்சு உனக்குப் புரியுமா?"

"அல் அங்காடியில் அரபு வணிகன் ஒருவன் இருந்தான். அவன்தான் அவர்கள் பேசிக்கொண்டதை என்னிடம் சொன்னான். அவன் மதத்தால் அவர்களுக்குரியவன் என்றாலும் நம்முடன் இரண்டறக் கலந்துவிட்டவன். நம் பால் அன்புகொண்டவன். மாலிக் காபூரின் அக்கிரமங்கள் அடுக்குமா எனப்

புலம்பிக்கொண்டிருந்தான்."

"குதிரை வியாபாரிகளாக, வணிகர்களாக வந்த இசுலாமியர்களிடம் இருந்த ஒழுக்கம் இவனிடம் இல்லையே என்பது ஆச்சர்யமாக இருக்கிறது. மக்கள் வேறாகவும் மன்னன் வேறாகவும் இருக்கிறார்கள். மாலிக் காபூர் ஒருவன் தில்லிக்குப் போய்விடுகிறான் என்பதற்காக நாம் வாளாயிருந்துவிடக் கூடாது. அவன் பாதை போட்டுக்கொடுத்துவிட்டான். அடுத்தடுத்து வருவார்கள்."

"இப்போதைக்கு அவனுடைய திட்டம் எந்தப் பக்கம் இருந்து வந்தானோ அதே பாதையில் திரும்பிச் செல்வதுதான் என்பது உறுதியாகிவிட்டது."

"அதாவது சத்தியமங்கலம் சாளுக்கிய பாதை! வரும்போதும் சரி. போகும்போதும் சரி அவன் சம்புவ ஆளுகையை எச்சரிக்கையாகத் தவிர்த்திருக்கிறான். தகடூர், தொப்பூர் கணவாய்களைத் தவிர்த்திருப்பதும் நம் அதியர்களுக்கு அஞ்சியே. எங்கே கை வைத்தாலும் மரணம் நிச்சயம் என்பதை அறிந்திருக்கிறார்கள். 'புலியின் குகைக்குள் புகுந்து பார்க்க நினைக்காதே' என யாரோ ஆலோசனை சொல்லியிருக்கிறார்கள்."

"ஆம் இளவரசே!"

"அவர்கள் செல்லும் காவிரி ஆற்றங்கரை பாதையில் நம் சொத்துக்களை இயன்றவரை மீட்க திட்டமிடுவோம். கரூவூர் பெருவழிக்கு விரைவோம். உடனே நாம் காவிரி ஆற்றைக் கடந்து கரூவூர் பாதையில் காத்திருக்க வேண்டும். அவசரம்... கொள்ளிடத்தைக் கடந்தது போலவே காவிரியையும் கடக்க வேண்டும். படகுகள் தயாராகட்டும்."

தோணிகள் தயாராகின. காவிரியில் வெள்ளம் அதிகமாக இருந்தது. மேற்கு மலைகளில் மழைப்பொழிவு ஆரம்பித்துவிட்டதன் அறிகுறி. புதுவெள்ளம் செந்நிற கரைசலாகப் புரண்டு ஓடியது. ஆற்றின் நடுவே தென்பட்ட சிறு சிறு மணல்திட்டுகளைத் தவிர இரண்டு கரைக்கும் பிடித்துக்கொண்டு ஓடியது நீர். தோணிகளில் ஏறி பத்து வீரர்களும் மறுகரையில் கரூவூர் பாதை வந்தடைந்தனர்.

2. மீண்ட செல்வம்

பழுத்த இரவு. மழை கொஞ்சம் வெளுத்த நேரத்தில் தூரத்து நடமாட்டத்தைக் கவனிக்க முடிந்தது. காவிரி கரையையொட்டி கரூவூர் பாதையில் யானைகளும் குதிரைகளும் கூடவே சுல்தானிய படைவீரர்களும் தென்படத் தொடங்கினர். அவர்கள் கரூவூரை நோக்கித் திரும்பவது திட்டவட்டமாகிவிட்டதெனத் தெரிந்தது. அந்தப் பெரும்பாதை முழுக்க யானைகளிலும் குதிரைகளிலும் சுல்தானிய வீரர்கள் கொள்ளையடித்தப் பொருள்களுடன் அணிவகுப்பது மனம் பதைக்கும் காட்சியாக இருந்தது.

“அவர்கள் வெற்றிக் களிப்பிலும் ஆணவத்திலும் இருக்கிறார்கள். ஆணவம் அவர்களின் கண்ணை மறைக்கும். அதுதான் நாம் களமிறங்க வேண்டிய தருணம்.”

“ஆயிரக்கணக்கானவர்கள் இருக்கிறார்களே!”

“படைகொண்டு தாக்க இப்போது அவகாசமில்லை. பதுங்கித் தாக்க வேண்டும். கட்டுக்கோப்பாகச் செல்லாமல் இடைவெளிவிட்டுச் செல்கிறார்கள். குறிப்பாகக் கடைசியாக வரும் ஒரு குழுதான் நம் இலக்கு.”

“அவர்களை நோக்கித் தாக்குதலில் இறங்கலாமா?”

“அந்தக் கடைசிக் குழுவை திசை திருப்ப வேண்டும். அதில் சுமார் நாற்பது பேர் இருக்கிறார்கள். அவர்களை வேறு பாதைக்கு மாற்ற வேண்டும். கேளுங்கள். அதோ அந்தத் திருப்பம். அங்கிருந்து

படைவீடு

அடர் மரங்கள் சூழ்ந்த பாதை. இருட்டும் நமக்குக் கைகொடுக்கும். காவிரியை வந்து சேரும் அந்த ஓடையைக் கடந்துதான் சுல்தான் படைகள் செல்லும். முன்னால் செல்லும் படைகள் போய் முடிந்ததும் கடைசியில் வரும் குழு வந்து சேர்வதற்குள் ஓடையின் அகலத்தை அதிகப்படுத்த வேண்டும். நீர் வரத்து அதிகமாக இருக்கிறது. அதனால் ஓடை அரிப்பு அதிகமாகும். விரைவிலேயே கடக்க இயலாத பெரிய ஓடையாக மாறிவிடும். சாலையைக் கடப்பதில் சுணக்கம் ஏற்படும். அதுதான் தருணம். அவர்களை வேகமாக அம்புகளால் வீழ்த்த வேண்டும். இந்த நாற்பது பேரில் ஒருத்தரும் மிஞ்சக் கூடாது. யானைகளையும் குதிரைகளையும் ஆபரணங்களையும் கைப்பற்ற வேண்டும்" திட்டங்களைச் சொல்லிக்கொண்டு போனார் ஏகாம்பரநாதர்.

பத்து பேருமே நெருப்பாக இருந்தனர். பெரும் படை வந்துகொண்டிருக்கும் சாலையின் திருப்பத்தில் இருந்த மரத்தில் வேகமாக ஏறி மறைந்துகொண்டனர். ஈர மரத்தின் கிளைகளில் இருட்டோடு இரவாகப் பதுங்கிக் காத்திருந்தனர். பெரும் படை பல யானைகளிலும் குதிரைகளிலும் பாதையில் கடந்து சென்றது. முதலில் சென்ற யானையில் மிதப்பாக அமர்ந்திருந்தான் மாலிக் காபூர். யானையின் உயரத்தோடு அதன் மீது அமர்ந்திருப்பவர்களின் உயரமும் சேர்ந்து சாலைமீது கவிந்துகிடந்த கிளைகளை எட்டிவிடும் அளவுக்கு இருந்தன. சில தாழ்ந்த கிளைகள் உரசவும் செய்தன. கிளைகளில் பதுங்கியிருந்த வீரர்களுக்கு, தங்களுக்குக் கீழே கடந்துபோய்க்கொண்டிருந்த கொள்ளையர்களைப் பார்த்தபோது ஆவேசம் மிகுதியாக இருந்தது. யானைமீது மாலிக் காபூர் அமர்ந்திருந்த இடத்துக்கும் ஏகாம்பரநாதர் மறைந்திருந்த கிளைக்கும் ஏறத்தாழ ஏழடி வித்தியாசம்தான் இருந்தது. அத்தனை நெருக்கத்தில் அவனைப் பார்ப்போம் என இளவரசர் நினைக்கவே இல்லை. நீண்ட பரந்த முகம் அவனுக்கு. அங்கிருந்த சிறு வெளிச்சத்திலும் அவன் துலக்கமாகத் தெரியுமளவுக்குச் சிவந்த நிறத்துடன் காணப்பட்டான். உடலின் மேலே உள்ள தோலை உரித்துவிட்டதுபோன்ற சிவப்பு. கண்களில் வெறித்தனம் அணையாமல் இருந்தது. இளவரசரின் கையில் இருந்த ஈட்டி அவரையும் மீறி துறுதுறுத்தது. வலது கையை இடது கையால் கட்டுப்படுத்த வேண்டியிருந்தது. ஒருவேளை அந்த சேனை இவர்களைப் பார்த்துவிட்டாலும் தப்புவது கடினம். அந்தப் பெரும் சேனை, வெறிக்கூச்சலுடன் கத்திக்கொண்டிருந்தது. முன் படைகள்

தமிழ்மகன்

கடந்து போகும் வரை பொறுமையுடன் காத்திருக்க வேண்டியிருந்தது. இருட்டில் அவர்களும் அவர்களால் ஏற்பட்ட எக்காளமும் கொஞ்சம் கொஞ்சமாக அவர்களின் சலசலப்பு குறைந்து அடங்கியது. அடுத்துவந்த குழுவைத் தனிமைப்படுத்த தயார் ஆனார்கள்.

சாலையில் இறங்கி அங்கிருந்த ஓடையின் அகலத்தை அதிகப்படுத்தும் முயற்சியில் ஈடுபட்டனர். கடப்பாறையால் கொத்திப் பிளப்பதும் மண்வெட்டியால் ஈர மண்ணைக் கூடைகளில் வாரிப் போட்டு பாதை ஓரங்களில் கொட்டுவதுமாக வேகம் காட்டினர். மழை நீர் ஆற்றுக்குள் வேகமாகப் பாய்ந்தது. கரை அதிகரித்து ஓடையின் அகலும் ஆழமும் அதிகரித்தது. "போதும். எல்லோரும் மரத்தில் ஏறி மறைந்துகொள்ளுங்கள்" என்றார் ஏகாம்பரநாதர். எதிர்பார்த்தது போலவே பின்னால் வந்த படைக்குப் பாதை அறுந்துகிடப்பது பெரும் குழப்பத்தை அளித்தது. முன்னால் சென்ற படை இந்தப் பாதையில்தான் போனதா என்பது போன்ற திகைப்பு. ஓடையின் அருகே பயணத்தை நிறுத்திவிட்டு, வேறு சாலை ஏதேனும் இருக்கிறதா என்று அவர்களுக்குள் பேசிக்கொள்வது புரிந்தது. ஓடையில் இறங்கிச் சென்று விடலாமா என ஒரு பாகன் யானை ஒன்றை ஓடைக்குள் இறங்குமாறு உந்திக்கொண்டிருந்தான். இந்தப் படைக் குழுவில் இரண்டு யானைகள், முப்பதுக்கும் மேற்பட்ட குதிரைகள் இருந்தன. ஓடையைக் கடப்பதா, வேறு பாதை இருக்கிறதா என அவர்களுக்குள் யோசனை. முடிவெடுக்க இன்னும் அவர்களுக்கு சில நொடி அவகாசம்தான். வீரர்கள் இளவரசரின் சைகைக்காகக் காத்திருந்தனர். வீரர்களைப் பார்த்து இமைகளை ஒரு வினாடி மூடித் திறந்தார். அடுத்த மாத்திரையில் பதினொரு வீரர்களும் பதினொரு பேருக்குக் குறி வைத்தனர். ஒரே நொடி. பதினொரு பேர் நெஞ்சில் பாய்ந்த அம்புகளைப் பார்த்தபடி நிலைகுலைந்து விழுந்தனர். அம்புகள் எங்கிருந்து வந்தன என்பதை யூகிக்க சுற்றும் முற்றும் இருட்டில் கண் துழாவிய சுல்தானிய வீரர்களில் சிலர் அடுத்து சுருண்டனர். மரத்தில் இருந்துதான் அம்புகள் பாய்கின்றன என அவர்கள் உணர்வதற்கு முன்பே அங்கே முக்கால்வாசிப் பேர் சுருண்டு கிடந்தனர். பதிலுக்குத் தாக்குவதைவிட முன்னே சென்ற படைக்கு யாரேனும் ஒருத்தராவது நடந்த சம்பவத்தைச் சொல்ல வேண்டும் என அவர்களில் சிலர் எத்தனித்தனர். ஒருவன் ஓடையைக் கடந்து குதிரையைச் செலுத்தினான். இளவரசரின் ஈட்டி அவன் நெஞ்சில்

படைவீடு

பாய்ந்து முதுகு வழி வெளியே வந்தது. குதிரை மிரண்டு போய் நின்றது. அரை நாழிகை நேரத்தில் அந்த நாற்பது வீரர்களும் நாடி அடங்கிக் கிடந்தனர்.

"அத்தனை பேரையும் காவிரியில் வீசுங்கள். சுல்தானிய வீரர்கள் கொண்டுவந்த யானைகளையும் குதிரைகளையும் யானைகளையும் படகுத் துறைக்குத் திருப்புங்கள்" ஏகாம்பரநாதர் கட்டளையிட்டார். யானைமீது இருந்த பாகன்கள் நிலைமையைப் புரிந்துகொண்டு உடனே யானைகளை திருவானைக்கா செல்வதற்கான படகுத் துறை நோக்கித் திருப்பினர். பெரும் செல்வம் மூட்டை மூட்டையாகக் கட்டப்பட்டு, யானையின் முதுகின் இருபுறமும் தொங்கிக்கொண்டிருந்தது. வீரர்கள் குதிரைகளில் ஏறி அமர்ந்தனர். சுல்தானியர் வந்த குதிரைகளின் பிடிகளை ஒரு சேரக் கட்டி ஒரு கயிற்றால் இணைத்தனர். குதிரை வீரர்களின் பின்னால் இணைக்கப்பட்ட குதிரைகள் நடைச்சத்தம் சடக் சடக் என ஒலித்தது. சில நொடிகளில் அந்த இடத்தில் அப்படியொரு புயல்வேகத் தாக்குதல் நடந்ததற்கான தடயமே தெரியவில்லை. மழையின் சீற்றம் இன்னும் அடங்கவில்லை. ரத்தக் கறைகள் சேற்றோடு கலந்து கரைந்து போனது.

"இந்த நாற்பது பேரும் இங்கே மாண்டதற்கான தடயமே இருக்கவில்லை அல்லவா? ஒரு வேளை முன்னால் சென்ற படையில் இருந்து யாரேனும் திரும்பி வந்து பார்த்தாலும் அவர்களுக்கு ஒன்றும் தெரியக்கூடாது."

வீரர்கள் இளவரசரின் கட்டளையைக் கேட்டு முடிப்பதற்குள் செய்து முடிப்பவர்களாக இருந்தார்கள்.

காவிரி படகுத் துறையில் தோணிகளில் குதிரைகளும் வீரர்களும் மீட்ட செல்வங்களோடு தோணிகளில் ஏறினர். யானைகளை பாகன்கள் வசம் ஒப்படைத்து, "வெள்ளம் வடிந்த நேரத்தில் படைவீடு ஓட்டி வந்தால் போதும்" என்றார் இளவரசர். மீண்டும் படகுகளில் திருவானைக்கா வந்தனர். சம்புலிங்க ஈசன் கோயிலின் கிழக்கு வாயில். அதன் வழியாகக் குதிரைகளில் மூட்டைகளைச் சுமந்துகொண்டு வீரர்களும் வருவதைக்கண்டு அங்கு கோயில் காவலுக்காகக் குழுமியிருந்த மக்கள் போராடிப் பார்ப்பதற்குத் தயாராவது தெரிந்தது. திருவானைக்கா ஈசன் கோயில் இன்னமும் சுல்தானியர்களின் கிலியில் இருந்து மீண்டிருக்கவில்லை. மீண்டும் அவர்கள்தான் வருகிறார்களோ என சிதறி நின்றனர். வந்திருப்பது

தமிழ்மகன்

தமிழ்ப் படைதான் என்பது அவர்களுக்குச் சற்று தாமதமாகத்தான் தெரிந்தது. செய்தி அறிந்து கோயில் நிர்வாகிகள் அங்கே திரண்டனர். "இவர் சம்புவராய இளவரசர்… ஏகாம்பரநாதர். துருக்கியர் அடித்துச் சென்ற கொள்ளையில் ஒரு பகுதியை மீட்டுக் கொண்டுவந்திருக்கிறார்" என்றான் ஒரு படைவீரன்.

"இளவரசர் வாழ்க…"

"ஏகாம்பரநாதர் வாழ்க…" குரல்கள் ஓங்கி ஒலித்தன.

"கொண்டாடுவதற்கு இது நேரமில்லை. சீக்கிரம் அனைத்துச் செல்வங்களையும் கோயில் வளாகத்தில் யாரும் அறியாத இடத்தில் புதைக்க வேண்டும். உங்களில் நம்பிக்கையான நால்வர் இதற்குப் பொறுப்பேற்றுக்கொள்ள வேண்டும்."

"உத்தரவு இளவரசே! திருவரங்கம் வந்து மாலிக் காபூர் கொள்ளையிடுவான் என்ற அச்சத்தில் உற்சவ மூர்த்தி மணவாள பெருமாள், நாச்சியார் பொற்சிலைகளை அடியார்கள் சிலர் இரவோடு இரவாக வேறு இடத்துக்குக் கொண்டு சென்றுவிட்டார்கள். திருவரங்கனை இப்படி பதுக்கிவைக்கும் நிலை ஏற்பட்டுவிட்டதே!" என்றார் கோயில் அறங்காவலர்.

"சூழ்நிலைகள் மாறியதும் திருவரங்கனை மீண்டும் அதே இடத்தில் வைக்கலாம். அதுவரை பாதுகாப்பான இடத்தில் இருப்பதே நல்லது. தேவைப்பட்டால் படைவீட்டுக்குக் கொண்டுவரச் சொல்லுங்கள். நாங்கள் பாதுகாக்கிறோம்."

"இது நல்ல யோசனை. அவர்கள் மலைதேசம் செல்வதாகச் சொல்லியிருக்கிறார்கள். எப்படியாயினும் அவர்களைச் சந்தித்து படைவீடு வரச் சொல்கிறேன்." அறங்காவலர் மகிழ்ச்சியுடன் தெரிவித்தார்.

கோயில் நடைக்கதவு திறக்கப்பட்டு, இரண்டு மூட்டை நகைகளையும் இரண்டு பேர் உள்ளே சுமந்து சென்றனர். இன்னும் இருவர், கடப்பாரை, மண்வெட்டியோடு சென்றனர். அவர்கள் உள்ளே சென்றதும் நடைக்கதவு சாத்தப்பட்டது. "நகைகள் எங்கே புதைக்கப்பட்டன என்பது இந்த நால்வரைத் தவிர வேறு யாருக்கும் தெரியக்கூடாது. காலம் கனியட்டும். அப்போது எடுத்து இறைவனுக்குச் சாற்றலாம்" என்ற இளவரசர், மாலிக் காபூர் தில்லிக்குப் புறப்பட்டுவிடுவான். ஆனால், ருசி கண்ட பூனையாக அடுத்தடுத்து வருவார்கள் என்பதை நினைவுகளால் அசை

போட்டார்.

"இளவரசே நீங்களும் உள்ளே செல்லுங்கள்" என்ற குரல் கேட்டுத் திரும்பினார். கோயில் அந்தணர் பணிவுடன் நின்றிருந்தார்.

''முக்கியமானவர்கள் உடனிருந்தால் போதும். நான் தேவையில்லை."

''சம்பு முனிவர் குலம் வந்த சத்ரிய வம்சத்தவருக்குப் பாத்தியதைப்பட்ட கோயில் இது. மூலவரே சம்புகேஸ்வரர்தான். சோழர்கள் அரசாட்சியிலும் அதிக அளவு திருப்பணிகள் உங்கள் மூலமாகவே நடந்தது. நீங்கள் இன்றி இந்தக் கோயில் இல்லை. நீங்களே பொருத்தமானவர்."

அரசர்களைப் பெருமைப்படுத்தி காரியம் சாதிப்பதற்கு அந்தணர்களுக்குச் சொல்லித்தர வேண்டியதில்லை. அவர்களின் சாதுர்யமே அரசர்களை அனுசரித்துப் போவதில் இருப்பதையும் ஏகாம்பரநாதர் உணர்ந்தே இருந்தார். கோயில் காரியதரிசி யாரோ இருந்து பார்த்துக்கொண்டாலே போதும் என மீண்டும் ஒரு முறை இளவரசர் எடுத்துச் சொல்ல முயன்றார். அதற்குள் ஊர்ப் பெரியவர்கள் சிலர், "இவ்வளவு நகைகளும் திரும்பக் கிடைத்தது உங்களால்தான். அதற்காகவேனும் நீங்கள் உடனிருந்து ஏற்ற இடத்தில் மறைத்துவைக்க ஏற்பாடு செய்யுங்கள். முதலில் அனைவரும் சென்று மூலவரை வழிபட்டுவிட்டு வரலாம். பிறகு முக்கியமான சிலர் மட்டும் இருந்து ஆபரணங்களைப் பாதுகாக்கும் பணியைச் செய்யலாம்" என்றனர்.

மக்களிடம் மேலும் மேலும் விவாதிக்கொண்டிருப்பதைவிட உள்ளே சென்றுவர இளவரசர் சம்மதித்தார். நீரின்றி அமையாது உலகு என்பதை உணர்த்தும்விதமாக நீர் வடிவாய் காட்சி தரும் பெருமானைத் தரிசிக்கும் பெரும்பேறு இந்த அர்த்த ராத்திரியில் கிடைத்ததை நினைத்து மகிழ்ந்தார் ஏகாம்பரநாதர்.

அர்ச்சகர் அழகு தமிழில் பாடலானார்.

"நிலம்நீரொடு ஆகாசம் அனல்கால்ஆகிநின்று ஐந்து
புலநீர்மை புறம்கண்டார் பொக்கம்செய்யார் போற்றுஓவார்
சலநீதர் அல்லாதார் தக்கோர்வாழும் தலைச்சங்கை
நலநீர கோயிலே கோயில்ஆக நயந்தீரே."

பாடி ஆராதனை செய்து விபூதி பிரசாதம் வழங்கினார்.

“திருஞானசம்பந்த சாமிகள் அருளியது... ‘இக் கோயில் சுவரை சிவமுனிச் சித்தர் கட்டி முடித்தார். அப்போது பணியாட்களுக்கு அவர் ஒரு சிட்டிகை திருநீற்றையே கூலியாகக் கொடுத்தார். அதனாலேயே இந்தச் சுவரைத் திருநீற்றான்மதில் என்கிறார்கள். அந்த சித்தர் கொடுத்த சிட்டிகை நீறு, கூலியாட்களின் கையில் அது பொற்காசுகளாக விழுந்ததாகச் சொல்வார்கள்’’ என்று சொல்லிக்கொண்டு வந்தார் கோயில் நிர்வாகி.

எம்பெருமான் பள்ளத்தில் இருந்தார். எப்போதும் நீரிலேயே மிதந்து கிடக்கும் மூலவர். துவாரங்கள் இட்ட சிறிய பலகணி வழியாகவே சிவபெருமானை தரிசிக்க முடியும். உள்ளே காவிரி நீர் பொங்கிக்கொண்டே இருந்தது. நீரோசை மெல்ல கேட்டது. பெருக்கெடுத்து வடியும் நீர் இன்னொரு பக்கம் வடிந்து சென்றது.

‘‘சோழ மன்னர் ஒருவர் காவிரி ஆற்றில் குளிக்கும்போது அவருடைய பொன்னாபரணம் ஆற்றோடு அடித்துப் போய்விட்டது. மன்னர், ‘எம்பெருமானுக்கு அர்ப்பணம்’ என்று போய்விட்டார். மறுநாள். ஆற்றில் அடித்துவரப்பட்ட அந்த ஆபரணம் இங்கே சம்புலிங்கேஸ்வரிடம் வந்து சேர்ந்தது. அப்பேர்பட்ட புண்ணியதலம். நாவுக்கரசர் பாடிய தலம். சங்கராச்சாரியார் நிறுவிய விநாயகப் பெருமான் வீற்றிருக்கிறார். அகிலாண்ட நாயகி இங்கு வந்து சங்கரனை வழிபட்டதாக ஐதீகம். அதனால்தான் உச்சி கால பூசையின்போது அர்ச்சகர்களாகிய நாங்கள் பெண் உடை தரித்து பூசை செய்துவருகிறோம். தல விருட்சமும் சம்பு... அதாவது நாவல் மரம். சம்புகேஸ்வரரை பூசித்தவரும் சம்பு... அதாவது யானை. சம்பு மகரிஷி குலத்தவரான சம்புவராயருக்கு உரிய கோயில்’’ என்றார் அர்ச்சகர். இதுவரை தாம் எடுத்த முயற்சிகள் எல்லாம் வெற்றிகரமாக முடிந்தது இறைவன் அருள் என்பதை ஏகாம்பரநாதர் முழுமையாக உணர்ந்தார். அடுத்து செய்ய இருக்கும் காரியங்களிலும் வெற்றி உண்டாக சம்புலிங்க ஈசன் துணை நிற்க வேண்டிக்கொண்டார். அங்கிருந்த கல்வெட்டுகள்* சில சம்புவராயர் பெயரில் பதிக்கப்பட்டிருப்பதையும் அர்ச்சகர் தெரிவித்தார்.

வழிபாடு முடிந்ததும், “அவகாசமில்லை. முக்கியமான ஐந்தாறு பேர் தவிர மற்றவர்கள் கோபுரத்துக்கு வெளியே இருங்கள்” என ஆணையிட்டார் இளவரசர். அவரருகில் நான்கு பேர் மட்டுமே நின்றனர். மற்றவர் யாவரும் வேகமாக வெளியேறினர். பிரகாரத்தின்

படைவீடு

நெடிய பாதையில் இளவரசருடன் அந்த நால்வரும் மௌனமாக நடந்து வந்தனர். மூலவருக்கு பின் பகுதியில் அமைந்த பிரகார பாதையையொட்டி அமைந்திருந்தது மடப்பள்ளி. அந்த இடத்தில் பதிக்கப்பட்டிருந்த கற்களைப் பார்த்தார். இரண்டு அடிக்கு நான்கு அடி கொண்ட பெரிய பலகைக்கற்கள். குறுக்கும் நெடுக்குமாக அந்த இடத்திலேயே இரண்டுதரம் நடந்தார். மடப்பள்ளிக்கு எதிரே மூன்றாவது கல்லை நீக்கச் சொன்னார். கடப்பாறையும் இடுக்கியும் மண் வெட்டியும் கற்களோடு உரசும் சத்தம். "கற்களில் சிறிய உடைசலோ, கீறலோ தெரிந்தாலும் இது தோண்டப்பட்டதற்கான சந்தேகம் வந்துவிடும். கவனமாகப் பெயர்த்து எடுக்க வேண்டும். அதே போல மற்ற கற்களில் இருந்து ஏற்றத்தாழ்வு இல்லாமல் இருந்தது போலவே மூட வேண்டும்."

"அரசே... மண்ணைத் தோண்டிவிட்டு மூடினாலே கொஞ்சம் மண் மிச்சப்படும். மூடப்பட்ட இடம் முகடாகத் தெரியும். மேலும் நாம் இந்த நகைகளை வேறு வைத்து மூடப் போகிறோம்."

வீரனின் புத்திகூர்மையை உணர்ந்து ரசித்தார். "இந்தக் கல்லைப் பெயர்த்து எடுத்தால் உங்கள் கவலைக்குக் காரணம் தேவைப்படாமல் போகும்" என்றார் இளவரசர்.

இளவரசர் சொல்வதன் அர்த்தம் புரிந்துகொள்ள முடியாமல் வீரர்கள் அந்தக் கல்லைப் பெயர்த்து எடுத்தனர். அதை ஓரமாக வைத்துவிட்டுப் பார்த்தனர். உள்ளே ஆற்றுமணலால் நிரப்பியது போல இருந்தது. வேகமாக அந்த மணலை அள்ளி வெளியில் குவித்தனர். இளவரசர் சொன்ன காரணம் புரிந்தது. உள்ளே இன்னுமொரு கற்பலகை வரிசை இருந்தது.

"அந்தக் கற்பலகைகளை வெளியே எடுங்கள் வீரர்களே!"

வீரர்கள் ஒவ்வொரு கற்பலகையாக எடுத்தனர். மொத்தம் மூன்று பலகைகள். அளவில் சிறியவை. அவற்றுக்குக் கீழே பெரிய பள்ளம் ஒன்று இருந்தது. "அதனுள்ளே இந்த நகைகளை வையுங்கள்."

நகைகளை உள்ளே வைத்து மீண்டும் கற்பலகைகளை வரிசையாக வைத்து மேலே மண்ணைக் கொட்டி மூடினர். கடைசியாக அந்த இரண்டடி கற்பலகையை வைத்து மூடியபோது எடுத்துவிட்டு மூடிய தடயமே தெரியவில்லை. சுத்தமாகப் பெருக்கித் தள்ளிவிட்டு இளவரசரிடம் வந்து நின்றனர் வீரர்கள். "எப்படி அத்தனை சரியாக இந்தக் கல்லை அடையாளம் கண்டீர்கள் இளவரசே?"

தமிழ்மகன்

"இத்தனைக்கும் இந்தக் கோயிலுக்கு நான் வருவது இதுவே முதல்முறை. எல்லாம் என் பாட்டன் பூட்டன் காலத்தில் இருந்து சொல்லி, என் தந்தை எனக்கு சொன்ன அடையாளம் இது. ஏனோ கோயில் சிலைகளுக்கும் ஆபரணங்களுக்கும் இப்படி ஒரு ஆபத்து இருப்பதை அன்றே உணர்ந்திருக்கிறார்கள். பல கோயில்களில் இப்படியான ரகசிய அறைகள் உண்டு. சுரங்கங்கள் உண்டு. அவையெல்லாமே அரண்மனை ரகசியங்களாகப் பலருக்கும் தெரியாமலேயே போய்விட்டன. ரகசியங்களுக்கான லாப நட்டங்கள் அப்படித்தான் இருக்கும்."

சொல்லிக்கொண்டிருக்கும்போதே ஏகாம்பரநாதருக்கு ஈசன் வாள் நினைவில் வந்து போனது. தம் பயணத்தின் இன்னொரு கூடுதல் காரணமாக இருக்கும் அதை அவர் மறக்கவில்லை. திடீரென இளவரசர் ஏதோ யோசனையில் ஆழ்ந்துவிட்டதைக் கவனித்த வீரர்கள் அவருடைய உத்தரவுக்காகக் காத்திருப்பதுபோல் நின்றனர்.

"வீரர்களே உங்களை நம்பித்தான் இந்த நகைகள் பாதுகாக்கப்பட்டிருக்கின்றன. எக் காரணத்தைக் கொண்டும் உங்கள் மனைவி மக்களிடம்கூட பகிர்ந்துகொள்ளக் கூடாது. நம்முடைய தெய்வங்களுக்கு ஏற்பட்ட ஆபத்து நீங்கியதும் மீண்டும் இவற்றை மீண்டும் அவற்றுக்குச் சாத்தி அழகு பார்க்கும் காலம் வெகு தூரத்தில் இல்லை."

"இளவரசே சம்பு ஈசன் மீது ஆணை. உயிரே போனாலும் நாங்கள் யாரிடமும் சொல்ல மாட்டோம்." வீரனொருவன் ஈட்டியில் உள்ளங்கையைக் குத்தி சத்தியம் செய்தான்.

இளவரசர் அவர்களைத் தோளில் தட்டிச் சிரித்தார். "மகிழ்ச்சி... போகலாம் வாருங்கள்!"

இளவரசர் வெளியே வந்தபோது சூரியனின் வெளிச்ச பாய்ச்சல் கோயில் கொடி மரத்தின் கீழ் நன்கு எதிரொளித்தது. எல்லோரையும் வணங்கி விடைபெற்ற நேரத்தில், "வணக்கம் இளவரசே!" என்ற குரல் கணீரெனக் கேட்டது. கையில் சுவடிகளின் நின்றிருந்த அவர்மீது இளவரசரின் பார்வை திரும்பியது.

"இளவரசே... நான் கம்பரின் எள்ளு பெயரன் இளந்தேவன். உங்களிடம் பேசவே காத்திருக்கிறேன். என் பாட்டன் உங்களுக்குத்

படைவீடு

தந்த பரிசொன்றை உங்களிடம் ஒப்படைக்கும் பொருட்டு கொண்டுவந்தேன், இதைப் பிரதியெடுக்கும் பணியைத் தாங்கள்தான் மேற்கொள்ள வேண்டுமென்பது என் விருப்பம்" என்றபடி ஓலைச் சுவடியை நீட்டினார்.

"வணக்கம். உங்களைச் சந்தித்ததில் மகிழ்ச்சி. ஆமாம், என்ன இது?"

"கம்பர் எழுதிய சிலை எழுபது."

"மகிழ்ச்சி. இது எங்கள் நூலாயத்தில் உள்ளது புலவரே!"

"இருக்கலாம். சிலை எழுபது பிரதிகள் பார்த்திருப்பீர்கள். இளவரசே இது கம்பரே எழுதியது. ஓலையில் இருப்பது அவருடைய கையெழுத்து." சுவடியைப் பெருமகிழ்வுடன் பார்த்தார். கம்பரின் எழுத்து என்பது கூடுதல் ஈர்ப்பாக இருந்தது. அந்த எழுத்துக்களை விரல்களால் தொட்டுத் தடவிப் பார்த்தார். கம்பனின் ராமவதாரம் எழுதிய விரல்கள் வடித்த இன்னொரு காவியம். வன்னிய வீரர்களின் பெருமை சொல்லும் சிலை எழுபது நூல்.

இளவரசர் சுவடியைப் புரட்டி படிக்கலானார்.

'விடையுடையார் வரமுடையார் வேந்தர்கோ
வெனலுடையார் நடையுடையார் மிடியுடைய
நாவலர் மாட்டருள் கொடையார் குடையுடையார்
மலையமன்னர் குன்றவர் பல்லவர் மும்முப் படையுடையார்
வன்னியர் பிறரென்னுடையார் பகரிரே"

இளவரசர் தன் தோளில் தொங்கிய தோல் பையில் அந்தச் சுவடியைப் பத்திரமாக வைத்துக்கொண்டார். "கம்பரின் சுவடியை என்னிடம் கொடுக்க வேண்டும் என்று நினைத்ததே எனக்கு நீங்கள் அளித்த பெரும் பரிசு. கம்பர் எழுதிய சுவடியென்பது எனக்கு பெரும்கொடை. ஆடி சோதிநாளில் படைவீட்டில் நடைபெறும் திருவிழாவுக்கு நீங்கள் அவசியம் வர வேண்டும். தந்தை உங்களைப் பார்த்தால் பெரிதும் மகிழ்வார்" என்றார்.

"அவசியம் வருகிறேன். இரட்டைப் புலவர்களும் உங்களைச் சந்திக்க வேண்டும் எனச் சொல்லிக்கொண்டிருந்தார்கள். அவர்களையும் அதே தேதியில் அழைத்து வருகிறேன். உங்கள்

பணியைத் தொடருங்கள். நீங்கள் தொடங்கியிருக்கும் பணியை அறிவேன். அதன் குறுக்கே நிற்க விரும்பவில்லை. சென்று வாருங்கள் இளவரசே!”

*** திருவானைக்காவில் உள்ள சம்புவராயர் கல்வெட்டுகள்:**

* ஸ்வஸ்தி ஸ்ரீ சகலலோகச் சக்கரவத்தி ஸ்ரீ இராசநாராயணன் சம்புவராயர்க்கு யாண்டு 3 வது ஆவணி மாதம் ஜயங்கொண்ட சோழ மண்டலத்து களத்தூர் கோட்டத்து களத்தூர் நாட்டு களத்தூரில் உடையார் திருவால கோயிலுடைய நாயனார் கோயில் கைக்கோளரில் அம்பலவர் வேனாவுடையார் தேவாண்டை காங்கயராயன்னேன் இந்நாயனார்க்கு நான் வைத்த திருநந்தா விளக்கு அரைக்கு நான் விட்ட பசு பதின் ஐஞ்சும் இக்கோயில் திருவிளக்குக்குடி மன்றாடி தளியக்கோன் மகன் எழும்போதக கோனேன் இந்த பத்தின் ஐஞ்சும் இந்நாள் முதல் கைக்கொண்டு சந்திராதித்த வரை நாள் ஒன்றுக்கு இராஜகேசரி நாழியால் ஆழாக்கு நெய் அளக்கக் கடவேன் தளியக்கோன் எழும்போதாக கோனேன்.

* ஸ்வஸ்தி ஸ்ரீ ராசநாராயண சம்புவராயற்க்கு மூன்றாவது களத்தூர் கோட்டத்து களத்தூர் உடையார் திருவால கோயில் உடைய நாயனார்க்கு சுரபியாக / மல்லிநாதன் ராசநாராயண சம்புவராயனேன் மல்லன் மகன் எழும்போதககோன் வசமாக வீட்ட பசு பதினஞ்சும் சந்திராதித்தவரை செலுத்தக் கடவது ஆக கைக்கொடேன் மல்லன் மகன் எழும்போதாக கோனேன்.

* ஸ்வஸ்தி ஸ்ரீ சகலோக சக்கரவத்திகள் ஸ்ரீ ராசநாராயணன் சம்புவராயற்க்கு யாண்டு 12 வது ஜயங்கொண்ட சோழ மண்டலத்து களத்தூர் கோட்டத்து களத்தூர் திருவாலகோயில் உடைய நாயனார் கோஇில் தாநத்தாற்கு திருவால கோஇில் உடைய நாயனார் திருமடைவிளாகமும் திருவிருப்பு சூழ்ந்த திருநாமத்தியில் காணி நாற்பாற் கெல்லைக்கு உள்ளிட்ட நஞ்சை புஞ்சை - - - - புறகலனையும் மற்றும் பல பட்டடையும் ஏறும் குடியும் ஸர்வமானியம் ஆகவும் சந்திராதித்தவரை ஆக பூசை திருப்பணி தாழ்வற நடக்கும்படியாக குடித்தோம் இப்படி செய்வதே.

3. கண்டராதித்தம்

மாலிக் காபூர் திருவரங்கநாதர் கோயிலில் கொள்ளையை முடித்துக்கொண்டு மதுரை திரும்ப உத்தேசித்திருந்தான். தில்லியிலிருந்து வந்த அவசரத் தகவலால் திருவரங்கம் செல்லாமலேயே திரும்பினான். படை மீண்டும் மதுரைக்குத் திரும்ப வேண்டாம் என முடிவெடுத்து கரூவூர் பாதை வழியே சத்தியமங்கலம் அடைந்தது. காலைப் பொழுதில் காட்டின் நடுவே அங்கே முகாமிட்டு யானைகளின் முதுகில் இருந்த மூட்டைகளைக் கீழே இறக்கிப் பார்த்தான். பொன் மலை போலக் குவிந்து கிடந்தன நகை மூட்டைகள்.

“அலாவுதீன் கில்ஜிக்குப் பரிசளிக்க ஓர் அழகு தேவதையை மட்டும் கொண்டு செல்ல முடியவில்லையே” என்றான் மாலிக் காபூர்.

அவனுடைய வலதுகரமாக இருக்கும் நிஜாமுதீன், “அதனால் என்ன மாலிக்? அதை ஈடுகட்டத்தான் மலைபோல நகைகளைக் கொண்டு செல்கிறோமே?” என்றான்.

‘‘திருவரங்கநாதர் கோயிலில் நிறைய நகைகள் இருக்கும் என்றார்கள். அதையும் ஒரு எட்டு பார்த்துவிட்டு வந்திருக்க வேண்டும். இந்த நேரம் பார்த்து காவிரி ஆற்றில் வெள்ளம்.

தில்லியிலே அலாவுதீனுக்கு ஆபத்து எனத் தகவல். அதனால்தான் புறப்பட வேண்டியதாகிவிட்டது” என்றான் மாலிக்.

நிஜாமுதீன், “அதற்கென்ன தில்லிக்குச் சென்ற அடுத்த மாதமே திரும்பிவந்தால் போகிறது?” என்றான். “நம் படையில் கடைசியாக வந்த ஒரு குழுவைக் காணவில்லை. அவர்கள் எங்கு போனார்கள் என்று தெரியவில்லையே?” என்றான்.

“எங்கே போகப் போகிறார்கள்? திசை மாறிச் சென்றிருந்தாலும் மதுரைக்குத்தான் போவார்கள். அந்த நகைகளை அடுத்த முறை பார்த்துக்கொள்ளலாம். அவர்களுக்காகக் காத்திருப்பது உசதமல்ல. தில்லியில் என்ன நடக்கிறதோ என்ற பதைப்பு எனக்கு அதிகமாக இருக்கிறது” என்றான்.

அந்த நேரத்தில் வனத்தில் யானைக் கூட்டம் ஒன்று கடந்து சென்றது. பன்னிரெண்டு யானைகள். அதில் ஐந்து ஆண் யானைகள். நீண்ட தந்தங்களைக் கொண்டவை. மாலிக் காபூருக்குக் குறுக்குப் புத்தி ஓடியது. “அந்தச் செல்வங்கள் போனாலென்ன... இந்த யானைகளை வேட்டையாடினால் தந்தங்களை மன்னருக்குப் பரிசாகக் கொண்டுசெல்லலாமே?” மாலிக் காபூர் கண்களின் வெறித்தனம் கொழுந்துவிட்டது.

நிஜாமுதீன் யோசித்தான். “மாலிக்... யானைகள் திருப்பித் தாக்க ஆரம்பித்தால் நாம் சமாளிக்க முடியுமா?”

இப்படி அவன் கேட்டுவிட்டதனாலேயே மாலிக் காபூருக்கு கோபம் பொத்துக்கொண்டது. “வீரர்களே... ஈட்டிகளோடு தயாராகுங்கள். இந்த ஆண் யானைகளைக் கொன்று தந்தங்களை எடுக்க வேண்டும். தாமதிக்க வேண்டாம்” என்றபடி தான் வந்த யானையின் மீது ஏறி அமர்ந்தான். வீரர்களும் யானைகள் மீதும் குதிரைகள் மீதும் தாவி ஏறி அமர்ந்தபடி அந்தக் காட்டு யானைகளை விரட்ட ஆரம்பித்தனர். காட்டுக்குள் காட்டுக் கூச்சல். யானைகள் நூற்றுக்கணக்கான வீரர்கள் துரத்துவதை உணர்ந்து திசைக்கொன்றாக மிரண்டு ஓட ஆரம்பித்தன. வீரர்களின் கூச்சல் அதிகமாக இருந்தது. அதுதான் யானைகளை அச்சுறுத்தின. பள்ளம் மேடு காடு என யானைகள் உயிரைக் காப்பாற்றிக்கொள்ள ஓடின. ஈட்டிகள் சரமாரியாகப் பாய்ந்தன. கழுத்தில் பாய்ந்த ஈட்டியோடு யானையொன்று தடுமாறி விழுந்தது. சுல்தானிய வீரர்கள் அதன் மேல் பாய்ந்து தாக்க ஆரம்பித்தனர். யானையின் பிளிறலில் காடே அதிர்ந்தது. மாலிக் காபூர் பாய்ந்து வந்து அந்த யானையின் காலில்

படைவீடு

ஓங்கி ஒரு வெட்டு வெட்டினான். தரையில் துவண்டு துடித்த யானையைப் பார்க்க அவனுக்குக் குதூகலமாக இருந்தது. துதிக்கையை வெட்டி வீசினான். குபுக் என பீச்சியடித்தது ரத்தம். அந்த யானை எழுந்து நிற்க முயற்சி செய்து இரண்டு முறை கால்களை உதைத்தது. இந்த முறை நிஜாமுதீன் ஒரு பெரிய பாறாங்கல்லை எடுத்துவந்து அதன் நெற்றியில் வீசினான். நெற்றி பிளந்து குருதி வெள்ளம் பாய்ந்தது. இன்னும் சிலர் யானைகளைத் துரத்திக்கொண்டு ஓடினர். சில யானைகள் ஓடையைக் கடந்து மறுபக்கம் காடுகளில் மறைந்தன. சில யானைகளோ முதுகெல்லாம் ஈட்டிகள் குத்தப்பட்ட நிலையில் ஓடிக்கொண்டிருந்தன. அவற்றின் அபயக்குரல் வெகுதூரத்துக்குக் கேட்டுக்கொண்டே இருந்தது. பயணம் செய்ய வேண்டிய பாதையை விட்டுவிட்டு வெகுதூரம் வந்துவிட்டதை அறிந்த மாலிக் காபூர், "போதும் வந்துவிடுங்கள்" என்றான்.

வீரர்கள் குதிரைகளில் களைத்துத் திரும்பினர். "யானையைப் பிடிக்க நான்கு பக்கமும் சூழ்ந்து தாக்க வேண்டும். காட்டில் அவற்றை இப்படியெல்லாம் துரத்திப் பிடிப்பது புத்திசாலித்தனமல்ல. அடுத்த முறை வரும்போது இதை ஒரு திட்டமாகவே வைத்துக்கொண்டு வர வேண்டும். நூறு யானைகளையாவது கொல்ல வேண்டும், அதுதான் என் ஆசை" என்றான்.

இரண்டு தந்தங்களுக்காக இத்தனை பாடுபட வேண்டியதாகிவிட்டதே என்ற சிறிய கவலையுடன் யானைமீது அமர்ந்தான். அவன் அமர்ந்திருந்த யானையின் இரண்டு புறமும் ரத்தம் காயாத அந்தத் தந்தங்கள் தொங்கவிடப்பட்டிருந்தன.

கொள்ளிடத்தைக் கடந்து அதன் இடது கரைக்கு வந்த இளவரசர் ஏகாம்பரநாதர், கிழக்கு நோக்கிப் பயணமானார். கொள்ளிடம் ஆற்றையொட்டியிருந்த அன்பில் திரு வடிவழகிய நம்பி பெருமாள்* கோயில் தென்பட்டது. பள்ளிகொண்ட பெருமாள் தம் பயணத்தில் அடிக்கடி குறுக்கிடுவதும் அதுவும் ஆற்றங்கரையோரங்களிலேயே குறுக்கிடுவதும் அழகிய வியப்பையும் ஆச்சர்ய வினாவையும் ஏற்படுத்தியது. தென் பெண்ணை கரையில் ஆதி திருவரங்கத்திலும் காவிரிக் கரையில் திருவரங்கத்திலும் கொள்ளிடக் கரையில் இப்போது வடிவழகிய பெருமாள் அன்பில் நாதராகவும் காட்சி தந்தபடி பெருமாள் உடன் வருவதுபோலவே இருந்தது. துளசி

செடிகள் மலிந்து கிடந்த அந்தக் கோயில் வாயிலையொட்டி குவளை மலர்கள் பூத்துக்குலுங்கிய குளம் ஒன்றைக் கண்டார்.

கொள்ளிடக் கரையில் தொடர்ந்து கிழக்கு நோக்கி சென்றுகொண்டிருந்தார். அடுத்து கண்டராதித்தம். முதலாம் பரந்தக சோழருக்குப் பின் ஆட்சியமைத்த கண்டராதித்தன் பெயரில் அமைந்த ஊர் என்பர்.

ஆயர்குடி சிறுவர்கள் சிலர் ஆடு, மாடுகளை மேய்த்துக்கொண்டிருந்தனர். திணைக்குடிகளின் நீண்ட தொடர்பு அதிலே அடங்கியிருந்தது. குறிஞ்சி, முல்லை நிலத்தவர்கள் வேடுவர்களாகவும் தேனும் தினையும் தேடி உண்பவர்களாகவும் விலையுயர்ந்த கற்களை கண்டெடுத்து விற்பவர்களாகவும் முல்லைத் திணையினர் பால், நெய், தயிர் போன்றவற்றை விற்பனை செய்து வாழ்பவர்களாகவும் இருப்பதை அவர் அறிவார். விவசாயம், நெசவு, அணிகலன் தயாரித்தல் போன்ற நேரடியான உற்பத்திகளில் அவர்களுக்குப் பெரிய பங்கு இல்லையெனினும் இயற்கையோடு நெருக்கமான பங்குகொண்டு இருப்பதையும் அவர் நன்கு அறிவார்.

சிறுவன் ஒருவன் மரத்திலே அமர்ந்தவாறே புல்லாங்குழல் இசைக்கு ஏற்ப மாடுகளைத் தன் கட்டுப்பாட்டில் வைத்திருப்பதைக் கவனித்தார். மேய்ச்சல் போக்கில் மாடுகள் சில எல்லை தாண்டிச் செல்லும்போது அவன், ப்பா... டுர் டுர்.. என வாயில் ஒலி எழுப்பி அவற்றை திசை திருப்பும் லாகவம் அசாதாரணமானதாக இருந்தது.

“தம்பி மழபாடிக்கு இன்னும் எவ்வளவு தூரம் செல்ல வேண்டும்?” எனப் பேச்சுக்கொடுத்தார் இளவரசர்.

“மழபாடியில் யாரைப் பார்க்க வேண்டும்?” என்றான் சிறுவன்.

“மழவராயர் உத்தமராயர் அரண்மனைக்குச் செல்கிறேன்... அவரைத்தான் பார்க்க வேண்டும்.”

“அதற்காகத்தான் அங்கு யாரைப் பார்க்க வேண்டுமெனக் கேட்டேன். மன்னர் இப்போது அரண்மனையில் இல்லை. மழபாடி களறி களத்தில் பயிற்சி முகாமில் இருக்கிறார். போர் வரப் போகிறது தெரியுமா? எந்த நேரத்திலும் படைகள் விரிஞ்சிபுரத்துக்கும் படைவீட்டுக்கும் செல்ல வேண்டியிருப்பதாக என் அண்ணன் சொன்னார்.”

“உங்கள் அண்ணன் என்ன செய்கிறார்?”

“அவரும் சிலம்பம், வாள் பயிற்சியில் தேர்ந்தவர். குடிபடை வீரர். அதுசரி நீங்கள் யாரென்று சொல்லாமலேயே இவ்வளவு விவரம் கேட்கிறீர்களே?”

“நான் மன்னர் வீரசம்புவரின் தூதுவன். போர் சம்பந்தமாக மன்னர் உத்தமராயரைச் சந்திக்கச் செல்கிறேன். புத்திசாலி சிறுவனாக இருக்கிறாயே... உன் பெயர் என்ன தம்பி?”

“என் பெயர் கண்ணன். எங்கள் சேரியில் பல கண்ணன்கள் இருக்கிறார்கள். அண்ணன் பெயர் கோவர்தன்.”

“பொருத்தமாகத்தான் பெயர் வைத்திருக்கிறார்கள். உன் அண்ணனைப் பயிற்சிக் களத்தில் பார்க்கிறேன். பயிற்சிக்களம் எங்கே இருக்கிறது?”

“இந்தப் பாதையிலேயே ஒரு காதம் சென்றால் ஒரு சமணப்பள்ளி வரும். அங்கே வலதும் இடதுமாக சாலை பிரியும் வலது புறம் திரும்புங்கள். சிறிது தூரத்திலேயே வாள்கள் உரசும் சத்தம் நன்றாகக் கேட்கும். ஓவ்... டுர்... டுர்” என மரத்திலிருந்து குதித்து மாடுகளை ஒழுங்குபடுத்த ஓடினான். இடையர்களுக்குக் கண்ணன் மீது இருக்கும் பிரியமும் புல்லாங்குழல் ஊதும் தேர்ச்சியும் அதிகம். கண்ணனின் வாரிசாகத் தங்களைப் பாவிக்கும் போக்கையும் அவர் படைவீட்டிலேயே உணர்ந்திருந்தார். இந்த அளவுக்கு வேறு எந்த குலமும் இறைவனை சொந்தம் கொண்டாடுவதாகவும் அவருக்குத் தெரியவில்லை. கண்ணன் ஓடுவதைப் பார்த்து ரசித்தவர், அவன் சொன்ன திசையில் குதிரையைச் செலுத்த ஆரம்பித்தார்.

மழபாடி. மழவர் எனும் வேளிர் குடி மரபினர் நாடு. வல்வில் ஓரி வாரிசுகள். சம்புவராயரின் அன்புக்குக் கட்டுப்பட்டவர்கள். தொல்காப்பியத்தில் வரும் ‘மழவுங் குழவும் இளமைப் பொருள்’ எனும் வரியை வைத்து, மழவர்கள் என்போர் இளம் வீரர்களை குறிக்கும் சொல் என்பார்கள். குறிப்பாக தண்டாரணியம், குதிரைமலை, அதியமானின் தகடூர், ஓரியின் கொல்லிமலை போன்ற தமிழ்நாட்டின் பலப் பகுதிகளில் வாழ்ந்துவந்த சங்ககால மக்கள் இப்பெயரில் அறியப்பட்டனர். மழபாடியில் இருக்கும் உத்தமராயரும் அவர்களில் ஒருவராகவும் சம்புவராயரின் நட்பு அரசராகவும் இருப்பது ஏகாம்பரநாதருக்கு பெருமிதமாக இருந்தது.

கண்ணன் சொன்னபடி வாள்களோடு கேடயம் மோதும் சத்தம் அங்கே கேட்டது. பயிற்சிக்களத்தின் வாயில் காப்போனிடம் தன்

ராசகம்பீர இலச்சினையைக் காட்டி மழவரைச் சந்திக்க வந்திருப்பதைச் சொன்னார் இளவரசர். அவன் வணங்கி வரவேற்று அரசரிடம் அழைத்துச் சென்றான். சிலம்பம், களறி, மான்கொம்பு, வாள் எனத் தனி பாசறைகளில் பயிற்சி வகுப்புகள் நடந்துகொண்டிருந்தன. இளவரசர் வந்திருக்கிறார் என்பதை அறிந்த உத்தமராயர், ''வாருங்கள் இளவரசே வாருங்கள்'' என்றார் ஆச்சர்யத்துடன். தன் தந்தையின் வயதொத்த பருவம்... உருவம். வணங்கி நின்றார் ஏகாம்பரநாதர்.

"எந்த அறிவிப்புமின்றி திடீரென வந்ததற்கான காரணத்தை உணர்ந்திருப்பீர்கள் அரசே!"

"சுல்தானியர்களின் படையெடுப்பு எனத் தெரியும். ஆனால் நீங்களே நேரில் வருவீர்கள் என நினைக்கவில்லை. நாங்கள் தயாராக இருக்கிறோம். தினமும் நான் காலையிலிருந்து மாலை வரை இங்குதான் இருக்கிறேன். அழைப்பு வந்த அடுத்த முகூர்த்தத்தில் அங்கே இருப்போம். மதிய வேளையாகிவிட்டது. அரண்மனைக்குச் சென்று சாப்பிட்டுக்கொண்டே பேசுவோம்."

''அரண்மனைக்கு வருவதற்கெல்லாம் நேரமே இல்லை. சொல்லவந்த செய்தி இதுதான். பிறகு ஒரு நாள் பொறுமையாக வந்து சந்திக்கிறேன்."

''உணவு இங்கேயே வந்திருக்கிறது. உங்களுக்கு மறுப்பு இல்லையென்றால் இங்கேயே சாப்பிடலாம். பசி வேளையில் உங்களை சாப்பிடாமல் அனுப்ப மாட்டேன்." மன்னரின் பிடிவாதம் இளவரசரை நெகிழவைத்தது.

"சாப்பிடலாம்" என்றார். மறக்காமல் "ஆடிமாதம் சோதி நாள் அன்று படைவீட்டில் நடக்கும் திருவிழாவுக்கு அரச குடும்பத்தினரும் அரசு பிரதிநிதிகளும் அவசியம் வருகை தர வேண்டும்" என்று கேட்டுக்கொண்டார்.

''பள்ளிப் படை பேரரசின் பெருவிழாவாயிற்றே? நீங்கள் அழைக்கவில்லை என்றாலும் நிச்சயம் வருவோம்'' என்றார் பெருந்தன்மையுடன். வீரர்களே அவர்கள் இருவருக்கும் உணவைப் பரிமாறினர். தனக்குப் பரிமாறிய வீரனிடம், "போதும் கோவர்தனா..." என்றார் இளவரசர்.

"கோவர்தனை உங்களுக்கு எப்படித் தெரியும்?" என்றார் அரசர்.

படைவீடு

"எனக்கு இவர் தம்பி கண்ணனை வழியில் பார்த்தேன். தன் அண்ணன் இங்கே பயிற்சி பெறுவதாகச் சொன்னான். உருவ ஒற்றுமையை வைத்து யூகித்தேன்."

அனைவரும் ஆச்சர்யத்தில் ஆழ்ந்தனர். "கோவர்தனா... நீ வாள் வீசும் வேகத்தை வரும்போதே பார்த்தேன். படைவீட்டில் சந்திப்போம். ஆடித்திருவிழாவுக்கு கோவர்தனையும் அழைத்து வாருங்கள் அரசே!"

"நிச்சயமாக. இப்போது என் மெய்க்காப்பாளனே அவன்தானே?" என்றார் அரசர்.

பிற்பகல் வேளையில் திருமானூர் வந்து சேர்ந்தார் இளவரசர். அமைச்சர் திருநம்பி சொன்ன கதை நினைவுக்கு வந்தது. குலோத்துங்க சோழர் தஞ்சையில் நிறுவுவதற்காக திருமால், அலைமகள், பூதேவி சிற்பங்களைக் கொண்டு சென்றார். தஞ்சைக்குச் செல்லும் வழியில் கொள்ளிடம் ஆற்றைக் கடக்க வந்தபோது ஆற்றிலே பெரு வெள்ளம். காத்திருந்து காத்திருந்து காலங்கள் ஓடின. நீர் குறைவதாக இல்லை. மிகப்பெரிய அந்த சிற்பங்களை ஆற்றங்கரையிலேயே வைத்துவிட்டார். "எம்பெருமானின் சித்தம் அதுவாக இருந்தால் யான் என்ன செய்ய முடியும்" என்று கூறிச் சென்றுவிட்டார். இதுதான் அந்தக் கதை. கதையும் அதைவிட அந்தச் சிலைகளும் அழகாக இருந்தன.

அங்கிருந்து சிறிது தூரத்திலேயே அதனினும் தொன்மையும் அழகும் நிறைந்த சிற்பம் ஒன்றையும் இளவரசர் கண்டார். தாய் தெய்வம். சீற்றம் பொங்கும் முகத்துடன் எடுத்த காரியம் முடிக்கும் துடிப்புடன் தோற்றமளிக்கும் கொற்றவை சிற்பம். போருக்குப் புறப்படும் படையணியினர் வழிபட்டுச் செல்வதற்கான வெஞ்சினக் கடவுள். மன உறுதியும் வீரமும் அவளது கொடை. தாய்மையை வழிபட்டதற்கான கல்லாலான ஆதாரம். இருக்கும் சிற்பங்களிலேயே சிவனும் கொற்றவையும் காலத்தால் முந்தையவை என்பதையும் அவை பறை சாற்றுவதைக் கண்டார் இளவரசர்.

கற்சிலைகளாகத் தெய்வங்கள் சொல்லும் வரலாற்றை நினைவுகளில் அசை போட்டவாறு கொள்ளிடக் கரையில் இருந்து சற்று விலகி ஊர் வழியாகத் திரும்பினார். அதற்குக் காரணமிருந்தது. தந்தை தேவையில்லை என்று சொல்லியிருந்தபோதும் அவர்களையும் நேரில் சந்தித்து அழைக்கவே இளவரசர் விரும்பினார். அங்கிருந்து சில காதம் தூரத்தில் இருந்தது, பழுவூர். முதலாம் பராந்தகச் சோழன்

தமிழ்மகன்

காலத்திலிருந்தே பழுவேட்டரையர்கள் சோழ விசுவாசிகள். சோழர்கள் வீழ்ச்சிக்குப் பிறகு அவர்களின் பெருமையும் காணாமல் போய்விட்டது. சொல்லப்போனால் சம்புவராய அரசில் அவர்கள் அகம்படையார் பொறுப்பில்தான் இருந்தனர். பழுவூர் கோட்டத்தில் படைத் தளபதி என்கிற பொறுப்பு. வலுவான, திறமையான வாரிசுகள் இல்லையென்றால் எந்த அரசும் காணாமல் போய்விடும் என்பதற்கு பழுவூர் ஓர் உதாரணம். அவர்களின் பழைமைக்கும் பெருமைக்கும் சான்றாக இருந்தது பழுவூரில் இருந்த அந்த சிவன் கோயில். பழுவூர் சுந்தரேஸ்வரர் கோயில் முற்காலச் சோழர் காலத்தைச் சேர்ந்த கற்றளி. முதலாம் பராந்தகன் காலக் கல்வெட்டுகளும், கொடும்பாளூர் குறுநில மன்னன் இருக்குவேளிர் கல்வெட்டுகளும், பிற்காலப் பாண்டிய மன்னன் கோனேரின்மை கொண்டான் கல்வெட்டும் இக்கோயிலில் துலக்கமாகத் தெரிந்தன. கோயில் சிற்பங்கள் முற்காலச் சோழர் கலைப்பாணியைச் சேர்ந்தவை. தாங்குதளம் முதல் முடி வரை கல்லால் கட்டப்பட்ட இக்கோயில் தளங்கள் இன்றி இருந்ததுதான் ஒரே குறை.

அதே நேரத்தில் சிறிய பரபரப்பு ஏற்பட்டது. "அரசர் வருகிறார்" என அறிவித்தபடி வீரர்கள் இருவர் வந்தனர். அரசரும் அரசியும் தேரைவிட்டு இறங்கி கோயிலுக்குள் நுழைவது தெரிந்தது. கூடியிருந்த மக்கள் வணங்கி மன்னர் வாழ்க என்று முழங்கினர். வழிபாடு முடிந்து வரும்வரை காத்திருக்கலாம் என்ற மனநிலையில் இளவரசர் காத்திருந்தார். விதானமற்ற கோயில். வெயிலிலும் மழையிலும் இறைவன் நனைந்தும் காய்ந்தும் கிடப்பதன் வருத்தம் மன்னருக்கும் இருந்திருக்கும். அதை சீரமைக்கும் பணி ஒரு பக்கம் தொடங்கியிருந்தது. மூங்கில் சாரம் கட்டி திருப்பணி தொடக்கம் நடைபெறுவதைப் பார்க்க வந்திருந்தார் போலும்.

பிரஸ்தம், கிரிவரம், சிகரம், கலசம் என்றெல்லாம் சிற்பிகள் மன்னருக்கு எடுத்துச் சொல்லிக் கொண்டிருந்தனர். மன்னரும் சோழர்கால சிற்ப அம்சங்கள் கெடாமல் வடிவமைக்கச் சொல்லி விளக்கிக்கொண்டிருந்தார்.

"முப்பட்டை குமுதம் அதற்கு மேலே காந்தம்" என்று மன்னரும் விவரித்தார். இளவரசருக்கு பழுவேட்டையரின் சிற்பக் கலை ஆர்வத்தை ஆச்சரியமாகப் பார்த்துக்கொண்டிருந்தார்.

"காந்தம் ஐந்தடி உயரத்துக்கு இருக்க வேண்டும்" என்றார் மன்னர்.

"மன்னா நான்கு அடி உயரம் போதும். கோயிலின் அகலம் நீளம்

பொருத்துதான் காந்தம் இடம்பெற வேண்டும். இது சிறிய கற்றளி. இந்த காந்தம் போதும்" என்றார் சிற்பி.

மன்னருக்கு காந்தத்தின் உயரம் குறைந்து விடுமோ என்ற எண்ணம் மாறவில்லை.

மன்னருக்கு விளக்கும் பொருட்டு தன் உதவியாளரை அழைத்து சாரத்தின்மீது ஏறச் சொன்னார். இன்னொரு உதவியாளரை அழைத்து அங்கிருந்த நீண்ட பலகையைக் கொடுத்து காந்தம் அமைக்க இருக்கும் நான்கடி உயரத்தில் அடையாளப்படுத்திக் காட்டும்படி சொன்னார். மன்னர் ஆர்வமாகப் பார்த்துக்கொண்டிருந்தார். பலகையை எடுத்துக்கொண்டு சாரத்தில் ஏறிய உதவியாளர் ஒரு கணம் தடுமாறி, பலகையைத் தவறவிட்டார். மன்னரின் தலைக்கு நேரே வந்தது பலகை. இளவரசர் ஒரு கணமும் தாமதிக்காமல் வேகமாகப் பாய்ந்து மன்னரை அப்படியே தூக்கி இரண்டடி நகர்த்தி நிறுத்தினார். அங்கிருந்த அனைவருக்கும் என்ன நடந்தது என்பதை யூகிக்கும் அவகாசம்கூட இல்லை. பலகை மன்னரின் மீது விழவில்லை என்பது மட்டும்தான் முதலில் தெரிந்தது. மன்னரைக் காப்பாற்றியது யார் என அதன் பிறகுதான் பார்த்தனர்.

சிற்பி உதவியாளரை நோக்கி கையை ஓங்க, அவன் கிடைமட்டமாக மன்னரின் காலில் விழுந்தான். மன்னர் அவனைத் தாண்டிவந்து தன்னைக் காப்பாற்றிய வீரனைக் கூர்ந்து கவனித்தார்.

"வீரனே நீ யார்?"

"மன்னா தங்களை இந்த இடத்தில் இப்படிச் சந்திக்க வேண்டியிருக்கும் என்று நான் நினைக்கவில்லை. சக்ரவர்த்தி வீரசம்புவரின் மகன் ஏகாம்பரநாதர்."

மன்னர் தான் யூகித்தது சரிதான் என்று இளவரசரை அப்படியே கட்டித் தழுவிக்கொண்டார். "மற்றவர்களைக் காப்பாற்றிப் பாதுகாப்பது ஒன்றே சம்புவராயர்களின் ஒரே கொள்கை என்பதை நிரூபித்து விட்டீர்கள் இளவரசே. கோயில் விதானம் ஆறு மாதங்களுக்கு முன்பு சரிந்து விழுந்தது. இது சென்னி காலத்து கோயில், கரிகாலர் காலத்து கோயில் என்று சொல்லுவார்கள். காலத்தால் பழையது. கரிகாலர் காலத்து சரித்திரத்தைச் சொல்லும் சான்று சான்று. சோழர் காலத்து மரபில் கட்ட வேண்டியிருந்தது. அதனால்தான் நானே இதை ஒவ்வொரு நாளும் கண்காணித்துக்கொண்டு வருகிறேன். நீங்கள் மட்டும் இல்லை

தமிழ்மகன்

என்றால் இந்த நேரம் நான் இல்லை என்று ஆகி இருக்கும்."

"அளவுக்கதிகமாகப் புகழாதீர்கள். நான் இல்லை என்றால் வேறு யாராவது காப்பாற்ற இருப்பார்கள் அரசே."

"நீங்கள் ஒப்புக்கொள்ள மாட்டீர்கள். வாருங்கள் அரண்மனைக்குச் சென்று பேசுவோம்."

"சுல்தானியர்களின் போர் நடவடிக்கைகளைச் சொல்லி படை திரட்டுவதற்கும் வழக்கம்போல் தங்களை அழைக்கவும்தான் வந்தேன். அடுத்து தீவுக்கோட்டை, எயிற்பட்டினம், திருப்பாலைவனம், காளத்தி என நிறைய பயணிக்க வேண்டியிருக்கிறது. நான் இப்படியே கிளம்புகிறேன் அரசே."

"இரவு உண்பதற்கும் உறங்குவதற்கும் நேரம் ஒதுக்குவீர்கள்தானே? அது எங்கள் மாளிகையாய் இருக்கட்டும்."

மன்னர் சொல்லிக்கொண்டிருக்கும்போதே இளவரசரின் அருகில்வந்து அவர் உச்சந்தலையைத் தொட்டு, "நீங்கள் சொன்னால் கேட்க மாட்டார். பெரியம்மா நான் சொன்னால்தான் கேட்பார். இரவு தங்கிவிட்டு அதிகாலையில் நீங்கள் செல்லலாம் வா மகனே" என்றார் அன்பாக.

ஏகாம்பரநாதரின் தாயின் சித்தி மகள் அவர். பலநாள் கழித்து தாயைப் பார்த்தது போல் இருந்தது இளவரசருக்கு. மறுப்பேதும் சொல்லாமல் அவர் பின்னால் நடந்தார் இளவரசர்.

* வடிவழகிய பெருமாள்.

4. பயணம் தொடர்கிறது...

விடியலில் குளுமை விலகுவதற்குள் கங்கைகொண்ட சோழபுரம் வந்துவிட்டார் ஏகாம்பரநாதர். ராசேந்திர சோழர் கங்கை பகுதியை வென்ற நினைவாகக் கட்டிய கோயில். பெயரும் அதை நினைவுபடுத்தும்விதமாகவே வைத்தார். ஒவ்வொரு வெற்றிக்குப் பிறகும் நீர்நிலைகளை உயர்த்துவது சோழர்களின் மரபு. தமிழகத்தில் எத்தனை ஏரிகள் உண்டோ அத்தனை வெற்றிகள் சோழர்களுக்குச் சொந்தமென்று அர்த்தம். கங்கைகொண்ட சோழபுரத்தில் வெட்டப்பட்ட சோழகங்கம்* அதன் வரலாற்றுச் சான்றாக இன்றும் புகழ்பாடிக்கொண்டிருப்பதை நினைத்தார்.

ராசேந்திரர் தனது தலைநகரத்தை தஞ்சாவூரிலிருந்து கங்கைகொண்ட சோழபுரத்துக்கு மாற்றினார். முதலாம் ராசேந்திரர் முதல் மூன்றாம் ராசராசர் என சோழ அரசின் இறுதி வரை, 256 ஆண்டுகள் அதுவே தலைநகராக இருந்தது. இந்த நகரம் ஒட்டக்கூத்தரின் மூவர் உலா, செயங்கொண்டாரின் கலிங்கத்துப்பரணி ஆகிய இலக்கியங்களில் புகழ்ந்து பாடப்பட்டுள்ளது.

இருநூற்று ஐம்பது ஆண்டுகளுக்கும் மேலாகத் தலைநகராக இருந்த இடமா அது? காலம் கலைத்துப் போட்டு கண்ணாமூச்சு காட்டியது. கோயிலையொட்டியிருந்த மாளிகை இடிக்கப்பட்டுக்

குட்டிச்சுவராக இருந்தது. இந்த மாதிரி ஓர் இடத்தை மீண்டும் சரி செய்து வாழ்வதற்கு ராசாதிராசர் ஏன் விருப்பப்படவில்லை என்பதையும் இளவரசரால் அறிந்துகொள்ள முடிந்தது. இரண்டு மாடங்கள் கொண்ட முதல் திருச்சுற்று மதிலும் தஞ்சை பெருவுடையார் கோயிலையொத்த திருவாயிலும் சோழர்களின் கலைநயத்துக்குச் சான்றாக இருந்தது. இரண்டாம் திருச்சுற்று மதில் அதினினும் உயர குறைவாக இருந்தது.* கோயிலில் முடி சூட்டும் சிற்பம் ஒன்று வியந்து நோக்கும் வண்ணமிருந்தது. நீண்ட தலைமுடியைச் சுற்றிக் கொண்டையிட்டு அதன்மேல் மகுடத்தைச் சூட்டும் காட்சி அது. உள்ளே லிங்க வடிவாக சிவன். சிவப்புக் கற்களால் ஆன கற்றளி. நிமிர்ந்தும் வியந்தும் நோக்கவைக்கும் சிற்பங்கள். கோயிலுக்கு இடது புறத்திலே காளி. அதற்கு அருகே பெருங்கிணறு, அதில் பெண்கள் இறங்கிச் சென்று குளிக்க சுரங்கம். இப்படியொரு கோயிலைத் தானும் கட்ட வேண்டும் என ஏகாம்பரநாதர் நினைத்தார். இப்படியான கோயிலைக் காணும் எல்லா அரசருக்கும் ஏற்படும் ஆசைதான். எதுவாக இருந்தாலும் முதலில் கல்விச் சாலை ஆரம்பித்த பின்னர்தான் என்று மனதை மாற்றிக்கொண்டார்.

கிழக்கு நோக்கி பறந்தது புரவி. வீராணம் ஏரியின் தென்கரை... திருமானூர் சிற்பங்களுக்கு ஒரு கதை இருந்தது போலவே வீரநாராயணர் ஏரிக்கும் ஒரு கதை இருந்தது. எல்லா உண்மைகளும் ஒரு வகையில் கதையாகவும் எல்லா கதைகளும் ஒரு வகையில் உண்மைகளாகவும் இருப்பது போலவே இந்த ஏரியின் கதையும் இருந்தது.

பராந்தக சோழர் காலத்தில், வடக்கே ராஷ்டிரக்கூட மன்னர்கள் வலிமை பெற்று இருந்தனர். பல தேசங்களை வென்று வெற்றி வாகைசூடிக்கொண்டிருந்தனர். சோழ நாட்டின்மீது அவர்கள் எந்த நேரமும் போரிடக் கூடும் என்று கணித்திருந்த பராந்தகர் தன் மூத்த மகனாகிய ராசாதித்தரை ஒரு பெரும்படையுடன் திருமுனைப் பாடி நாட்டுக்கு செல்ல பணித்தார். அது நடுநாடு. ராஷ்டிரகூடர்கள் அதைக் கடந்துதான் தென்னாட்டுக்குள் வர வேண்டும். வடக்கு நாட்டின் படையை எதிர்கொள்ள ஆயத்தமாக இருந்த காத்திருப்பு காலத்தில் ராசாதித்தருக்கு ஒரு யோசனை உதித்தது. காத்திருக்கும் தம் படையில் இருக்கும் லட்சக்கணக்கான வீரர்களுக்குப் பயனுள்ள பணி ஏதேனும் கொடுக்கலாமே என நினைத்தார். அப்படி ஏறத்தாழ

படைவீடு

நானூறு ஆண்டுகளுக்கு முன் வெட்டப்பட்ட ஏரி இது. பத்து காத தூர நீளம், மூன்று காத தூர அகலம் கொண்டது. கொள்ளிட ஆற்றில் வரும் நீரைச் சேகரிக்கவும் வெள்ள அபாயத்தைத் தடுக்கவும் வறட்சியைத் தடுக்கவும் வீரநாராயணர் ஏரியால் முடிந்தது. போர் மட்டும் இல்லையென்றால் இந்த உலகில் எத்தனை நல்ல சாதனைகளைச் செய்ய முடியும் என்று இளவரசர் ஏகாம்பரநாதர் நினைத்தார்.

எழுபத்தி நான்கு மதகுகளும் கால்வாய்களும் இருந்தன. நல்ல நீரால் ஆன சிறு கடல் போல விரிந்திருந்தது ஏரி. கரையோரம் நின்று இதில் பத்தில் ஒரு பங்குகூட இல்லாத தம் செண்பகா ஏரியை நினைத்துப் பார்த்தார். குண்டு சட்டியிலே குதிரை ஓட்டிக்கொண்டிருந்தால் இப்படி ஒரு ஏரியை இன்னொரு ஏரியுடனும் ஒரு கோயிலை இன்னொரு கோயிலுடனும் ஒப்பிடவும் வளர்ச்சியை உருவாக்கவும் முடியாமல் போயிருக்கும் என தன் பயணத்தின் நோக்கத்தை விரிவாக்கிக் கொண்டார். தழுவிச் செல்லும் காற்றுக்கு ஏற்ப நீரின் சலசலப்பு ஒலித்தது. மாலைப் பொழுதில் பரந்துவிரிந்த நீர்ப்பரப்பைப் பார்த்துக்கொண்டிருப்பது ஏகாந்த மனநிலையை ஏற்படுத்தியது. தூரத்தில் குயவர்கள் சிலர் வண்டல் மண்ணைத் திரட்டி எடுத்துக்கொண்டிருந்தனர். சட்டி பானைகளின்றி மனிதன் வாழ இயலுமா? தோல் கருவிகள் இன்றி போருக்குச் செல்ல முடியுமா? கொல்லர்களின்றி கருவிகள் உண்டா? செங்குந்தர் இன்றி ஆடைகள் உண்டா? விவசாயிகளின்றி சோறு உண்டா? படைவீரர்களின்றி நாடு உண்டா? மருத்துவர், இசைஞர், கூத்தர், புலவர் எல்லாம் சேர்ந்ததுதானே தேசம்? துணிவெளுக்க வண்ணாரும் சிரைப்பதற்கு நாவிதரும் இல்லையென்றால் நாறிப்போய்விடாதா உலகம்? செய்தொழிலில் வேற்றுமையிருக்கலாம் பிறப்பு ஒன்றுதான் என்றும் சொல்லிப் பார்த்த வள்ளுவனும் நினைவில் வந்துபோனான். செய்தொழிலில் வேற்றுமையே இல்லை என்று சொல்லியிருக்க வேண்டாமா? இப்படியொரு அவலம் வரும் என்று அறியாமல் சொல்லிவிட்டானா வள்ளுவன்?

மெல்ல குதிரையை காட்டுமன்னார் கோயில் நோக்கி செலுத்தினார். வீரநாராயணபுரம். ஏரியின் பெயருக்கான பெருமாள். அனுபவங்களின் நிழற்பாதையென மாறியிருந்தது ஏகாம்பரநாதரின் பயணம். நீர்தான் மக்களைக் காக்கிறது. நீரைக் காக்க ஆங்காங்கே இறைவனை நிலை நிறுத்துவது தமிழர்களின் ஆழ்ந்த நோக்கத்தை

வெளிப்படுத்துவதாக இருந்தது.

கடல்போல் விரிந்து கிடந்த ஏரியைக் காக்க ஒருவர் வேண்டுமல்லவா? அது இறைவனாகவே இருந்தால்?... காட்டுப்பகுதியில் இருந்ததால் காட்டுமன்னார் என திருமால் அழைக்கப்பட்டார். நீர்நிலைகளையொட்டி... அதுவும் ஆற்றங்கரைகளில் நீருக்கு அணைபோல அவர் படுத்திருக்கும் காட்சி, அவருக்கும் நீருக்குமான பந்தத்தைச் சொல்வதாக இருந்தது. ஆறுகளை, ஏரிகளையொட்டியிருக்கும் அத்தனை இடங்களிலுமே திருமால் படுத்த நிலையில் இருக்கிறார். அது ஓடும் நீரை தடுத்தாற்கொள்ளும் நிலை. விரிஞ்சிபுரம் அருகே பாலாற்றங்கரையில் பள்ளிகொண்ட பெருமாள், தென்பெண்ணையில் ஆதிதிருவரங்கநாதர், காவிரியில் திருவரங்கநாதர், இங்கே வீரநாராயணர்... இப்படி அனைவருமே தலைக்குக் கைவைத்துப் படுத்திருப்பது நீரை மடைதிருப்பும் கோலம். நீரை அணைக்கும்... அணை காக்கும் நிலை. திருமால் நிறமும் நீலம் அவர் பள்ளிகொள்ளும் நீரும் நீலம். நீரே திருமால். ஆழிமழைக் கண்ணன். பாற்கடலில் பள்ளிகொண்டவன். கடலும் ஆறும் நீரும் அவன் வடிவம். இயற்கையை வழிபட நினைத்தவர்கள் எப்படி அதை இறைவனாகவும் மாற்றியிருக்கிறார்கள் என்பதை நினைத்துப் பார்த்தார்.

செம்பியன் மாதேவி இந்தக் கோயிலைக் கட்டித் திருப்பணிகள் செய்தார். சோழ அரசர்கள் மட்டுமன்றி சோழ அரசிகளும் நீர் நிலைகளில் ஆர்வம் காட்டியதன் பெருமைமிகு உருவமாக வீரநாராயணர் வீற்றிருந்தார். சோழர்கள் ஏரி வெட்டியதோடு அதைக் காக்க ஏரிகாத்த ராமரையும் அல்லவா காவலுக்கு வைத்தார்கள். மதுராந்தகம் ஏரிக்கரையில் உள்ள ராமர் கோயிலையும் இளவரசர் நினைத்துப் பார்க்கத் தவறவில்லை. இளவரசர் குதிரையைவிட்டு இறங்கி நின்றார்.

பள்ளிகொண்ட பெருமாளை எண்ணும்போது அவர்களைப் பாடி மகிழ்ந்தவர்களும் நினைவில் வந்தார்கள். அத்தனை பாசுரங்களையும் தொகுத்துத் தந்தவர் நாதமுனி. திருமால் பற்றி பன்னிரெண்டு ஆழ்வார்கள் பாடிய பாசுரங்களை நாலயிர திவ்ய பிரபந்தம் எனத் தொகுத்தவர். அவர் பிறந்த ஊர் என்ற பெருமையும் வீரநாராயணபுரத்துக்கு இருந்தது. கோயிலையே பார்த்துக்கொண்டிருந்த இளவரசரைப் பார்த்த வைணவர் ஒருவர் நெருங்கி வந்து உற்றுப் பார்த்தார்.

“யாரப்பா நீ என்ன வேண்டும்?” என்றார்.

“நான் வழிப்போக்கன். நாதமுனிகள் வாழ்ந்த பூமி என்று அறிவேன். முந்நூறு ஆண்டுகளுக்கு முன் வாழ்ந்த அந்தப் பெருமகனாரின் வழித்தோன்றல், உறவினர் யாரேனும் இப்போது இங்கே உள்ளனரா?” என்றார் இளவரசர்.

“ஆறு தலைமுறைக்கு அப்புறம் யாருக்கு நினைவிருக்கிறது? நல்ல கேள்வி கேட்டீர்கள். ஏன் நானேகூட அவருடைய வாரிசாக இருக்கலாம்” என்று சிரித்தார்.

“அப்படித்தான் நானும் நினைக்கிறேன் அய்யா. நாதமுனிகள் பாசுரங்களைத் தொகுத்தளித்த விவரம் எதுவும் உங்களுக்குத் தெரியுமா?”

இளவரசரின் நெற்றியில் இருந்த திருநீற்றுப் பட்டையை வைணவர் வித்தியாசமாகப் பார்த்தார். சைவனுக்கு ஏன் இந்த ஆர்வம் என்ற எண்ணம் அவருக்கு ஏற்பட்டிருக்கலாம். அருகே வா என சைகையால் சொல்லி, திண்ணைக்கு அழைத்துச் சென்றார்.

“ஏன் உனக்கு இந்த ஆர்வம் பக்கத்திலே திருநாரையூரிலே தேவாரத்தைத் தொகுத்த நம்பியாண்டார் நம்பி பிறந்த ஊர் இருக்கிறதே அதைத் தெரிந்துகொண்டாலாவது உனக்குப் புண்ணியம்.”

“இருந்தாலும் உங்களுக்கு இவ்வளவு பகை கூடாது. சைவர்களிடம் பேசுவதே பாவம் என்று நினைக்கிறீர்களா?” என்றார் இளவரசர்.

“நன்றாகச் சொன்னாய் அப்பா. அப்படியானால் தேவாரம், நம்பியாண்டார் நம்பி என்ற பெயர்களையாவது என் வாய் உச்சரித்திருக்குமா? நான் வைணவன்தான். ஆனால், வெறியன் அல்லன். நீ சைவனாயிற்றே அதைத் தெரிந்துகொண்டால் நல்லது என்று சொன்னேன்.” வைணவர் அமைதியாக சொன்னார்.

“நானும் சைவன் மட்டும்தான். சமய வெறியன் அல்லன்.”

“வைணவ சமயத்தில் ஆழ்வார்கள் பன்னிரெண்டு பேரால் இயற்றப்பட்ட இந்தப் பாசுரங்களை நாதமுனிகள் என்பார் தொகுத்தார். பின்னர் வந்த மணவாள மாமுனிகள், நாதமுனிகள் தொகுத்த ஆழ்வார்களின் பிரபந்தத்தோடு, திருவரங்கத்தமுதனார் செய்த இராமானுச நூற்றந்தாதியும் சேர்த்து நாலாயிர திவ்வியப் பிரபந்தம் என அழைக்கும்படி அருளினார். திவ்ய எனும்

சொல்லுக்கு மேலான என்று பொருள். பிரபந்தம் எனும் சொல் பாடல் தொகுப்பு என்பதையும் குறிக்கும். இந்த நூல் ஐந்தாவது வேதம், திராவிட வேதம், திராவிட பிரபந்தம் என்றெல்லாம் வர்ணிக்கப்பட்டுள்ளது. தமிழ் பேசும் வைணவர்கள் மட்டுமல்லாது தெலுங்கு, கன்னடம் பேசும் வைணவர்களாலும் இன்றும் தினமும் படிக்கப்பட்டு வருகிறது என்பது இதன் சிறப்பு. இது, முதலாயிரம் 947 பாடல்களையும் பெரிய திருமொழி 1134 பாடல்களையும் திருவாய்மொழி 1102 பாடல்களையும் இயற்பா 817 பாடல்களையும் கொண்டது" என்றார் வைணவர்.

நான்காயிரம் பாசுரங்களைக் கால வரிசையாக ஒருவருக்குத் தொகுக்கத் தோன்றியது எப்பேர்பட்ட தமிழ்க்கொடை? சமயம் சார்ந்த நெஞ்சம் அதற்கான ஊக்கத்தையும் மனநிறைவையும் தந்திருந்தாலும் பெருமை என்னவோ தமிழுக்குத்தானே? வணக்கம் சொல்லி விடைபெற்றார் இளவரசர். அந்த வைணவர் சொன்னது போலவே அடுத்த சில காத தூரத்திலேயே நாரையூர் எதிர்பட்டது. நாதமுனி பிறந்த ஊர் வீரநாராயணபுரம் என்ற பெருமை வைணவர்களுக்கு என்றால் அதற்கு சில காத தூரத்திலேயே சைவர்கள் பெருமைப்படக் கூடிய நாரையூர். தேவாரத்தைத் தொகுத்த நம்பியாண்ட நம்பி பிறந்த ஊர்.

பொல்லாப் பிள்ளையார் கோயிலுக்குச் சென்றார். நம்பியாண்டார் நம்பியைப் பற்றி சில வார்த்தைகள் கேட்டறிய விரும்பினார். கோயிலில் அர்ச்சகர், வழிபாட்டு வேலைகள் முடிந்து தீபாராதனை தட்டுக்குப் பக்கத்தில் அமைதியாக அமர்ந்திருந்தார். நடை சாத்த நேரம் பார்த்துக்கொண்டிருந்தார். இளவரசரைப் பார்த்ததும் யோசனையாக எழுந்தார். பிள்ளையாருக்குச் சூடம் காட்டி ஆராதனை செய்துவிட்டு வந்து சுடரை இளவரசருக்குக் காட்டினார். தீபத்தை நோக்கிக் கைகளை நீட்டி கன்னத்தில் போட்டுக்கொண்டார்.

"அந்தணரே... நம்பியாண்டார் நம்பி வழிபட்ட தலமிது. அவரைப் பற்றித் தெரிந்துகொள்ள விருப்பம். சற்று சொல்ல முடியுமா?" என்றார்.

இளவரசரை ஏற இறங்கப் பார்த்தார். செல்வந்தர் வீட்டுப் பிள்ளைக்கான தோற்றம் அவரை யோசிக்க வைத்தது. ஆராதனை தட்டை உள்ளே சென்று வைத்துவிட்டு வந்தார். நரைகூடிய தாடியுடன் மெலிந்த தேகத்துடன் இருந்த அவர் சொல்கிறேன் என்பதாகத் தலையை அசைத்து ஆமோதித்தார்.

படைவீடு

சந்நிதியின் படியில் அமர்ந்தார் அந்தணர். இளவரசர் கீழே அமர்ந்தார்.

"திருநாரையூரில் பொல்லாப் பிள்ளையார்க்குப் பூசனை புரியும் ஆதி சைவக் குடும்பத்தில் தோன்றியவர் நம்பியாண்டார் நம்பி. பெற்றோர், சிவபிரானைச் சுட்டும் நம்பி என்னும் பெயரைச் சூட்டி உரிய பருவத்தில் உபநயனம் செய்வித்து வேத சிவாகமங்களையும் தமிழ் இலக்கண இலக்கியங்களையும் கற்பித்தனர். ஒருநாள் இவர் தந்தையார் வேற்றூர் செல்ல வேண்டியிருந்தது. தந்தையார் தம் மைந்தரை அழைத்து பிள்ளையார்க்குப் பூசை நிவேதனம் செய்யச் சொல்லிவிட்டுச் சென்றார். தந்தை கட்டளைப்படி நம்பிகள் காலையில் எழுந்து நீராடி மலர் பறித்து மாலை தொடுத்துக்கொண்டு தாயார் தயாரித்து அளித்த நிவேதனத்துடன் ஆலயம் சென்றார். பிள்ளையார்க்குத் திருமஞ்சனம் முதலாயின செய்து தாயார் அளித்த நிவேதனத்தை எதிரே வைத்து பிள்ளையாரை சாப்பிடுமாறு பலமுறையும் வேண்டி நின்றார். பிள்ளையார் உண்ணவில்லை. நாள்தோறும் தந்தையார் படைக்கும் நிவேதனத்தைப் பிள்ளையார் உண்டு வருவதாக எண்ணிய நம்பிகள் தன் பூசையில் ஏதேனும் தவறு நேர்ந்ததோ என்று உளம் நைந்து வருந்தியவராய் அழத் தொடங்கினார். கோயில் சுவரில் தலையை மோதிக் கொள்ள முற்பட்டார். அது கண்டு திருவுளம் இரங்கிய பிள்ளையார் 'குழந்தாய் பொறு' எனத் தடுத்து நிவேதனத்தை மகிழ்வோடு உண்டருளினார்.

இவ்வற்புத நிகழ்ச்சி நாடெங்கும் பரவியது. அதைக் கேட்டு மகிழ்ந்த ராசராச மன்னர் தன் நெடு நாளைய கவலையை நம்பிகளிடம் தெரிவித்தார். மூவர் அருளிய தேவாரத் திருமுறைகளும் திருத்தொண்டர் வரலாறும் தமிழ் மக்களுக்குக் கிடைக்குமாறு செய்தருள வேண்டுமெனக் கேட்டுக்கொண்டார். நம்பிகள் மன்னனின் வேண்டுகோளைப் பிள்ளையாருக்குத் தெரிவித்தார். அவர் வேண்டுகோளை ஏற்ற பொல்லாப் பிள்ளையார் 'தில்லையில் தேவார மூவர் கையடையாளத்துடன் ஒரு அறையில் தேவாரத் திருமுறைகள் வைக்கப்பட்டுள்ளன எனக் கூறியதோடு திருத்தொண்டர் வரலாறுகளையும் நம்பியாண்டார் நம்பிகளுக்கு உணர்த்தியருளினார்.

அவற்றைக் கேட்டு மகிழ்ந்த நம்பிகளும் சோழ மன்னனும் மகிழ்ந்து தில்லையை அடைந்து அவ்வறையைத் திறக்குமாறு

தமிழ்மகன்

தில்லைவாழ் அந்தணர்களைக் கேட்டுக் கொண்டனர். தில்லைவாழ் அந்தணர்கள் தேவார மூவர் கையடையாளம் இட்டுள்ளதால் அவர்கள் வந்தால் அன்றி அவ்வறைக் கதவைத் திறத்தல் இயலாது எனக் கூறக்கேட்ட மன்னன் மூவர் பொன் திருவுருவங்களுக்கும் அபிடேக ஆராதனைகள் செய்வித்து எழுந்தருளச் செய்து அவ்வறைக்கு எதிரே நிறுத்தி, 'மூவரும் வந்துவிட்டனர். கதவைத் திறக்கலாமே?' எனக் கூறத் தில்லைவாழ் அந்தணர்கள் வேறு வழியின்றிக் கதவைத் திறந்தனர். அங்குப் பாதுகாப்பாக வைக்கப்பெற்றிருந்த ஏடுகளைக் கறையான் புற்று மூடியிருக்கக்கண்ட மன்னன் மனம் வருந்தி எண்ணெய் சொரிந்து புற்றை அகற்றிப் பார்த்த அளவில் ஏடுகளில் பல செல்லரித்திருந்ததைப் பார்த்து துயருற்றார். அந்நிலையில் 'தேவார ஏடுகளில் இக்காலத்துக்கு வேண்டுவனவற்றை மாத்திரம் வைத்துவிட்டு எஞ்சியவற்றைச் செல்லரிக்கச்செய்தோம் கவலற்க' என்றொரு அசரீரி அனைவரும் கேட்க எழுந்தது. மன்னர் ஆறுதல் அடைந்து அவ்வேடுகளைச் சிதையாமல் எடுத்து அவற்றைத் தொகுத்துத் தருமாறு நம்பியாண்டார் நம்பிகளை வேண்டிக்கொண்டார்.

திருஞானசம்பந்தர் அருளிய தேவாரத் திருப்பதிகங்களை முதல் மூன்று திருமுறைகளாகவும் திருநாவுக்கரசர் அருளிய தேவாரத் திருப்பதிகங்களை நான்கு, ஐந்து, ஆறு திருமுறைகளாகவும் சுந்தரர் தேவாரத்தை ஏழாந் திருமுறையாகவும் தொகுத்ததோடு மணிவாசகரின் திருவாசகம் திருக்கோவையார் ஆகியவற்றை எட்டாம் திருமுறையாகவும் திருமாளிகைத் தேவர் முதலானவர்கள் அருளிய திருவிசைப்பா திருப்பல்லாண்டு ஆகியவற்றை ஒன்பதாம் திருமுறையாகவும் திருமூலர் அருளிய திரு மந்திரத்தைப் பத்தாம் திருமுறையாகவும் திருவாலவாயுடையார் அருளிய திருமுகப்பாசுரம் முதலிய பிரபந்தங்களைத் தொகுத்துப் பதினொன்றாம் திருமுறையாகவும் வகுத்தருளினார். பின்னாளில் சேக்கிழார் எழுதிய பெரிய புராணம் பன்னிரண்டாம் திருமுறையாகச் சேர்க்கப்பட்டது.

பன்னிரு திருமுறைகளில் பதினொரு திருமுறைகளை நம்பியாண்டார் நம்பிகளே தொகுத்தருளினார் என்பதாலும், அவரால் தொகுக்கப்பட்ட ஒன்பதாம் திருமுறையில் ராசராச சோழன் கட்டிய தஞ்சைப் பெரிய கோயிலும் கங்கை கொண்ட சோழபுரத்தில் ராசேந்திர சோழன் எடுப்பித்த கோயிலும் இடம் பெற்றுள்ளமையாலும் இவ்விரு மன்னர் காலங்களிலும் நம்பிகள்

படைவீடு

வாழ்ந்தவர் என்பது தெளிவு." சுருக்கமாகவும் தெளிவாகவும் சொல்லி முடித்தார் அந்தணர். தன் மடியிலிருந்து ராசகம்பீரன் குளிகையை எடுத்து தட்சணை தட்டில் வைத்துவிட்டு நன்றி சொல்லி புறப்பட்டார் இளவரசர்.

திருமானூரில் கொள்ளிடத்தைவிட்டு விலகி ஊருக்குள் வந்த இளவரசர் அடுத்த ஐந்து காத தூரத்தில் மீண்டும் கொள்ளிடக் கரைக்கு வந்து சேர்ந்தார். பயணம் கிழக்கு நோக்கி சில காதம் சென்றபோது கொள்ளிடத்துக்கு வடக்கு திசையில் தில்லை கோயிலின் நான்கு கோபுரங்களும் தென்பட்டன. நன்கு இருட்டத் தொடங்கிவிட்டதால் கொள்ளிடக் கரையோர மண்டபத்தில் சற்றே ஓய்வெடுத்துவிட்டு காலையில் குளித்து முடித்துவிட்டு தில்லை கோயிலுக்குப் புறப்பட்டார்.

* சோழகங்கம் இன்று பொன்னேரி என அழைக்கப்படுகிறது.

* கங்கைகொண்ட சோழபுரத்துக்கு இரண்டு திருச்சுற்று மதில்களும் அதில் பெரிய நுழைவாயில் கோபுரங்களும் இருந்தன. பிரிட்டீஷ் ஆட்சியின்போது 1836-ம் ஆண்டில் முதல் திருச்சுற்று மதில் உடைத்து நொறுக்கப்பட்டு அணைக்கரை கீழ் அணைக்கட்டுக்கும் சாலை அமைக்கவும் பயன்படுத்தப்பட்டது. இப்போது நாம் காண்பது இரண்டாம் திருச்சுற்று மதிலைத்தான்.

5. நடுக்கத்தில் தில்லை

கொள்ளிடத்துக்கு வடக்கு புறத்தில் தெரிந்தது தில்லை நடராசர் கோயில் கோபுரம். இவ்வளவு அருகிலிருந்தும் கோயிலுக்குள் சென்று தரிசிக்காமல் செல்வதை அவர் மனம் ஏற்றுக்கொள்ளவில்லை. ஆற்றில் இறங்கி குளித்துவிட்டு, குதிரையைக் கோயிலை நோக்கித் திருப்பினார். கிழக்கு கோபுர வாயிலில் காடவராயர் சிலையும் அவர் கோயிலுக்குச் செய்த அறப்பணிகளுக்கான கல்வெட்டுகளையும் பொறுமையாகப் பார்த்தார். இந்தப் பயணத்தில் இனி காடவராயரைச் சந்திக்க வாய்ப்பு இல்லை எனத் தோன்றியது. வாணகோவராயரும் வல்லவராயரும் சோழரும் அவருடைய பட்டியலில் முதலிடத்திலிருந்தனர். காடவராயரைச் சந்திக்கும் பொறுப்பை தந்தையிடமே விட்டுவிட்டது சிறந்த முடிவென உணர்ந்தார். சோழரிடம் சொல்லி தந்தைக்கு ஒரு திருமுகம் அனுப்பலாம் என நினைத்தார்.

விடியற்காலை நேரமாதலால் கோயிலுக்குள் கூட்டம் அதிகமாக இல்லை. பிராமணர்கள் சிலர் குளித்த ஈரம் காயாமல் இங்குமங்கும் ஆராதனை தீபங்களுடன் சென்றுகொண்டிருந்தனர். மாலிக் காபூர் படையெடுத்து வருகிறான் என்ற செய்தி அவர்களுக்குள் பரவிக்கொண்டிருந்தது. உதய கால பூஜைக்குப் பிறகு கோயில் நடை

படைவீடு

சாத்தப்பட இருப்பதாகவும் பேசிக்கொண்டார்கள். கோயில் நிர்வாகிகள், தீட்சதர்கள், சில படைவீரர்கள் அங்கே அதற்கான முன்னெச்சரிக்கை நடவடிக்கைகளில் ஈடுபட்டிருந்தனர். நாட்டுக்கு ஆபத்து என இறைவனிடம் வந்தால் இங்கே இறைவனுக்கே அல்லவா ஆபத்தாக இருக்கிறது என நினைத்தார். அவர் மனம் ஆத்திரத்தில் கொதித்தது. கோயில் சிலைகளை, ஆபரணங்களைக் கொள்ளையடிப்பதை ஓர் அரசன் தொழிலாக வைத்திருப்பானா என்ற கோபம். அதற்குள் எங்கிருந்தோ வந்த வீரர்கள் சிலர் மூலவர் சந்நிதியை மூடினர். பிரபஞ்சத்தின் பொருளாக இருக்கும் ஈசனை தரிசிக்க இயலவில்லையே என்ற பதற்றம் ஏற்பட்டாலும் ஏதோ ஆபத்து சூழ்ந்துவிட்டது என்பதை மட்டும் வேகமாகப் புரிந்துகொண்டார். தில்லை ஆடலரசன் சந்நிதி வாசலில் முன் மனம் வெதும்பி வேண்டினார். 'இந்த அரக்கர் குலத்தை அழித்தொழிக்கும் வல்லமையைத் தா' என்ற நினைவிலேயே கண்கள் மூடி, கைகள் கூப்பி வேண்டி நின்றார். படைவீரர்கள் கோயிலுக்குள் இருப்பவரை வெளியேறும்படி கேட்டுக்கொண்டிருந்தனர். ஒரு வீரன் இளவரசரிடம் வந்து ஓர் அவசரம் காரணமாகக் கோயில் நடை சாத்தப்பட இருப்பதாகத் தெரிவித்தான். இளவரசரின் தோற்றத்தையும் தோரணையையும் கண்ட கோயில் நிர்வாகி நெருங்கி வந்தார்.

"தாங்கள் யார். எங்கிருந்து வந்திருக்கிறீர்கள். இதற்கு முன் உங்களைப் பார்த்ததில்லையே?" என்றார் கோயில் நிர்வாகி.

"படைவீட்டிலிருந்து வந்திருக்கிறேன். வணிகன்."

நிர்வாகிக்கு சந்தேகம் தீரவில்லை. "அதுதான் பாதுகாப்பான இடம். நீங்கள் அங்கேயே திரும்பிச் சென்றுவிடுங்கள்."

"உங்கள் ஆலோசனைக்கு நன்றி. நானும் ஓர் ஆலோசனை சொல்லலாமா?"

"சொல்லுங்கள்."

"திருமுறையைப் பொன்னே போல் பாதாளத்தில் அடைத்துப் பாதுகாத்த தலமிது. இறைவனின் ஆபரணங்களையும் அதே இடத்தில் பாதுகாக்கலாம். பாதை தெரியாதபடி மறைத்து வைக்கலாம். சொல்லப்போனால் திருமுறைகளைவிட பொன்னாபரணங்களை வைப்பதற்கு ஏற்ற இடம் அதுதான்" என்று கூறிவிட்டு வேகமாக வெளியேறினார். கோயில் அதிகாரி

தமிழ்மகன்

இளவரசரையே பார்த்துக்கொண்டு நின்றார். அவருக்கு அந்த ஈசனே வந்து சொல்லிவிட்டுச் சென்றது போல இருந்தது.

6. கொள்ளிடம் துறைமுகம்

தில்லை நாதரை வணங்கிவிட்டு கொள்ளிடம் ஆற்றங்கரையோரமே நிதானமாகப் பயணித்தார். நண்பகல் வேளையில் சோலையொன்றில் குதிரையை மரத்தில் கட்டிவிட்டு, தாழப் படர்ந்திருந்திருந்த அந்த பூவரசங்கிளையில் சாய்ந்து படுத்தார். இரண்டு நாழிகை நேரம் இந்த உலகில் என்ன நடந்தது என்றே தெரியாத பேருறக்கம். குதிரையின் கனைப்பொலி கேட்டுத்தான் திடுக்கிட்டு எழுந்தார். திருவண்ணாமலையிலிருந்தே தன்னைப் பின் தொடர்ந்து வரும் ஒற்றன் தூரத்தில் குதிரையில் மறைந்து நின்று கண்காணிப்பது தெரிந்தது. அவன் சுந்தர பாண்டியனின் ஒற்றன் என்பது புரிந்தது. வேலாயுதத்தை சமயபுரத்தில் சந்தித்தபோதே சுந்தர பாண்டியன் இப்போது காட்டில் மறைந்து வாழ்வதாகவும் படைவீட்டின் அடுத்த நடவடிக்கையைக் கண்காணிக்க ஒற்றனைப் பணித்திருப்பதாகவும் சொல்லியிருந்தான். உண்மையில் இவன்தான் நமக்கு வழித்துணை நாதன் என மனதுக்குள் சிரித்துக்கொண்டார்.

இளவரசர் அங்கிருந்து கிளம்பி தீவுக்கோட்டை நோக்கித் திரும்பும்போது கழிமுகப் பகுதியின் மக்கள் திரள் ஆர்வமாக மீன் பிடித்துக்கொண்டிருப்பதைப் பார்த்தார். ஆளுயர மீன்கள். தம்

வாழ்நாளில் இதுவரை பார்த்திராத புதுவகை மீனாக இருக்கவே நெருங்கிச் சென்று அதைப் பார்க்க ஆரம்பித்தார்.

வலையில் அகப்பட்ட மீன்களைக் கரையில் கொண்டுவந்து போட்ட வண்ணமிருந்தனர் மக்கள். இவ்வளவு மீன்களையும் அங்கிருக்கும் மக்களால் சாப்பிட்டுவிட முடியும் என்றும் தோன்றவில்லை. ஆனாலும் மக்கள் தொடர்ந்து பிடித்த வண்ணமிருந்தனர். மீனோ அளவில் பெரியது. வைத்திருந்து சாப்பிடவும் வழியில்லை. ஆர்வம் உந்தித்தள்ள கரையில் மீனுக்குக் காவலாக அமர்ந்திருந்த பெரியவரிடம் பேச்சுக் கொடுத்தார்.

“அய்யா இது என்ன மீன்? வேறெங்கும் பார்க்கக் கிடைக்காத மீனாக இருக்கிறதே?” என்றார் இளவரசர்.

“இதன் பெயர் உள்ள மீன்*. ஆடி மாதத்தில்தான் இந்த மீன்கள் கிடைக்கும். கடலின் உவர்நீரும் நன்னீரும் கலந்திருக்கும் இந்த இடத்தில் முட்டையிட்டுக் குஞ்சு பொரிக்கின்றன. வேறு எங்கும் இந்த மீன்கள் கிடைப்பதில்லை. அதனால் நீங்கள் எங்கும் பார்த்திருக்க இயலாது.”

இளவரசரின் வியப்பு கூடியது. அந்த மீன்களை ஆர்வமாகப் புரட்டிப் பார்த்தார். பல வீசம் எடையுள்ள மீன். “ஆனால், இவ்வளவு மீன்களை எதற்காகப் பிடிக்க வேண்டும்?” என்றார்.

“இந்த சில வாரங்களுக்குப் பிறகு இந்த மீன்கள் காணாமல் போய்விடும். அதனால் ஆனவரைக்கும் பிடிக்கிறார்கள். மீன்களை வெட்டி, சொந்த பந்தங்களுக்குக் கொடுத்தனுப்புவார்கள். சுற்றுப்பட்டு ஊர்களுக்கெல்லாம் இது திருவிழா போலத்தான். ஒரு மீனையும் மிச்சம் வைக்காமல் சாப்பிட்டுவிடுவார்கள். சுவையான மீன் அய்யா. கொள்ளிடத்தில் ஆனி, ஆடி மாதங்களில் வரும் குழம்பல் நீர் இவற்றுக்கு குஞ்சு பொரிக்க ஏதுவானவை. அப்படி பெருக்கடுத்து வரும் நீரில் இவை எதிர்கொண்டு பயணிக்கும். அதனால் இங்கிருந்து திருவரங்கம் வரையிலேயே இம் மாதங்களில் உள்ள மீன் பிடிப்பது திருவிழா போல நடக்கும்” என்றார் பெரியவர். அங்கேயே உள்ள மீன் குழம்பும் சாதமும் விற்பனையாகிக்கொண்டிருந்தது. நிறைய பெண்மணிகள் உணவு சந்தையை உருவாக்கி வைத்திருந்தனர். இவ்வளவு விவரம் கேட்டபின் அதை ஒரு பிடி பிடிக்காமல் செல்ல முடியுமா என்ன? பெரியவர் சொன்னது பொய்யில்லை. சுவையென்றால் நாக்கில் பட்டு மூளையில் பதிந்துவிடும் சுவை. ஒவ்வொரு ஊருக்கும்

படைவீடு

இயற்கை உருவாக்கும் பிரத்யேக அடையாளங்களை வியந்தபடி துறைமுகம் நோக்கிப் புறப்பட்டார்.

மாலை வேளையில் கொள்ளிடம் துறைமுகம்* பரபரப்பாக இருந்தது. கப்பல்களில் பொருள்களை ஏற்றுவதும் இறக்குவதும் ராட்டினம் இயங்குவது போல இருந்தது. படகுகளில் உப்பும் பட்டும் பருத்தியும் கலைப் பொருட்களும் முத்துக்களும் கப்பல்கள் நோக்கி எடுத்துச் செல்லப்பட்டன. எதிர் திசையில் கண்ணாடிப் பொருள்கள், பீங்கான் குவளைகள் போன்றவை பயணித்தன. தீப்பந்தங்கள் காற்றில் நெளிந்துகொண்டிருந்தன. கடல் நீர் நாவாய்களின் மீது மோதி ஏற்படுத்தும் சில்லிப்பான சலசலப்பு சத்தம் ஒருவித லயத்துடன் ஒலித்துக்கொண்டிருந்தது. லயத்துக்கேற்ப நீரில் நாட்டியமாடிக்கொண்டிருந்தன துண்டு நிலவுகள். கரையில் தன் இடுப்பில் இரு கையை ஊன்றி நின்றபடி ஏறிட்டார் ஏகாம்பரம். நாவாய்கள், படகுகள், ஓடங்கள், தோணிகள் மூலமாகக் கலம் நோக்கி விரைந்தன. கலம் என்பவை கடலில் பிற நாடுகளுக்குச் செல்கிற பெரிய கடல் வாகனங்கள். ஓடம், தோணி, படகு மூலமாக உப்பு, முத்து, மிளகு, லவங்கம், மூலிகைப் பொருட்கள், பட்டு, விலை உயர்ந்த மணிகள் போன்றவை ஏற்றிச் செல்லப்பட்டு கலத்தில் ஏற்றப்பட்டுக்கொண்டிருந்தன. வெளி தேசங்களிலிருந்து வந்த கலம்களிலிருந்து பொன்னும் திராட்சை ரசங்களும் கண்ணாடிகளும் பீங்கான் குவளைகளும் இறக்கப்பட்டு படகுகள் மூலமாகக் கரைக்குக் கொண்டு வரப்பட்டன. கொள்ளிடம் அகன்று கடல் போல இருந்தும் அங்கே இந்தத் தோணிகள், படகுகளால் நெருக்கடியாக இருந்தது. பெரிய பெரிய பாய்கள் கட்டிய நாவாய்கள் அங்கே நிறுத்தப்பட்டிருந்தன. பாய்கள் மடிக்கப்பட்டும் சுருட்டப்பட்டும் இருந்ததால் காற்றின் வேகத்துக்கு ஏற்ப பயணிக்கும் அவை, அங்குசத்துக்கு அடங்கி நிற்கும் யானைகள் போல ஓரிடத்தில் நின்றன. ஏகப்பட்ட துறைமுகப் பணியாளர்கள் ஏற்றுமதிக்கும் இறக்குமதிக்கும் தேவையான வேலைகளில் இருந்தனர். சுங்க அதிகாரிகள் சரிபார்த்து காளை இலச்சினை பொறித்து உத்தரவுகள் பிறப்பித்த வண்ணமிருந்தனர். ஏகாம்பரநாதர் தன்னை கடற்சுங்க நிலையம் சென்று தன் இலச்சினை மோதிரத்தைக் காட்டினார். வந்திருப்பது இளவரசர் என்பது அவர்களுக்கு அடுத்த கணமே விளங்கிற்று.

"வாருங்கள் இளவரசே! அறிவிப்பின்றி வந்திருக்கிறீர்கள். தக்க

தமிழ்மகன்

ஏற்பாடுகள் செய்ய அவகாசம் வேண்டும்" என்றார் அதிகாரி.

"அப்படியான எந்த ஏற்பாடும் வேண்டாம் என்பதால்தான் அறிவிப்பின்றி வந்தேன்."

சுங்க அதிகாரிகள் இளவரசருக்கு மரியாதை செலுத்தினர். இளவரசரின் திடீர் வருகை அவர்களுக்கு அதிர்ச்சியை ஏற்படுத்தியது. "என்னுடைய வருகைக்குக் காரணம் தெரியாமல் குழம்ப வேண்டாம். நம் நாட்டின் சூழல் குறித்து நீங்கள் அறிவீர்கள். மதுரையைப் பிடித்துவிட்ட துருக்கர் படை தென் தமிழகம் முழுதும் சூறையாடி இருக்கிறது. அதனால் எல்லைப் படையினரை எச்சரிக்கை செய்து தயார்படுத்தவே வந்தேன். கொள்ளிடம் துறைமுகப் பட்டினம் எச்சரிக்கையாக இருக்க வேண்டும் எனக் கேட்டுக்கொள்கிறேன். காபூர் கொள்ளையடித்த செல்வங்களோடு காவிரிக்கரை வழியே கருவூர் சென்று தில்லி சென்றுவிட்டான். அடுத்து அவன் படையுடன் வரக்கூடும். நீங்கள் உங்கள் பணிகளைக் கவனியுங்கள். எச்சரிக்கையாக இருக்க வேண்டும். நான் வந்திருப்பது அறிந்து எந்தப் பணியும் கெட வேண்டாம்" என்றார் ஏகாம்பரநாதர்.

சுங்க அதிகாரிகள், "காவல் படைகளை அதிகப்படுத்துகிறோம். கொள்ளிடம் கரையைக் கடந்து அந்நியர்கள் யாரும் வராதபடி கவனமாக இருப்போம்" என்றனர். ஏகாம்பரநாதர் படகுத் துறைக்கு வந்தார். துறைமுகத் தலைவன் உடனடியாக சுதாரித்து, "வந்தனம் இளவரசே! இந்த இரவில் இப்படி..." எனப் பதறி எழுந்தார்.

"மாலிக் காபூர் காவிரிக் கரை வரை படையெடுத்து வந்திருப்பது உங்களுக்குத் தெரியும்தானே?" என்றார் இளவரசர்.

"தெரியும். துறைமுகக் கிடங்கில் இருந்த சில முக்கியமான பொருள்களைப் பாதுகாப்பான இடங்களுக்கு அப்புறப்படுத்திக் கொண்டிருக்கிறோம்."

"மாலிக் காபூர் படையினருக்குக் கடல் நுணுக்கம் தெரியாது. கடல் பயண அனுபவங்களும் இல்லை. முக்கியமான பொருள்கள் இருந்தால் அதைப் பாதுகாக்கக் கடலுக்கு நடுவே போய்விடுவதுதான் சிறப்பு."

"ஆமாம். தண்ணீர் என்றாலே அவர்களுக்கு அச்சம்தான். அதிலும் கடல்நீரில் காலை நனைக்கவும் அஞ்சுகிறார்கள். கச்சத்தீவிலேதான் அனைத்தையும் கொண்டு சென்று பாதுகாக்கிறோம். சம்புவராயர் கட்டிய பெரிய கிடங்கு அங்கே

இருக்கிறது. பூம்புகார் துறைமுகத்திலிருந்தும் பொருட்களை அப்புறப்படுத்தச் சொல்லியிருக்கிறோம் இளவரசே."

சம்புவராயரின் பெருமை உணர்ந்தவனாகவும் அதை உணர்த்த வேண்டிய ஆர்வம் கொண்டவனாகவும் இருந்தது அவனுடைய பேச்சு. "சரியாகச் சொன்னீர்கள். சரி. பாதுகாப்பாக இருங்கள். நேரம் குறைவு" காலத்தின் கெடு உணர்ந்து துரிதப்படுத்தினார் ஏகாம்பரநாதர்.

"அப்படியே ஏற்பாடு செய்கிறேன் இளவரசே!"

"மீண்டும் அவர்கள் வந்தால் படகுகள், தோணிகள் இங்கிருப்பது எதிரிப்படையினருக்கு வாய்ப்பாக அமைந்துவிட்டும். மாலிக் காபூரின் கொள்ளைக் கூட்டம் கரையைக் கடந்து வந்து கோயில்களில் கொள்ளையடிக்கநாமே வழி சொன்னதாகிவிடும்.சொல்லப்போனால் சில நாள்களுக்குக் கொள்ளிடம் துறைமுகத்தில் ஒரு படகுகூட இருக்க வேண்டாம். அனைவருமே அவர்கள் கண்ணில்படாமல் வடக்கு நோக்கிச் செல்லுங்கள். சதுரங்கப்பட்டினம், எயிற்பட்டினம், மல்லை, பழவேற்காடு நோக்கிச் சென்றுவிடுங்கள். பூம்புகார் பட்டினம் வேண்டாம். அவர்கள் தில்லைக்கு வருவதற்கு நம் படகுகள் காரணமாகிவிடக் கூடாது" என்றார் ஏகாம்பரநாதர்.

"உத்தரவு இளவரசே!" என்றார் துறைமுகத் தலைவன்.

இளவரசர் தீவுக்கோட்டை நோக்கிப் புறப்பட்டார்.

* உள்ள மீன். இது கடலிருந்து ஆற்று முகத்துவாரத்தில் இனப்பெருக்கம் செய்து கடலுக்குத் திரும்பும். அந்த மீன் நன்னீரில் குஞ்சு பொரித்து வாழும். வளர்ந்தபின் ஒரு குறிப்பிட்ட காலத்தில் கூட்டம் கூட்டமாக மீண்டும் கடலுக்குத் திரும்பும். அப்போதுதான் மக்கள் இதைப் பிடிப்பார்கள். கடலில் பல்லாயிரம் மைல் தூரம் போய்விட்டாலும் மீண்டும் அவை இனப்பெருக்கத்துக்காக அதே முகத்துவாரத்துக்கு வரும்.

* வரலாற்றுக் காலத்தில் வணிகத் துறைமுகமாக இருந்த கொள்ளிடம் துறைமுகம் இப்போது பழையாறு என்ற பெயரில் மீன் பிடி துறைமுகமாக உள்ளது.

7. தீவுக்கோட்டை

இளவரசர் தீவுக்கோட்டை அரண்மனையை அடைந்தபோது இரண்டாம் சாம இரவாகிவிட்டது. சோழ வம்சம் ஒரு கருவாடாகச் சுருங்கியிருந்த சித்திரம் பரிதாபமாக இருந்தது. அது அந்தத் தீவுக்கோட்டை முகத்துவாரத்தில் ஒடுங்கியிருந்த காட்சி நல்ல அறிகுறியாகப்படவில்லை. மூன்றாம் ராசாதிராசர் இருந்த அந்தக் கோட்டை, அவன் கொள்ளு பாட்டன் ராசேந்திரன் ஆண்ட விசாலத்தை வலியுடன் உணர்த்தியது. படகுத் துறையையொட்டி இருந்தது எல்லைக் காவல் படை முகாம். காவலர்களிடம் தன் முத்திரை மோதிரத்தைக் காட்டியதும் பரபரப்பானார்கள்.

"இளவரசே... இதோ அரை நாழிகையில் அரசரிடம் தெரிவிக்கிறேன்!" என்றார் தலைமைக்காவலர். விருந்தினர் அமரும் விசாலமான அறை ஒன்றில் அமர வைத்துவிட்டுச் சென்றார். உண்மையில் கால் நாழிகை நேரம்கூட ஆகியிருக்கவில்லை. சோழரின் மெய்க்காவல் படைத் தலைவரும் தளபதியும் உடனே எதிர்கொண்டு அழைக்க வந்தனர்.

"நம்பவே முடியவில்லை... இப்போதுதான் அரசர் உங்களைப் பற்றிச் சொல்லிக்கொண்டிருந்தார். நீங்களே வந்து நிற்கிறீர்கள்!" என்றார் தளபதி சீவகன்.

"என்னைப் பற்றியா?" என்றார் இளவரசர்.

"ஆமாம். வாருங்கள். தேரில் ஏறி, பேசிக்கொண்டே அரண்மனைக்குச் செல்வோம். குதிரையைக் காவலர்கள்

அழைத்துவரட்டும்!"

"என்னைத் தவிர வேறு யாரும் அதன்மீது அமர முடியாது. தேருக்குப் பின்னால் வரச் சொல்லி சமிக்ஞை செய்தால் போதும் அதுவே வந்துவிடும்" எனச் சொல்லிவிட்டு, இளவரசர் ஏகாம்பரநாதர் தேரில் ஏறி அமர்ந்தார். இரு குதிரைப் பூட்டிய சிறு தேர். சொன்னபடியே இளவரசரின் குதிரை தேருக்குப் பின்னால் வர ஆரம்பித்தது. தளபதி சீவகன் ஆச்சர்யமாகக் கேட்டார். "எப்படி நீங்கள் சொன்னபடியே வருகிறதே?"

"நான் சொல்லவில்லை. மனதில் நினைத்தேன். குட்டியில் இருந்து நான்தான் வளர்த்து வருகிறேன். நம் குடிபடைகள் அவரவர் குதிரைகளை அவர்களே தான் குட்டியில் இருந்து வளர்க்கிறார்கள். அப்போதுதான் நோக்கமறிந்து நடந்துகொள்ளும். அதுசரி என்னைப் பற்றி எதற்காகப் பேச்சு வந்தது?"

"மாலிக் காபூர், திருவரங்கம் வரை வந்து சென்றுவிட்டான். அதற்காகப் படை திரட்ட வேண்டிய நிர்பந்தம். இரண்டாயிரம் படைவீரர்கள் எதிர்கொள்ளத்தயாராகிவிட்டோம்.கொள்ளிடத்தைத் தாண்டி வரும் உத்தேசம் அவனுக்கு இருந்தால், தகுந்த பதிலடி கொடுக்கவும் தயாராக இருந்தோம்."

"நானும் அதே நோக்கத்துக்காகத்தான் அரசரைச் சந்திக்க வந்தேன். ஒரே மனநிலையில் இருப்பது பேசுவதற்கு வசதியாக இருக்கும்." அரண்மனை வாயிலில் நின்றது தேர். அரசரும் வரவேற்க அங்கே நின்றிருந்தார்.

"வாருங்கள்... இளவரசே வாருங்கள். உங்கள் வரவு எனக்குப் பெரும் நம்பிக்கையை அளித்திருக்கிறது. என்னென்ன நடவடிக்கை தேவை என்றுதான் பேசிக்கொண்டிருந்தோம்."

"அது என் பாக்கியம் அரசே!" என்றார் ஏகாம்பரநாதர்.

அரசர் ஆரத் தழுவிக்கொண்டார். "தமிழ் மன்னர்களையும் ஒன்றிணைத்தது இதுபோன்ற வெளி நபர்கள் ஏற்படுத்தும் ஆபத்துகள்தான். மீண்டும் நாம் ஒன்றிணைய வேண்டிய தருணம் வந்துவிட்டது."

"அதற்காகத்தான் நானும் வந்தேன் அரசே." இளவரசர் ஏகாம்பரநாதர், வாணகோவராயரைச் சந்தித்துவிட்டு வருவதையும் திருவானைக்காவில் நடந்த சண்டையையும் நகைகளை மீட்டதையும் அடுத்து சந்திக்க இருக்கும் அரசர்களையும் பற்றிச் சுருக்கமாகச்

சொன்னார்.

“ஆஹா... எத்தனை அருமையான நோக்கம். இந்த இளைய வயதில் உங்கள் பரந்த எண்ணம் பெரும் ஆதரவாக இருக்கிறது” பேசியபடியே அரசவை மண்டபத்துக்கு வந்து சேர்ந்தனர். அங்கே மன்னரின் அமைச்சரும் மற்றும் சிலரும் இருந்தனர். எல்லோரும் எழுந்து நின்று வணங்கினர். ஏகாம்பரநாதரும் வணக்கம் சொல்லிவிட்டு அமர்ந்தார்.

வீரவல்லாளருக்கு நேர்ந்த கதியையும் தமிழ் மண்ணுக்கு நேர்ந்திருக்கும் பெரும் நெருக்கடியையும் சம்புவராயருக்கு அனுசரணையாக இருக்கும் சிற்றரசுகள் இணைந்து ஆற்ற வேண்டிய பெரும் கடமையையும் சொன்னார் இளவரசர். வாணகோவராயர், காடவராயர், வல்லவராயர் போன்றோரின் படைபலத்தையும் ஒன்று திரட்டி தொண்ட மண்டலத்தை வலுவான பேரரசாக நிலைநிறுத்த வேண்டிய அவசியத்தைச் சொன்னார். மழை கொட்டி ஓய்ந்ததுபோல் இருந்தது இளவரசரின் பேச்சு.

“உங்கள் பேச்சுக்கு மறு பேச்சு இல்லை. நம்முடைய கலைச் செல்வங்கள் எல்லாம் கொள்ளை போய்க்கொண்டிருக்கின்றன. பொன்னும் பொருளும் களவாடப்பட்டுக்கொண்டிருக்கின்றன. இங்கே வயது ஒரு தடையில்லை. விரைந்து ஆணையிடுங்கள்... சோழ அரசுக்கு சம்புவராயர்கள் செய்த உதவிக்குக் கைம்மாறு செய்யவதற்கான வாய்ப்பு என் தலைமுறையில் கிடைத்திருக்கிறது!” என்றார் சோழ மன்னர் மூன்றாம் ராசாதிராசர்.

“தில்லை நடராசர் கோயிலில் நகைகளைப் பத்திரப்படுத்த நீங்கள் எடுத்திருக்கும் முயற்சிகளை நேரில் பார்த்தேன். பன்னிரு திருமுறைகளைப் பாதுகாத்த பாதாள அறையிலேயே ஆபரணங்களை வைக்கலாம் என்று கோயில் நிர்வாகியிடம் சொன்னேன்.”

“என்னது... தில்லை கோயிலுக்கு வந்தீர்களா? என்னிடம் வந்திருந்தால் தக்க மரியாதையுடன் உங்களை நானே அழைத்துச் சென்றிருப்பேனே?”

“போர் அபாயங்கள் நிறைந்த நேரத்தில் என்னை வெளிப்படுத்திக்கொள்ளாமல் வேகமாகப் பயணிக்கவே விரும்பினேன். இந்த முறை ஈசனை தரிசிக்கும் வாய்ப்பு கிடைக்கவில்லை. இன்னொரு தரம் நிச்சயம் வருவேன்” என்றார்.

“அவசியம் வர வேண்டும். இந்தக் கொள்ளைக்காரர்கள் போய்

படைவீடு

ஒழியட்டும். முதலில் இவர்களைத் துரத்துவோம்."

"கொள்ளையடிக்க வந்த குறும்புத்திக்காரனை ஒடுக்குவதற்கு போர் அறத்தோடு மோத வேண்டியதில்லை. நான் அடுத்து வாகூர், எயிற்பட்டினம், மல்லை, வழியாக திருப்பாலைவனமும் அங்கிருந்து வல்லவராயரையும் சந்தித்துவிட்டு படை வீடு செல்வேன். அதற்குள் என் தந்தையாருக்கும் வாணகோவராயருக்கும் இங்கு நடக்கும் சங்கதிகளைச் சொல்லி படையுடன் தயாராக இருக்கச் சொல்லுங்கள். நான் உடனே கிளம்ப ஆவன செய்யுங்கள்!" என்றார் இளவரசர்.

இளவரசி பூங்குழலி, தட்டில் பழங்களையும் சிற்றுண்டிகளையும் எடுத்துக்கொண்டு வந்தாள். "பசியாறிவிட்டு இரவு இருந்து களைப்பு நீங்கி காலையில் செல்லுங்கள்!" என்றாள் புன்னகையுடன். போகிற இடமெல்லாம் இளவரசிகளின் அன்புத் தொல்லை அதிகரிப்பதை மனதில் நினைத்து, அவள் கொண்டு வந்ததைச் சாப்பிட அமர்ந்தார். பூங்குழலியின் முகத்தில் எப்போதும் புத்தரின் சாந்தம் தவழும். பதறாமல் தெளிவாகப் பேசுவாள். உயரத்துக்கு ஏற்ற எடையும் அந்த எடைக்கான திரட்சிகள் அளவாகப் பங்கிடப்பட்டு அழகுக்கு அழகு சேர்த்திருந்தன.

இனி இரவில் வேறு ஏதும் சத்திரம் தேடுவதற்கு பதில் அங்கேயே தங்குவதற்கு முடிவெடுத்தார் இளவரசர். காலையில் புறப்படத் தயாரான இளவரசரை ஏக்கத்துடன் பார்த்தாள் பூங்குழலி. "வருத்தம் வேண்டாம். ஆடித் திருநாளில் படை வீட்டில் சந்திக்கலாம்" என்றார் ஏகாம்பரநாதர். அத்தை மகனுக்கு ஆறுதல் சொல்லவாவது தெரிந்திருக்கிறதே என அவள் மகிழ்ந்தாள்.

8. சுரபுன்னைக் காடு

தீவுக்கோட்டையிலிருந்து சுரபுன்னைக் காட்டைக் கடந்துவிட்டால் வெள்ளாற்று முகத்துவாரத்துக்கு சென்றுவிடலாம். அங்கிருந்து பாதிரிப் புலியூர், வாகூர் நாடு*, எயிற்பட்டினம் வழியாகக் கடல் மல்லையை அடையலாம் என்பது இளவரசரின் யோசனை. சுரபுன்னைக் காட்டுக்குள் செல்வது ஆபத்து என அமைச்சர் சொல்லியிருந்தார். உள்ளே சென்றவர்கள் மீண்டும் வெளியே வருவது சிரமம். பலர் உள்ளேயே சிக்கி வழி தெரியாமல் இறந்துபோயிருக்கிறார்கள் என எச்சரித்திருந்தார். படகுத் துறையில் குதிரையையும் ஏற்றிச் செல்லும் தரமான படகு ஒன்றை எடுத்துக்கொண்டு நீரில் பயணத்தைத் தொடங்கினார். பாதை தப்பிவிடக் கூடாது என்பதில் கவனமாக இருந்தார். இளவரசர் தான்வந்த பாதை சரிந்திருந்த புன்னை மரத்தின் கிளைகளை ஒடித்துவிட்டு அடையாளங்களை ஏற்படுத்தினார். திரும்பத் திரும்ப ஒரே பாதையில் சுற்றிக்கொண்டிருப்பதைத் தடுக்க இது உதவும். அதே போல நட்சத்திரங்களையும் கணக்கில் கொண்டு பாதையை வகுத்தார். மேற்கு முகமகமாகச் செல்வதற்கான வழியைத் தீர்மானித்து படகைச் செலுத்தினார். குதிரையையும் ஏற்றிக்கொண்டு துடுப்பு போடுவது சிரமாக இருந்தது. ஆனாலும் பல ஆயிரம் காத தூரத்தில் இருந்து இந்தக் காட்டில் வந்து தங்கிச் செல்லும் பிற தேசப் பறவைகளைப் பார்க்கவே பரவசமாக இருந்தது.

தூரத்தில் படகோட்டி ஒருவன் படகில் வந்துகொண்டிருந்தான். அருகில் வந்தவன், “குதிரையையும் ஏற்றிக்கொண்டு துடுப்பு போடுவது சிரமமாக இருக்குமே என்றுதான் வந்தேன். அரசாங்கத்து ஆள் போல இருக்கிறீர்கள். யார் நீங்கள்... நீங்கள் எங்கே செல்ல வேண்டும்?” என்றான்.

“கேட்காமல் படகை எடுத்து வந்ததற்கு மன்னிக்க வேண்டும். நான் வந்தபோது துறையில் யாருமில்லை. அவசர வேலையாகச் செல்வதால் நானே ஓட்ட ஆரம்பித்துவிட்டேன்.”

“யார் என்பதையும் எங்கு செல்ல வேண்டும் என்பதையும் சொன்னால் நன்றாக இருக்கும்.”

“நான் வெள்ளாற்று முகத்துவாரம் செல்ல வேண்டும்” என்றார் ஏகாம்பரநாதர்.

“ராசகம்பீரர் குளிகை இருந்தால் அருகே அழைத்துச் செல்வேன். குதிரை பதறாமல் இருக்குமா?”

“படகில் பயணித்துப் பழக்கப்பட்ட குதிரைதான்” என்றார் ஏகாம்பரநாதர். தான் கொண்டுவந்த சிறிய படகை அவன் அங்கே ஒரு சுரபுன்னை மரத்தில் கட்டிவிட்டு, இளவரசர் இருந்த படகுக்கு மாறிக்கொண்டான். உச்சி நேரத்து வெயில் நீர்க் காட்டுக்குள் பணிந்து நுழைந்து மிதமான வெப்பத்தைத் தந்தது.

ஏகாம்பரநாதருக்கு ஆச்சர்யமாக இருந்தது. விரிஞ்சிபுரத்தில் இருந்து தில்லை வரை ராசகம்பீரர் குளிகை, மக்களின் நாணயமாக மாறியிருப்பது மகிழ்ச்சியானதுதான். வடக்கே நெல்லூரில் இருந்து தெற்கே தில்லை வரை பேரரசாக சம்புவராயர் அரசாட்சி நடப்பதும் அவர்களுக்குக் கட்டுப்பட்டவர்களாக காடவராயர், மலையர், சோழர், வாணகோவராயர், வல்லவராயர் போன்ற சிற்றரசர்கள் சம்புவராய பேரரசின் கீழ் இணைந்து செயல்படுவதும் பெருமையாக இருந்தது. ஒன்றுபட்டு செயல்படுவதற்கான ஒப்பந்தங்களை உருவாக்கியதில்தான் ராசகம்பீரரின் புத்திசாலித்தனம். குலசேகர வீரசம்புவராயரும் அதையே பின்பற்றி நட்பு அரசர்களை தக்கவைத்தார். அனைத்து சிற்றரசர்களும் ராசகம்பீரர் குளிகையே நாணயமாக ஏற்றுக்கொண்ட உறுதிமொழி எல்லாமே கூட்டாட்சியின் பலத்தை முன்பெப்போதும்விட பெரிதாக மாற்றிக்காட்டின. படகோட்டியிடம் செப்புக் குளிகை ஒன்றைக் கொடுத்தார். பேச்சுக்கொடுத்தான் படகோட்டி.

“அரசாங்க வேலை நிமித்தமாக வந்ததாகத் தெரிகிறதே? நீங்கள் அரசு அலுவலரா?” என வினவினான்.

“அய்யோ அப்படியெல்லாம் இல்லை. நான் வணிகன்” என வழக்கம்போல விளக்கம் தந்த ஏகாம்பரநாதர் தன் தனக்கு வணிகன் வேடப் பொருத்தம் சரியாக இல்லையோ என தன்னைத்தானே பார்த்துக்கொண்டார். பேச்சை மாற்றும் பொருட்டு, “இங்கே உப்பு நீராக நிரம்பிக் கிடக்கிறதே... நல்ல நீர் வளம் எப்படி?” என்றார்.

“இருக்கவே இருக்கிறது கொள்ளிடம் ஆறு... எங்களுக்கு நீருக்கா பஞ்சம்?” என்றான் பெருமையாக.

சுரபுன்னை மரங்களை நெருங்கிச் சென்றபோது, “இந்த இலைகளில் தூசிகள் ஒட்டுவதில்லை” என்றபடி மலுக்கென ஒரு கிளையை ஒடித்துக்காண்பித்தான் படகோட்டி. இலைகள் வித்தியாசமாக இருந்தன. படகு செல்லும் வழித்தடங்களில் கிளைகள் கவிழ்ந்து கிடந்தன. கிளைகளே வேர்களாகவும் வேரில் இருந்து கிளைகளும் நீட்சி பெற்று வித்தியாசமாக இருந்தன அந்தக் குறு மரங்கள். அமைச்சர் சொல்லி அனுப்பியது உண்மைதான். அந்த உச்சி வெயில் நேரத்திலேயே அந்தக் காடு இருள் சூழ்ந்து கிடந்ததோடு வந்த வழியைக் கண்டுபிடிப்பதும் சிரமமாக இருந்தது. அந்நிய தேசத்திலிருந்து கடல்கடந்து வந்திருந்த பறவைகள் மனித நடமாட்டத்தைப் பார்த்து கிளைமாறி அமர்ந்தன. அவற்றின் நீண்ட தொட்டில் போன்ற அலகுகள் ஆச்சர்யமாக இருந்தன. கன்னங்கரிய நாரைகள், செங்கால் நாரைகள் என நாரைகளில்தான் எத்தனை வகை? படகைப் பார்த்துப் பெரிய சிறகுகளால் படபடத்து இடம் மாறி அமர்ந்த காட்சி அழகாக இருந்தது. வந்த வழியிலேயே சுற்றிக்கொண்டிருப்பது போல இருந்தது. படகோட்டி ஒருவித பழக்கத்தில் அப்படியே வெகுதூரம் வந்து கரையில் இறக்கிவிட்டான். படகோட்டியிடம் நன்றி சொல்லி இறங்கும் போதே வெள்ளாற்றின் முகத்துவாரம் தெரிந்தது.

இளவரசர் கரையில் இறங்கி கைகால்களை உதறிவிட்டு நின்றார். குதிரைக்கும் ஆடாமல் அசையாமல் வந்தது இறுக்கத்தை ஏற்படுத்தியிருக்க வேண்டும். வாலை உயர்த்தி, உடம்பைக் குலுக்கி, சிலிர்த்து நின்றது.

வடக்கு நோக்கிப் பயணம். பாதிரிப்புலியூரைக் கடக்கும்போது நாவுக்கரசை நினைத்துப்பார்க்காமல் இருக்க முடியுமா? நாவுக்கரசர்

பாடிய கோயில் பாடலீசுவரர் கோயில் கோபுரம் தெரிந்தது. முன்பு சமணப் பள்ளிகள் நிறைந்து இருந்த ஊர். சமணராக இருந்த நாவுக்கரசருக்குத் தீராத வயிற்று வலி. இவரின் தமக்கை திலகவதி, தம்பியை திருவதிகைக்கு அழைத்துச் சிவனை வேண்டி அவர் வயிற்றில் திருநீறு பூச, வலி நிற்கிறது. தமக்கையின் வேண்டுகோளை ஏற்று சமண சமயத்தில் இருந்து சைவ சமயத்துக்கு மாறினார் நாவுக்கரசர். அந்தக் காலகட்டத்தில்தான் சமணம் வதங்கி, சைவம் தழைக்கத் தொடங்கியது. அப்பர் அதில் முக்கிய பங்காற்றினார். சமயத்தை வளர்ப்போர் மன்னர்களின் மனதை அந்தச் சமயத்துக்குத் திருப்புவது முதல் கடனாக இருந்தது. காஞ்சி சென்று மகேந்திர பல்லவரை சமணத்தில் இருந்து சைவத்துக்கு மாற்றினார். நாவுக்கரசர் தங்கியிருந்த பாதிரி புலியூரையும் அவர் சைவ சமயத்துக்கு ஆற்றிய தொண்டையும் நினைத்தபடியே தோன்றாத் துணைநாதர் கோயிலையொட்டிய கெடிலம் நதியை அடைந்தார். நதியில் நீர் குறைவாகத்தான் ஓடிக்கொண்டிருந்தது. மேற்கு மலைகளில் இருந்து இன்னும் நீர் வரத்து பெருகவில்லை. நீர் பகுதிகளைத் தாவிக் கடந்தது புரவி. அடுத்த ஒரு காத தூரத்திலேயே தென் பெண்ணை ஆறு. ஒரு நீண்ட சுற்றுக்குப் பிறகு மீண்டும் தென்பெண்ணையைக் கண்டதில் பாதி வேலை முடிந்தது போல் இருந்தது. குதிரையைவிட்டு இறங்கி காலாற சிறிது நேரம் நடந்தார். கால் ஆறுவது என்பதன் பொருள் உண்மையிலேயே விளங்கியது. செவலையும் புல்லை மேய்ந்து நீர் குடித்து தன்னைத் தயார்படுத்திக்கொள்ளட்டும் என நினைத்தார். ஆற்றில் இறங்கி தண்ணீர் குடித்துவிட்டு நீந்தி மகிழ்ந்தார். இருந்த இன்னொரு மாற்றுத் துணியை அணிந்துகொண்டு அணிந்திருந்த துணியைத் துவைத்து எடுத்துக்கொண்டார். செவலையும் புறப்படலாமா என்பதாகப் பார்த்தது. அதன் கரையில் வாகூர். அங்கே ஒரு கொற்றவைக் கோயில் இருந்தது. போருக்கும் வீரத்துக்கும் அடையாளமாக கொற்றவை கோயில்கள் விளங்குவதால் அதைக் காணும்போதெல்லாம் அதைக் குறித்து எண்ணுவதும் அவருக்கு வாடிக்கையாக இருந்தது. கொல் தவ்வை என்பதே பிரமாண்டமான பொருள் தருவது அல்லவா?

போருக்குச் செல்வோர் கொற்றவையின் பெருமைகளைக் கூறி அத் தெய்வத்தை வழிபட்டுச் செல்லுதலே கொற்றவை நிலை. கொற்றவை கானகத்தில் உறையும் மறவர்களுடைய கடவுள். கொற்றவையை முருகக் கடவுளின் தாயாகப் பழந்தமிழர்

திருமுருகாற்றுப்படை சொல்கிறது. ஒரு முறை தந்தையுடன் மல்லையில் திரௌபதி ரதத்தைப் பார்த்தபோது, "உண்மையில் இது திரௌபதி அல்ல... கொற்றவைக்கு உரிய தளி" எனக் கூறியது நினைவுக்கு வந்தது. திரௌபதி ரதத்தின் கருவறையின் உட்புறச் சுவரில் உள்ள பெண் தெய்வத்தின் சிற்பம் கொற்றவையை நினைவுபடுத்துவதாகவே இருந்தது. கோயிலுக்கு முன்னால் சிங்கத்தின் சிற்பம் ஒன்று இருந்ததைக் காட்டி, ''சிங்கம் கொற்றவையின் வாகனம்" என்றும் சொல்லியிருந்தார் வீரசம்புவர். கொற்றவையை திரௌபதியாக வழிபட முற்பட்டது பல்லவர் காலத்தில் தொடங்கப்பட்ட மாற்றமாகவும் இருக்கலாம் என இளவரசர் நினைத்தார்.

இப்போது வாகூரில் உள்ள கொற்றவைக் கோயிலின் அருகிலும் பல்லவர் காலத்துக் கோயிலொன்று இருப்பதைக் கண்ணுற்றார் இளவரசர். பல்லவர் காலத்து பழங்கோயில் அது. நிருபதுங்க பல்லவன் கட்டிய கோயில். சோழர்களின் சிற்பக் கலைக்கு முந்தையது என்பது மட்டும் இளவரசருக்கு விளங்கியது. குதிரையைவிட்டு இறங்கி துவைத்த துணிகளைக் கோயில் சுவர்களில் உலர்த்துவதற்காகப் போட்டார். மூலவர் திருமூல நாதர் என்பது அங்கிருந்த கல்வெட்டில் தெரிந்துகொள்ள முடிந்தது. கோயிலுக்குள் சென்று சுற்றுப் பிரகாரத்தைச் சுற்றிவந்தார். காலத்தால் முந்தைய கோயில்களைவிட்டுவிட்டு மக்கள் புதுப்புது கோயில்களில் ஆர்வம் செலுத்துவதையும் அவர் வேதனையோடு நினைத்துப்பார்த்தார்.

நடமாட்டம் குறைவாக இருந்த அந்தக் கோயிலின் நந்தி சிற்பத்துக்கு அருகே அமர்ந்தார். கங்கைகொண்ட சோழபுரத்து நந்தி இதைவிடப் பெரியதாக இருந்தது. நந்தி வளர்வதாகச் சொல்வார்களே அது இதுதானா? பல்லவர் காலத்து நந்தி அளவில் சிறியது... பின்னர் வந்த சோழர்கள் காலத்து நந்தி பெரியது... வரும் காலத்தில் இதைவிடவும் பெரிய நந்திகள் உருவாக்கப்படுமோ எனவும் நினைத்துச் சிரித்தார்.* தாம் வந்த வழியெங்கும் பார்த்த கோயில்களில் இருந்து முற்றிலும் புதியதொரு அனுபவமாக நினைத்து அங்கேயே ஒரு நாழிகை இருந்துவிட்டுக் கிளம்பினார். உலர்த்தப் போட்டிருந்த ஆடையும் காய்ந்திருந்தது. திருமூல நாதர் கோயிலும் அதனருகில் சோழர் காலத்தைச் சேர்ந்த ஏரி, விரிந்து படர்ந்து காட்சி தந்தது. எயிற்பட்டினம் நோக்கி செல்லலானார்.

படைவீடு

வட திசையில் கடற்கரை ஓரமாகவே பயணித்தார். கடற்காற்று வெயிலின் தாக்கத்தை வெகுவாகக் குறைத்து அனுப்பியது.

எயிற்பட்டினம்*. சம்புவராயர்களின் இன்னொரு துறைமுகம். இது ஆதி நாளில் ஓய்மா நாட்டின் முக்கிய துறைமுகமாக விளங்கிய இடம். துறைமுகப் பட்டினங்கள் இரவும் பகலும் விழித்திருப்பவை. நீளமான பெட்டியொன்றை குதிரையின் இடப்பக்கம் கட்டித் தொங்கவிட்டபடி அந்தக் கடற்கரையில் உலாவந்துகொண்டிருந்த அந்த வீரனின் நடவடிக்கைகள் வினோதமானவையாக இருந்தன. அவன் யாரையோ பின் தொடர்வதாகவும் தேடுவதாகவும் தோன்றியது. கடைவீதியின் தின்பண்டங்கள் வாங்கிப் புசித்தபடி அவனையும் கண்காணித்தபடியிருந்தார் ஏகாம்பரநாதர். இரவு தங்குவதற்கான இடமும் இந்தக் கடற்கரைதான் என்பதையும் முடிவு செய்தார்.

*வாகூர் - இன்று பாகூர் என அழைக்கப்படுகிறது.

* சம்புவராயர்களுக்குப் பின் வந்த நாயக்க அரசர்களின் காலத்தில் நந்தி மிக பிரமாண்டமாக அமைக்கப்பட்டன. காலம்தோறும் அரசர்கள் அமைத்த நந்திகள் வளர்ந்தபடியே இருந்தன.

*எயிற்பட்டினம் - மரக்காணம் துறைமுகம்

9. ரகசிய வீரன்!

தொண்ட மண்டலத்தில் இன்னும் பார்க்க வேண்டிய சிற்றரசுகள் நிறைய இருந்தன. ஒரே ஆறுதலான செய்தி, மாலிக் காபூர் உடனே தில்லிக்குத் திரும்பினான் என்பது. அவனுடைய ஆர்ப்பாட்டமும் அட்டகாசமும் தென்னகத்தையே கதிகலங்க வைத்துவிட்டது. தில்லி சென்றான் என்றால் இன்னும் ஆறு மாதங்களுக்காவது அவன் வரமாட்டான் என்று வைத்துக்கொள்ளலாம். ஆனால், வரவே மாட்டான் என நினைக்க முடியாது. அவன் ருசி கண்ட பூனை. கோயில்களில் இவ்வளவு நகைகள் இருக்குமா என வடக்கில் உள்ளவர்களோ, சுல்தான்களோ ஒருக்காலும் யூகித்திருக்க மாட்டார்கள். ஒரு மாலிக் காபூர் இல்லையென்றால் இன்னொருத்தன் வருவான். இத்தனை ஆயிரம் ஆண்டுகளாக தென் தமிழகத்தைக் கவசம் போல காத்து வந்த தொண்ட மண்டலம், இப்போது நெருக்கடியான சூழலில் இருப்பதை உணர்ந்தார் ஏகாம்பரநாதர். வேறு எப்போதும் இல்லாத நெருக்கடி. இதற்கு முன் வந்த பெரும் படையெடுப்பின் போதெல்லாம் மூவேந்தர்களில் எவரேனும் முனைப்புடன் படையை எதிர்கொண்டனர். இந்த முறை அப்படியல்ல... மூவேந்தரும் இல்லை. சோழர், தீவுக்கோட்டையோடு சரி. சேரர், மலைப் பகுதியின் சிற்றரசர் போல் கிடக்கிறார். காக்கும் நிலையில் இருந்த

படைவீடு

பாண்டியர்களோ, பங்காளிச் சண்டையில் சுல்தான்களுக்கு வழிவிட்டுவிட்டு காட்டில் பதுங்கிக் கிடக்கிறார்கள். கிடக்கிறார்களா என்பதுகூடத் தெரியவில்லை. இந்த முறை தமிழகத்தைக் காக்கும் பொறுப்பு தொண்ட மண்டலத்துக்காரர்களிடம் வந்து சேர்ந்திருக்கிறது. காடவராயர், மலையர், வாணகோவராயர் போன்ற அரசர்களும் இப்போது தலையெடுத்துப் போர் நடத்தத் தயாரில்லை. இருக்கும் ஒரே பேரரசு சம்புவராயர்கள்தான். சம்புவராயர்கள் வழி நடத்தட்டும் என்றுதான் மற்றவர்களும் காத்திருக்கிறார்கள். ஏகாம்பரநாதர் ஆழமான யோசனையின் ஊடே தன் புரவியைக் கடற்கரை பனையில் கட்டிவிட்டு, மணலில் துண்டு விரித்துப் படுத்தார்.

அவருக்கு ஞானசௌந்தரியும் பூங்குழலியும் நினைவுக்கு வந்தனர். பெரும்புலியூர் சித்தர் சொன்னதும் நினைவுக்கு வந்தது. அவர் பாடல் போல முணுமுணுத்ததை இப்போது நினைவில் நிறுத்தி மனத்துக்குள் பாடிப் பார்த்தார். சோழ வம்சத்துக்கு சம்புவராயர் கொடுத்த ஒத்துழைப்பும் நம்பிக்கையும் ஈடில்லாதவை. 'எதிரிலி சோழ சம்புவராயர்' என்ற பட்டமெல்லாம் வழங்கிக் கௌரவித்தவர்தான் ராசேந்திர சோழனும் குலோத்துங்க சோழனும். பெண் கொடுப்பதும் பெண் எடுப்பதும் பரம்பரையாக நடந்துவந்திருக்கிறது. சம்புவராயரும் சோழரும் ஒருவர்மீது ஒருவர் வைத்திருந்த நட்பும் நம்பிக்கையும் கடல்கடந்தும் தமிழரின் ஆளுமை விசாலப்படுவதற்குக் காரணமாக இருந்தது. இன்று சோழர் கை தாழ்ந்துவிட்டது. மூன்றாம் ராசாதிராச சோழனின் மகள் பூங்குழலிக்குத் தம்மீது காதல் இருந்தாலும் சம்புவராயர்கள் கை ஓங்கியிருப்பதன் காரணமாகத் தன்னை ஏற்றுக்கொள்வாரா என்ற தயக்கம் இருப்பதைக் கவனிக்க முடிந்தது. இளமைக்கே உரிய சுட்டித்தனங்களும் தலைவணங்காத மிடுக்குத் தோரணையும் அவளிடம் இருந்தது. மன்னர் என்னவோ வாழையடி வாழையாக இந்த ரத்த சம்பந்தம் தொடர விரும்பி, எதிர்பார்ப்புடன் பார்த்துக்கொண்டிருந்ததையும் ஏகாம்பரநாதர் கவனிக்கத் தவறவில்லை. தந்தைக்கும் தாய்க்கும்கூட சோழ குடும்பத்தில் பெண் எடுப்பதே விருப்பமாக இருக்கும் என்றும் நினைத்தார். ஆனால் இரண்டாம் சுத்தமல்லரின் மகள் ஞானசௌந்தரி பிடிவாதக்காரி. துணிச்சல்காரி. அவள் தம்மீது காட்டும் அன்பு வெளிப்படையாகவே தெரிந்தது. என்ன முடிவு எடுப்பது என்பது அவருக்குக் குழப்பமாகவே இருந்தது. இரண்டு பெண்களுமே அவரை அலைக்கழித்த நேரத்தில்

சம்பந்தமே இல்லாமல் பெரும்புலியூர் சித்தர் நினைவுக்கு வந்தார்.

’உன் பின்னோர் கொத்துக்கொத்தாய் மாண்டனர் காண்!
தன்வம்சம் செழித்திடவே பலஊராய் சென்றனர் காண்!
கொடிமரபாய் குலமரபாய் படைவீட்டாள் துணையிருந்தாள்
குடிகாத்தாள் வளம்காத்தாள் கொற்றவையாய் குலம் காத்தாள்.”
.....
“மண்ணுக்குரியோனே... மனைவியை அறிவாயோ?
முன்னொட்டாய் மலர்ந்திடுவாள் முழு மனதாய் ஏற்றிடுவாய்!’

இரண்டு முறை சொல்லிப் பார்த்தும் அவருக்குத் தெளிவாக எதுவும் அகப்படவில்லை. அம்மா சொல்லி அனுப்பினாளா என்றாரே... தம் தாய்க்கு எதுவும் தெரியுமா எனவும் நினைத்துப் பார்த்தார்.

இப்படியாக எண்ணிக்கொண்டிருந்தபோது தன் அருகே யாரோ மணலில் நடந்துவரும் சத்தம் கேட்டது. சிறிதாகக் கண்களைத் திறந்து கவனித்தார். கட்டுடலும் அடர்ந்த முறுக்கிய மீசையும் கொண்ட ஓர் இளைஞன் குதிரையைப் பிடித்தபடி நடந்துவந்து கொண்டிருந்தான். அவன் தோரணை ஓர் அரச நடவடிக்கை சம்பந்தபட்டவனுக்கு நெருக்கமானதாக இருந்தது. ஓரிடத்தில் நின்று சுற்றும் முற்றும் பார்த்தான். அந்த இடத்தில் புதரிட்டு இருந்த இடத்தை உற்று நோக்கியவன் அந்தப் புதரை நெருங்கி அதை விலக்கிப் பார்த்தான். வேல் கம்பால் அங்கிருந்த செறிவான இலைகளைத் தன் குறுவாளால் கழித்து உள்ளே கூர்ந்து பார்த்தான். அவனைப் பார்க்கப் பார்க்க இளவரசருக்கு ஆர்வமும் வியப்பும் அதிகமாக இருந்தது. அவன் இப்போது கீழே கால் விரல்களால் ஊன்றி அமர்ந்து எதையோ கண்டுபிடித்துவிட்டவன் போலவும் அதை வேகமாகக் கைப்பற்ற வேண்டும்போலவும் பரபரப்பாகச் செயல்பட்டான். வேல்கம்பாலும் குறுவாளாலும் ஓரிடத்தில் வேகமாகப் பள்ளம் தோண்ட ஆரம்பித்தான். அவனுடைய செய்கைகள் அனைத்தும் ஆர்வத்தை அதிகரித்துக்கொண்டே இருந்தன. கடைத் தெருவில் பார்த்த அதே வீரன்தான் என்பது

படைவீடு

தெரிந்தது. ஏகாம்பரநாதரின் ஆர்வம் அவனுக்கு எப்படியோ உணர்வு அலையால் எட்டியிருக்க வேண்டும். குறுவாளை வலது கையால் கெட்டியாகப் பிடித்தபடி சுற்றும் முற்றும் பார்த்தான். யாரோ தன்னைக் கவனிப்பது போல அவன் உணர்ந்துவிட்டான். எச்சரிக்கை உணர்வுடன் அந்தப் பள்ளத்தைச் சருகுகள் கொண்டு மூட முயன்றான். ஏகாம்பரநாதர், கடற்கரைச் சங்கு ஒன்றை எடுத்து அந்தப் புதரை நோக்கி எறிந்து அவனைத் தன்னை நோக்கித் திரும்பிப் பார்க்க வைத்தார். அவன் திடுக்கிட்டு சங்கு வந்த திசையை நோக்கினான். தன்னைப் போல் இன்னொரு வீரன் அங்கே நிற்பதைப் பார்த்ததும் குறுவாளை அவனை நோக்கி எறிந்துகொன்றுவிடும் உத்தேசம் கொண்டான். ஆனால், சற்று தூரத்தில் இருந்த குதிரையும் புன்னகை ததும்பும் முகத்துடன் சலனம் ஏதுமின்றி எதிர்கொண்டு வரும் ஏகாம்பரநாதரின் முகமும் அவனை ஏனோ கட்டுப்படுத்தியது.

"காந்திராயக் கைக்கோளர்தானே நீங்கள்?" என்றார் ஏகாம்பரநாதர்.

"ஆமாம். நீங்கள்?" என்றான் அந்த வீரன்.

இளவரசர் ஏகாம்பரநாதர், "படைவீட்டில் உங்கள் தந்தையார் நெய்தளித்த பட்டுப்புடவைகள் பிரசித்தம்!" என்றார் தன் இளமீசையை வருடிவிட்டபடி.

"இளவரசே...இந்த இடத்தில் உங்களைச் சற்றும் எதிர்பார்க்கவில்லை. மேலும் இப்படியொரு உடையில் இத்தனை எளிமையாக..." என்றபடி நிகழ்காலத்துக்கு வந்தார்.

"காரணம் இருக்கிறது காந்தி. நான் தொண்ட மண்டலத்தை வலம்வந்து சில பாதுகாப்பு ஏற்பாடுகள் செய்ய வேண்டிப் புறப்பட்டேன்."

"சுல்தானியரின் அட்டகாசத்தை ஒடுக்க வேண்டிய நிர்பந்தமும் நம் சம்புவராய ஆட்சியைப் பலபடுத்தவும் நம்மிடம் இருக்கும் சிற்றரசுகளை கவனமாக இருக்கவும் ஆயத்தமாக்கவும் புறப்பட்டீர்கள் என்பதை அறிவேன்."

"ஆனால், இது அரசு முறைப் பயணமல்ல... அவசரப் பயணம். மிகக் குறுகிய காலத்துக்குள் அனைவரையும் சந்திக்க வேண்டியிருக்கிறது. அடுத்து நீலகங்கரையரையும் வல்லவராயரையும் சந்திக்க வேண்டியிருக்கிறது. அதன் பிறகு படை வீடு திரும்புவேன்...

தமிழ்மகன்

அதுசரி நீங்கள் ஆர்வமாக எதையோ இங்கே தேடிக்கொண்டிருந்தீர்களே? அது என்னவென்று நான் அறியலாமோ?"

"நிச்சயமாக... அது உங்கள் சம்பந்தப்பட்டதுதான்... ஈசன் வாள் சம்பந்தப்பட்டது." வேறு யாரும் அங்கு இல்லை என்பதை உறுதிப்படுத்திச் சுழன்று பார்த்தவாறு சொன்னான் காந்திராயன்.

10. ஈசன் வாள்

செங்கேணி அம்மையப்ப விக்கிரம சோழ சம்புவராயரை இந்த இடத்தில் அறிந்துகொள்வது நலம். ஈசன் வாள் என்பது சம்புவராயர்களுக்கு உரிய அரச வம்ச அடையாளம். சுந்தர சோழர் காலத்தில் சம்புவராயர்கள் நடத்திய மிகப் பெரிய போர் உத்திகளைப் பாராட்டும்விதமாக சோழ மண்டல அரசன் வழங்கிய பெருமைக்குரிய வெகுமதி. தங்கள் மூதாதையர் காலம்தொட்டு பெருமைக்குரிய சொத்தாக வைத்திருந்த வாள் அது. பெருவளத்தான் பயன்படுத்தியது என்ற பெருமை அவர்களுக்கு இருந்தது. அத்தகைய பெருமைக்குரிய சோழ வம்சத்துக்கான வாளை, உறவு அரசர்களான சம்புவராயர்களுக்குச் சோழன் வழங்கினான் என்றால் அவர்கள் காட்டிய வீரத்தை ஓரளவுக்குப் புரிந்துகொள்ளலாம்.

விக்கிரம சோழர் காலம். சோழநாட்டை வீழ்த்துவதற்குத் தருணம் பார்த்துக்கொண்டிருந்தார் பாண்டிய மன்னர் மாறவர்ம சீவல்லப பாண்டியர். இழந்திருந்த மரியாதை மீட்க வீறுகொண்டார். தரணி ஆளும் திறனுடன் கீழை நாடுகளைத் தன் கட்டுப்பாட்டில் வைத்திருந்த சோழப் பேரரசை எதிர்க்க நினைத்தார். துணிச்சல்மிக்கப் போர்.

அந்தத் தருணத்தில் விக்கிரம சோழர் குடந்தையில் கோயில் திருப்பணியில் ஈடுபட்டிருந்தார். கிருஷ்ணா நதிக்கு வடக்கேயிருந்த வேங்கி நாட்டில் வெகுகாலத்தைக் கழித்துவிட்ட விக்கிரம சோழருக்குத் தமிழகம் வந்ததும் திருத்தலங்கள் மீது கொள்ளை ஈடுபாடு ஏற்பட்டது. வேங்கி நாட்டில் இருந்தபோது, மேலை சாளுக்கியர்களையும் ராஷ்டிரகூடர்களையும் போசாளர்களையும் கைக்குள் கட்டுப்பாட்டில் வைத்த பெருமைகளும் விக்கிரம சோழருக்கு உண்டு. விக்கிரம சோழரின் தந்தை குலோத்துங்க சோழர், தன் படைத் தலைவர் கருணாகரத் தொண்டமானை கலிங்கத்தை நோக்கி படையெடுக்க அனுப்பிவைத்தார். பெரும் படையுடன் கருணாகரத் தொண்டமான் வேங்கி நாடு வந்து சேர்ந்தார். அங்கிருந்து கலிங்க நாட்டுக்குப் படையெடுத்தார் தொண்டமான். படையெடுப்புக்கு விமரிசையாக வழியனுப்பி வைத்ததும் விக்கிரம சோழர்தான். வேங்கி நாட்டுப் பெருமைகள் ஆயிரம் இருந்தாலும் தமிழகத்தில் இருந்து ஆள்வதுதான் அவருக்கு மகிழ்ச்சியளிப்பதாக இருந்தது. அதிலும் இறைப் பணிகளில் இரட்டிப்பு மகிழ்ச்சியிருந்தது.

தன் கடைசி காலத்தில் குலோத்துங்க சோழன் தன் பெருமைக்குரிய வாரிசாக விக்கிரம சோழரைத் தமிழகத்துக்கு அழைத்தபோதுதான் தமிழக ஏக்கம் தணிந்தது. சோழ நாடு தன்னுடைய வேர்... தன்னுடைய ஊர் என்பதை உணர்ந்திருந்தார் விக்கிரமன். அதனால்தான் வந்ததும் வராததுமாகப் பல்வேறு வரிச் சலுகைகளை அறிவித்ததோடு, கோயில் திருப்பணிகளிலும் கவனம் செலுத்திவந்தார்.

அப்படியாக ஆன்மிகப் பணியில் இருந்த நேரத்தில்தான் பாண்டியனின் படை வீரர்கள், காவிரியை நெருங்கப் போவதாகத் தகவல் வந்தது. அப்போது, தாராசுரம் கோயில் பிரகாரத்தில் செருப்பணிந்த வேட்டைக்காரனின் சிற்பத்தைப் பார்வையிட்டுக்கொண்டிருந்தார் விக்கிரம சோழர். தூது வந்த வீரன் ஓடிவந்த நின்றான். பாண்டியர் படையெடுத்து வந்திருப்பதைச் சொன்னான். பாண்டிய நாட்டில் இருந்து இவ்வளவு தூரம் நெருங்கிவரும் வரை எப்படி ஒற்றர்கள் வழியாகத் தெரியாமல் போனது எனப் பதறினார் விக்கிரம சோழர். கோபம் முழுதும் ஒற்றர் படைத் தலைவன்மீது திரும்பியது. அவன் தலையை யானையின் காலில் இடறச் செய்து தண்டிக்க ஆணை பிறப்பிக்க வாயெடுத்தார். ஒரு வினாடிதான்... அடுத்த வினாடி... அவசரமாக

படைவீடு

"செங்கேணி அம்மையப்ப சம்புவராயர் இப்போது எங்கே இருக்கிறார்?" என வினவினார்.

தகவல் சொன்ன வீரனே சொன்னான்: "பாண்டிய மன்னனை எதிர்கொண்டு போராட, செங்கேணி அம்மையப்ப சம்புவராயர் கிளம்பிவிட்டார். உங்களிடம் தகவல் சொல்லும்படி அவர்தான் என்னை அனுப்பினார் மன்னா."

அம்மையப்பன்மீது பெருமிதம் அதிகரித்தது. தொண்ட மண்டலத்தின் அரசராக செங்கேணி அம்மையப்பனை நியமித்த பிறகு எதிரிகளைப் பற்றிய அச்சமே இல்லாமல் இருக்க முடிந்தது. திருவல்லம், வயலூர், மதுராந்தகம், அச்சிறுபாக்கம், உத்திரமேரூர், சியமங்கலம் ஆகிய பகுதிகளை அம்மையப்பனின் ஆளுகைக்குப் பணித்திருந்தார் விக்கிரம சோழர். பாண்டியனின் படைகளை அம்மையப்பன் படைகள் விரட்டியடித்துவிடும் என்ற நம்பிக்கையும் விக்கிரம சோழருக்கு அதிகமிருந்தது. உடனே சோழப் படைகளை விரைந்து சென்று செங்கேணி அம்மையப்பனின் படையோடு இணைந்து போரிடப் பணித்துப் போருக்குப் புறப்பட்டார் சோழர். அரசனோடு குதிரைப் படையினர் காவிரிக்கரையில் வடதிசை நோக்கிப் புறப்பட்டனர். புழுதி பறக்க காவிரி படுகை நோக்கிப் பறந்தன குதிரைகள். முசிறியில் முகாமிட்டிருந்த பாண்டிய படையினரை நோக்கி விக்கிரம சோழரின் படைகள் பறக்க, வீரன் ஒருவன் படை திரட்டிவர தஞ்சைத் தலை நகருக்கு விரைந்தான்.

மாறவர்ம சீவல்லபனுக்கு என்ன துணிச்சல்?... பல ஆயிரம் காத தூரம் கடல்கடந்து சென்று வெற்றிக் கொடி நாட்டித் திரும்பிக்கொண்டிருக்கும் சோழப் பேரரசின்மீது போர் தொடக்கலாம் என நினைப்பதற்குக்கூட எந்த மன்னனும் நினைத்ததில்லையே? கடந்த இருநூறு ஆண்டுகளில் சென்ற திசையெல்லாம் வெற்றிக்கொடி நாட்டிவரும் சோழ வம்சத்தின் மீது போர்த் தொடுக்கும்படி எப்படி தோன்றியது? அப்படி தோன்றும்படி தாம் அவனுக்கு இடம்கொடுத்துவிட்டதே தனக்கு இழுக்கென நினைத்தபடி விரைந்துகொண்டிருந்தார் விக்கிரமன். ஏன் தன்னை இத்தனை எளக்காரமாக எடைபோட்டுவிட்டான் பாண்டியன் என்பதே விக்கிரம சோழருக்குப் பெரும் வேதனையாக இருந்தது. குதிரைகள் வேகமாகப் பறந்துகொண்டிருந்தாலும் அதனினும் வேகமாக உடலெங்கும் ஓடியபடி இருந்தது ஆவேசம். இனி இன்னொரு மன்னனுக்கு இது போன்ற எண்ணம் ஏற்படாதபடி

பதிலடி கொடுக்க வேண்டுமென்ற என்கிற ஆவேசம். எவ்வளவு சீக்கிரம் போய் தன் கோபத்தைத் தணித்துக்கொள்ள முடியும் என்பதிலேயே அவன் கவனமெல்லாம் இருந்தது. சுமார் எழுபது காத தூரம் பயணிக்க வேண்டியிருந்தது. உச்சிப்பொழுதைக் கடந்தே முசிறியை அடைய முடியும். என்ன கொடுமை. இன்னும் பத்து நாழிகை பொறுத்திருக்க வேண்டுமே? அருகில் இருந்து அடுத்த நொடியே விரட்டியடித்திருக்க வேண்டும். தலையைச் சீவி தரையில் வீசியிருக்க வேண்டும். சே...

விக்கிரம சோழர் முசிறியை அடைவதற்குள் மூவாயிரம் முறை கோப எழுச்சியில் உடல் தகிக்க வேண்டியிருக்கும் போல இருந்தது. படைவீரர்களும் மன்னனின் எண்ணம் உணர்ந்து ஒருமுகமாக வேகம் காட்டினர். சமயபுரம் எட்டும் முன்பே எதிர்கொண்டு வந்தது சோழர் படைக்குழு ஒன்று. எதிரே வந்த வீரர்களின் செய்தி அறிய விக்கிரம சோழர், தன்னுடன் வந்த படையினரின் வேகத்தைக் கட்டுப்படுத்தும்படி சைகை செய்தார். எதிர் வந்த வீரர்களும் தங்கள் மன்னன் முன் குதிரையைவிட்டு இறங்கி நின்றனர்.

"மன்னா... பாண்டிய மன்னன் கொல்லப்பட்டான். பாண்டியர் படை சிதறி ஓடி அடங்கிவிட்டது."

"என்ன சொல்கிறீர்கள் வீரர்களே?"

"சம்புவராயர் படை தகுந்த நேரத்தில் வந்து சீவல்லப பாண்டியனை மூன்று நாழிகை நேரத்திலேயே வீழ்த்திவிட்டது. வெற்றி மன்னா... வெற்றி.!"

"உடனே நான் அம்மையப்ப சம்புவராயரைச் சந்திக்க வேண்டும். அவர் எங்கே இருக்கிறார்?"

"முசிறியில் ஆற்றங்கரை மண்டபத்தில் தங்கியிருக்கிறார். வீரர்களுக்கு உணவு ஏற்பாடு ஆகிக்கொண்டிருக்கிறது. இரவு தஞ்சை அரண்மனைக்கு வந்து உங்களைச் சந்திக்கச் சொல்கிறேன் மன்னா." சோழப் பேரரசினர் கங்கைகொண்ட சோழபுரத்தில் அரண்மனை அமைத்துச் சென்றுவிட்டதால், தஞ்சாவூர் அரண்மனை என்பதையும் குறிப்பிட்டுச் சொன்னார் படைத்தளபதி.

"இல்லை... அவரை நான் வந்து சந்திப்பதுதான் சரி. வீரர்களே உடனே முசிறி நோக்கிக் கிளம்புங்கள்."

மன்னனின் ஆணையில் நன்றிப் பெருக்கும் ஆர்வமும் சேர்ந்தே

படைவீடு

வெளிப்பட்டன. விக்கிரம சோழனுக்குப் பாதுகாப்பாக மெய்க்காவல் படையினர் அடைகாத்தபடி புறப்பட, ஒட்டுமொத்த வீரர்களும் விக்கிரம சோழரைப் பின் தொடர்ந்தனர். இலக்கை அடைய வேண்டிய நேரத்துக்கும் முன்பாகவே சோழ மன்னனின் படை புயல்காற்றின் வேகம் போல் போய் சேர்ந்தது. சாப்பிட்ட களைப்பில் மண்டப கல் திண்ணையில் சாய்ந்து அமர்ந்திருந்த அம்மையப்ப சம்புவராயர், சோழ மன்னர் விக்கிரமன் வருவது தெரிவிக்கப்பட்டவுடன், வரவேற்க மண்டப வாசலுக்கு வந்து நின்றார்.

"வாருங்கள் அரசே... வந்தனம்!"

"சம்புவராயரே... நீங்கள் இன்று செய்த செயலுக்காக சோழ வம்சம் தன் தலைமுறைக்கும் தலை வணங்கும்."

"சோழ பேரரசின்மீது எப்போதும் வைத்திருக்கும் நட்புதான் அரசே! அளவுக்கு அதிகமாகப் புகழ வேண்டாம்."

விக்கிரம சோழர் மறுத்து தலையசைத்து, "இல்லை, அம்மையப்பரே. நான் இங்கே இருந்திருந்தால் என்ன செய்திருப்பேனோ அதை நீங்கள் செய்திருக்கிறீர்கள். சோழப் பட்டப் பெயரை சம்புவராய தளபதிகளுக்குச் சூட்டுவது புதிதல்ல என்றாலும் மீண்டும் அந்தப் பட்டத்தைச் சூட்ட விரும்புகிறேன். செங்கேணி அம்மையப்ப நாலாயிரவ விக்கிரம சோழ சம்புவராயர் என்ற பட்டப் பெயரோடு மெய்கீர்த்தி வைக்க ஏற்பாடு செய்கிறேன்."

"தங்கள் சித்தம்!"

"உங்கள் தலைமையில் இருக்கும் நாலாயிரம் படை வீரர்களும் உங்களைப் போலவே போரில் சிறந்தவர்கள். தேர்ந்த வில்லாளிகள். துணிச்சலும் தியாகமும் அவர்கள் ரத்தத்தோடு கலந்தவை. நம்மை எதிர்க்கத் துணிந்த பாண்டியனை சில நாழிகையில் வெட்டி வீழ்த்தினீர்கள் என்று அறிந்தேன்... மனம் மகிழ்கிறது. நன்றி சம்புவராயரே... மிக்க நன்றி."

"போதும் மன்னா... வேறு ஏதேனும் பேசுங்கள்."

"வேறா... இன்று முதல் செங்கேணி அம்மையப்ப நாலாயிர சோழன் என்றும் அழைக்கப்படுவீர்கள்."

மன்னர் தரும் வெகுமதிகளால் பெருமிதத்துடன் நின்றார் சம்புவராயர். சோழர்களுக்கும் சம்புவராயர்களுக்கும் இருந்த பாசப்

தமிழ்மகன்

பிணைப்பை உணர்ந்த படைவீரர்களும் "செங்கேணி அம்மையப்ப நாலாயிர சோழர் வாழ்க" என முழக்கமிட்டனர். எத்தனை புகழ்ந்தும் பாராட்டியும் போதாமல் சம்புவராயரை இறுக கட்டிக்கொண்டார். "சம்புவராயரே அரண்மனைக்குப் போவோம். பெரிய விருந்துக்கு ஏற்பாடு செய்கிறேன். வேறு சில அரசியல் செய்திகளும் பேச வேண்டியிருக்கிறது."

"புறப்படுவோம் அரசே!"

அனைவரும் தஞ்சை அரண்மனையை அடைவதற்குள் மாலை மங்கி சூரிய ஒளியின் பிரதிபலிப்பு அடங்கியிருந்தது. அந்தக் குறையைத் தீப்பந்த வெளிச்சங்கள் ஓரளவுக்குச் சமாளித்துக்கொண்டிருந்தன. அறுசுவை உணவும் அசைவ உணவுமாகக் களைகட்டிக் கொண்டிருந்தது. வீரர்களுக்கு யவனத்தில் இருந்து வந்த பானங்களும் கள்ளும் பரிமாறப்பட்டன. பொதுவாக மிகப் பெரிய வெற்றியைக் கொண்டாடும் தருணத்தில் யவன அங்காடிகளில் இருந்து பானங்கள் வருவிக்கப்படுவதுண்டு. இன்றும் அப்படியொரு வெற்றிக்கொண்டாட்டம் நடப்பதிலிருந்து அதன் முக்கியத்துவம் உணர்த்தப்பட்டுக்கொண்டிருந்தது. தேறல்கள், மது, கள் என கேளிக்கை பானங்கள் அங்கே பரிமாறப்பட்டன. அரச மண்டபத்தில் மெய்க்காப்பாளர்கள், தளபதிகள், அமைச்சர்கள் இடம்பெற்றனர். முக்கியமாக கருணாகரத் தொண்டமான் சிறப்பு விருந்தினராக அழைக்கப்பட்டிருந்தார். கலிங்கத்துப் பரணிக்குச் சொந்தக்காரரான செயம்கொண்டாரும் தன் காவிய நாயகன் கருணாகரன் அருகில் அமர்ந்திருந்தார். இத்தனை பெருமைக்குரிய அவையில் சம்புவராயரைப் புகழ்வதை மன்னர் இன்னும் நிறுத்துவதாக இல்லை. சம்புவராயரை பன்முதுகுன்றம், பெரும்புலியூர் பகுதிகளையும் நாலாயிரவர் படையின் பொறுப்பில் விடுவதாக அறிவித்தார். மன்னரின் மகிழ்ச்சியை உணர்ந்திருந்த அவையினர் ஆர்ப்பரித்து வரவேற்றனர். வெற்றி முழக்கங்களும் வாழ்த்து முழக்கங்களும் இரவை கிலிபிடிக்க வைத்தன.

அமர்ந்திருந்த அரசர் எழுந்தார். "நம் சம்புவராயர் செய்த வீரச் செயலை நான் ஏன் பாராட்டிக்கொண்டே இருக்கிறேன் என்பதை உங்களுக்கெல்லாம் விளக்கிச் சொல்ல வேண்டும். விசயாலய சோழர் காலம் தொட்டு நம்மோடு பயணிப்பவர்கள் சம்புவராய அரசர்கள். பூம்புகாரைத் தலைநகராகக் கொண்டு கரிகால் பெருவளத்தான் ஆளும் முன்பே இருந்த போர்க்குடிகள். ரத்த

உறவுகள். ஈட்டி எரிதலிலும் வில் எய்தலிலும் வாள் சுழற்றுவதிலும் சம்புவராயர் குலத்துக்கு நிகர் யாருமில்லை. பாண்டியர்களுக்கும் சேரர்களுக்கும்கூட அவர்களே போர்களில் தலைமை தாங்கியிருக்கிறார்கள். மூவேந்தர்களிடமும் பெண் கொடுத்து பெண் எடுக்கும் பாத்தியதை உள்ளவர்களாக இருந்திருக்கிறார்கள். தொண்ட மண்டலப் பகுதிதான் அவர்களின் களம் என்றாலும் தமிழகத்தின் போர்களில் அவர்களின் குருதி பாயாத இடமில்லை. கடல் கடந்த போர்களிலும் பங்கேற்றவர்கள். இன்று யாரும் எதிர்பாராத தருணத்தில் பாண்டிய மன்னன் நம் மீது படையெடுத்த நேரத்தில் அம்மையப்ப எதிரிலி சோழர் எடுத்த நடவடிக்கை அவருடைய நட்புக்குச் சான்று. அவருக்கு வெறும் பாராட்டும் மெய்கீர்த்தியும் மட்டும் போதாது. அவருக்கு ஒரு வெகுமதியும் அளிக்கப் போகிறேன்." சுற்றும் முற்றும் பார்த்தார் விக்கிரம சோழர். அருகில் இருந்த மெய்க்காவல் படைத் தலைவனுக்கு சைகையில் ஏதோ சொன்னார்.

மெய்க்காவல் படைத் தலைவன் திரைச்சீலைக்கு அருகே சென்று எதையோ எடுத்துவந்தார். நீளமான மரப்பெட்டி. அதை வாங்கிய அரசர், அதைத் திறந்தார். அதில் இருந்து வாள் ஒன்றை அதன் உறையுடன் வெளியே எடுத்தார். வாளை உருவி அதை உயர்த்திப் பிடித்துக் காட்டினார். சரம் சரமாக எரிந்துகொண்டிருந்த அழகான விளக்குகளின் வெளிச்சத்தில் அந்த வாள் ஒளிர்ந்தது. அதை தொண்டமானிடம் கொடுத்து செங்கேணி அம்மையப்ப சம்புவராயரிடம் கொடுக்கும்படி சொன்னார். "இணையற்ற வீரரான நீங்கள் உங்களுக்கு இணையான வீரருக்கு இதை வழங்குங்கள் கருணகரன் அவர்களே..." என்றவர், சம்புவராயர் பக்கம் திரும்பி, "ஈசன் வாள்... சம்புவராயரே... இது சோழர்களின் பெருமை மிகு சொத்து. ஈசன் பயன்படுத்திய வாள் என்றும் இதைச் சொல்வார்கள். கரிகால் பெருவளத்தான் காலத்திலிருந்து எங்களிடம் பயணிக்கும் வாள். இதை உங்களுக்கு வெகுமதியாக வழங்குகிறேன்" என்றார்.

கூட்டம் பெருங்குரல் எடுத்து ஆர்ப்பரித்தது. "வாழ்க... சோழப் பேரரசு வாழ்க... சோழ மன்னர் வாழ்க... சம்புவராயர் வாழ்க! எதிரிலி சோழ சம்புவராயர் செங்கேணி அம்மையப்பர் வாழ்க!"

செங்குந்த காந்திராயன் அந்தப் போர் பெருமையை அறிந்தவனாகவும் சம்புவராயரைப் போற்றும் தன்மை

மிக்கவனாகவும் இருந்தான். அதனால ஈசன் வாளைப் பற்றி அவருடன் பெருமையாகவும் பேசினார். “அடுத்து நீலகங்கரையரைக் காண்பதுதான் உங்கள் திட்டமா? அப்படியானால் ஈசன் வாள் தொடர்பாக அடுத்து நான் செல்ல விரும்பும் இடமும் அதுதான். காணாமல் போன ஈசன் வாள் விரைவில் உங்கள் கைக்கு வந்து சேர்ந்துவிடும். அதற்கான வெளிச்ச ரேகைகள் கண்ணெட்டும் தூரத்தில் இருக்கின்றன” என்றார் காந்திராயன்.

“என்ன சொல்கிறீர்கள்? இங்கே என்ன தேடினீர்கள்... அங்கே என்ன தேடிச் செல்கிறீர்கள்... விளக்கமாகச் சொல்லுங்கள்.”

காந்திமதிராயன் தன் குதிரையையும் அவிழ்த்துக்கொண்டு, இளவரசரின் முன் வந்து நின்றான். “இளவரசே... இங்கே நான் தேடியது ஒரு கூழாங்கல்லை. அங்கே தேடிச் செல்வது ஈசன் வாளை. ஒவ்வொன்றாக சொல்கிறேன். பொழுது விடிந்துவிட்டது. வாருங்கள். பயணித்தபடியே பேசுவோம்” என்றார்.

அதிகாலையில் மீனவர்கள் கடற்கரையில் தாங்கள் பிடித்த மீன்களோடு வந்து இறங்கி வலைகளை இழுத்துப்போட்டனர். எயிற்பட்டினம் என அதற்குப் பெயரிட்டதற்குக் காரணம் காலையில்தான் நன்கு விளங்கியது. துறைமுகத்தில் நாவாய்கள் நிரம்பிக் கிடந்தன. நவமணிகளை வாங்கிச் செல்ல வந்திருந்த வியாபாரிகள் நடமாட்டம் அதிகமிருந்தது. திராட்சை ரசங்கள், கலைப் பொருட்கள் ஏலம் விடப்படும் ஓசையும் கேட்டது. உப்பு, வீரகந்தம் ஏற்றுமதி பிரதானமாக இருந்தது.

“அருகில் சென்று பார்க்க விரும்புகிறீர்களா இளவரசே?”

“சிறுபாணாற்றுப் படையின் பாட்டுடைத் தலைவனாகிய நல்லியக் கோடன் என்னும் சிற்றரசன் ஆட்சி புரிந்த நாடு, ஒய்மா நாடு என்று சாசனங்கள் சொல்லுகின்றன. கிடங்கல், வயிரபுரம் முதலிய ஊர்கள் அந் நாட்டைச் சேர்ந்தனவாகும். இப்போதும் நம் அகம்படையார் காலிங்கராயர் கிடங்கில் கோட்டையில் இருந்து அரசை நிர்வகித்து வருகிறார். துறைமுகத்தில் இருக்கும் கடற்படை தளபதி மூலம் அவருக்கு செய்தி சொல்லிவிடலாம் என நினைக்கிறேன்.”

“அப்படியானால் நாம் உடனே அங்கு செல்லலாம் இளவரசே!”

கடற்படை அலுவலக மாளிகையின் முன்னே இரண்டு குதிரைகளில் வீரர்கள் வந்து நிற்பதை அறிந்த காவல் வீரன் ஒருவன்

விசாரிக்க வந்தான். அவனிடம் தகவல் தெரிவித்ததும், "வணக்கம் இளவரசே! கடற்படை தளபதி மட்டுமல்ல... காலிங்கராயரே இங்குதான் இருக்கிறார். இந்தத் திண்ணையில் சற்றே அமர்ந்திருங்கள். செய்தி சொல்லிவிட்டு வருகிறேன்" என உள்ளே சென்றான்.

கறுத்த மீசையும் நெடிய உருவமுமாக இடுப்பில் குறுவாள் புரள வந்து நின்றார் காலிங்கராயர். "இளவரசருக்கு வணக்கம். சுங்க கணக்கு வழக்குகளைப் பார்க்க மாதம் ஒரு முறை துறைமுகம் வருவது வழக்கம். அதனால் நீங்கள் வந்த இந்த நேரத்தில் நானும் இங்கிருக்கும் வாய்ப்பு கிடைத்தது. வாருங்கள் இளவரசே!"

"சுல்தான்களின் படையெடுப்பை எதிர்கொள்ள தயாராக வேண்டும். ஆடி சோதிநாளில் படைவீட்டு விழாவுக்கு வருகை தர வேண்டும். இந்த இரண்டு செய்திகளைச் சொல்லத்தான் வந்தேன்."

"இளவரசே, நான்தான் தந்தையை நான்கு நாட்களுக்கு ஒருதரம் சந்திக்கிறேனே... எனக்கு எல்லா தகவல்களும் தெரியும்" என்றார் காலிங்கராயர். "குளித்துவிட்டு தயாராகுங்கள் இளவரசே. காலை உணவு தயாராகிவிட்டது. சாப்பிட்டுவிட்டு பேசுவோம்" என்றார் காலிங்கராயர்.

11. உறை இங்கே வாள் எங்கே?

இளவரசரும் காந்திராயனும் பொழுது ஏறிக்கொண்டிருப்பதை உணர்ந்து, வேகமாக அங்கிருந்து மல்லைக்குக் கிளம்ப உத்தேசித்தனர். இங்கே என்ன தேடினீர்கள்... அங்கே என்ன தேடிச் செல்கிறீர்கள் என்ற கேள்விக்கு காந்திராயன் பதில் சொன்னார். “சுல்தான் படையினர் மதுரையைக் கைப்பற்றியபோது நான் அங்குதான் இருந்தேன். ஈசன் வாள் பாண்டியனிடம்தான் இருக்கிறது என்பது வீரசம்புவரின் யூகம். உங்களைப் படை திரட்ட அனுப்புவதற்கு சில நாட்களுக்கு முன்பே என்னை மதுரைக்கு அனுப்பினார். அதனால் பாண்டிய மன்னன் மீது ஒரு கண் வைத்திருந்தேன். சுல்தான் வந்த நேரத்தில் சுந்தர பாண்டியன் அரண்மனையில் இருந்து தலைமறைவாகிவிட்டார். ஏராளமான வீரர்கள் அரண்மனைக்குள் இங்கும் அங்கும் திசையறியாமல் ஓடிக்கொண்டிருந்தனர். அவர்களில் ஒருவனாக நானும் ஓடினேன். அரசனின் செங்கோல் வைக்கப்பட்டிருந்த மாடத்தைக் கண்டேன். அதனருகிலேயே மரப்பெட்டி ஒன்று இருந்தது. திறந்து பார்த்தேன். வாள் வைக்கும் நீண்ட உறை மட்டும் அதனுள்ளே இருந்தது. வாள் இல்லை. அதை யார் கொண்டு போனார்கள் என்று தெரியவில்லை.

சுல்தான் வந்த அந்த நாளில்தான் வாள் காணாமல் போயிருக்கிறது. யாருக்கும் அடையாளம் தெரியாமல் இருக்கவே வாளுறையைத் தவிர்த்திருக்கிறார்கள்."

"ஒருவேளை சுந்தர பாண்டியர் கொண்டுபோயிருப்பாரோ?"

"இருக்காது இளவரசே... சுல்தான் வரும் தகவல் கிடைத்ததுமே சுந்தர பாண்டியர் வேகமாகக் கிளம்பிவிட்டார். அவர் எடுத்துச் செல்ல அவகாசமே இல்லை. அப்படியே எடுத்துச் செல்ல நினைத்திருந்தால் உறையுடன்தான் எடுத்துச் சென்றிருப்பார். அதன் பெருமை உணர்ந்தவர் அவர்."

"மதுரையில் என்னதான் நடந்துகொண்டிருக்கிறது?" என்றார் இளவரசர்.

"நீங்கள்மதுரையில்நடப்பதாகஎன்னென்னகேள்விப்படுகிறீர்களோ அத்தனையும் நடக்கிறது. அதற்கு மேலும் நடக்கிறது. மாலிக் காபூர் தில்லிக்குச் சென்று கொண்டிருக்கிறான். ஒரு மாதத்தில் அங்கு சென்று சேர்வான். இங்கே மதுரையில் இருப்பவனின் பெயர் ஜலாலுதீன் என்று சொன்னார்கள். என்னவென்றால் இந்த சுல்தான்கள் வருவதற்கு முன்பே சில இசுலாமியர் இங்கே குடியேறி நம்மோடு கலந்துவிட்டார்கள். இந்தப் பாவிகள் வந்து செய்கிற அட்டகாசத்தால் மக்கள் அந்த சமயத்தின்மீதே வன்மமாக மாறிக்கொண்டிருக்கிறார்கள். காலப் போக்கில் இது சமயப் பிரச்னையாக மாறுமோ என்று நினைக்கிறேன்." காந்திமதிராயன் நல்ல சிந்தனை போக்கு உள்ளவனாகவும் தெரிந்தான்.

"மக்களை ஒன்று திரட்டுகிற சக்தியாகவும் பிரித்தாளும் சக்தியாகவும் சமயங்களின் அரசியல் இருக்கிறது. சாதி கட்டுமானமும் அதே போலத்தான். இது இரண்டையும் ஒழிப்பது சாதாரணமாகப் படவில்லை" என்றார் இளவரசர்.

"சமயம், சாதி இரண்டும் கடவுளோடு சம்பந்தமுள்ளவை. இவற்றுக்கான அதிகார மையங்களாக இருப்பவை கோயில்கள். கடவுளுக்கு அச்சம், நம்பிக்கை இரண்டும் ஆதாரம். அச்சம், காலம்தோறும் புதிய மூட நம்பிக்கைகளுக்கு வழிவகுக்கும். மூட நம்பிக்கை, முரட்டுப் பிடிவாதத்துக்கு வழிவகுக்கும். அதற்கு அழிவே இல்லை." காந்திமதிராயன் தெளிந்த முடிவுடன் சொன்னா.

"மூடநம்பிக்கைகளை, சடங்குகளை ஒழித்தால் போதுமல்லவா?"

"கடவுளுக்கு எதிரானவர் என உங்களை மக்கள் புறக்கணிப்பார்கள்."

“சரி. கடவுள் நம்பிக்கைகளை ஒழித்தால்?” என்றார் இளவரசர்.

‘‘மூட நம்பிக்கையுள்ள மக்கள் உங்களுக்கு எதிராகத் திரும்புவார்கள்.”

‘‘முன்னால் போனால் கடிக்கும்... பின்னால் போனால் உதைக்கும்... அப்படித்தானே?”

“ஆமாம்.”

இளவரசர் சிரித்தார். “மனிதன் உருவாக்கியதில் மனிதனாலேயே அழிக்க முடியாதது இந்த சமயங்கள்தான் என என் ஆசிரியர் குமார வர்மர் அடிக்கடி சொல்லுவார். அது இப்போதுதான் புரிகிறது.”

“எத்தனையோ மன்னர்கள் போராடிப் பார்த்துவிட்டனர். தமிழகத்திலே களப்பிரர்கள் ஆட்சி நடந்ததாக சொல்கிறார்களே, அதுவே இந்த சமயங்களுக்கு எதிரான ஆட்சிதான். ஆனால், முந்நூறு ஆண்டுகாலம் போராடியும் அவர்களால் முடியவில்லை. நம் பொற்கொல்லர்கள் தங்கத்தைச் சுத்தம் செய்ய நகைகளை அமிலத்தில் போட்டு எடுப்பார்கள். மாசு மருவற்ற பொன்னாக அது அப்போதுதான் மாறும். அப்படித்தான் மனித மூளையை அமிலத்தில் ஊற வைத்து எடுக்க வேண்டும் போலும்.’’ காந்திமதிராயன் எல்லா துறைகளிலும் ஆழ்ந்த ஞானம் பெற்றவனாக இருப்பதை இளவரசர் உணர்ந்தார்.

“அது சரி. நீங்கள் அந்த இடத்தில் எதையோ தேடினீர்கள்... அது என்னவென்று சொல்லவில்லையே?”

“ஓ... அதுவா? அது ஒன்றுமே இல்லை.”

“ஒன்றுமில்லாததையா அவ்வளவு ஆர்வமாகத் தேடினீர்கள்?”

“அப்படியில்லை. ஏதாவது இருக்குமென்று தேடினேன். ஆனால் எதுவுமில்லை.”

“பௌத்த தத்துவம்போல இருக்கிறது.”

“விளக்கமாகச் சொல்கிறேன் இளவரசே...” என்றபடி இளவரசரின் குதிரைக்கு அருகே தன் குதிரையையும் சம வேகத்தில் ஓட்டியபடி பேசலானான் காந்திமதிராயன். “நானும் என் தோழன் பிறைசூடனும் சேர்ந்து ஒருவனைப் பின் தொடர்ந்தோம். நாங்கள் பின் தொடர்ந்தது ஒரு கம்போச நாட்டு வணிகனை. எங்களுக்கு என்னமோ ஈசன் வாள் அவன் கையில்தான் இருப்பதாகத்

படைவீடு

தோன்றுகிறது. மதுரையிலிருந்து எங்களுக்குக் கண்ணா மூச்சு காட்டிக்கொண்டிருக்கிறான். இந்த இடத்துக்கு வந்த பிறகு நாங்கள் இருவரும் இரண்டு பக்கமாகப் பிரிந்து அவனைப் பின் தொடர்ந்தோம்."

"எதற்கு இரண்டு பக்கமாகப் பிரிந்தீர்கள்?"

"அந்த வணிகனுக்கு சேவகர்கள் உண்டு. சேவகர்கள் கையில்தான் பொருட்கள் இருந்தன. இங்கு வந்தபோது வணிகனும் அவனுடைய சேவகர்களும் தனித்தனியாகப் பிரிந்துவிட்டனர். அதனால் நாங்களும் பிரிய வேண்டியிருந்தது. இப்போது வணிகன் மாமல்லை துறை முகத்துக்குச் செல்வதாகவும் சேவகர்கள் சதுரங்கப்பட்டினத்துக்குச் செல்வதாகவும் முடிவெடுத்தது தெரியவந்தது. அதில் எதுவும் மாற்றம் இருக்குமா என்பதைக் கண்காணிக்கவே நேற்று இரவு இருவரும் இருவேறு விடுதிகளில் அவர்களுக்குத் தெரியாமல் அவர்களுடன் தங்கினோம். மாற்றம் இருந்தால் இந்த இடத்தில் ஒரு வெள்ளைக் கூழாங்கல்லைப் புதைக்குமாறு சொல்லியிருந்தேன். ஓரடி ஆழம் வரை தோண்டிப் பார்த்துவிட்டேன். ஒரு கல்லும் இல்லை. அதனால் முன்னரே பேசியபடி நான் மல்லைக்குச் செல்ல வேண்டும்... அவன் சதுரங்கப்பட்டினம் செல்ல வேண்டும். அவ்வளவுதான்."

"இப்படியெல்லாமா திட்டமிடுவீர்கள்?"

"ஒவ்வொரு இடத்தில் ஒவ்வொரு உத்தி. ஒரு இடத்தில் மரத்தில் இலக்கமிட்டோம். இன்னொரு இடத்தில் வண்ணத் துணியால் அடையாளம் வைத்தோம். இங்கே கல்... இப்படித்தான். ஒரே உத்தியைப் பின்பற்றினால் குட்டு வெளிப்பட்டுவிடும்."

"ஒற்றர்களாக இருப்பது கடுமையான பணிதான்... அதுவும் உங்களைப் போன்ற புத்திசாலிகள் அதை மேலும் கடுமையாக்கிவிடுகிறீர்கள்" எனச் சிரித்தார் இளவரசர்.

இருவரும் மாமல்லை நோக்கி வேகமாகக் குதிரையை விரட்டினர். வழியில் பாலாற்று முகத்துவாரத்தில் சதுரங்கப்பட்டின துறைமுகம் குறுக்கிட்டபோது, "அதைப் பிறைசூடன் பார்த்துக்கொள்வான்" என காந்திராயன் சொன்னதால் மல்லை நோக்கி முனைப்புடன் விரைந்தனர்.

178

12. கடல் மல்லைக் கணிகை

அடுத்த பௌர்ணமிக்குள் படைவீடு வந்துவிடுவேன் என வாக்குறுதி கொடுத்தது ஏகாம்பரநாதருக்கு மறந்துவிடவில்லை. எனினும் மல்லை கடற்கரையில் முழு வட்டத்தை எட்டப் போகும் நிலவைப்பார்த்தபோது சற்றே துணுக்குற்றார். இன்னும் திருவல்லத்தையும் காளத்தியையும் காஞ்சியையும் பார்க்க வேண்டியிருந்தது. சிற்றரசர்களுக்கு ஆடித் திருவிழாவுக்கு அழைப்பு விடுக்கவும் சுல்தான்களை எதிர்கொள்ள தயாராக இருக்க எச்சரிக்கவும் வேண்டிய பணிகள் அவருக்கு இருந்தன.

தான் கடல்மல்லைக்குச் செல்ல வேண்டும் என்றதும் காந்திராயனும் நானும் அங்குதான் செல்ல வேண்டும் எனக் கூறியதும் இரண்டு வேலைகளைச் சேர்த்துக்கொண்டு இரட்டையராகப் பயணிப்பது மகிழ்ச்சியாக இருந்தது. கடல்காற்றின் சிலுசிலுப்பு பிரயாணத்துக்கு ஒத்தாசையாக இருந்தது. அருகருகே குதிரைகள் ஒரே சீரான வேகத்தில் சென்றதால் இடையிடையே வேறு பல செய்திகளைப் பேசிக்கொண்டும் சென்றனர்.

"மல்லையிலே கம்போச வணிகனைப் பிடித்துவிடுவீர்களா?" என்றார் ஏகாம்பரநாதர்.

"யூகத்தின் அடிப்படையில்தான் அங்கு செல்கிறேன். கம்போச

நாட்டில் ஜெயவர்மனுக்கு ஈசன் வாளின் மீது எப்போதும் ஒரு கண் உண்டு. அதைக் கவர்ந்து செல்ல அவனுடைய ஒற்றர் படை வெகு காலமாக பாண்டிய நாட்டில் தங்கியிருந்ததை நான் அறிவேன் இளவரசே! வரும் வளர்பிறை அஷ்டமி கழித்துதான் மல்லையில் இருந்து ஏராளமான சிற்பக் கலைஞர்களும் சிற்பங்களும் கம்மியர்களும் அங்கே செல்ல இருக்கிறார்கள். என்னுடைய யூகம் சரியாக இருந்தால் அந்த வாளும் அந்த நாவாய்களில்தான் எடுத்துச்செல்ல ஏற்பாடாகியிருக்க வேண்டும்."

"இது யூகமில்ல... உண்மை என்றே எண்ண வேண்டியிருக்கிறது. அஷ்டமிக்கு இன்னும் இரண்டு தினங்கள்தான் இருக்கின்றன."

"நீங்களும் உடனிருந்தால் ஈசன் வாளை மீட்டுவிட முடியும் என்றே நம்புகிறேன்."

"நான் புறப்படும்போது என் தந்தையார் என்னிடம் ஈசன் வாள் பற்றி சொன்னார். உங்கள் மூலமாக அது இலகுவாகக் கைக்கு வரப்போகிறது... நிச்சயம் மீட்போம்."

இவர்களின் பேச்சின் சுவாரஸ்யம் கருதியோ, என்னவோ குதிரைகளும் காற்றின் உரசலை மட்டுப்படுத்திய வேகத்திலேயே விரைந்துகொண்டிருந்தன. இருவரும் கடல் மல்லையை நெருங்கிய நேரத்தில் மேற்கில் இருந்த பிறை நிலவு உச்சி வானுக்கு வந்திருந்தது. ஆனாலும் மல்லைத் துறைமுகத்தில் ஆட்களின் நடமாட்டம் அதிகமாகவே இருந்தது. கலம்களில் சரக்குகளைக் கொண்டு சேர்க்கும் படகுகளும் அதில் பணியாற்றும் படகோட்டிகளும் தொழிலாளிகளும் சுறுசுறுப்பாக வேலைபார்த்துக்கொண்டிருந்தனர். இன்னும் மூன்று தினங்களில் புறப்படப்போகும் பெரிய பெரிய நாவாய்களின் பாய் மரங்களைச் செப்பனிடும் கம்மியர்கள் அந்த நேரத்திலும் செப்பனிடும் பணியில் இருந்தனர். சிற்பங்களும் சிற்பம் வடிப்பதற்கான பாறைகளும்கூட நாவாய்களிலே ஏற்றப்பட்டுக்கொண்டிருந்தன. குதிரையின்மீது அமர்ந்தவாரே இந்தக் காட்சிகளை இளவரசரும் காந்திராயனும் பார்த்தனர்.

"இரவு இங்கே ஏதாவது சத்திரத்தில் தங்கிவிட்டு காலையில் முதல் வேலையாக கலம்களைச் சோதனையிட வேண்டும்."

"நான் வேண்டுமானால் கடற் படைத்தலைவனிடம் நீங்கள் வந்திருப்பதைச் சொல்லி, தங்குவதற்கு ஏற்பாடு செய்யட்டுமா?"

"வேண்டாம். நான் இங்கு வந்து தங்கியிருப்பது தெரிந்தால்

சூரியவர்மனின் ஒற்றர்கள் எச்சரிக்கையாகிவிடுவார்கள். காலை அதிரடியாகக் களத்தில் இறங்குவதுதான் சரி."

"சரி இளவரசே... அதுதான் சரி. ஆனால், நீங்கள் நிம்மதியாக ஓய்வெடுக்க வசதியாக இருக்குமே என்றுதான் யோசித்தேன்."

"நிம்மதியை உத்தேசித்தால் நம் திட்டம் பாழாகிவிடும்."

"நல்லது இளவரசே! அப்படியே செய்வோம்."

கடற்கரையையொட்டியிருந்த பொதுமகளிர் விடுதிகளைக் கடந்தபோது குதிரைகளில் வரும் வீரர்களை சிலர் விருந்துக்கு அழைத்தனர். ஆடல், பாடல், கேளிக்கைகளுக்குப் பஞ்சமில்லாத களிப்பும் மகிழ்ச்சியும் அந்தப் பரத்தையர் பகுதிகளில் கரை புரண்டது. மலிவான தேறல்களின் நாற்றம் அங்கே நிரந்தரமாக வீசியது.

"இரண்டு ராசகம்பீரர் குளிகை கொடுத்தால் நடன நிகழ்ச்சிக்கும் இரவு தங்கலுக்கும் ஏற்பாடு செய்கிறேன்" என்றான் இடைத்தரகன் ஒருவன். தந்தையின் பெயரில் குளிகை இருப்பதற்கு சற்றே வெட்கப்பட்டார் ஏகாம்பரநாதர். அதே நேரத்தில் அங்கே கம்போச நாட்டினரின் நடமாட்டத்தைக் கவனித்தவர், காந்திராயனுக்கு சைகை செய்தார்.

"இரண்டல்ல... நான்கு குளிகை வேண்டுமானாலும் தருகிறோம். நல்ல விடுதிக்கு அழைத்துச் செல்." இளவரசர் ஏகாம்பரநாதர் தூண்டில் போட்டார்.

அந்த இடைத்தரகனுக்கு வியப்பும் விநோதமும் ஏற்பட்டது. அவர்களையும் அவர்கள் வந்திருந்த குதிரையையும் ஒட்டுமொத்தமாக எடைபோடுவதுபோலப் பார்த்தான். ஏதோ சந்தேகம் வந்துவிட்டதை உணர்ந்து இருவரும் பெண் பித்தர்கள் போல இருக்க முடிவெடுத்தனர். "நல்ல தரமான உடற்கட்டோடு இருக்க வேண்டும்... அதற்காகத்தான் இரண்டு குளிகை" என்றார் காந்திராயன். "சரி... சரி... ஆனால் இந்த மாதிரி சொல்கிறவர்களை நம்ப முடியாது. பணத்தை முதலிலேயே கொடுத்துவிடுங்கள்" என்றான் இடைத்தரகன்.

"இந்தாருங்கள், நீ கேட்ட பணம்" என்றபடி ஏகாம்பரநாதர் இரண்டு தங்கக் காசுகளை எடுத்துக்கொடுத்தார்.

"ஒரே ஒரு கேள்வி. கம்போச தேசத்தில் இருந்து இந்தக் கணிகையர் வீட்டுக்கு வந்துபோனவன் யாரையாவது உனக்குத் தெரியுமா?"

எனப் பேச்சுகொடுத்தார் ஏகாம்பரநாதர்.

“எந்த தேசத்தில் இருந்து வந்தவனாக இருந்தாலும் இங்கே வந்துவிட்டால் இந்தப் பெண்களைப் பார்க்காமல் போகமாட்டானே?”

“அது சரி. கடந்த இரண்டு மூன்று தினங்களில்..?”

“சரியாகக் கேட்டீர்கள். ஒருவன் வந்தான். இரண்டு நாட்களில் புறப்படப் போகும் கப்பலில் கம்போச தேசம் போக இருக்கிறான்.”

“ஓ!”

“அவனைப் பார்க்க வேண்டுமா?”

இளவரசர் உடனே சுதாரித்து, “அவனைப் பார்த்து என்ன ஆகப் போகிறது. அவன் இங்கே எந்தக் கணிகையைப் பார்த்தான் என்பதுதான் முக்கியம்” என்றார்.

“அவன் எந்தக் கணிகையைப் பார்த்தால் என்ன? அவளை ஏன் நீங்கள் பார்க்க வேண்டும்?” என்றான் தரகன்.

“இந்த சமாசாரங்களில் அவர்கள் தேர்ந்தவர்கள்!”

“கம்போச தேசத்தவனை ஏதோ சம்போக தேசத்தவன் போல சொல்கிறீர்களே?'' இடைத்தரகன் பேச்சிலும் சாமர்த்தியசாலியாகத்தான் இருந்தான்.

“உண்மைதானப்பா... அவர்கள் பெண்களைக் கையாள்வதில் வல்லவர்கள். வாத்சாயனர் சொன்ன அறுபத்து நான்கு கலைகள் என்கிறார்களே... அது அவர்களுக்கு இயல்பாகவே தெரிந்திருக்கிறது.”

“அவன் கடந்த இரண்டு நாட்களும் ஒரே பெண்ணிடம்தான் சென்றான். நீங்கள் சொல்வதைப் பார்த்தால் ஏதோ செய்தி இருப்பதுபோலத்தான் இருக்கிறது. ஆண்டிக்கு எதற்கு அம்பாரக் கதை... வாருங்கள்!”

அவன் குதிரைகளுக்கு முன்னே நடக்க இருவரும் அவன் பின்னே குதிரையைச் செலுத்தினர். தெருவில் கணிகையர் நிறைய பேர் இருந்தனர். புளித்த தேறல், மதுபான வீச்சம் தெருவுக்கே உரித்தான வாசத்தை ஏற்படுத்தியிருந்தது. வேறு தேசங்களில் இருந்து வரும் வணிகர்கள், வீரர்கள், கலைஞர்களுக்கு அந்தப் பரத்தையர் வீதியே இளைப்பாறும் இடமாகவும் மகிழ்வூட்டும் களமாகவும் இருந்தது. குதிரைகளுக்கு முன்னே சென்றவன், ஒரு வீட்டின் முன்னே நின்றான். அழகான மாடங்கள் நிறைந்த வீட்டின் முகப்பில் கண்ணாடியால் மூடப்பட்ட அழகான சுடர் விளக்குகள்

தமிழ்மகன்

ஒளிகூட்டிக்கொண்டிருந்தன.

"இறங்கி வாருங்கள்" என்றான். ஒருவரை ஒருவர் பார்த்துக்கொண்டனர். யாராவது பார்த்தால் என்ன நினைப்பார்கள் என்ற சிறு தயக்கம் ஏற்பட்டு மறைந்தது. வீட்டின் காவலாளி தரகனைப் பார்த்ததும் இருவரையும் வீட்டின் உள்ளே அனுமதித்தான். வீட்டின் வாசலைக் கடந்ததும் விருந்தினர் வரவேற்பு அறையொன்று இருந்தது. 'என்னமாக வாழ்கிறார்கள்' என இளவரசரும் காந்திராயனும் பார்த்துக்கொண்டனர். அழகான சரவிளக்குகள் அந்த அறையைப் பொன்னைப் போல மின்ன வைத்துக்கொண்டிருந்தன. தரகன் உள்ளே சென்று சில நிமிடங்களில் வந்தான். அவன் பின்னே அவள் வந்தாள்... தேவதை என வர்ணிக்கப்பட்ட வார்த்தையின் உயிருள்ள - உடலுள்ள அர்த்தமாக இருந்தாள். இருவரும் அவர்களையும் அறியாமல் திகைத்துப் பார்த்தனர். விரிந்த கருங்கூந்தல், மை தீட்டிய விழிகள், நெற்றியில் மத்தியில் பெரிய திலகம், எளிமையான அலங்காரம் எனினும் காந்தமெனச் சுண்டி இழுக்கும் வசீகரம் அவளிடம் இருந்தது. தரகனை தன் இமை அசைவில் வெளியேற உத்தரவிட்டாள். இருவரையும் அமரச் சொல்லிவிட்டு, கைக்கூப்பி வணங்கி நின்றாள்.

பின், "சொல்லுங்கள் இளவரசே... தாங்கள் வந்த நோக்கம்?" என்றாள் மெல்லிய புன்னகையோடு. அப்போது ஏற்பட்ட அமைதியால் கடல் இரைச்சல் அதிகமாகக் கேட்டது.

13. போர்வீரன்

'எங்களை எப்படித் தெரியும்' என்று கேட்பதற்குக்கூட தோன்றாமல் இருவரும் திகைத்து நின்றனர்.

"இளவரசே, நீங்கள் இருவரும் மல்லை கடற்கரையில் வந்து இறங்கியதுமே எனக்குத் தகவல் வந்துவிட்டது. இங்கு வரும் பயணிகள், வணிகர்கள், செல்வந்தர்கள் போன்றவர்களைக் கண்காணிப்பதுதானே என்னிடம் இருப்பவர்களின் வேலை? ஆனால், இங்கு வருவீர்கள் என்று நான் நினைக்கவே இல்லை. வேறு ஏதோ அரசியல் காரணமாகத்தான் இங்கு வந்திருக்கிறீர்கள் என்பது மட்டும் எனக்குத் தெரியும். என்னால் ஆகவேண்டிய உதவி ஏதேனும் இருக்கிறதா?" என்றாள்.

"வந்த வேலை இவ்வளவு சுலபமாக முடிந்துவிடும் என்று நான் நினைக்கவில்லை. ஆமாம். ஒரு உதவி கேட்கத்தான் வந்தேன். அரச ரகசியம் என்பதால் அதை எப்படிச் சொல்வது என்றுதான் தெரியவில்லை."

"இளவரசசே எனக்குப் புரியும்படியாக எதையும் சொல்ல வேண்டாம். என்னிடமிருந்து நீங்கள் அறிந்துகொள்ள வேண்டியவற்றை மட்டும் கேளுங்கள் அது போதும்."

அவளுடைய பேச்சு மிகவும் கண்ணியமாகவும் அரசப் பற்று நிறைந்ததாகவும் இருந்தது. அவள் அழகின் மீது இருந்த மரியாதை இப்போது அவளுடைய பேச்சின் மீதும் ஏற்பட்டது.

“பெண்ணே உன்னிடம் சொல்ல வேண்டாம் என்பது இல்லை. வேறு யாருக்கும் தெரிந்துவிடக் கூடாது என்பதுதான் நான் சொல்ல வந்ததன் அர்த்தம்.”

“எதுவும் சொல்ல வேண்டாம்... கேள்விகளை மட்டும் கேளுங்கள் இளவரசே!”

இளவரசர் காந்திராயனை ஒருதரம் பார்த்தார். காந்திராயன், தயக்கம் ஏதும் தேவையில்லை என்பதுபோல் பார்த்தார்.

ஏகாம்பரநாதர், “இங்கே வந்து போன கம்போச தேசத்து மனிதனைப் பற்றி உனக்கு ஏதாவது தகவல் தெரிந்தால் சொல்” என்றார்.

“அவர் இரண்டு நாட்களும் இங்குதான் இருந்தார். நாளை மறுதினம் அவருடைய தேசத்துக்குச் செல்வதாகச் சொல்லியிருக்கிறார்.”

“அவர் கையோடு கொண்டுவந்த உடமைகள், இங்கிருந்து கொண்டு செல்ல இருக்கும் பொருட்கள் பற்றி ஏதேனும் தெரியுமா?”

“இளவரசரே அவர் இங்கு எதையுமே கொண்டு வரவில்லை. இங்கே அவர் வந்ததன் நோக்கம் என்னிடம் களிப்பது மட்டும்தான். எனக்கு இந்த முத்து மாலையைப் பரிசாகத் தந்தார்.” கழுத்திலிருந்த மாலையை விரலால் உயர்த்திக் காட்டினாள்.

“பேசியதிலிருந்து நீ ஏதாவது வித்தியாசமாக உணர்ந்தாயா?”

கணிகை ஒரு வினாடி நெற்றி சுருக்கி யோசித்தாள். பிறகு, “அவன் கம்போச தேசத்து அரசனை சந்திக்கப் போவதாக நினைக்கிறேன். எனக்கு முத்துமாலை பரிசளித்தபோது, ‘எங்கள் அரசருக்கும் நான் ஒரு பரிசு வைத்திருக்கிறேன். தமிழகத்துக்கு வந்த காரியம் வெற்றிகரமாக முடிந்தது’ என்று சொன்னான். அவனுடைய பேச்சில் அரச காரியத்தோடு சம்பந்தப்பட்டது போல இருந்தது இந்த ஒரு வாக்கியம்தான். மேலும் அவனைப் பற்றிய ரகசியங்கள் வேண்டுமானால் என் ஆட்களை அனுப்பி விசாரிக்கச் சொல்லுகிறேன்” என்றாள்.

படைவீடு

"அதற்கு அவசியம் இல்லை. இந்தத் தகவல் எங்களுக்குப் போதுமானது. அவன் அவனுடைய அரசனுக்குக் கொண்டு செல்வதாகச் சொல்லும் பரிசு நம் அரசனுக்குச் சொந்தமானது. அதைத் தெரிந்துகொள்வதற்காகத்தான் கேட்டோம். நன்றி நாங்கள் கிளம்புகிறோம்" என்றனர்.

"மிகவும் களைத்து இருக்கிறீர்கள். சாப்பிட்டு உறங்கி காலையில் செல்லலாமே... மேலும் வந்தவுடன் திரும்பிச் சென்றால் தரகனுக்கும்கூட சந்தேகம் வந்து யோசிக்க ஆரம்பித்துவிடுவான்."

இளவரசரும் அவளுடைய பேச்சை ஏற்று, "விடியப் போகிறது. சிறிதளவு உணவு இருந்தாலே போதும். ஆனாலும் நாங்கள் கடல்மல்லையில் கால் வைத்ததுமே கண்டுபிடித்துவிட்டீர்கள் என்பதுதான் ஆறாமல் இருக்கிறது" என்றார்.

"கவலை வேண்டாம் மன்னா. அது எங்கள் தொழில் சார்ந்தது மட்டுமே. அரசியல் விவகாரங்களில் தலையிட்டால் எங்கள் தலை இருக்காது என்பதும் தெரியும். எங்கள் கோடுகளைத் தாண்டுவதில்லை. மீன் வறுவலும் வரகு தட்டையும் இருக்கிறது. விடிந்ததும் செல்வதாக இருந்தால் அருந்தானிய உணவு, வரகு அடை, தேங்காய் துவையல் செய்யச் சொல்கிறேன். காலையில் பழச்சாறுகளும் தயாராகிவிடும்" என்றாள்.

இரவு, அதிகாலை என்ற தகுதிக்குத் தாவிக்கொண்டிருந்ததால், சிறு ஓய்வுக்குப் பின் குளித்துவிட்டு இருவரும் காலை உணவாக கூழ் மட்டும் குடித்துவிட்டு கிளம்பினர்.

கடற்கரை கோயிலுக்கு அருகே குதிரைகளைக் கட்டிவிட்டு இருவரும் துறைமுகத்துக்கு வந்தனர். மீன் முள்ளால் ஆன அணிகலன்கள், கிளிஞ்சல்களால் ஆன மாலைகள் கடைத்தெருவில் விற்பனையாகின. சிற்பம் விற்கும் கடைகளும் சிற்றுண்டிச் சாலைகளும் இருந்தன. கம்போச தேசம் கிளம்பும் கலம் பயணத்துக்குத் தயாராகிக் கொண்டிருந்தது. ஏகாம்பரநாதரும் காந்திராயனும் வணிகர்கள் போல சிறு மூட்டையுடன் ஏற்றுமதி நிலையத்தை அணுகினர். தன்னை யாரென்று காட்டிக்கொள்ள இளவரசர் விரும்பவில்லை. அவர் இத்தனை எளிமையாக வந்ததே மக்களின் பிரச்னைகளை நேருக்கு நேராகப் பார்க்கவும் வேகமாகப் பல வேலைகளை முடிக்கவும்தான். இளவரசரிடம் வணிகர்களுக்கான முத்திரை இலச்சினை இருந்தது. அதனால் சுங்க அலுவலர்களுக்கு அவர்களைக் கலத்துக்குள் அனுமதிப்பதில் தடை இருக்கவில்லை.

கலம் தளத்துக்கு வந்து மீகாமனை அணுகி இளவரசர் அறிமுகப்படுத்திக்கொண்டார். "வந்தனம் இளவரசே! கேட்டிருந்தால் நானே அவனை வரச் சொல்லி இருப்பேனே" என்றான் மீகாமன்.

"இல்லை. அது அவனை எச்சரிக்கை செய்துவிடும். நம் தேசத்துக்குச் சொந்தமான பொருள் ஒன்று அவனிடம் இருக்கிறது. அதைப் பத்திரமாக மீட்க வேண்டும். அவன் இருக்கும் இடத்தை மட்டும் காட்டினால் போதும். அவன் கொண்டுவந்த பொருள் எங்கே இருக்கிறது என்று காட்டினால் போதும்" என்றார்.

கம்போச தேசத்து இளைஞன் கொண்டுவந்த பொருட்கள் ஓலைப் பாய்களால் சுற்றப்பட்டிருந்தன. 'அவன் வருவதற்குள் இவற்றையெல்லாம் வேகமாகப் பிரியுங்கள்' என்று கட்டளையிட்டார். ஒவ்வொன்றாகப் பிரிக்க... உள்ளே பட்டுத் துணிகளும் ஒரு சில தங்க ஆபரணங்களும் மட்டுமே அவற்றில் இருந்தன. எவ்வளவு தேடியும் அங்கே ஒரு வாள் இருந்ததற்கான தடயமே இல்லை.

இளவரசர், அவற்றைப் பழையபடி கட்டி வைக்கச் சொன்னார். "ஒருவேளை அவன் தன் கையோடு வைத்திருக்கலாம்... அல்லது சதுரங்கப்பட்டின துறைமுகத்துக்குக் கொண்டு செல்லப்பட்டிருக்கலாம்" காந்திராயன் யூகம் சொன்னான்.

"வாய்ப்பே இல்லை. அந்தக் கணிகை வீட்டுக்கு வந்தபோதும் அவன் அதைக் கொண்டு வரவில்லை. அதை வேறு எங்கோ மறைவாக வைத்திருக்கிறான். அவ்வளவு முக்கியமான பரிசை சேவகனிடம் கொடுத்துவிட்டு இப்படி கணிகையோடு உல்லாசமாக இருக்க மாட்டான். மன்னனுக்கான பரிசு தன்னிடம் பத்திரமாக இருக்கும் தோனியிலேயே கணிகையிடம் பேசியிருக்கிறான். கலம் புறப்படும் நேரத்தில்தான் அதைக் கொண்டு வருவான் என்று தோன்றுகிறது. ஒன்று... அதுவரை காத்திருக்கலாம் அல்லது அவனைப் பிடித்து விசாரிக்கலாம்" என்றார் இளவரசர்.

"காத்திருக்க வேண்டியதில்லை. கட்டிவைத்து உதைத்தால் கையில் கொடுத்துவிட்டுப் போவான்" என்றான் காந்திராயன்.

தொலைநோக்கி வழியே பார்த்த மீகாமன், "படகில் அந்த இளைஞன் வந்து கொண்டிருக்கிறான்" என்றான்.

நாங்கள் கலத்தின் மேல் தளத்தில் இருக்கிறோம். வருபவனைக் கவனிக்கவும். ஏதாவது பொருளைக் கையோடு கொண்டு வந்திருந்தால் அது பற்றித் தெரிவிக்கவும்" என்றார் இளவரசர்.

கலத்தின் மேல் தளத்தில் இருந்து பார்க்க முடிந்த போதும் அவன் கையில் வாள் போன்ற பொருள் ஏதும் இல்லை என்பது நன்றாகவே தெரிந்தது. படகில் வந்தவன் கலத்தில் கட்டப்பட்டிருந்த கயிற்று ஏணி பிடித்து மேலே ஏறி வந்தான்.

காந்திராயன் அவனை உடும்புப் பிடியாகப் பிடித்து, "வாளை எங்கே வைத்திருக்கிறாய்?" என்றான்.

"என்ன கேட்கிறீர்கள் என்று எனக்குத் தெரியவில்லை."

"நீ கம்போச தேச நாட்டிலிருந்து வந்தவன்தானே?"

"ஆமாம்."

"உன் அரசனுக்குக் கொண்டு செல்லும் பரிசுப் பொருள் என்ன என்று சொல்ல முடியுமா?"

ஏதோ தகவல் அறிந்துதான் வந்திருக்கிறார்கள் என்பதை அவன் வேகமாக உணர்ந்தான். அதே வேகத்தோடு அவனுக்குச் சமாளிக்கவும் தெரிந்திருந்திருந்தது.

" ஐயா நவரத்தின மாலை பரிசாகத் தரப்போகிறேன். வாருங்கள் அந்த நவரத்தின மாலையை உங்களுக்குக் காட்டுகிறேன்" என்றபடி அவனுடைய பொருட்கள் இருந்த இடம் நோக்கிச் சென்றான்.

"வேண்டாம் நீ போகலாம்" என்றார் இளவரசர்.

இத்தனை ஆவலாக வந்தும் வந்த காரியம் ஏமாற்றத்தில் முடிந்துவிட்டது. இருவரும் மீண்டும் படகைப் பிடித்து கரைக்கு வந்தனர். கடற்கரை கோயில் மரத்தடி ஒன்றில் இருவரும் அமைதியாகப் படுத்தனர். பிறைசூடன் கையில் ஈசன் வாள் கிடைத்திருக்கக் கூடும் என மனதைத் தேற்றிக்கொண்டனர். பல்லவர்களின் சிற்பக் கலையின் சிறப்புகளைப் பற்றிப் பேச ஆரம்பித்தார் காந்திராயன்.

''பல்லவர்கள் சிற்பத்துக்கான பாறைகளைத் தேர்வு செய்வதிலிருந்தே அவர்களுடைய நுண்புலனை உணர முடிகிறது. சில பாறைகளைத்தான் குடைந்து செல்ல முடியும். சில குடைய முடியாதவையாகும் நொறுங்கக் கூடியவையாகவும் இருக்கும். பெரும் பாறையொன்றைக் குடைந்து உள்ளே அதே பாறையில் வைத்தே சிற்பங்களைப் படைக்கக் கூடிய அரிய திறன் உலகில் வேறெங்கும் அறிந்ததில்லை. அது பல்லவர்களுக்கு மட்டுமே உள்ள தனித் திறமை. சமணப் பள்ளிகள் பல இப்படி குடைவறைக்

தமிழ்மகன்

கோயில்களாகத்தான் வடிக்கப்பட்டன."

"இந்தத் துறைமுகத்துக்கு வரும் சீனத்துப் பட்டு நூல் பயணிகளுக்கும் கம்போச நாட்டு சிற்பிகளுக்கும் இங்கு சுற்றிப் பார்க்க, மகிழ்ந்து களித்திருக்க பல்லவர்கள் செய்த பெரிய கொடை. காலம் கடந்து நிற்கும் கற் சரித்திரம்."

"சரித்திரம் சில சம்பவங்களை புதிராகவே வைத்திருக்கிறது. கடந்த முந்நூறு ஆண்டுகளாகவே சம்புவராயர்களும் காடவராயர்களும் வாணர் குலத்தவரும் தங்களைப் பல்லவர்களின் வாரிசுகள் என்றே சொல்லி வருகிறார்கள். அதாவது பல்லவர்களின் காலம் முடிவுக்கு வந்த காலத்திலிருந்தே அதைக் குறிப்பிடும் கல்வெட்டுகளும் காணக் கிடைக்கின்றன. இதைப் பற்றி நீங்கள் என்ன நினைக்கிறீர்கள் இளவரசே!"

"ஏன் இவ்வளவு தெரிந்துவைத்திருக்கிற உங்களுக்கே இது புரிந்திருக்குமே? களப்பிரர் காலத்துக்குப் பிறகு தமிழகத்தின் பெரும்பகுதியை ஆண்ட பேரரசர்கள் பல்லவர்கள்தான். சுமார் ஐநூறு ஆண்டு ஆட்சிக்குச் சொந்தக்காரர்கள். பல்லவர் ஆட்சி முடிவுக்கு வந்த பிறகு பல்லவர் அரச குலங்களும் அப்படியே புகைபோல கரைந்து போய்விடுவார்களா? அவர்கள்தான் சிற்றரசர்களாக சோழர்களின் நட்பரசுகளாகத் தொடர்ந்தார்கள். இதில் என்ன சந்தேகம்?"

"சரியாகச் சொன்னீர்கள் இளவரசே. சங்க காலத்திலிருந்து போர்க்குலம் என்பது ஒரு மரபின் தொடர்ச்சிதான். என்னைப் பொறுத்தவரை சோழர்களும் பாண்டியர்களும் சேரர்களும் கூட ஒரு போர்க்குலத்தின் பிரிவினர்கள்தான். அவர்கள் வேளிர்களாகவும் வேந்தர்களாகவும் இருந்துள்ளனர். பெயர்கள்தான் மாற்றம் கொண்டனவே தவிர, போர் நடத்துவதும் மக்களைக் காப்பதும் ஒன்றே அவர்கள் கடமையாக இருந்துள்ளது. உழவுக்குடிகள், சேவைக்குடிகள், பரதக் குடிகள், வணிகக் குடிகள், ஆயர் குடிகள், குயவர் குடிகள் போலத்தான் போர்க்குடிகளும். என்னைப் பொறுத்தவரை அவர்கள் எல்லோருமே ஒரு குடி பிரிவினர்தான். எல்லா பேரரசுகளும் அந்தப் போர்க்குடிகளின் வெவ்வேறு பெயர்கள்தான் என்றால் இன்று ஏற்றுக்கொள்வது கடினமாக இருக்கும். ஆழ்ந்து யோசித்தால் உண்மை புரியும்."

"காந்திராயனே... இதோ இந்த சிற்பிகளை எடுத்துக்கொள்வோம். சாளுவ தேசத்து சிற்பியாயினும் கம்போச நாட்டு சிற்பியாயினும்

படைவீடு

தமிழகத்துச் சிற்பியாயினும் அவர்கள் குலம் ஒன்றுதானே?"

"இளவரசே உங்களுக்குத் தெரியாதது இல்லை. அதிலும் திணைக்குடிகளாக வாழ்ந்துவரும் நமக்கு அது மிகவும் பொருந்தும். வேறு வேறு அரசுகளின் கீழ் இருந்தாலும் உழவுக்குடியும் குயவர் குடியும் போலத்தானே சிற்பம் வடிப்பவரும். அவரவர் தனித் திறமைகள் வேண்டுமானால் வேறுபடும். இந்தச் சிற்பங்கள் ஒரே கல்லால் உருவாக்கப்படுபவை. கீழே பீடம் முதல் அதன் மேல் அமைக்கும் உருண்டைத் தூண், குடம், தடி, இதழ், பலகை, போதிகை, மண்டபம், கலசம் அனைத்துமே ஒரே கல். இணைப்புகள் இன்றிச் செய்வது இவர்களின் திறமை. இன்னொரு சிற்பி இவற்றைத் தனித்தனியே செய்து இணைப்பார். ஆனால் இருவரையும் சிற்பி என்றுதான் அழைக்கிறோம். அப்படித்தான் மன்னர்களும்."

"வரலாறுஎழுதுகிறவர்கள் உங்களைப் போன்றே அணுகுபவர்களாக இருக்க வேண்டுமே? பாருங்கள். களப்பிரர்கள் பற்றி ஒரு தகவலும் இல்லாமல் போய்விட்டது. என்ன சொல்கிறீர்கள்?" வேதனையோடு சொன்னார் ஏகாம்பரநாதர்.

"வேத மரபுக்கு எதிராக வந்த ஆட்சி அது. அரசர்களிடம் யாகம் வளர்த்தவும் சோதிடம் பார்க்கவும் அவர்களின் ஆட்சி விளங்குவதற்கு வேள்விகள் நடத்தவும் பிராமணர்கள் தலையிட்டார்கள். சேரன் செங்குட்டுவன் இருக்கும்போது அவன் தம்பி இளங்கோ ஆட்சியில் அமர்வான் என்றான் சோதிடன். அதைப் பொய்யாக்கத்தானே இளங்கோவன் துறவறம் பூண்டார்? அதுவும் சமண துறவியானார். அரசவைகளில் சோதிடம் முக்கியமானதற்கு அது ஒரு சான்று அல்லவா? அப்படி பிராமணர்களின் மேலாதிக்கம் தொடர்ந்தபோது உருவான கலக ஆட்சிதான் களப்பிரர் ஆட்சி. தமிழ்மீது பற்றுகொண்டு நெறியான ஆட்சி தந்தவர்கள். முந்நூறு ஆண்டுகளுக்கும் மேலாக அவர்கள் ஆட்சி நிலைபெற்று இருந்தது. பிராமணர்களின் ஆதிக்கம் ஒடுக்கப்பட்டது. அதற்கு முன்னர் பிராமணர்களுக்கு வழங்கப்பட்ட நிலங்கள் அவர்களால் திரும்பப் பெறப்பட்டன. ஆனால் அந்த முந்நூறு ஆண்டுகளில் ஏற்பட்ட மாற்றங்கள் என்னவென்றே தெரியாமலேயே போய்விட்டன. அவர்களின் கல்வெட்டுகள் முற்றிலுமாக அழிக்கப்பட்டன. அவர்களின் சாசனங்கள், அந்த நாளைய ஓலைச் சுவடிகள் அனைத்தும் நாசம் செய்யப்பட்டன. களப்பிரர் பற்றி அறிந்துகொள்ள மிகச் சில செப்பேடுகளே

கிடைத்துள்ளன. அவற்றில் ஒன்று வேள்விக்குடி செப்பேடு*. பாண்டியர் ஆட்சியில் நடந்த நிகழ்வை அச்செப்பேடு கூறுகிறது.

களப்பிரர்களுக்குப் பிறகு தெற்கே மதுரையைத் தலைநகராகக் கொண்டு பாண்டியன் நெடுஞ்சடையன் ஆட்சி ஏற்றான். அம்மன்னனை கொற்கைக் கிழான் காமக்காணி நற்சிங்கன் என்ற பிராமணன் சந்தித்துப் பின்வருமாறு கூறுகிறான் : "மன்னா, உன் முன்னோர்களில் ஒருவரான பல்யாக சாலை முதுகுடுமிப்பெரு வழுதி எங்கள் முன்னோரான நற்கொற்றன் என்பான் நடத்திய வேள்விக்குத் தானமாகக் கொடுத்த வேள்விக்குடி என்னும் ஊரைக் களப்பிரக் கலியரசர் பறித்துக் கொண்டார்" என்று முறையிட்டான். பாண்டியன் நெடுஞ்சடையன் வேள்விக் குடியை நற்சிங்கனுக்கு வழங்கினான் என்று வேள்விக்குடி செப்பேடுகளில்* ஒன்று கூறுகிறது.

அதன்பிறகு அலை அலையாக ஆரியர்கள் கங்கை கரை பிரதேசத்திலிருந்து தெற்கு நோக்கி வந்தனர். மீண்டும் பிராமணர்கள் கை ஓங்கிய பின்னரே மன்னர்கள் பற்றிய தகவல்கள் தெரிகின்றன. சமணர்களாக இருந்த பல்லவர்கள் மெல்ல மெல்ல வைதீக மரபை ஏற்றுக்கொள்வது அவர்களின் கோயில்கள், சிற்பங்கள் மூலம் அறிய முடிகிறது. கிரந்த எழுத்துகளின் ஆதிக்கத்தையும் பார்க்க முடிகிறது. அதன் பிறகு வந்த சோழர்களிடமும் பிராமணர்களின் ஆதிக்கத்தையும் அவர்களை எதிர்த்த ஆதித்த கரிகாலரின் மர்ம மரணத்தையும் பார்க்கிறோம். பக்தி இயக்கமாக சைவர்களும் வைணவர்களும் பெருகினர். அவர்களை ஆதரிப்பது மன்னர்களின் கடமையாக இருந்ததையும் பார்க்கிறோம்."

பேச்சு விறுவிறுப்பாக இருந்தது. வெயிலின் தாக்கமும் அதிகமாக இருந்தது. இருவரும் சிந்தனையில் மூழ்கி புல்வெளியில் சாய்ந்து படுத்தனர். சற்று வெயில் தணிந்த பின்பு நீலகங்கரையரைப் பார்க்கலாம் என்பது இளவரசரின் திட்டம். யோசனையோடு படுத்துக் கொண்டிருந்தபோது கலத்தை நோக்கி பெரிய சிற்பங்கள் எடுத்துச் செல்லப்படுவதைப் பார்த்தார். இரண்டாம் சூரியவர்மனைத் தொடர்ந்து ஜெயவர்மனும் கம்போச நாட்டில் அகிலத்திலேயெ பிரமாண்டமானதொரு கோயிலைக் கட்டத் தீர்மானித்திருக்கிறான் என்று சம்புவராயர் கேள்வியுற்றிருந்தார். மாதம்தோறும் பெரிய பெரிய நாவாய்களில் சிற்பங்களும் சிற்பிகளும் அங்கு சென்ற வண்ணமிருந்தனர்.

படைவீடு

"ஏற்றுமதி அலுவலருக்குத் தெரியாமல் எந்தப் பொருளும் கலத்துக்குச் செல்ல வாய்ப்பில்லை இளவரசே. அவரிடம் ஏற்றுமதி பொருள்களின் பட்டியலைக் கேட்போம்."

"கம்போச நாட்டுக்குப் பயணமாகும் அந்த வாள் நிச்சயம் அலுவலரின் கண்ணில் மண்ணைத் தூவிவிட்டுத்தான் செல்லும். அந்த இளைஞன் கலம் புறப்படும் தினத்தில்தான் அதை அங்கு கொண்டு செல்வான் என்பது என் எண்ணம்."

"இரண்டு நாட்கள் இங்கேயே தங்கியிருக்கலாமா? அவனைக் கைதுசெய்து விசாரித்தால் என்ன?"

ஏகாம்பரநாதர் அமைதியாக இருந்தார். அவனை எச்சரிக்கை செய்துவிட்டது தவறோ என்பது அவருடைய சிந்தனையாக இருந்தது. கொஞ்சம் விட்டுப்பிடித்திருக்கலாம். கையும் களவுமாகப் பிடித்திருக்க வேண்டும். இனி அவன் அந்த வாளை எச்சரிக்கையாக கொண்டுசெல்ல முயல்வான். அல்லது அதை எடுத்துச் செல்லாமல் இங்கேயே யாருக்கும் கிடைக்க வழியில்லாமல் பதுக்கிவைத்துவிட்டுப் போவான். அவன் வைக்கும் இரண்டு வாய்ப்புகளுமே சிரமமானவை. ஒருவேளை இரண்டு நாட்கள் காத்திருந்தால் அவன் கிளம்பும்போது ஏதேனும் பிடிபடலாம். போர் மேகம் சூழ்ந்திருக்கும் இந்த வேளையில் இரண்டு நாட்கள் என்பது இரண்டு யுகம். அதற்குள் என்னவும் நடக்கலாம்.

மூன்றாம் ராசராசர் ஆண்ட நேரத்தில் சடையவர்மன் சுந்தர பாண்டியன் அவர்மீது படையெடுத்துவந்து கோட்டைக் கொத்தளங்களை அழித்து மூடிசூடியது... அதைத் தொடர்ந்து காடவர்மன் கோப்பெருஞ்சிங்கர் படையெடுத்துவந்து சோழரைச் சிறைபிடித்தது... சிறையில் இருந்த ராசராசரை போசாள மன்னன் மீட்டது. இழந்த நாட்டை மீண்டும் ராசராசரிடம் ஒப்படைத்தது... பட்ட காலிலேயே படும் என்பது போல சோழப் பேரரசினர் எத்தனை துரோகங்களையும் துன்பங்களையும் எதிர்கொண்டனர்? கடாரம் வரை வென்ற சோழப் பேரரசை மூன்றாம் ராசராசர் காலகட்டத்தில் முற்றுப் புள்ளி வைத்த போர்மேகம் இன்னும் நகர்ந்துவிடவில்லை. இன்றும் சிங்களர்களும் சிற்றரசர்களும் சமயம் பார்த்துக்கொண்டிருக்கின்றனர். சம்புவராய அரசு சோழர்களிடம் நட்பு கொண்ட அரசு என்பதை பாண்டியர்களும் சிங்களர்களும் காடவர்களும் மறந்துவிடவில்லை. இப்போது தில்லி சுல்தான்களும் சம்புவர் அரசை அழிக்க சமயம் பார்த்துக்கொண்டிருக்கின்றனர். இத்தகைய சூழலில் ஒரு வாளுக்காக வாளாயிருப்பது வேதனையான

தமிழ்மகன்

நொடிகள்தான். ஒரு வீரனுக்கு... வீரனுக்கு... திடீரென இந்த இடத்தில் இளவரசரின் சிந்தனை தடைபட்டது.

அரவம் தீண்டியதுபோல துடித்து எழுந்தார் இளவரசர். "காந்திராயனே... உடனே கிளம்பு... மீண்டும் கலத்துக்குச் செல்ல வேண்டும்."

ஏன் எதற்கு என்று கேட்டால் கண நேரமேனும் தாமதமாகிவிடக் கூடும் காந்திராயனும் வேகமாக எழுந்தார். இருவரும் அடுத்த சில நிமிடங்களில் கலத்தின் தளத்துக்கு வந்தனர். இளவரசரை எதிர்கொண்டு அழைக்க மீகாமன் வந்தான். "வாருங்கள் அரசே! என்னால் ஆவது ஏதேனும் இருந்தால் பணியுங்கள்."

"சற்று நேரத்துக்கு முன் சிற்பங்களை ஏற்றிக்கொண்டு இங்கு படகுகள் வந்தனவே? அந்தப் பொருட்கள் இருக்கும் இடத்துக்கு அழைத்துச் செல்லுங்கள்."

மீகாமன் தன் கடற்படை சேவகர்களைத் துணைக்கு அழைத்துக்கொண்டு பொருட்கள் வந்த இடம் நோக்கி வேகமாக விரைந்தான். ஏராளமான சிற்பங்கள்... நடனப் பாவைகள், போர்க்கோலத்தில் வீரர்கள், புராண காட்சிகள் இப்படியான சிற்பங்கள் அதிகம் இருந்தன. ஒவ்வொரு சிற்பத்தையும் ஏகாம்பரநாதர் நுணுக்கமாகப் பார்த்துக்கொண்டு வந்தார். ஆளுயரம் இருந்த போர்வீரனின் சிற்பம்... அவன் இடுப்பில் உறையுடன் மாட்டப்பட்டிருந்த வாள்... சட்டென தன் வாளை உருவி அந்த சிற்பத்தின் வாள் உறையின் மீது ஓங்கி வெட்டினார். அவர் எதிர்பார்த்தது நடந்தது. அந்த வாளின் உறை நொறுங்கி விழுந்தது. உள்ளே நிஜமான வாள் ஒன்று உள்ளே வார்ப்படமாக இருந்தது.

"ஈசன் வாள்!" என்றார் காந்திராயன்.

கல்லால் செய்த உறையில் உண்மையான வாளை கச்சிதமாக மறைத்திருந்தனர். யாருக்குமே சந்தேகம் வராத வகையில் செய்திருந்தார்கள். "கண்டுபிடித்த உங்களைப் பாராட்டுவதா... இப்படி கல்லுக்குள் வாளை மறைத்த சிற்பியைப் பாராட்டுவதா?" காந்திராயன் வியந்தார்.

"என்னைப் பாராட்ட ஒன்றுமில்லை... நிச்சயம் வாளை அப்படியே கொண்டு செல்ல மாட்டான் என்று தெரியும். அதை எப்படி மறைத்துச் செல்வான் என்றுதான் யோசித்தேன். படகில் சிற்பங்கள் ஏற்றிச் செல்வதைப் பார்த்தபோது ஆளுயரப் போர்வீரன் சிலை வினோதமாகத் தெரிந்தது. ஆனால் இந்த வாளை மறைப்பதற்கு

படைவீடு

ஏற்ப கல்லிலேயே உறை செய்த சிற்பியைத்தான் பாராட்டத் தோன்றுகிறது" என்றார் ஏகாம்பரநாதர். வாளை உயர்த்திப்பிடித்தார். மூன்றடி நீளம்கொண்ட கூர்மையும் உறுதியும் கொண்ட எஃகு. பித்தளைப்பிடியில் ஈசன் தலை பதித்த அழகிய கைவண்ணம்... கலை வண்ணம்.

"கம்போச நாட்டு ஒற்றனுக்கு என்ன தண்டனை?" காந்திராயன் கேட்டான்.

"அவன் கொண்டு செல்ல இருந்த வாளைக் கைப்பற்றிவிட்டதே அவனுக்குத் தண்டனைதான். போய்த் தொலையட்டும்."

காந்திராயன் கொண்டுவந்த வாளுறையில் வாளைப் பொருத்தியபோது இழந்த சொர்க்கத்தை மீட்ட மகிழ்ச்சி இளவரசரின் மனதில் பூரித்தது.

"உடனே நீங்கள் இதை அரசரிடம் கொண்டு போய் சேருங்கள். நான் என் பயண திட்டத்தை முடித்துவிட்டு படைவீடு வந்து சேருகிறேன்" என்றார் ஏகாம்பரநாதர்.

* பல்யாகசாலை முதுகுடுமிப் பெருவழுதியின் காலம் சற்றொப்ப கி.மு. 2-ம் நூற்றாண்டு. பாண்டியன் நெடுஞ்சடையன் காலம் கி.பி. எட்டாம் நூற்றாண்டு. (தமிழ்நாட்டுச் செப்பேடுகள் - 1 ச. கிருஷ்ணமூர்த்தி, மெய்யப்பன் தமிழாய்வகம், 2002 - பக்கம் 247).

* வேள்விக்குடி செப்பேடு கி.பி. எட்டாம் நூற்றாண்டைச் சேர்ந்தது. கி.பி. எட்டாம் நூற்றாண்டில் களப்பிரர் ஆட்சியில்லை.

14. இடங்கை... வலங்கை!

வேலாயுதமும் பழனிவேளும் மதுரையிலிருந்து கொண்டு சேர்த்த தகவல்கள் குலசேகர வீரசம்புவராயருக்கு ஒருவித எச்சரிக்கையை உண்டுபண்ணின. படைவீடு, பாதுகாப்பான கோட்டைதான். நான்கு புறமும் மலைகள் சூழ்ந்த இயற்கை அரண் தமிழக வேந்தர்களில் வேறு யாருக்கும் அமையாத ஒன்று. ஆனாலும் அவருடைய சிந்தனை இரும்பாலையூரிலேயே குவிந்து கிடந்தது. வாள், வேல், ஈட்டி, குறுவாள், குந்தம் என விதவிதமான கருவிகள் அங்கே தயாராகிய வண்ணமிருந்தன. யவன கம்மியர்களும் தாய் நாட்டு கொல்லர்களும் இணைந்து தயாரிக்கும் நுட்பமான கருவிகள் அரை காதம் சென்று தாக்கும் ஆற்றல் மிக்கவை. எறிகுண்டுகளைப் பற் சக்கர கருவிகளில் பொருத்தி விசையுடன் எறிந்தால் அவை வீறுகொண்டு பறக்கும் காட்சிகளைப் பார்த்தபோது சற்றே நம்பிக்கையாக இருந்தது. சுல்தான்களின் படைத் தலைவன் மாலிக் காபூர் அவசரமாகத் திரும்பிப் போய்விட்ட செய்தி ஆறுதலல்ல... அவகாசம்தான். அவன் எப்போது வேண்டுமானாலும் திரும்பி வருவான். அல்லது அவனுக்கு பதிலாக இன்னொரு கொள்ளையன் வருவான். சுந்தர பாண்டியர் தில்லி சுல்தான்களுக்குப் பாதை போட்டுக்கொடுத்துவிட்டார். தமிழகம் என்பது சொர்ண பூமி

படைவீடு

என்பது வெட்டவெளிச்சமாகிவிட்டது. கொள்ளையடிப்பதற்கு இதைவிட அருமையான இடம் கிடைக்காது என்பது அவர்களுக்கு உறுதியாகியிருக்கும். இந்தத் தருணத்தில் பாண்டிய நாட்டை சுல்தான்களிடமிருந்து மீட்பதைவிட தொண்ட மண்டலத்தை இரும்புக்கோட்டையாக்கி பாதுகாப்பதுதான் முக்கியம். நாடிழந்து கிடக்கும் போசாள மன்னன் திருவண்ணாமலையில் தஞ்சம் புகுந்திருக்கிறான். அவன் நமக்கு அருகில் இருப்பது ஒரு வகையில் பாதுகாப்புதான். நம் கட்டுப்பாட்டில் ஒரு சிற்றரசை ஆளும்படி வைத்துக்கொள்ளலாம். சமயபுரத்திலிருந்து ஏகாம்பரம் சொல்லியனுப்பி வேலாயுதம் கொண்டுவந்த செய்தியையும் யோசிக்க வேண்டியிருக்கிறது. எல்லா கோயில் ஆபரணங்களையும் பத்திரப்படுத்துவது அவசியம்.

உள்நாட்டுக்குழப்பங்களைச் சமாளிப்பது இன்னொரு பாடு. இடங்கை, வலங்கை பிரிவினர் மோதல்கள் பூதாகரமாகி வருகின்றன. புலையர் சேரியினருக்கும் வேளாண் குடியினருக்கும் பிரச்னைகள் பெருகிக்கொண்டிருக்கின்றன. தோல் பதனிடுவதும் நெல் பயிர் செய்வதும் கலப்பை செய்வதும் வாள் செய்வதும் வணிகம் செய்வதும் மனிதர்களால் நடத்தப்படுபவை. அதில் நான் செய்வதுதான் உயர்ந்தது நீ செய்வது தாழ்ந்தது என்ற மனப்போக்கு இடையில் எங்கிருந்து வந்தது? வாளும் கேடயமும் இல்லாமல் போரிடுவதும் எப்படி சாத்தியமில்லையோ... அப்படியே தோல் கவசம் இல்லாமல் போரிடுவது சாத்தியமில்லை. இன்று மாலை நடக்கும் நீதி விசாரணையில் இரு தரப்பினரும் விவாதிக்கிறார்கள். அவர்களை முதலில் ஒழுங்காகக் கையாண்டால்தான் நாட்டின் மற்ற பாதுகாப்புகள் சரியாக இருக்கும்... அது இரும்பாலையூரைக் கவனிப்பதைவிட முக்கியம் என மனதுக்குள் முடிவெடுத்தார் வீரசம்புவர்.

அமைச்சர் திருநம்பி அரசரின் சிந்தனையை கலைக்காத வண்ணம் அருகில் வந்து நின்றார்.

"வந்து வெகு நேரமாகிவிட்டதா?" என்றபடி அரசர் வருத்தம் தெரிவிக்கும் தொனியில் கேட்டார்.

"நான் உங்களை நெருங்கி வருவதற்குள்ளாகவே நீங்கள் அனுமானித்துவிட்டீர்கள் அரசே... இரு தரப்பினரும் வந்துவிட்டார்கள். அவர்கள் பிரச்னை என்ன என முதலில் கேட்டுக்கொள்வோம். ஏனென்றால் மனித உரிமை சம்பந்தமான

கோரிக்கை போல இருக்கிறது. யார் சார்பாகவும் நாம் இப்போது முடிவெடுத்தலாகாது என்பது என் சித்தம்."

"நானும் அதைப் பற்றித்தான் யோசித்துக்கொண்டிருந்தேன் அமைச்சரே!"

''இரு தரப்பு வாதத்தையும் தெரிந்துகொண்டு பிறகு முடிவெடுப்பதுதான் சரி. அதுவும் இளவரசர் வந்த பிறகு அவருடனும் கலந்து பேசி முடிவெடுக்க வேண்டும் என்பது என் யோசனை."

"அப்படியே ஆகட்டும் அமைச்சரே! சபைக்குக் கிளம்பலாமா?"

அரசவை பிரம்மாண்டமானது. இருபது அடி அகலம் கொண்ட உத்தரகற்கள் வேய்ந்து தூண் மறைப்புகள் இல்லாமல் அனைவரும் அமர்ந்து அரசரைப் பார்க்கக் கூடிய அவை. பதினைந்து அடி அகலத்துக்கு மேல் உத்தர பலகைக் கற்கள் அமைப்பதில்லை. தூண்களின் மேல் படுக்கைவசத்தில் வைக்கப்பட்ட பலகைக் கற்களையும் இருபடி நீளம் இருந்ததால் விசாலமான அரங்காக இருந்தது. தூண்களுக்கு மேலே பத்தடி கற்பலகைகளை இதழ்களாக வைத்து அதன் மேல் இருபதடி கற்பலகைகளை வைத்ததால் நல்ல உறுதியும் உயரமும் கொண்டவையாக இருந்தன. சுமார் நாற்பதடி உயரம். மூன்று புறமும் விசாலமான மாடங்கள். தொய்வில்லாமல் காற்று உள்ளே பிரயாணிக்கும். வழக்கு கொண்டுவந்த இரண்டு தரப்பினரும் தங்கள் இடர்களை மறந்து அரசவையைக் கண்டு பிரமித்துக்கொண்டிருந்தனர். அரசர் உள்ளே வருவது அறிவிக்கப்பட்டது. எல்லோரும் எழுந்து நின்று, "மன்னர் வாழ்க" என முழங்கினர். மன்னர் வந்து இருக்கையில் அமர்ந்ததும் அமைச்சரும் மற்றவர்கள் அமர, மக்களையும் அமரும்படி கேட்டுக்கொண்டார் அரசர். அவையை நோக்கினார். இரு தரப்பினரும் இரு பக்கமாக அமர்ந்திருப்பது தெரிந்தது.

"இடங்கை தரப்பினரிலிருந்து பேசப்போகிறவர் யார்?" என்றார் அரசர்.

திருநம்பி எழுந்து, "நமச்சிவாயம் பேசுவார் அரசே!" என்றபடி நமச்சிவாயம் என்ற முதியவரை நோக்கினார்.

"அய்யா... இவர்கள் சார்பில் அடியேன்தான் பேச இருக்கிறேன்!" என்றார் நமச்சிவாயம்.

அரசர் ஆமோதித்தார். "உங்கள் தரப்பை எடுத்துச் சொல்லுங்கள்... உணர்ச்சிவசப்படாத நியாயமாக அது அமைய வேண்டும்."

"உங்களுக்கே தெரியும். காலம் காலமாக நாங்கள் வேளாண் தொழில்தான் செய்துவந்தோம். மூன்றாம் ராசாதிராசன் காலத்தில் போர்வரிசெலுத்த இயலாதவர்களின் குடியுரிமைபறிக்கப்பட்டபோது புலையர் சேரிக்குத் தள்ளப்பட்டோம். என்றைக்கு அந்தணர்கள் இங்கு குடியமர்த்தப்பட்டார்களோ, அன்றே மனிதர்களுக்குத் இத்தகைய தண்டனைகள் வழங்கப்பட அரசர்களும் துணைபோய்விட்டார்கள். தவறாக இருந்தால் மன்னித்துக்கொள்ள வேண்டும் அரசே. சூத்திரர்கள் என்றும் சண்டாளர்கள் என்றும் விதம்விதமான நியாய தர்மங்கள் எங்கள் மேல் சுமத்தப்பட்டன. தோல் கருவிகளும், போர்ப்படைக்கான கவசங்களும் செருப்பு தைத்தலும் எங்கள் தொழிலாகக் காலப்போக்கில் மாறிவிட்டது. கம்மியர்கள் போலவும் கொல்லர்கள் போலவும் வணிகர்கள் போலவும் வேளாண்மை செய்யாத எத்தனையோ பிரிவினர் எங்களைப் போல இருந்தாலும் எங்களை மட்டும் தாழ்த்தி நிலை நாட்டும் போக்கு அதிகரித்து வருகிறது அரசே. எங்களைப் பொதுக்குளத்தில் நீர் எடுக்கவும் தடை போட்டிருக்கிறார்கள்."

மன்னர் நிலைமையை விவரிக்கும் விதமாக தன் கருத்தைச் சொன்னார். "வேளாண் மரபினர் வலங்கையினராகவும் மற்ற தொழில் செய்வோர் இடங்கையினராகவும் பிரிக்கப்பட்டது விவசாய உற்பத்தி நலன் கருதித்தான். பொதுவாக வரி கொடுப்பவர் வலங்கையினர், வரி வசூலிப்போர் இடங்கையினர் என்றும் சில காலம் ஒரு முறை பின்பற்றப்பட்டது. இந்தப் பிரிவினைகள் எல்லாமே அரசாங்க பரிவர்த்தனைகளை முன்வைத்துதான். பல நூறு ஆண்டுகளாக இந்த முறை தமிழகத்தில் நிலைபெற்று இருக்கிறது. அப்போது ஏற்படாத சிக்கல் இப்போது எப்படி ஏற்பட்டது?... பயிர்த் தொழில் செய்வோர் அதிக எண்ணிக்கையில் இருப்பதாலும் மற்ற தொழில் செய்வோர் குறைவான எண்ணிக்கையில் இருப்பதாலும் இந்த ஏற்றத்தாழ்வு காலப்போக்கில் உருவாகிவிட்டது. பண்டுவர், நாவிதர், வண்ணார், மீனவர் போன்ற எல்லோருக்குமே இந்த எண்ணிக்கை குறைபாடு உண்டு. ஒன்று சொல்லட்டுமா? ஒரு சிலரிடமே தொழில்திறமை இருப்பது ஆரம்பத்தில் பெருமையான ஒன்றாகத்தான் இருந்தது. ஒரு மண்வெட்டி பிடி செய்வதற்குக்கூட கம்மியர்களை நம்பி இருப்பது அவர்களுக்குப் பெருமையான ஒன்றுதானே? செருப்பு உருவாக்க வேண்டுமானால் புலையரை

நம்பி இருக்க வேண்டியிருந்தது. அந்தத் தொழில்துறை சிறுபான்மையினருக்கு இருந்த பெருமை காலப்போக்கில் மாறிவிட்டது வேதனைதான்."

"மன்னா... நீங்கள் சொல்கிறபடி பெருமைக்குரிய காலங்கள் எல்லாம் எப்போதோ மலையேறிவிட்டன. ஐந்திணைகளில் வாழ்ந்த குடிகள் செய்த தொழில் பிரிவுகள் காலப் போக்கில் ஒன்றின் கீழ் ஒன்றாக மாறி அடுக்குகளாக மாறிவிட்டன. மனுதர்மப்படி நாங்கள் நான்காம் பிரிவினர். அதைத்தான் வேளாண் குடியினரும் நம்புகிறார்கள். இதனால் சண்டைச் சச்சரவுகளின்போது அவரவர் செய்யும் தொழிலைச் சொல்லித் திட்டிக்கொள்கிறார்கள். நாங்கள் மாட்டுத் தோலை உரித்து வேலை செய்கிறவர்கள் என்பதால் எங்கள் மீது கெட்ட நாற்றம் வருகிறது என்று பழிக்கிறார்கள். எங்கள் குளத்தில் இறங்கிக் குளிக்கவும் குடிக்க நீர் எடுக்கவும் அனுமதிப்பதில்லை. இதை மேலும் வளர்க்காமல் நீங்கள்தான் காத்தருள வேண்டும்" பெரியவர் நமச்சிவாயம் பொறுமையாக எடுத்துச் சொல்லி அமர்ந்தார்.

அரசர் சற்று ஆழ்ந்து யோசித்துவிட்டு, "வலங்கை தரப்பில் பேச இருப்பவர் யார்?" என்றார்.

அமைச்சர் எழுந்து, "நீலகண்டன் பேசுவார் அரசே!" என்று அமர்ந்தார்.

அரசர், "இடங்கைப் பிரிவினருக்குச் சொன்னதுதான் உங்களுக்கும். உணர்ச்சிவசப்படாமல் நிதானமாக உங்கள் நியாயங்களைச் சொல்ல வேண்டும்."

"அப்படியே அரசே. இடங்கையர், வலங்கையர் பிரிவினை காலம் காலமாக இருந்து வருகிறது. குடிகள் என்னென்ன தொழில்களைச் செய்யத் தொடங்கினார்களோ அதைச் செய்து வருகிறோம். பார்ப்பனர்களின் மனுதர்மப்படி தண்டனை வழங்குவதும் அந்தத் தொழில்சார்ந்தே அமைந்துவிட்டது. குடிகளுக்குத் தண்டனையாக எந்தத் தொழில் நலிந்துபோய்விட்டதோ அந்தத் தொழில் செய்யுமாறு பணிப்பது வழக்கமாகிவிட்டது. இவை எல்லாமே அரசாங்க செயல்பாடுகளாகிவிட்டன. மக்கள் மனதிலும் வேளாண்மை செய்வது உயர்ந்த தொழில், தோல் கருவி செய்யும் தொழில் தாழ்ந்த தொழில் என்ற எண்ணம் பரவி வருகிறது. வேளாண்மைப் பொருட்களின் தேவை அதிகமாகவும் வேளாண்மை செய்பவர்கள் அதிகமாகவும் இருப்பது அந்தத் தொழிலுக்கு

மதிப்பைக் கூட்டிவிட்டது. வேளாண் தொழில் செய்பவரே குடிபடையினராகவும் இருக்கின்றனர். பார்ப்பனர்கள் வகுத்த தர்மப்படி சத்ரியராகவும் வைசியராகவும் வேளாண்குடி மக்களே இருக்கின்றனர். வர்ணாசிரம தர்மம் இந்த இரண்டு பிரிவுகளையும் முதன்மைக்குடிகளாகச் சொல்கிறது. புலையர்கள் கடைசி பிரிவில் இருக்கிறார்கள். இப்படியொரு பிரிவினையை வளர்த்துவருவது சரியல்ல. ஆனால், அதைப் போக்கிக்கொள்வது மக்கள் கையில் இல்லை. மன்னர்தான் சரி செய்ய வேண்டும்."

"இருவருமே ஒரே முடிவுக்குத்தான் வருகிறீர்கள். இடையில் தடுப்பது யார்?"

"வேதம்" என்றார் அமைச்சர்.

"வேதத்தை மறுக்கிறீர்களா?" என்றார் அரசர்.

"அரசே... நாங்கள் சைவ மரமைப் பின்பற்றுகிறவர்கள். சில வேளாண் பிரிவினர் வைணவப் பிரிவைப் பின்பற்றுகிறார்கள். சிலர் பௌத்த, சமணப் பிரிவைப் பின்பற்றுகிறார்கள். வேத மரபினர்... அதாவது சில பிராமணர்கள் இவை எல்லாவற்றையும் தங்கள் தலைமைக்கு மாற்ற நினைக்கிறார்கள். என் பாட்டனார் சொல்லுவார். சோழர்கள் காலம் தொட்டே பிராமணர்கள் ஆதிக்கம் தொடங்கியது என்று. எனக்கு அதைப் பற்றித் தெரியாது. ஆனால், நம் காலத்தில் தொடர வேண்டாம் என எண்ணுகிறேன். வலங்கை, இடங்கை என மக்களைப் பிரிக்க வேண்டாம் என்பதே எங்கள் தரப்பினரின் எண்ணம். யார் வேண்டுமானாலும் என்ன தொழிலை விரும்பினாலும் செய்யலாம் என்ற நிலைமை வர வேண்டும்."

அரசர், "ஆரம்பத்தில் அப்படித்தானே இருந்தது? யார் வேண்டுமானாலும் எந்தத் தொழிலை வேண்டுமானாலும் செய்யலாம் என்றால் இப்போது எதிர்கொள்ள இருக்கும் போருக்கான தோல் கவசங்களுக்கு நான் யாரிடம் ஆணையிடுவது? யாரோ ஒருவர் தயாரித்துக்கொடுப்பார் என்று இருக்க முடியுமா? நாளைக்கு எனக்கு சவரம் செய்வது யார்? யார் வண்ணார், யார் விவசாயி, யார் படைக்கருவிகள் செய்வது? இந்தத் தொழிலை இவர் இவர் செய்தால் நன்றாக இருக்கும் என்பதால்தானே இந்தப் பிரிவினையே உண்டாக்கப்பட்டது. அதற்கான உத்தி தெரிந்தவரிடம்தானே அதை ஒப்படைக்க முடியும்? தச்சனிடம்

இழைப்புளி இருக்கிறது என்பதால் அவனிடம் சவரம் செய்துகொள்ள முடியுமா? இந்தப் பிரச்னையை எப்படித் தீர்ப்பது என்பதற்காகத்தான் கேட்கிறேன்" என்றார்.

அரசரின் கேள்வியில் ஒருவித நியாயம் இருப்பதாலோ, அதற்கு பதில் சொல்வதில் சிரமம் இருப்பதாலோ அவையில் சிறிய சலசலப்பு ஏற்பட்டது.

அமைச்சர் எழுந்து, "இடங்கை, வலங்கை பிரிவினரின் இடர் காலம் காலமாக இருக்கிறது. ராசராச சோழன், ராசேந்திர சோழன் கல்வெட்டுகளிலேயே அதைப் பற்றிக் குறித்து வைத்திருக்கிறார்கள். அப்படியானால் இதை ஆரம்பித்து வைத்த சோழர்கள் காலத்திலேயே இந்தத் தொல்லையும் உருவாகிவிட்டது என்றுதான் அர்த்தம். ஒரு வசதியைப் பார்த்தால் ஒரு சிக்கலும் கூடவே வருகிறது" என்றார்.

நமச்சிவாயம் எழுந்தார். "இன்னார் இந்தத் தொழிலைக் கற்று நுணுக்கமான அறிவை வளர்த்துக்கொள்ள வேண்டும் என்று சோழ மன்னர் நினைத்திருக்கலாம். ஏன் பல்லவர்கள் ஆட்சிக்காலத்திலேயே சாதி பிரிவு முறை இருந்ததை ஆழ்வார்களின் பாசுரங்களில் பார்க்க முடிகிறது. சங்க காலத்தில் இருந்த திணைக்குடி தொழிலில் ஏற்றத் தாழ்வு யாரால் வந்தது என்பதுதான் பிரச்னையே... அதைத்தான் அரசர் தீர்த்து வைக்க வேண்டும்" என்றார்.

"சுழற்சி முறையில் இந்தப் பணிகளை எல்லோரையும் செய்யச் சொல்லலாம் அரசே!" ஓர் உபாயம் சொன்னார் நீலகண்டர்.

"பறை சேரியில் இருப்பவர் பார்ப்பனர் சேரிக்கும் பார்ப்பனர் சேரியில் இருப்பவர் பறை சேரிக்கும் உழவுக் குடியினர் நெசவாளர் பகுதிக்கும் நெசவாளர்கள், கொல்லர் பகுதிக்கும் ஆறு மாதங்களுக்கு ஒரு முறை மாறிக்கொண்டிருக்க முடியுமா?" அந்தக் கேள்வியையும் அரசரே முன்வைத்தார்.

"அப்படியானால் எல்லோரையும் ஒரே இடத்தில் வசிக்கச் செய்ய வேண்டும்" என்றார் நமச்சிவாயம்.

"ஒரே இடத்தில் எல்லா தொழில் வகுப்பினரும் வசித்தல் சாத்தியமா? நெசவாளி, தெருவிலே நீளமாகப் பட்டு நூலைக் காட்டி சாயம் போட்டுக்கொண்டிருப்பான். குடியானவன் வீட்டு மாடுகள் மேய்ச்சலுக்குப் போகும் வரும். பட்டு நூல் என்னாகும்? மாட்டுத் தோலைக் காயப் போட்டு வைத்திருக்கும் இடத்தில் நெல்லைக்

படைவீடு

காயப்போட முடியாது. வைத்தியர் வீட்டு மூலிகை பண்ணையில் இடையர் வீட்டு மாடுகள் புகுந்தால் என்ன ஆகும்? அதிலும் வேதம் ஓதுகிறவர்கள் எதிரே யாரையாவது பார்த்தாலே தீட்டுபட்டுவிட்டது என்று குதிக்கிறார்கள். எப்படி ஒரே இடத்தில் அனைவரையும் வசிக்க வைக்க முடியும்?" அரசர் தான் யோசிப்பதையெல்லாம் நிஜமாக யாராவது தீர்த்து வைக்க மாட்டார்களா என்று நம்பித்தான் கேட்டுக்கொண்டிருந்தார்.

"அரசே முதற்கட்டமாக எங்களைப் பொதுக்குளத்தில் குளிக்கவும் நீர் எடுக்கவும் அனுமதிக்க வேண்டும். அடுத்ததாக அனைவரும் சமம் என்று அறிவிக்க வேண்டும்" நமச்சிவாயம் ஆதாரமான கோரிக்கைக்கு வந்தார்.

மன்னர், "பொதுக்குளம் அனைவருக்கும் பொதுவானது. தோல் தொழில் புரியும் செம்மான்கள் அதில் நீர் எடுக்கவோ, குளிக்கவோ கூடாது என யாராவது தடுத்தால் தண்டிக்கப்படுவார்கள். இது அரச கட்டளை" என எழுந்து நின்று சிங்கம் போல் கர்ஜித்தார்.

"இப்போது மக்கள் அனைவரும் கலையலாம். இதற்கான கல்வெட்டு பதிக்கப்படும். தண்டோரா போட்டும் அறிவிப்பு செய்யப்படும். காவலர்கள் பொதுக்குளங்கள்தோறும் காவலுக்கு நிறுத்தப்படுவார்கள். விரைவில் இதற்கான நிரந்தரத் தீர்வுக்கு வழிவகை செய்யப்படும்" என்று எழுந்து அரசவையைவிட்டு நந்தவனம் நோக்கிச் சென்றார்.

15. யாருடைய சூழ்ச்சி?

நந்தவனத்தில் மன்னர் வீரசம்புவரும் அமைச்சர் திருநம்பியும் மட்டுமே இருந்தனர். அரளி, சாமந்தி, சம்பங்கி, மல்லி போன்ற மலர்ச் செடிகள் அங்கே வரிசைகட்டியிருந்தன. மா, மகிழம், வேம்பு, பூவரசு போன்ற மரங்கள் குடைபிடித்து நின்றிருந்தன. "வலங்கை - இடங்கை தொல்லை தவிர்க்க முடியாததாக மாறிவருகிறது. தேவையில்லாமல் மக்கள் சண்டையிட்டுக்கொள்கிறார்கள்." மன்னர் வாக்கில் வேதனை அதிகமிருந்தது.

"இது நம் காலத்தில் ஆரம்பிக்கப்பட்ட இடரல்ல. நம்மால் தீர்க்கவும் இயலாது என்றே தோன்றுகிறது அரசே!"

"சோழ மன்னன் ஆட்சி காலத்துக்கும் முன்பே இது தொடங்கியது அல்லவா?"

அமைச்சர் தான் அறிந்தவரை விளக்க முற்பட்டார். "பண்டைய தமிழகத்தில் இல்லை. பழம் இலக்கியங்களில் இல்லை. இடைக்காலத்தில்தான் சில பிராமண பிரிவினர் தமிழர்களிடையே நால்வகைச் சாதியினை நாட்டினர். குறிப்பாக சங்கரர் காலத்தில் வருண பேதமும் மனுதர்மமும் வேரூன்ற ஆரம்பித்தன. பின்பு நான்கினை நாற்பதாக்கி அதன்பின் நாலாயிரமாக வளர்த்துவிட்டனர்."

“பிராமணர்களைக் குறை சொல்வது பிறகு இருக்கட்டும். சோழர்கள் ஏன் இந்தப் பிரிவினைக்கு ஒப்புக்கொண்டார்கள். அதுதான் என் கேள்வி?” அரசர் வீரசம்புவர் அறிந்துகொள்ளும் ஆவலில் கேட்டார்.

“முதலில் இவ்வளவு இடர்கள் வரும் என அவர்கள் நினைத்திருக்க மாட்டார்கள். நீங்களே சொன்னது போல கொல்லர்கள், இடையர், விவசாயிகள், குயவர்கள், தோல் தொழில் புரியும் செம்மான்கள் எனப் பலர் இருப்பதால்தான் அந்தந்த பொருள்களை அவரவரைத் தேடிச் சென்று பெற முடிகிறது. தொழில் பிரிவினர் பல ஆயிரம் ஆண்டுகளாகத் தமிழ் மரபில் உண்டு. இதிலே உயர்ந்தவர் தாழ்ந்தவர் என்ற சிக்கல் எப்போது வந்தது என்பதை சோழர்கள் காலத்தில் இருந்துதான் அறிய முடிகிறது. இது என் அறிவுக்கு எட்டிய அளவில்தான். சோழர்கள் காலத்தில்தான் ஆரியர்களின் இரண்டாம் வருகை தொடங்கியது. சங்க காலத்தில் தமிழகத்திலே குடியேறிய ஆரியர்கள் தமிழர்களின் வாழ்வியலோடு கலந்திருந்தனர். அதாவது அடுக்கு முறையில் தொழில் தர்மங்கள் இல்லை. இரண்டாவது அலையாக வந்தவர்களில் பலர் அதைச் செய்தார்கள். அரசவையில் யாகங்கள், வேள்விகள் அதிகமாயின. கோயில்களை நிர்வகிக்க வேண்டிய பொறுப்பு அவர்களுக்கு வழங்கப்பட்டது. காலப் போக்கில் அது வேத மரபுக்கு வசதியாகப் போய்விட்டது.*”

“இடங்கை மரபினரில் செம்மான்கள் நிலைமை தாழ்த்தப்பட்டது புரிகிறது. பிராமணர்கள் பலர் தோல் செருப்புகள் அணிவதில்லை. மரக்குறடு அணிகிறார்கள். தோல் பொருள்களைத் தவிர்க்கிறார்கள். குறுவாள் உறைகள், போர்க் கவசங்களும் அவர்களுக்குத் தேவையிருப்பதில்லை. அவர்கள் தங்கள் பலிச் சடங்குகளை விட்டுவிட்டனர். தோலின் தேவை இல்லாதவர்கள் அதைப் பெருமையான பொருளாக நினைக்க வாய்ப்பில்லை.” அரசர் அதை அவர்களின் குல வழக்கம் என்ற பொருளிலேயே எடுத்துக்கொண்டார்.

“அதிகாரத்தில் உள்ளவருக்கு எது அவசியமானதோ அதையே உயர்ந்ததென்றும் சொல்கிறார்கள்.”

“சரியாகச் சொன்னீர்கள் அமைச்சரே. வலங்கை - இடங்கை என்ற பெயருக்கே ஒரு கதை சொல்வார்களே?”

“ஆமாம் மன்னா. மாமன்னர் ராசராச சோழனின் தமையனார் ஆதித்த கரிகாலச் சோழன் ஆட்சியின்போது பல்வேறு தொழில்களைச் செய்யும் இரு பிரிவினர் தங்களுக்குள்

சண்டையிட்டுக் கொண்டனர். தங்கள் தங்கள் குறைகளை முறையிட்டுக்கொள்ள மன்னன் கரிகாலச் சோழன் அவைக்குச் சென்றார்களாம். அப்படிச் சென்றவர்களில் மன்னனுக்கு வலக்கைப் பக்கம் நின்று முறையிட்டவர்கள் வலங்கை சாதியார் என்றும் இடக்கை பக்கம் நின்று முறையிட்டவர்கள் இடங்கையினர் என்றும் கரிகாலனால் அழைக்கப்பட்டார்களாம். அதில் இருந்து இவ்விரு கட்சியினர்களைச் சார்ந்த சாதியினர்களுக்கும் இப் பெயர்களே நிலைக்கலாயின என்று கூறப்படுகிறது."

"ஆமாம். இதுகுறித்த மெய்க்கீர்த்திகளும் கிடைக்கின்றன. பிராமணர்கள் தங்களை இழிவுபடுத்துவதைச் சொல்லி செம்மான் பிரிவினர் சிலர் சதுர்வேதி மங்கலத்தைத் தீக்கிரையாக்கிய சம்பவம் ஒன்றும் சொல்லப்படுகிறது. காஞ்சிபுரத்தில் வலங்கை பிரிவினர்களும் இடங்கை பிரிவினர்களும் தங்களுக்குள் சண்டை இட்டுக் கொண்டனர் என்று ஒரு சாசனம் தெரிவிக்கிறது. இரண்டாம் சோழராட்சிக் காலங்களில் ஒவ்வொரு நகரங்களிலும் சிற்றூர்களிலும்கூட வலங்கை, இடங்கையர்கள் வசிப்பதற்கு வீதிகள் எல்லாம் தனித்தனியே இருந்திருக்கின்றன. கோயில்களில் நடத்தப்படும் விழாக்களும்கூட அந்தந்தப் பிரிவினர்கள் தெருக்களில் மட்டுமே நடக்கும்."

"இவையெல்லாம் சில பிராமணர்களின் சூழ்ச்சி என்று ஒட்டுமொத்தமாகச் சொல்லிவிட முடியுமா?"

"பிளவு ஏற்பட்டுவிட்ட பாறையை உடைத்துப் போடுவது சுலபம். பிளப்பதற்கு வருண பேதம் பயன்பட்டது. உடைத்துப் போடுகிற வேலையை மக்களே பார்த்துக்கொண்டார்கள். மக்களிடம் பிரிவினை ஏற்பட்டுவிட்ட பிறகு உயர்ந்தவனாக சித்திரிக்கப்பட்டவன் மகிழ்ச்சி அடைந்தான். நமக்கும் கீழே ஒருவன் இருக்கிறான் என்பதைப் பெருமையாக எடுத்துக்கொண்டான். இது வேத பார்ப்பனர்களுக்கு வசதியாக இருந்தது... எந்த நேரத்திலும் அவர்களே உயர்ந்தவர்களாக இருந்தார்கள்."

"எதிர்பாராமல் நிகழ்ந்ததுதான். சோழ அரசர்கள் சைவத்தையும் வைணவத்தையும் வளர்க்கும் முயற்சியில்தான் பிராமணர்களை வரவேற்றனர். பெரும்பான்மை மக்களை ஒருங்கிணைத்து வழி நடத்த பெரும்பான்மை சமய நெறி தேவைப்பட்டது. அதை வளர்க்கப் பார்ப்பனர்கள் தேவைப்பட்டார்கள். இவையெல்லாமே ஒன்றோடு ஒன்று பின்னிப் பிணைந்த சிக்கல்கள். இதை இனி

எக்காலத்திலும் மாற்ற முடியாது என்று நினைக்கிறேன்."

"மன்னா நீங்களே இப்படிச் சொல்லலாமா?"

"இடங்கை, வலங்கை என்பன ஒரு மரத்தின் இரு கிளைகள் என்ற நிலைமை மாறி... இன்று இரண்டு தனித்தனி மரங்களாகவே மாறிவிட்டன அமைச்சரே. இந்தப் பிரிவுகளினால் நாட்டு மக்களிடையே பல குழப்பங்களும், பூசல்களும் ஏற்பட்டு அரசர்களாலும் ஊர் சபையினர்களாலும் ஏராளமான வழக்குகள் தீர்த்து வைக்கப்பட்டுள்ளன. சாதிகள் பிரிவுகள் தர்ம நியாயமானவை என்பது அவர்களின் அசைக்க முடியாத நம்பிக்கையாக வேரூன்றி வருகிறது. அந்தந்த சாதியார்கள் அவர் அவர்களுக்கு உரிய விதிகளுக்கு மாறாக நடக்கக் கூடாது என்பதில் கண்ணும் கருத்தும் உடையவர்களாகவே இருக்கின்றனர். இதை எங்கிருந்து மாற்றுவது? குலம், கோத்திரம், சாதி ஆச்சாரத்துக்கு ஏற்றவாறு தண்டனை வழங்க ஆரம்பித்துவிட்டனர். மனுதர்மத்தைக் கடைபிடிப்பதே சோழர்கள் அடிப்படையாகி, மனுநீதி சோழன் என்று பட்டம் போட்டுக்கொள்ளும் அளவுக்குப் போய்விட்டார்கள்" குலசேகர வீரசம்புவர் வேதனையில் புலம்பினார்.

"அப்படியானால் மனுநீதி சோழன் என்ற மன்னனே இல்லை என்கிறீர்களா?"

"சோழர்கள் மனுதர்மம் போற்றியதற்காக உருவாக்கப்பட்ட கட்டுக்கதை அது. மனுதர்மத்தைப் போற்றுவது உங்கள் கடமை என்பதைத் திணிப்பதற்காக உருவாக்கப்பட்டது." மன்னர் மெல்லிய நகைப்புக்கிடையே சொன்னார்.

"அவ்வப்போது இடங்கை பிரிவினர் சிலர் வலங்கைக்கும் வலங்கைப் பிரிவினர் சிலர் இடங்கைக்கும் மாற்றி இதைச் சமாளிக்க சோழர்கள் சில முயற்சிகள் செய்தனர் என்பதையும் மறுக்க முடியாது. கம்மாளர்கள் தங்கள் வீட்டுக்கு சாந்து இட்டுக் கட்டிக் கொள்ளுதல், இரட்டை நிலை வைத்துக் கட்டிக்கொள்ளுதல், நன்மை தீமைகளுக்கு இரட்டைச் சங்கு ஊதுதல், வெளியில் செல்லும்போது காலில் செருப்பணிந்து செல்லுதல் ஆகிய உரிமைகள்கூட அற்றவர்களாக ஒரு சமயத்தில் இருந்தனர். பிற்காலத்தில் கொன்னேறி மெய் கொண்டான் என்ற சோழன் தென் கொங்கு நாடு, காஞ்சிக் கோயில் நாடு, வெங்கால நாடு, தலையூர் நாடு முதலிய ஏழு நாடுகளில் வாழும் கம்மியர்களுக்கு மேற்கண்ட உரிமைகளுக்கு அனுமதி அளித்தான். இது பற்றி கொங்கு

நாட்டில் பேரூர், கரூவூர், பாரியூர், மொடக்கூர், குடிமங்கலம் ஆகிய ஊர்களில் உள்ள கோயில்களில் கல்வெட்டுகள் பேசுகின்றன. சோழர்களும் சாதி பிரச்னைகளச் சமாளிக்கப் போராடாமலில்லை மன்னா."

அரசர் தீவிர யோசனைக்குப் பிறகு பேசலானார். "வலங்கையினர் உயர்ந்தவர், இடங்கையினர் தாழ்ந்தவர் என்பது போய் இடங்கையினரான வணிகர்கள், நெசவாளர்கள், கொல்லர்கள், தோல் தொழிலாளர்களும் சாதி அடுக்கில் கூம்பு போல அடுக்கப்பட்டனர். இடங்கை பிரிவிலேயே இப்படி ஏற்றத்தாழ்வு உருவாகிவிட்டது. காந்தத்தை எத்தனை துண்டுகளாக உடைத்தாலும் அதிலே வடக்கு, தெற்கு உருவாகிவிடுவது போல இதில் எத்தனை பிரிவுகள் ஏற்பட்டாலும் அதிலே உயர்வு தாழ்வு உருவாகிக்கொண்டே இருக்கிறது. வலங்கை இடங்கை இந்த இருபிரிவினருக்கும் காஞ்சிபுரம் காளியே முதன்மையான தெய்வம். காஞ்சி பல கலைகளுக்கும் மையமாக இருந்தது போல சாதிக்கும் மையமாகிவிட்டது. போர்வீரர்களின் கவச உடைகளைத் தைப்பதற்கும் கூடாரம், பந்தல் அமைப்பதற்கும் போர்களில் கைக்கோளர்கள் திறமையாகச் செயல்பட்டனர். இசை, நடனத்திலும் கைக்கோளர் கைதேர்ந்தவர்களாக இருந்தனர். இதில் பட்டு நெசவு செய்வோர் உயர்ந்தோர், பருத்தி நெசவு செய்வோர் தாழ்ந்தோர் ஆகிவிட்டனர். ஒரு பிரிவினர் இன்னொரு பிரிவினரின் வீட்டில் பெண்ணெடுக்கத் தயங்கும் நிலை உருவாகிவிட்டது. இதுதான் இந்த அமைப்பின் வெற்றி. காலப்போக்கில் இது பேரிடராக மாறக்கூடும்."

"ஆம். மன்னா!"

"சரி அமைச்சரே... நான் இதற்கு ஒரு தீர்வை யோசிக்கிறேன். நீங்களும் யோசியுங்கள். ஏகாம்பரநாதர் சோதி நாளுக்குள் படைவீடு திரும்பிவிடுவார். அனைவரும் கலந்து ஆலோசிப்போம். பிறகு முடிவெடுப்போம். நீங்கள் விடைபெறுங்கள்."

"உத்தரவு அரசே... நாளை சந்திக்கிறேன்." அமைச்சர் திருநம்பி யோசனையோடு நடந்து போனார். மன்னர் யோசனையோடு அங்கேயே ஒரு வேம்பு மரத்தடியில் அமர்ந்தார். மெய்கீர்த்திகளும் செவி செய்திகளும் அவர் மனத்தில் வரலாறாக ஓடியது. 'ஆதித்ய கரிகாலன் பிராமண அதிகாரிகளால் கொல்லப்பட்டு, உத்தம சோழன் அரசனாகப்பட்டது அரசியல் சூழ்ச்சியல்லவா? உத்தம சோழன் அரசன் ஆக்கப்பட்ட முறையை எதிர்த்த உழைக்கும்

படைவீடு

மக்கள் ஆதித்த கரிகாலன் ஆதரவுப் படைகளாக மாறினர். உத்தம சோழனின் ஆட்சியை ஏற்றுகொண்ட பிராமணர்கள் மற்றும் அவர்களது ஆதரவாளர்களுக்கும் ஆதித்த கரிகாலனின் ஆதரவாளர்களுக்கும் ஏற்பட்ட மோதல்கள், போராட்டங்களே.. இடங்கை-வலங்கைப் போராட்டத்தைக் கூர் தீட்டியது. கோயில்கள் பிராமணர்களின் கட்டுப்பாட்டில் வந்துவிட்டது. தங்களின் ஆதிக்கம், இன நலத்தைத் தொடர்ந்து தக்கவைத்துக்கொள்ள பிற சமுதாயத்து மக்களை, குறிப்பாக உழைக்கும் மக்களை அடக்கி ஆளவும் அடிமைப்படுத்தவும் தங்களின் அதிகாரத்தைப் பயன்படுத்துகிறார்கள். 'பஞ்சகாலத்தில் சண்டாளன் என கருதப் பட்ட ஒருவன் செத்த நாயை உணவாகக் கொள்வான். பறையன் செத்த பசுவையும் உட்கொள்வான். பிராமணன் தன் மலத்தை உண்டாவது வறுமையை எதிர்கொள்வான்' என்கிறது மனுதர்மம். இனி ஆளப்போகிறவர்களும் இந்தத் தர்மங்களுக்கு உடன்பட்டே ஆள வேண்டிய நிலை. பெரிய கோயில்களையும் தேவதானங்களையும் பிராமணர்களிடமும் வயல்வெளிகளை வேளாளர்களிடம் இழந்த வணிகர்களும் போர்க்குடிகளும் செம்மான்களும் போராடுவார்கள். நிலத்தை இழந்த செம்மான்கள், நாவிதர்கள், பண்டுவர்கள், குயவர்கள் நிலை கடினமாக மாறும். சோழரின் முதன்மையான படையினராக கொற்றவாளர், வில்லிகள், முனைவீரர், எறிவீரர், கடற்படையினர், இளமகன் போன்ற வீரர் படையினர் போர்களத்தில் முதன்மை பெற்றிருந்தனர். இவர்கள் சிந்திய ரத்தத்தில் உருவானதுதான் சோழ அரசு. சத்ரியர் என்ற இந்த வகையினருக்கும் போர் இல்லாத நாட்களில் பெருமை குன்றும். போரையே தொழிலாகக் கொண்டிருந்தவர்கள் அடிமையாகச் சித்திரிக்கப்படும்போது அதனுடைய பாதிப்பு மிகவும் அதிகமாக இருக்கும். பெரும் கேடு வந்து சேரப்போகிறது. வீரசம்புவரின் நெஞ்சம் பதைத்தது. இவையெல்லாம் நாட்டுக்கு நல்ல அறிகுறியாகப் படவில்லை என வாய்விட்டு முணுமுணுத்தார்.

*வலங்கை இடங்கை பிரிவுகளின் தலைமை இடம் காஞ்சிபுரம். இங்கேயே வலங்கை இடங்கை கல்வெட்டுகளை அதிகம் காண முடிகின்றன.

* பொருளாதாரத்தில் பின்தங்கிய நிலையில் காணப்பட்ட குடிமக்களை அரசின் பெயராலும் சமயத்தின் பெயராலும் ஒடுக்கினர். இவ்வாறு, ஒடுக்கப்பட்ட மக்களை இடங்கையினர் என முத்திரைக் குத்தினர். நிலமைக் கட்டுக்கடங்காமல் போகவே, புறக்கணிக்கப்பட்ட இடங்கைப் படையினர் பிராமணர்களுக்கு எதிராகக் கிளர்ச்சி செய்தனர். பிராமணர்களுக்குப் பாதுகாப்பு அளித்த ஆலயங்களை இடித்துத் தள்ளியதோடு, கருவூலங்களையும் சூறையாடினர். நில உடமையை எதிர்த்த இவர்கள் வரிகட்ட மறுத்தனர். பிராமணர்கள் தங்கிய இடங்களும் நிர்மூலமாக்கப்பட்டன.”
-‘வலங்கை -இடங்கைப் போராட்டம்’ குறித்து டாக்டர்.அ.தேவநேசன் தனது ‘தமிழக வரலாறு’ நூலில் (பக்கம்-266 ,267).

* முதலாம் குலோத்துங்கன் (கி.பி.1070 -1120) சோழ அரசனாக இருந்தபோது, கி.பி.1071-யில் இடங்கை-வலங்கைப் போராட்டம் மிகக்கொடூரமாக நடந்தது. பிராமணர்கள் தங்கிய சதுர்வேதி மங்கலத்தை மக்கள் தீக்கிரையாக்கியதாகக் கல்வெட்டுகள் குறிப்பிடுகின்றன. பிராமணர்கள் ஆலயங்களைத் தவறான முறையில் தங்களுக்குச் சாதகமாகப் பயன்படுத்தியதால் சமூகத்தில் விரிசல்கள் ஏற்பட்டன. (ஆதாரம்:தமிழக வரலாறு, டாக்டர்.அ.தேவநேசன்)

* படைவீடு சம்புவராயர் ஆட்சியின் கல்வெட்டுகளில் ‘வலங்கை இடங்கை மகாஜன்ம’ என்ற வாக்கியம் பதிவாகி இருக்கிறது. பல பிரச்சனைகளைத் தீர்த்துவைத்தது தெரியவருகிறது.

16. தோல் கண்டேன்... தோலே கண்டேன்!

இளவரசரும் மல்லையில் இருந்து கடற்கரை பெருவழிச் சாலை வழியாகவே நீலகங்கரை பட்டினம்* செல்லும் வழியில் புலிக்குகையொட்டி அந்த அழகிய முருகன் கோயிலைக் கண்டார். முருகன் கோயிலென்றால் படைவீட்டில் இருப்பது போலவே வேலவன் கோயில். வேல் மட்டுமே முருகனின் அடையாளமாக இருப்பதுபோன்ற சங்க காலத்துக் கோயில். அது பல்லவர் காலத்தில் புதுப்பிக்கப்பட்டது என்றும் தந்தை வீரசம்புவர் அவருக்குச் சொல்லியிருந்தார். வேலவன் கோட்டம் என்ற அந்த இடத்தில் கல்லாலான வேலொன்று மட்டும் கோயில் முன் நடப்பட்டு வேலவனின் பெருமையைச் சொல்லிக்கொண்டிருந்தது.

அங்கிருந்து மயிலை, திருவொற்றியூர் கோயில் சென்று ஈசன் வழிபாட்டை முடித்ததோடு, உணவருந்தவும் ஓய்வெடுக்கவும்கூட கோயில்கள் அவருக்கு வாகாக அமைந்தன. எங்கும் அவர் இளவரசர் என்பதை வெளிப்படுத்திக்கொள்ளவில்லை. பழவேற்காடு திருப்பாலைவனம் வந்து கடற்கரை காவல் பணிகளைப் பார்த்தார். திருவொற்றியூர், திருப்பாலைவனம் ஈசனார் கோயில்களில் சம்புவராயர்கள் செய்த திருப்பணி கல்வெட்டுகளைப் பார்த்து பெரிதும் மனம் மகிழ்ந்தார். கடற்படை காவலர்களிடம் நிறை

குறைகளை விசாரித்தார். சுல்தான்களுக்குக் கடல் அச்சம் அதிகம். அவர்கள் கடல்வழி வந்து போர்த்தொடுக்க வாய்ப்பில்லை எனினும் எல்லாவகையிலும் எச்சரிக்கையாக இருக்க வேண்டும் என்ற எச்சரிக்கையை மட்டும் தெரிவித்தார்.

பழவேற்காடு அழகிய கடற்கரை. சுற்றிலும் கடல்நீர் சூழ்ந்த ஏரி. பல தேசப் பறவைகள் அங்கே வந்திருந்தன. உப்பு ஏரியில் அமைந்திருந்த சிறு சிறு தீவுகளில் இருந்த மரங்களில் சில பறவைகள் ஒற்றைக்காலில் தவமிருக்கும் காட்சி சிவபெருமானின் தரிசனத்துக்குக் காத்திருக்கும் பக்தனை நினைவூட்டியது. ஏராளமான வெளிநாட்டு நாவாய்களும் பழவேற்காட்டில் இடம்பெற்றிருந்தன. சுங்கம் வசூலிக்கும் அதிகாரிகள், ஆவணங்களையும் ஏற்றுமதி - இறக்குமதி பொருள்களையும் சரிபார்த்துக்கொண்டிருந்தனர். காளை இலச்சினை பதித்த முத்திரைகள் ஓலை நறுக்குகளில் இடம்பெற்றிருந்தன. போர்ச் சூழல் அபாயமற்ற தெளிந்த வர்த்தகம். வணிகத்தின் அவசியமே போர், கடற்கொள்ளை அபாயங்கள் அற்றச் சூழல்தான். அதற்கு நூறு விழுக்காடு பாதுகாப்பு அங்கே நிலவியது. கடற்படைத் தலைவன் கேசவன் தங்கள் சரக்கு பரிவர்த்தனை முறையையும் வரி சோதனை நேர்த்தியையும் விளக்கிக் காட்டினார். அதற்குள் திருப்பாலைவன ஆயத்தார் வந்து சேர்ந்தார்.

“வருகையை முன்னரே சொல்லியிருந்தால் விழா எடுத்து சிறப்பிக்கும் பாக்கியம் எங்களுக்குக் கிடைத்திருக்கும் இளவரசே!” என்றார்.

“அதற்கு அவசியமில்லை என்பதால்தான் சொல்லவில்லை. தமிழகத்துக்கு வந்திருக்கும் சுல்தானியர்கள் எந்த நேரமும் தொண்ட மண்டலத்தின்மீது படையெடுக்கவும் கோயில்களில் கொள்ளையடிக்கவும் வாய்ப்பு இருக்கிறது. அதற்கான எச்சரிக்கையை செய்வதோடு நம் ஆளுநர்களை ஆயத்தப்படுத்தவும்தான் கடந்த ஒரு வார காலமாக வலம் வந்துகொண்டிருக்கிறேன். ஆளும் தேருமாக வந்தால் விழா எடுக்கவே நேரம் சரியாகப் போய்விடும். யாரிடமும் நான் வந்திருக்கும் செய்தியைச் சொல்ல வேண்டாம். சென்றபிறகு நான் வந்து சென்ற நோக்கத்தைத் தெரிவித்தால் போதும்” என்றார் சுருக்கமாக.

“உங்கள் பயணம் குறித்து அறிவேன். அரசரின் திரு எழுத்திட்ட* கீழோலை கிடைக்கப் பெற்றோம். எச்சரிக்கையாகவும்

படைவீடு

ஆயத்தமாகவும் இருப்பதாக அரசருக்கு பதில் ஓலையும் அனுப்பிவிட்டோம்" என்றார் ஆயத்தார்.

"உடனே நான் கிளம்ப வேண்டும்... சோதி நாளுக்குள் நான் படைவீடு செல்ல வேண்டும். ஆடித் திருநாளில் சிற்றரசர்களுடனான ஒப்பந்தங்கள் புதுப்பிக்கப்பட வேண்டும். ஆடி சோதிநாளில் படைவீடு வந்துவிடுங்கள். முக்கிய அலுவலர் அனைவரும் அன்றைக்குப் படைவீட்டில் இருக்க வேண்டும்."

"விருந்து முடித்துக்கொண்டு கிளம்பலாமே?"

"இப்போதுதான் கடற்படை அலுவலர்கள் மீன் வறுவலும் கூழும் கொடுத்தனர். வழியில் சுவைப்பதற்காக சிற்றுண்டிகளும் பையில் இருக்கிறது. இப்போது விருந்துக்கு அவசியமில்லை. நான் வருகிறேன் கேசவா."

"மிக்க மகிழ்ச்சி இளவரசே. தங்கள் பயண நோக்கம் இனிது நிறைவேற எல்லாம் வல்ல ஈசனை வேண்டுகிறேன்."

ஏகாம்பரநாதர் குதிரையில் ஏறி அமர்ந்து காற்றாகப் பறந்தார். அவர் கண்ணில் இருந்து மறைகிற வரை எல்லோரும் விழி பிசகாமல் பார்த்த வண்ணமிருந்தனர். அடுத்த அவருடைய இலக்கு காளத்தி. அங்கு காளத்திநாதரைப் பார்த்துவிட்டு, அங்கிருக்கும் எல்லைப் படையினருக்கு சில எச்சரிக்கை ஆணைகளைத் தெரிவிக்க வேண்டும். பிறகு, திருவல்லம் செல்ல வேண்டும் குந்தவை பிராட்டியை மணந்த வந்தியதேவன் வாரிசுகளைப் பார்க்க வேண்டும். குதிரை மாம்பட்டு கிராமத்தைக் கடக்கும் போது விடியத் தொடங்கிவிட்டது. மா மரங்கள் சூழ்ந்த அழகிய கிராமம். ஆங்காங்கே மாட்டின் தோல்கள் காயப்போடப்பட்டிருந்தன. ஈ மொய்க்கும் பகுதியாக இருந்தது. தோல் கருவிகளுக்கான பதப்படுத்தும் வேலைகள் நடந்துகொண்டிருந்தன. அதனால் அங்கே நிரந்தரமான நிண நாற்றம் வீசியது. செம்மான்களின் தொழில் நுணுக்கங்கள் இல்லாமல் அரசு இயந்திரம் செயல்படாது என்பதையும் அவர் நன்கு அறிவார். வலங்கைப் பிரிவானது அரசியல் ரீதியாக, இடங்கைப் பிரிவைவிட நல்லமுறையில் ஒழுங்கமைக்கப்பட்டதாக இருந்தது. சோழர் காலத்தில், இடங்கை மற்றும் வலங்கைப் பிரிவுகள் ஒவ்வொன்றும் தொண்ணூற்று எட்டு சாதிகளைக் கொண்டிருந்தன என்பது ஏகாம்பரநாதர் நன்கு அறிவார். மன்னர் சம்புவராயர் இளவரசரைக் கலந்துகொண்டு

தீர்வு சொல்வதாகச் சொன்னதும்கூட இதை அறிந்துதான்.

செம்மான் குடிலின் முன்னால் சென்று தோல் பதப்படுத்தும் பணிகளைப் பார்த்தார். வேட்டையாடிய விலங்குகளின் தோலை, குகைகளில் விரிப்பாகவும் உடலைப் போர்த்தும் ஆடையாகவும் மட்டுமே வேட்டைச் சமூகத்தில் மனிதன் பயன்படுத்தி வந்தான். அரச நிர்வாகத்தின்படி மக்கள் வாழத்தொடங்கிய பின்னர், தோலின் பயன்பாடு அதிகரித்தது. குதிரைகளுக்கு சேணங்களும் கிடுகு என்ற கேடயங்களுக்கும் வாளைச் சொருகி வைக்கும் உறைகளுக்கும் தோல் பயன்படத் தொடங்கிய பின்னரே தோல் பதனிடுவோரின் முக்கியத்துவத்தை நாடு உணர்ந்தது. நீரிறைக்கும் கருவிகள் செய்யவும் தோல் தேவைப்பட்டது. தோலால் செய்யப்படும் பொருட்களில் பரவலாக அறிமுகமான பொருள் செருப்பு. இத்தனை நெடிய மரபார்ந்த தொழில் பாராட்டுக்குரிய தொழிலாக இல்லாமல் ஆனது இளவரசருக்கு வியப்பாகத்தான் இருந்தது.

“யார் நீங்கள்... என்ன பார்க்கிறீர்கள்?” என்ற குரல் கேட்டுத் திரும்பினார் இளவரசர்.

“என் பெயர் ஏகாம்பரம். வெளியூர் வணிகன். தோல் பதனிடும் பணிகளைப் பார்த்ததும் தெரிந்துகொள்ளும் ஆவலில் நின்றேன்” என்றார் ஏகாம்பரநாதர்.

“தோல் பதனிடுவோரைக் கேவலமாகப் பார்க்கும் போக்கு அதிகரித்துவிட்ட நிலையில் உம்மைப் போன்ற மனிதரைப் பார்க்க ஆவலாகத்தான் இருக்கிறது. இப்படி வந்து நிழலில் அமருங்கள். பெரிய இடத்துப் பிள்ளை போல இருக்கிறீர்கள்” என்றார் அந்த செம்மான்.

“அப்படியெல்லாம் சொல்ல வேண்டாம். உங்கள் தொழில்தான் அரசப் படையினருக்கு முக்கியம். இசைக்கருவிகளும் போர்க்கருவிகளும் நீர் இறைக்கும் கருவிகளும் உங்கள் நுட்பத்தால் உருவாகுபவை. எனக்கு இந்தத் தொழிலில் அலாதி ஆர்வம் உண்டு.”

அந்த செம்மானுக்கு இளவரசரின் பேச்சு மகிழ்ச்சியளித்தது. “தோலைப் பதப்படுத்துவதிலும் பயன்படுத்துவதிலும் சில இடர்பாடுகள் உண்டு. முரட்டுத்தன்மை வாய்ந்த தோலை மென்மையாக்குவது முக்கியம். அப்படிச் செய்தால்தான், வசதிக்கு ஏற்ப தோலை மடித்து, வெட்டிப் பயன்படுத்த முடியும். தோல் பொருட்களிலிருந்து எழும் வாசம் நாய்களை ஈர்க்கும். நாய்கள்

படைவீடு

தோல்களைக் கடித்து இழுத்துச் சென்றுவிடும். இதைத் தவிர்ப்பதற்காகத்தான் ஆவாரம் பட்டைகளை உரித்து அவற்றைச் சிறுசிறு துண்டுகளாக ஒடித்து தோலை ஊறவைக்கும் நீரில் போடுவோம். இவ்வாறு தயாரித்த நீரில், பதப்படுத்த வேண்டிய தோலை நாளெல்லாம் ஊற வைப்போம். இதனால் தோல் மென்மையாவதுடன் அதன் துவர்ப்புச் சுவை தோலில் ஊடுருவி நாய்களையும் அண்டவிடாமல் செய்துவிடும்."

"ஓ!"

"விலங்கின் தோலை உரித்தெடுத்த பின்னர் தோலின் உட்புறத்தில் சிறிது நிணம் ஒட்டிக் கொண்டிருக்கும். அந்த நிணத்துடன் தோலை வைத்திருந்தால் தோல் அழுகிக் கெட்டுவிடும். இதைத் தடுக்க, தோலில் உப்பைத் தூவி நன்றாகத் தேய்த்துச் சுருட்டி வைத்துவிடுவோம். இதனால் தோல் கெட்டுப் போவது தடுக்கப்படும்" என்றார் செம்மான்.

"என்னே நுட்பம்? தோல் பயன்பாடு அதிகரித்து வருகிறது என்பதை அறிவேன்."

"பல தேசங்களில் பட்டயங்கள் எழுதவும் இசைக் கருவிகள் செய்யவும் பயன்படுகிறது. இவற்றின் தயாரிப்பிலும்கூட சில நுட்பங்கள் உண்டு. பறை என்ற இசைக்கருவியை உருவாக்க, எருமைக்கன்றின் தோலை மட்டுமே பயன்படுத்துவோம். வில்லிசைக் கருவியில் மாட்டுத்தோல் வடத்தையேநாணாகப்பயன்படுத்துகிறோம். மாட்டுத்தோல் நாணை ஆமணக்கு எண்ணெயில் நன்றாகத் தோய்த்து அதன் மேல் துணியைச் சுற்றி, சாணி நிறைந்த உரக்குழியில் புதைத்து வைப்போம். மூன்று மாதங்கள் கழித்து எடுத்து சுத்தப்படுத்திவிட்டு மறுபடியும் ஆமணக்கெண்ணெய் தடவிக் கயிற்றில் கட்டித் தொங்கவிடுவோம். இதன்பிறகு இந்த நாணைப் பயன்படுத்தலாம். வில் நாணை மூன்று மாதங்களுக்கு ஒரு முறை எண்ணெய் தேய்த்து உலர்த்த வேண்டும்."

"சிறப்பு. எத்தனை நுணுக்கம்?"

"வைதீக சமயத்தில் தோல் என்பது தீட்டுக்குரிய பொருளாகக் கருதப்பட்டது. இதனால்தான் 'பாதக்குறடு' என்ற பெயரில் மரக்கட்டையினால் ஆன செருப்பை மடாதிபதிகள் பயன்படுத்துகின்றனர். தோல் மட்டுமின்றி தோல் தொழில் செய்பவர்களும் தீட்டுக்குரியவர்களானார்கள். செம்மான்கள்

தமிழ்மகன்

நிலைமை கீழ்மையானதாக மாறிவிட்டது."

"மடாதிபதிகளை விடுங்கள். மன்னர்களைப் பொருத்தவரை உங்களின் பங்களிப்பைப் போற்றாமல் இல்லை."

"இந்தப் பணியைச் செய்யும்போது அரசு அதிகாரிகள் கழிஞ்சுகள் கொடுத்து கௌரவிப்பார்கள். சாதாரண காலங்களில் ஊர் மக்களுக்குத் தேவையான பொருள்கள் செய்துகொடுப்போம். விளைச்சலின்போது, மோரை என்ற பெயர்களில் தானியம் அளந்துகொடுப்பார்கள். 'களம் விடுதல்' என்ற பெயரிலும் நெல்லைப் போரடிக்கும் களத்தில் எங்களுக்கு நெல் அளந்து கொடுப்பார்கள். ஊரில் இறந்து போகும் கால்நடைகளை அப்புறப்படுத்தி அவற்றின் தோலை எடுத்துக்கொள்வது எங்களின் உரிமையாக அரசர் அறிவித்திருக்கிறார். அதெல்லாம் சரிதான். மரியாதை என்பதில் பார்ப்பனர்களின் அங்கீகாரம்தானே முக்கியமானதாக இருக்கிறது?"

"அரசருடைய ஆதரவு இருக்கும்போது ஏன் வருத்தமாகப் பேசினீர்கள்?"

"நாங்கள் மக்களுடன்தானே வாழ வேண்டியிருக்கிறது. அரசர் மட்டும் எங்கள் பெருமையை அறிந்திருந்தால் போதுமா? மக்களுக்கு எங்கள் பெருமையை உணர்த்த வேண்டாமா?"

"உங்கள் பெருமையை யார் குறைத்தார்கள் என்று நினைக்கிறீர்கள்?"

"வைதீக மரபில் நாங்கள் சூத்திரர்கள். எங்களைப் பார்த்தாலே தீட்டு என்று கற்பித்து வருகிறார்கள். அதைச் சில வேளாண்குடி மக்களும் சந்தோஷமாக நம்புகிறார்கள். கடந்த வாரத்தில்கூட இதனால் ஊரில் ஒரு சண்டை. ஊர்க் காவல் படையினர் வந்துதான் தீர்த்து வைத்தார்கள்... என்ன சொல்வது போங்கள். எனக்குப் பக்கத்தில் நீங்கள் இப்படி உட்கார்ந்திருப்பதைப் பார்த்தாலே உங்களையும் தீட்டு என்று ஒதுக்கிவிடுவார்கள். அவ்வளவு மோசமாக இருக்கிறது ஊரின் நிலைமை. தோல் பதனிடும் இடத்தில் வீச்சம் அதிகமாகத்தான் இருக்கும். துர்நாற்றம் வீசும் தொழில் என்பதால் நாங்களும் கீழ்மக்களாகிவிட்டோம். ஊர்ப் பொதுக் குளத்தில் நீர் எடுக்கவும் எங்களைத் தடுக்கிறார்கள். நீர், உலகத்துக்கே பொதுவான உணவன்றோ? அதைத் தடுக்கும் உரிமை இவர்களுக்கு யார் கொடுத்தது. அதனால்தான் கடந்த வாரம் சண்டை வந்தது. எங்களுக்குத் தனியாகக் கோயில் இருப்பதுபோல குளத்தையும்

தனியாக வைத்துக்கொள்ளச் சொல்கிறார்கள். தனியாகக் கோயிலும் குளமும் வைத்துக்கொள்ளுதல் பெருமையல்ல... தனிமைப்படுத்துவதற்கான சதி."

"அய்யா நீங்கள் வருத்தப்பட வேண்டாம். எனக்கு சில அரசு அதிகாரிகள் பழக்கம். உங்கள் இடர்களை அவர்கள் மூலமாக அரசருக்குத் தெரியப்படுத்துவேன்" என்றபடி எழுந்தார் ஏகாம்பரநாதர்.

"அப்படியொரு காரியம் செய்ய முடிந்தால் எங்களுக்கு விடிவுகாலம் பிறக்கும். இருங்கள் மோர் அருந்திவிட்டுப் புறப்படுங்கள்" என்றார் அவர் கரிசனத்தோடு. அந்தி சாயும் நேரத்துக்குள் காளத்தி சென்றுவிட வேண்டும் என்ற சிந்தனையோடு செம்மான் சொன்ன சேதியும் சேர்ந்துகொண்டது. இதற்கு ஒரு தீர்வு காண வேண்டும் என்றபடி புரவியை செலுத்தினார் ஏகாம்பரநாதர். காவிரி, சுரபுன்னை காடுகள், வீரநாராயணர் ஏரி, மழை நீர், மல்லைக் கடல் நீர், பழவேற்காட்டு உவர் ஏரி நீர் எல்லாவற்றையும் கண்டுவிட்டு வந்த இளவரசருக்குப் பொதுக்குளத்து நீர் பொதுவானதாக இல்லாமல் போகும் அவலம் நெஞ்சைச் சுட்டது.

இளவரசர் புரவியில் புறப்பட்டபோது, இவ்வளவு நேரம் அவருடைய நடவடிக்கையைக் மறைந்திருந்து கண்காணித்துக்கொண்டிருந்த வழித்துணை ஒற்றனும் இளவரசரைப் பின் தொடர ஆரம்பித்தான். திருவண்ணாமலையிலிருந்தே பின்தொடர்ந்துகொண்டிருந்த அவனை வழித்துணை நாதனாகவே நினைக்க ஆரம்பித்திருந்தார் இளவரசர். அதே நேரத்தில் பெரும்புலியூர் சித்தர் சொன்னது நினைவுக்கு வந்தது.

"உன் பின்னோர் கொத்துக்கொத்தாய் மாண்டனர் காண்!
தன்வம்சம் செழித்திடவே பலஊராய் சென்றனர் காண்!"

கொத்துகொத்தாய் மாண்டனர் என்றாரே அதற்கு என்ன பொருள்? ஊர் ஊராய் சென்றனர் காண் என்றால் என்ன பொருள்?... அவர் மனதில் குழப்பம் குடியேறியது.

* நீலகங்கரை பட்டினம் - நீலாங்கரை

* ஆபே டூபே என்னும் ஆய்வாளர் வலங்கைப் பிரிவைப் பற்றி எழுதும்போது, வலங்கைப் பிரிவின் தலையாய ஆதரவாளர்களாகப் பறையர் இருந்தனர் என்கிறார். ஆதாரமாக அவர்கள் பூண்டிருந்த வலங்கையின் நண்பர் என்ற பொருள் தரத்தக்க 'வலங்கை-முகத்தார்' என்ற பட்டமே ஆதாரம் என்கிறார்.

* திரு எழுத்து-அரசனின் கையெழுத்து.

பாகம் 3

காற்று

ஆலமா மரவமொடு அமைந்தசீர்ச் சந்தனம்
சாலமா பீலியும் சண்பகம் உந்தியே
காலமார் முகலிவந்து அணைதரு காளத்தி
நீலமார் கண்டனை நினையுமா நினைவதே!

— திருநாவுக்கரசர்

1. பொன்முகியில் புலவர்கள்!

பொன்முகி* ஆற்றையொட்டி குதிரை காற்றைக்கிழித்துக்கொண்டு பறந்தது. சூரியக் கதிரொளியின் வெளிச்சக் கீற்றைப் வளர்பிறையால் தர இயலவில்லை. இயற்கை ஒரு சிறப்பை அளித்து இன்னொரு சிறப்பைக் குறைத்துவிடுகிறது. அந்தந்த வகையில் அவையவை சிறப்பு என்பதைக் கற்பித்துக்கொண்டிருந்தது இயற்கை. சூரியனின் வெளிச்சம் பசுமைக்கு ஆகாரம் என்றால் நிலவின் குளிர்ச்சி பாவலனுக்கு ஆகாரம். பகலவன் வலங்கை என்றால், நிலவு இடங்கை. சூரியன் உணவு படைப்பதற்கு ஆதாரம். மதியோ கலைகளுக்கு, நுட்பத்துக்கு ஆதாரம். ச்சே... இயற்கையையும் மனித புத்தி இடங்கை, வலங்கை எனப் பிரித்துவிட்டதே? கற்பனைக்கு அழகாக இருந்தாலும் இந்தப் பிரிவினையை முதலில் ஒழிக்க வேண்டும் என்பதை மீண்டுமொரு முறை சபதம் எடுத்தார் ஏகாம்பரநாதர்.

சுமார் எட்டு நாழிகை நேரம் இடைவிடாத பயணம். செவலைக்கு அலுப்பு தட்டவில்லை. குட்டியிலிருந்தே ஏகாம்பரம் கை சூட்டிலேயே வளர்ந்தவன் செவலை. அவரைத் தவிர வேறு யாரும் அந்தக் குதிரையின் மீது பயணித்ததே இல்லை. பயணிக்கும் துணிவு வேறு யாருக்குமில்லை என்பது ஒரு காரணம். செவலை யாரையும் பயணிக்க அனுமதிக்க மாட்டான் என்பது இன்னொரு காரணம். காளத்தி மலை கண்ணில் படத் தொடங்கியது. ஆற்று நீரில் இறங்கி

இந்தக் கரைக்கும் அந்தக் கரைக்குமாக இரண்டு முறை நீந்தி வந்தார் இளவரசர். நிலவு வெளிச்சத்தில் நீந்திக் களிப்பது பேரானந்தமாக இருந்தது. செவலையும் தாகம் தீர நீர் அருந்திவிட்டு கரையோரத்தில் புல்லை மேய ஆரம்பித்திருந்தான். குளித்துவிட்டுக் கரையேறி வந்து, தலை துவட்டிக்கொண்டிருந்த இளவரசருக்கு யாரோ மிக அழகாகப் பாடுவது காதுகளில் கேட்டது. இவ்வளவு நேரம் நீரின் சலசலப்பில் அந்தப் பாடலைக் கேட்கத் தவறிவிட்டோமே என்றிருந்தது. சிறிது நேரம் கேட்ட பின்புதான் பாடுவது ஒருவரல்ல இருவர் என்பதை உணர முடிந்தது. ஆண்களின் குரல். கவித்துவமான வரிகள். குரல் வந்த திசையை நோக்கி செவலையோடு நடந்தார். மலைக்குக் கீழே காளத்தி கோயிலின் அருகே ஆற்றங்கரையில் அவர்கள் இருவரும் அமர்ந்திருந்தனர். அவர்களை நெருங்கிய சிறிது நேரத்திலேயே அவர்கள் யார் என்பது புரிந்துவிட்டது. இரட்டைப் புலவர்கள்... இளஞ்சூரியர், முது சூரியர். திருவண்ணாமலை நாதர் கோயிலில் பார்த்தவர்களை, மறுபடி காளத்திநாதர் கோயிலில் காணக் கிடைத்தது மகிழ்வாக இருந்தது. யாரோ தம்மை நோக்கி வருவதை அறிந்து அவர்களும் தயங்கிப் பார்த்தனர். அதாவது முதுசூரியர் பார்த்தார். இளஞ்சூரியர் சத்தத்தால் உணர்ந்தார். அவர்களின் அருகில் சென்று அமர்ந்தார் ஏகாம்பரநாதர்.

"உங்களை இந்த இடத்தில் சந்திப்பேன் என நினைக்கவில்லை. என்னை நினைவிருக்கிறதா?" எனப் பேச்சைத் தொடங்கினார்.

இளஞ்சூரியர், "வந்தனம் இளவரசே! திருவண்ணாமலையில் அந்த அகங்காரம் பிடித்த கோயில் நிர்வாகி கொடுத்த ஈற்றடிக்கு வெண்பா பாடினோமே... அப்போது பார்த்தோம். ஆனால், அப்போது நீங்கள் இளவரசர் என்று தெரியாது. நீங்கள் சென்ற பின்னர்தான் சொன்னார்கள்" என்றார்.

"தொண்ட மண்டலம் முழுதும் உள்ள சிற்றரசர்களை ஒன்றிணைக்கும் பணியில் ஓர் உலா வருகிறேன். யாருக்கும் தெரியாமல் பயணம் செய்தால்தான் வேகமாக நான் திட்டமிட்டபடி பணிகளைச் செய்ய முடியும் என்பதால்தான் சாதாரணனாகச் சுற்றி வருகிறேன். இளவரசனாகச் சென்றிருந்தால் இப்போது செய்த வேலையில் பத்தில் ஒரு பகுதியைக் கூடச் செய்திருக்க முடியாது. ஆனால், மீண்டும் படைவீடு சென்றவுடன் உங்களை அழைத்துப் பேச வேண்டும் என்று விரும்பியிருந்தேன்."

"அழைக்காமலேயே சந்தித்துவிட்டோம். வாய்ப்பை ஏற்படுத்தித்

தந்த காளத்தியப்பருக்கு கோடானுகோடி நன்றி'' என்றார் முதுசூரியர்.

''இரட்டைப் புலவர்களால் பாடல் பெற்ற வாய்ப்பு காளத்தியப்பருக்கும் என்றும் நிலைத்திருக்கும்" என்றார் இளவரசர்.

"பாடல் பெற்ற கோயில். நாங்கள் மட்டுமல்ல... சம்பந்தர் பாடியிருக்கிறார். அப்பர் பாடியிருக்கிறார். சுந்தரர் பாடியிருக்கிறார். அப்பர் இங்குள்ள இறைவனைக் காளத்திநாதர், 'ஞானப் பூங்கோதையார் பாகத்தான்' என்று குறிப்பிடுகிறார். கண்ணப்பர் தொண்டாற்றிய தலம். பஞ்சபூதத் தலங்களில் இது வாயுத் தலம். பல்லவர் காலத்தைச் சேர்ந்த இந்தக் கோயிலை மாமன்னர் ராசேந்திர சோழர் சீரமைத்தார். பல்லவர் கால நாயன்மார்களின் தேவாரப் பதிகங்களிலும் இக் கோயில் பற்றிய தகவல்கள் உள்ளன. சம்புவராயர்கள் திருப்பணிகள் செய்திருக்கிறார்கள். நீங்கள் தொண்ட மண்டல உலா கிளம்பியதை அறிந்ததும் உங்கள் பெயரில் ஏகாம்பரநாதர் உலா ஒன்று எழுதிவருகிறோம். அதை நீங்கள் படைவீடு வந்ததும் நாங்கள் அங்கு வந்து அரங்கேற்ற சித்தம்."

"ஆகா... பெரு மகிழ்வு கொள்கிறேன். வரும் பௌர்ணமி தினத்தில் படைவீடு சென்றுவிடுவேன். வாருங்கள் அங்கே கவிப்பேரரசர் கம்பரின் பெயரர் இளந்தேவரும் வருவதாகச் சொல்லியிருக்கிறார்கள். உங்களைச் சந்திக்க இயலுமா என்பது தெரியாததால் அவரிடமே உங்களை அழைத்து வரும்படி சொல்லியிருக்கிறேன். இப்போது பார்த்தது நல்லதாகப் போய்விட்டது. அவசியம் வாருங்கள். நீங்கள் வருவீர்கள் என்பதை நகர்க் காவல் படைத் தலைவனுக்குச் சொல்லி வைக்கிறேன்."

"மகிழ்ச்சி இளவரசே... போரற்ற சூழல் இருப்பதையே புலவர் விரும்புவர். படைவீட்டுக்கே வர முடிந்தால் இரட்டிப்பு மகிழ்ச்சி."

"எனக்கும் அதுதான் விருப்பம். ஏதோ பாடிக்கொண்டிருந்தீர்கள். அதைக் கேட்கலாம் என்றுதான் வந்தேன்."

"அதற்கென்ன பாடினால் போகிறது. நான் முதல் இரண்டு வரியைப் பாடுவேன். அடுத்த இரண்டு வரியை முதுசூரியன் பாடுவார்."

"அறிவேன்... பாடுங்கள்... கேட்கக் காத்திருக்கிறேன்." இளவரசர் கவிதையில் நனைவதற்காகக் காத்திருந்தார்.

இளஞ்சூரியர் அடுயெடுத்துக்கொடுத்தார்.

தமிழ்மகன்

"காதில் இரண்டு பேர்; கண்டோர் இரண்டு பேர்;
ஏதிலராய்க் காணோர் இரண்டு பேர்;"
முதுசூரியர் ஒரு நொடியும் தாமதிக்காமல் அடுத்து பாடினார்...
"பேதை முலை உண்ணார் இரண்டு பேர்; ஓங்கு புலியூரருக்குப்
பெண்ணான பேர் இரண்டு பேர் !"

"கொஞ்சம் புரிந்த மாதிரி இருக்கிறது... விளக்கம் சொல்லுங்கள் கவிஞர்களே!"

"சிவ புராணத்தில் வரும் காட்சியிது. நாக அம்சமாகப் பிறந்த இரண்டு பேர், சரஸ்வதி கடாட்சத்தினால் அருமையான இசை ஞானத்தைப் பெற்றார்கள். இவர்கள் இருவரும் தங்களின் இசை வல்லமையை சிவபெருமானுக்குச் ஒப்புவிக்க தவமிருந்தார்கள். தவத்துக்கு மெச்சிய சிவபெருமான், அவர்களின் வேண்டுதலின் படி, அவர்கள் இருவரையும் தன்னுடைய காதுத் தோடுகளாக அணிந்துகொண்டார். அந்த நாகர்கள் இரண்டு பேர் - கம்பளர் மற்றும் அசுவதரர். அவர்களைத்தான் 'காதில் இரண்டு பேர்' என்றோம்.

'கண்டோர் இரண்டு பேர்' - தில்லை ஆடல்நாயகனின் தாண்டவத்தைக் கண்டு பேறு பெற்றவர்கள் இரண்டு பேர். அவர்கள் பதஞ்சலி மற்றும் வியாக்ரபாத முனிவர்கள்.

'ஏதிலராய்க் காணோர் இரண்டு பேர்' - அடிமுடி தெரியாவண்ணம் ஒளிவடிவமாக நின்ற ஈசனை பிரம்மாவும் திருமாலும் தலை எங்கு, கால் எங்கு என்று தெரியாமல் திகைத்தனர். ஆகையாலேயே பிரம்மாவும் திருமாலும் 'காணோர் இரண்டு பேர்'.

'பேதை முலை உண்ணார் இரண்டு பேர்' - குழந்தையாய் இருந்தாலும் தாய்ப்பால் உண்ணாதவர்கள் இரண்டு பேர். ஒருவர் பார்வதி தேவிக்கு மகனாய்ப் பிறந்த விநாயகர். மற்றொருவர் பார்வதி தேவியால் குழந்தையாகப் பாவிக்கப்பட்டு ஞானப்பால் அருளப் பெற்ற திருஞானசம்பந்தர். 'ஓங்கு புலியூரருக்குப் பெண்ணான பேர் இரண்டு பேர்' - எம்பெருமானுக்கு கங்கை, உமாதேவி என இரண்டு மனைவிகள்" விவரித்தார் முதுசூரியன்.

"அருமை அருமை... ஒரு நொடியில் வியப்பில் ஆழ்த்திவிட்டீர்கள். உங்கள் புலமை தமிழுக்குச் சொத்து." பாராட்டி மகிழ்ந்தார் இளவரசர்.

படைவீடு

"மகிழ்ச்சி. எங்கள் காலத்தில் நாங்கள் போற்றும் ஒரு புலவர் இருப்பதை அறிவீர் அன்றோ? அந்தப் பெரும் புலவரை மறக்கலாகாதே."

"காளமேகப் புலவர்?"

"ஆமாம்."

இரட்டைப் புலவர்கள் காளமேகத்தை இதுவரை நேரில் கண்டதில்லை. காண ஆவலாயிருந்தனர். "ஒரு சமயம் திருவாரூரில் இருக்கும்போது 'நாணென்றால் நஞ்சிருக்கும் நற்சாபம் கற்சாபம் பாணந்தான்' என்பதோடு நாங்கள் நிறுத்தியிருந்தோம். ஏனோ அடுத்த வரியை எழுத இயலவில்லை. அதை அப்படியே கோயில் சுவரில் கரி கொண்டு எழுதிவிட்டு வந்துவிட்டோம். பிறகு பல ஊர்களுக்குச் சென்று திரும்பினோம். அப்போது அந்த வெண்பா கச்சிதமாக முடிக்கப்பட்டிருந்தது. 'மண்தின்ற பாணமே - தாணுவே சீரார் மேவும் சிவனே நீர் எப்படியோ நேரார் புரம் எரித்த தேர்' என்று சந்தம் மாறாமல் எழுதி முடிக்கப்பட்டிருந்தது. அதை எழுதியவர் காளமேகப் புலவர்தான் என்பதை உடனே உணர்ந்தோம்." காளமேகப் புலவரின் பெருமையை முதுசூரியர் விவரித்தார்.

"அந்தப் பாடலின் சுவையை விவரியுங்கள்." ஆர்வமாகக் கேட்டார் இளவரசர்.

"சிவபெருமான் முப்புரம் எரிக்க பூமியைத் தேராகவும் சூரிய சந்திரர்களை சக்கரமாகவும் மேருமலையை வில்லாகவும் வாசுகி எனும் பாம்பை வில்லின் நாண் ஆகவும் திருமாலை அம்பாகவும் கொண்டு சென்றார் என்று சிவபுராணம் சொல்லும். முப்புரம் எரிக்க எடுத்துச் சென்ற நாண் நைந்து இருக்கிறது. வில்லோ கல் போல கனமாக இருக்கிறது. கல் வில்லை எப்படி வளைத்து அம்பெய்ய முடியும்? அம்போ மண் தின்ற பாணம்- மண்ணால் அரிக்கப்பட்ட அம்பு. ஈசனே, இவையெல்லாம் கொண்டு எப்படித்தான் முப்புரம் எரித்தீர்களோ?' இது அந்தப் பாடலுக்கான ஓர் அர்த்தம்.

உள்ளார்ந்து பார்த்தால், நஞ்சு இருக்கும் வாசுகி எனும் பாம்பை நாணாகவும் நற்சாபம் கற்சாபம் - மேரு மலையே வில்லாகவும் மண் தின்ற பாணம் - கண்ணன் சிறு வயதில் மண் தின்றார். அந்தக் கண்ணனாகிய திருமாலை அம்பாகவும் கொண்டு முப்புரம்

எரித்தார் என்பது இன்னோர் பொருள். எப்படி எரித்தாரோ என்பதை ஒரு பொருளிலும் இப்படித்தான் எரித்தார் என்பதை இன்னொரு பொருளிலும் ஒரே பாடலில் இரண்டு அர்த்தங்களில் அமைத்தவர் அவர்."

"புலவரே முழு பெருமையையும் காளமேகப் புலவருக்கே வழங்க முடியுமா? அதில் பாதி பாடலை எழுதியது நீங்கள் அல்லவா?"

"ஆனால் எங்கள் முதல் வரிகளை உயிருள்ளதாக்கியவர் அவர்தான். நீங்கள் அரசுப் பணியாக இங்கே வந்தீர்கள். உங்களிடம் கவிதை ரசனையைப் பற்றிச் சொல்லிக்கொண்டிருக்கிறோம். இங்கே உங்கள் பணி என்ன?... முதலில் கோயிலுக்குச் சென்று தரிசிப்போமா?" என்றார் இளஞ்சூரியர்.

"ஆமாம். முதலில் ஈசன் தரிசனம். பிறகு கோட்டத்தின் தலைவரைப் பார்க்க வேண்டும். வாருங்கள் செல்வோம்" குதிரையைப் பிடித்து அங்கிருந்த பனை மரத்தில் கட்டிவிட்டு வந்தார் இளவரசர்.

இளஞ்சூரியர் முதுசூரியரை முதுகில் தூக்கிக்கொண்டு நடக்க ஆரம்பித்தார். முதுசூரியர் வழி சொல்ல ஆரம்பித்தார். "படி வருகிறது... பார்த்து."

ஏகாம்பரநாதர், "நீங்கள் வழி சொல்ல வேண்டாம். இளஞ்சூரியரை நான் கைபிடித்து அழைத்துச் செல்கிறேன். எனக்கு அந்த வாய்ப்பைத் தாருங்கள்."

"இளவரசே... நாங்கள் வாய்ப்பு தருவதா... எங்களுக்கு நீங்கள் வரம் தாருங்கள்." இளஞ்சூரியர் பெருமிதத்தோடு சொன்னார்.

இளவரசர் புலவர்களை அழைத்துக்கொண்டு கோயில் வாயிலை அடைந்தார். சிவலிங்கத்தின் புதிய உருவத்தை அங்கே கண்டார் இளவரசர். இருளில் தீப்பந்தங்களின் அலுங்காத வெளிச்சத்தின் ஊடே நான்கடி உயரமுள்ள லிங்கம் தெரிந்தது. அடிபாகம் பெருத்தும் முடி பாகம் சிறுத்தும் தெரியும் மூர்த்தி. தீபம் காட்டினார் அர்ச்சகர். கண்ணப்பன் பதித்த ஒரு கண்ணும் லிங்கத்தில் தெரிந்தது. வில்லைத் தாங்கிக்கொண்டு கண்ணப்பரும் சிலை உருவில் நிற்பது தெரிந்தது. கண்கொள்ளா காட்சி.

**"பூளை புனை கொன்றையொடு புரிசடையினானை,
புனல் ஆகி, அனல் ஆகி, பூதங்கள் ஐந்து ஆய்,**

நர்ளை இன்று நெருநல் ஆய், ஆகாயம் ஆகி,

நாயிறு ஆய், மதியம் ஆய், நின்ற எம்பரனை,

பாளை படு பைங்கமுகின் சூழல், இளந் தெங்கின்

படு மதம் செய் கொழுந் தேறல் வாய் மடுத்துப் பருகி,

காளை வண்டு பாட, மயில் ஆலும் வளர் சோலை

கானாட்டு முள்ளூரில் கண்டு தொழுதேனே".

அர்ச்சகர் முணுமுணுத்த பாடல் சுந்தரமூர்த்தி சுவாமிகள் பாடியது. இரட்டைப் புலவர்கள் கண்களை மூடி ரசித்துக்கொண்டிருப்பதைக் கண்டார் ஏகாம்பரநாதர்.

அதே நேரம் நிர்வாக அலுவலர் எழுந்து வந்து தூங்கா மணிவிளக்கை உயர்த்திப் பிடித்துப் பார்த்தார். "நீ... நீங்... நீங்க" என ஒவ்வொரு எழுத்தாகச் சேர்த்துக்கொண்டு வந்தார்.

"நானேதான்" என்றார் இளவரசர்.

"இளவரசே... இது என்ன ரகசிய பயணம்?"

"ரகசிய பயணம் அல்ல... எளிமைப் பயணம்?"

"காளத்தியைத் தரிசித்தால் கயிலையைத் தரிசித்த புண்ணியம். அய்யா... முன் கூட்டியே தெரிவித்திருந்தால் வேண்டிய ஏற்பாடுகள் செய்திருப்பேன். அலுவலக அறையில் சற்று அமருங்கள் இளவரசே... காவல் படையினருக்கும் அகம்படையாருக்கும் தகவல் அனுப்புகிறேன்." கோயில் அதிகாரி பரபரப்பானார்.

"ஏற்பாடு செய்யுங்கள். அவரைப் பார்க்கத்தான் வந்தேன். அதுவரை நான் புலவர்களுடன் பேசிக்கொண்டிருக்கிறேன்."

''அனைவருக்கும் விருந்துக்கும் தங்குவதற்கும் ஏற்பாடு செய்துவிடுகிறேன் இளவரசே!"

"ஆகட்டும்!" என்றார் இளவரசர்.

* பொன்முகி ஆறு - விஜயநகர அரசின் காலத்தில் சொர்ணமுகி ஆறு என ஆனது.

* காளத்தி - காளஹஸ்தி எனப்படுகிறது.

2. பேதம்... வருணபேதம்!

மாடங்களில் இருந்து சிலு சிலுவென காற்று வீசிக்கொண்டிருந்தது. திரைச்சீலைகள் அழகாக எழுந்து அடங்கியபடியிருந்தன. அரச விருந்து மண்டபத்தில் இளவரசருடன் இரட்டைப் புலவர்களும் அகம்படையாரும் எல்லை காவல் படையினரும் அமர்ந்திருந்தனர். சம்புவராயர் ஆளுகைக்கு உட்பட்ட கோட்டங்களில் அகம்படையார் நியமிக்கப்பட்டது போலவே ஒவ்வொரு கோட்டத்திலும் அரசர் வந்து தங்கிச் செல்வதற்கான அழகிய மாளிகையும் கலந்தாலோசிக்க சிறிய அவையும் கட்டப்பட்டிருந்தன. ஆறு மாதங்களுக்கு ஒரு முறை நாட்டை வலம் வருவது வீரசம்புவராயரின் வாடிக்கை. ஆனால், இளவரசரோ எந்தவித அறிவிப்புமின்றி வந்திருந்தார். என்ன உத்தரவாக இருக்குமோ என்ற யோசனை எல்லோருக்கும் இருந்தது.

கோயில் நிர்வாகி சண்முகநாதன், "அய்யா நான் கிளம்பட்டுமா?" என்றார்.

அனைவரும் இளவரசரின் ஆணைக்காகக் காத்திருந்தனர். "நீங்கள் அவசியம் இங்கே விவாதத்தில் கலந்துகொள்ள வேண்டும்" இளவரசர் உறுதியாகச் சொன்னார்.

சண்முகநாதன் படைத் தலைவருக்கு அடுத்த இருக்கையில் அமர்ந்தார். சுருக்கமான அவைக் கூடம். ஏகாம்பரநாதர்

நடுநாயகமாக அமர்ந்திருக்க, அவருக்கு இருபுறமும் போடப்பட்டிருந்த இருக்கைகளில் மற்றவர் அமர்ந்திருந்தனர். கண்ணாடிக் குமிழ் சர விளக்குகளுக்குள் இருந்த தீபங்கள் ஆடாமல் அசையாமல் ஒளி சிந்தின. கூடமே பிரகாசமாக இருந்தது.

“திருவண்ணாமலை கோட்டம், ஆறகழூர் வாணகோவராயர், தில்லை தீவுக்கோட்டையில் சோழர், திருவானைக்காவல், கடல் மல்லை கடற் படைத் தலைவர், நீலகங்கரை கடற் படைத் தலைவர், திருப்பாலைவன கடற்படைத் தலைவர் ஆகியோரைப் பார்த்துவிட்டு இங்கு வந்தேன். நம் சம்புவ தேசத்து எல்லைகளை எச்சரிக்கைப்படுத்துதான் என் பயணத்தின் நோக்கம். அடுத்து வந்தியத்தேவரின் வாரிசு பொன்குமார வல்லவராயர் அரசராக உள்ள திருவல்லம் சென்றுவிட்டு விரிஞ்சிபுரம் செல்வேன்.” தான் வந்த நோக்கத்தை சுருக்கமாகச் சொன்னார் இளவரசர்.

‘‘எல்லா பகுதிகளுக்கும் மன்னரும் ஒற்றர்களை அனுப்பி எச்சரிக்கை செய்திருக்கிறார் இளவரசே... நாங்கள் எந்த கணத்திலும் போரை எதிர்கொள்ள எச்சரிக்கையாக இருக்கிறோம். ஆயுதங்கள், வீரர்கள், சேனைகள் அனைத்தும் கோயிலின் எச்சரிக்கை மணி அடித்த ஒரு நாழிகையில் தயாராகிவிடும்’’ படைத் தளபதி எழுந்துநின்று பணிவுடன் சொன்னார்.

“ஒற்றர்கள் செய்துமுடித்துவிட்ட வேலையைக் கடந்து நான் புதிதாகச் சொல்ல வேண்டிய விவகாரங்களும் இருக்கின்றன. அதுவும் போருக்கான ஆயத்தத்தோடு இணைந்ததுதான். சிற்றரசர்களுடன் போட வேண்டிய புதிய உடன்படிக்கைகள், புதுப்பிக்க வேண்டிய பழைய உடன்படிக்கைகள் இவற்றுக்காகப் படைவீட்டில் நடக்கும் ஆடி சோதிநாள் திருவிழாவுக்கு அனைவரையும் அழைக்கும் பொறுப்பும் என்னிடம் மன்னர் கொடுத்திருக்கிறார். நீங்கள் அனைவரும் ஆடி மாதம் பௌர்ணமிக்குப் படைவீட்டில் கூட வேண்டும். மூன்று நாள் விழா. நாட்டின் பாதுகாப்பு குறித்துப் பேச வேண்டும். நில வரிகள், சுங்க வரிகள், போர் வரிகள் பற்றியும் ஆலோசிக்க வேண்டும். இதுதான் நான் கிளம்பி வந்த நோக்கம். இப்போது வேறு சில உள்நாட்டுக் குழப்பங்களையும் வருகிற வழியில் கவனித்தேன்.”

“உள்நாட்டுக் குழப்பங்களா?” என்றார் சண்முகநாதன்.

“ஆமாம். அதுதான் இப்போது தலையாய வேலையாகப் படுகிறது. கூத்து நிகழ்த்த கலைஞர்களுக்குச் சிரமங்கள் இருக்கின்றன.

தமிழ்மகன்

வடங்கை, இடங்கை சிக்கலில் இவர்களை மக்கள் தள்ளி வைத்துவிட்டார்கள். பொழுதுபோக்கு தேவையில்லாமல் போய்விட்டது. வலங்கை, இடங்கையினரின் சண்டைகளே பல இடங்களில் இப்போது பொழுதுபோக்காகி வருகின்றன. நிஜமான கலைகளை ஆராதிக்கத் தவறி வருகிறோம். சாணார்கள், கொல்லர்கள், அருந்ததியர், செம்மான்கள் ஒதுக்கப்படுகிறார்கள். பொதுக்கிணற்றில் நீர் எடுக்கவும் இடைஞ்சல்கள் செய்கிறார்கள். இந்த நிலைமை ஒழிக்கப்பட வேண்டும். தென் பகுதிகளில் சுல்தானியர்கள் வெறியாட்டத்தால் மக்கள் பலர் தொண்ட மண்டலம் வந்து அடைக்கலமாகியிருக்கிறார்கள். அவர்களுக்கான அஞ்சினான் புகலிடங்கள் ஆங்காங்கே ஏற்படுத்தப்படுத்தியிருக்கிறோம். அவர்களுக்கு இருக்க இடமும் வேலை செய்ய தகுந்த முறைமைகளும் வேண்டும். இந்தத் தருணத்தில் நாமே ஒருவருக்கு ஒருவர் அடித்துக்கொள்ளுதல் ஏற்க முடியாது. வலங்கை, இடங்கையினர் பூசலுக்கு என்ன காரணம் என்பதையும் அதைத் தவிர்ப்பது எப்படியென்பதையும் உங்கள் தரப்பில் கேட்டறிய விரும்புகிறேன்."

இளவரசரின் நியாயமான அக்கறை அவையை அமைதியாக்கிவிட்டது. யார் ஆரம்பிப்பது எந்த இடத்திலிருந்து ஆரம்பிப்பது என்பது அவர்களை ஊமையாக்கிவிட்டது. "எல்லோரும் அமைதியாக இருப்பதற்காக இங்கே கூடவில்லை. ஏதாவது கருத்து கூறுங்கள்."

சண்முகநாதன் எழுந்தார். "இளவரசே... தங்களின் ஆழமான அக்கறையே எங்களைத் தயங்கச் செய்துவிட்டது. அதிலும் வலங்கை, இடங்கை சிக்கல் எங்கு தொட்டலும் தொட்டவர்களை முட்டுகிற சிக்கலாகிவிட்டது. நாங்கள் என்ன சொன்னாலும் அதிலே முரண்பட்ட ஒரு கருத்து முளைக்கும். இது நூற்றாண்டுகளாக ஊறிவிட்ட நாற்றமாகிவிட்டது" என்றார்.

"ஆமாம் இளவரசே... கூத்துக் கலைஞர்களுக்குக் கோயில் திருவிழாக்களில் பங்களிப்பு செய்யச் சொல்லி தீர்த்துவைக்கலாம். அரசரே அதற்கான உத்தரவைப் போட்டலே போதும். ஆனால்... இடங்கையினர் தொல்லை அப்படி அல்ல." படைத்தளபதி சொல்ல வந்ததை முடிக்க முடியாமல் அவையினரைப் பார்த்தார். வேறு யாராவது தொடர வேண்டும் என்பது அவர் எண்ணம்.

"எல்லோரும் சிக்கலைத்தான் சொல்கிறீர்கள். தீர்வு வேண்டும்."

இளவரசர் தீர்க்கமாகச் சொன்னார்.

படைத்தளபதி, ‘‘இளவரசே... வழிபாட்டு முறைகளும் ஆகமங்களுமே இப்போது மக்களின் இடர்பாடுகளுக்குக் காரணம். நாம் சிவ வழிபாட்டைப் போற்றுகிறவர்கள். சைவ நெறியாளர்கள். இப்போது கோயில்கள் பிராமணர்கள் கைக்குப் போய்விட்டது. அவர்கள் ஸ்மார்த்த தர்மங்களைச் சொல்கிறார்கள். அவர்கள் சூரியனையும் மும்மூர்த்திகளையும் வழிபடுகிறவர்களாக இருக்கிறார்கள். உபநிடதங்களும் பிரம சூத்திரமும் பகவத்கீதையும் அவர்களின் தத்துவ அடிப்படை. சங்கரபாஷ்யப்படி அவர்கள் இவற்றை நடைமுறைப்படுத்துகிறார்கள். வருண தர்மம் போற்றுகிறார்கள். ஸ்மார்த்தர்களுக்கு வடமொழி வேத மந்திரங்களே பிரதானம். வைணவர்களுக்கோ மும்மூர்த்திகளில் விஷ்ணுவே முதற்கடவுள். மற்ற கடவுள்கள் அவருக்குக் கீழானவர்கள். வைணவர்களும் வடமொழி மந்திரங்களைப் போற்றினாலும் ஆழ்வார்களின் பாசுரங்களையும் ஏற்பவர்கள். சில உபநிடதங்களையும் பிரம சூத்திரங்களையும் பகவத்கீதையையும் ராமாநுஜ பாஷியபடி நடைமுறைப்படுத்துகிறார்கள். இவர்களில் வடகலையார்க்கு வருணபேதம் முக்கியமில்லை. தென் கலையாருக்கு வருணபேதம் உண்டு” என்றார்.

அகம்படையார் பொறுமையின்றி எழுந்தார். “இளவரசர் கேட்ட கேள்விக்கும் நீங்கள் சொல்லிக்கொண்டிருப்பவற்றுக்கும் சம்பந்தம் உண்டா?” கேள்வியைக் கேட்டுவிட்டு அமர்ந்தார்.

அகம்படையாரை அமைதியாகத் திரும்பிப் பார்த்த தளபதி, “அடுத்து அதைத்தான் சொல்ல வருகிறேன். சைவர்களுக்கு பதி, பசு, பாசம் மூன்றும் அடிப்படை. அதற்கு ஆதாரமாக இருப்பது கடவுளின் திருவருள். இவர்களுக்கு வர்ணாசிரம தர்மம் உடன்பாடில்லை. இந்த அடிப்படையான மாற்றமே எல்லா சிக்கல்களுக்கும் காரணம் என்பது என் எண்ணம்.”

“வருணாசிரமம்தான் காரணம் என உறுதியாகச் சொல்கிறீர்களா?”

‘‘ஆமாம் இளவரசே! மக்களை நான்கு பகுதிகளாகப் பிரித்துவைப்பது அதுதான்.”

மீண்டும் அகம்படையார் எழுந்தார். “பிரித்து வைத்திருக்கிறார்கள் என்பது சரியல்ல... அடுக்கி வைத்திருக்கிறார்கள். மேலே பிராமணர்கள், அடுத்து சத்ரியர்கள், பிறகு வணிகரும், கீழே கலைஞர்களும். அதாவது செம்மான்கள், அடிமட்டத்தில் இருக்கும்

தமிழ்மகன்

தொழிலாளர்கள். எந்த முனைப்பும் இல்லாமல் பிராமணர்களுக்கு ஒரு வசதியான இடம் வர்ணாசிரமத்தால் கிடைத்துவிடுகிறது. ஆயுதங்கள் வைத்திருக்கிற சத்ரியர்களுக்குத் தங்களுக்கு அடுத்த இடம் கொடுத்து குளிர செய்துவிட்டார்கள். வயிற்றுக்கு ஏற்பாடு செய்கிறவனுக்கு மூன்றாவது இடம் கொடுத்தாயிற்று...."

"நான்காவது வருணத்தை நீக்கி அதையும் மூன்றாவது வருணத்தோடு சேர்த்துவிட்டால் எல்லாம் சரியாகிவிடுமா?"

"நீக்குவதா? என்ன சொல்கிறீர்கள் இளவரசே... வேதத்தைத் திருத்தி எழுதும் அதிகாரம் யாருக்குமில்லை." காந்திமதிராயன் பதறியது போலவே இருந்தது அகம்படையாரின் அதிர்ச்சி.

ஏகாம்பரநாதர் சிரித்தார். "இந்த விவாதத்தில் பிராமணர்கள் சிலரையும் பங்கேற்கச் சொல்லியிருந்தால் அவர்களின் எண்ணமும் வெளிப்பட்டிருக்கும்."

"ஸ்மார்த்தர்களைப் பகைத்துக்கொண்டதால்தான் ஆதித்த கரிகாலன் பிராமணர்களின் சூழ்ச்சியால் கொல்லப்பட்டான் என்று பேச்சு உண்டு. பிராமணர்கள் எதுவும் செய்ய வேண்டியதில்லை. அவர்களுக்காக வேதமே எதுவும் செய்யும். சாஸ்திர சம்பிரதாயத்தை நம்பும் மக்களே அவர்களுக்காகப் போராடுவார்கள். என்ன சொல்கிறீர்கள் தளபதியாரே?" என வாயைக் கிளறினார் கோயில் நிர்வாகி சண்முகநாதன்.

"ஆமாம் இளவரசே... ஈக்களுக்கு பயந்து குடிசையைக் கொளுத்த முடியாது அல்லவா?" சண்முகநாதன் சொன்னான்.

"என்ன சொல்கிறீர்கள் தளபதி?"

"நாடு கட்டுக் கோப்பாக இருக்கத்தான் சங்கரர் சமயச் சச்சரவுகளைப் போக்கி சிவன், சக்தி, சூரியன், வருணன், திருமால் உள்ளிட்ட எல்லா கடவுள்களையும் உள்ளடக்கிய ஒரு சமயத்தை உருவாக்கி நெறிப்படுத்தினார். மனமே கடவுள் என்றார். சோழர் காலத்தில் இருந்து இத்தனை மாற்றங்கள், வளர்ச்சிகள் உருவானது அவருடைய வழிமுறைகளால்தான். அதைக் குலைக்க வேண்டாம் என்பது அடியேனின் எண்ணம்." தளபதி எடுத்துரைத்தார்.

இளவரசருக்கு நான்கு பேர் இருக்கும் அவையிலேயே ஒருவருக்கு மாறுபட்ட கருத்து தோன்றுவதைக் கவனித்தார்.

"புலவர்களே... நீங்கள் பார்வையாளராக மட்டுமே இருக்க வேண்டும் என்ற அவசியமில்லை. உங்கள் கருத்தும் தேவை...."

படைவீடு

இளவரசர் புலவர்கள் பக்கம் திரும்பினார்.

"நாங்கள் பேசலாமா, கூடாதா... இருக்கலாமா, வெளியேறிவிடலாமா என்று இருந்தோம். ஏனென்றால் முழுக்க முழுக்க இது அரசாங்க உத்தரவு சம்பந்தப்பட்டதாக இருக்கிறது. ரகசிய ஆலோசனை கூட்டம் போலவும் இருக்கிறது." முதுசூரியர் வெளிப்படையாகப் பேச்சைத் தொடங்கினார்.

"மக்களின் ஆதாரமான இடர்பாடு எப்படி ரகசியமாக இருக்க முடியும்?... நீங்கள் சொல்லுங்கள்!" என்றார் இளவரசர்.

"கோயில் கோயிலாகச் சுற்றி வருவது மட்டுமே எங்கள் வாழ்க்கையாகிவிட்டது. கோயில்கள் ஸ்மார்த்த ஆகமங்களின் படிதான் செயல்படுகின்றன. பௌத்தமும் சமணமும் இங்கே ஒடுங்கிப்போய் சைவமும் வைணவமும் தழைத்தோங்கியபோதே அந்த ஸ்மார்த்த ஆகமங்களை மன்னனும் மக்களும் ஏற்றுக்கொண்டுவிட்டார்கள் என்பதுதான் அர்த்தம். பௌத்த, சமண மதங்கள், வருண பேதங்களுக்கு விரோதமானவை. வருண பேதம் வேண்டாம் என்றால் மக்கள் சமணர்களாகவே இருந்திருப்பார்களே? ஏனோ மக்களுக்கு இந்த ஏற்றத் தாழ்வு பிடித்திருக்கிறது. இது, மனித மனங்களின் கோளாறுகளில் ஒன்றாகவும் இருக்கலாம். இனிமேல் வருணாசிரமத்தை பிராமணர்களே நினைத்தாலும் அழிக்க முடியாது என்றுதான் தோன்றுகிறது." முதுசூரியர் வினோதமான ஒரு கருத்தை முன்வைத்தார்.

"பின் நாட்களில் வருணாசிரமத்தை எதிர்க்கிற பிராமணர்களும்கூட வரக்கூடும் என்கிறீர்களா?"

"ஆம் இளவரசே! பின் நாட்களில் என்று ஏன் சோதிடம் பார்க்க வேண்டும்? சங்கரர் காலத்திலேயே எதிர்ப்புகள் தோன்றிவிட்டன, வைணவர்களிடமிருந்து. சோழர் காலத்தில் வாழ்ந்த தொண்டரடிப் பொடியாழ்வார், 'இழி குலத்தவர்களேனும் எம் அடியார்கள் ஆகில் தொழுமினீர் கொடுமின் கொண்மின்' என்று பாடுகிறார்.
நம்மாழ்வார்,
'குலந்தாங்கு சாதிகள் நாலிலும் கீழிழிந்து எத்தனை
நலந்தானிலாத சண்டாள சண்டாளர்களாகிலும்
வலந்தாங்கு சக்கரத்துஅண்ணல் மணிவண்ணற்கு ஆளென்றுஉள்

கலந்தார் அடியார்தம் அடியார் எம் அடிகளே!' என்று பாடியிருக்கிறார். இதெல்லாம் சங்கரர் தொடங்கிவைத்த வைதீக மரபுக்குப் பின் பிறந்த வைணவக் கலகக் குரல்கள். சைவ, சமண சமயங்களுக்கு மாற்றாக ஆதிசங்கரர் ஒரு மரபை முன் வைக்கிறார். அப்போதே வைணவ மரபில் இருந்து எதிர்ப்பு கிளம்பியிருக்கிறது. தொண்டரடிப் பொடியாழ்வார் சற்று ஆவேசமாகவே கேட்கிறார்... 'மற்றுமோர் தெய்வமுண்டோ மதியிலா மானிடர்காள்' என்று."

எதிர்க்கிறவர்கள் அதிகரிக்க அதிகரிக்க வருணாசிரமத்தின் வன்மங்களும் அதிகரிக்கும். வர்ணாசிரம தத்துவத்தின் அடிப்படையே அப்படியானதுதான். ஆப்பசைத்த குரங்காகச் சிக்கியிருக்கிறோம். வர்ணாசிரமத்துக்கு எதிராக எது வந்தாலும் அது தற்காலிகமானதாகவே இருக்கும். தமிழகத்தின் எல்லா கோயில்களிலும் பிராமணர்களை மட்டும் பார்த்துவிட்டு இதைச் சொல்லவில்ல... அங்கு வருகிற மக்களையும் பார்த்துவிட்டுத்தான் இந்த முடிவுக்கு வந்தோம். வர்ணாசிரமத்தைப் பகைத்துக்கொள்ளாதவரே இந்த நாட்டை ஆள முடியும். அல்லது அதை ஆதரிக்கிறவர்கள் ஆளமுடியும். சோழப் பேரரசு எத்தனை வலிமையானது? ஆனால் அவர்கள் இந்த வர்ணாசிரம தருமங்களுக்கு எதிராக நிற்கவில்லையே... அகம்படையார் சொன்னது போல அதை எதிர்த்ததனால்தான் ஆதித்த கரிகாலர் அகால மரணம் அடைந்தார் என்பதையும் யோசித்துப் பார்க்க வேண்டியிருக்கிறது."

"அரசர்களையே மிரட்டிப் பணிய வைக்கிற ஆயுதமாக அல்லவா இருக்கிறது?" இளவரசர் கேள்வியாக சொன்னார்.

"அச்சுறுத்தலுக்காகச் சொல்லவில்லை இளவரசே!... நீங்கள் உங்கள் தந்தையைச் சந்தித்துப் பேசி பிறகு ஒரு முடிவுக்கு வாருங்கள். வர்ணாசிரமம் நச்சுக் காய்ச்சல் போல பரவிவிட்டது. இனி அதை வைத்தியம் பார்க்கிற வருகிறவர்களையும் பதம் பார்த்துவிடும்."

ஏகாம்பரநாதர் தீவிர சிந்தனைக்கு ஆட்பட்டார். சோழனைப் போல பெரும் பேரரசனாக இருக்க வேண்டுமானால் வைதீக மரபைத் தீண்டிப் பார்க்க விருப்பம் கொள்ளலாகாது என்ற எச்சரிக்கையைக் கேட்டு அவருக்குச் சினம் மிகுந்தது. ஆனால், வைதீக மரபை ஆதரிக்கும் அரசனாக இருந்தால் சோழனைவிடவும் பெரும் பேரரசை நிறுவ முடியும் என்ற விபரீத அறிவுரையும் அதிலே இருப்பதை உணர்ந்து சிரிக்க மட்டுமே செய்தார்.

3. சுந்தர பாண்டியனின் ஒற்றன்

அனைவரும் அவரவருக்கான அறைகளில் உறங்கச் சென்றுவிட்டனர். அன்று இரவு ஏகாம்பரநாதர் உறங்கவே இல்லை. இளவரசர் மட்டும் தனக்கான அறையில் உலவியபடியே இருந்தார். வானில் நம்பிக்கைக் கீற்றாக இருந்த நிலவு இப்போது எங்கே போனது எனத் தெரியவில்லை. அதே நேரத்தில் இருளின் அடர்த்தி மெல்ல மெல்ல கலைந்து கொண்டிருந்தது. புல்லினங்கள் இசை கச்சேரி ஈரக் காற்றோடு மனதை வசீகரித்தது. இரவு திரையிட்டிருந்த மாயச் சுவர் விலகி உதயசூரியனின் கிரணங்கள் வெளிச்சக் கீற்றைப் பரப்புவது போல மக்களின் சிக்கல்களுக்கும் விடிவுகாலம் வந்துவிடாதா என நினைத்தார். காற்றடைத்த பையை ஊதி பெரிதாக்கும் வைதீக மூட்டைகளை ஓர் ஊசிகொண்டு உடைக்க இயலாதா என்று ஏங்கினார்.

மாடத்தின் அருகே வந்து நின்று பொன்முகி ஆற்றைப் பார்த்தார். கோடையின் முடிவிலும் தண்ணீர் ஓடிக்கொண்டிருந்தது. கோடை மழையின் கருணையாக இருக்கலாம். சூரிய ஒளியில் ஆற்று நீர் பளபளத்துக் கொண்டிருந்தது. எதேச்சையாகத் தன்னைப் பின் தொடரும் அந்த வீரனையும் அவனுடைய குதிரையையும் அங்கே பார்த்தார். ஆற்றின் மறு கரையில் இருந்தவாறு அவன் இளவரசர்

தமிழ்மகன்

இருக்கும் இந்த மாளிகையைப் பார்த்துக்கொண்டிருப்பது தெரிந்தது. அவனைத் தான் இன்னமும் அவதானிக்கவில்லை என அவன் நம்புவதை இளவரசர் மனதுக்குள் ரசித்தார். சிரத்தையான ஒற்றன் என்பதில் சந்தேகமில்லை. அவன் சுந்தர பாண்டியரால் அனுப்பப்பட்டவன் என்பதை இளவரசர் பெரும்புலியூர் சத்திரத்திலேயே கண்டுபிடித்துவிட்டார். அந்த சத்திரத்தில் பின்னிரவில் வந்து அவன் ரகசியமாக இடம் கேட்டு தங்கியதை இளவரசர் கவனித்தார். அவன் அதை அறியவில்லை. கூத்தாடி அர்ச்சுனனோடு கூத்து ஒத்திகை பார்த்தபோதே அவனுடைய சகல சரித்திரத்தையும் அவர் அறிந்துவிட்டார். அவன் பெயர் முத்துவடுகு. பின் தொடர்ந்து வந்து தகவல் சேகரிக்கிறான் என்பது நன்கு தெரிந்தது. சாகசங்களில் ஈடுபடாமல் ஒரு வணிகனைப் போலவே அவன் பின் தொடர்ந்து வருவதை இளவரசர் உறுதிப்படுத்திக்கொண்டார். அவனிடம் எந்தவிதமான ஆயுதங்களும் இல்லை என்பது ஆறகழூர் அன்புநாதர் ஆலயத்திலேயே தெரிந்துவிட்டது. சபைக்கு வந்த எல்லோரும் சோதிக்கப்பட்டபோது அவனும் சோதிக்கப்பட்டான். வியாபாரி எனக் காட்டிக்கொள்வதற்காக சில முத்துக்களையும் மரகதக் கற்களையும் மட்டும் இடுப்பில் கட்டி வைத்திருந்தான். எவ்வளவு தூரம் நமக்குத் துணையாக வருகிறான் என்று பார்ப்போம் என இளவரசர் புன்னகையுடன் சிந்தித்துக்கொண்டிருந்தார்.

செவலைக்குக் கொள்ளும் புல்லும் வைத்து குளிப்பாட்டி தயாராக்கியிருப்பதாகக் காவலன் வந்து சொன்னான். "ஜாக்கிரதை... அவன் புதியவர்கள் தன்மீது கைவைப்பதை விரும்பமாட்டான்" என்றார் இளவரசர்.

"தெரிந்துவிட்டது இளவரசே!"

"ஓ... உதைத்துவிட்டானா... நீ அவனைக் குளிப்பாட்ட முயற்சி செய்தாயா?... முன்னரே எச்சரிக்கத் தவறிவிட்டேன்."

"குதிரையைக் குளிப்பாட்டலாமா என நான்தான் கேட்கத் தவறிவிட்டேன்... தவறு என்னுடையதுதான்" என்றான் அந்தக் காவலாளி அடக்கமாக.

தவற்றைத் தன்மீது ஏற்றுக்கொள்ளும் அவனுடைய மரியாதையையும் மனப்பக்குவத்தையும் எண்ணி அவனைத் தட்டிக்கொடுத்துவிட்டு, "உன் பெயரென்ன... என்ன வயது?" என்றார்.

படைவீடு

"பெயர் சம்பந்தன்... ஆடி பிறந்தால் பதினாறு இளவரசே!"

"ஆடியிலா பிறந்தாய்? ஆடி பிறக்கும் நாளில் நீயும் படைவீடு அரண்மனைக்கு வா சம்பந்தா... உன் பிறந்தநாளை அங்கேயே கொண்டாடுவோம்."

விருந்து மண்டபத்துக்கு வந்தபோது அங்கே இரவு அவருடன் கருத்து தெரிவித்த அனைவருமே இருந்தனர். "நீங்கள் சிற்றுண்டி முடித்துவிட்டீர்களா?" என்றார்.

"நீங்கள் வராமலா?"

"எனக்காகக் காத்திருக்க வேண்டாம் என்று முன்னரே சொல்லியிருந்தேனே?"

"அகம்படையார் சொன்னார். ஆனால், நாங்கள்தான் உங்களுக்காகக் காத்திருக்கப் போவதாகச் சொல்லிவிட்டோம்" என்றனர் இரட்டைப் புலவர்கள்.

"சரி, இப்போதாவது சாப்பிடுங்கள்."

அனைவரும் ஓலைப் பாயில் வரிசையாக அமர, எல்லோருக்கும் இலை போடப்பட்டது. இளவரசருக்கு மட்டும் இலை போடவில்லை. காலை சிற்றுண்டியாக நீராகாரமும் பிரண்டை துவையலும் போதும் என்று சொல்லியிருந்தார். ஒரு குடுவையில் நீராகாரம் வைக்கப்பட்டது.

"இதற்காகத்தான் சொன்னேன்." இளவரசர் புன்னகைத்தார்.

காலை உணவை முடிவிட்டுத் திருவல்லம் நோக்கி செவலையை விரட்டினார். அவருக்கே தெரியாமல் அவரை அவனுடைய குதிரையும் பின் தொடர்ந்தது. பாண்டிய நாட்டை சுல்தானியர்கள் வசம் இழந்துவிட்ட பாண்டியன் பொதிய மலையில் கூடாரம் அமைத்துத் தங்கியிருப்பதாக சொல்லக் கேள்விதான். அவனுடைய ஒரே நோக்கம் சம்புவராயர்களை அடக்கி தொண்ட மண்டலத்தைத் தன் வசமாக்குவது. சுல்தானியரை அடக்குவதைவிட சம்புவராயர்களை வெல்வது எளிதென்று தப்புக் கணக்குப் போட்டு ஒற்றனையும் உலவவிட்டிருக்கிறான். அதற்கான படைபலமோ, சூழலோ இல்லை என்பது அவனுக்குத் தெரியும். தொண்ட மண்டலத்தில் இப்போது என்ன நடக்கிறது என்பதைக் கண்காணிக்கும் பொறுப்பை முத்துவடுகனிடம் முழுமையாக ஒப்படைத்திருந்தான். பாண்டியனின் ஒரே விசுவாசியாக அவன் மட்டுமே இருந்தான். ஏகாம்பரநாதர் படைவீட்டில் இருந்து

புறப்பட்ட நாளில் இருந்தே தொண்ட மண்டலத்தில் ஏதோ வியூகம் அமைப்பது தெரிந்தது. ஏகாம்பரநாதர் சென்ற இடங்களில் எல்லாமே அவனும் பின் தொடர்ந்தான்.

திருவண்ணாமலையில் இரட்டைப் புலவர்களிடம் பேசியது, கூத்துக்கலைஞன் அர்ச்சுனனிடம் பேசியது முதற்கொண்டு இரண்டாம் சுத்தமல்லர் அரண்மனை வழக்கு, சுல்தானியர் படையை மடக்கி கோயில் நகைகளை மீட்டது, கடல் மல்லையில் ஈசன் வாளை மீட்டது அனைத்தையும் ஓர் பார்வையாளனாகத்தான் அவன் பார்த்தான். அவனுக்கு இடப்பட்ட கட்டளையும் அதுதான் என்பதை உணர்ந்துவிட்டதால்தான் அவனைச் சீண்டிப் பார்க்கவும் இளவரசர் நினைக்கவில்லை. ஏகாம்பரநாதர் என்ன செய்கிறார் என்பதை மட்டும் கண்காணித்தால் போதும்... ஒருவர் அவரைக் கண்காணிப்பதுகூட தெரியக்கூடாது என்று பாண்டிய மன்னனின் தரப்பில் சொல்லி அனுப்பப்பட்டிருக்கலாம். அதையேத்தான் முத்துவடுகு சிறப்பாகச் செய்துகொண்டிருந்தான். ஏகாம்பரநாதரின் வியூகத்தை முறியடிக்கும் வியூகத்தை சுந்தர பாண்டியர் செய்வார். விரைவில் தொண்ட மண்டலம் நம் அரசரின் கைக்கு வரும் என்பதை மட்டும் அவன் உறுதியாக நம்பினான்.

4. குந்தவை ஓவியம்

சுந்தர சோழனின் மகள் குந்தவையை மணந்த வாணர் குல வேந்தன் வந்தியத்தேவரின் சிறப்பாட்சி நடைபெற்ற வல்ல வளநாடு. பொன்னை ஆற்றை ஆரமாக அணிந்து செழித்திருந்தது. வந்தியத்தேவரின் வாரிசான பொன்குமார தேவர் ஆட்சி இப்போது நடைபெற்றுக்கொண்டிருந்தது. சம்புவராயருக்கு இணக்கமான கட்டுப்பட்ட சிற்றரசாக இருந்தது திருவல்லம். மாமன்னர் ராசேந்திர சோழன் தன் முடிவு காலம் நெருங்கியபோது தன் அத்தையின் ஊருக்கு வந்து பிரம்மதேசம் சென்று உயிர் நீத்தது ஏன் என்பது யாருக்கும் விளங்காத ரகசியமாகவே போய்விட்டது. பிரம்மதேசம் பக்கம் செல்லும்போதெல்லாம் ஏனோ இந்த எண்ணம் வந்துபோகும்.

இப்போது திருவல்லம் வந்தபோது அந்த எண்ணம் மேலோங்கியது. மன்னர் ராசேந்திர சோழர் பிரம்மதேசம் வந்ததையும் அவரை வந்தியத்தேவர் குந்தவையின் வாரிசுகள் எப்படி கவனித்துக்கொண்டனர் என்பதையும் அறியும் ஆவல் ஏகாம்பரநாதருக்கு ஏற்பட்டது. பத்து தலைமுறைக்கும் முன் நடந்த நிகழ்வுகளை யார் நினைவில் வைத்திருந்து விவரிக்கப் போகிறார்கள் என்றும் நம்பிக்கை இழந்தார். இது சம்பந்தமாக இப்படி நம்பிக்கை

இழப்பது அவருக்குப் புதிதல்ல. ஆனாலும் ஏனோ மன்னர் ராசேந்திர சோழன் பிரம்மதேசம் வந்து உயிர் நீத்ததுக்குக் காரணம் தெரிந்துவிடும் என்றே ஒவ்வொரு முறை திருவல்லம் வரும்போதும் நினைத்தார். மா மன்னர் ராசராச சோழரின் தமக்கையான குந்தவை, ஓவியம் வரைவதில் மிகுந்த ஈடுபாடு கொண்டவர் என்பதையும் உறுதிப்படுத்திக்கொள்ளவும் விரும்பினார்.

வல்லவராய அரண்மனை ஒரு சிற்றரசாகத் தொடங்கி, சிற்றரசாகவே முடிந்துபோனாலும் பல்லவ அரச பரம்பரையைச் சேர்ந்தது அது. பல்லவர் காலத்தில் ஓங்கி உயர்ந்திருந்த வல்லவராயர்கள், அவர்களின் அணுக்கப்படைப் பிரிவினராக இருந்தவர்கள். வாணர் குலத்தைச் சேர்ந்த இவர்கள் பல பிரிவுகளாகப் பிரிது ஆங்காங்கு ஆட்சி செய்தவர்கள். வடபெண்ணை ஆற்றங்கரையிலும் கருநாடக தேசத்தின் நந்திமலை அடிவாரத்திலும் இவர்கள் ஆட்சி நடைபெற்றது. இவர்கள் அனைவரும் உறவின் முறையினர். ஆறகழூர் இரண்டாம் சுத்தமல்லரும் அவர்களில் ஒருவர். சோழர்கள் புயலென புறப்பட்டபோது சிதலமாகிப் பறந்த சிற்றரசுகளில் அதுவும் ஒன்றாக மாற இருந்த நேரத்தில்தான் அவனுடைய வீரத்தால் அதைத் தக்கவைத்தார் வந்தியத்தேவர். அரண்மனை வாயில் காவலன் குதிரையில் வரும் வீரனைப் பார்த்ததும் நெருங்கிவந்து விசாரித்தான். இளவரசரின் முத்திரை மோதிரத்தைப் பார்த்ததும் உடனே இளவரசரை உடனே அவனுக்கு நினைவுக்கு வந்தது. “இளவரசே...!” என்றான் பதற்றமாக. சேவகன் ஒருவனை வேகமாக அழைத்துக் காதில் கிசுகிசுத்தான். சேவகன் பணிந்து உடன் வருமாறு வேண்டினான்.

விருந்தினர் மாளிகையில் அமரவைத்துவிட்டு, அரண்மனைக்குள் விரைந்தான். சில நொடிகளில் வல்லவராயர் வந்தார். “வாருங்கள் இளவரசே! உங்கள் வருகை என்னைப் பெருமைப்படுத்திவிட்டது. மன்னர் ஓலை அனுப்பியிருந்தார். அப்போதே நாங்கள் தயாராகிவிட்டோம். இன்னொரு நல்லதும் எங்களால் ஆக இருக்கிறது'' அதைப் பற்றிப் பிறகு சொல்கிறேன். முதலில் பசியாறுங்கள்.”

“பாரம்பர்யமிக்க உங்கள் அரண்மனைக்கு வந்ததை நானும் மிகவும் பெருமையாக நினைக்கிறேன், பெரியப்பா.”

பொன்னாற்றங்கரையின் அருகே வில்வநாதர் சிவன் கோயிலையொட்டி மிகச் சிறப்பாகக் கட்டப்பட்ட பழைமையின்

பெருமை குலையாத அரண்மனை. சுண்ணாம்பு செங்கல் கட்டடம். வந்தியத்தேவரும் குந்தவை பிராட்டியாரும் வாழ்ந்த இடம். சோழர்கால ஓவிய முறையில் சுவர்களில் அழகழகான ஓவியங்கள் தீட்டப்பட்டிருந்தன. அடர்த்தியான வெண்மை சுண்ணாம்பு பூச்சு நடக்கும்போது அந்த இடம் காய்வதற்கு முன்பே தீட்டப்பட்ட ஓவியங்கள். அதனால் அது எளிதில் மறைவதில்லை... அழிவதில்லை. சுவரோடு பெயர்த்து எடுத்தால்தான் அந்த ஓவியங்களைப் பெயர்க்க முடியும். இத்தகைய ஓவியங்களைப் பெருவுடையார் கோயிலின் சுற்றுச் சுவர்களில் இளவரசர் ஏகாம்பரநாதர் பார்த்திருக்கிறார். அந்தச் சுவர் சிற்பங்களில் குந்தவையின் ஓவியங்களும் இடம்பெற்றதாகச் சொல்வார்கள். ஒருவேளை வந்தியத்தேவனின் இந்த சுவர் ஓவியங்களிலும் அவருடைய கை வண்ணம் இருக்கலாம் என்ற யூகம் பொதிந்த நம்பிக்கையில் ஒரு பூரிப்பும் ஏற்பட்டது.

“என்ன வெகு நேரமாக இந்த ஓவியங்களை வைத்த கண் வாங்காமல் பார்க்கிறீர்கள்?” என்றார் பொன்குமாரத் தேவர்.

“இந்த ஓவியங்கள் அபாரமான திறமையுடன் படைக்கப்பட்டிருக்கின்றன. வரைந்து பலநூறு ஆண்டுகள் ஆனபின்பும் பிரமிப்பாக இருக்கின்றன. வண்ணங்கள் வெளிறாமல் அப்படியே இருக்கின்றன. இப்போது இத்தகைய ஓவியங்களை வரைவதற்கு ஆட்கள் இல்லை.” ஏகாம்பரநாதர் பிரமிப்புடன் சொன்னார்.

“உண்மைதான் இத்தகைய ஓவியங்கள் வரைவதற்கு இந்தச் சுண்ணாம்புச் சுவரை உருவாக்குபவரின் பங்களிப்பும் தேவை. அதற்கான சாயங்களை உருவாக்கும் தொழில் தெரிந்தவர் வேண்டும். இது ஒரு கூட்டு முயற்சி. இத்தகைய கலைஞர்கள் இருக்கிறார்கள். பெரிதாக அவர்களைப் பயன்படுத்தும் பயனாளிகள் குறைந்துபோய்விட்டார்கள் என்றே தோன்றுகிறது.”

“இருக்கலாம். நாங்கள் படைவீட்டு பேரரசின் ராசகம்பீர மலையின் உச்சியில் ஓர் அரண்மனை அமைக்க இருக்கிறோம். அதில் முழுக்கவே இந்தச் சுண்ணாம்புச் சுவர் ஓவியங்களைத் தீட்ட விரும்புகிறேன்.”

“நான் அதற்கான கலைஞர்களை அனுப்பிவைக்கிறேன். குந்தவை பிராட்டியாரின் இந்த ஓவியங்கள் போல அமையுமா என்பதற்கு நான் உத்தரவாதம் தரமுடியாது.”

“என்னது இவை குந்தவை பிராட்டியார் வரைந்தவையா?”

தமிழ்மகன்

"ஆமாம். மணம் முடித்து வந்த பிறகு கட்டிய அரண்மனைதான். ஏறத்தாழ ஐந்து ஆண்டுகள் இந்த அரண்மனைப் பணி நடந்ததாக என் பாட்டனார் சொல்லுவார்."

"நானும் அந்த யோசனையில்தான் இந்த ஓவியங்களை வியந்து பார்த்துக்கொண்டிருந்தேன். நீங்களே சொல்லிவிட்டீர்கள்."

"அப்போது நடந்த சில நிகழ்வுகளை என் பாட்டனார் சொல்லியிருக்கிறார். வாருங்கள்... சாப்பிட்டுவிட்டுப் பேசுவோம்."

இருவரும் சாப்பிட்டுவிட்டு காற்றோட்டமான மாடத்துக்கு வந்தனர்.

"உணவு சிறப்பாக இருந்தது. சுக்கும் மிளகும் இஞ்சியும் சற்றே தூக்கல்." ஏகாம்பரநாதர் பேச்சைத் தொடங்கினார்.

"நீங்கள்தான் 'சற்றே' என்று சொல்லியிருக்கிறீர்கள். விருந்துக்கு வந்தவர்கள் அனைவருமே 'மிகவும் அதிகம்' என்றே சொல்லியிருக்கிறார்கள்."

"ஆகா...கா..." வெடித்துச் சிரித்தார் ஏகாம்பரநாதர். "நானும் அப்படித்தான் சொல்ல நினைத்தேன். கண்களில் நீர் வரும் அளவுக்குக் காரம்."

"உணவுதான் வைத்தியம். வைத்தியத்துக்கு என்று தனியாக எதையும் சாப்பிட வேண்டியதில்லை என்பது என் கருத்து. ஒன்பது பாகங்கள் உடம்பில்.... ஒன்பது துவாரங்கள்... இவற்றைப் பழுதில்லாமல் பார்த்துக்கொண்டால் போதும். நாடி பார்க்கத் தெரிந்துவிட்டால் வாதம், பித்தம், கப நாடிகள் சொல்லாத செய்தியா? அப்புறமென்ன... அதற்கேற்ப உண்ண வேண்டும். மருந்து எதற்கு? மருந்தென வேண்டாவாம் யாக்கைக்கு என வள்ளுவரே சொல்லியிருக்கிறாரே?" என்றார் பொன்குமார வல்லவராயர்.

"ஆனால் நீங்கள் மருந்தை அல்லவா உணவாகக் கொடுத்திருக்கிறீர்கள்?"

"இரண்டும் ஒன்றுதான் இளவரசரே... உணவே மருந்து... மருந்தே உணவு. போருக்குத் தயாராகியிருப்பதோடு இன்னொன்றும் தயாராகியிருக்கிறது என்றேனே அது இதுதான். என்னுடைய மருத்துவ ஆராய்ச்சியால் போருக்குத் தேவையான அத்தனை பாதுகாப்பு மூலிகை, தாது சீவ வைத்திய பொருள்களைத் தயார்படுத்தத் தொடங்கியிருக்கிறேன். உங்கள் அரண்மனை

வைத்தியரைப் பார்த்து விளக்கங்கள் கொடுத்துவிடுகிறேன். அவர் உங்கள் போர் வீரர்களுக்கு அதை விளக்கிவிடுவார். போருக்கு முன்னால் ஒரு அரை நாள் பயிற்சி எடுத்துக்கொண்டால் போரில் சகல சிரமங்களையும் சமாளிக்க இயலும். உடல் வலி, மன வலி, வெட்டுக் காயம் எல்லாவற்றையும் போக்கிவிடுகிற சூரணங்கள், இளகங்கள், பொடிகள், களிம்புகள் தயாரித்திருக்கிறேன். அவற்றை எப்போது எப்படிப் பயன்படுத்த வேண்டும் என்பதற்குத்தான் பயிற்சி."

"உங்களுடைய ஆதரவு மிகுந்த பயனளிக்கக் கூடியதாக இருக்கும். போர்க்காலங்களுக்குத் தயாராகும் மருந்துகள் தனித்துவமானவை. அந்த நேரத்தில் சோதித்துப் பார்க்க காலமிருக்காது. பக்கவிளைவுகள் ஏற்படுத்தும் மருந்துகளை அறவே தவிர்க்க வேண்டும். உடனடியாகப் பலனளிக்கக் கூடியவையாக இருக்க வேண்டும்.'' இளவரசர் பொறுப்புடன் எடுத்துரைத்தார்.

"அறிவேன் இளவரசே. இவையெல்லாம் காலம் காலமாகச் சித்தர்கள் சோதித்த பண்டுவங்கள்தான். மேலும் எங்களுடைய படையினர் சிலருக்கு அந்த மருந்துகளைப் தந்து சோதித்துதான் இந்த முடிவுக்கு வந்தேன். காயங்கள் வேகமாக ஆறுவதுடன் வலியை உடனே போக்கக் கூடிய மருந்துகள் நல்ல பலன் அளித்திருக்கின்றன. அதனால்தான் உங்கள் மருத்துவர்களிடம் விளக்க விரும்பினேன்."

"நிச்சயம் விளக்குங்கள். பெரிய அளவில் இதன் பயன் போரில் இருக்க வேண்டும் என்பதே என் விருப்பமும்."

"மருத்துவத்தைப் பலவிதமாக ஆய்வுசெய்து உண்மையைக் கண்டறிய வேண்டும். நான் போகருடைய மருத்துவ முறையை அடிப்படையாகக் கொண்டுதான் இவற்றைச் செய்திருக்கிறேன்."

"நல்லது. உங்களுக்கு எப்படி பண்டுவத்தில் ஆர்வம் ஏற்பட்டது என்று சொல்ல முடியுமா?" இளவரசர் ஏகாம்பரநாதர் ஆர்வமாகக் கேட்டார்.

"அது ஒரு பெரிய கதை... எங்கள் முப்பாட்டனார் ராசேந்திர சோழன் சோழ நாட்டை நீங்கி இங்கே வந்து ஏன் உயிர்நீத்தார் என்பது எனக்கு ஒரு பெரிய கேள்வியாகவே இருந்தது. அவர் இறந்து இருநூற்றி அறுபது ஆண்டுகள் ஆனபின்பும் அவரைப் பற்றிய புகழுரைகளுக்கு எங்கள் அவையில் பஞ்சமிருந்ததில்லை. என் பாட்டனார் வகையில் அவருக்கு காஞ்சியின் மீது இருந்த பாசம் விளங்கியது. அவர் பூலோகம் முழுதும் ஆண்ட பின்னும் காஞ்சியும்

திருவல்லமும் பெரும் ஈடுபாடுடைய பூமிகளாக இருந்தன. திருவல்லத்தில் வாழ்ந்த தன் அத்தை குந்தவையாரின் அரண்மனையைப் பார்க்கவும் காஞ்சியில் கோயில் கொண்டுள்ள ஏகாம்பரநாதரை தரிசிக்கவும் அவர் தவறியதில்லை. தன்னுடைய ஜென்ம நட்சத்திர தினங்களில் அவர் திருவல்லம் வந்து செல்வதை வழக்கமாக வைத்திருந்தார். அவர் தன் அந்திமக் காலத்தைக் கழிக்க எத்தனையோ அரண்மனைகள் தவமிருந்தபோதும் அவர் பெரும் ஆவலுடன் கட்டிய கங்கைகொண்ட சோழபுரத்து அரண்மனைக்கோ, சோழ வளநாட்டின் நெடிய பாரம்பர்யம் கொண்ட உறையூர் அரண்மனைக்கோ, தஞ்சை அரண்மனைக்கோ செல்ல விரும்பாமல் தன் அத்தை வீட்டில் வந்து தங்கினார். அவருடன் சில ஓலைச்சுவடிகள் இருந்தன. சதா நேரமும் அதை வாசிப்பார் என்று சொல்லுவார்கள்.

பிரம்மதேசத்தில் தன்னை அடக்கம் செய்யுமாறு சொல்லியிருந்தார். அவர் இறந்தபின்பு அவருடைய திதி நாளில் அவரை அடக்கம் செய்த பிரம்மதேசத்தில் அவர் வைத்திருந்த உடைமைகளை வைத்து வணங்குவோம். என்றேனும் சோழ வளநாட்டின் வாரிசுகள் அவருடைய உடைமைகளைக் கேட்டு வரக்கூடும் என்பதால் அவர் அணிந்திருந்த அணிகலன்கள், ஆடைகள், அவர் படித்து வந்த சுவடிகள் அனைத்தையும் புதையலெனப் பாதுகாத்து வந்தோம். மூன்றாம் ராசராசர், பாண்டிய மன்னனிடம் போரிட்டு தன் அரசை இழந்த பின்னர் அவருடைய பெண் வயிற்று வாரிசுகள் தீவுக்கோட்டையில் தஞ்சம் புகுந்தனர். அவர்களிடம் ராசேந்திர சோழரின் உடைமைகள் இங்கே இருப்பதைச் சொல்லி பெற்றுக்கொள்ளச் சொன்னேன். அவர்கள் அது எங்களிடமே இருக்கட்டும் என்று கூறிவிட்டனர். அதன் பிறகே அவற்றை எடுத்துப் பார்த்தேன். சுவடிகளில்தான் என்னுடைய ஆர்வம் முழுதும் இருந்தது. என்னுடைய எதிர்பார்ப்பு வீண்போகவில்லை. அத்தனையும் போகர் எழுதிய மருத்துவக் குறிப்புகள். கற்பம், ரணவாகடம், ஞானசாராம்சம், கற்ப சூத்திரம், வைத்திய சூத்திரம், முப்பு சூத்திரம், ஞான சூத்திரம், அட்டாங்க யோகம் ஆகிய சுவடிகள் கிடைத்தன. அனைத்தும் ரசவாதம், மூலிகை சம்பந்தப்பட்டவை. போகரைப் போலவே சோழரும் இறவா நிலை எய்தும் தன்மையதை ஆய்ந்தததாகத் தெரிகிறது. போகர் இன்னும் இறக்கவில்லை என்று சொல்வோர் உண்டு. ஆயிரத்து ஐநூறு ஆண்டுகளாக அவர் நம்மோடு இருக்கிறார்... ஆனால் நம்மைப் போன்ற உடலில் இல்லை என்பார்கள். மாமன்னர் ராசேந்திர

படைவீடு

சோழரும் அப்படியொரு நிலையை எய்தியிருப்பாரோ என்பது என் எண்ணம். இறவா நிலை என்பது அவர்களுடைய முழுமையான ஆற்றலுடன் புத்தியுடன் யாருடைய வாரிசாகவோ மீண்டும் மீண்டும் வெளிப்படுவார்கள் என்பது நம்பிக்கை. ஆனால், அதை எளிதில் நம்புவதற்கு மனம் சம்மதப்படாது என்பதையும் நான் அறிவேன். இதை நான் என் மனைவி மக்களிடம்கூட சொன்னதில்லை. உங்களிடம் சொல்கிறேன். சோழருக்கு இறப்பு இல்லை. இப்போது ஒன்று சொல்வேன்... அதை நீங்கள் ஏற்றுக்கொள்வீர்களோ, இல்லையோ... சொல்லிவிடுவது என் கடமை."

"நீங்கள் சொல்வதெல்லாம் இயல்பான அறிவுக்கு எட்டாதவை. இறவா நிலை, ஆன்மா சம்பந்தப்பட்டவை. நான் அதில் அவ்வளவாக ஆர்வம் காட்டுவதில்லை. போதுமான இறை நம்பிக்கையோடு நிறுத்திக்கொள்பவன் நான்." இளவரசர் புண்படுத்தாத வண்ணம் பதிலுரைத்தார்.

"உங்களுக்கு நம்பிக்கை இல்லாதது பொருட்டல்ல... ஆனால்..."

"நீங்கள் சொல்ல வந்ததை சொல்லலாம். நான் எதையும் திறந்த மனதுடன் காதுகொடுத்துக் கேட்பவன்."

"அது எனக்குத் தெரியும். நான் சொல்ல வந்தது இதுதான். சோழர் இறக்கவில்லை."

"என்ன?" என அதிர்ச்சியுடன் கேட்டார் இளவரசர்.

பொன்குமார வல்லவராயர் பொறுமையாக, நிதானமாக சொன்னார். "அவர் உங்கள் வடிவில் இருப்பதாக நினைக்கிறேன்."

இளவரசர் திடுக்கிட்டு எழுந்து பொன்குமாரரின் கைகளைப் பற்றிக்கொண்டார். "அவரைப் போன்ற வீரரோடு ஒப்பிட்டதற்கு நன்றி. சம்புவராயர்களும் சோழர்களோடு மணத் தொடர்பு உடையவர்கள். என் தாய் சோழ வம்சத்தவர்தான் என்பதை அறிவீர்கள். ஒரு வகையில் நானும் அவருடைய வாரிசு என்ற அளவில் உங்கள் புகழுரையை ஏற்கிறேன்."

பொன்குமாரர் அதற்கு மேல் அவரிடம் விவாதிக்க விரும்பவில்லை. "நான்தான் சொன்னேனே? நான் நம்புகிறேன். நீங்களும் நம்ப வேண்டும் என எதிர்பார்க்கவில்லை."

"சித்த மருத்துவம் மட்டுமல்ல சித்தராகவும் இருக்கிறீர்கள். மகிழ்ச்சி" என்றார் இளவரசர் ஏகாம்பரநாதர்.

தமிழ்மகன்

* திருவல்லம் - திருவலம் என அழைக்கப்படும் இந்த ஊர் பொன்னை நதிக்கரையில் உள்ளது. அந்த ஆறு பாலாற்றில் கலக்கிறது.

* பிரம்மதேசம் பாலாற்றங் கரையையொட்டியுள்ள பழைமையான ஊர்.

5. முத்துவடுகு

அடுத்த சில நாழிகையிலேயே இளவரசர் விரிஞ்சிபுரம் வந்துவிட்டார். சரியாகச் சொன்னால் ஒரு முகூர்த்த நேரத்துக்கும் குறைவான பொழுதிலேயே வந்து சேர்ந்துவிட்டார். ஒரு சோதி நாள் சுழற்சிக்குள் விரிஞ்சிபுரத்தில் இவ்வளவு பாதுகாப்பு ஏற்பாடுகள் நடந்திருப்பது கண்டு ஏகாம்பரநாதர் வியந்து போனார். விரிஞ்சிபுரம் அரண்மனை, இளவரசரைக் கண்டதும் பரபரப்பாகிவிட்டது. மெய்க்காப்பாளர்கள் ஓடி வந்தனர். "இளவரசே... மன்னர் இப்போதுதான் படைவீடு கிளம்பிச் சென்றார். நீங்கள் எந்த நொடியிலும் வந்துவிடுவீர்கள் என்று சொல்லிக்கொண்டிருந்தார். அதே போல வந்து நிற்கிறீர்கள். அரசர் வெகுதூரம் சென்றிருக்க மாட்டார். அழைத்துவர ஏற்பாடு செய்யட்டுமா இளவரசே?" என்றார் எல்லைக் காவல் தலைவர்.

"தேவையில்லை. இரவே நான் படைவீடு சென்றுவிடுவேன். இரவெல்லாம் அவரிடம் பேசுவதற்கு செய்திகள் இருக்கின்றன. இங்கே பாதுகாப்பு ஏற்பாடுகள் எப்படியிருக்கின்றன.?"

"யானைப் படை, குதிரைப் படை, காலாட் படை, குடிபடை எல்லாமே தயாராக இருக்கின்றன. ஆயுதங்களிலும் ஏராளமான நுட்பங்கள் சேர்க்கப்பட்டிருக்கின்றன. இரும்பாலையூரில் இரவும் பகலுமாகச் செயல்பட்டுக்கொண்டிருக்கிறது. உணவு கையிருப்பு, மருந்து கையிருப்பு எல்லாமே கணக்கிடப்பட்டு போதுமான அளவுக்கு இருப்பது உறுதி செய்யப்பட்டுள்ளது."

தமிழ்மகன்

"ஒற்றர்கள் விழிப்புடன் இருக்க வேண்டும். நம் தேச எல்லைக் காவல் படையினருடன் எப்போதும் தொடர்பில் இருக்க வேண்டும்."

"மன்னரும் கட்டளையிட்டார் இளவரசே... தினமும் ஒற்றர்களிடமிருந்து செய்திகள் வந்த வண்ணமிருக்கின்றன. எல்லா எல்லைக் காவல் படையினர் மட்டுமின்றி, தென்னகத்தில் ஏற்பட்டுக்கொண்டிருக்கும் மாற்றங்கள், போசாளரின் அடுத்த கட்ட நடவடிக்கை, பாண்டிய வாரிசுகளின் நிலைப்பாடு, மேலை சாளுக்கியர்கள், ராஷ்டிரகூடர்கள், காகதியர்கள், சுல்தானியர்கள், நம்முடைய நட்பு அரசுகளின் போக்குகள் எல்லாமே கண்காணிக்கப்பட்டு வருகின்றன. சுங்கச்சாவடிகள் எச்சரிக்கைப்படுத்தப்பட்டுள்ளன. எல்லைக்குள் வருகிறவர்கள், போகிறவர்களுக்குக் கட்டுப்பாடுகள் அதிகரிக்கப்பட்டிருக்கின்றன."

"நல்லது. இரவு மன்னருடன் பேசிவிட்டு அடுத்து என்ன செய்ய வேண்டும் என்பதை ஆலோசிக்கலாம். நான் இப்போதே விடைபெறுகிறேன்."

இளவரசர் படைவீடு நோக்கி காற்றாகப் பறந்தார். இதுவரை ஒரு காற்றைப் போலவே பின் தொடர்ந்து வந்த முத்து வடுகு, ஏகாம்பரநாதர் தன் உலாவை முடித்துக்கொண்டு படைவீட்டுக்குத் திரும்ப உத்தேசித்த தருணமே அவனும் சுந்தர பாண்டியனைச் சந்தித்து நடந்த அத்தனை சம்பவங்களையும் விவரிக்க முடிவெடுத்தான். அவன் படைவீட்டுக்கு எதிர் திசையில் பயணிப்பதை இளவரசரும் கவனிக்கத் தவறவில்லை. வேகமாகச் சென்று அவனை இடைமறித்து நின்றார். அவன் அதைச் சற்றும் எதிர்பார்க்கவில்லை. "இத்தனை நாட்களும் துணியாக வந்தமைக்கு மிக்க நன்றி. மன்னர் சுந்தர பாண்டியரை விசாரித்ததாகச் சொல்லவும்" என்றார்.

இளவரசர் இப்படிப் பேசியதும் மலைத்துப் போய் நின்றான். அவன் தோளில் தட்டி உலுக்கிவிட்டு படைவீடு நோக்கிப் பயணமானார்.

6. ஆன்மிகமும் அரசியலும்

வீரசம்புவரும் பட்டத்தரசியும் மகனின் வருகையை முன்பு உணர்ந்த மாதிரி வரவேற்பு அரங்கத்திலேயே காத்திருந்தனர். உண்மையில் அவர்கள் பேசுவதற்கு நிறைய அரசியல் நிலவரங்கள் காரணமாக இருந்தன. ஏகாம்பரநாதர் வந்துவிடுவார் என்பதும் அவர்களின் எதிர்பார்ப்பில் ஒன்றாக இருந்தது. வீரவல்லாளர் திருவண்ணாமலையைத் தலைமையிடமாகக் கொண்டு ஆட்சி நடத்த அவா கொண்டிருப்பதை வீரசம்புவர் தன் இல்லாளிடம் எடுத்துச் சொல்லிக்கொண்டிருந்தார். காட்டுக்குள் தலைமறைவாக இருக்கும் சுந்தர பாண்டியருக்கும் அதேபோன்றதொரு விருப்பம் இருந்ததைப் பட்டத்தரசியும் நன்கு அறிந்திருந்தார்.

பதவியிழந்த பேரரசர்களுக்கு நட்பு நாடுகள் ஆட்சி வாய்ப்பை ஏற்படுத்திக் கொடுப்ப மரபு. அதே போல தான் வெற்றிகொண்ட நாட்டைத் தோற்றுப்போன அரசனிடமே ஒப்படைத்து ஒப்பந்தங்கள் செய்துகொள்வதும் திரை செலுத்தி வருமாறு பணித்தலும் தமிழ் மன்னர்களின் பாரம்பரியம். அதை உணர்ந்து இருந்த பட்டத்தரசியும், "அப்படி ஒரு முடிவு எடுக்க நீங்கள் விரும்பினால் அதை வரவேற்கும் முதல் பெண்ணாக நான் இருப்பேன்" என்றார்.

"இளவரசர் இன்று இரவே இளவரசர் வந்துவிடுவார் என்பது என் கணிப்பு. அவரையும் ஒரு வார்த்தை கலந்துவிட்டு அந்த

முடிவை எடுக்கலாம்” என்றார் வீரசம்புவர். இளவரசர் இரவு வந்துவிடுவார் என்பது கணிப்பு மட்டுமல்ல... காளத்திநாதர் ஆலய அகம்படைத் தலைவர், ‘இளவரசர் இங்கிருந்து புறப்பட்டுவிட்டார். திருவல்லம் சென்றுவிட்டு, விரிஞ்சிபுரம் வழியாகப் படைவீடு வந்து சேர்வார்’ எனத் தகவல் அனுப்பியிருந்தார். ‘‘யாரையோ எதிர்பார்த்துக் காத்திருப்பதுபோல தெரிகிறதே?” என பட்டத்தரசி கேட்பதற்கும் அரண்மனைக் கதவு திறந்து மூடும் சத்தம் கேட்பதற்கும் சரியாக இருந்தது.

“என்னுடைய கணிப்பு சரியாக இருந்தால் ஏகாம்பரம் இன்னும் சிறிது நேரத்தில் வந்துவிடுவான்” என்றார் அரசர்.

அதே கணத்தில்தான் இளவரசர் அங்கே வந்து சேர்ந்தார். “தாய் தந்தையருக்கு அன்பு வணக்கங்கள். ஏதோ முக்கியமான ஆலோசனையில் இருப்பதாகத் தோன்றுகிறது’’ என்றார் புன்னகைத்தபடி. தாய் தந்தையரின் காலில் விழுந்து வணங்கி நின்றார். அணைத்துக்கொண்டார் வீரசம்புவர். “ஈசன் வாளை மீட்டது நம்முடைய தலைமுறை பெருமையையெல்லாம் ஒட்டுமொத்தமாக மீட்டதற்கு சமம். காந்திமதிராயன் எல்லாவற்றையும் சொன்னான். கம்பன் எழுதிய சிலை எழுபதும் கிடைக்கப் பெற்றோம். மகிழ்ச்சி.”

“நமக்குக் கிடைத்திருக்கும் வீரர்கள் அப்படிப்பட்டவர்கள். அதற்கு ஓர் உதாரணமாகத் திகழ்கிறான் காந்திமதிராயன். ஏன் அப்பா இன்னும் உறங்காமல் பேசிக்கொண்டிருக்கிறீர்களே?”

“நீ வந்துவிடுவாய் என தகவல் வந்தது. அதனால்தான் உறங்கச் செல்லாமல் இங்கேயே அமர்ந்து பேசிக்கொண்டிருக்கிறோம். நீ சொன்னது போல ஒரு முக்கியமான விவாதம்தான். ஆனால், அதைவிட முக்கியம் நீ கொண்டுவந்திருக்கும் செய்திகள். தன் கையால் பரிமாறவேண்டும் என்று உன் தாய் காத்திருக்கிறார். முதலில் உணவு... பிறகு உரையாடல்” என்றார் அரசர்.

“அதே முடிவில்தான் நானும் இருக்கிறேன். முதலில் அம்மாவின் கையால் உணவு. வாருங்கள் அப்பா சாப்பிட்டுக்கொண்டே பேசுவோம்.”

“சாப்பிடும்போது பேசக் கூடாது என்பது அம்மாவின் உத்தரவு. எவ்வளவு முக்கியமான செய்தியாக இருந்தாலும் சாப்பிட்டபின் பேசுவோம்” என்று கூறிவிட்டு மனைவியைப் பார்த்தார் வீரசம்புவர்.

“நினைவிருந்தால் சரி” என்றபடி பரிமாற ஆரம்பித்தார் அரசி.

படைவீடு

நன்கு வேகவைத்த இறைச்சி உணவுகள். மிளகு காரம், சீரக நீர் என்று மகனின் உடல்நிலை கருதிய உணவுகளை எடுத்துவைத்தார். "இத்தனை நாளாக என்னதான் சாப்பிட்டாயோ... அதில் உடம்புக்கு ஆகாதது ஏதேனும் இருப்பின் அதற்காகத்தான் இந்த பிரத்தியேக உணவுகள்." திரிகடுகம், சீரகச் சாறு, இஞ்சித் தொக்கு என மருந்தா, உணவா எனப் பிரித்தறியா வகையில் மாறிக்கொண்டிருந்தார் அரசி.

"மருந்தையும் ருசியாகத் தயாரிக்க ஒரு தாயின் கரங்களுக்குத்தான் தெரியும்" என்றார் இளவரசர்.

மன்னர் சிரித்தார்.

"தந்தையே எதற்கு சிரிக்கிறீர்கள்?"

"இப்படியும் சொல்லலாம்... தாய் தயாரித்த மருந்தை உணவாகச் சாப்பிட மகனுக்குத்தான் தெரியும்."

"நான் சொல்வது உண்மை தந்தையே. நீங்கள் கேலி செய்ய வேண்டாம்."

நீண்ட நாள் கழித்து பார்த்த மகிழ்ச்சியும் பூரிப்பும் பெற்றோரிடமும் மகனிடமும் துல்லியமாகத் தெரிந்தது.

சாப்பிட்டுவிட்டு அனைவரும் உரையாடுவதற்கு வசதியாக ஆலோசனை மாளிகை பஞ்சனைகளில் அமர்ந்தனர்.

திருவண்ணாமலை, ஆறகழூர், பெரும்புலியூர், திருவானைக்கா, மழபாடி, பழுவூர், கங்கைகொண்ட சோழபுரம், தில்லை, தீவுக்கோட்டை, எயிற்பட்டினம், மல்லை, திருப்பாலைவனம், காளத்தி, திருவல்லம், விரிஞ்சிபுரம் எனத் தான் பயணித்துவந்த பாதைகளைச் சொல்லிக்கொண்டே வந்தார் ஏகாம்பரநாதர்.

"பஞ்ச பூதத் தலங்களில் நான்கு தலங்களைத் தரிசித்த பெருமை உனக்குக் கிட்டிவிட்டது" ஆச்சர்யம் பொங்கக் கூறினார் அரசி.

"அம்மா நீங்கள் சொல்வது சரிதான். ஆனால் நான் தில்லை கோயிலுக்குள் சென்றபோது நடராசர் சந்நிதானத்தை மூடிவிட்டார்கள். அவரைக் காண வாய்ப்பு ஏற்பவில்லை. திருவண்ணாமலை, திருவானைக்கால், காளத்திநாதர் கோயில்களில் மட்டுமே உள்ளே சென்று தரிசிக்கும் வாய்ப்பு பெற்றேன்."

"அதனால் என்ன காஞ்சிபுரத்துக்கும் தில்லைக்கும் குடும்பத்தோடு சென்று வரலாம்" என்றார் அன்னை மகிழ்வோடு.

250

“ஆன்மிக கதைகள் இருக்கட்டும். அரசியல் நிலவரத்தை முதலில் சொல்” என்றார் அரசர்.

“சுல்தானியர்கள் கொள்ளையடித்த ஆபரணங்களின் ஒரு பகுதியை மீட்டு திருவானைக்காவில் ஒப்படைத்தேன். சில அரசியல் காரணங்களால் மாலிக் காபூர் தில்லி திரும்பிவிட்டான். இப்போதைக்கு நம்மீது போர்த் தொடுக்க மாட்டார்கள் என்று நினைக்கிறேன்” என்றார் இளவரசர்.

“தில்லியிலிருந்து மாலிக் காபூருக்கு அழைப்பு வந்தது என்னவோ உண்மைதான். ஆனால், மாலிக் காபூர் நம் தேசத்தில் நுழைந்து கொள்ளயடிக்க ஆர்வமாக இருந்தான். நாம் இங்கிருக்கிற அத்தனை சிற்றரசுகளையும் ஒன்று திரட்டி வைத்திருப்பதை அவனுக்குத் தகவல் சொல்லியிருக்கிறார்கள். இப்போது அவனுடன் வந்த படையணியைப் போல பத்து மடங்கு படை திரட்டி வந்தாலும் வெல்வது கடினம் எனச் சொல்லியிருக்கிறார்கள். நாம் எடுத்த முயற்சிக்குக் கிடைத்த வெற்றியிது. மதுரையில் இருக்கும் சுல்தான் மேற்கொண்டு தில்லியிலிருந்து படைகள் வரும்வரை நம் மீது போர் தொடுக்க மாட்டான். அலாவுதீன் கில்ஜிக்கு உடல்நிலை மோசமானதால்தான் மாலிக் காபூரை உடனே வரச் சொல்லியிருக்கிறான்” என்றார் வீரசம்புவர்.

“முரட்டுத் தனமும் முட்டாள்தனமும் கூட்டணி வைத்தால் பித்தேறிய வெறித்தனத்துக்குக் குறைவிருக்காது. உடம்பு முழுக்கவே இரும்புச் சங்கிலியால் கவசம் அணிந்து இருக்கிறார்கள். அவர்களை எங்கே வெட்டுவது என்று தெரியவில்லை. போர் என்றால் வெல்லவேண்டும் என்றுதான் நாமெல்லாம் நினைப்போம். அவர்களை கொல்ல வேண்டும் என்று நினைக்கிறார்கள். ஆத்திரக்காரர்களின் அவசர ஆட்சி கேட்டில்தான் முடியும். தந்தையே, வலிமையைவிட முக்கியம் வலிமையாக இருக்கிறோம் என்பதை தெரிவிப்பது. உங்கள் ஆலோசனையின் பலன் அப்பா. என்னுடைய பயணத்தில் மக்களின் பல்வேறு இடர்களை அறிய முடிந்தது. இந்தப் பயணத்தால் எனக்குக் கிடைத்த பெரிய வாய்ப்பு என்று இதை நான் நினைக்கிறேன். தலையாய சிக்கலாக நான் எதிர்கொண்டது இடங்கையர் இடர்பாடுகளைத்தான்.”

“சரியான நேரத்தில்தான் சந்தித்திருக்கிறாய் மகனே. நீ பயணம் சென்றிருந்தபோது இங்கேயும் இதேபோன்றதொரு சிக்கலை நான் எதிர்கொள்ள வேண்டியிருந்தது. இரு தரப்பினரும் விவாதிக்க

வந்தார்கள். நீ வந்த பிறகு அதைப் பற்றி பேசி முடிவெடுக்கலாம் என்று கூறி அனுப்பி வைத்திருக்கிறேன். நீயே இப்போது தொடங்கி வைத்திருக்கிறாய். சுல்தானியர்கள்மீது போர் தொடுப்பதைவிட முக்கியமானது எனச் சரியாகச் சொன்னாய்."

"ஆனால் தந்தையே, இது அவ்வளவு எளிதில் தீரக்கூடிய நோய் என்று எனக்குத் தெரியவில்லை. இது சமய நெறியோடு கூடியதாகவும் மக்களின் மனதோடு ஐக்கியம் ஆகிவிட்டதாகவும் மாறிவிட்டது. சமணர்களுக்கு எதிராக ஆதிசங்கரர் தொடங்கிவைத்த சனாதன தர்மம் இப்போது வேறு வேறு திசையில் பயணிக்கத் தொடங்கிவிட்டது. அவரே எதிர்பார்த்திருக்க மாட்டார். சைவமும் வைணவமும் போட்டி போட்டுக்கொண்டு மனுதர்மத்தைக் காக்க முனைந்து இருக்கிறது.'' இளவரசர் ஆதங்கத்துடன் பேசத் தொடங்கினார்.

''இங்கு என்னிடம் முறையிட்ட இடங்கையர்களும்கூட பிராமணர்கள் பால் எதிர்ப்பு கொண்டு இருந்ததை அறிய முடிந்தது. பிராமணர்கள் அனைவரையும் அழைத்துப் பேசி ஒரு நிரந்தர தீர்வு காண வேண்டும் என்பதுதான் என்னுடைய அவா."

"அது எப்படி சரியாக இருக்கும்? படைவீட்டில் ஐந்து பிராமணக் குடும்பங்கள் இருக்கின்றன. விரிஞ்சிபுரத்தில் ஆறு பிராமணக் குடும்பங்கள் இருக்கின்றன. ஆனால் இந்த இரண்டு இடங்களில் இருக்கும் வலங்கையினர், கைவினைஞர்களைப் பார்த்தால் பல்லாயிரக்கணக்கில் இருக்கும். ஒருவேளை அந்தப் பதினொரு குடும்பத்தினரும் மக்களை எப்படி பிரிவுபடுத்துவதில் எங்களுக்கும் விருப்பமில்லை என்று சொல்லிவிட்டுச் சென்றுவிட முடியும். ஆனால், வேளாண் குடி மக்களும் வீரர்களும் இதை ஏற்றுக் கொள்வார்களா என்பதுதான் முக்கியம். அங்கேதான் இருக்கிறது சனாதனத்தின் வெற்றி. இனி வேத தர்மங்களைக் காக்க பிராமணர்கள் போராட வேண்டியதில்லை. சத்ரியர்களும் வெள்ளாளர்களும் போராடுவார்கள். இந்தக் கருத்தை இரட்டைப் புலவர்களும் என்னிடம் சொன்னார்கள்."

"அவர்களைக் காண விரும்புகிறேன்." மகிழ்வுடன் சொன்னார் அரசர்.

"ஆடி சோதிநாளில் நடைபெறும் விழாவுக்கு அவர்களையும் அழைத்திருக்கிறேன். இன்னொரு மகிழ்ச்சியான செய்தி... அவர்கள் என் பயணத்தைப் பின்னணியாகக் கொண்டு ஏகாம்பரநாதர் உலா

ஒன்றையும் எழுதியிருக்கிறார்கள். காஞ்சி ஏகாம்பரநாதரை உருவகப்படுத்தி அதைச் செய்திருக்கிறார்களாம். படைவீட்டில் ஆடி பௌர்ணமியன்று அதை அரங்கேற்றலாம் எனச் சொல்லியிருக்கிறேன்."

"ஏதேது... ஆடி சோதிநாளில் எத்தனை விழாக்கள்... உன் திருமண நிச்சயதார்த்தையும் அன்று நடத்துவது என்று நாங்களும் முடிவு செய்திருக்கிறோம். ஆறகழூரில் இருந்து வாணகோவராயர் வந்திருந்தார். அவருடைய மகள் ஞானசௌந்தரி மணந்தால் உன்னைத்தான் மணப்பேன் என ஒற்றைக்காலில் நிற்கிறாளாம். கோயில் வழக்கில் நீ வழங்கிய தீர்ப்பு அவளுக்குப் பெரிய மரியாதையை ஏற்படுத்தியிருக்கிறது. வீரமும் அறிவும் பண்பும் நிறைந்தவர் என உன்னைப் பாராட்டித் தள்ளுகிறாளாம்."

"என்னப்பா சொல்கிறீர்கள்? நான் அங்கிருந்தபோது அப்படி எதையும் வெளிக்காட்டிக் கொள்ளவில்லையே?"

"உன்னிடம் காட்ட முடியுமா? பெற்றோரிடம் சொல்லியிருக்கிறாள். உடனே சுத்தமல்லர் கிளம்பி வந்துவிட்டார். நீ அவரிடம் பொறுப்பாக அனைத்து அரசியல் நிலவரங்களையும் எடுத்துச் சொன்னதையும் சொன்னார். எங்களுக்கும் மறுப்பு எதுவும் இல்லை என்று சொல்லிவிட்டோம். மகன் வந்த பிறகு உறுதிப்படுத்திவிட்டுத் திருவோலை அனுப்புகிறோம் என்று சொல்லி அனுப்பினோம். உனக்குச் சம்மதம் என்றால் உடனே ஓலை அனுப்பிவைக்கிறேன். எல்லா சிற்றரசுகளுக்கும் தகவல் சொல்ல வேண்டும். விருந்துக்கு ஏற்பாடு செய்ய வேண்டும்."

ஏகாம்பரநாதர் ஒரு கணம் ஞானசௌந்திரியின் முகத்தை மனக்கண் முன் கொண்டுவந்து நிறுத்திப் பார்த்தார். அரச களை என்பார்களே அப்படியொரு முகம். துணிச்சலான பெண். அதே நேரத்தில் சோழ அரசருக்கும் தனக்குப் பெண் கொடுப்பதில் ஆர்வம் இருப்பதை நினைத்துப் பார்த்தார்.

"என்ன யோசனை ஏகாம்பரம்?"

"சம்மதம்தான் தந்தையே. சோழருக்கும் இதே போன்றதொரு எண்ணமிருக்கும் என நினைக்கிறேன். அதைத்தான் யோசிக்கிறேன்."

"ஆனால், வாணகோவராயர்தானே வாசல் வந்து கேட்டார்? அதுவுமில்லாம் ஞானசௌந்தரியின் ஆசையையும் நாம் கணக்கில் கொள்ள வேண்டும். இந்தத் தருணத்தில் ஆறகழூரில் நம் பலமாக

படைவீடு

இருக்க வேண்டும். கொங்கு மண்டலம் வழியாகத்தான் தமிழகத்துக்குள் வந்திருக்கிறார்கள். அங்கே தகுந்த அரண்களை ஏற்படுத்த வாணகோவரையர் பலம் நமக்குத் தேவை. நாட்டின் பாதுகாப்பை உத்தேசித்தும் அங்கு உறவைப் பலப்படுத்திக்கொள்ள வேண்டும். சோழர் மகளை மணக்க அதியர்கள் விருப்பமாக இருப்பதாகவும் அறிவேன். அதற்காக மனம் கலங்க வேண்டாம். ஆடி சோதிநாளில் சோழர் மகளுக்கும் படைவீட்டிலேயே திருமண ஏற்பாடுகளை நாமே தொடங்கிவைப்போம்.."

"திருமண உறவுகள் அரசியல் தொடர்புடையவை. என்னைவிட நீங்கள் அதை நன்கு உணர்ந்தவர். உங்கள் சித்தப்படி நடக்கட்டும்."

"உன் சம்மதம் போதுமப்பா" என்றார் அரசியார் மகிழ்வோடு.

"ஆடி திருவிழாவில் என்னும் வேறென்ன நிகழ்ச்சிகள் நடக்க இருக்கின்றன அப்பா?"

"ஏகாம்பரநாதர் உலா அரங்கேற்றம்... உன்னுடைய திருமண அறிவிப்பு... அதே நாள் மாலையில் நட்பு அரசர்களுடன் உடன்படிக்கைகள்... ராசகம்பீர மலையில் புதிய அரண்மனைக்கான அடிக்கல்... இடங்கை - வலங்கை சிக்கலுக்குத் தீர்வு..."

"கடைசியாக சொன்னதைத்தான் எப்படி நிறைவேற்றப் போகிறீர்கள் எனத் தெரியவில்லை. இன்னும் நீண்ட விவாதங்கள் அதற்குத் தேவை என்று நினைக்கிறேன் அப்பா."

"மாற்றத்தைத் தொடங்கி வைப்போம். வீரர்கள், கைக்கோளர்கள் எப்போதும் இந்தச் சிக்கல்களில் சமாதானப் பார்வையுடன்தான் இருக்கிறார்கள். சைவ மடங்களையும் வெள்ளாளர்களையும் அனுசரித்துப் போவதற்கான ஆலோசனையில் இறங்க வேண்டும். படைபலத்தைப் பெருக்க வேண்டும். சுல்தானியர்களை நாம் சென்று தாக்க உத்தேசமில்லை. ஆனால் அவர்கள் படையெடுத்துவந்தால் எதிர்கொண்டு விரட்டியடிப்போம் என்பதில் உறுதியாக இருப்போம். நீ பார்த்த வேறு இடர்பாடுகளை, சமூக நிலவரங்களைப் பற்றி சொல்."

"கலைஞர்களுக்குப் பயிற்சி பெறவும் கூத்துகளை அரங்கேற்றமும் வாய்ப்பில்லாத நிலைமை ஏற்பட்டுவிட்டது. தொடர்ச்சியான ஆட்சியில்லாததும் போர் சூழலும் அதற்குக் காரணம். நாம் கூட்டம் வரும் இடங்களாகத் தேர்வு செய்து நாடக சாலை அமைக்க வேண்டும்."

"இதில் ஒன்றும் சிக்கல் இருப்பதாகத் தெரியவில்லை மகனே நிச்சயம் செய்வோம். கோயில்களையொட்டி கூத்துப்பயிற்சிக்கும் கூத்து நிகழ்த்தவும் இடம் ஒதுக்குவோம். வேறு?"

"கடற்கரை காவல்படையின் பலத்தை அதிகரிக்க வேண்டும். சோழர்களுக்குப் பிறகு பெரிய அளவில் கடற் போர்களை மேற்கொள்ளவில்லை. ஆனால், வர்த்தகப் பரிமாற்றங்கள் அதிகம் நடக்கின்றன. கம்போச நாட்டுக்குச் செல்லும் கைவினைஞர்கள் சிற்பிகள் ஆகியோருக்குத் தகுந்த பாதுகாப்பை ஏற்படுத்தும் கடமை நமக்கு இருக்கிறது. கடல் மல்லையில் இருந்தும் சதுரங்கப் பட்டினத்திலிருந்தும் பழவேற்காட்டில் இருந்தும் பொருட்களும் மக்களும் நாவாய்கள் மூலமாகப் பயணம் செய்த வண்ணம் இருக்கிறார்கள். அங்கெல்லாம் போதிய வசதிகள் செய்வது அவசியம்.. கடற்கரை பகுதிகளில் சத்திரங்கள், சாவடிகள் ஏற்படுத்த வேண்டும். அதனால் சுங்க வசூல் அதிகரிக்கும் என்பது என் அபிப்பிராயம்."

"நல்ல யோசனை நிச்சயம் செய்யலாம் இளவரசே. ஆறுமாதங்களுக்கு ஒருமுறை நானும் அமைச்சரும் நம் ஆளுகைக்கு உட்பட்ட பகுதிகளுக்குச் சென்று நிலைமைகளைப் பார்த்து வருகிறோம். அகம்படையார்களிடம் திட்டங்களை நிறைவேற்ற ஆவனசெய்வோம்." அடுத்து என்ன என்பதுபோல் ஆவல் காட்டினார்.

"தோல் கருவிகள் செய்பவர்கள் அரசு படையினருக்கும் மக்களுக்கும் ஏராளமான நன்மைகளைச் செய்துகொண்டிருக்கிறார்கள். ஆனால், அவர்களுடைய நிலைமை மோசமாக இருக்கிறது. போதுமான இடவசதியோ, கழிவுநீரை அகற்றும் வசதியோ இல்லாததாலேயே அவர்கள் ஒதுக்கப்படுகிறார்கள். அவர்களின் குடும்பம் வசிக்கும் சூழல் இன்னும் செழுமையாக்கப் படவேண்டும். சமூகத்தில் மரியாதை ஏற்படும் வண்ணம் அவர்களின் வாழ்வை மாற்ற வேண்டும். இது ஒரு வகையில் இடங்கை பிரிவினர் மனக்குறையைப் போக்கும்."

"நல்ல யோசனை. நல்லது நடு யாமம் கடந்துவிட்டது. நீ சென்று உறங்கு. காலையில் அமைச்சருடன் இப்போது பேசிய அனைத்தையும் விவாதிப்போம். விரைந்து முடிவுகள் எடுப்போம்."

7. அவசர அழைப்பு!

கூடபடையினருக்குச் சிலம்பம் கற்றுக்கொடுக்கும் வாத்தியாராக நியமிக்கப்பட்டிருந்தான் பழனிவேள். சிலம்ப வாத்தியார் என்றபோதிலும் அவனே போர் பயிற்சியாளனாகவும் இருப்பான். வேளாண் கருவிகளைப் பயன்படுத்துபவர்களும் மண்வெட்டி, கடப்பாறையோடு வெட்டுக்கத்தி, வீச்சரிவாள், ஈட்டி, வில் அம்பு என வீட்டில் தனியே படைக்கருவிகளையும் வைத்திருப்பவர்களாதலாலும் போர்க்காலங்களில் அவர்களே பெரும்பான்மையான வீரர்களாக இருந்தனர். அவர்களுக்கு முறையான பயிற்சியளிப்பதைப் படைவீடு அரசர்கள் பாரம்பர்யமாக நடத்தி வந்தனர். சோழர்கள், பாண்டியர்கள் நேசிக்கும் நம்பும் ஒரு வில்லாளி நாட்டினராக சம்புவராயர்கள் திகழ்ந்ததற்கு அந்த முறையான பயிற்சியே காரணம். தினமும் மாலை வேளையில் வீரர்கள் அனைவரும் பயிற்சி திடலுக்கு வந்துவிடுவார்கள். பழனிவேள் சிலம்பம், வாள் சுழற்றுவது மட்டுமின்றி வில் எறிதலிலும் வீரன். குறி மற்றும் வீச்சு அபாரமாக இருக்கும். வில்லையும் சொல்லைப் போலப் பயன்படுத்தத் தெரிந்தவன். கரடியை, காட்டுப்பன்றியை வேட்டை ஆடுவதென்றால் அவனுடைய நண்பர்கள் அவனைத்தான் அழைத்துச் செல்வார்கள். புதருக்குள் பதுங்கியிருக்கும் விலங்குகளையும் எப்படித்தான் அறிவானோ?

தமிழ்மகன்

சிறிய சலசலப்பை வைத்தே அது நரியா, நல்ல பாம்பா, சிறுத்தையா என்பதைச் சொல்லிவிடுவான். கண்ணில் படவில்லை என்றாலும் புதருக்குள் பாய்ந்த அவனுடைய அம்பு ஒரு விலங்கை வீழ்த்துவது மட்டும் நிச்சயம். அம்பை எய்துவிட்டு, "காட்டுப்பூனை இருக்கும் போய் பாருங்கள்" என அவன் காட்டிய திசையில் நண்பர்கள் நம்பிக்கையோடு ஓடிப் பார்த்துவிட்டுப் பரவசப்படுவார்கள். வில்லை ஏந்துவதற்கும் விரோதியை வீழ்த்துவதற்கும் நொடி நேர அவகாசம்தான். காற்று வீசும் திசை, எதிரியின் வேகம் அம்பின் தன்மை அனைத்தையும் நாணில் பூட்டும்போதே அனுமானிக்கும் அசாத்திய திறன். நோக்கி ஓடி வருபவன், விலகி ஓடுபவன் என ஒவ்வொன்றுக்கும் நாணை இழுக்கும் விசை வேறுபடும். குறியும் தப்பாது. நாணை இழுப்பதை எல்லாம் ஆவேசமாகச் செய்வார்கள். ஆனால், குறி பார்க்கப்பட்ட ஆள் ஒருவனாகவும் கொல்லப்பட்டவன் ஒருவனாகவும் இருப்பான். அல்லது சரியாகக் குறிபார்த்து எய்துவார்கள்... போதிய வேகம் இருக்காது. கொல்ல வேண்டிய அம்பு குளவி கொட்டியது போல தைக்கும்.. இரண்டையும் அறிந்து காற்றின் வேகத்தையும் கூட்டு சேர்க்கும்போதுதான் இலக்கு சரியாக அமையும் அந்த லாகவத்தை அறிந்துகொள்ளத்தான் தினமும் பழனிவேளை இளைஞர் கூட்டம் மொய்க்கும்.

ஒற்றர் பிரிவில் சேர்க்கப்பட்டிருந்த வேலாயுதமும் மாலை வேளைகளில் சிலசமயம் நண்பன் அளிக்கும் பயிற்சியில் பங்கேற்பான். பெண்களும் சிறுவர்களும் முதியவர்களும் திடலைச் சுற்றி நின்று பயிற்சியை வேடிக்கைப் பார்ப்பார்கள். படைவீட்டு அம்மன் கோயில் மண்டபத்தையொட்டிய திடல் அது. அங்கே கொற்றவை கோயில் ஒன்றும் உண்டு. பயிற்சியில் ஈடுபடுபவர்கள் முதலில் வணங்கிவிட்டு திடலுக்குள் வருவார்கள். அதனால் மண்டபத்தின் திண்ணையில் அமர்ந்தவாறு பயிற்சிகளைப் பார்க்க மக்கள் வருவார்கள். அதற்கேற்ப ஆங்காங்கே தீப்பந்தங்களும் ஏற்றப்பட்டிருந்தன. வேலாயுதமும் பழனிவேளும் இருந்தால் அங்கே வள்ளியும் தேன்மொழியும் இருப்பதும் நிச்சயமாகிவிடும். வீரர்களை கேலி செய்து உசுப்பேற்றிக்கொண்டிருப்பார்கள். சுற்றியிருப்பவர்களுக்கும் அது வேடிக்கையாக இருக்கும்.

"இதில் யாரோ இரண்டு பேர் மதுரைக்குப் போய் வந்தார்களாமே அவர்கள் யார்?" என்று வாயைக் கிளறினாள் தேன்மொழி.

"வீராதி வீரர். வீரபத்திரன் பேரர் என்று சொன்னார்கள்....

படைவீடு

அப்படி என்னதான் சாதித்துவிட்டு வந்தார்கள் என்று தெரியவில்லை." வள்ளியும் எடுத்துக்கொடுத்தாள்.

"அதெல்லாம் அரசாங்க ரகசியம்... அதையெல்லாம் வெளியே சொல்ல மாட்டார்கள்." இடக்கரடக்கலாகப் பேசினாள் தேன்மொழி.

"சொல்லிக்கொள்வதுபோல எதையும் சாதிக்கவில்லையென்றாலும் வெளியே சொல்லிக்க முடியாது. அதுவும் ரகசியமாகிவிடும்."

"பெண்களே... சும்மா இருக்க மாட்டீர்களா?... எங்கே வந்து என்ன பேசிக்கிட்டு இருக்கிறீர்கள்?" என்றார் ஒரு பெரியவர்.

"நியாயத்தைச் சொன்னால் வாயை அடைக்கிறார்கள்" என்றபடி தேன்மொழி ஒதுங்கிச் சென்று வேடிக்கை பார்ப்பது போல் அங்கிருந்த ஒரு பாறையின் மீது போய் அமர்ந்தாள். வள்ளியும் அவள் பக்க நியாயமிருப்பதை வெளிப்படுத்துகிறவள் போல் அவள் பக்கத்தில் போய் அமர்ந்துகொண்டாள். இந்தக் காட்சிகளையெல்லாம் பழனிவேளும் வேலாயுதமும் பார்க்கத் தவறவில்லை.

நிலவொளி உச்சி வானில் இருந்து பாய்ந்துகொண்டிருந்தது. பயிற்சியைப் பார்த்துக்கொண்டிருந்த பெரியவர்களும் சிறுவர்களும் உறங்கச் சென்றுவிட்டனர். ஒரு சில இளைஞர்கள் மட்டுமே பார்த்துக்கொண்டிருந்தனர்.

அப்போது வீரர்கள் இருவர் அங்கே வந்தனர். பழனிவேளையும் வேலாயுதத்தையும் அணுகி ரகசியமாக ஏதோ சொல்லிவிட்டுக் கிளம்பினர். தேன்மொழியும் வள்ளியும் அதைப் பார்த்துக்கொண்டிருந்தனர். வேலாயுதம் வேகமாகத் தலையசைப்பதையும் பழனிவேள் ஏதோ பதில் சொல்வதையும் அவர்கள் கவனித்தனர்.

"சரி. நாளை இரவு சந்திப்போம்" என பழனிவேள் அந்த இளைஞர்களை அனுப்பிவைத்தான்.

சில பெண்களோடு தேன்மொழியும் வள்ளியும் நிலவொளியை ரசித்தவாறு அங்கேயே இருந்தனர். வேலாயுதம் அவர்களை நெருங்கி, "என்ன சாதித்தோம் என்றா கேட்கிறீர்கள்?... இளவரசர் அழைத்திருக்கிறார். சாதிக்காமலா அழைப்பார்?" என்றான்.

"நீங்கள் சாமர்த்தியமான ஆள் என்று எங்களுக்குத் தெரியும். ஆனால், இவ்வளவு பழகியும் ஒரு வார்த்தை எங்கள் கிட்ட சொல்லாமல் கிளம்பிவிட்டீர்களே என்றுதான் அப்படி கேலி

செய்தோம்" வள்ளி தயங்கித் தயங்கிச் சொன்னாள்.

"அதான் அரச கட்டளை என்று தெரிகிறதே... அப்புறம் எப்படி வெளியாள் கிட்ட சொல்ல முடியும்?"

"அப்படியென்றால் நான் வெளியாள்தானா உனக்கு?"

"அப்படி வா வழிக்கு. ஆடி மாதம் திருவிழா முடிந்ததும் கல்யாணத்தை வைத்துக்கொள்ளலாம் என்று சொல். வந்து பெண் கேட்டுட்டு தாம்பூலம் மாற்றிக் கொள்ளலாம். அப்புறம் என்ன? என்னுடைய ரகசியம் எல்லாம் உனக்கும் சேர்த்துதான். அரசர் கேட்ட முதல் கேள்வியே இதுதான்... 'உங்களுக்குக் கல்யாணம் ஆகிவிட்டதா?' இல்லை என்று சொன்னோம். 'எதற்குக் கேட்டேன் என்றால், நான் சொல்கிற ரகசியம் உங்களைத் தவிர வேற யாருக்கும் தெரியக்கூடாது. அரசாங்க பணிகள் நமக்காக உயிரைச் சுமக்கும் உங்கள் மனைவிமார்களுக்கு மட்டும் தெரியலாம். ரகசியம் காக்கத் தெரியாதவளாக இருந்தால் அவளுக்கும் தெரியக்கூடாது' என்றார்."

"இவர்கள் சொல்கிற நிபந்தனையையெல்லாம் பார்த்தால் நாம் யாரிடமும் பேசவே முடியாது போலிருக்கிறதே?" என்றாள் தேன்மொழி.

"பேசலாம். பேச வேண்டியதை மட்டும் பேசலாம். ரகசியம் காக்கிற மனைவியாக இருக்க வேண்டும் என்பதுதான் நிபந்தனை."

"அப்படியானால் இரவு இளவரசரைச் சந்திப்பதையே எங்கள் இருவரிடமும் நீங்கள் சொல்லியிருக்கக் கூடாது. மனைவியிடம் சொல்லலாம்... மனைவியின் தோழியிடமும் சேர்த்துச் சொல்லலாமா?" என்ற வள்ளி, தன் தோழி தேன்மொழியைப் பார்த்தாள்.

"அடிப்பாவி... இப்படி மாறிவிட்டாயே!" என்றாள் தேன்மொழி.

வேலாயுதம் சிரித்தான். "உன் தோழி என்பதால் சொல்லவில்லை. பழனிவேளின் மனைவி என்பதால் அவன் சார்பாக நானே சொன்னேன்" என சமாளித்தான்.

"தவறு செய்துவிட்டு இப்படியெல்லாம் சமாளிக்கக் கூடாது. இப்படி உளறிக்கொட்டுவது இதுவே கடைசி தடவையாக இருக்கட்டும். அரசாங்க நடவடிக்கைகளில் இப்படி விளையாட்டாக இருக்கலாமா?" என மிடுக்காகக் கேட்ட வள்ளியைப் பார்த்துச் சிரித்தான்.

“எல்லாம் சரிதான். என்னை அவருடைய மனைவி என்று நீங்களே சொல்லிக்கொண்டால் எப்படி... அதை நான்தானே சொல்ல வேண்டும்?”

“நல்ல யோசனை. சரி உன் வாயாலேயே சொல்லிவிடு!” எனச் சிரித்தான் பழனிவேள்.

பழனிவேளுக்கு இப்படியெல்லாம் வேடிக்கையாகக்கூடப் பேசத்தெரியுமா என ஆச்சர்யமாக இருந்தது தேன்மொழிக்கு. அந்த ஆச்சர்யம் வெட்கமாகவும் மாறியது. “நான் உங்கள் மனைவி!” என்று சொல்லிவிட்டு, வேகமாக தன் வீட்டை நோக்கி ஓடினாள். தேன்மொழிக்கு வெட்கம் வரும் என்பது வள்ளியே எதிர்பார்க்கவில்லை. அவளும், ‘‘நில் தேன்மொழி’’ என அழைத்தபடியே பின்னால் ஓடினாள். இரண்டு பெண்களிடமும் காணப்பட்ட சமயோசிதமும் தைரியமும் கபடமற்ற அன்பும் வேலாயுதத்தையும் பழனிவேளையும் வெகுவாகக் கவர்ந்தன. வள்ளியை வேலாயுதமும் தேன்மொழியைப் பழனிவேளும் ஆடிமாதம் வரைகூட பிரிந்திருக்க முடியாத மனநிலைக்கு வந்துவிட்டனர்.

8. ஆலோசனை மண்டபம்

இளவரசர் இப்போது வந்துவிடுவார் என்றார் ஆலோசனை மண்டபக் காவலாளி. அந்தக் காவலாளி அமரவைத்த மண்டபம் வட்டவடிவில் இருந்தது. அறையின் நடுவே அரைவட்ட வடிவில் இருக்கைகள் போடப்பட்டிருந்தன. அதற்கு எதிரே ஒரு சிம்மாசனம். அது இளவரசருக்கானது எனத் தெரிந்தது. இருவரும் இருக்கைகளில் அமர்ந்ததும் அந்த அறைக் கதவை காவலாளி சாற்றிவிட்டுச் செல்வதை உணர முடிந்தது. எல்லா பக்கமும் நன்கு மூடப்பட்டிருந்தது. ஆனாலும் அந்த அறையில் குளிர்ச்சியும் நல்ல காற்றோட்டமும் இருந்தது. இருபது அடி உயரத்தில் கூரையில் கலம்களில் பயன்படுத்தும் பாய்மரம் போன்ற ஓர் அமைப்பு வீசும் காற்றை வளைத்து இழுத்து அறைக்குள் செலுத்திக்கொண்டிருந்தது. காற்றடிக்கும் திசைக்கு ஏற்ப திரும்பும் வசதியும் அதிலே இருந்தது. ரகசியங்கள் பேசுவதற்கென்றே உருவாக்கப்பட்ட பிரத்யேக அறை என இருவரும் கிசுகிசுத்துக்கொண்டனர். இளவரசர் எந்த நொடியிலும் அதைத் திறந்துகொண்டு வந்துவிடுவார் என காவலன் சாத்திவிட்டுப் போன கதவை இருவரும் நொடிக்கொருதரம் பார்த்துக்கொண்டிருந்தனர். கதவு திறக்கும் என எதிர்பார்த்திருந்த நேரத்தில், "வாருங்கள் வீரர்களே" என்ற குரல் கேட்டது. இளவரசர்... இருவரும் பதறி எழுந்திருந்தனர். அப்போதுதான் அந்த அறையில் இன்னொரு கதவும் இருப்பதைக் கவனித்தனர்.

"வணக்கம் இளவரசே!"

"வணக்கம் வீரர்களே... என் தந்தையார் உங்களின் வீரத்தையும்

விசுவாசத்தையும் விளக்கமாகச் சொன்னார். வேலாயுதத்தின் தேசப்பற்றை சமயபுரத்தில் நானே நேரில் பார்த்தேன். நாட்டுக்கு ஏற்பட்டிருக்கும் அச்சுறுத்தல் உங்களுக்கு நன்கு தெரியும் என்பதால்தான் வரச் சொன்னேன். இன்னும் சில தினங்களில் ஆடித் திருவிழா. நம் சம்புவ பேரரசின் முக்கியத் திருவிழாவும்கூட. இந்த முறை அது திருவிழா கேளிக்கை மட்டுமல்ல... நம் போர் உத்தியாகவும் மாறப்போகிறது." ஏகாம்பரநாதர் நிறுத்தினார்.

வேலாயுதமும் பழனிவேளும் ஒருவரை ஒருவர் பார்த்துக்கொண்டனர்.

"ஒரு திருவிழா எப்படி போர்த் தந்திரமாகும் என யோசிக்கிறீர்கள். இந்தத் திருவிழாவை எப்படி வியூகமாக்கப் போகிறோம் என்பதற்காகத்தான் உங்களை அழைத்தேன்."

"சொல்லுங்கள் இளவரசே...!"

"இந்தத் திருவிழா நம்முடைய பேரரசின் பலத்தைக் காட்டுவதற்காகவும் தொண்ட மண்டலத்தை இரும்புக் கோட்டையாக மாற்றுவதற்காகவும் அரசரும் நானும் யோசனைகள் செய்திருக்கிறோம். நான் நம்எல்லைகளில் உள்ள அகம்படையார்களை, சிற்றரசர்களை, நட்பு நாடுகளை வலம் வந்ததை அறிவீர்கள் அல்லவா?"

"ஆமாம் இளவரசே!"

"கோப்பெருஞ்சிங்க மணவாள பெருமாளை மட்டும் என் தந்தையாரே சென்று பேசிவிட்டு வந்தார். வாணகோவரையர், சோழர், மழவர், பழுவேட்டரையர், அதியர், வல்லவராயர், நீலகங்கரையர் எனப் பலரையும் பார்த்துவிட்டு வந்தேன்."

"தெரியும் இளவரசே!"

"அத்தனை பேருமே நமக்கு பேராதரவு தருவதற்குச் சம்மதித்துள்ளனர். அனைவரும் ஒரே இடத்தில் சேர்ந்திருப்பதே எதிரிகளுக்கு எச்சரிக்கைதான். சுல்தானியர்கள் இந்தப் பக்கம் வருவதற்குத் தயங்குவார்கள். ஒரே நேரத்தில் இத்தனை அரசர்கள், சிற்றரசர்கள் ஒன்றிணைந்து நிற்பதால் நம் பலம் அவர்களுக்குப் புரியும் என்பது மட்டுமல்ல... அதை அவர்களுக்குப் புரியவைக்க வேண்டும். அதுதான் இந்தப் போர் தந்திரத்தின் உச்ச கட்டம்."

"அதை எப்படிச் செய்ய வேண்டும்?" வேலாயுதத்தின் குரல்

தமிழ்மகன்

எதிர்பார்ப்புடன் ஒலித்தது.

ஏகாம்பரநாதர் ஆழ்ந்த யோசனையில் ஆழ்ந்தார். அவர் ஏதோ முக்கியமான செய்தியைச் சொல்லப் போகிறார் என யூகிக்க முடிந்தது. "இங்கே நடக்க இருக்கிற ஆடித் திருவிழா பார் முழுதும் தெரிய வேண்டும். இந்தச் செய்தியைச் சுற்றிலும் உள்ள நாடுகள் பலவும் பரவலாக அறியும் வகை செய்ய வேண்டும். ராஷ்ட்ரகூடர்கள், காகதியர்கள், சாளுக்கியர், என அத்தனை அரச பரம்பரையினரும் அறிய வேண்டும். நம்முடைய நம்பிக்கையான பத்து பேரிடம் இந்தப் பொறுப்பை ஒப்படைக்கிறேன். இதை நாம் திட்டமிட்டுப் பரப்புகிறோம் என்பது யாருக்கும் தெரியக்கூடாது. நம் தேசம் அசுர பலத்துடன் இருக்கிறது என்ற செய்தி நாம் பெற்றிருக்கும் பலத்தைவிட முக்கியம். நான் சொல்கிறதா உங்களுக்குப் புரிகிறதா?"

"புரிகிறது இளவரசே... ஆனால், நம் பலத்தைவிட அதைப் பரப்பும் செய்தி முக்கியம் என்கிறீர்களே... அது...?"

"தொண்ட மண்டலத்தைத் தலைமையகமாகக் கொண்டு ஆட்சி செய்த நாம், பல்லவர், சோழர், சேரர், பாண்டியர் போன்ற அரசர்களாக இருந்த நாம், இப்போது சம்புவராயர்கள் பெயரில் தனியரசை உருவாக்கிவிட்டோம். அது இதற்கு முன் இருந்த அரசுகளைவிட சிறப்பானது, உறுதியானது என்பது இயல்பாகப் பரவ வேண்டுமானால் இன்னும் நூறு ஆண்டுகளாவது ஆகும். இப்போது இருக்கிற தில்லி அரசாங்க சூழல் அத்தனை காலம் தாக்குப் பிடிக்காது. இங்கே துருக்கியர் ஆட்சியோ, நம் தலைக்கு மேலே அமர்ந்திருக்கிற ராஷ்ட்ரகூடர்கள், காகதியர்களோ படையெடுக்காமல் பார்த்துக்கொள்வதற்கு இங்கே நிலையான, உறுதியான ஆட்சி நடக்கிறது என்பதைத் தெரிவிப்பதுதான். உடனே இதைப் பரப்புவது மட்டுமே பிரமாண்டமான எண்ணத்தை ஏற்படுத்தும். அதை எப்படிச் செய்யப் போகிறோம் என்பதுதான் மிகவும் முக்கியம். நாளை என் தந்தையார் தலைமையில் ஓர் ஆன்மிக மாநாட்டுக்கு ஏற்பாடாகியிருக்கிறது. தொண்ட மண்டலம் முழுதும் இருந்து அனைத்து சமயத்தினரும் வந்து கலந்துகொள்கிறார்கள். அதிலேதான் இதற்கான விடை கிடைக்கும். அது எப்படி அமையும் என்று நாளைதான் எனக்கே புலப்படும்."

"ஆன்மிக மாநாட்டுக்கும் நம்முடைய நோக்கம் நிறைவேறுவதற்கும் என்ன தொடர்பென்று உள்வாங்கிக்கொள்ள முடியவில்லை இளவரசே." தயங்கியபடி சொன்னார் பழனிவேள்.

“மேலோட்டமான முறையில் ஒன்றை மட்டும் உறுதியாக அறிந்திருப்பீர்கள். ஆன்மிகம் நஞ்சைவிட வேகமாகப் பரவும். நாம் பரப்ப வேண்டிய செய்தியை அவர்கள் மூலம்தான் பரப்ப வேண்டும்.” இளவரசர் பேசிக்கொண்டிருக்கும்போதே கதவு தட்டப்படும் ஓசை கேட்டது.’ இதோ வந்துவிடுகிறேன்’ என்றபடி ஏகாம்பரநாதர் தான் வந்த வாசல் வழியாகவே அவசரமாக வெளியே சென்றார். அந்த மந்திராலோசனை மண்டபம் வினோதமான அறைகளைக் கொண்டிருந்தது. அவர் இன்னொரு அறைக்குள் சென்றார். அங்கே காந்திராயனும் அவனுடைய நண்பனும் இருந்தனர். வேலாயுதமும் பழனிவேளும் இருப்பது போன்றே அந்த அறையும் இருந்தது. இப்படித் தனித்தனியாகப் பலரையும் ஒரே நேரத்தில் சந்திப்பது இளவரசரின் அணுகுமுறை. ஒரு சம்பவம், ஒரு பிரச்னை சம்பந்தமானவர்களை இப்படித் தனித்தனியே அணுகி தகவல்களைச் சேகரிப்பார். அதே நபர்களை அடுத்தடுத்த நாளில் சந்திப்பதைவிடவும் வேகமாகவும் சமயோசிதமாகவும் முடிவெடுக்க இந்தத் தந்திரம் பயனளிக்கும். யார், யாரை எந்தெந்த அறைகளில் அமர வைத்திருக்கிறார்கள் என்று அறிய மந்திராலோசனை மண்டபக் காவலர்கள் கதவைத் தட்டும் முறையை வைத்தே பிரித்தறிய முடியும்.

கைக்கோளரான காந்திராயனிடம் சில ரகசிய பணிகளை இட்டிருந்தார். ஈசன் வாளை மீட்பதில் அவன் காட்டிய ஈடுபாடு அரசருக்கும் இளவரசருக்கும் அவன்மீது நெருக்கத்தை ஏற்படுத்தியிருந்தது. அவர், திருச்செந்தூர் முருகன் ஆலயத்தில் வீரபாகுவுக்குக் குந்தம் ஏந்தி பாதுகாப்பு கொடுக்கும் செங்குந்த மரபினர். ரத்தம் தோய்ந்த ஈட்டியை வைத்திருப்பவர் செங்குந்தர் என்று சொல்வர். ஆனால், போர்க்காலங்களில்தான் ஈட்டிக்கு வேலை. மற்ற நேரங்களில் பட்டு, பருத்தித் தறி நெய்யும் வேலையில் கவனம் செலுத்துவர். ஆனால், காந்திராயன் மனிதரின் மனங்களை நெய்வதில் வித்தகன். எப்பேர்பட்ட மனிதரையும் ஒரு சில நொடிகளில் அடையாளம் கண்டுவிடுவான். அவனும் அவனுடைய நண்பனும் சேர்ந்து ஆற்ற வேண்டிய முக்கியமான பணி ஒன்றுக்காகத்தான் இப்போது வரச் சொல்லியிருந்தார்.

“வணக்கம் இளவரசே!... இவர்தான் பிறைசூடன். நான் எயிற்பட்டினத் துறையில் சொன்னேனே?”

தமிழ்மகன்

"ஓ! நினைவிருக்கிறது. இருவரும் தயார்தானா?"

"நீங்கள் சொன்ன காரியங்கள் செவ்வனே முடிந்துவிட்டன." காந்திராயன் மகிழ்ச்சியாகச் சொன்னான்.

"கண்டேன் சீதையை எனக் கச்சிதமாகச் சொல்லிவிட்டீர்கள். உங்களுக்கு என் இரண்டு மெய்க்காப்பாளர்களை அறிமுகப்படுத்துகிறேன். உங்களுக்கு ஏற்கெனவே தெரிந்தவர்கள்தான். என் மெய்க்காப்பாளர்களாக இப்போது அறிமுகப்படுத்துகிறேன்... அவ்வளவுதான்.!"

"ஏற்கெனவே தெரிந்தவர்களா?" என காந்திராயன் ஆரம்பித்தார்.

"ஆமாம்... அதில் பெரிய ரகசியம் ஒன்றுமில்லை... கண்ணிமைக்கும் நேரத்தில் நீங்கள் கண்டுபிடித்துவிடக்கூடியதுதான். வாருங்கள் அவர்களைக் காண்பிக்கிறேன்." இளவரசர் எழுந்து கதவைத் திறந்துகொண்டு செல்ல, காந்திராயனும் பிறைசூடனும் பின் தொடர்ந்தனர். பழனிவேளும் வேலாயுதமும் அமரவைக்கப்பட்டிருந்த அறைக்குள் இளவரசர் சென்றதும் எட்டு கண்களும் ஆச்சர்யத்துடன் சந்தித்துக்கொண்டன. இளவரசரின் எதிரில் அந்த ஆச்சர்யத்தை எப்படி வெளிப்படுத்துவது என்ற கட்டுப்பாட்டுடன் நின்றனர்.

காந்திராயன், "இவர்களை மதுரையில் சந்தித்தேன். ஆனாலும் யூகித்திருப்பேன் என்று சொல்ல முடியாது" என்றார்.

இளவரசர், "காந்திராயனை அறிந்திருப்பீர்கள். இவர் பிறைசூடன். நம்முடைய திட்டத்தில் இவர்களும் உடனிருக்கிறார்கள். இவர்களுக்கு ஒரு வேலையைக் கொடுத்திருந்தேன். அதைச் செவ்வனே செய்து முடித்திருக்கிறார்கள். இவர்கள் வேலை முடிந்த பிறகுதான் உங்களையும் இவர்களையும் சந்திக்க வைப்பதில் பலன் உண்டு. அதனால்தான் தனித்தனியே சந்தித்து நிலவரத்தைத் தெரிந்துகொண்டு சந்திக்க அழைத்துவந்தேன்" என அறிமுகப்படுத்தி வைத்தார்.

பழனிவேள், "என் தந்தையின் நண்பர் மாரியப்ப தலையாரியின் மகன் தானே?" எனக் கேட்டு பிறைசூடனை அணைத்துக்கொண்டார்.

திட்டம் என்னவென்று தெரியாமலே பேசிக்கொண்டிருக்கிறோமே என பழனிவேளுக்குத் தவிப்பாக இருந்தது. அவனுடைய தவிப்பை உணர்ந்த ஏகாம்பரநாதர் அதை விளக்க ஆரம்பித்தார்.

9. சமயங்களின் அரசியல்!

அரசர் தலைமையில் அம்மையப்பன் கோயில் மண்டபத்தில் சமயத் தலைவர்கள் அனைவரும் கூடியிருந்தனர். காளைச் சின்னம் பதித்த கொடிகள் மண்டபத்தைச் சுற்றி படபடவெனப் பறந்தபடி இருந்தன. அரசர் வருகைக்காகக் காத்திருந்தனர் சமயத் தலைவர்கள். பொழுதுசாயும் நேரம். வந்திருந்த அனைவருக்கும் சற்று முன்தான் விருந்து பரிமாறப்பட்டிருந்தது. உண்ட களைப்பு தொண்டருக்கும் உண்டு. அது இந்த இறைத் தொண்டருக்கும் பொருந்தும்தானே? ஈசன் கோயிலின் பிரமாண்டமான மண்டபத்தில் அரசருக்கும் இளவரசருக்கும் அமைச்சருக்கும் போடப்பட்டிருந்த இருக்கைக்கு எதிரே இரு வரிசையில் எதிரெதிராக இருக்கைகள் வரிசையாக இருந்தன. அதில்தான் சமயப் பிரதிநிதிகள் அமர்ந்திருந்தனர். மன்னர் வரும் அறிகுறிகள் சில பரபரப்பினால் அங்கு உணர்த்தப்பட்டது. அரசரும் இளவரசரும் அமைச்சரும் ஒரே தேரில் வந்து இறங்கினர். “அரசர் வாழ்க... அரசர் வாழ்க!” என வாழ்த்தொலிகள் முழங்க, மண்டபத்தில் இருந்த அத்தனை சமயத் தலைவர்கள் எழுந்து நின்றனர். அனைவரையும் வணங்கி அமர்ந்தார் அரசர். அமரும்படி சைகை தெரிவித்தார். சமயப்

பிரதிநிதிகள் அரசருக்கு வணக்கம் சொல்லி அமர்ந்தனர்.

"நாம் எதற்காக இங்கே கூடியிருக்கிறோம் என்பதை அனைவரும் அறிவீர்கள். நான் முன்னுரை எதுவும் வழங்க வேண்டியதில்லை... எதற்காகக் கூடியிருக்கிறோம் என்பதை விளங்கிக் கொண்டவர்கள்... விவாதங்களை எடுத்துவைக்கலாம்" என்றார் அரசர்.

"'வேல் வடித்தல் கொல்லற்குக் கடனே... ஆனால், கொல்லரின் மகன் வேளாண் பிரிவில் வேலை செய்வான். வேளாண் குடியில் பிறந்தவன் போருக்குப் போவான். சாதி என்பது அவன் செய்யும் தொழிலைக் குறிப்பதாக இருந்தது. ஆனால், அவன் அதே தொழிலைத்தான் செய்ய வேண்டும் என்று இல்லை. பழக்கத்தால் விருப்பத்தால் தொழில் நுணுக்கத்தை அறியும் எண்ணத்தால் தலைமுறை தலைமுறையாக ஒரே தொழிலை செய்வதும் உண்டு. ஆனால், இன்றோ அந்தத் தொழிலை அவன்தான் செய்ய வேண்டும் என்பதுபோன்ற ஒரு கட்டாயம் ஏற்பட்டுவிட்டது. அதுகூட பரவாயில்லை. இந்தத் தொழில்கள் உயர்ந்தவை... இந்தத் தொழில்கள் தாழ்ந்தவை என்றும் அதிகமாகப் பேசப்படுவதும் அதனால் சர்ச்சைகள் ஏற்படுவதும் மக்களுக்குள் சண்டைகள் ஏற்படுகின்றன. இதைத் தீர்ப்பது எப்படி அரசே?" சைவ மடத்தின் தலைவர் உமாபதி சிவாச்சாரியார் பேச்சைத் தொடங்கி வைத்தார்.

"சில நூறு ஆண்டுகளாகவே இந்த சர்ச்சைகள் எழுந்து வரும் பின்பு அடங்குவது மாறியிருக்கிறது. அதனால்தான் ஔவை, சாதி இரண்டொழிய வேறில்லை... இட்டார் பெரியோர் இடாதோர் இழிகுலத்தோர் என்று சொல்லி வைத்தார். அதற்கு முன்னர் நம் வள்ளுவன் 'பிறப்பொக்கும் எல்லா உயிர்க்கும்' என்று போர்க்குரல் எழுப்பினார். வைதிக சனாதன மரபினரே பிறப்பால் ஏற்றத்தாழ்வு சொல்கிறார்கள். இப்போது இந்த இடர்களைத் தீர்க்கவில்லை எனில் பிறகு எப்போதுமே தீர்க்க முடியாது என்பதே என்னுடைய எண்ணமும். இனி பிறப்பால் ஏற்றத்தாழ்வு பாராட்டக் கூடாது. மீறி நடந்தால் கடுமையான தண்டனை விதிக்கப்படும் என்று ஒரு கட்டளையை இன்று அறிவிக்க நான் தயார். ஆனால், அதற்கு பலன் இருக்குமா என்று தெரியவில்லை." அரசர் முன்னுரை போல பேசினார்.

"ஏன் அப்படி சொல்கிறீர்கள் அரசரே?"

"நிச்சயம் இதை ஏற்றுக்கொள்ளவே மாட்டார்கள்."

“தொண்ட மண்டலத்தில் இன்றைய தேதியில் ஏறத்தாழ எழுநூறு அக்ரஹாரங்கள் உள்ளன. ஒரு அக்ரஹாரத்தில் பதினைந்து குடும்பங்கள். ஒவ்வொரு குடும்பத்திலும் சுமார் ஐந்து பேர். ஆக ஆறாயிரத்துக்கும் குறைவான பிராமணர்கள்தான் தொண்ட மண்டலத்திலே இருக்கிறார்கள். அவர்களைச் சமாளிப்பது சிரமம் என்கிறீர்களா?”

“அவர்களைச் சமாளிப்பது பற்றி சொல்லவில்லை. உண்மையில் அந்த ஆறாயிரம் பேரும் ஏதோ காரணத்தினால் இந்த நாட்டைவிட்டு சென்று விட்டாலும்கூட சமாளிப்பது கஷ்டம்தான். ஏனென்றால் இந்த ஏற்றத்தாழ்வுகள் சமுதாயத்தில் வேரூன்றி கிடக்கிறது. இதைக் கடைபிடிப்பவர்களும் காப்பவர்களும் இந்த சனாதனத்தை நம்புகிறார்கள்... மூளையிலே ஏற்றுக்கொண்டு விட்டார்கள்” என்றார் அருந்தவ தேவர். மேல் சித்தாமூரில் இருந்து அவர் நடந்தே வந்திருந்தார் என்று சொன்னார்கள். சிறு எறும்புக்கும் தீங்கு நினைக்காத சமண முனி. மாட்டு வண்டிகளிலும் குதிரைகள் பூட்டிய தேரிலும் சமணர்கள் பயணிப்பது இல்லை. காளைகளை, குதிரைகளைத் துன்புறுத்துவதாக அவர்கள் எண்ணுவார்கள். அவருடைய கருத்துக்களையும் கணக்கில் கொள்ள வேண்டியிருந்தது. பிராமணர்களே இல்லை என்றாலும் அந்தக் கருத்து நீங்காத செயல் வடிவமாக இருக்கும் என்பது வியப்பாக இருந்தது. ஆறகழூரிலிருந்து வந்திருந்த பௌத்தர் பரமநாதரும் அந்தக் கருத்தை ஆமோதித்தார்.

‘சம்பந்தர் சங்கம்’ நிறுவி சைவ சமயத்துக்குப் புத்துணர்வு ஊட்டும் பெரும் முயற்சியில் ஈடுபட்டிருந்த நல்லூரரார் சரவண நல விரும்பியும் தன் கருத்தைக் கூற எழுந்து நின்றார். “அன்பர்களே இந்தச் சண்டைகள் எப்போது முதல் நிகழ்கின்றன என்ற ஆணிவேரைப் பார்க்க வேண்டும். நம்முடைய சமய நெறிகள் தேசத்துக்கு தேசம் மாறுபடுபவை. அதை ஒரு குடையின் கீழ் கொண்டு வருவதற்கு ஆதிசங்கரர் முயன்றார். சமண பௌத்த நெறிகளுக்கு மாற்றாக சைவ வைணவ சமயங்களை, குடும்பத்துக்குக் குடும்பம் இருக்கும் குல தெய்வங்களை அத்வைதம் எனும் தத்துவத்தால் ஒன்றிணைக்க முனைந்தார். அது கேட்டில் முடியும் என்று அவர் நினைத்திருக்க மாட்டார். திருஞானசம்பந்தர் சைவநெறி முற்றிலும் வேறானது. அதனால்தான் சம்பந்தரின் நெறியை கிண்டல் செய்யும் விதமாக திருஞானசம்பந்தரை திராவிட சிசு என்றும் சொன்னார். தமிழ் மரபில் ஆசீவகம், சைவம்,

வைணவம் என்ற மரபுகள் உண்டு. அத்வைதம் என ஒரே தேசம் சமயம் என்று ஒற்றைத் தளத்தில் கட்டிப் போட நினைப்பது சரியல்ல... முறையும் அல்ல. வேதங்களின் சாரமாக வர்ணங்களை நடைமுறைப்படுத்துவது ஆரம்பத்தில் ஒரு கட்டுப்பாடான சமூக ஒழுங்காக இருந்தது. ஆனால், அதுவே பல்வேறு புதிய பூசல்களும் சிக்கல்களுக்கும் காரணமாகிவிட்டது. உடலை மாயை என்றார் சங்கரர். 'உடலை வளர்க்கும் உபாயம் அறிந்தேன்... உடலை வளர்த்தேன் உயிர் வளர்த்தேனே' என்கிறார் திருமூலர். உடலும் உழைப்பும் சைவ சித்தாந்தத்தின் அடிப்படை. தன்னை உணர்தலே இறைவனை உணர்தல். பதி, பசு, பாசம் என்கிறது சைவ சித்தாந்தம்.

சங்கரரின் தத்துவம், பிரும்மத்தை யாரும் உணர முடியாது என்கிறது... பிரும்மமும் தன்னை உணர்த்த முடியாததாக இருக்கிறது. கேவலம் என்பது பிரும்மத்தின் நிலையாக இருக்கிறது. இன்றைக்கோ ஒரு மதிப்பும் இல்லாதவற்றைக் கேவலம் என மக்கள் பொருள்கொள்கிறார்கள். இறைவனின் அர்த்தமே மதிப்பில்லாததாகிவிட்டது. உடல் மாயை, உலகம் மாயை, உழைப்பு மாயை என்ற தத்துவம் மனித வாழ்வின் துயரங்களையும் மாயை எனக் கற்பிக்கிறது. அதைத்தான் இப்போது அனுபவித்துக் கொண்டிருக்கிறோம்." நல்லூர் சரவண நல விரும்பி ஆழமாகவும் அழுத்தமாகவும் நிதானமாகவும் பேசிவிட்டு அமர்ந்தார்.

சங்கர மட பிரதிநிதியாக வந்திருந்த சுப்பிரமணியன் சுவாமிகள், தண்டம் ஊன்றி வெறும் தரையில் குந்தி இருந்தார். மெலிந்த தேகமும் உடல் முழுதும் சிரைத்து தேகத்தில் ஒரு முடியும் இன்றி இருந்தார். அது அவருக்கு ஒரு பொலிவை ஏற்படுத்தியிருந்தது. பார்த்தவுடன் அவர் கருத்துக்குக் கட்டுப்பட வைக்கும் தோற்றம். அதிகம் பேசாது இருப்பார். அதேசமயம் ஆணித்தரமான கருத்துக்களை முன் வைப்பார். "எல்லா விரல்களும் ஒன்று போல் இல்லை" என்று ஆரம்பித்தார். "ஏற்றத்தாழ்வுதான் உலகின் நியதி. பிரபஞ்சத்தின் இயல்பு ஏற்றமும் தாழ்வும். எல்லோரும் ஒரு நிகழ்வை ஒன்றே போல் சிந்திப்பதில்லை என்பதைப் புரிந்துகொண்டாலே போதும். எல்லோருடைய ஆற்றலும் ஒன்று அல்ல. மன்னருடைய ஆற்றல் வேறு... மக்களின் ஆற்றல் வேறு. தலைமை வேடத்துக்கு எல்லோரும் ஆசைப்பட முடியாது. அது தகுதியானவர்களுக்குக் கிட்டும். எல்லோரையும் சம அந்தஸ்து கொடுக்க நினைத்தால் அது பெரிய சமூக சீர்குலைவில் போய் முடியும். இந்த ஐந்து விரல்களையும்

ஒரே உயரம் செய்துவிட்டால் எந்த வேலையும் செய்ய முடியாது. உலகில் மலைகளும் வேண்டும்... மடுவும் வேண்டும். காடும் வேண்டும்... கடலும் வேண்டும். எல்லாவற்றையும் மலைகளாக ஆக்கிவிடுவதும் பூமி முழுவதையும் கடலாக மாற்றி விடுவதும் போன்றதுதான் நீங்கள் செய்ய நினைக்கிற சீர்திருத்தம். இது பாவம். இப்படி ஒரு எண்ணத்தை விட்டுவிடுங்கள். ஆதிசங்கரர் அத்வைத தத்துவம் படைத்தது உலக மேன்மைக்காகத்தான். இயற்கையின் இயல்பே மனித மனங்களின் இயல்பும்!"

"நன்மைக்காகத்தான் என்று சொல்கிறீர்கள். ஆனால், இப்போது உள்நாட்டு குழப்பங்களுக்கும் காரணமாகி நிற்கிறதே சுவாமி." நல்லூரரார் கிண்டலாகக் கேட்டார்.

"ஒரு பிரளயம் வந்தால் பொங்கி வந்த நீர்நிலைகள் தேசத்துக்கு தீங்கு விளைவிப்பதாகத் தோன்றும்... பொங்கி எழுந்த நீர் அடங்கி கடலுக்குள் ஒதுங்கிவிடும். மழை வளமும் தேசத்துக்கு நன்மை பயக்க மாறிவிடும். இந்த சிறிய சிரமங்களுக்காகக் கலங்க வேண்டாம்" என்றார்.

"அப்படியானால் ஒரு பகுதி மக்கள் அடிமையாகவே வரவேண்டுமா? ஒரு பகுதி மக்கள் செழிப்பாகவே இருப்பதுதான் தர்மமா? எது சிறிய துக்கம்... எது பெரிய துக்கம் என்பதற்கு உங்கள் வரையறைதான் என்ன?" என்றார் நல்லூரரார்.

"ஒரு பகுதி மக்கள் அடிமையாக இருப்பதும் இன்னொருவர் செழிப்பாக இருப்பதும் தலைவிதி என்கிறது வேதம். சாஸ்திரங்கள் பிரபஞ்ச நலனுக்காக உருவாக்கப்பட்டவை. வேதங்கள் வாக்கு. இப்படித்தான் அவர்கள் இருக்க வேண்டும் என்பது அவரவர் பிறவிப் பயன். பயன்களை முடிவு செய்வது பிரம்மம். இன்பங்களும் துன்பங்களும் மழையும் வெயிலும் இரவும் பகலும் வறுமையும் செழுமையும் அவருடைய வடிவங்கள். மாயத்தோற்றங்கள். இந்த உலகில் நாம் அனுபவிக்க வேண்டியதை அனுபவித்து விட்டே அவரையே அடைகிறோம். துன்பப்படுவதும் அவரை அடைவதற்கான ஒரு வழி. பரப்பிரம்மத்தை அடையும் முறை. நம்முடைய சிறிய அறிவுகளைவைத்து கடவுளை எடை போட வேண்டாம் என்பதே என் கருத்து." சுப்பிரமணிய சுவாமி உறுதியாக இருந்தார்.

"யாரோ சிலருடைய நலனுக்காக உருவாக்கப்பட்ட வேதங்களை எல்லோருக்கும் திணிப்பது தவறு. அன்பே நிலையான வழி.

ஆனந்தமே அனைவருக்கும் நன்றி. துன்பத்தில் உடல் வதை ஒரு தத்துவம் அடைவதற்கான வழி என்று சொன்னால் அந்த வழி எங்களுக்கு தேவை இல்லை. பவுத்தம் எங்களுக்குப் போதித்தது அன்பு. பிறப்பால் ஒருவன் இழிவுபடுத்தக் கூடாது. துன்பத்தில் இருப்பது ஒருத்தனுக்கு விதிக்கப்பட்ட விதி என்பதையும் பவுத்தம் ஏற்றுக்கொள்ளவில்லை.

சுப்பிரமணியன் சுவாமிகள், ‘‘சனாதனத்தை சமணம் ஏற்றுக்கொள்ளவில்லை... ஆனால், மக்கள் ஏற்றுக்கொண்டு விட்டார்கள்’’ என்றார் நகைத்தபடி.

‘‘சமணத்தை மக்கள் தரணியெங்கும் போற்றிய வரலாறு தெரியாமல் பேசுகிறீர்களா... வரலாற்றை விரும்பாமல் பேசுகிறீர்களா என எனக்குப் புரியவில்லை. சமண சமயம் மூவேந்தர் ஆட்சிப் பரப்பு முழுவதும் பரவியிருந்தது. மணிமேகலை, சிலப்பதிகாரம் சங்க காலத்து காப்பியங்களிலும் தேவராம், நாலாயிரப் பிரபந்தம், பெரிய புராணம், திருவிளையாடற் புராணம் முதலியவற்றிலும் இதை அறிய முடியும். சமணப் படுகைகளும் தீர்த்தங்கரர் திரு உருவங்களும் இதற்குச் சான்று. பிறப்பினால் உயர்வு தாழ்வு காணும் மனப்பான்மை சமண சமயத்தில் இல்லை. அதுவே சமண தருமம். உணவு, அடைக்கலம், மருந்து, கல்வி என்னும் நான்கு தானங்களைச் செய்வதை நாங்கள் எங்களின் பேரறமாகப் போற்றி வருகிறோம். இதை அன்னதானம், அபயதானம், ஔடததானம், சாத்திரதானம் என்று கூறுவர். பசியால் வாடி வருபவருக்கு அன்னதானம் செய்வதை நீங்கள் அனைவரும் அறிந்திருப்பீர்கள். அச்சங்கொண்டு அடைக்கலம் என்று புகல் அடைந்தவருக்கு அபயமளித்துக் காப்பது அபயதானம். இப்படி உதவிபுரியும் இடங்களுக்கு அஞ்சினான் புகலிடம் என்பது பெயர். இப்போது துருக்கியரிடமிருந்து அபயம் தேடி வருபவர்களுக்கு நம் அரசர் ஏற்படுத்தும் அஞ்சினான் புகலிடங்களையும் நாங்களும் இணைந்தே வழி நடத்துகிறோம் என்பதை இங்கே தெரிவிக்க விரும்புகிறேன்.*

நோயாளிகளுக்கு மருந்து கொடுத்து நோயைத் தீர்த்துவருகிறோம் என்பதையும் நான் உங்களுக்கு எடுத்துக்காட்டுடன் இயம்ப வேண்டியதில்லை. நான்காவதாகிய சாத்திர தானத்தையும் சமணர் பொன்னேபோல் போற்றிவந்தனர். சமணப் பள்ளிகளிலே ஊர்ச் சிறுவர்களுக்குக் கல்வி கற்பித்து வருகிறோம். மன்னர் ஏகாம்பரநாதரின் ஆசைக்கிணங்க தமிழ்ச் சுவடிகள் பலவற்றைப்

படைவீடு

பிரதியெடுத்து கற்பித்து வருகிறோம். திருக்குறள் பயிற்றுவிப்பதைத் தலையாய பணியாகச் செய்து வருகிறோம். சாத்திரதானம் பிள்ளைகளுக்குக் கல்வி கற்பிப்பதோடு மட்டும் நின்றுவிடவில்லை. செல்வம் படைத்த சமணர்கள், தம் இல்லங்களில் நடைபெறும் திருமண நாட்களிலும், இறந்தோருக்குச் செய்யும் இறுதிக்கடன் நாட்களிலும், தம் சமய நூல்களைப் பல பிரதிகள் எழுதுவித்து அவற்றைத் தக்கவர்க்குத் தானம் செய்கிறோம். சமண சமயத்தைச் சார்ந்த அத்திமுப்பெ என்னும் அம்மையார் தமது சொந்தச் செலவிலே, சாந்திபுராணம் என்னும் சமண சமய நூலை ஆயிரம் பிரதிகள் எழுதுவித்துத் தானம் செய்தார் என்பதை மறந்திருக்க மாட்டீர்கள்.

எமது சமயம் பரவுவதற்கு இன்னொரு காரணமும் உண்டு. உயிர்க்கொலை செய்யும் தொழில்களைத் தவிர ஏனைய தொழில்களை எல்லாம் சமண சமயம் சிறப்பித்துப் போற்றி வருகிறது. பயிர்த் தொழிலை மிகச் சிறந்த தொழில் என்று போற்றுகிறது. வேளாளரும் வணிகரும் ஏனைய தொழிலாளரும் இந்த மதத்தை மேற்கொண்டிருந்தனர். சேர சோழ பாண்டிய பல்லவ அரசர்களில் பலர் சமண சமயத்தைச் சேர்ந்திருந்தனர். இவர்களால் சமண சமயத்துக்கு ஆதரவும் செல்வாக்கும் ஏற்பட்டன. இந்த மதத்தின் செல்வாக்கைக் கண்டு, சமண சமயத்தவரல்லாத அரசரும்கூட, சமணப் பள்ளிகளுக்கும் மடங்களுக்கும் நிலபுலங்களையும் பொன்னையும் பொருளையும் பள்ளிச் சந்தமாகக் கொடுத்தனர்." உணர்ச்சிவசப்பட்டுப் பேசிக்கொண்டே போனார் சமண முனிவர் அருந்தவ தேவர்.

சுப்பிரமணியன் சுவாமிகள் அதை ரசித்த மாதிரி தெரியவில்லை. அண்ணாந்த பார்வை பார்த்தபடி கெக் கெக் என சிரித்தார்.

சமண முனிவருக்கு அந்த சிரிப்பு கோபமுற வைத்தது. "பவுத்தம் எப்படி ஒழிக்கப்பட்டது என்பதையும் விளக்கமாகச் சொல்ல வேண்டியிருக்கும். அரசர்களின் மடியிலேயே அமர்ந்துகொண்டு மேலாண்மை செய்தீர்கள். சனாதனத்தை ஏற்றுக்கொண்டால்தான் அரசாள முடியும் என்ற நிலையை ஏற்படுத்தினீர்கள். இப்போது மக்கள் ஏற்றுக் கொண்டுவிட்டனர் என்று சொல்கிறீர்கள். எல்லாவற்றையும் மக்கள் கூட்டம் கவனித்துக் கொண்டுதான் இருக்கிறது. சம்பந்தர் சங்கம் என்ற இயக்கம் ஒரு நாள் உங்கள் அத்வைத தத்துவத்துக்கு எதிராய் வந்து நிற்கும்." சமண முனி தன்

தமிழ்மகன்

இயல்பை மீறிப் பேசினார்.

அரசர், "மக்களுக்கு நன்மை பயக்கும் நெறியைத்தான் ஒரு மன்னன் பாதுகாக்க முடியும். நீங்களே இப்படி சண்டை போட்டுக் கொண்டால் என்ன செய்ய முடியும்?" என்றார்.

"குமாரில பட்டர் கதை நினைவிருக்கும் என நினைக்கிறேன். ஆதி சங்கரரின் காலத்தில், பவுத்த மடத்தை அழிக்க அந்த மடத்திலேயே சேர்ந்து சூது செய்தவர்தானே குமாரில பட்டர்? அது கண்டுபிடிக்கப்பட்டதே... செய்வதையெல்லாம் செய்துவிட்டு குரு துரோகம் செய்துவிட்டதாகத் தான் எழுதிய நூல்களை எல்லாம் தீயிட்டுக் கொளுத்துவதாக நாடகம் ஆடினாரே? சனாதன தர்மத்தைத் தாங்கிப்பிடிக்கிற நூல்களை மட்டும் கடைசி நாழிகையில் சங்கரர் வந்து தடுத்தாற்கொண்டதாகச் சொல்கிறீர்களே? இதுதான் ஆதிசங்கரர் சொல்லித்தரும் அனல்வாதமா?" நல்லூரார் கேட்டார்.

"அனல்வாதம், புனல்வாதம் எல்லாம் சமண, பௌத்த நூல்களை அழிக்க வந்த ஏற்பாடுகள் என்பதையும் நாங்கள் அறிவோம்!" அருந்தவ தேவர் பொறுமையாக பூகம்பத்தை ஏற்படுத்தினார்.

"ஓடும் ஆற்றிலும் எரியும் நெருப்பிலும் சுவடிகளைப் போட்டால் என்ன நடக்கும்? நீரிலே போட்டால் அடித்துச் செல்லும். நெருப்பிலே போட்டால் எரிந்து சாம்பலாகும். நீரின் இயல்பும் நெருப்பின் இயல்பும் இவைதான். ஆனால், நெருப்பில் இட்டும் எரியக்கூடாது என்றும் நீரில் இட்டும் எதிர் நீச்சல் போட்டு கரைக்கு வர வேண்டும் என்றும் சமண, பௌத்த ஏடுகளை சோதித்தீர்கள். எல்லா ஏடுகளும் அழிந்தன. மட்டுமா?... போட்டியில் தோற்றதாக சமணர்களை, பௌத்தர்களைக் கழுவில் ஏற்றிக்கொன்றீர்கள். அது போட்டியல்ல... சூழ்ச்சி!" பரமநாதர் பகிரங்கமாகவே குற்றம்சாட்டினார்.

"எங்களுடைய சமய நூல்களும் அனல்வாதத்துக்கும் புனல்வாதத்துக்கு ஆட்படுத்தப்பட்டு நெருப்பில் எரியாமலும் நீரில் அடித்துச்செல்லப்படாமலும் இருந்தனவே அது எப்படி?"

"அதைத்தான் சொன்னேன்... அது போட்டியல்ல... சூழ்ச்சியென்று. இப்போது அதே போட்டியை உங்கள் சுவடிகளுக்கு வைக்கச் சம்மதமா?" என்றார் பரமநாதர்.

"இன்னும் இருக்கிற சில சமணர்களையும் பவுத்தர்களையும் கழுவில் ஏற்றிக் கொல்வதற்கா?" என்றார் சுப்பிரமணியர்.

“உண்மையைத் தெரிந்துகொள்வதற்குத்தான் சொன்னேன்... உயிரைக் கொல்வதற்காக இல்லை...” பரமநாதரும் விடுவதாக இல்லை.

அரசர் கையை உயர்த்தி எழுந்தார். “இப்போது தீர்க்க வேண்டிய இடர்களைப் பற்றி மட்டும் பேசுங்கள். நடந்து முடிந்தவற்றை ஆராய காலம் இல்லை...”

“அரசே மன்னிக்கவும். புத்த தம்மம் ஒரு போதும் மனிதரில் ஏற்றத் தாழ்வை ஏற்றுக்கொண்டதில்லை... ‘குடுமி வைப்பதாலோ, பிறப்பினாலோ, குடும்பத்தினாலோ ஒருவர் அறவோர் ஆவதில்லை... உண்மையும் ஒழுக்கமும் ஒன்றாய் இருப்பவரே அறவோர்’ என்கிறது தம்மம். மனத்துக்கண் மாசிலன் ஆதல் அனைத்து அறம் என்றும், அந்தணர் என்போர் அறவோர் என்றும் வள்ளுவ பிரான் சொல்லியிருக்கிறார். இவையே நாங்கள் ஏற்றுக்கொண்ட தத்துவம். பிறப்பினால் ஏற்றமோ, தாழ்வோ இல்லை. சமுதாயத்தில் ஒரு குடியில் பிறந்தவன் எப்போதும் தாழ்ந்தவனாகவும் இன்னொரு குடியில் பிறந்தவன் எப்போதும் உயர்ந்தவனாகவும் இருப்பது எந்த வகையிலும் ஏற்றுக்கொள்ள இயலாதது.” பரமநாதர் தன் இறுதி முடிவு போல சொல்லிவிட்டு அமர்ந்தார்.

ஏகாம்பரநாதர், “அப்பா இப்போதைக்கு ஒரு மாற்றத்தைக் கொண்டு வரலாம். வர்ணாசிரம தர்மம் ஒரு தொழில் தர்மமாக ஒரு கட்டுப்பாடான தேசத்துக்கு உதவும் என்றால் அதில் ஏற்றத்தாழ்வு ஏன் என்பதுதான் எனது கேள்வி. எல்லோரையும் சமுதாயத்துக்குத் தொண்டாற்றும் உயர்ந்த பணி செய்வதாகவே கொள்ள வேண்டும். அந்த ஆதார மாற்றம்தான் முக்கியம். ஐந்து விரலும் வெவ்வேறு நீளங்களில் இருப்பது பற்றி சுவாமிகள் சொன்னார். இதோ இங்கே இருக்கிற அந்த கோபுரத்துக்கு ஐம்பது தூண்கள் வைத்திருக்கிறோம். ஐம்பதும் ஒரே உயரம் இருந்தால்தான் மேலே விமானம் அமைக்க முடியும். அப்படித்தான் சமுதாயமும். ஒரு சமத்துவமான குடிமக்களின் மீதுதான் ஒரு நிலையான சமுதாயம் அமைக்க முடியும். அதனால் செய்யும் தொழிலில் உயர்வு தாழ்வு அற்ற நிலைமையை நடைமுறை படுத்தவேண்டும். அதுதான்

தமிழ்மகன்

தேவையாக இருக்கிறது" என்று இளவரசர் சொன்னது எல்லோரும் ஏற்றுக் கொள்ளக்கூடியதாக இருந்தது. தொடர்ந்து விவாதங்களும் சர்ச்சைகளும் ஓடிக்கொண்டே இருந்தன. தீப்பந்த வெளிச்சங்களை நோக்கி ஈசல்களும் பூச்சிகளும் வரத் தொடங்கியிருந்தன. கோயிலைச் சுற்றியிருந்த பகுதிகள் எங்கும் இருட்டு. சிறிய தீப்பந்தங்களை வைத்துக்கொண்டு சிறிய அந்தக் கோயில் மண்டபத்தை மட்டுமே வெளிச்சமாக்க முடிந்ததைப் போல ஏகாம்பரநாதர் புரிய நினைத்த சீர்திருத்தத்தை வைத்து ஒரு சிறிய மாற்றத்தைச் சமுதாயத்தில் ஏற்படுத்த முடியும் அரசரும் நம்பினார்.

* ராணிப் பேட்டை மாவட்டம் வாலாஜாபேட்டை தாலுகா கீழ்மின்னல் என்னும் ஊரில் உள்ள ஒரு சாசனம், சகலலோக சக்கரவர்த்தி வென்று மண்கொண்டாரின் 16 ஆவது ஆண்டில் எழுதப்பட்டது. அக்காலத்தில் இந்த ஊர் அஞ்சினான் புகலிடமாக இருந்த செய்தியை இச்சாசனம் கூறுகிறது.

* திருவண்ணாமலை மாவட்டம் போளூர் தாலுகா வடமகாதேவிமங்கலம் என்னும் ஊரில் உள்ள சாசனம், சம்புவராயர் சகலலோக சக்கரவர்த்தி ராசநாராயணனுடைய 19 ஆவது ஆண்டில் எழுதப்பட்டது. இது, மகாதேவி மங்கலத்தைச் சேர்ந்த தனிநின்று வென்றான் நல்லூர் என்னும் இடம் அஞ்சினான் புகலிடமாக இருந்தது என்று கூறுகிறது.

10. சௌந்தரியின் சோகம்!

படைவீடு பேரரசு எழில்கோலம் பூண்டிருந்தது. படைவீட்டு அம்மன் கோயிலைச் சுற்றி பிரமாண்டமான பந்தல்கள் போடப்பட்டிருந்தன. நாடே உணவருந்தும் அளவுக்குச் சிறப்பான ஏற்பாடுகள் செய்யப்பட்டிருந்தன. மழவர்கள், அதியர், வாணகோவரையர், சோழர், கோப்பெருஞ்சிங்கர், நீலகங்கரையர், வல்லவராயர் உள்ளிட்ட அரச வம்சத்தினர்கள் ஒவ்வொருவராய் ஆளும் பேருமாக வந்த வண்ணமிருந்தனர்.

தகடூரிலிருந்து வந்திருந்த அதிய வம்சத்தின் நன்னன், வந்ததும் வராததுமாக ஏகாம்பரநாதரைத் தேடி வந்து, “எல்லோருக்கும் நேரில் சென்று அழைப்புவிடுக்கத் தெரிந்த உங்களுக்கு எனக்கு மட்டும் தூதுவனை அனுப்பிச் சொன்னால் போதும் என்று தோன்றிவிட்டதல்லவா?” என்றார்.

“அப்படியல்ல அண்ணா. நீங்கள்தான் எங்களுக்குப் பாதுகாப்பாக இருக்கிறீர்கள் என்பதை அறியாதவனா நான்? நீங்கள் மட்டும் தகடூரில் அத்தனை வலுவாக இல்லையென்றால் சுல்தானியர்கள் தகடூர், தொப்பூர் கணவாய் வழியாகவே வந்திருப்பார்கள்.

உங்களைத் தொட்டால் நாங்களும் எங்களைத் தொட்டல் நீங்களும் போர் தொடுப்பீர்கள் என்பதை அறிந்துதான் சுல்தானிய படை அங்கே வரவில்லை என்பது எனக்குத் தெரியும். சத்தியமங்கலம் காட்டுப் பாதை வழியாகவே வந்து, அந்த வழியாகவே வெளியேறியிருக்கிறார்கள் சுல்தானியர்கள். அவகாசம் இல்லாததால்தான் நேரில் வர முடியவில்லை. நான் கிழக்கும் வடக்குமாகப் பயணத்தில் ஈடுபட்டுவிட்டேன். நான் நேரில் வரவில்லை என்பதைப் பொறுத்தருள வேண்டும்." புன்னகையுடன் விளக்கம் தந்தார் இளவரசர்.

"எனக்குத் தெரியும் ஏகாம்பரம். குறுகிய நாட்களில் அனைவரையும் சந்திக்க பல காதம் பயணப்பட்டதை நான் அறிவேன். வேடிக்கைக்காகக் கேட்டேன்" எனச் சிரித்தார்

ஆடி சோதி நாளுக்கு இரண்டு நாட்களுக்கு முன்னரே வாணவராயர் சுத்தமல்லர் குடும்பத்தினர் வந்துவிட்டனர். அவர்கள் திருவிழாவில் கலந்துகொள்வதைவிட மகளின் திருமணத்தை முன்னிட்டு வந்தவர்களாகத் தங்களை முன்னிலைப் படுத்தியிருந்தனர்.

ஞானசௌந்தரி வீட்டுக்கு வந்த மறுநொடியே இளவரசரைத் தேடிப் பரபரத்தாள். பரபரப்பு கொண்டிருக்கும் இருந்தபோதிலும் திருவிழாவை முன்னிட்டும் வந்திருக்கும் அரச விருந்தினர்களை வரவேற்கும் பொருட்டும் அதில் தன் கவனத்தை நிறுத்தியிருந்தார்.

ஞானசௌந்தரி இளவரசர் தாம் வந்திருப்பதை அறிந்து ஓடோடி வரவில்லையே என ஏங்கினாள். என்னதான் இருந்தாலும் இளவரசருக்கு இவ்வளவு மன அழுத்தம் இருக்கக் கூடாது என சீற்றம் கொண்டாள். பின்னர் தன்னை ஏங்க வைப்பதற்காக இப்படி விளையாடுகிறாரா எனக் குழம்பினாள்.

சம்புவராய அரசவை பணிப் பெண்டிர், "நீங்கள் வந்திருப்பதைத் தெரிவித்துவிட்டோம் அம்மா. ஏராளமான அரசு விருந்தினர்கள் வந்திருப்பதால் அவர்களை வரவேற்கவும் அவர்களுக்கு வசதிகள் செய்து தரவும் அதற்கான உத்தரவுகளை இடவும் அவர் தன் கவனத்தை முழுமையாக செலுத்தி வருகிறார். அதனால்தான் அவருக்கு உங்களைச் சந்திக்க நேரம் கிடைக்கவில்லை" என்று நிலைமையை எடுத்துச் சொன்னார்கள். ஆனால் காதலிமார்களுக்கு அந்த மாதிரியான நியாயங்கள் புரிவதில்லை. காதல் சுயநலமானது. அதற்கு இரண்டு மனங்கள் போதும். இளவரசர் ஓடிவந்து ஆசை

படைவீடு

மொழி பேசுவார். கொஞ்சுவார்... அவர் கொஞ்சம்போது கொஞ்சம் மிஞ்சலாம். அதற்கவர் கெஞ்சுவார்... விலகி சமாதானம் ஆகலாம். பிறகு நாம் கொஞ்ச... உடனே அவர் கெஞ்ச இப்படியே நேரம் போவது தெரியாமல் இருக்கலாம் என்பதுதான் அவளுக்கு இருந்த ஒரே நினைவு.

இந்த நேரத்தில்தான் தீவுக்கோட்டையிலிருந்து சோழர் வந்துவிட்டார் என்ற தகவல். இளவரசர் ஏகாம்பரநாதர் சோழர் வந்திருக்கும் செய்தியை அறிந்து வாசல் வரை சென்று அவரை வரவேற்கக் காத்திருந்தார். சோழருடன் அவருடைய மனைவி, இரண்டு மகள்கள் எனக் குடும்ப சகிதமாக வந்திருப்பதைப் பார்த்து மகிழ்ந்து வரவேற்று, அவர்கள் தங்குவதற்கு ஏற்பாடு செய்து இருந்த அறைக்கு அழைத்துச் சென்றார். அரண்மனை உள்ளே நந்தவனத்தையொட்டி அமைந்திருந்த விசாலமான அறையை சோழருக்கு ஒதுக்கியிருந்தார்கள். அங்கே அவர்களை தங்கவைத்து வசதி வாய்ப்புகளைப் பார்த்துக்கொண்டிருந்தார். இளவரசரின் வருகையை எதிர்பார்த்து சோர்ந்து போன ஞானசௌந்தரி அவர் எங்கே இருக்கிறார் என்று விசாரித்து, நந்தவனத்துக்கே தேடி வந்துவிட்டார்.

சோழரின் மகளும் ஏகாம்பரநாதரும் பேசிக்கொண்டிருக்கும் காட்சி அவளுக்குப் பொறாமையையும் எரிச்சலையும் கோபத்தையும் நேரத்தில் ஏற்படுத்தியிருக்க வேண்டும். இளவரசர் அவளைப் பார்த்து மகிழ்ச்சியுடன் வரவேற்க எத்தனித்த நேரத்தில் முகத்தைச் சுளித்துக் கொண்டு அங்கிருந்து வேகமாக தாம் தங்க வைக்கப்பட்டிருந்த இடத்துக்குச் சென்றுவிட்டாள். இளவரசருக்கு ஒன்றுமே புரியவில்லை. தான் வந்து பார்க்கவில்லை என்று செல்லக் கோபம்தான் அது என்று சிரித்துக்கொண்டார். எப்படியும் மூன்றாம் நாள் பரிசம் நடக்கப்போகிறது. அதன் பிறகு அவளுடன் தானே இருக்கப் போகிறோம். எல்லா நேரமும் அவளுக்குச் சொந்தமானவையாக மாறப்போகிறது. அவராகவே மனதைத் தேற்றிக்கொண்டு அடுத்து வந்த அகம்படையார்களை, இசைக் கலைஞர்களை, கூத்துக் கலைஞர்களை, அரச வைத்தியர்களை, சிவனடியார்களைத் தங்க வைப்பதற்கான ஏற்பாடுகளைச் செய்வதற்குச் சென்றுவிட்டார்.

அவ்வளவு கோபமாக அங்கிருந்து விலகிவந்த பின்னும் தன்னை வந்து சந்திக்கவில்லையே என்ற கோபம் அதிகரித்துக்கொண்டே இருந்தது ஞானசௌந்தரிக்கு. திருவிழா

278

பரபரப்பில் அவளுடைய கோபம் யாருமே உணரமுடியாத பொருள் ஆனது.

இளவரசர் ஏகாம்பரநாதர் ஒரு வழியாகத் தன் பொறுப்புகளை முடித்துவிட்டு ஞானசௌந்தரியைப் பார்க்கக் கிளம்பினார். அந்த நேரத்தில் மேலை சாளுக்கிய நாட்டுக்குச் சென்றிருந்த வேலாயுதமும் பிறைசூடனும் திரும்பி வந்திருப்பதாக இளவரசரிடம் வந்து தகவல் சொன்னார் காந்திராயன். ஏற்கெனவே காந்திராயனும் பழனிவேளும் காகதியர்களையும் ராஷ்ட்ரகூடர்களையும் சந்தித்துவிட்டு வெற்றியோடு திரும்பியிருந்தனர். இளவரசர் தன்னுடைய திட்டம் செயல்படத் தொடங்கியிருந்த மகிழ்ச்சியில் ஞானசௌந்தரியை மறந்தே போனார் என்றுதான் சொல்ல வேண்டும்.

இளவரசர் வகுத்துத்தந்த திட்டம் பட்டத்தரசிகளின் புடைவைகளின் வழியாகத்தான் நிறைவேறியது என்றால் ஆச்சர்யமாகத்தான் இருக்கும். காகதியர்களும் ராஷ்ட்ரகூடர்களுக்கும் சாளுக்கியர்களுக்கும் காஞ்சிபுரத்தில் இருந்தும் ஆரணியில் இருந்தும்தான் பட்டுப் புடைவைகள் அனுப்பப்படுவது வழக்கம். ஆனால் இந்த முறை அவர்களுக்குப் பட்டுப் புடைவையை எடுத்துச் சென்றவர்கள் வணிகர்கள் இல்லை. இளவரசர் ஏற்பாடு செய்த இந்த நால்வர்தான். புடைவைகளின் பெருமை தெரிந்த ஒரு கைகோளரையும் ஒரு மெய்க்காப்பாளரையும் ஒவ்வொரு தேசத்துக்கு எனப் பிரித்து அனுப்பினார்.

11. நந்தனார் கூத்து

அர்ச்சுனன் தலைமையில் நந்தனார் கூத்து நடந்துகொண்டிருந்தது. ஆறு நூறு ஆண்டுகளுக்கு முன்பு வாழ்ந்த நந்தனாரே சாதிக் கொடுமையால் இந்த அளவுக்கு சித்ரவதைகளை அனுபவித்து இருக்கிறாரா அதிர்ச்சியாக இருந்தது. நந்தனாராக அர்ச்சுனன் உருக்கமாக நடித்துக்கொண்டிருந்தான். ஏதோ ஒரு வகையில் சாதி சிக்கல்களை நேரில் கண்டவனால்தான் அப்படி நடிக்க முடியும். சேக்கிழார் புராணத்தில் இருந்ததைக் காட்டிலும் பத்து மடங்கு கூடுதலாகவே உருக்கத்தைக் கலந்துகட்டியிருந்தான் அர்ச்சுனன். கூத்து வாத்தியார் மணவாளரும் பரபரப்பாக இங்கும் அங்கும் ஓடியாடி கூத்துப் பணிகளை முன்னெடுத்துக்கொண்டிருந்தார். இந்த மாதிரியான கூத்துகளைத் தெருவுக்குத் தெரு ஊருக்கு ஊர் நகரத்துக்கு நகரம் நடத்தினால்கூட நல்லதுதான் என நினைத்துக்கொண்டார் என்று இளவரசர். மக்களும் ஆர்வமாக ரசித்துக் கொண்டிருந்தார்கள். "போகிற

போக்கில் மக்கள் மனதை மாற்றிவிடும் சக்தி கூத்துக்கு இருக்கிறது" என்று அருகில் அமர்ந்திருந்த தன் தந்தையிடம் தெரிவித்தார் இளவரசர்.

"மகனே கூத்தைப் பார்க்கிற பரவசம் மக்களுக்கு அதிகம் இருக்கிறது. இதைப் பார்த்து திருந்துபவர்கள் நூற்றில் ஒரு பங்கு இருந்தாலும் எனக்கு மகிழ்ச்சிதான்."

நந்தனார் கூத்து முடிந்தது. மன்னர் கூத்துக் கலைஞர்களை மேடையில் ஏற்றி பரிசுகள் கொடுத்து கௌரவித்தார். அர்ச்சுனன், அரசரையும் இளவரசரையும் நன்றி பெருக்கோடு கைகூப்பி வணங்கினான்.

"இதுமட்டுமல்ல அர்ச்சுனா. உன்னுடைய வேண்டுகோளை இளவரசர் என்னிடம் தெரிவித்தார். கூத்துகள் நடத்துவதற்காகவே ஒவ்வொரு கோயிலையொட்டியும் ஒரு நாடக மன்றம் அமைக்க ஆணை பிறப்பிக்கிறேன்."

நாடகக் கலைஞர்கள் மட்டுமல்லாது திரண்டிருந்த அரசப் பிரதிநிதிகள் மக்கள் அனைவருமே "மன்னர் வாழ்க... மன்னர் வாழ்க" என்று முழுக்கம் எழுப்பி மகிழ்ச்சியைத் தெரிவித்தனர்.

"ஆயிரம் அலுவலர்கள் ஊர் ஊராகச் சென்று செய்தால்கூட முடியாததை இந்த மாதிரியான கூத்துகள் செய்துவிடும்" என்றார் இரண்டாம் சுத்தமில்லர். ஏனைய சிற்றரசர்களும், திருவிழாக்கள் தோறும் இனிமேல் இத்தகைய கூத்துகளை அரங்கேற்ற சித்தமாக இருப்பதாகச் சொன்னார்கள். கடவுளுக்கு அடுத்தபடியாக இத்தகைய கலை வடிவங்கள் மக்களை ஒன்றிணைக்கவும் பொழுதைப் போக்கவும் இயற் காரணிகளாக இருப்பதை மன்னரும் உணர்ந்தார். அடுத்து ராசமல்லியின் சதிராட்டம். மயில் நாட்டியமும் பாம்பு நாட்டியமும் ராசமல்லியின் சிறப்பம்சங்கள். மயிலும் பாம்பும் நாட்டியம் பயின்றால் இப்படித்தான் ஆடியிருக்க முடியும். மயிலும் பாம்பும் இயல்பாகக் காட்டும் நடவடிக்கைக் குறிப்புகளை நாட்டியக் கூறுகளாக மாற்றிக் காட்டினார் ராசமல்லி.

சதிராடி முடித்து வந்த அவரை மன்னரும் இளவரசரும் பாராட்ட எழுந்தபோதே அவர், "எங்கே ஞானசௌந்தரி. வந்ததிலிருந்து பார்க்க முடியவில்லையே?" என்று கேட்டார்.

மகிழ்ச்சியான நிகழ்வுகளையும் மனதில் ஏற்றிக்கொள்ளாத ஒரே ஒருமனம் அங்கே தவித்துக் கொண்டிருந்தது. அது, ஞானசௌந்தரியின்

மனம். கூத்து முடிந்து வாணகோவராயர் தன் அறைக்குச் சென்றதும் ஞானசௌந்தரி அவருடன் நிழல்போல பின்தொடர்ந்தாள். "என்னம்மா உறங்க செல்லவில்லையா?" என்றார் வாணகோவராயர். ஆறகழூரில் இருந்து கிளம்பியபோது காட்டிய மகிழ்ச்சியும் துள்ளலும் படைவீடு வந்ததிலிருந்து கொஞ்ச கொஞ்சமாக மறைந்து வருவதையும் இப்போதும்கூட ஏதோ சொல்ல வந்து தயங்கி நிற்பதையும் உணர்ந்தார். "என்ன யோசனையில் இருக்கிறாய் சௌந்தரி?" என்றார் நேரடியாக.

"நாம் இன்று நமது நாட்டுக்குத் திரும்பிவிட்டால் என்ன? இந்த களேபரங்களும் கூத்துகளும் எனக்குப் பிடிக்கவே இல்லை அப்பா" என்றாள் ஞானசௌந்தரி.

"என்னம்மா இப்படி சொல்லிவிட்டாய்? அற்புதமான கூத்து அத்தனை பேரும் சிறப்பாக நடித்திருந்தார்கள். இவர்களை அழைத்து நம் நாட்டிலும் பயிற்சி அளிக்க வேண்டும் என்றல்லவா நினைத்துக் கொண்டிருந்தேன். ராசமல்லியின் சதிராட்டம் அருமை. நாட்டியம் முடித்ததும் உன்னைத்தான் ஆவலாகக் கேட்டார். நாளை ஏகாம்பரநாதர் உலா கவிதை அரங்கேற்ற நிகழ்ச்சி இருக்கிறது. நமது இளவரசரின் பெருமையைச் சொல்லும் காவிய நிகழ்ச்சி. அதற்கு அடுத்த நாள்தான் பரிசம் போடுகிறோம். திருமணத்துக்கான நாள் குறிக்க இருக்கிறோம். அதே நாளில் இரவு எல்லா சிற்றரசர்களும் வீரசம்புவரின் தலைமையில் நம் தேசத்துக்கு வர இருக்கும் ஆபத்தை எதிர்கொள்வது பற்றி பேச இருக்கிறோம். இந்தச் சூழ்நிலையில் நம் நாட்டுக்குத் திரும்பலாம் என்கிறாயே?"

"என்னால் இங்கு ஒரு நிமிடம்கூட இருக்க முடியவில்லை. நான் வேண்டுமானால் கிளம்பட்டுமா?"

"அம்மா ஊருக்குப் போவது பற்றி யோசிக்காதே. மூன்றாம் நாளில்தான் உன்னுடைய திருமண பரிசம் நடக்க இருக்கிறது. நீ அவசரமாக இப்படி திரும்பிச் சென்றால் நினைப்பார்கள்?"

"என்ன வேண்டுமானாலும் நடக்கட்டுமே அப்பா. எனக்கு இந்தத் திருமணத்தில் விருப்பமில்லை என்றுகூட நினைக்கட்டும். கவலைப்படவில்லை."

"ஒரு பேச்சுக்காகக்கூட இப்படிப் பேசக்கூடாது."

"திருமணத்துக்குப் பிறகு இங்கேதானே இருக்கப் போகிறோம்

என்ற எண்ணத்தில் உனக்கு நம் தேசத்தின் ஞாபகம் வந்திருந்திருக்கலாம். மனதைப் போட்டுக் குழப்பிக்கொள்ளாதே. என் செல்ல பெண் எப்போதும் ஆறகழூர் வரலாம். அதற்கு எள்ளளவும் தடையிருக்காது. நீ புதிதாக இங்கு வந்திருப்பதால் வெறுமை உணர்கிறாய் என்று நினைக்கிறேன். திருமண நேரத்தில் எல்லா பெண்களுக்கும் வருகிற மனக்குழப்பம்தான். திருமணத்துக்குப் பிறகு கணவனை விட்டு அங்கு வருவாயா என்பதே சந்தேகம்தான்" என்று சிரித்தார் சுத்தமல்லர்.

"நான் விவரம் தெரியாத சிறிய பெண்ணல்ல. ஏதோ நம் அரண்மனை நினைவுகளால் ஒரு ஏக்கத்தை உணர்ந்து இருப்பதுபோல சொல்கிறீர்கள். அப்பா எனக்கு வந்தது ஏக்கம் அல்ல... ஏமாற்றம்."

"என்னம்மா சொல்கிறாய்... என்ன ஏமாற்றம்?"

"இளவரசருக்குத் துளிகூட என் மீது அன்பு இல்லை. நேற்றிலிருந்து என்னை வந்து பார்க்கவில்லை... பேசவில்லை... ஏன் யாரையேனும் அனுப்பி விசாரிக்கக்கூட இல்லை. இந்த தேசத்தில் அலங்காரத்துக்காக அரசியாக இருப்பது கொஞ்சமும் விருப்பமில்லை அப்பா."

சுத்தமல்லர், அவள் சொல்வது வேறு யாருக்கும் கேட்டு விடக்கூடாது என்று பயந்தார். மாடத்தின் பக்கம் நடமாட்டம் இருக்கிறதா என்று பார்த்தார். பிறகு ஞானசௌந்தரியின் அருகில் வந்து மெல்லிய குரலில், "என்னம்மா சொல்கிறாய்? அரசர்கள், அகம்படையர்கள், சிற்றரசர்கள் எல்லோரும் வந்திருக்கிறார்கள். திடீரென்று இப்படிச் சொல்கிறாய்? இந்த மூன்று நாள் திருவிழாவை மன்னர் இளவரசரிடம்தான் ஒப்படைத்திருக்கிறார். அத்தனை ஏற்பாடுகளையும் அவர்தான் கவனிக்கிறார். உணவு, தங்குவதற்கான ஏற்பாடுகள் கவியரங்கத்துகான ஏற்பாடுகள், கலைஞர்களைக் கவுரவித்தல், நாட்டு நடப்புகள், மூன்றாம் நாள் நடக்கப்போகிற ஆலோசனைகள் அத்தனையும் அவர் தலைக்குள் ஓடிக்கொண்டிருக்கும். ஒரு நாட்டின் அரசியாகப் போகிற நீ இதைப் புரிந்துகொள்ள வேண்டாமா? நாம் சொந்தமாகப் போகிறவர்கள்... நாமும் அவருடன் சேர்ந்து மற்றவர்களைக் கவனிக்க வேண்டும். அந்தப் பொறுப்பு உனக்கும் இருக்க வேண்டும் என்பதுதான் என்னுடைய ஆசை."

"அப்பா இளவரசருக்கு நேரம் இருக்காது என்பதை நானும் உணர்கிறேன். ஆனால், என்னை சந்திக்க நேரம் இல்லாதவர், மற்றவர்களையெல்லாம் ஓடி ஓடி உபசரிக்கிறார். அதற்கு மட்டும்

எப்படி நேரம் கிடைக்கிறது?" என்றாள்.

"அதுதான் சொன்னேனே சௌந்தரி. மற்ற எல்லோரையும் கவனிப்பதற்கு மட்டுதான் அவருக்கு நேரம் இருக்கிறது. திருவிழா முடிந்த பிறகு பரிசம் போடுவார்கள். அதன் பிறகு இமைப்பொழுதும் உன்னைவிட்டு விலகமாட்டார்."

"புரியாமல் பேசுகிறீர்கள். என்னைக் கவனிக்க நேரமில்லை என்றால் பூங்குழலியை மட்டும் எப்படி அக்கறையாகக் கவனிக்கிறார்?"

"யார் அந்தப் பூங்குழலி... யாரைச் சொல்கிறாய்?"

"தீவுக்கோட்டையில் இருந்து வந்திருக்கிறாரே சோழ அரசர்... அவருடைய மகளைத்தான் சொல்கிறேன்."

"சோழப் பேரரசு எத்தகையது என்று உனக்குத் தெரியும். இப்போது அவர்கள் எந்த அதிகாரமும் இன்றி ஒடுங்கியிருக்கிறார்கள். இந்தக் கூட்டத்துக்கு வருவதற்கு தங்களுக்குத் தகுதி இருக்கிறதா என்ற அளவுக்கு அவருக்கு விரக்தியும் வேதனையும் உண்டு. சோழ அரசருக்கு தாழ்வுணர்ச்சி கூடாது என்பதால்தான் இளவரசர் நேரில் சென்று அழைத்துவந்து தங்க வைத்தார். அவர், பூங்குழலிக்காகச் செல்லவில்லை என்பதைப் புரிந்துகொள். சோழ அரசரைத்தான் கௌரவித்து இருக்கிறார் என்பதே என்னுடைய கருத்து."

"புதிய பேரரசருக்குப் பழைய பேரரசர் மீது பாசம் பொங்குகிறது என்கிறீர்களா?"

சுத்தமல்லரும் ஞானசௌந்தரியும் வெகு நேரமாக முற்றத்துத் திண்ணையிலேயே அமர்ந்து பேசிக்கொண்டிருப்பதைக் கவனித்த வாணகோவராயரின் துணைவி பார்வதி அருகே வந்தார். "இரவு உணவு வெகுநேரம் ஆகிவிட்டது. சாப்பிடாமல் அப்படி என்னதான் பேசிக் கொண்டிருக்கிறீர்கள்" என்றார்.

"எனக்கு சாப்பாடும் வேண்டாம்... ஒன்றும் வேண்டாம்" என்று வேகமாக சென்றுவிட்டாள் ஞானசௌந்தரி. குளிர் தடவிய காற்று வாணகோவராயர் மீது வீசி அடங்கியது. வாணகோவராயருக்கு உடல் சிலிர்த்தது. தன்னுடைய மகளின் பிடிவாதம் அவருக்கு நன்கு தெரியும். போகிற அவமானமும் சங்கடமும் அவருக்கு துல்லியமாகத் தெரிந்துவிட்டது. மனைவியிடமும் அதைச் சுருக்கமாக எடுத்துச் சொன்னார்.

“ஞானசௌந்தரிக்கு நான் எடுத்துச் செல்கிறேன். நீங்கள் கவலையை விடுங்கள்” என்று உறுதி தந்தாள் பார்வதி.

12. ஏகாம்பரநாதர் உலா!

நேற்று நடந்த கூத்து ஒரு வகை என்றால், இரட்டைப் புலவர்களின் ஏகாம்பரநாதர் உலா அரங்கேற்றம் இன்னொரு விதமாக இருந்தது என்றுதான் சொல்லவேண்டும். சுற்றியிருந்த தேசங்களிலிருந்து பல அறிஞர்கள் வந்து குவிந்து இருந்தார்கள். இளவரசரின் பெருமையை காஞ்சி ஏகாம்பரநாதரின் புகழோரோடு இணைத்து ஏகாம்பரநாதர் உலாவைக் கேட்டு ரசிக்க மக்களும் ஆர்வமாக இருந்தனர். கவி வேந்தர் கம்பரின் எள்ளு பெயரர் இளந்தேவர் சொன்னபடியே ஏகாம்பரநாதருடன் வந்திருந்தார். ஏற்கெனவே கம்பரின் சிலை எழுபது சுவடிகளை தந்தை வீரசம்புவரிடம் எடுத்துச் சொல்லியிருந்ததால், தந்தையும் இளந்தேவரை மகிழ்வுடன் வரவேற்று மகிழ்ந்தார். அரங்கேற்றம் நடப்பதற்கு முன்பு இரண்டு கைகளையும் மாலையிட்டு வாழ்த்தி இருக்கைகளில் அமர செய்தார் அரசர். அரசனின் பெருமையா... ஆண்டவனின் பெருமையா பிரித்தரிய முடியாத அளவுக்கு மிக அற்புதமாக உலா வடித்திருந்தனர் புலவர் பெருமக்கள்.

இளவரசர் ஏகாம்பரநாதர், புலவர்களின் பெருமையை மக்களுக்கு

படைவீடு

எடுத்துச் சொன்னார். "ஒரு சமயம், சொக்கநாதரை வழிபாட மதுரைக்குச் சென்றிருந்தனர். அங்கு பொற்றாமரைக் குளத்தில், இளஞ்சூரியர் படியில் அமர்ந்து, துணி துவைத்துக் கொண்டிருந்தார். அப்போது, அவர் கை நழுவி, அந்தத் துணி குளத்து நீரில் சென்றுவிட்டது. அதைப் பார்க்க இயலாமல் தண்ணீரில் கைகளால் துணியைத் தேடித் துழாவிக் கொண்டிருந்தார். இதைப் பார்த்துக்கொண்டிருந்த முதுசூரியர்,

'அப்பிலே தோய்த்து அடுத்தடுத்து நாம் அதனைத்
தப்பினால் நம்மையது தப்பாதோ' என்றார்.

அப்பு என்றால் தண்ணீர். தண்ணீரில் தினம் தினம் நாம் துணியினை தப்பினால் - நம்மிடமிருந்து அந்தத் துணி தப்பியோட நினைக்காதோ என்றார்.

அதற்கு இளஞ்சூரியர், தம்மிடமிருந்து துணி போய்விட்டது என அறிந்துகொண்டு, சாதுர்யமாக பதில் பாட்டு பாடினார்.

'ஆனாலும் கந்தை, அதிலுமோர் ஆயிரங்கண்
போனால் துயர் போச்சுப்போ'

அந்தத் துணி கந்தலாகிவிட்டது. அதில் ஆயிரம் ஓட்டைகள். துணி போனால் துயர் போனது என்று விட்டுவிட்டேன் என்றார்.

முதுசூரியரின் தமிழ் விளையாட்டு சூடுபிடித்தது. மறு கேள்வி கேட்கின்றார்.

'கண்ணாயிரமுடைய கந்தையேயானாலும்
தண்ணார் குளிரையுடன் தாங்காதோ?'
கந்தல் துணி என்றாலும் குளிர் தாங்குமே என்று மடக்கினார். பதில் சொல்கின்றார் இளஞ்சூரியர்,

'எண்ணாதீர்,
இக்கலிங்கம் போனாலென் ஏகலிங்க மாமதுரைச்
சொக்கலிங்கம் உண்டே துணை!'

கலிங்கம் என்றால் துணி. இந்தத் துணி போனால் என்ன, லிங்க

தமிழ்மகன்

ரூபமாக மதுரையில் உறையும் சொக்கநாதரே துணை என்று பதில் பாட்டுப் பாடினார்.

கண்ணிமைக்கும் நேரத்தில் கவிபாடும் ஆற்றல் பெற்ற இப் புலவர்கள் காஞ்சி ஏகாம்பரநாதரை என் பெயரில் ஏற்றி இங்கே ஏகாம்பரநாதர் உலா பாட வந்துள்ளார்கள். அவர்களுக்கு இறைவன் அருள் கிடைக்க வாழ்த்தி வழிமொழிகிறேன்" என்று முடித்தார் இளவரசர் ஏகாம்பரநாதர்.

முதல் பாடலிலேயே, ஏகாம்பரநாதர் கோயில் பெருமையாக விகடச்சக்கர விநாயகர், ஆயிரங்கால் மண்டபம் என்றெல்லாம் பாடி முடித்தனர்.

"சம்புகுலத் தொருவன் சாத்துகைக்காம் என்றளித்த

செம்பொன் மணிமகுடம் சேர்வித்தும்...

செம்பதுமை கேள்வன் திருமல்லிநாதனுயர்

சம்புபதி நல்கும் தடந்தேர்போல்"

...

முடித்த முடிக்கு முடிகொடுத்த சம்பன்

படைத்ததுலா மண்டபமும் பார்த்து"

என சம்புவ குலத்தார் செய்த கோயில் திருப்பணிகளை, நடத்திய போர்களைப் பட்டியலிட்டபடி இறைவனின் புகழைச் சொல்லிச் சென்றனர். கேட்க இனிமையாய் இருக்க, பரவசமாய் நின்றிருந்தது மக்கள் கூட்டம். நம் இளவரசருக்குக் கிடைத்த பெருமை மக்களுக்குத் தமக்குக் கிடைத்த பெருமையாக இருந்தது. கண் மூடி தலையசைத்து ரசித்துக்கொண்டிருந்தார் அரசர். புலவர் குமாரவர்மர் தமிழால் மயங்கி கண்ணீர் மல்க கேட்டுக்கொண்டிருந்தார். ஏறத்தாழ நான்கு நாழிகைகள்... நேரம் போனதே தெரியவில்லை. இன்னும் பாட மாட்டார்களா என்று ஏங்கிக்கிடந்தது கூட்டம். பாடி முடித்துவிட்டு, "வேந்தருக்கு வணக்கம். எங்கள் பாட்டுக்கு இப்படியொரு வரவேற்பு கிடைக்குமென்று நாங்கள் எதிர்பார்க்கவேயில்லை. தமிழ் மொழியைக் காக்க எங்களுக்கு ஒரு வேந்தர் கிடைத்துவிட்டார். தேசமிதைத் தமிழ்ப் பாட்டால் குளிர்விக்க நாங்கள் தயாராகிவிட்டோம்" என்றார் முதுசூரியர்.

"மிக்க மகிழ்ச்சி புலவர்களே... உங்கள் தமிழ்ப் புலமை எங்களைப் பெருமைப்படுத்திவிட்டது. இந்தப் பொற்கிழியை ஏற்றுக்கொள்ள

வேண்டும்” என்றபடி புலவர்களை நெருங்கி பட்டுத்துணியால் சுற்றிக் கட்டப்பட்டிருந்த பொற்காசுகளைப் புலவர்கள் முன் நீட்டினார். முதுசூரியர், “வேந்தே... உங்கள் அன்புக்கு நன்றி. நாங்கள் பொன் முடிப்பு பெறுவதில்லை” என்பதில் உறுதியாக இருக்கிறோம். அன்றன்றைய பொழுதுக்கான சிறுகாசு போதும். இதிலிருந்து ஒரேயொரு பொற்காசை மட்டும் தந்தால் போதும்” என்றார்.

“இது என் காணிக்கை. உங்கள் தமிழுக்கு, உங்கள் உழைப்புக்கு என்னுடைய மரியாதை. அன்புகூர்ந்து ஏற்றுக்கொள்ள வேண்டும்.”

‘‘மாமன்னா... இதுதான் உங்கள் முடிவு என்றால் இந்தப் பொன்னைக் கொண்டு காஞ்சி ஏகாம்பரநாதனுக்கு திருப்பணிகள் செய்துவிடுங்கள். எங்களைப் போன்ற புலவர்கள் மூலமாகக் கோயில் திருப்பணி செய்ய இயலாது. எம் பொருட்டு அது உங்கள் மூலமாக நடைபெறட்டும். அதுவே எங்கள் விருப்பம்” முதுசூரியர் சொல்லி முடித்ததும், “ஆம் மன்னா. அதுதான் எங்கள் விருப்பம். அந்தப் பொறுப்பை உங்களிடம் ஒப்படைப்பதில் மகிழ்கிறோம்” என்றார் இளஞ்சூரியர்.

மன்னர் சிரித்தார். ‘‘பெருந்தன்மையின் உச்சிக்கே சென்றுவிட்டீர்கள். இந்தப் பொற்காசுகள் போல நூறு மடங்கு செலவிட்டு திருப்பணிகள் செய்ய உத்தரவிடுகிறேன்... உங்கள் பாடலில் எனக்கொரு சந்தேகம்... கேட்கலாமா?”

‘‘கேளுங்கள் அரசே... உலாவின் ஆரம்பத்தில் கோயிலில் இல்லாதனவற்றைப் பாடினீர்களே? கோயிலில் விகடச்சக்கர விநாயகர், ஆயிரங்கால் மண்டம் என்று பாடினீர்கள். அப்படி எதுவும் ஏகாம்பரநாதர் ஆலயத்தில் இல்லையே? மல்லிநாத சம்புவராயர் என்று சொன்னீர்கள். அது யார்?”

இரட்டையர்கள், ‘‘அம்பிகையின் அருளாலே அப்பாடல் அமைந்தது. எங்களுக்கு ஒன்றும் தெரியாது” என்று தெரிவித்தனர்.* இரட்டை புலவர்களின் ஏகாம்பரநாதர் உலாவை அரங்கேற்றிய மகிழ்ச்சியில் அரசர் தன் கழுத்தில் இருந்த தங்க ஆரங்களைக் கழற்றி இருவரின் கழுத்திலும் ஒவ்வொன்றை அணிவித்தார்.

“புலவர்களே பெருமை ஓங்குக... உங்கள் சேவை தமிழ்மண்ணுக்குத் தேவை. கோயில்தோறும் தமிழ் மன்றங்கள்தோறும் பாட்டிசைத்து, தமிழ்ப் பயிற்சியளித்து தமிழ் மக்களைப் பெருமை படுத்துங்கள். உங்களுக்கு வேண்டிய உதவிகள் செய்ய தயாராக இருக்கிறேன்.

தமிழ்மகன்

நீங்கள் பயணிக்க மாட்டு வண்டி, வண்டியோட்டி, மாடுகள் பராமரிக்க செலவு ஆகியவற்றுக்காக பத்து வேலி நிலத்தைப் பரிசாகத் தருகிறேன். அவ்வப்போது அவைக்கு வந்து தமிழிசை பருகத் தந்தால் போதும். காளமேகப் புலவரின் சிலேடைக் கவிகளை தமிழ் மன்றங்களில் பயிற்றுவிக்க போகிறோம். திருக்குறள் பெரியபுராணம், பன்னிரு திருமுறைகள், ஆழ்வார்களின் பாசுரங்கள் இவற்றோடு இக்கால கவிகளின் பாடல்களும் பயிற்றுவிக்கத்தான் இந்த ஏற்பாடு. பழம்பெரும் இலக்கியங்களை ஓலைகளில் பிரதியெடுக்கும் வேலைகளும் தொடங்கியிருக்கிறோம். நம் அரசு தோற்றுவிக்கப் போகும் தமிழ் மன்றங்களுக்கு, நூலாயங்களுக்கு ஆலோசனைகள் தந்து சிறப்பிக்க வேண்டும்" என்றார் அரசர்.

*சில நாட்கள் கழித்து, கோபுரம் கட்டுவதற்காக, அங்கிருந்த மண் மேட்டை நீக்கியபோது, அதன் கீழ் விகடச்சக்கர விநாயகரையும், ஆயிரங்கால் மண்டபத்தையும் கண்டு, இரட்டையரை மனமாரப் புகழ்ந்து, ஏகாம்பரர் உலாவுக்கு, தெய்விக உலா எனப் பெயரிட்டு பெருமை சேர்த்தார் வீரசம்புவர்.

13. மூன்றாம் நாள் முடிவுகள்!

படைவீட்டில் கடந்த இரண்டு நாட்களாக நடைபெற்ற விழாக்கள் நட்பு நாட்டு அரசர்களுக்கு மிகுந்த மன எழுச்சியையும் நம்பிக்கையையும் ஏற்படுத்துவதாக இருந்தன. எப்போதும் படைவீட்டு பேரரசின் நெருக்கான அதிகாரிகளோடு முடிந்துவிடும் ஆடித் திருவிழா இந்த முறை சகல நட்பு நாடுகளையும் அகம்படையார்களையும் அழைத்ததோடு கூத்து, உலா அரங்கேற்றம், படை ஆலோசனை, உடன்படிக்கைகள் என மாபெரும் விழாவாக மாற்றியிருந்தனர். மூன்றாம் நாள் விழா மக்களுக்கான விழாவாக இல்லாமல் அரசர்களும் அகம்படையார்களும் ஆன்றோர்களும் சமய சான்றோர்களும் இடம்பெற்றிருந்தனர். நாடு இப்போது இருக்கும் நிலையில் அடுத்து என்ன முன்னேற்பாடுகளும் நடவடிக்கைகளும் செய்ய வேண்டும் என்பதைப் பேச குழுமியிருந்தனர்.

அரசவைப் புலவர் குமார வர்மர், "இந்த சாதிப் பிரிவினைகள் நமது நாட்டில் வலுக்கட்டாயமாகத் திணிக்கப்பட்டவை. இதை மக்கள் புரிந்துகொள்ள வேண்டும். மக்கள் புரிந்துகொள்வதற்கு

தமிழ்மகன்

அரசர்கள் நடவடிக்கைகள் செய்ய வேண்டும். தமிழர்களின் நீண்ட நெடிய வரலாற்றைக் கொஞ்சம் பின்னோக்கிப் பார்ப்பது இந்த விவாதங்களை முன்னெடுக்க வாய்ப்பாக இருக்கும் என்பது என் அபிப்ராயம். திணைக்குடிகளால் ஆனது தமிழரசு. வேட்டையாடுதல், வேளாண்மையில் ஈடுபடல், மீன்பிடித்தல் இவையே பிரதான தொழில்களாக இருந்தன. காலப்போக்கில் கொல்லர், தச்சர், கம்மியர், பாணர், விறலியர், நாவிதர், வண்ணார், பண்டுவர் எனத் தொழில் பிரிவினர் வந்தனர். உற்பத்திப் பொருளைத் தொழில் புரிவோருக்குப் பண்டமாற்றாகக் கொடுத்தனர். சங்க இலக்கியங்களில் இதற்கான குறிப்புகள் உள்ளன. தமிழகத்தில் வேதமரபு நுழைந்த சில காலத்திலேயே அரசவைகளில் வேள்விகள் நடத்துவது, நாள் நட்சத்திரம் பார்ப்பது, பூஜை புனஸ்காரங்கள் செய்வது தொடங்கியது. வேள்விகள் நடத்துவது வேந்தர்களின் ஆட்சியை பலப்படுத்தும் வேந்தர்களின் ஆரோக்கியத்தைப் பலப்படுத்தும் என்ற நம்பிக்கை வளரத்தொடங்கியது. இடையிலே பவுத்தர்களைப் பின்பற்றிய களப்பிரர்கள் இந்த சடங்குகளை மூர்க்கமாக எதிர்த்தார்கள். தமிழகத்திலே முன்னூறு ஆண்டுகள் களப்பிரர்கள் ஆட்சி நடந்தது. அந்த நேரத்தில் பிராமணர்கள் ஆதிக்கம் குறைந்தது. இதனாலேயே பின்னாளில் களப்பிரர்கள் பற்றிய எல்லா சுவடிகளையும் அழித்துவிட்டார்கள். இருநூற்றி ஐம்பது ஆண்டுகள் ஆண்ட களப்பிரர்களால் வெட்டப்பட்ட கல்வெட்டுகள் பின்னர் வந்த அரசர்களால் அழிக்கப்பட்டன. களப்பிரர்களின் ஆட்சி, இருண்ட காலம் எனக் கூறி அவர்களுக்குப் பெரும் களங்கம் கற்பித்தனர். பிறகு பல்லவர்கள் ஆட்சி. பவுத்தர்களுக்கும் சைவ வைணவர்களுக்குமான சமரச ஆட்சிக்கு வடிகோலினர். பல்லவப் பேரரசு, சிற்பக்கலைக்கு முக்கியத்துவம் தந்ததோடு இலக்கியங்களுக்கும் ஆதரவாக இருந்தனர். பல்லவர்களின் முதல் காலகட்டத்தில் வடமொழி இலக்கியங்கள் அதிகம் இருந்தன. சில தமிழ்ப்பாடல்களில் சில தனிப்பாட்டுகள் மட்டுமே கிடைத்தன. பிற்கால பல்லவர்கள் காலத்தில் ஆழ்வார்களின் பாசுரங்கள், தேவாரப் பாடல்கள், நந்திக் கலம்பகம் போன்றவை எழுதப்பட்டன. அந்தப் பல்லவர்களின் வழித் தோன்றல்களாகவே சம்புவராயர்கள், காடவராயர்கள், வாணகோவராயர்கள் போன்றவர்கள் ஆட்சி செய்து வருகிறார்கள்.

பொதுவாக சங்க கால கட்டத்திலும் பல்லவர்கள் காலத்துக்குப் பிறகும் சேர சோழ பாண்டியர் என மூவேந்தர் ஆண்ட நாடு நமது தமிழ்ப் பரப்பு. மூவேந்தர்களுக்குள் சில நேரங்களில் எல்லைப்

இடர்கள் இருந்தபோதும் அந்நியர் நுழையும்கால் ஒருவருக்கு ஒருவர் உதவிகரமாக இருந்தனர். சங்க இலக்கியங்கள் எல்லாமே பாண்டியர் அவைகளில் தொகுக்கப்பட்டவைதான். ஆனால் அவற்றில் சோழ சேர மன்னர்களின் பெருமை நிறைய உண்டு. வடபுலத்து அரசர்கள் தமிழ் மன்னர்களை கேவலமாகப் பேசியது கேட்டு துடித்துப் போனான் சேர மன்னன் செங்குட்டுவன். "இப்படி ஒரு அவச் சொல்லைக் கேட்ட பின்னும் சோழனும் பாண்டியனும் வேண்டுமானால் வாளாயிருக்கலாம். என்னால் அப்படி இருக்க முடியாது" என்று கூறிவிட்டு இமயம் வரை கொடி நாட்டிவிட்டு வந்தவன், சேரன். சோழனும் பாண்டியனும் அமைதி காத்ததைச் சொல்கிற சேரனின் பெருமை பேசும் இந்தப் பாடல் சங்க இலக்கியத்தில் உண்டு. பாண்டியனின் மதிப்பைக் குறைக்கிற சேரனை உயர்த்திப் பேசுகிற இந்தப் பாடலை சங்கம் வளர்த்த பாண்டியன்தான் தொகுத்தான். தன்னை மட்டம்தட்டும் இந்தப் பாடலை அவன் ஏன் தடுக்கவில்லை? காரணம் தமிழன் என்ற உணர்வு.

நாம் மொழிக் குழுவினர். நமக்குள் வேறு பேதங்கள் இருந்ததில்லை. மேற்கே யவனம் முதல் கிழக்கே சீனம் வரையிலும் நாம் வணிகத் கொடி நாட்டி இருக்கிறோம். சாதிப் பெருமை இல்லை... தமிழன் பெருமை ஒன்றே குறிக்கோளாக இருந்தது. இது இன்று நேற்றல்ல... பல்லாயிரம் ஆண்டுகளாகத் தொடரும் ஒற்றுமை. சிங்களவன் பாண்டிய நாட்டை வளைத்தபோது, சோழன் படையெடுத்துச் சென்று வென்று, அதை குலசேகர பாண்டியனிடம் மீண்டும் ஒப்புவித்தான். பல்லவராயர் படையெடுத்துச் சென்று வீழ்த்தினார். சிங்களனைச் சோழன் வெல்ல வேண்டும் என எதிரிலிச் சோழ சம்புவராயர் போராடினார். பல்லவராயரின் வெற்றிக்காக சிவனடியார் உமாபதி ஞானதேசிகரைத் தவமிருக்கப் பணித்தார். எதற்காக? மொழிக்காக. சிங்களவனை விரட்டி தமிழரிடம் நாடு திரும்ப வேண்டும் என்பதற்காக. நாம் மொழி இனம்... மொழி குழு என்பதை உணர்ந்துவிட்டால் சாதிப் பெருமையைப் பேச மாட்டோம். இன்று சேரன் இல்லை... சோழன் இல்லை... பாண்டியனும் இல்லை. இப்படியொரு அவலம் நாம் பல்லாயிரம் ஆண்டுகளாக சந்திக்காத ஒரு கொடுமை. சேர சோழ பாண்டிய மூவேந்தர்களின் ரத்த உறவாக, வாரிசாக இன்று நம் அரசர் இருக்கிறார். மூவேந்தர்களின் கடமையாக நினைத்து மக்களிடம் இந்த தமிழ் மரபை, தமிழ் தொடர்ச்சியைத் தமிழ் ஒற்றுமையைப்

பரப்ப வேண்டியது கடமை. தொடர்ச்சியான போர் சூழல்களும் ஒற்றுமையற்ற அவலங்களும் வேற்று மொழி ஆதிக்கமும் இங்கே கலையையும் மொழியையும் பின்னுக்குத் தள்ளிவிட்டன. இந்த நிலை மாறவேண்டும். தமிழர்கள் தமிழால் மட்டுமே இணைவார். சில நேரங்களில் சமயப் பிரிவினைகளைக்கூட இவர்கள் மொழியால் கடந்துவிடுவார்கள். ஆனால், இப்போது புகுந்திருக்கும் சாதி ஏற்றத்தாழ்வு அதைக் கேள்விக்குறியாக்கியிருக்கிறது என்பதையும் ஒப்புக்கொள்ளத்தான் வேண்டும்” பேசிவிட்டு அமர்ந்தார்.

குமார வர்மர் ஆழங்கால் பட்ட தமிழரசு. பெரும் சான்றோர். ஏகாம்பரநாதருக்கு தமிழ் போதித்தவரும் அவரே. யாதும் ஊரே... யாவரும் கேளிர்’ என்று அவர் சொல்லும்போது பரவச நிலையை அவர் அடைவதை இளவரசர் இளம்வயதிலேயே கண்டிருக்கிறார். வள்ளுவர் சொன்ன பிறப்பொக்கும் எல்லா உயிர்க்கும் என்ற முச்சொல் மந்திரமும் சாதி இரண்டொழிய வேறில்லை என அவ்வை சொன்ன சூத்திரமும் திரும்பத் திரும்பத் அவரால் நினைவுறுத்தப் பட்டுக்கொண்டே இருந்தன.

கலிப்பா, வஞ்சிப்பா, உலா என்ன வீரசம்புவர் குறித்து பாக்கள் எழுதியவர். ராசகம்பீரன் ஆட்சி காலத்தில் ஏராளமான தமிழ் மன்றங்களை உருவாக்கி இளைஞர்களுக்கு தமிழமுது ஊட்டி வந்தார். இடையிலே சில காலம் சுந்தரபாண்டியன் வசம் தொண்ட மண்டலம் இருந்த காலத்தில் அந்த முயற்சிகள் தடைப்பட்டுப் போயின. சோழ நாடு சோறுடைத்து என்பதுபோல் தொண்ட நாடு சான்றோர் உடைத்து என்ற பெருமையை நிலைநாட்ட புலவர் எவ்வளவோ முயன்றார். மீண்டும் வீரசம்புவர் கை ஓங்கியது. தொண்ட மண்டல நாடு சம்புவர் வசம் வந்தபிறகு அவருடைய முயற்சிகள் மெல்ல மலரத் தொடங்கின. கோயில் திருப்பணிகள் என்ற பெயரில் வீரசம்புவர் செலவிட்ட செல்வங்களில் பெரும்பகுதி கல்விப் பணிக்குச் சென்றன. புலவர் அதை மேலும் வலியுறுத்துவதன் காரணம் வேந்தருக்குப் புரிந்தது. தொண்ட மண்டலத்தின் அத்தனை சிற்றரசர்களும் இருந்த அந்த அவையில் அந்த அவசியமான கோரிக்கையை அவர் முன்வைத்தது நட்பு அரசர்களும் நாட்டு நடப்பை உணர வேண்டும் என்பதற்காகத்தான்.

அரசர் வீரசம்புவர் எழுந்து, “புலவரின் கோரிக்கை பற்றி என்ன நினைக்கிறீர்கள் என்பதை ஒவ்வொருவராகச் சொல்ல வேண்டும் என்பது என் அவா” என்றார்.

“ஆடித் திருவிழா அவசியமான பல நடவடிக்கைகளுக்குக்

காரணமாக இருந்திருக்கிறது. இப்போதும் அத்தகைய ஒரு அவசியத்தைப் புலவர் இங்கே சொல்லியிருக்கிறார். இதை நான் மனப்பூர்வமாக ஏற்கிறேன்" என்றார் சுத்தமல்ல வாணவராயர். அவரவர் அபிப்ராயங்களைச் சொல்லி முடித்த பின்னர் புலவரே எப்படித் தொடங்கலாம் என்று ஆலோசனை சொல்ல வேண்டும் என்றும் வாணவராயர் கேட்டுக்கொண்டார்.

மூன்றாம் கோப்பெருஞ்சிங்க மணவாள பெருமான், "வீரமும் தமிழ்ப் பற்றும் எங்களுடைய கண்கள். புலவர் சொல்வதில் எனக்கு மாற்றுக் கருத்தில்லை. இடங்கை வலங்கை என மக்கள் பிரிந்து கிடப்பதை நான் என்றும் விரும்பியதில்லை. இதற்கு பிராமணர்கள்தான் தடையாக இருக்கிறார்கள் என்றால் என் பகுதிக்குட்பட்ட அக்ரகாரங்களை அப்புறப்படுத்தச் சித்தமாக இருக்கிறேன். அல்லது புலவரே ஏதேனும் மாற்றுக்கருத்து வைத்திருந்தால் அதை நடைமுறைப்படுத்துகிறேன்" என்று கூறிவிட்டு அமர்ந்தார்.

நீலகங்கரையர் லிங்க பூபதி, "நாம் சமயப் பிரிவினையைத் தீர்ப்பது எப்படி எனப் பேசத் தொடங்கினோம். ஆனால், இப்போது தமிழ் மன்றங்கள் உருவாக்குவது பற்றி பேசுகிறோம். இதைச் செய்வதன் மூலம் தமிழ் வளரும் என்பதில் எனக்குச் சந்தேகமில்லை. இன்னொருபுறம் இடங்கை - வலங்கைச் சிக்கல்கள் அப்படியேதான் இருக்கும் தோன்றுகிறது. நாங்கள்தான் தமிழை அதிகமாக வளர்த்தோம் என மார்தட்டிக்கொண்டால், இன்னொரு பிரிவினர் அதையே காரணம் காட்டி தமிழுக்கு எதிராகச் செயல்பட வாய்ப்பு இருக்கிறது. நாம் இன்னமும்கூட ஆழமாக இந்த சாதி இடர்களைப் பார்க்க வேண்டியிருக்கிறது. அறிஞர்கள் நிறைந்த சபை அதற்கு ஒரு வழி காட்டும் என்று நான் நினைக்கிறேன்" என்று கூறிவிட்டு அமர்ந்தார்.

நீலகங்கரையரின் கூற்றையும் விவாதிக்க வேண்டி, அரசர்கள் ஒருவருக்கொருவர் பேசிக்கொண்டதால் சிறிய சலசலப்பு எழுந்து அடங்கியது.

அரசர் மீண்டும் எழுந்து, "அனைவரும் கருத்தும் சொல்லி முடித்த பின்பு இதற்குத் தீர்வு காணலாம் என்று நினைக்கிறேன். அடுத்து வல்லவராயர் பேசட்டும்" என்று அமர்ந்தார்.

"நாம் பின்பற்றத்தக்க சமயநெறி குறித்துத் தெளிவுபடுத்தலாம். ஓர் அரசர் பவுத்த சமயத்துக்கோ, சமண சித்தாந்தத்துக்கோ

சார்பாக நிற்க வேண்டியதில்லை. எல்லா சமயங்களிலும் மக்களைப் பண்படுத்தும் நெறிகள் அதிகம் உள்ளன. அத்வைத தர்மங்கள் ஒருவகையில் மக்களைப் பண்படுத்துவதோடு இன்னொரு வகையில் சாதியை நம்பவைக்கவும் பேணிப் பாதுகாக்கவும் பயன்பட்டு வருகிறது. நான் அன்றாடம் வழிபடும் ஈசனை தரிசித்துவிட்டுத்தான் இங்கு வந்தேன். கோயில் அர்ச்சகர் ரவிசங்கர ஆச்சார்யா பேச்சுவார்த்தையில் இப்படிச் சொன்னார். 'தினமும் நெய்விட்டு விளக்கேற்றி பூஜிக்க வேண்டும். எங்களைப் போன்றவா உங்களுக்காகப் பிரார்த்திப்பது மிகுந்த பலன் தரும். நீங்களே பிரார்த்தனை பண்ணேள்னா உங்களுக்கு ஓரளவுக்குத்தான் பலன் கிட்டும்' என்று சொன்னார். இப்படி ஒரு விதி எந்த சமயத்தில் இருக்கிறது என்று எனக்குத் தெரியவில்லை. அவர்கள் பிரார்த்தித்தால் அதிக பலன் என்றும் நாம் பிரார்த்தித்தால் குறைந்த பலன் என்றும் அவர் சொல்கிறார். ஏமாற்றுவதற்காகச் சொன்னார் என்று நான் சொல்ல மாட்டேன். அது அவருடைய நம்பிக்கை. உயர்ந்த குலத்தவர் என்று ஒருவரையும் தாழ்ந்த குலத்தவர் என்று இன்னொருவரையும் நம்ப வைப்பதும் ஆதிசங்கரர் வகுத்த நெறி என்று அதைப் பின்பற்றுகிறவர்கள் மாற்றிவிட்டார்கள். அதுவே அவரின் நெறியாக இப்போது மாறி இருக்கிறது. இதுதான் வைதிக மரபின் வெற்றி. நாம் இதுகாலம் பின்பற்றி வந்த சைவ நெறியை அப்படியே விழுங்கி ஏப்பம் விட்டிருக்கிறது. அந்த ஏப்பம்தான் இப்போது நாம் பேசிக் கொண்டிருக்கிற சாதிகள். ஆகவே, ஆதி சைவ சித்தாந்த நெறியை மீண்டும் மக்களிடத்தில் பரப்ப வேண்டும் என்பதும் என்னுடைய நோக்கம். மக்கள் நம்பிக்கை முக்கியம். தமிழையும் சமயத்தையும் ஒன்றிணைப்பதன் மூலம்தான் சைவமும் வைணவமும் வளர்ந்தன. நாம் பின்பற்ற வேண்டிய நெறிகளோடு தமிழ்ப் பற்றையும் இணைக்க வேண்டும்... தமிழில்லாமல் இந்த மாற்றத்தைச் செய்ய முடியாது" என்று கூறிவிட்டு தன் கருத்துக்கு எதிர்வினையை ஏதேனும் உண்டா என்று சபையிலிருந்த அரசப் பிரதிநிதிகளின் பார்த்துவிட்டு அமர்ந்தார் வல்லவராயர்.

மழவரும் அதியரும் மலையமானும், "மக்கள் பிரிவினைகள் தீர உதவுமானால் வரவேற்கத் தயாராக இருக்கிறோம்" என்று கூறிவிட்டு அமர்ந்தனர். இரவு இவர்களின் பேச்சுக்கு ஏற்ப நீண்டுகொண்டே இருந்தது. ஏதோ ஒரு தீர்வை எதிர்பார்த்துதான் பகலவனும் காத்திருக்கிறான் என்று நினைத்துக்கொண்டார் ஏகாம்பரநாதர்.

படைவீடு

சோழர் மூன்றாம் ராசாதிராசர், "எங்கள் சோழ மரபினர் ஆதித்த கரிகாலர் மறைவையொட்டி ஏராளமான சிக்கல்களை எதிர்கொண்டவர்கள். தில்லையிலே சைவ சமயக் குரவர்கள் அந்தத் திருமுறைகளை மீட்டெடுக்க எங்கள் முப்பாட்டன் ராசராச சோழன் எடுத்த முயற்சிகளை நீங்கள் அறிவீர்கள். கடல் கடந்து தமிழரின் பெருமையைக் கொண்டு சேர்ப்பதிலேயும் சோழர்கள் ஆர்வமாய் இருந்தனர். இப்படி ஒரு இக்கட்டான அக்காலகட்டத்தில் சம்புவராயர் தலைமையில் நாம் கூடியிருக்கிறோம். நாம் நம்முடைய அரசியல் காரணங்கள், பதவிகள், பெருமைகளைக் கடந்து ஒன்றிணைந்து ஒரு முடிவு எடுக்க வேண்டும். அதற்கு என் முழு ஒத்துழைப்பு என்றும் உண்டு. உள்நாட்டிலே சமய நெறிக் குழப்பங்கள் தலைவிரித்தாடுகிறது. இன்னொரு பக்கம் சுல்தானியர்கள். வேறு சமய நெறியை கொண்டவர்கள் அவர்கள். நம்மில் இத்தனை பிரிவுகள் இருந்தாலும் ஒற்றுமையை ஓரளவுக்குப் போற்றிக் கொண்டிருக்கிறோம். இசுலாமிய மதம் முற்றிலும் வேறுபட்டு இருக்கிறது. அந்த மதத்தின் நெறிகள் புகுத்தப்படும்போது மேலும் பல விளைவுகளைச் சந்திக்க வேண்டியிருக்கும். அவர்களின் எழுச்சியை முறியடிக்க வேண்டும். அதற்காகவும் நாம் இங்கே கூடி இருப்பதாகவே நினைக்கிறேன். தென் பிராந்தியங்களில் இருந்து அபயம் தேடிவரும் மக்களுக்கு இங்கே வாழும் வாய்ப்பு ஏற்படுத்தித் தந்திருக்கிறது பெருமைக்குரியது. வீரசம்புவராயர் நம்முடைய மன்னர். அவருக்குத் துணை நிற்பது நம் கடமை என்று கூறிக்கொண்டு ஆன்றோர்களின் கருத்துக்களை எதிர்பார்க்கிறேன்" என்று அமர்ந்தார்.

14. ஆடித் திருவிழா

திருவிழாவின் மூன்றாம் நாள் நண்பகலில் ஏகாம்பரநாதருக்கு பரிசம் போடுவதற்கான ஏற்பாடு... இளவரசருக்கும் ஞானசௌந்தரிக்கும் பரிசம். இளவரசரின் தாயும் அரசவை சுற்றத்தாரும் வாணகோவரராயர் தங்கியிருந்த மாளிகைக்குச் சென்றனர். வரிசைத் தட்டுகளில் பழங்கள், இனிப்புகள், ஆபரணங்கள், பட்டுப்புடவைகள் எல்லாம் இருந்தன. நூற்றியொரு வரிசைத் தட்டுகள். தங்கம், வைரம், வைடூரியம், முத்து, பவளம் உள்ளிட்ட செல்வங்களும் பழவகைகளும் முந்திரி, பாதாம் உள்ளிட்ட பருப்பு வகைகளும் பட்டுப் புடவைகளும் வெள்ளித் தட்டுகளில் வைக்கப்பட்டு பெண்கள் சுமந்து வந்தனர்.

இரண்டாம் சுத்தமல்ல வாணகோவரராயர் முன்னத்தி மண்டபத்து பஞ்சு திண்ணையில் தன் மகுடத்தைக் கழற்றி பக்கத்தில் வைத்துவிட்டு கண்மூடி சாய்ந்தபடி அமர்ந்திருந்தார். பரிச

வரிசைவைக்க காலையில் வருவதாக முதல் நாளே வந்து சொல்லிவிட்டுப் போனார் செண்பகா தேவி. அப்போதே போதிய ஆர்வம் காட்டவில்லை வாணகோவரராயர். உடல் சுகமில்லை என்று சுருக்கமாகச் சொன்னார். தன் மனைவியும் மகள் ஞானசௌந்தரியும் உறக்கத்தில் இருப்பதாகச் சொல்லிவிட்டார். விழா நடைபெற்றுக்கொண்டிருக்கிற அவசரத்தில், “இருக்கட்டும் அண்ணா... எழுப்ப வேண்டாம். காலையில் தயாராக இருங்கள். முற்பகலில் முகூர்த்த நேரம் குறித்துக்கொடுத்திருக்கிறார் சோதிடர். பரிசத்தை நல்லபடியாக முடிப்போம். தையிலேயே திருமணத்தை வைத்துக்கொள்வோம். இரண்டு அரசுகளை இணைகிற விழாவாக அதைக் கொண்டாட வேண்டும்” இப்படியெல்லாம் ஆசை ஆசையாகப் பேசிக்கொண்டிருந்தது செண்பகா தேவிதான். அதற்கெல்லாம்புன்னகையைமட்டும்பதிலாகத்தந்துகொண்டிருந்தார் வாணகோவரராயர்.

இன்றும் கிளம்பித் தயாராக இல்லாமல் வரவேற்கும் மனநிலை இல்லாமல் கண்ணை மூடிச் சாய்ந்து கிடப்பவரைப் பார்த்ததும் செண்பகா தேவியின் மனதில் சிறிய கலக்கம் ஏற்பட்டது. எறும்பு மிகச் சிறியதுதான்... அது யானையின் காதுக்குள் நுழைந்துவிட்டால் அவ்வளவு பெரிய உருவத்தைத் தன் போக்குக்கு இயக்க ஆரம்பித்துவிடுகிறதல்லவா? செண்பகா தேவியின் மனதில் புகுந்த கலக்கமும் அப்படித்தான். பல நாட்டு அரசர்களும் அகம்படையார்களும் புலவர்களும் கலைஞர்களும் மக்களும் கூடியிருக்கும் பரிச விழாவுக்கு ஏதாவது பிசகு ஏற்பட்டு விடுமோ என்று பதறினார். அவர் நினைத்தது சரிதான். அங்கே யாரும் கிளம்பித் தயாரானது போலத் தெரியவில்லை. வரிசைத் தட்டு ஏந்தி வந்த மங்கையர்களை சற்றே அப்படி நில்லும்படி சொல்லிவிட்டு உள்ளே சென்றார் செண்பகா தேவி. மன்னர் வாணகோவரராயர், “வாருங்கள் அம்மா..” என வரவேற்றதில் உணர்ச்சியே இல்லை. செண்பகா தேவி அவரே சொல்லட்டும் எனக் காத்திருந்தார்.

“உட்காருங்கள் அம்மா... நான் எப்படிச் சொல்வேன் எனத் தெரியவில்லை. ஞானசௌந்தரிக்கு ஏனோ சடுதியில் இந்தத் திருமணத்தில் விருப்பமில்லாமல் போய்விட்டது. வந்த நாளிலிருந்தே திரும்பிச் சென்றுவிடலாம் என்று சொல்லிக்கொண்டிருக்கிறாள்.” செண்பகா தேவி ஏதோ சொல்ல வாயெடுத்தார். “ஏன் முன்னரே சொல்லியிருக்கலாமே எனக் கேட்பீர்கள். நானும் எப்படியாவது

தமிழ்மகன்

அவள் மனதை மாற்றிவிடலாம் என்றுதான் போராடிப் பார்த்தேன். நேற்று நீ வந்தபோதுகூட அந்த நம்பிக்கையில்தான் போராடிக்கொண்டிருந்தேன்..." வாணகோவராயர் தயங்கித் தயங்கி செண்பகா தேவியின் முகக் குறிப்பை உணர்ந்து வார்த்தைகளைத் தேர்ந்தெடுத்துப் பேசிக்கொண்டிருந்தார்.

செண்பகா தேவி திகைத்து, கலங்கி, நொறுங்கி, பொங்கி, ஆவேசமாகி... அழுவதற்கும் தயாராகிவிட்டாள்.

"தயவு செய்து மன்னித்துக்கொள்ளுங்கள் அம்மா" எனக் கைகூப்பினார் சுந்தமல்லர்.

"அண்ணா நீங்கள் சொல்வது முறையா? சின்னப் பெண்ணின் பேச்சைக்கேட்டா யாராவது இப்படியொரு முடிவுக்கு வருவார்கள்? நாடே விழாக்கோலம் பூண்டிருக்கிறது. என் மகனுக்குப் பட்டம் சூட்டவும் அரசர் முடிவெடுத்து, அதற்கான ஏற்பாடுகளும் நடந்து வருகிறது. நிச்சயதார்த்தத்துக்கு மகள் சம்மதிக்கவில்லை என்பது எங்களுக்கு எத்தனை அவமானம் என்பதை உணர்ந்தீர்களா? அவளுக்கு புத்திமதி சொல்லி அழைத்து வாருங்கள். புகுந்த வீட்டு அச்சத்தில் ஏதோ தயக்கம் காட்டுகிறாள் என்று நினைக்கிறேன்... நான் வேண்டுமானால் பேசிப் பார்க்கட்டுமா?"

"வேண்டாம் அம்மா. அவளுடைய தாயே எவ்வளவோ எடுத்துச் சொல்லிவிட்டாள். அவள் பிடிவாதக்காரி. ஒருமுறை முடிவெடுத்துவிட்டால் பிறகு மாற்றிக்கொள்ளவே மாட்டாள்."

"என்ன அண்ணா சொல்கிறீர்கள். அவள் என் மகனைத் திருமணம் செய்துகொள்ள விரும்புவதாக நீங்கள்தானே சொன்னீர்கள்? அந்த முடிவில் இருந்து மட்டும் எப்படி மாறிவிட்டாள்?"

"முதலில் விரும்பியவளும் அவள்தான். இப்போது மறுப்பவளும் அவள்தான். அவளைப் பொறுத்தவரை விருப்பம் வேறு. முடிவு வேறு. எனக்கு அவளைப் பற்றி நன்கு தெரியும்."

"அண்ணா அதையே சொல்லிக்கொண்டிருக்கிறீர்கள். இப்போது நம்மைச் சுற்றி நெருக்கிக்கொண்டிருக்கும் போர் மேகங்களை அறிவீர்கள். ஏகாம்பரநாதன் அதற்காகவே எல்லா பகுதிகளையும் சுற்றி வந்து ஆதரவு திரட்டினான். உங்களைச் சந்தித்தபோதும் அனைத்தையும் சொல்லியிருப்பான். ஓய்வு உறக்கம் இல்லாமல் சுழன்றுகொண்டிருக்கிறான். ஆடித் திருவிழாவுக்காகத்

தீர்மானிக்கப்பட்ட அத்தனை நிகழ்ச்சிகளையும் சிறப்பாக வடிவமைத்தவனும் அவன்தான். கலை நிகழ்ச்சிகள், கவிதை அரங்கேற்றம், சமய நெறியாளர்கள் கூட்டம், எல்லாவற்றையும் சிறப்புற நடத்தினான். பெரியவர்கள் அவனுக்குச் செய்ய வேண்டிய நிச்சயதார்த்த நிகழ்வைத்தான் திட்டமிட்டபடி நடத்த முடியாமல் நிற்கிறோம். இரண்டு அரச குடும்பங்கள் சேர்ந்து செய்யக் கூடிய செயலா இது? மக்கள் நம் மீது வைத்திருக்கிற நம்பிக்கை என்னாவது? இளவரசனின் செயல்பாடுகளை என்ன சொல்வார்கள்? பட்டம் சூட்ட இருக்கிற இந்த நிலையில் அவன் மனது என்ன பாடுபடும்? ஆசையாகப் புறப்பட்டு வந்தவள்தானே? இங்கே அவள் மனம் கோணும்படி என்ன நடந்தது... அதையாவது சொன்னாளா?" என்றார் செண்பகா தேவி.

வாணகோவராயர் அமைதியாக இருந்தார். "ஞானசௌந்தரி?" எனக் குரல் கொடுத்தார்.

மாளிகையின் கூடத்தில் இருந்த எந்த அறையிலிருந்தும் யாரும் வெளிவரவில்லை. மன்னர் அப்படி அழைத்ததைத் தடுக்கவும் இல்லை. மீண்டுமொரு முறை அறை நடுங்கும் குரலில் அழைத்துப் பார்த்தார். ஞானசௌந்தரி வராவிட்டால் பரவாயில்லை... அவளுடைய தாய் பார்வதியும்கூட எட்டிப் பார்க்கவில்லை.

செண்பகா தேவி வெளியே வந்து, ஒரு பெண்ணின் காதில் ஏதோ சொல்லிவிட்டு மீண்டும் வந்தார். வாணகோவராயர், "அம்மா, என் பெண் எனக்கு இப்படியொரு இழுக்கைத் தேடித் தருவாள் எனக் கனவிலும் நினைக்கவில்லை. நீங்கள் அனுமதித்தால் இப்போதே நாங்கள் எங்கள் தேசத்துக்குத் திரும்பிவிடுகிறோம். மன்னரையோ, இளவரசரையோ பார்க்கும் துணிவு எனக்கு இல்லை" என்றார்.

"நீங்கள் அவள் மனதில் இப்படியொரு எண்ணம் ஏற்பட்டுவிட்டதை உடனே சொல்லியிருக்க வேண்டும். கலந்துபேசி சுமுகமாக ஒரு முடிவை எடுத்திருக்கலாம். இது மன்னருக்குப் பெருங்கோபத்தை ஏற்படுத்தும் என்பது என் எண்ணம். படைவீடு பேரரசுக்கே இழுக்கு என நினைப்பார். நட்பு பாராட்ட விழைந்து அதுவே விரோதத்துக்கு வழிகோலிவிடுமோ என என் மனம் நடுங்குகிறது. எல்லோரும் நிச்சயதார்த்தம் நடத்த மண்டபத்திலே காத்திருக்கிற நேரத்தில் சொல்வது ஆவேசப்படுத்திவிடும். நீங்கள் அவளைச் சமாதானப்படுத்திவிடலாம் எனக் காத்திருந்ததாகச் சொல்கிறீர்கள். எல்லோரும் சேர்ந்து சமாதானப்படுத்த முயற்சி எடுத்திருக்கலாம்.

ஒன்று காரியம் கனிந்து வந்திருக்கும். அல்லது இரு குடும்பத்தாரும் முதலிலேயே தயாராகியிருப்போம்.”

“மன்னர் கோபப்படுவார் என்றால் உடனே அவரைச் சந்தித்துப் பேசுகிறேன் அம்மா.”

யாரோ நடந்துவருவதைச் செருப்பில் அழுத்தத்தில் இருந்து அறிய முடிந்தது. வாணகோவரராயர் அமைதி காத்தார். வந்தது ஏகாம்பரநாதர்.

“நான் அழைத்துவரச் சொன்னேன்...” என்றார் செண்பகா தேவி.

ஏகாம்பரநாதர் நடந்தவற்றை ஓரளவுக்கு அறிந்துதான் வந்திருந்தார். தன் தாயையும் வாணகோவரையரையும் வணங்கினார். “பரிசம் என்பது திருமண சம்பந்தம் மட்டுமல்ல... நம்முடைய உறவு பலப்படுவது நம் மேற்கு பிராந்தியத்துக்கு வளம் சேர்க்கும். ஞானசௌந்தரி புத்திசாலி. கூர்மையான அறிவு உடையவள். அவள் எனக்குப் பட்டத்து ராணி ஆவது மனைவியே அமைச்சராக அமைவதற்குச் சமம் என்றும் நினைக்கிறேன். என் மீது ஏதேனும் வருத்தமிருந்தால் அதை அகற்றுவதற்குச் சித்தமாக இருக்கிறேன்.”

வாணகோவராயர் பதறினார். “உங்கள் பெருந்தன்மை என்னைச் சுட்டெரிக்கிறது. தவறு உங்கள் மீதல்ல. என் மகள் மீதுதான். அவளுடைய பிடிவாதம்தான் காரணம். இந்த நிச்சயதார்த்தம் நடக்கும் என்ற நம்பிக்கை எனக்கு முழுதாகப் போய்விட்டது. எங்களை மன்னித்து நாங்கள் இங்கிருந்து வெளியேற அனுமதிக்க வேண்டும்.”

இனியும் பொறுப்பதற்கு இல்லை என்ற நிலையில் அங்கிருந்த ஓர் அறையிலிருந்து வெளியே ஓடி வந்தார் வாணகோவராயரின் பட்டத்து அரசி பார்வதி, “வீரனே... எங்களை மன்னித்துவிடு. இரவு இங்கே எதிர்பாராத சம்பவங்கள் நடந்தேறிவிட்டன. என் மகள் இந்தப் பரிச நிகழ்வை நிறுத்துவதற்காகத் தீயிட்டு தன் உயிரை மாய்த்துக்கொள்ள துணிந்துவிட்டாள். அவளை ஒரு வழியாகக் காப்பாற்றிவிட்டோம். அதன் பிறகு அவளை வற்புறுத்துவதில் பயனில்லை. இதை அரசரிடம் எப்படி தெரிவிப்பது என்பதில்தான் இரவெல்லாம் துவண்டுபோய் இருந்தோம். எங்களை மன்னிப்பாயா?”

“அத்தை... நடக்கக் கூடாதது நடந்துவிட்டது. இந்தத் திருவிழாவில் இந்தப் பரிச விழா கரும்புள்ளியாக அமைந்துவிட்டது. பாதித்தது நானாகவே இருக்கட்டும். உங்கள் பயணத்துக்கு ஏற்பாடு செய்கிறேன்.

நீங்கள் உடனே புறப்படலாம். ஞானசௌந்தரியைக் கடிந்துகொள்ள வேண்டாம். அவளைப் பத்திரமாகப் பார்த்துக்கொள்ளுங்கள்..." என்றவர், தன் மெய்க்காப்பாளராக இருந்த பழனிவேளிடம் ஏதோ சொன்னார். சிறிது நேரத்தில் பழனிவேள் திரும்பி வந்தார். "இளவரசே, தேர் தயாராக இருக்கிறது."

''தந்தையிடம் நான் சொல்லிக்கொள்கிறேன்... நீங்கள் கலக்கமில்லாமல் கிளம்புங்கள்!" என்றார் வாணகோவராயரைப் பார்த்து. அவர், கையெடுத்து வணங்கி, "இந்த இளம் வயதில் எவ்வளவு பக்குவமாக நடந்துகொள்கிறீர்கள். உங்களுக்குப் பெரிய அரசு காத்திருக்கிறது. என் வாழ்த்துக்கள் எப்போதும் உண்டு" என்றார் சுத்தமல்ல வாணகோவராயர்.

"அரசு காத்திருப்பது இருக்கட்டும். அங்கே எனக்காக அரசர்கள் காத்திருப்பார்கள். நான் உடனே கிளம்புகிறேன். உங்கள் பயண ஏற்பாடுகளை என் மெய்க்காப்பாளர் பழனிவேள் கவனிப்பார். மகத தேச பெருவழி வழி வரை உடன் வந்து வழியனுப்புவார். வருகிறேன்."

படைவீட்டிலிருந்து ஆறகழூர் செல்லும் மகத தேச பெரு வழியில் இருந்து இருநாட்டு பாதுகாவல் படையினரும் காவலுக்கு இருப்பார்கள் என்பதாலேயே அதுவரை சென்று வழியனுப்பச் சொல்லிவிட்டுச் சென்றார் இளவரசர். செண்பகா தேவியும் அவருடன் வந்த சேடிப் பெண்களும் ஏகாம்பரநாதரைப் பின் தொடர்ந்து வெளியேறினர். அவர்கள் சென்ற அரை நாழிகையில் அறைக்குள் இருந்து வெளியில் வந்தாள் ஞானசௌந்தரி.

"என்னை மணக்க முடியவில்லை என்ற வருத்தம் அவருக்கும் எள்ளளவும் இல்லை என்பதை இப்போதாவது உணர்ந்தீர்களா?" என்றார் தன் பெற்றோரைப் பார்த்து. வாணகோவராயர் அதைக் காதில் வாங்கிக்கொள்ளாமல் பழனிவேளைப் பின் தொடர்ந்து நடக்கலானார்.

15. உறவு தேசங்களின் உடன்படிக்கை

“பரிசம்போடும் விழாவை மாலை வைத்துக்கொள்ளலாம். முதலில் நம் அரச நடப்புகளைப் பேசிவிடலாம்” என மன்னரிடம் சொன்னார் இளவரசர். இப்படி அவசரமாக மகன் ஒரு மாற்றத்தை அறிவிப்பதில் ஏதோ உள்விவகாரம் அடங்கியிருப்பதை உணர்ந்த வீரசம்புவர், விளக்கம் எதுவும் கேட்காமல் அமைதியாக இருந்துவிட்டார். மேடையிலேயே அத்தனை அரச விருந்தினரும் அமர்ந்திருந்ததால், அப்படியே நிகழ்வுகள் தொடரட்டும் என்று அறிவித்தார் அரசர்.

‘‘பல்லவர் வழித் தோன்றல்களான சம்புவராய படைவீடு ராசகம்பீர பேரரசின் வரலாறு வருமாறு...” என்று கூறி நிறுத்திவிட்டு, ஓலைக்கட்டை வாசிக்கும் முன் வீரசம்புவரையும் ஏகாம்பர சம்புவராயரையும் அனுமதி வேண்டி நிற்பவர் போல பார்த்தார் அமைச்சர் திருநம்பி. வீரசம்புவர் இமையசைவில் மேலே தொடருமாறு கேட்டுக்கொண்டார்.

“பல்லவர்கள் காலத்திலும் சோழர்கள் காலத்திலும் பாண்டியர்கள் ஆட்சிக் காலத்திலும் நாம் நட்பரசர்களாக இருந்து ஆட்சி

செய்தவர்கள். சரித்திர முக்கியத்துவம் வாய்ந்த பல போர்களில் சம்புவராயர்களுக்குப் பங்கு உண்டு. அது நிற்க. கடந்த இருநூறு ஆண்டுகளில் தமிழ் தேசம் என்ன பாடுபட்டு வருகிறது என்பதை நாம் அறிவோம். விக்கிரம சோழனது மகன் வயிற்றுப் பெயரன் ராசாதிராசர். இரண்டாம் ராசராசர் இறக்கும்போது ராசாதிராசனுக்கு முடிசூட்டினார். அப்போது இவர் வயது இரண்டு. அதனால் சோணாட்டில் கலவரம் மிகுந்தது. உடனே பல்லவராயன் என்னும் முதல் அமைச்சர் சோழப் பெருநாட்டு அரசியலை தானே கவனித்து வந்தார்; ராசாதிராசர் பதின் வயதினர் ஆனதும், அவருக்கு ராசாதிராசர் என்ற பெயருடன் முடி சூட்டிச் சிறப்புச் செய்தார்.*

ராசாதிராசன் பட்டம் பெற்ற ஐந்து ஆண்டுகளில், பாண்டிய நாட்டில் பராக்கிரம பாண்டியனுக்கும் குலசேகர பாண்டியனுக்கும் பூசல் ஏற்பட்டது. பராக்கிரம பாண்டியன், இலங்கையை ஆண்டுவந்த பராக்கிரம பாகுவின் துணை வேண்டினான். இலங்கைப் படைவீரர்கள் ராமேசுவரத்தைக் கைப்பற்றி அங்கிருந்த கோயிலை சேதப்படுத்தினர். குலசேகரன் இரண்டு படைத்தலைவரைப் பெரும் படையுடன் ஏவினான். அப்படைகள் தோல்வியுற்றன. அடுத்துப் பல இடங்களில் போர்கள் நடந்தன. இலங்கை அரசனே வென்றான்... பின்னர் சோழ அரசனிடம் உதவிகேட்டான் குலசேகர பாண்டியன்.

ராசாதிராச சோழனுக்குப் பேருதவியாக இருந்த திருச்சிற்றம்பலம் உடையானான பெருமான் நம்பிப் பல்லவராயன், திரண்ட படைகளுடன் பாண்டியன் நாட்டை அடைந்தான். அவனுக்கு உதவியாகச் சென்ற மற்றொரு தலைவர் நம் நரசிங்கவர்ம ராயர். எதிரிலி சோழச் சம்புவராயனும் சோழர்களுக்கு ஆதரவாகக் களத்தில் இறங்கி ஈழப் படையை ஓட ஓட விரட்டச் செய்தான். தொண்டி, பொன் அமராவதி, மணமேற்குடி, மஞ்சக்குடி எனப் பல இடங்களில் போர்கள் நடந்து, இறுதியில் குலசேகரன் அரியணை ஏறி அரசாளத் தொடங்கினான்.

ராசராசன் குடும்பத்துக்கு நெருங்கிய நண்பரும் முதல் அமைச்சரும் சிறந்த வீரருமாகிய பல்லவராயர், காலமானதும் அந்தப் பதவிக்கு வேதவனம் உடையான் அம்மையப்பனான அண்ணன் பல்லவராயர் வந்தார். அவர் ஆற்றலும் போர்ப் பயிற்சியும் மிக்கவர். இந்நிலையில், இலங்கை மன்னன் பராக்கிரமபாகு குலசேகரனுக்குத் தூதுவிடுத்தான். 'நீண்ட காலமாகவே பாண்டியர்களும் ஈழ அரசர்ளும் சோழர்கள்மீது

பகைமை பாராட்டியவர்கள். சோழர்களின் வளர்ச்சி நம் இருவருக்குமே ஆபத்தானது' என்பதே அதன் சாரம். சோழர்களுக்கு எதிராக இருந்துவந்த ஒற்றுமையை உணர்த்தி சோழர்மீது பகைமை கொள்ளுமாறு செய்தான். சோழர் தயவால் பட்டம் பெற்ற குலசேகரன் நன்றி கெட்டவனாய்ச் சோழர் மீது பகைமைகொண்டான், ஈழத்தரசன் பேச்சைக் கேட்டுச் சோழ நாட்டின்மீது படையெடுத்தான். இந்தச் சூழ்நிலையில் சோழப் பேரரசைக் காத்தவர் அண்ணன் பல்லவராயர். குலசேகரனை விரட்டி, பராக்கிரம பாண்டியன் மகனான வீரபாண்டியனை அரியணை ஏற்றினார். இச்செயற்காக இப் பெரு வீரன் பழையனூரில் பத்து வேலி நிலம் இறையிலியாகப் பெற்றார். முதற்போரில் வெற்றி பெற்ற சோழர் படைத்தலைவர் பல்லவராயர், இரண்டாம் போரில் வெற்றிபெற்ற பெருவீரன் அண்ணன் பல்லவராயர். இவர்கள் இல்லையேல் சோழப் பேரரசு அன்றே பல துண்டுகளாகப் பிரிந்து ஒழிந்திருக்கும் என்பதில் ஐயமில்லை. பல்லவராயர், செங்கேணி அம்மையப்பன், எதிரிலி சோழ சம்புவராயர் எனப் பலரும் பல இடங்களில் சோழப் பேரரசில் பங்காற்றி வந்தாலும் அனைவரும் சம்புவராய மரபினரே என்பது அறிக.

இச்சிற்றரசருள் இருவரோ, பலரோ தமக்குள் உடன்படிக்கை செய்துகொண்டு உறவாடல் மரபு. இருவர் ஒருவர்க்கொருவர் உற்றுழி உதவி புரிவதென்று வாக்களித்துக்கொண்டனர். பலர் ஒன்று கூடி உறவாடுவதாக ஒப்பந்தம் செய்துகொண்டனர். அதனால்தான் சோழப் பேரரசு வலிமைகொண்டிருந்தது. இன்றோ நாமே பேரரசாகவும் சிற்றரசுளுக்குத் தலைமை தாங்கவும் தலைப்பட்டுள்ளோம். வலிமையான ஓர் அரசை தமிழகத்தில் நிலைநாட்டும் பொறுப்பு நம் முன் இருக்கிறது. சுல்தானியர்கள் வசம் போன நம் தேசங்கள் பெரும் சூறையாடலைச் சந்தித்து வருகின்றன. தென் பகுதிகளில் இருந்து இங்கு அபயம் தேடி வந்து அஞ்சினான் புகலிடங்களில் தஞ்சம் புகுவோர் எண்ணிக்கை அதிகரித்து வருகிறது. வலிமையான நிலையாட்சி தேவையெனின் படைவீடு பேரரசின் கீழ் சிற்றரசர்கள் உடன்படிக்கை புதுப்பிக்க வேண்டியது அவசியமாகிறது.

நம் அனைவரும் பேசி தீர்மானித்த உடன்படிக்கைகள் வருமாறு...

சுல்தானியர்களை முறியடிப்பதில் நம் அனைவரும் ஒற்றுமையாக இருந்து போரிட வேண்டும்.

எல்லைகளில் நம் அனைவரின் ஒன்றுபட்ட காவல் படையை

நிறுவ வேண்டும்.

மூன்று... அரபு தேசத்திலிருந்து வந்திருக்கும் குதிரை வியாபாரிகளிடம் பதினாயிரம் குதிரைகள் வாங்கி வீரர்களின் எண்ணிக்கையை உயர்த்தத் திட்டமிட்டுள்ளோம்.

ஆடி மாதத்தில் நாம் பதவியேற்றதை உத்தேசித்து வணிகர்களுக்கான சுங்க வரியை இந்த மாதம் முழுதுமே நீக்க ஆணையிடுகிறோம். அதனால் வணிகர்கள் தங்கள் விற்பனை பொருள்களைக் குறைந்தவிலையில் விற்கவும் மக்கள் பலனடையவும் வாய்ப்பு கிடைக்கும். குடிவரியையும் குறைக்கத் தீர்மானித்தோம்.

இடங்கை, வலங்கை இடர்களில் ஏற்றத்தாழ்வு தவிர்க்கப்பட வேண்டும். இடங்கையினர் வலங்கைக்கு மாற விரும்பினால் விண்ணப்பிக்கலாம். பறையறிவிப்போரும் தலையாரியும் வலங்கைப் பிரிவினராகத் தொடருவார்கள். செம்மான்களின் கோரிக்கையை அந்தந்தப் பகுதிகளில் இருக்கும் சூழ்நிலையைப் பொறுத்து முடிவெடுக்க வேண்டியது.

அறிஞர்கள் அறிவுறுத்தியபடி பட்டிதொட்டி எங்கும் தமிழ் மன்றங்கள் தொடங்கப்பட்டு நூல்கள் அரங்கேற்றப்படும். சுவடிகளைப் பாதுகாக்கும் நூலாயங்கள் அமைக்கப்படும். பாசுரங்கள், தேவாரங்கள், திருமுறைகள் படியெடுக்கப்படும்.

கூத்துக்கலைஞர்களுக்குக் கோயிலை ஒட்டியே அரங்கம் அமைத்துத் தரப்படும்.

-இவை அனைத்தும் நாம் அனைவரும் ஏகோபித்து எடுத்த ஒப்பந்த முடிவுகளாகும். இதை மீறுவோர்மீது நடவடிக்கை எடுக்கப்படும். தகுந்த காரணங்கள் இல்லாதபட்சத்தில் சிற்றரசர்களின் பதவிக்கு வினையாகும். சலுகைகள் பறிக்கப்படும்."

படைவீடு பேரரசு சிற்றரசர்களோடு செய்துகொண்ட உடன்படிக்கையை மேற்கண்டவாறு பட்டியலிட்டு முடித்தார் திருநம்பி.

* இக்குறிப்புகள் அனைத்தும் பல்லவராயர் பேட்டைச் சாசனத்தில் உள்ளன.

16. பேரரசர் பட்டம்!

விண்ணை அதிர வைத்த துந்துபி முழக்கங்களும் வெற்றி முழக்கங்களும் அடங்க சிறிது நேரம் ஆனது. ஏகாம்பரநாதர் தன் தந்தையரின் அருகில் தாய் செண்பகா தேவி வந்தமர்ந்து காலையில் நடந்த சம்பவங்களை விவரிப்பது தெரிந்தது. அதைக் கேட்டுக்கொண்டே வீரசம்புவர் ஒவ்வொரு முறையும் இளவரசரை ஏறிட்டுப் பார்த்த வண்ணமிருந்தார்.

ஏதோ முடிவுக்கு வந்தவராக செண்பகா தேவியை அருகில் அமரச் சொல்லிவிட்டு, இளவரசரை அருகில் அழைத்தார். "வாணகோவராயரின் மகளை மணப்பது சாத்தியமில்லை என்று உறுதி செய்துவிட்டாயா?" என்றார்.

கேள்வியே தான் சொல்ல வேண்டிய பதிலைப் போல இருந்தது இளவரசருக்கு. "முன்கோபமும் குழப்ப மனமும் கொண்டவளாக இருக்கிறாள். சாதாரண குடிமகன் இவற்றையெல்லாம் பொறுத்துக்கொண்டு அவளுடன் குடும்பம் நடத்தலாம். ஆனால் அரசை நடத்துபவருக்கு அவை தடைக்கற்களாக வந்து நிற்கும்."

"நல்லவேளை. பரிச விழாவை நாம் பெரிதாக அறிவிக்கவில்லை.

படைவீடு

"இப்போது எனக்கு ஒன்று தோன்றுகிறது. சோழன் மகள் பூங்குழலியை மணப்பதற்கு உனக்குச் சம்மதமா?" என்றார் வீரசம்புவர்.

"அவர்களின் விருப்பத்தையும் கேட்டுவிட்டு முடிவெடுங்கள் தந்தையே!"

மகனுக்கு விருப்பம்தான் என்பதை உணர்ந்த வீரசம்புவர், பட்டத்தரசி செண்பகா தேவியைப் பார்த்துப் புன்னகைத்தார். "உடனே பேசிவிட்டு வருகிறேன். சோழ குலமும் சம்புவராயர் குலமும் நீண்ட நெடுங்காலமாகக் கொடுப்பினை உறவுகளைப் பேணி வருபவை. ரத்த உறவு கொண்டவை. தீவுக்கோட்டையில் ஒதுங்கிக் கிடக்கும் அந்தப் பேரரசை நாம் கைவிடாமல் இருப்பதில் எனக்கும் மகிழ்ச்சிதான்." செண்பகா தேவி எழுந்து விடைபெற்று சோழர் மூன்றாம் ராசாதிராசர் இருந்த மாளிகையை நோக்கி நடந்தார்.

"அம்மா நல்ல செய்தியோடு வருவார். இன்றே இப்போதே உங்கள் இருவருக்கும் பரிசம்... சம்மதம்தானே?"

"சோழ அரசருக்கும் தன் மகளை எனக்கு மணம் முடிப்பதில் ஆர்வம்தான். ஆனால், இன்று சிற்றரசு என்ற தகுதியையும் இழந்து வாடுவதை எண்ணித்தான் தன் ஆசையை வெளிப்படுத்தாமல் இருக்கிறார். அதை நான் தீவுக்கோட்டை சென்றபோதே நன்கு உணர்ந்தேன்."

மகனைப் பெருமையோடு பார்த்தார் வீரசம்புவர். பொறுமையும் முன்னோரின் பெருமையும் உணர்ந்த தன் செல்வ மகனை, இதற்கு மேலும் காக்க வைப்பது சரியல்ல என்று உணர்ந்தார். திருமண நாள் அறிவிப்போடு, பட்டம் சூட்டும் நாளையும் சேர்த்துக்கொள்ள முடிவெடுத்தார். செண்பகா தேவி திரும்பிவந்து, இளவரசரை நோக்கினார். அவர் முகத்தில் சிறு தவிப்பு தெரிந்தது. "என்னம்மா?" என்றார் ஏகாம்பரநாதர்.

"என்னவென்று தெரியவில்லையப்பா... பூங்குழலி உன்னிடம் பேசிவிட்டு முடிவைச் சொல்கிறேன் என்று சொல்லிவிட்டாள்" என்றார்.

வீரசம்புவர் அமைதியாக இளவரசரைப் பார்த்தார். கண்ணசைவினால் போய் பேசிவிட்டு வா என்றார். தன் தோளில் புரண்ட பட்டாடையை எடுத்து மார்பில் போர்த்திக்கொண்டு

விறுவிறுவென நடந்தார். படைவீடு கோயிலையொட்டியிருந்த நந்தவனத்தில் விழா பரபரப்பில் இருந்த சிலர், இளவரசர் செல்வதைப் பார்த்து மேலும் பரபரப்படைந்தனர். எழுந்து ஓரமாக நின்று வழிவிட்டனர். இளவரசர், நந்தவனத்தைத் தாண்டி, சோழர் தங்கியிருந்த மாளிகையை நோக்கி நடையைத் திருப்பினார். ஞானசௌந்தரி தந்த அதிர்ச்சியிலிருந்தே மீளமுடியாத அம்மாவால் அடுத்த ஓர் அதிர்ச்சியை எங்ஙனம் தாங்கிக்கொள்ள முடியும் என எதிர்கொள்ளத் தயங்கினார். வணங்கி வழிவிட்ட யாரையும் நிமிர்ந்து பார்க்கவும் இயலாமல் அம்புபோல நேராகப் போய்க்கொண்டிருந்தார். அவர் மனதிலும் கலக்கம் குடிகொண்டது என்றுதான் சொல்ல வேண்டும். எல்லா அரசர்களும் ஆண் வாரிசுகள் அற்றவர்களாகவும் பெண்களைச் செல்லம் கொடுத்து கெடுத்துவைத்திருப்பதாகவும் நினைத்தார். நடை முழுதும் மகிழம் பூக்கள் சிதறிக்கிடந்தன. இருபுறமும் கரும்பச்சை இலைகளுக்கு இடையே பூத்துக்குலுங்கிய அரளிப் பூக்கள் அழகுக்கு அழகூட்டின. ஆனால், அதையெல்லாம் ரசிக்கக் கூடிய மனநிலையில் அவர் இல்லை. மாளிகையின் வாசலிலேயே நின்றிருந்தார், மன்னர் மூன்றாம் ராசாதிராசர்.

“வாருங்கள் இளவரசே!”

“வணக்கம் மன்னா.”

“மன்னாவா...? மாமா என்று சொல்லுங்கள்... உள்ளே வாருங்கள்.”

இளவசருக்கு ஒன்றும் புரியவில்லை. “இல்லை... அதாவது... பூங்குழலி என்னிடம் ஏதோ சொல்ல விரும்புவதாக...”

“சொல்ல விரும்புவதாக இல்லை... விரும்புவதாக சொல்ல மட்டும்தான். அவளுக்கு மகிழ்ச்சி தாளவில்லை. பட்டத்தரசி வந்து சொன்னதும்தான் எங்களுக்கு எல்லா விவரமும் தெரியவந்தது. தீங்கிலும் நன்மையுண்டு என்பது முன்னோர் மொழி. அது ஏதோ ஆறுதல் மொழியென்றுதான் இதுகாறும் நினைத்தேன். அது நிஜம்... சத்தியம்.” சோழ மன்னர் பூரிப்பில் திளைத்திருந்தார். “நானே பேசிக்கொண்டிருக்கிறேன். பூங்குழலியும் உங்களிடம் தன் மகிழ்ச்சியைச் சொல்லக் காத்திருக்கிறாள்” என அவளிருந்த திசையைக் காட்டினார். மாடத்தின் பக்கம் திரும்பி நின்றவாறு தலை கவிழ்ந்திருந்தாள் பூங்குழலி. என்ன சொல்லப் போகிறாளோ எனக் குழம்பிப் போய் வந்திருந்த ஏகாம்பரநாதர் நிலைமையை உணர சற்றே நேரம் ஆனது என்றுதான் சொல்ல வேண்டும். இரு

நான்கு எட்டில் அவர், பூங்குழலியை நெருங்கிவிட்டார். வெட்கமும் மகிழ்ச்சியும் நன்றிப் பெருக்கும் கலந்த உணர்ச்சிப் போராட்டத்தில் தவித்தது அவளுடைய முகம். அம்மா வேண்டுமென்றே தன்னை அதிர்ச்சியில் ஆழ்த்தி நோட்டம் பார்த்திருக்கிறார் என்பதை இளவரசர் புரிந்துகொண்டார்.

“என்ன பூங்குழலி... உன் சம்மதம் தெரிந்துகொள்ளத்தான் நான் நேரில் வந்தேன்.”

“நீங்கள் தீவுக்கோட்டைக்கு வந்தபோதே நான் சொல்லிவிட்டேன். நீங்கள்தான் கவனிக்கவில்லை.”

‘‘என்ன சொல்கிறாய் பூங்குழலி... அங்கே நீ எதுவும் சொல்லவில்லையே...?”

“பெண்கள் உதடுகள் மூலமாகத்தான் பேசுவார்கள் என்று யார் சொன்னது? கண்களால் பேசும் சாமர்த்தியம் தெரிந்தவர்கள். நீங்கள்தான் குதிரைப்படை, யானைப் படை போர் வாள், ஈட்டி என்று பேசிக்கொண்டிருந்தீர்கள். என் மனம் என்ன பாடு பட்டுக்கொண்டிருந்தது என்பதை உணரவே இல்லை. இங்கே வந்த பின்னும் நீங்கள் ஞானசௌந்தரியை மணக்க ஏற்பாடு நடப்பதாக அறிந்து துடித்துப்போனேன். இங்கே தங்கியிருக்கவே எனக்கு மனம் இல்லை. தீவுக்கோட்டைக்கே சென்றுவிடலாம் என்று நினைத்திருந்தேன். நல்லவேளை என் பொறுமை என்னைக் காப்பாற்றியது.”

இரண்டு பெண்களுமே ஊருக்குத் திரும்புவதில் குறியாக இருந்திருக்கிறார்கள். இவளுக்குச் சாதகமாக நடந்துகொள்வதாக அவளும்... அவளுக்குச் சாதகமாக நடந்துகொள்வதாக இவளும்... இரண்டு பேருமே காதலுக்காகத்தான் போராடியிருக்கிறார்கள். அவள் அவசரப்பட்டுக் கெடுத்துக்கொண்டாள். இவள் அமைதியாக இருந்து சாதித்துவிட்டாள்.

“மகிழ்ச்சி... மாலை நிச்சயதார்த்த நிகழ்ச்சியில் சந்திப்போம்... பல நாட்டு மன்னர்களும் அங்கே காத்திருக்கிறார்கள். இரவு நடக்க இருக்கிற ஆலோசனை கூட்டத்துக்கும் நான் வேண்டிய ஏற்பாடுகளைச் செய்ய வேண்டியிருக்கிறது. வரட்டுமா?”

“சென்று வாருங்கள் இளவரசே... அரசப் பணிகளைத் திறம்பட முடியுங்கள்!”

இன்முகத்தோடு வழியனுப்பிய அவளைப் பார்த்துப்

தமிழ்மகன்

புன்னகைத்தார். பொருத்தமானவள் இவளே என அவர் உள்மனது சொல்லியது. இளவரசர் அங்கிருந்து புறப்பட்டார்.

இந்த ஆடித் திருவிழாவின் உச்சகட்ட மகிழ்ச்சியாக அமைந்துவிட்டது இளவரசரின் திருமண உறுதி விழா. வீரசம்புவரும் மூன்றாம் ராசாதிராசரும் மாலைகள் எடுத்துக் கொடுக்க, நல்லூரார் திருக்குறள், திருமந்திரம், திருவாசகம் இவற்றிலிருந்து மங்கலப் பாக்களைப் பாடினார். "அன்பும் அறனும் உடைத்தாயின் இல்வாழ்க்கை பண்பும் பயனும் அது... தொடங்கி சுந்தரர் தேவாரத்தில் வந்து முடித்தார் அந்த சிவாச்சாரியார். மணம் புரிய இருக்கும் இருவரையும் மாலை மாற்றிக்கொண்டு இருக்கையில் அமர்ந்தனர்.

வீரசம்புவர் எழுந்தார். "இந்த நல்ல நாளில் என் மனம் மகிழ்ந்து திளைக்கிறது. ஏகாம்பரநாதர் நிகழ்த்திய சாதனைகள் அதிகம். காஞ்சியின் தலைவனாக அவர் ஆற்றிய பங்கைவிடவும் பெரிய சாதனையை இந்த ஒரு மாதத்தில் அவர் நிகழ்த்தியிருக்கிறார். நம்முடைய சிற்றரசு ஆட்சிப் பகுதிகள், எல்லைப் பகுதிகள், கடலோர காவல் படைகள், அகம்படையார்கள் அதிகாரத்தில் இருக்கும் கோட்டங்கள், சத்திரங்கள் என ஒவ்வொன்றையும் பாதம்பட அளந்து வந்திருக்கிறார். ஏகாம்பரநாதர் உலா என்ற பெயரிலே இரட்டைப் புலவர்கள் இயற்றிய உலா இளவரசரையும் இறைவனையும் பெருமைப்படுத்தியதை நேற்று அரங்கேற்ற வேளையில் கவனித்திருப்பீர்கள். மண்ணையும் மக்களையும் நேசிக்க தெரிந்த மனம் எல்லோருக்கும் வாய்ப்பதில்லை. அப்படி ஒரு திறமை வாய்த்தாலும் அவர்களிடம் வீரம் கைகூடுவது இல்லை. இவையெல்லாம் அமைந்துவிட்டாலும் நம் பேரரசின் உடன் பயணிக்கும் வேளிர்களையும் அரசர்களையும் கரம் கோத்து வழிநடத்தும் தலைமைப் பண்பு குறைந்து இருக்கும். நம் ஏகாம்பரநாதர் அனைத்தையுமே ஒரு சேரப் பெற்றவர். நம்முடைய கெட்டநேரம் சோழ, பாண்டிய பேரரசுகள் இவரைப் பயன்படுத்திக் கொள்ள முடியாமல் போய்விட்டதுதான். காலம் சம்புவராயர்கள் கையில் இவரை ஒப்படைத்திருப்பதாக நினைக்கிறேன். அதை ஏற்றுக் கொண்டதால்தான் நீங்களும் இங்கே வந்திருக்கிறீர்கள்.

அனைவரின் முன்னிலையிலும் இப்போதே இந்த அறிவிப்பை வெளியிடுவது சிறப்பாக இருக்கும் என்பதற்காகத்தான் இந்த முன்னுரை. இனி என் மகனே இந்தப் படைவீடு பேரரசின்

படைவீடு

வேந்தனாக இருப்பான்" என வீரசம்புவர் சொல்லி முடித்ததும் "வாழ்க அரசர் ஏகாம்பரநாதர்" மக்கள் வெள்ளம் உணர்ச்சிப் பெருக்கோடு முழக்கமிட்டது. கருங்கல் மண்டபம் அதிர்ந்தது.

இளவரசர், பூங்குழலியோடு எழுந்துநின்று மரியாதைகளை ஏற்று வணங்கி நின்றார். மன்னர்கள் ஒவ்வொருவராக எழுந்து வந்து இளவரசரின் நெற்றியில் திலகம் இட்டும் பூக்களால் அர்ச்சித்தும் இளவரசரை வாழ்த்தி அமர்ந்தனர். அமைச்சர் திருநம்பியும் தளபதி சோழகனாரும் மகுடத்தை இளவரசரின் தலையில் சூட்டினர். மகுடம் சூட்டியதன் அடையாளமாக ஈசன் வாளை உயர்த்திப் பிடித்துக் காட்டினர். "சம்புவ குலத்துக்குச் சொந்தமான இந்த வாள், நாற்பது ஆண்டுகாலமாகக் காணாமல் போயிருந்தது. இதை தகுந்த நேரத்தில் மீட்டுக்கொண்டு வந்தவரும் நம் ஏகாம்பரநாதர்தான். இந்த வாளை அவர் வசம் ஒப்படைக்கிறேன்" என்றார் தளபதி சோழகனார்.

வீரசம்புவர் தொடர்ந்தார். "எனக்கு எப்படி நல் வழிகாட்டி ஆதரித்தீர்களோ, அது என் மகனுக்கும் தொடர வேண்டும். உங்கள் ஆசிகளும் ஆதரவும் வேண்டும் என்று கேட்டுக்கொள்கிறேன்" என்றார்.

"அந்த சந்தேகம் உங்களுக்கு வேண்டாம். முன்பைவிட அதிகமாகவே எங்கள் நட்பையும் விசுவாசத்தையும் காட்டுவதற்கு வாய்ப்பு கிடைத்திருக்கிறது" என்றார் திருவல்லத்திலிருந்து வந்திருந்த பொன் குமார வல்லவராயர்.

வீரசம்புவர் மகிழ்ந்தார். "எல்லோரும் உணவருந்தச் செல்லலாம். அரசப் பிரதிநிதிகளுக்கு அரண்மனையில் விருந்து ஏற்பாடு செய்யப்பட்டுள்ளது. மக்களும் கலைஞர்களும் படைவீட்டம்மன் கோயில் வளாகத்தில் சாப்பிடலாம். அரசர்களும் அகம்படையார்களும் விரைவில் அரசர் ஏற்பாடு செய்யும் ஆலோசனை கூட்டத்தில் கலந்துகொள்ள வேண்டும். அதுவே ஏகாம்பரநாதர் எடுக்கும் முதல் நடவடிக்கையாக இருக்கட்டும்" என்றார்.

கலைஞர்களும் மக்களும் தங்கள் படைவீட்டம்மன் கோயிலையொட்டி செண்பகா நதி வரை உணவருந்துவதற்காகப் போட்டிருந்த நீண்ட பந்தலை நோக்கி சென்றனர். ஒரே நேரத்தில் ஆயிரக்கணக்கானவர் நடமாட்டத்தால் புழுதிபடர்ந்து அடங்கியது. படைவீட்டில் கிழக்கு கோபுரம் வாயிலாக மக்கள்

தமிழ்மகன்

வெளியேறிக்கொண்டிருந்தனர். அரசர்களும் அதிகாரிகளும் அரண்மனைக்குச் செல்வதற்காக மேற்கு கோபுர வாயில் திறக்கப்பட்டது. அங்கிருந்து அரண்மனைக்கும் அரசர்கள் தங்கியிருக்கும் மாளிகைக்கும் செல்வதற்காக குதிரைகளும் தேர்களும் தயாராக இருந்தன. முதலில் வீரசம்புவர், செண்பகாதேவி, இளவரசர், பூங்குழலி, மூன்றாம் ராசாதிராசன் ஆகியோர் தேரில் ஏறிப் புறப்பட்டனர். அவர்களுக்குப் பின் அரசர்கள், அகம்படையார்கள், அதிகாரிகள் புறப்பட்டனர்.

நெய்யில் பொரித்த ஆட்டிறைச்சி, கோழி வறுவல் பழவகைகளும் வருத்த முந்திரி, பழச்சாறை காய்த்து வடித்த மதுபானங்களும் இப்போதுதான் இறக்கி வடிக்கப்பட்ட கள்ளும் அரசர்களுக்கும் அதிகாரிகளுக்கும் விருந்துக்கு தயாராக இருந்தன. அரண்மனைக்குள் நுழையும்போதே வாசமே வரவேற்புப் பத்திரம் வாசித்துக் கொண்டிருந்தது.

17. முதல் ஆலோசனை!

ஆலோசனை மண்டபம் என்றால் இப்படித்தான் இருக்க வேண்டும் என வந்திருந்த அரசர்கள் சிலாகித்தனர். உயர்ந்த தூண்களும் விதானங்களும் மலைப்பூட்டின. செங்கல், கருங்கல் இரண்டும் கலந்து உருவாக்கப்பட்ட பிரமாண்டமான கட்டடம். அன்னப்பட்சிகளும் மயில்களும் பூ தாவரங்களும் சுவரோவியங்களாக அழகூட்டின. சிறுசிறு மாடங்களில் ஆமணக்கு எண்ணெயில் எரியும் தீபங்கள், கண்ணாடிகளால் பிரதிபலிக்கப்பட்டு மிகுந்த ஒளிவீசின. சாளரங்களில் வீசிய காற்று பட்டுத்திரைச்சீலைகள் அலையலையாக எழுந்துஅடங்கி சலன களையை ஏற்படுத்திய வண்ணமிருந்தது. மண்டபமே குளுமையாகவும் ஓவியங்களின் கண்காட்சி போலவும் இருந்தது. பிரமித்துப் பார்வையிட்டுக்கொண்டிருந்த அரசர்களையும் அதிகாரிகளையும் வருக வருக என வரவேற்றார்.

"நான் பதவியேற்றபின் நடைபெறும் இந்த ஆலோசனைக் கூட்டம். எந்த நேரத்திலும் சுல்தானியர்கள் திரும்பி வரலாம். தில்லியிலே அரசர்களுக்கு இடையில் குழப்பங்கள் நிலவுவதால் அவர்கள் வருவது கொஞ்சம் தாமதப்படலாம். அலாவுதீன் கில்ஜியைக் கொன்றுவிட்டு அரியணை ஏறியிருக்கிறான் மாலிக் காபூர். கில்ஜியின் வாரிசுகள் யாரும் தனக்குப்போட்டியாக வரக்கூடாது என்று அவர்கள் அனைவரின் கண்களையும்

தமிழ்மகன்

குருடாக்கிவிட்டானாம். அத்தனை கொடியவன் அதிக நாள் நீடிக்க மாட்டான். அத்தகையவனுக்கு அவனுடைய அவையிலேயே எதிரிகள் அதிகரிப்பர். அவனுக்குப் பிறகு அங்கே துக்ளக் ஆட்சி செய்ய வாய்ப்பு இருக்கிறது. அவரையும் சாதாரணமாக எடை போட முடியாது. வடக்கிலே பல நாடுகளை அவர்கள் வசப்படுத்திவிட்டார்கள். தென்னாட்டிலே இருக்கும் செல்வங்களை ருசி பார்த்துவிட்டார்கள். பல்லாயிரம் குதிரைகளையும் யானைகளையும் கொள்ளையடிக்கும் நோக்கோடு கொலைவெறியோடு பாயும் வீரர்களையும் கொடூர ஆயுதங்களையும் வைத்திருக்கும் அவர்களை எப்படித் தடுக்கப் போகிறோம்... எதிர்கொள்ளப் போகிறோம் என்பது சாதாரணமானது அல்ல. போர்க்கருவிகள் பயிற்சி பெற்ற வீரர்கள் என்று எப்போதும் தயார் நிலையில் இருக்க வேண்டும். எல்லை காவல் படைகள் எந்த நேரமும் விழிப்புடன் இருக்க வேண்டும். ஒற்றர்கள் மூலம் கிடைக்கும் தகவல்கள் ஒவ்வொன்றும் புதையல். நாம் வலிமையாக இருக்கிறோம் என்பதை நம் சுற்றியுள்ள நாடுகளுக்கு உணர்த்திக்கொண்டே இருக்கவேண்டும். அதற்கான ஏற்பாடுகள் நடந்துகொண்டிருக்கின்றன. நாம் பலமாக இருக்கிறோம் என்ற எண்ணத்தை விதைப்பது அதைவிடவும் முக்கியம். ஏனென்றால் அந்தப் பெரிய படையை வீழ்த்துகிற வலிமையை இனிமேல்தான் உருவாக்கிக்கொள்ள போகிறோம். அதுவரை நம் வலிமை ஒரு நம்பிக்கையாக மட்டும் நிலவிக் கொண்டிருக்கும். எதார்த்தத்தையும் உண்மையையும் பேசிக்கொண்டிருக்கிறேன் என்பதை நீங்கள் புரிந்துகொள்ள வேண்டும். இரும்பாலையூரில் இரவும் பகலும் ஆயுதங்கள் தயாராகிக்கொண்டிருக்கின்றன. நம்முடைய மன்னர்கள் தேவைப்படும் கருவிகளைப் பெற்றுச் செல்லலாம். அரபு நாட்டு வியாபாரிகளிடம் தேர்ந்தெடுத்த குதிரைகளுக்குச் சொல்லியிருக்கிறேன். இன்னும் சில நாளில் வந்து சேரும். உணவுப் பொருட்களும் போர் காயங்களுக்கான மருந்துகளும் தோலில் தயாரித்த படை உடைகளும் தேவையான அளவுக்கு உருவாக்கப்பட்டுள்ளன. அவை இன்னும் சில மாதங்களில் உங்களுக்குக் கிடைக்கும்.

அடுத்து, மக்களைத் துன்புறுத்தாத வகையில் வரிகள் வசூலிக்கப்பட வேண்டும். வேறு தேசங்களிலிருந்து இங்கு அபயம் தேடிவரும் மக்களுக்கு இருப்பிடமும் உடனே பணி செய்வதற்கான வாய்ப்பும் ஏற்படுத்தித் தர வேண்டும். ஆலயங்களில் மக்களை நெறிப்படுத்தும் வகையில் கூத்துகளும் தமிழ் மன்றங்களும் செயல்பட வேண்டும்.

இறைநெறி, கலகங்களுக்கு வழிவிடாமல் நம் ஒற்றுமையை நிலைநாட்ட பயன்படவேண்டும். இவைதான் என் கோரிக்கைகள்." ஏகாம்பரநாதர் திட்டங்களின் பொதுவான அம்சங்களை மட்டும் சொன்னார்.

"மாமன்னரே, 'இவை என் கட்டளைகள்' என்று சொல்லுங்கள். ஏனென்றால் உடனடியாகக் கடைபிடிக்க வேண்டியது ஒவ்வொரு அரசரின் கடமையும் மாறியிருக்கிறது. அதை நாங்களும் உணர்ந்திருக்கிறோம். உங்களிடம் ஏற்கெனவே சொன்னது போல தேவையான சூரணங்கள், சிகிச்சைப் பொருட்கள், நோயை எதிர்க்கும் வலிமைகொண்ட கல்பங்கள் ஆகியவை கொண்டு வந்திருக்கிறேன். தயாரிக்கும் முறை நம் அரச வைத்தியர்களிடம் தெரிவிக்க கடமைப்பட்டிருக்கிறேன்" என்றார் திருவல்ல அரசர்.

''நல்லது. மிகுந்த பயனுள்ள முயற்சி. நாளையே நம் வைத்தியர்களிடம் உங்கள் ஆராய்ச்சிகளைப் பரிமாறிக்கொள்ள வழி செய்கிறேன். என்னுடைய மெய்க்காவல் படையில் உள்ள வேலாயுதம் தலைமையில்தான் வைத்தியக்குழு செயல்படுகிறது. அவருடன் பேசினாலும் போதும். 'வீரகந்தம்... விரலி மஞ்சளும் பச்சரிசியும் சேர்த்து தயாரிக்கும் வெட்டுகாய மருந்து. காயத்தில் பூசிக்கொள்ளவும் உள்ளுக்குச் சாப்பிடவும் ஏற்றது. ஊமத்தை இலைச்சாறு நேரடியாக வெட்டுக்காயத்தின் மேல் தேய்க்கலாம். போர்க்காலங்களில் என்றால் அந்தச் சாற்றையும் தேங்காய் எண்ணெயையும் சேர்த்து கொதிக்க வைத்து பதப்படுத்தி காயத்துக்குப் பயன்படுத்தலாம். வெட்டுக்காய பூண்டின் சாற்றையும் நேரடியாகவோ, எண்ணெய் தைலமாகப் பதப்படுத்தியோ பயன்படுத்தலாம். புகையிலை சாம்பல் புண்ணை ஆற்றும். ஆனந்த மூலி நெய் போர்க்காலங்களில் பயன்படுத்தும் ஊக்க மருந்து. விரண சஞ்சீவி தைலம், வங்க விரணக் களிம்பு, ராச வைத்தியர்கள் எப்போதும் தயாராக வைத்திருக்கும் மருந்துகள்' என சில உத்திகளை வேலாயுதம் சொல்லியிருக்கிறான். அதுவும் பயன்படுமா என்று பாருங்கள்."

"வேலாயுதம் சொன்னது அத்தனையும் பயனுள்ள குறிப்புகள். போர்க்காலங்களில் உடனடியாகப் பயன்படக் கூடியவையும்... பயன்படுத்தக் கூடியவையும் ஆகும். அவருடன் நிச்சயம் கலந்து பேசுகிறேன்."

"மாமன்னா, தொண்ட மண்டலம் என்பது சோழ மண்டலத்தையும்

அரவணைத்துச் செல்லும் அகண்ட தேசமாக மாறியிருக்கிறது. உரிய அதிகாரங்களை வழங்கி, அங்கீகரித்து நீங்கள் எங்களை நடத்திச் செல்வது பெருமையாக இருக்கிறது. இனி சுந்தரபாண்டியர் படைதிரட்டி வருவது ஆகாத காரியம். மதுரையில் முகாமிட்டிருக்கும் சுல்தான்களை உடனே விரட்டி அதையும் அரசின் கீழ் கொண்டுவர வேண்டும் என்பது என் விருப்பம்" என்றார் கீழைக் கடற்கரை பட்டினத் தலைவரான நீலகங்கரையர்.

காடவராய அரசனும் அதை வழிமொழிந்து பேசினார். "பாண்டி நாட்டைப் பிடிக்க இதுவே சரியான தருணம்" என்றார்.

"பாண்டி நாட்டைப் பிடிக்க நாம் இப்போது முயற்சி எடுத்தால் நம்முடைய கையிருப்பு அனைத்தையும் அதற்குத்தான் செலவிட வேண்டியதாக இருக்கும். சுல்தானியர்கள் இப்போதைக்கு நம்மிடம் போர் தொடுக்கும் எண்ணத்தில் இல்லை. நாமாக வலியச் சென்று நம்முடைய போர் வலிமையை அவர்களிடம் படம் பிடித்துக் காட்டுவது ஆபத்தில் முடியும். என்னுடைய எண்ணம் எல்லாம் நம்முடைய வசமிருக்கும் நிலப்பகுதியைப் பண்படுத்துவதும் செம்மைபடுத்துவதும் வலங்கை இடங்கை போன்ற உள்நாட்டு குழப்பங்களை நீக்கி, நாட்டை பலமானதாக மாற்ற வேண்டும் என்பதும்தான். நாமாகப் போர் தொடுத்தால் ஒருவேளை எதிர்பாராத சூழலை உருவாக்கிவிடலாம். போரை நாமாக எதிர்கொள்ளவதைவிடவும் வந்த பிறகு எதிர்கொள்வதோ... விரட்டியடிப்பதோ... சரியாக இருக்கும். தேவைப்பட்டால் நம் அரசோடு பாண்டி நாட்டை இணைப்பதைப் பற்றி யோசிக்கலாம். சில காரணங்களால் சுத்தமல்ல வாணகோவராயர் ஆடி மாத மூன்றாம் நாள் விழாவில் கலந்துகொள்ள இயலவில்லை. அவரையும் சந்தித்துப் பேசி கொங்கு மண்டல பகுதிகளைப் பலப்படுத்தவேண்டும். இதுவே இப்போது என்னுடைய கோரிக்கை... அதாவது நீங்கள் சொல்வதுபோல கட்டளை'' என்று கைகூப்பி வணங்கி விடைபெற்றார் ஏகாம்பரநாதர். இளவரசரின் ஆளுமை அரசனாக வளர்ந்து ஒளிர்வதை அனைவரும் மகிழ்வுடன் பார்த்துக்கொண்டிருந்தனர். ஆழ்ந்த சிந்தனைகளோடு அவரவர் இருப்பிடம் நோக்கி நகர்ந்தனர். நாடுபிடிப்பதில் நாட்டமில்லாதவராகவும் நாட்டை வளமாகவும் கலகமற்ற பூமியாகவும் வைத்திருக்க நினைக்கும் ஏகாம்பரத்தின் ஆசைகள் பலிக்க வேண்டும் என்பதில் அனைவருக்கும் மாற்றுக்கருத்து இருக்கவில்லை.

18. காஞ்சியில் திருமணம்!

இரவு லேசான மழை. காலைப் பொழுது சூரிய வெளிச்சமும் ஈரமும் கலந்து ரம்மியமான சூழலை உருவாக்கியிருந்தன. காஞ்சி நகருக்கு வரும் எல்லா சாலைகளும் மக்களால் நிரம்பியிருந்தன. மாட்டு வண்டிகளும் சாரி சாரியாக மக்களைச் சுமந்து சென்றன. பெருவழிச் சாலைகளில் அரசர்களும் அகம்படையார்களும் அதிகாரிகளும் மட்டும் அனுமதிக்கப்பட்டனர். நகரங்களின் நகரமான காஞ்சி விழாக்கோலம் பூண்டிருந்தது. தை மாதம் ஐந்தாம் தேதி என்று ஏகாம்பரநாதர் திருமணம் என அறிவிக்கப்பட்ட நாளிலேயே இது எதிர்ப்பார்க்கப்பட்டதுதான் எனினும் மக்கள் இவ்வளவு திரளாக வந்து குவிவார்கள் என எண்ணவில்லை யாரும். வீரசம்புவர் மக்களை வரவேற்று உபசரிக்க நூறு பேர் கொண்ட குழு ஒன்றை ஏற்படுத்தியிருந்தார். உணவு, இருப்பிடம், குடிநீர் வசதி எல்லாவற்றையும் கவனிப்பதோடு எதிரிகள் யாரும் உள்ளே நுழைந்துவிடாமல் தடுக்கவும் தகுந்த ஏற்பாடுகள் செய்திருந்தார். எந்த ஏகாம்பரநாதர் கோயிலில் பிள்ளை வரம் வேண்டி தவமிருந்து ஈன்றாரோ அந்தக் கோயிலிலேயே ஏகாம்பரநாதனுக்குத் திருமணமும் நடக்கிற மகிழ்ச்சி பெருவெள்ளம் செண்பகா தேவியின் முகத்தில் தெரிந்தது.

தாயின் முகத்தைப் பார்த்துக்கொண்டிருந்த ஏகாம்பரநாதர், "அம்மா நான் பெரும்புலியூர் சத்திரத்தில் தங்கியிருந்தபோது ஒரு

தமிழ்மகன்

சித்தரைப் பார்த்தேன். அவர் சொன்னது எல்லாமே நினைவில் அசைந்தபடியே இருக்கின்றன" என்றார்.

"என்ன சொன்னார்?"

"நிறைய சொன்னார் அம்மா. குறிப்பாக மண்ணுக்குரியோனே... மனைவியை அறிவாயோ? முன்னொட்டாய் மலர்ந்திடுவாள் முழு மனதாய் ஏற்றிடுவாய்! என்று சொன்னார். பூங்குழலி என்ற பெயரில் முன்னெழுத்தாக பூ இருப்பதைப் பார்த்தாயா அம்மா?" என்றார் ஏகாம்பரநாதர்.

"சரியாகத்தான் சொல்லியிருக்கிறார். சித்தர்கள் சிலர் காலம் கடந்தவராக இருப்பார்கள்."

"நான் படைவீட்டிலிருந்து வருவதாகவும் சொன்னார். அடுத்து அவர் சொன்னதுதான் பொருள் தெரியாமல் இருக்கிறது."

"அது என்ன?" ஆர்வமாகக் கேட்டார் செண்பகா தேவி.

"உன் பின்னோர் கொத்துக்கொத்தாய் மாண்டனர் காண்!
தன்வம்சம் செழித்திடவே பலஊராய் சென்றனர் காண்! என்றார் அம்மா."

செண்பகா தேவி தன் மகன் முகத்தைக் கூர்ந்து நோக்கினார். அது சுடுகிற வரிகளாக இருந்தன. சிறிது யோசனைக்குப் பிறகு, "உன் பின்னோர் என்றாரா... உனை எதிர்த்தோர் என்றாரா?" என்றார்.

"அப்படியே நினைவிருக்கிறது அம்மா..."

"திருமண நேரத்தில் அதைப் பற்றிப் பேச வேண்டாம்" என பேச்சை முறித்தார் செண்பகா தேவி.

ஆடி பௌர்ணமி திருவிழாவுக்குப் படைவீடு வந்திருந்த அத்தனை அரசு பிரதிநிதிகளும் அங்கே இருந்தனர். சோழர் மூன்றாம் ராசாதிராசருக்கு தம் மகள் ஒரு பேரரசில் பங்கு கொள்கிற மகிழ்ச்சி. நன்றி மறவாத வீரசம்புவரின் பெரிய மனதை நினைத்துப் பார்த்தார். கொஞ்சம் நிலை தடுமாறினாலும் ஆட்சியைக் கவிழ்த்துப் போடுகிற அரசியல் நயவஞ்சகர்கள் நடுவில் வீரசம்புவர் தனித்துவத்துடன் தெரிந்தார். மூவேந்தர்களின் வீழ்ச்சிக்குப் பிறகு தடுமாறிக்கிடந்த தமிழகத்தைக் கட்டுப்பாடாகக் காப்பாற்றி வருவதற்காகவே அவரைப் பாராட்டத்தான் வேண்டும். படைவீட்டிலிருந்து ஓர் அரசு உருவாகும் என பலரும்

எதிர்பார்த்திருக்க மாட்டார்கள். ஏற்கெனவே ராசகம்பீர சம்புவராயர் தனி அரசு அமைத்து ஒரு பாதை போட்டுத்தந்திருந்தார். வாணகோவரராயரும் காடவராயரும் பாண்டியர் படையெடுப்பினாலும் உள்நாட்டுக் குழப்பங்களினாலும் நிலை குலைந்த நேரத்தில் கட்டுக்கோப்பாக மீண்டும் அரசை அமைத்து பத்து ஆண்டுகளில் இவ்வளவு உயரத்துக்குக் கொண்டு வந்திருக்கிறார் வீரசம்புவர். தனியரசு செலுத்திய காடவராயர், வாணகோவராயர் போன்றவர்களையும் தம் பேரரசின் கீழ் கொண்டு வந்தது சாதாரணமல்ல. பேரரசனிடம் ஓர் அரசன் கட்டுப்பட்டு நிற்பது வெறும் போர்களின் எண்ணிக்கையால் அல்ல... சிரங்களை வெட்டிக் குன்றுகளாகக் குவிப்பதனால் அல்ல. அதையெல்லாம்விட மக்களும் வீரர்களும் சிற்றரசர்களும் அந்தப் பேரரசின் மீது வைக்கிற நம்பிக்கை முக்கியம். மக்கள் வளமும் கட்டுப்பாடும் நிம்மதியும் எந்த நாட்டில் தளராமல் இருக்கிறதோ அதுவே தலைமை தாங்கும் நாடாகவும் மாறுகிறது. ரத்த ஆறு ஓடிக் கொண்டிருக்கும் ஒரு நாட்டை மக்களோ, அதன் கீழ் இயங்கும் அரசுகள் ஒருபோதும் ஆதரிப்பதில்லை. அப்படி ஆதரித்தால் அது அச்சத்தின் காரணமாக ஒரு தற்காலிக கூத்தாகவே அமைகிறது. படைவீடு அரசின் அணுகுமுறை அனைவரையும் கவர்ந்திருந்தது என்றே சொல்லவேண்டும்.

அதிகாலை நேரத்து காஞ்சி மாநகரின் ஏகாம்பரநாதர் கோயில் மாவடி அருகே அமர்ந்தபடி இதையெல்லாம் அசைபோட்டுக் கொண்டிருந்தார் ராசாதிராசன். பல்லவர் காலத்திலிருந்து பேணப்பட்டு வரும் பழம்பெரும் கோயில். கோயில் மரமான மாமரம் ஓங்கி உயர்ந்து வளர்ந்து இருந்தது. அறுநூறு ஆண்டு வயதுள்ள மரம். பல்லவ சோழ பாண்டிய அரசுகளைப் பார்த்து வளர்ந்த சாட்சியாக அது அங்கே நின்றிருந்தது. ஓதுவார்கள், சிவாச்சாரியார்கள், சிவனடியார்கள் தேவாரப் பாடல்களை அரங்கம் முழுவதும் அமர்ந்து பாடிய வண்ணம் இருந்தனர். ஏகாம்பரநாதர் நிமிர்ந்த நடையுடன் மிடுக்கான பார்வையுடன் பூங்குழலியின் கரம் பற்றி மேடையில் வந்து அமர்ந்தார்.

திருமணச் சடங்குகள், நடைமுறைகள் முடிந்தபின்பு சோழர் ராசாதிராசன், தன் மனைவியுடன் மகள் பூங்குழலி அருகே வந்து நின்றார். “நாங்கள் கிளம்புகிறோம் அம்மா. படைவீடு பேரரசின் நீண்ட நெடிய புகழுக்கு நீ ஒரு அங்கமாக இருக்க வேண்டும்” என்று

கூறிவிட்டு இளவரசரின் கரம்பற்றி, "ஒரு நாட்டையே கவனமாகப் பார்த்துக்கொள்ள தெரிந்தவர் நீங்கள். என் மகளைப் பார்த்துக்கொள்ளுங்கள் என்று சொல்வது வீண் வார்த்தையாக மாறிவிடும். பெண்தான் நிலம். பெண்ணே நாடு. இரண்டும் இரண்டு கண்கள். பார்த்துக்கொள்ளுங்கள். தேசத்தின் பாதுகாப்புக்கு உதவி உங்களுக்கு இருக்கும். நான் வருகிறேன்" என்று விடைபெற்றார்.

"சாப்பிட்ட பின் செல்லலாம்" என்றார் மாமன்னர்.

''வயிறும் மனதும் நிறைந்திருக்கிறது. தீவுக்கோட்டைக்கு நிம்மதியாக செல்வேன்'' என அமைதியாகச் சொன்னார் ராசாதிராசர். வீரசம்புவர், செண்பகா தேவி மற்றுமுள்ள அரசர்கள் என ஒவ்வொருவரையும் அவர் வணங்கி வெளியே வந்து தேரில் ஏறி அமர்ந்தார். ஓடிய சோழ அரசி பக்கத்தில் அமர்ந்தார். மகிழ்ச்சி கலந்த ஏக்கம் மட்டும் அவர்கள் முகத்தில் தங்கியிருந்தது.

திருமணம் முடிந்து கோயிலைச் சுற்றி இருந்த பிரகாரங்களில் விருந்து சிறப்பாக நடந்து கொண்டிருந்தது. பனங்கற்கண்டு பாயசம், பருப்பு சாதம், வாழைக்காய் வறுவல் சாப்பிட்டவர்களுக்கு சீரகமும் மிளகும் தூக்கலாக இருந்த சாறு அமுது சீரண உபாயம் செய்தது. முக்கனிகள், மா, பலா, வாழை, தேன், தினை மாவுகளும் பரிமாறப்பட்டன. நகரங்களின் நகரம் என்று காஞ்சியை வர்ணிப்பது எவ்வளவு பொருத்தம். இரண்டாயிரம் ஆண்டுகளுக்கு மேலாக ஒரு நகரம் பல்வேறு அரசர்களின் தலைமைப் பீடமாக இருப்பது சாதாரணம் அல்ல. எல்லா சமயங்களின் திருத்தலங்களும் அங்கே இருந்தன. எல்லா அரசர்களின் கல்வெட்டுகளும் அங்கே இருந்தன.

நகரேஷு காஞ்சி என்று வடமொழி நூல்களும் இந்த நகரை குறிப்பிடுகின்றன. நாளந்தாவில் இருந்த கல்விக் கழகத்துக்கு காஞ்சியிலிருந்து சென்ற கல்வியாளர்கள் ஏராளம். சமயங்களும் தங்களை உரசிப் பார்த்துக்கொள்வதற்கான உரைகல்லாகத் திகழ்கிறது. இங்கிருந்து புறப்பட்ட போதிதருமர் என்ற பல்லவ இளவரசன் சீனத்துக்கு புத்த மதத்தைக் கொண்டு சென்றான். தமிழ் வைத்தியங்களை வைத்து சீனதேசத்தின் கொள்ளை நோயை நீக்கினான் என்பதையும் இளவரசர் நினைத்துப் பார்த்தார்.

''அப்பா... காஞ்சி நகரம் மட்டும் எல்லா காலத்திலும் அரசர்களுக்குப் பிடித்ததாக இருக்கிறதே ஏன்?'' என்றார் ஏகாம்பரநாதர்.

படைவீடு

வீரசம்புவரும் இதுபற்றி யோசித்து இருக்கிறாரே தவிர விடை அவ்வளவு உறுதியாகச் சொல்ல முடியவில்லை. "என்னுடைய யூகம் சரி என்றால் வடக்கே நெல்லூர் முதல் தெற்கே மதுரை வரை விரிந்து கிடக்கும் தமிழர்களின் மையமாக காஞ்சியே இருக்கிறது. மேற்கே முசிறி துறைமுகம் போல கிழக்குக் கடற்கரைக்கு மாமல்லை. கல்வியாளர்களும் சமயத் தலைவர்களும் இங்குதான் அதிகம். பட்டுப் பரிவர்த்தனை நிலையங்களும் கலைப் பொருட்களும் இங்குதான் அதிகம். அரசியல், கலை, கல்வி எல்லாவற்றுக்கும் தலைநகரம் இது. பிற தேசத்தவர்கள் இவற்றை நாடி இங்கே வருவதும் இங்கிருப்பவர் பிற தேசங்களுக்குத் தேவைப்படுவதும் காலம்கடந்து தொடர்கிறது. இது ஒரு தனித்துவமான நிலை. தூத்துகுடியின் முத்துவும் முசிறியின் மிளகும் சிறந்தவைதான்... ஆனால் அவையெல்லாம் இயற்கையாகக் கிடைப்பவை. கல்வியும் கலையும் பட்டும் மனிதர்களின் படைப்பு ஊக்கத்தால் விளைபவை. ஒருவேளை காஞ்சி மாநகருக்கு அவையே பெருமையாக இருக்கலாம்" என்றார் வீரசம்புவர்.

"நீங்கள் சொல்வதுதான் சரி அப்பா. வடதேசத்து அரசர்களும் காஞ்சியைத் தலைநகராகக் கொண்டு ஆள்வதற்குத் துடிக்கிறார்கள். நாம் ஏன் காஞ்சியைத் தலைநகராகக் கொள்ளவில்லை தந்தையே?"

"பல்லவர்கள் காலத்தோடு நம் காஞ்சி கனவு முடிந்துவிட்டது. அதன் பிறகுபல்லவர் வழிவந்த சம்புவராயர்களோ, காடவராயர்களோ காஞ்சியில் ஆர்வம் காட்டவில்லை. வரலாற்றுப் பெருமைகள் அதிகமிருந்தும் காஞ்சி மாநகரம் பாதுகாப்பான நகரமாக இல்லை என்பதும் நான் அதை தலைநகராகக் கொள்ளாமைக்குக் காரணம்" என்றார்.

19. முதலிரவு

தலைமுறையை அடுத்த கட்டத்துக்கு நகர்த்தும் இனிய விழா திருமணம் என்றால் அப்படி நகர்த்துவதற்கான கிளர்ச்சியூட்டும் வாய்ப்பாக ஏற்பாடாகியிருந்தது அந்த இரவு. இது தன்னுடைய அறைதானா இளவரசரே வியந்து போகுமளவுக்கு அங்குலம் அங்குலமாக அலங்கரிக்கப்பட்டிருந்தது. வாசம் வீசும் பூக்களும் வண்ணம் கூட்டும் பூக்களும் தோரணமாகத் தொங்கவிடப்பட்டிருந்தன. கட்டில் மெத்தைமீது முல்லையும் மல்லியும் மகிழம்பூவும் பரப்பப்பட்டிருந்தன. வாசனை திரவியங்கள் அறையை நிரப்பி இருந்தன. எங்கோ சாம்பிராணி வாசம். கட்டிலுக்கு அருகே ஒரு வெள்ளிச் சொம்பில் சுண்டக் காய்ச்சிய பால். பக்கத்திலே பழ வகைகள்.

அறைக்குள் நுழைந்ததும் ஏற்பட்ட கிளர்ச்சி சிறிது நேரத்தில் சிறக்கமாகி கிறுகிறுக்கும் நிலைக்கு மாறிவிட்டது. சாளரங்களின் திரைச்சீலைகளை விலக்கி தென்றலை உள்ளே அனுமதித்தார் ஏகாம்பரநாதர். தடுத்துவைக்கப்பட்டிருந்த தென்றல் காற்று அறைக்குள்ளே ஆசையாக நுழைந்ததை அவர் உணர்ந்தார். இப்படியே மாடத்தின் வழியே முழு நிலவின் ஒளி மெத்தென்று உள்ளே வந்து விழுந்தது. ரம்மியமான இரவு. இன்னும் சில

நாழிகையில் அறைக்குள் வரப்போகும் பூங்குழலியை மனம் எதிர்பார்த்து தவித்தது. தென்றலும் ஒளியும் போலவே பூங்குழலி. அவள் உள்ளே வரப் போகும் கதவின் திசை நோக்கி அடிக்கொரு தரம் தானாகவே சுழன்றபடி இருந்தன விழிகள்.

தீவு கோட்டையில் ஒரு தரமும் படைவீட்டுக்கு வந்தபோது ஓரிரு தரமும் பூங்குழலியை அருகே இருந்து பார்த்திருந்தாலும் மனதின் வர்ணனைகள் முழுமை அடைய போவது இன்று இரவுதான் என்ற தவிப்பும் பரவசமும் எழுந்து அடங்கின. கதவுக்கு மறுபுறம் கொலுசு சத்தமும் வளையல் ஓசையும் நெருங்கி வருவது கேட்டது. ஆனால், பூங்குழலி வரவில்லை. அவளின் வருகையை உணர்த்தும் மன ஓசை அது என்பதை சிறிது நேரம் கழித்து அவர் உணர்ந்தார். மனதில் ஏற்படும் இசைக் கூத்து காதுக்குள் கேட்கிற விந்தை. வளையல், தண்டை இவையெல்லாம் இல்லாமலே கூட மனதே இசை கோலம் காட்டுமா என்பது விந்தையாக இருந்தது.

இப்போது கதவின் சலனம் உண்மையாகவே நிகழ்ந்தது. பரபரத்தது இளவரசரின் உள்ளம். மன ஓசை இப்போது கண்முன்னே உயிரோட்டமாக வந்து நின்றது. பூங்குழலி... ஓவியம் போல நின்றாள். வாழைத் தோளுக்குக் கீழே முன் பக்க இளமையைத் தாங்கி நிற்கும் இடையின் பலத்தை வியந்து பார்த்தார்.

கட்டிலின் அருகே இருந்த ஏகாம்பரநாதர் அவள் அருகே வந்து நின்றார். அவளோ அடுத்த அடி எடுத்துவைக்கத் தெரியாதவள் போல அப்படியே நின்றிருந்தாள். ஓவியமா... மலர்களால் செய்த சிற்பமா? மூளைக்குள் இப்படி ஒரு வரி உருவாகி நின்றது. கவிஞர்கள் உருவாவது இப்படித்தான் போலும். இந்த ஒரு வரிக்கு இந்தப் பாடு படுத்துகிறதே? பாவம்தான் கவிஞர்கள்.. ஒவ்வொரு நொடியும் அல்லவா இப்படியான வார்த்தைகளின் இம்சை அவர்களை வறுத்து எடுத்துக்கொண்டிருக்கும் என பரிதாபப்பட்டார்.

கவிழ்ந்திருந்த பூங்குழலிக்கு அருகில் நிற்பது மன்னரா... மாயையா என்ற சந்தேகமே வந்துவிட்டது பூங்குழலிக்கு. மன்னராக இருந்தால் இன்னும் ஒரு வார்த்தைகூடவா பேச மாட்டார். கண்களை மட்டும் ஒரு நூலிடை அளவுக்கு உயர்த்திப் பார்த்தாள். போர்களை வழிநடத்தும் போதெல்லாம் உறுதியாக இருக்கும் அவருடைய கரங்கள், அவள் கன்னம் தொட்டுத் தன் பக்கம் திருப்ப முடியாமல் சற்றே நடுங்கியதைப் பொருட்படுத்திக்கொண்டார். அதை பூங்குழலியும் சிறு புன்னகையால் ரசித்ததை உணர்ந்தார். இதற்கு

மேலும் அவளுக்கு நடுக்கம் கொடுக்காமல் அவள் கரம்பற்றி நகர்ந்தார். இருவரின் கால்களும் அவர்களை அறியாமல் கட்டில் நோக்கி நகர்ந்தன. பூங்குழலி யாருடைய வழி வழிகாட்டுதலோ நினைவுக்கு வந்ததால் பால் சொம்பை எடுத்து மன்னரிடம் நீட்டினார். பாலும் பழமும் அருந்துகிற மனநிலை துளியும் இல்லை. பல்லில் படும் அளவுக்கு ஒரு மிணறு குடித்துவிட்டு அவளிடம் நீட்டினார். அவள் அதைவிட மோசம். உதட்டை நனைத்துவிட்டு அவரிடம் திருப்பித் தந்தாள்.

"இப்படி அருந்தினால் விடிய விடிய குடித்தாலும் கால் செம்பையும் காலி செய்ய முடியாது" என்று சிரித்தார் மன்னர். பூங்குழலிக்கும் சிரிப்பு தாளவில்லை. நாணமும் சிரிப்பும் போட்டிபோட, அதை மறைக்க வழி தெரியாமல், அவர் மார்பின் மீதே சாய்ந்துகொண்டாள். பெண்ணே நிலம்... ஆண் விதை. பெண்ணே சக்தி... ஆண் உயிர்.

காஞ்சியில் ஏகாம்பரநாதருக்கு வெகுசிறப்பாக திருமணம் நிகழ்ந்த செய்திகள் எல்லாம் ஆறகழூர் அரண்மனையிலிருந்த ஞானசௌந்தரியின் காதுகளில் அமிலமாக இறங்கின. ஏகாம்பரநாதர் திட்டமிட்டுத் தன்னை ஏமாற்றிவிட்டதாக அவள் நினைத்தாள். ஆசையை நெஞ்சிலே விதைத்து, பரிசம் போட அழைத்துவிட்டு படைவீட்டிலிருந்து அவமானப்படுத்தியதாகவே அவள் நினைத்தாள். ஏகாம்பரநாதரின் ஆணவத்தை அழிப்பதே தன்னுடைய வாழ்நாள் லட்சியம் என்ற சபதம் அவளுடைய மனதிலே நஞ்செனப் பரவிக்கொண்டிருந்தது. ஆணவத்தை அழிப்பதென்றால் ஆட்சிக் கட்டிலிலிருந்து ஏகாம்பரநாதரை இறக்க வேண்டும். அவளுடைய மனதிலே படைவீட்டுப் பேரரசை அழிப்பதற்கான சதித் திட்டம் ஒன்று உருவானது. படைவீட்டில் அரசனுக்கு எதிரியாக யாரேனும் இருக்கிறார்களா என ஆராய்ந்தாள். அவளுடைய உளவாளிகள் ஒரு பெயரை உச்சரித்தார்கள்.

"ரவிசங்கர ஆச்சார்யா." வீரசம்புவர் நடத்திய சமய ஆலோசனை மண்டபத்தில் இடம்பெற்ற பிராமணன். கோயில் அர்ச்சகன். அவனைவைத்து ஒரு பேரரசை வீழ்த்துவது என்றால் எப்படி? அதைத்தான் கச்சிதமாகத் திட்டமிட்டுக்கொண்டிருந்தாள் ஞானசௌந்தரி.

பாகம் 4

நிலம்

அழித்தவன்காண் எயில்மூன்றும் ஆயில்வா யம்பால்
 ஐயாறும் இடைமருதம் ஆள்வான் தான்காண்
பழித்தவன்காண் அடையாரை அடைவார் தங்கள்
 பற்றவன்காண் புற்றரவ நாணி னான்காண்
கழித்தவன்காண் முடிக்கங்கை அடியே போற்றுந்
 தூயமா முனிவர்க்காப் பார்மேல் நிற்க
இழித்தவன்காண் எழிலாரும் பொழிலார் கச்சி
 ஏகம்பன் காணவனென் எண்ணத் தானே.

— திருநாவுக்கரசர்

காலம் கி.பி. 1330 தொடங்கி

1. பெருவழி பாதைகள்!

குறிஞ்சி, முல்லை, மருதம், நெய்தல், பாலை என நிலத்துக்குத்தான் எத்தனை பெயர்கள். திணைகள் வகுத்த வழிகள் என்னே? மரங்களும் மலர்களும் விலங்குகளும் உரிப்பொருளும் கருப்பொருளுமாக வகுத்த வழிகள். ஒவ்வொரு மண்ணுக்கும் ஒரு தெய்வம். ஒவ்வொரு மண்ணுக்கும் ஒவ்வொரு தொழில். ஒவ்வொரு மண்ணுக்கும் உறவின் பதம். ஐந்து வகைகளில் அத்தனை மனிதர்களையும் அடக்கிய தமிழர் வாழ்வு. இடையில் நான்கு வருணங்களுக்கு ஆட்பட்ட நிலையையும் மனதில் அசை போட்டபடிதான் காலையில் அவைக்கு வந்து அமர்ந்தார் மா மன்னர் ஏகாம்பரநாதர். காலம் எழுதிய காவிய வரிகளென அவருடைய நெற்றியில் ஏற்பட்டிருந்த கோடுகள் அவருக்கு மேலும் ஒரு மிடுக்கை ஏற்படுத்தியிருந்தன. நெற்றியிலும் முகத்திலும்

மட்டுமா கோடுகள்...? தலைமுடி எழுதும் நரை வரிகள் சிலவும் காதோரம் அவருக்கு சரிகை கட்டியிருந்தன. அவர் பொறுப்பேற்ற இந்த இருபது ஆண்டுகளில் தொண்ட மண்டலத்தில் அவர் செய்த மாற்றங்கள் ஒன்றல்ல இரண்டல்ல. மாற்றங்கள் மட்டுமா... அத்தனையும் சாதனைகள். பழுவேட்டரையர்கள், மழவர்கள், சேதியர்கள், மலையமான்கள், அதியர்கள், வாணகோவராயர்கள் அனைவருமே தங்கள் பொறுப்புகள் குறைந்ததென்று சம்புவராயர்களின் தலைமையை ஒரு சேர ஏற்றுக்கொண்டதே அதற்குச் சான்று. இந்த இருபது ஆண்டுகள் அத்தனை சிற்றரசுகளும் சம்புவராயருக்கு அடங்கியிருந்தார்கள் என்று சொல்வதை ஏகாம்பரநாதரே விரும்ப மாட்டார். மகிழ்ந்திருந்தார்கள் என்றே சொல்லப்பட வேண்டுமென விரும்புவார். ஒரு பேரரசனுக்கு அழகே எத்தனை சிற்றரசுகளைத் தம் ஆட்சியின் கீழ் மகிழ்ச்சியாக வைத்திருந்தான் என்பதில்தான் இருக்கிறது என்பதே அவருடைய கொள்கையாக இருந்தது. போரற்ற சூழலும் எந்தப் போரையும் எதிர்கொள்ளும் வலிமையும் சம்புவராய படைவீட்டு அரசுக்கு இருக்கிறது என்பதே மக்களின் நம்பிக்கைக்கும் நிறைவுக்கும் காரணமாக இருந்தன. ஒவ்வொரு நாளும் தீட்டப்படும் திட்டங்களும் ஆலோசனைகளும் பரவலான அதிகாரத்துக்குப் பாதை போட்டுக்கொடுத்தபடியிருந்தன.

ராசகம்பீரர் வழிவந்த சம்புவராயரின் படைவீட்டு அரண்மனையில் அன்று முக்கியமாக இரண்டு நகரங்களைப் பற்றிப் பேச வேண்டியிருந்தது. ஒன்று காஞ்சி... இன்னொன்று, சேந்தமங்கலம். காலை நேரம் தலைமை அமைச்சர் திருநம்பியின் வணக்கங்களுடன் தொடங்கியது. இளைய அமைச்சராக காந்திமதிராயர் பொறுப்பேற்றிருந்தார்.

“அரசே! கோபால சோடரை காஞ்சியைவிட்டு விரட்ட வேண்டும் என்றபோது பொறுமையாகப் பார்த்துக்கொள்ளலாம் என்று சொல்லிவிட்டீர்கள். இப்போது அவனுடைய அகங்காரம் எல்லை மீறிக்கொண்டிருக்கிறது. வீரவல்லாளரும் திருவண்ணாமலை என்ற சிறு எல்லைகளுக்குள் கட்டுப்படாதவராக கண்ணனூர் சென்று தங்கிவிட்டார். அவருக்கு சுல்தானியர்களிடம் தீர்க்க வேண்டிய பகையொன்று பாக்கியிருந்தது. அதற்கு சமயபுரம்தான் சரியான இடம் என நினைத்துவிட்டார். நம் எல்லைப் பரப்பின் நடுவில்... அதிலும் காஞ்சியில் ஆட்சியைக் கைப் பற்றியிருக்கும் கோபாலரை

இன்னும் நாம் விட்டுவைப்பது ஏன் என்று புரியவில்லை." திருநம்பி மன்னரின் பதிலுக்காகக் காத்திருந்தார்.

சோடர்களின் அதிகாரம் வரம்பு மீறிவிட்டது உண்மைதான். கோபாலர், காஞ்சிக்குச் சற்றும் தொடர்பில்லாதவர். பிற்கால சோழர்களின் தெலுகு வம்சாவளி வாரிசு. குருவி தலையில் பலாப் பழம் போல அவரின் தலையில் காஞ்சி. மூவேந்தர்களில் ஒவ்வொருவரும் ஒவ்வொரு காலகட்டத்தில் காஞ்சியைக் குறி வைத்திருக்கிறார்கள். ஆனால், வேற்று நாட்டு அரசர்கள் காஞ்சியைக் கைப்பற்றியதில்லை. சோடர்கள் கைக்குக் காஞ்சி வந்தது எதிர்பாராத நிகழ்வுதான். எங்கோ நிலைகொண்ட புயல் காஞ்சியில் வந்து கரையேறும் என்று யாருமே நினைக்கவில்லை. எந்த நாட்டின் மீதும் போர் தொடுப்பது இல்லை என்ற முடிவில் இருந்த ஏகாம்பரநாதருக்கு சோதனை. நிலத்தை ஆக்கிரமிப்பதில், நிலத்தின்மீது ஆதிக்கம் செலுத்துவதில் அவருக்கு ஒரே ஒரு நோக்கம்தான் இருந்தது. மக்களின் நலன். அறம் சார்ந்த அவர்களின் வாழ்வு. ஆயிரம் ஆயிரம் ஆண்டுகளாக எத்தனையோ மன்னர்கள் இந்த பூமியை ஆண்டுவிட்டனர். ஆண்டதால் ஏற்பட்ட பயன் என்ன என்பது மட்டுமே நிற்கிறது. ஆண்ட எல்லைகளும் ஆண்டுகளும் காணாமல் போய்விடுகின்றன. அந்த ஒரு காரணத்தால்தான் தொண்ட மண்டல பூமியை சான்றோர்களின் தேசம் எனக் காப்பதே தன் லட்சியம் என ஏகாம்பரநாதர் உறுதி பூண்டிருந்தார். வல்லாளருக்குத் திருவண்ணாமலையைக் கொடுத்து ஆட்சிப் பொறுப்பை வழங்கியபோதும் சோடகண்ட கோபாலர் காஞ்சியைக் கைபற்றியபோதும் ஆட்சி எல்லை குறைந்து போவதை எண்ணி அவர் கலங்கவே இல்லை. நமக்குக் கட்டுப்பட்ட ஓர் அரசாக இருந்தால் போதும் என்றே நினைத்தார். அதே நேரத்தில் தன் லட்சியத்துக்கு குறுக்கே வருபவர்களை எதிர்கொண்டு போராட வேண்டும் என்பதில் அவருக்கு மாற்றுக் கருத்து இருக்கவில்லை. இப்போது திருநம்பி எடுத்து இயம்பும் நிலைமைகளையும் ஏகாம்பரநாதர் யோசித்து போருக்கு சம்மதித்தார்.

கோபால சோடரை வீழ்த்துவதற்கான போர்ப் பிரகடனத்தை அறிவித்தார். துருக்கியர்களை வீழ்த்துவதற்காகப் பல பிராந்தியங்களிலும் சென்று சேகரித்த பலம் ஒரு கோபாலரைத் தாக்குவதற்குப் பயன்படட்டும் என நினைத்துக்கொண்டார்.

“கோபாலருக்கு ஓலை அனுப்புங்கள். வரும் வைகாசி வளர்பிறை முதல் முகூர்த்த நாளில் போர். தளபதி மூலமாகப் போருக்கான ஆயத்தங்கள் நடக்கட்டும். ஊர்ப்படை, உழவுப்படை வீரர்களையும் தயாராகச் சொல்லுங்கள். ஆயுதங்கள், யானை, குதிரை எல்லாம் போர்க்குறிப்பை உணரட்டும். நட்பு நாடுகளுக்கும் அரசு முத்திரையிட்டு என் எழுத்தாகவே தகவல் அனுப்புங்கள் அமைச்சரே!”

இரவு படைவீடு அரண்மனை கோட்டைச் சுவர் காவல் மாடத்தில் நின்றபடி நகரத்தைப் பார்த்தார். நகரத்தில் அல்லாங்காடிகளில் தானியங்கள், பட்டு ஆடைகள், பித்தளைப் பாத்திரங்கள், பானைகள், தா்னியங்கள் விற்கப்படுவதைக் கண்டார். ஏராளமான வண்டி மாடுகள் கடைவீதியின் அருகே ஓய்வெடுத்துக்கொண்டிருந்தன. அவருடைய எண்ண அலைகள் அடுத்தடுத்து வந்து மோதிய வண்ணமிருந்தன. அமைச்சர் திருநம்பி, காஞ்சியை நோக்கி படையெடுக்க வேண்டுமெனக் காலையில் கேட்டுக்கொண்டதும் அதற்கு தானும் சம்மதித்து உத்தரவிட்டதும் நினைவுகளில் புரண்டுகொண்டிருந்தன. ஏகாம்பரநாதர் தொடுக்கும் முதல் போர். நாட்டு நடப்புகளில், போர் பயிற்சிகளில் அவருடைய ஈடுபாடு நாடுகள் அறிந்ததுதான். போருக்குத் தயாராகவும் போரை விரும்பாதவராகவும் இருந்தார் அவர். ஆற்றுப்படுத்திய வீரம். சாம்பல் பூத்த நெருப்பு. காஞ்சியில் நடக்க இருக்கும் போர், இனி யாரும் போர் தொடுக்க அஞ்ச வேண்டும். அதைத்தான் திட்டமிட்டுக்கொண்டிருந்தார் ஏகாம்பரநாதர்.

காடவராயர், சோழர், வாணகோவராயர், வல்லவராயர் உதவிகளையெல்லாம் கேட்க வேண்டியதில்லை என முடிவெடுத்தார். ஒரு சுண்டைக்காய் அரசனை அடக்க இவ்வளவு ஆதரவைத் திரட்டுவதும்கூட வீரத்துக்கு இழுக்குதான். சம்புவராயர்களின் படை ஒன்று போதும். விரிஞ்சிபுரத்திலுள்ள படையணியை மட்டுமே வைத்து காஞ்சியை மீட்டால் என்ன? அவருக்குள் ஒரு சவாலான உணர்வு மேலோங்கிக்கொண்டிருந்தது. தளபதியை வரச்சொல்லுமாறு மெய்க்காப்பாளர் பழனிவேளிடம் சொல்லி அனுப்பினார். இரவு நேரத்தில் உடனே வரச் சொன்னார் என்றால் அதற்கு முக்கிய காரணம் இருக்குமென சோழகனாருக்கும் நன்கு தெரியும்.

கிழக்கு காவல் கோட்டத்தில் நின்றபடி பார்த்துக்கொண்டிருந்த ஏகாம்பரநாதரின் அருகில் வந்து, “வணக்கம் அரசே!” என்றார்

சோழகனார்.

“சோழகனாரே... நாம் ஏன் பத்து நாட்கள் காத்திருக்க வேண்டும்? இன்னும் இரண்டு நாட்களில் காஞ்சியை நோக்கிப் படையெடுத்தால் என்ன?”

“இன்றே படையெடுப்பதென்றாலும் சம்மதம்தான். மற்ற சிற்றரசர்களோடு ஆலோசிக்க நினைப்பதால் அவகாசம் எடுத்துக்கொள்வதாக நினைத்தேன், அரசே!”

அரசர், சோழகனாரை நெருங்கி வந்து, “நட்பரசுகளின் உதவியைக் கேட்க வேண்டாம் என முடிவெடுத்தேன். நாமே இந்தப் போரை எதிர்கொள்ளலாம்?” என்றார்.

“ஆமாம் அரசே. துருக்கியர்களை வெல்வதற்குத் திரட்டிய படையைக் கொண்டு இந்த கோபாலரை வெல்ல நினைப்பது தேவையற்றது. நம்முடைய படையணியின் சிறு பிரிவு போதும்.”

“ஒரு சிறு அரசனை பெரும் படை கொண்டு மோதுவது தேவையற்றதுதான். அதே நேரத்தில் ஒரு பேரரசன் சிறு மன்னனோடு மோதி தோற்றுவிடவும் கூடாது. யாரையும் குறைத்து மதிப்பிடாதே என்பதே என் தந்தை சொன்ன வேதவாக்கு. அதனால்தான் நம் நட்பரசர்களின் தேவையை உத்தேசித்தேன். இப்போது அது தேவயற்றது என்ற முடிவுக்கும் வந்துவிட்டேன். அமைச்சரிடம் காலையில் இதை விளக்கிவிடுகிறேன். அமைச்சரிடமும் மாற்றுக் கருத்து இருக்காது என்றே நினைக்கிறேன்.”

“சக்ரவர்த்தி வீரசம்புவர் காலத்திலிருந்தே அவரை நன்கு அறிவேன். நம்முடைய படைப்பிரிவின் வீரத்தை நன்கு அறிந்தவர். அவர் மாற்றுக் கருத்தை முன் வைக்க மாட்டார். உங்கள் திருஎழுத்து பதித்த ஓலைகளை நாளை காலைதான் சிற்றரசர்களுக்கு அனுப்ப இருக்கிறேன். கோபால சோடருக்கும் போர் அறிவிப்பு ஓலை அனுப்பவில்லை. மறுநாளே போர் என்பதை அவனுக்கும் நாளை ஓலையனுப்பித் தெரிவிக்கச் சொல்கிறேன்.”

அரசர் ஏகாம்பரநாதர் பொருள்பொதிந்த பார்வையோடு சோழகனாரைப் பார்த்தார். “சென்றோம்... வென்றோம் என இருக்க வேண்டும். படைப் பிரிவுகளுக்கு வேகமாக உத்தரவிடுங்கள். இன்னும் ஓர் இரவுதான் பாக்கியிருக்கிறது.”

2. பிரம்மதேசம்... யுத்தக்களம்!

பாலாற்றங்கரையையொட்டி பிரம்மதேசத்தில் சம்புவராயரின் படைப்பிரிவுகள் முகாமிட்டிருந்தன. அதிகாலையிலேயே அங்கிருந்த ராசேந்திர சோழர் நினைவிடத்திலும் கொற்றவை கோயிலிலும் வழிபாடுகள் செய்து முடிக்கப்பட்டன. காஞ்சியை நோக்கி முதல் பிரிவில் யானைகள் முதலிரண்டு வரிசைகளில் பிரமாண்டமாக அணிவகுத்து நின்றன. அதிலே அரசர், தளபதி, எல்லைக்காவல் படைத் தலைவர்கள் போன்றவர்கள் இருந்தனர். குதிரைப்படை பெரும் திரளாகப் புழுதி கிளப்பியபடி இருந்தன. முன்னங்கால்களால் தரையைக் கிளறி ஆவேசம் கொண்டிருந்தன. உதய நேரத்தை எதிர்பார்த்து துந்துபியும் முரசும் முழங்கட்டுமெனக் காத்திருந்தனர். போர் நாட்களுக்கான பிரத்யேக உணவுகள் எளிமையானவை. கூழும், கேப்பைக் களியும் வெங்காயமும் இஞ்சி சாறும் நாலாபுறமும் நூற்றுக்கு மேற்பட்ட பானைகளில் வைத்து வழங்கப்பட்டுக்கொண்டிருந்தன. இடித்துவைத்த அரிசி மாவில் மஞ்சள் தூளும் பனைவெல்லமும் இன்னும் சில மூலிகைகளும் கலந்து மூட்டை மூட்டையாகத் தயார் நிலையிலிருந்தன.

பழனிவேள், காந்திராயன், வேலாயுதம், பிறைசூடன், சம்பந்தன், மயிலவேலன், கடம்பன், படவேட்டான், பலராமன், பச்சையப்பன், ராசசேகரன், சாரதி, ராமசேஷன் எனக் கண்ணில் பட்ட வீரர்களையெல்லாம் கண்ணசைவில் உற்சாகப்படுத்திய வண்ணமிருந்தார் அரசர் ஏகாம்பரநாதர். யானைகள்

தமிழ்மகன்

நிலைகொள்ளாமல் தலையை ஆட்டியும் கால்களை மாற்றி வைத்து அசைந்தபடியுமிருந்தன. அவற்றின் மீதிருந்த படைவீரர்களின் மன ஓட்டத்தை உணர்ந்துதான் அவை அப்படி சீறின. படைவீட்டிலிருந்து புறப்படும்போதே வீரபத்திரனுக்கு கிடாய்வெட்டி வழிபட்டுவிட்டுக் கிளம்பியிருந்தபோதும் போர் முனையில் மீண்டும் கொற்றவை கோயிலில் சேவல் அறுத்து ரத்தம் தெளித்து வீரபத்திர வழிபாடு நடந்தது. நவகண்டம் கொடுத்து வழிபடுவதை சம்புவராயர்கள் விரும்புவதில்லை. வீரன் தன் உடம்பில் ஒன்பது இடங்களில் வெட்டிக்கொள்வதே நவகண்டம் எனப்பட்டது. அரிகண்டம் என்ற இன்னொரு பலி முறையும் இருந்தது. அது வீரன் ஒருவன் தானே கழுத்தை அறுத்துக்கொண்டு பலியிட்டுக்கொள்ள வேண்டும். வாணகோவரயர்கள் அதிலே நம்பிக்கையுள்ளவர்கள். "ஒரு வீரன் தன்னைத்தானே பலியிட்டுக்கொண்டு சாவது எந்தவிதத்தில் படைக்கு உதவும்? ஒருவீரன் குறைந்து போவதைத்தவிர?" என்பது செங்கேணி அம்மையப்ப சம்புவராயர் எழுப்பிய கேள்வி. தலைமுறைக்கும் அதைப் பின்பற்றி வந்தனர் சம்புவராயர்கள். அதிலும் சடங்கு சம்பிரதாயங்களில் விருப்பமற்ற ஏகாம்பரநாதர் அதை அறவே வெறுத்தார் என்றே சொல்ல வேண்டும். கிடாய் அறுப்பதும் சேவல் அறுப்பதும்கூட அவருக்கு விருப்பமில்லாத சடங்குகள்தான். பல்லாயிரம் வீரர்களின் நம்பிக்கைக்குக் கட்டுப்பட்டு அதைக் கேள்வி கேட்பதில்லை.

எதிரே ஒரு காதம் தூரத்தில் பாலாற்றின் மறுகரையில் கோபால சோடரின் படை முகாமிட்டிருந்தது. முறைப்படி இருபுறமும் துந்துபி முழங்கினால் போர்.

சூரியக் கதிர்கள் பூமியின்மீது பட்டு ஒளிரத் தொடங்கியது. படைவீட்டு அரசின் சங்கு ஊதப்பட்டதும் துந்துபிகள் ஊதப்பட்டன. எதிர்புறத்திலும் முரசம் முழங்கிற்று. ஒரே நேரத்தில் ஓராயிரம் சிறுத்தைகள் சீறிப் பாய்வது போல சம்புவராயரின் படையணி புறப்பட்டது. "வெற்றிவேல்... வீரவேல்" அம்பு போல புறப்பட்டது படைவீட்டு புரவிகள். வாள்கள், வேல்கள், கேடயங்கள் ஒன்றுடன் ஒன்று உரசிக்கொண்டெழுந்த சலசலப்புகள், குளம்படியோசை, புழுதி எனப் பரபரப்பின் நெடி. கண்ட கோபால சோடரின் படை ஓரடி முன்னேறுவதற்குள் படைவீட்டுப் படை ஈரடி முன்னேறியது. நெருங்க நெருங்க எதிரே எதிரே இரண்டு பாறைகள் உருண்டு வருவதுபோல காட்சி. முதல் வெட்டு யாருடையதாக இருக்கும்

333

என்ற வெறித்தனம். மோதுவதற்கு ஒரு நொடிக்கு முன் யானைப் படையைப் பின்னுக்குத் தள்ளிவிட்டு குதிரைப்படைகள் எதிர் முகாமின் படைக்குள் நுழைந்தன. கோபாலரின் படைவீரர்களில் தலைகள் பல பந்து போல உருண்டு விழுந்தன. வில்லாளிகள் தூரத்தே இருந்த எதிரிகளின் மீது அம்பு மழை பொழிந்தனர். ஈட்டிகள் மார்பைப் பிளந்து மறுபக்கம் வந்து நின்றன. அலறல்... ஓலம். ஒரு நொடி தயங்காமல் முதல் ஒரு நாழிகையில் எவ்வளவு பேரை வீழ்த்துகிறோம் என்பதே வெற்றியைத் தீர்மானிப்பதாக இருக்கும். கோபாலனின் படையணியினரும் சளைத்தவர்களாக இல்லை. புற்றீசல் போல வெவ்வேறு திசைகளிலிருந்து பாய்ந்து வந்தனர். எதிர்பாராத தருணத்தில் பக்கவாட்டுப் பாதைகளிலிருந்து திடீர் தாக்குதல். குத்தீட்டி விசைகள் பக்கவாட்டிலிருந்து வந்த படைவீரர்கள்மீது எறியப்பட, ஒரே நேரத்தில் பத்திருபது பேர் செத்து விழுந்தனர். காயம்பட்ட குதிரைகளும் யானைகளும் போர்க்களத்திலே ரத்த சகதியில் புரண்டுகொண்டிருந்தன. படைவீட்டு பழனிவேள் எறிந்த ஈட்டியொன்று குதிரையின் கழுத்திலே பாய்ந்து அதன்மீதிருந்த வீரனின் நெஞ்சுவரை சென்று நின்றது. குதிரையோடு சாய்ந்தான் அவன். அடுத்தடுத்து பழனிவேளின் கைக்கு ஈட்டிகளைக் கொடுப்பதற்கே இரண்டு வீரர்கள் முனைப்பாக இருந்தனர். களத்திலே எதிர் படையினரில் வேகமாக வாளைச் சுழற்றுபவர்களையே குறிவைத்து வீழ்த்தினான் பழனிவேள்.

எதிரிகளின் குதிரைகளையும் வீரர்களையும் சேர்த்து ஒரே ஈட்டியில் வீழ்த்துவது அசாதாரணமானது. ஈட்டியைக் காற்றைக்கிழித்துக்கொண்டு செல்லுமாறு செலுத்தி குதிரையின் கழுத்தையும் வீரனின் மார்பையும் சேர்த்த கோணத்தில் எறிவது எல்லா நேரத்திலும் சாத்தியப்படாது. குதிரை பின்னங்காலில் நின்று தலையை உயர்த்திக் கனைக்கும். அதுதான் தருணம். நொடிப்பொழுது தாமதித்தாலும் ஈட்டி வேறு எங்கோ போய் விழும். அல்லது குதிரை மட்டுமோ, வீரன் மட்டுமோ வீழ்வார்கள். காலக் கணிதம் அறிந்து வீசுவதில் ஏகாம்பரநாதருக்கு அடுத்தபடியாக பழனிவேளும் காந்திமதிராயரும் பம்பரமாகச் செயல்பட்டனர். சில வீரர்கள் தங்கள் ஒரே அம்பினால் இரண்டு காலாட் படையினரை வீழ்த்துவதிலே முனைந்திருந்தனர். இடைவிடாத வாள் சுழற்சி. கேடயங்களில் மோதும் வாளின் சத்தம் இடியென கேட்ட வண்ணமிருந்தது. யானைமீது அமர்ந்திருந்த ஏகாம்பரநாதர்,

சோடரின் யானைப் படை வீரர்களைக் கிட்டத்தட்ட காலி செய்துவிட்டார். ஒவ்வொரு ஈட்டிக்கும் ஒவ்வொரு வீரன். பதிலுக்கு அவர்கள் அனுப்பும் ஈட்டிகள் சில நேரம் மன்னரின் கேடயத்தையோ, யானையின் நெற்றியிலே கட்டியிருந்த பித்தளைப் பட்டயத்திலோ பட்டு கீழே விழுந்தன. ஏகாம்பரநாதரின் யானையை வீழ்த்திவிட்டால் அவரை நிலைகுலையச் செய்துவிடலாம் என்பது கண்டன் வகுத்த திட்டம். அதற்காகவே நூறு பேர் தொடர்ந்து அவருடைய யானையைக் குறிவைத்து ஈட்டிகளையும் அம்பையும் எய்த வண்ணமிருந்தனர். பிறைசூடன் எறிந்த எறிவிசை ஈட்டிப் பந்தொன்று அந்த நூறு பேரையும் ஒரு நொடியில் நிலை குலையச் செய்தது. நான்காம் நாழிகையில் எதிரிப் படையின் பெரும்பகுதி யானைகள் களத்திலே குற்றுயிராகக் கிடப்பதைப் பார்த்தார். குதிரைப் படையினர் நம்பிக்கை குறைந்து போராடுவது தெரிந்தது. அவர்களின் படைத் தலைவன் வீரர்களுக்குக் கட்டளையிட்டு வேகம் காட்டிக்கொண்டிருந்தான். படைவீட்டுப் படைகள் தொடர்ந்து முன்னேறிக் கொண்டிருந்தன. பிரம்மதேசத்திலிருந்து பாலாற்றங்கரை வழியாகக் காஞ்சி மாநகரை நோக்கிப் படைகள் முன்னேறின. கோபால சோடருக்குத் தோல்விபயம் தொற்றியிருக்க வேண்டும்.

காஞ்சி படையினரைச் சிறிது நேரத்திலேயே போர்நிறுத்த சங்கு ஒலிக்க வைத்துவிட்டது. சங்கு ஊதப்பட்ட அடுத்த நொடியிலேயே இருதரப்பு வீரர்களும் ஆயுதங்களை அடக்கிவிட்டனர். கோபாலர் தோல்வியை அறிவித்துவிட்டார். தளபதி சோழகனார் நான்குவிதமான படைவீரர்களுக்கும் கட்டளையிட்டு கட்டளையிட்டு குரல் களைத்துப் போயிருந்தார். மன்னரை நெருங்கிவந்து, “அரசே! இங்கே படைவீடு அமைக்கச் சொல்கிறேன். கோபாலரையும் இங்கே அழைத்து வரும்படி ஆள் அனுப்புகிறேன்” என்றார்.

உச்சிப் பொழுது நேரத்திலேயே போர் முடிவுக்கு வந்துவிடும் என்று ஏகாம்பரநாதர் நினைக்கவே இல்லை. உடனடியாகப் படைவீடு முகாம் ஒன்று அங்கே அமைக்கப்பட்டது. வீரர்களும் தாகம் தீரும் பொருட்டு எலுமிச்சை இஞ்சி சாறு, பனை வெல்லம் இட்ட அரிசி மாவு என வாய்க்கு வேலை கொடுக்க ஆரம்பித்திருந்தனர்.

ஓய்வெடுக்கும் பொருட்டு கட்டிலில் அமர்வதற்குச் சென்ற ஏகாம்பரநாதர் குதிரை குளம்படி சத்தம் கேட்டு வெளியே வந்தார்.

படைவீடு

கோபாலரை அழைக்கச் சென்ற சோழகனார் குதிரையில் வருவது தெரிந்தது. அவருடைய வேகத்தைக் கண்டு வீரர்கள் சுதாரித்து எழுந்து வாளையும் கேடயத்தையும் எடுத்துக்கொண்டு நின்றனர்.

"மன்னா... மோசம் போய் போய்விட்டோம். தெலுங்கு தேசத்திலிருந்து முத்தப்ப நாயக்கனின் படை கோபால கண்டனுக்குத் துணையாக வந்து சேர்ந்திருக்கிறது. மீண்டும் போர் அறிவிக்க போகிறான். ஒரு வினாடிகூட தாமதிக்காமல் அனைவரும் தயாராக வேண்டும்" கூறிவிட்டு முகாமிலிருந்து வேகமாக அவர் வெளியேற, ஏகாம்பரநாதர் தன் யானை மீது ஏறி அமர்ந்தார். படைவீட்டு படையினர் சுதாரித்த அதே நொடியில் மீண்டும் சங்கு முழங்கியது. முத்தப்ப நாயக்க படையினர் வீறுகொண்டு வருவது தெரிந்தது. சக்கர வியூகம் அமைக்கும்படி கட்டளையிட்டார் ஏகாம்பரநாதர். வட்ட வட்டமாக வீரர்கள் சுழன்று முன்னேறும் வியூகம் அது. சக்கர வியூகத்தின் அடிப்படையைப் புரிந்துகொண்ட நாயக்க படையினர் ஏகாம்பரநாதரைச் சுற்றி தாமரை வியூகத்தை ஏற்படுத்தினர். ஒவ்வொரு இதழாக நெருங்கி நெருங்கி நெருங்கி ஏகாம்பரநாதரை வீழ்த்துவது என முடிவெடுத்தனர். யானையின் மீது ஏறி நின்றவாறு ஈட்டிகளை வீசி தாமரை இதழின் தடைகளைத் தகர்த்து முன்னேறி கொண்டிருந்தார் ஏகாம்பரநாதர். அவரைத் தனிமைப்படுத்தி வேறு திசைக்கு ஓரம் கட்டும் உத்தியில் தீவிரமாக இருந்தது தெலுங்கர் படை. வேகமாக வியூகத்தை உடைக்கவில்லையென்றால் பிறகு வெளியேறுவது கடினமாகிவிடும். மன்னர் தாமரை வியூகத்தில் சிக்கி இருப்பதை அறிந்து பழனிவேளுவும் காந்திமதிராயனும் நொடியும் தாமதிக்காமல் சங்கிலி குண்டத்தைச் சுழற்றிக்கொண்டு அந்த வியூகத்தை உடைப்பதில் முனைந்தனர்.

சில நொடிகள் தாமதித்தாலும் மன்னருக்கு ஆபத்து. பழனிவேளுவையும் காந்திமதிராயனையும் முன்னேறவிடாமல் எதிரிப்படை முற்றாகச் சூழ்ந்துகொண்டது. மன்னர் ஏகாம்பரநாதர் துரிதமாக ஒரு முடிவெடுத்தார். தன் அன்பு யானையை மெல்லத் தடவிக்கொடுத்தார். அதன் காதினில் அம்பு ஒன்றை நுழைத்தார். மதம் பிடித்தது போல பிளிறியது யானை. வியூக கேடயங்களை துவம்சம் செய்ய ஆரம்பித்தது. வீரர்களைக் கால்களால் மிதித்து துதிக்கையால் வீசியெறிந்து வெறிகொண்டு பாய்ந்தது. வியூகம் உடைந்துவிட்டது. பதற்றத்தில் சிதறிய வீரர்களை அடுத்தடுத்த அம்புகளால் வீழ்த்திவிட்டு வெளியே வந்தார். யானைக்கு பயம்

இன்னும் தீரவில்லை. அது மிரண்டு ஓடிய வண்ணமே இருந்தது. பதறி ஓடிய அதைக் கட்டுப்படுத்துவதற்கு பாகன் பாடு திண்டாட்டமாகிவிட்டது. விரைவிலேயே போர்ச் சங்கு முழங்கியது. கோபால சோடரின் தரப்பிலிருந்து முந்திக்கொண்டு முழங்கியதிலிருந்தே அவர்களின் அச்சம் வெளிப்பட்டது. மறுநாள் அவர்கள் பக்கமிருந்து போரிடுவதற்கு மேலும் வீரர்கள் வருவிக்கப்படுவார்களோ என யோசித்தார் சோழகனார்.

“மன்னா... நாமும் நம் நட்பு நாடுகளுக்குத் தகவல் சொல்லிவிடுவது நல்லது. நாளை அவர்கள் இன்னும் பெரும் படையைத் திரட்டிவிட்டால் சிரமமாகிவிடுமோ என நினைக்கிறேன்.”

“நேற்று இருந்த உறுதி இன்று குலைந்துவிட்டது ஏன்?”

“மன்னா அவர்களுக்கு தெலுகு தேசத்திலிருந்து ஆதரவு வரும் என நாம் எதிர்பார்க்கவில்லை. அதனால்தான்...”

“அதைத்தான் நாம் சுலபமாக எதிர்கொண்டுவிட்டோமே?”

“இன்னும் படை திரண்டு வருமோ எனத்தான்?”

‘‘முன்னரே போர்த் தகவலை அறிவித்துவிட்டு போர்த்தொடுத்திருந்தால் சரி. நாமோ துணிவுடன் புறப்பட்டோம். இப்போது திடீரென அவர்களைத் துணைக்கு அழைப்பது தவறு. என்னுடைய கணிப்பு சரியாக இருந்தால் நாளை எதிரி படையில் புதிதாக யாரும் இடம்பெற வாய்ப்பில்லை.” அரசர் ஏகாம்பரநாதர் உறுதியுடன் சொன்னார்.

அமைச்சர் அமைதியாக இருந்தார்.

“கோபால கண்ட சோடர் இன்றே போரிடும் மனநிலையில் இல்லை. போரை முடிக்கவும் குறித்த நேரத்துக்கு முன்பே சங்கு முழங்கியதையும் கவனித்தேன். மதியம் முடித்த போரை மீண்டும் தொடர்ந்திருக்க வேண்டாமே என்ற வருத்தம் அவருக்கு ஏற்பட்டிருக்க வேண்டும். இந்தப் பேரிழப்புக்குப் பிறகு தெலுகு படையினர் மேலும் தங்கள் உயிரைப் பணயம் வைப்பார்கள் என நினைக்கவில்லை. அப்படி இன்னும் தெலுகு படை இங்கே வந்தால் அதை எதிர்கொள்ளவும் நாம் தயங்கக் கூடாது. இன்னும் ஈசன் வாளை நான் உறையிலிருந்து எடுக்கவில்லை. அதிலிருந்தே தெரிய வேண்டாமா, ஈசன் வாளைக் கொண்டு போராட வேண்டிய அளவுக்குத் தகுதியான போர் இன்னும் உருவாகவில்லை என.”

மன்னர் காட்டிய உறுதியைத் தலைவணங்கி ஏற்றுக்கொண்டார் அமைச்சர்.

மன்னர் சொன்னது சரிதான். மறுநாள் காலை நாயக்க படையினர் அவர்கள் தேசத்துக்கே திரும்பிப் போய்விட்டதாகச் சொன்ன தூதுவன், வெள்ளைக் கொடியுடன் சமாதானம் பேசுவதற்கு கோபாலர் வருவதாகவும் சொன்னான்.

அமைச்சர் திருநம்பி பெருமிதமாக மன்னரைப் பார்த்தார். "எந்த துணையரசின் உதவியும் இல்லாமல் காஞ்சியை மீட்டிருக்கிறீர்கள். நாங்கள் அனைவரும் அஞ்சியபோதும் நீங்கள் நிலை குலையாமல் இருந்தீர்கள். இந்த வெற்றி சாதாரணமானது அல்ல. தனி ஒருவராக வென்று நிலம் காத்திருக்கிறீர்கள்." அமைச்சர் திருநம்பி மன்னரை நெஞ்சோடு அணைத்துக்கொண்டார்.

"தனியொரு அரசாக வென்று மண்கொண்ட அரசர் எனப் பாராட்டுவதில் பெருமைகொள்கிறோம்'' என்றார் இளைய அமைச்சர் காந்திராயன்.

"சகல லோக சக்ரவர்த்தி வென்று மண்கொண்டார் வாழ்க!" என ஆவேசமாக முழங்கினார் பழனிவேள். அது போர்க்களமே அதிரும்படியான முழக்கமாக இருந்தது. வீரர்கள் அவரவர் இருந்த இடங்களில் இருந்தே, "வாழ்க வென்று மண்கொண்டார்" எனப் பெருங்குரலெடுத்து முழங்கினர். மன்னர் இருந்த முகாமுக்கு வெள்ளைக் கொடியோடு ஆயுதங்கள் இன்றி வந்துகொண்டிருந்தார் கண்ட கோபால சோடர். முகாம் நோக்கி அவர் வரும் வழியெங்கும் வீரர்கள் சூழ்ந்து நின்று வென்று மண்கொண்டார் வாழ்கவென முழங்கினர். ஆங்காங்கே குருதி வெள்ளத்தில் கிடந்த யானைகளின் மீது ஏறிநின்று அவர்கள் ஏற்படுத்திய கூச்சல் கண்ட கோபாலரை அச்சுறுத்தியிருக்க வேண்டும். அவன் முடி துறந்து கைகளை உயர்த்தி தன் தோல்வியைத் தெரிவித்துக்கொண்டிருந்தான்.

காஞ்சி மீண்டும் சம்புவராயர்கள் கைக்கு வந்தது பேரரசின் பெரும் பெருமை. நாட்டில் ஒரு வார விழாவாகக் கொண்டாட உத்தரவிட்ட அமைச்சர் திருநம்பி, 'வென்று மண்கொண்டார்' என்ற பட்டப் பெயரைக் கல்வெட்டில் பதிக்குமாறும் ஆவன செய்தார். இந்த வெற்றியைக் கொண்டாடும்விதமாகக் சுங்கம் தவிர்த்த சோழ மரபினரான சம்புவராய மன்னரான வென்று மண்கொண்டார், குடிபடை வீரர்களின் வரியை நீக்கியதாக அறிவித்தார்.

3. திசைதோறும் காவல் கோட்டம்!

சேந்தமங்கலம் அரண்மனையிலிருந்த வந்திருந்த திருமுகத்தை மன்னர் கையில் கொடுத்தார் திருநம்பி. அவையில் புலவர், தளபதி, காடவராயர் அனுப்பியிருந்த தூதுவர் ஆகியோருடன் மனுகொடுக்க வந்த சிலரும், காவலாளிகளும் காத்திருந்தனர். திருமுகத்தை வாங்கி, பிரிக்கும் முன்னர் அமைச்சரைப் பார்த்தார். அவர், “எதுகுறித்து என எங்களிடம் எதையும் தெரிவிக்கவில்லை. மன்னர் காடவராயர் அனுப்பினார் என்பது மட்டும்தான் தெரியும்” என்றார் அமைச்சர். பட்டுத்துணியில் எழுதப்பட்ட திருமுகம். பிரித்தார். சலனமின்றிப் படித்துவிட்டு துணியைச் சுருட்டி பக்கத்தில் வைத்தார். திருமுகத்தின் சாரம் இதுதான்... சேந்தமங்கலம் சிவன் கோயில் இடங்கையர் சிலர், வலங்கையரைத் தாக்கி இருப்பதாகவும் அதனால் இதனால் ஊர் திருவிழா தடைபட்டு நிற்பதாகும் சொல்லப்பட்டிருந்தது. இதை எப்படி அணுகலாம் என்பதுதான் காடவராயர் கேட்டிருந்த கேள்வி. முன்பு போல என்றால் இந்த மாதிரி சச்சரவுகளுக்குக் காரணமான இரு தரப்பாரையும் அழைத்து சவுக்கடி கொடுத்தோ, தேவைப்பட்டால் சிரச்சேதம் செய்தோ தீர்த்து வைத்திருப்பார். வென்று மண்கொண்டார் இத்தகைய இடர்களை என் பார்வைக்குக் கொண்டுவர வேண்டும் என்று உத்தரவிட்டு இருந்ததால் இந்த

படைவீடு

ஓலையை அனுப்பியிருந்தார் காடவராயர்.

"இடங்கையர், வலங்கையர் சச்சரவு. அதைத் தீர்த்துவைக்க காடவராயர் வேண்டுகோள் விடுத்திருக்கிறார். கோயில் திருவிழா ஒன்று தடைபட்டு நிற்கிறது. இரு தரப்பிலும் மோதல்!" மாடவிளக்கில் கண் நிலைக்குத்தியபடி சொன்னார் அரசர். மனமும் நிலைக்குத்திக் கிடந்தது.

"நாடு முழுக்கவே இப்போது கோயில் விழாக்களில் இரு தரப்பினரும் அடித்துக்கொள்வது வாடிக்கையாகப் போய்விட்டது. வலங்கையர் சிலர் இடங்கையராக மாறுவதற்கும் இடங்கையர் சிலர் வலங்கையராக மாறுவதற்கும் விருப்பம் தெரிவித்து மனு செய்திருக்கிறார்கள். எப்படியோ தொற்றிக் கொண்டுவிட்ட இந்தக் கொடுமையால் தேவை இல்லாமல் மனிதர்கள் அடித்துக்கொள்வதும் அதனாலேயே நாட்டின் முன்னேற்றம் பாதிக்கப்படுவதும் இதற்கெல்லாம் இருக்கிற வேலைகளையெல்லாம் விட்டுவிட்டு அரசர் அதற்குத் தீர்ப்பு சொல்வதும் அதைத் திருத்தி எழுவதும் காலவிரயமாக மாறிக்கொண்டே இருக்கிறது. என்ன செய்யலாம் அரசே?"

"இரவே அங்கு வருவதாக ஓலை அனுப்புங்கள்" என உத்தரவிட்ட மன்னர் தீவிர யோசனையில் ஆழ்ந்தார். சபையில் அடுத்தடுத்து ஒரு சில அவசர இக்கட்டுகளும் பேசப்பட்டன. கோயில் திருப்பணிகள், வாய்க்கால் சீரமைப்பு, ஆயத்தார்கள் சிலரின் கோரிக்கை மனுக்கள் போன்றவைப் பேசப்பட்டு துறை அதிகாரிகளிடம் பரிசீலனைக்கு வைக்கப்பட்டன. காவல் படையை அதிகரிக்க பெருவழிப் பாதைகளின் வாயில்களிலும் மற்ற இணைப்புப் பாதைகளிலும் காவல் கோட்டங்கள் தொடர்பான ஆலோசனைகள் முன்வைக்கப்பட்டன.

"நாடு பாதுகாப்பாக இருப்பது எல்லையில் இருக்கும் காவலர்கள் கையில்தான் இருக்கிறது. ஆகவே, எல்லைகளில் காவல் கோட்டங்கள் மிக வேகமாகக் கட்டி முடிக்கப்பட வேண்டும். அந்தப் பகுதி அகம்படையார்களும் அதற்குப் பொறுப்பேற்க வேண்டும். வடக்கில் நெல்லூர் பெருவழியை பெருமாள் நாயகரிடம் ஒப்படைக்கிறேன். சந்திரகிரி வழி, நெல்லூர் வழி இரண்டிலும் உள்ள கோட்டங்களைக் கட்டி முடிப்பது பராமரிப்பதும் அவர் வசம் ஒப்படைக்கப்படுகிறது. அங்குள்ள வழிப்போக்கர்கள், பயணிகள் ஆகியோரைக் கண்காணிப்பதும் அந்தக் கோட்ட காவலர்களின் பணியாக

இருக்கவேண்டும். மேலும் அவ்வழிகளில் உள்ள சத்திரங்களும் அந்தக் கண்காணிப்பாளர்களின் வசம் இருக்கும். கண்காணிப்பாளர்கள் கோட்டத் தலைவர்களின் கண்காணிப்பில் இருக்க வேண்டும். புரிகிறதா?"

"உத்தரவு அரசே" என்றார் பெருமாள் நாயகர்.

மேற்குக் கோட்டத்தின் அகம்படையார் ராசசேகரனை அழைத்து, "உங்கள் கோட்டத்தில் வெங்கடகிரி பெருவழி முக்கியமானது. நீண்ட நெடுங்காலமாக சாளுக்கியர்களும் போசாளர்களும்... ஏன் ராஷ்ட்ரகூடர்களும்கூட தமிழகம் வருவதற்கு இந்த வாயிலைத்தான் பெரும்பாலும் பயன்படுத்தி இருக்கிறார்கள். பல்லவர்கள்மீது படையெடுத்த சாளுக்கிய மன்னன் புலிகேசி வந்த பாதை. வெளி தேசத்தில் இருந்து வருகிறவர்களைக் கட்டுப்படுத்த இப்பாதையில் உள்ள காவல் கோட்டங்களும் காவலர்களும் மிகுந்த கவனத்துடன் இருக்கவேண்டிய நிர்பந்தம் உண்டு. சொல்லப்போனால் நெல்லூர் பெருவழியைவிட விரைந்து முடிக்க வேண்டிய இடம் அதுதான். மற்றபடி பெருமாள் நாயகருக்குச் சொன்னதுதான் உங்களுக்கும். வணிகர்கள், பாதை யாத்திரை செல்பவர்கள், அபயம் தேடி வருபவர்கள் அனைவரையும் கண்காணிக்க வேண்டியதும் கவனித்துக்கொள்ளவேண்டியதுமான பொறுப்பும் அகம்படையார் தலைமையிலான காவலர்களுக்கு உண்டு."

அடுத்து யாரை அழைக்கப் போகிறார் என அறிந்த தெற்கு கோட்டத்தின் அகம்படையார் தொண்டமான் எழுந்து நின்றார்.

"சுல்தானியர்கள் சாளுக்கிய தேசத்திலிருந்து, தகடூர் வழியைத் தவிர்த்து தாளவாடி கணவாய் வழியாக சத்தியமங்கலம், கருவூர் வழியாக மதுரைக்குச் சென்றுள்ளனர். அதனால் தொண்ட மண்டலமும் சோழ மண்டலமும் தப்பித்தன. அடுத்த முறையும் அவர்கள் இதே பாதையைத் தேர்ந்தெடுப்பார்கள் என்ற கற்பனையில் இருந்துவிடக் கூடாது. மதுரைக்கு எதிர்புறமாகத் திரும்பிவர அவர்களுக்கு வெகுநேரமாகாது. சொல்லப்போனால் காவிரி வரை வந்துவிட்டவர்களுக்கு அதற்குமேலும் இருக்கிற கோயில்களில் இருப்பதைக் கொள்ளையடிப்பதுதான் நோக்கமாக இருக்கும். மகதை பெருவழியிலிருந்து வடக்குத் தெற்காகப் பிரியும் இரண்டு பாதைகளிலும் கவனம் தேவை. நீலகங்கரையருக்கு அவ்வளவு நெருக்கடி இல்லை. சுல்தானியர் யாரும் கப்பற்படையில் ஆர்வம் காட்டவில்லை. எயிற்பட்டினம், சதுரங்கப்பட்டினம்,

படைவீடு

திருமல்லை, பழவேற்காடு துறைமுகங்களில் இப்போதே போதுமான காவல் இருப்பதாக உணர்கிறேன். அவர்கள் மேலும் கவனமாக இருந்தால் மட்டும் போதும்" என்று நான்கு திசை கோட்டத் தலைவர்களுக்கும் உத்தரவு பிறப்பித்தார். அந்தந்தப் பகுதி கருவூல நிதி அதிகாரிகளிடம் செலவுக்கான நிதியைப் பெற்றுக்கொண்டு வேலைகளை முடித்துவிட்டு கணக்கு ஒப்படைக்க வேண்டியதற்கான அனுமதி சீட்டை முத்திரையிட்டு கொடுத்தார் அமைச்சர் திருநம்பி.

மாலிக் காபூர் வாழ்க்கை எப்படி முடிவுக்கு வந்தது என்பதை அறிவீர்கள். அவனுடைய தலைவன் அலாவுதீன் கில்ஜியைக் கொன்றுவிட்டு அவனுடைய வாரிசுகள் அனைவரையும் கண்களைத் தோண்டிக் குருடாக்கிவிட்டு அரியணை ஏறினான் மாலிக் காபூர். ஆனால் குறுக்கு வழியில் ஆட்சியைப் பிடிக்க நினைத்த அவனுக்குக் குறுகிய காலத்திலேயே முடிவு வந்தது. வேறு ஒரு துருக்கன் ஆட்சி அமைத்திருக்கிறான். மதுரையைப் பிடித்த கில்ஜி பேரரசின் சுல்தானியர்கள் வந்தார்கள்... போனார்கள் என்று பார்த்தால் இப்போது துக்ளக் பேரரசின் சுல்தானியர்கள் மீண்டும் மதுரையில் வட்டமிட வந்திருக்கிறார்கள், ருசி கண்ட பூனையைப் போல... பொன் விழுங்கிய மீனின் நிலைதான் அவர்களுக்கு என்ற போதும் அவர்களின் சூறையாடும் போக்கு கழுத்தைச் சுற்றிய நாகமென அச்சுறுத்தியது. எந்த நேரத்திலும் அந்த நாகம் தொண்ட மண்டலத்தை நோக்கி நாக்கை நீட்டும். அதற்காகத்தான் உடனடியாக இந்த எல்லைகளை எச்சரிக்கை செய்தார். ஆனாலும் சொந்த தேசத்திலேயே ஒரு நாகம் படமெடுத்து ஆடிக்கொண்டிருந்தது. காடவராயர் கவலையுடன் அனுப்பியிருந்த திருமுகத்தின் செய்திதான் அந்த நாகம்.

"இரவு சேந்தமங்கலம் செல்ல இருப்பதால் நாளை ஒரு நாள் மட்டும் அவை ஒத்திவைக்கப்படுகிறது" என அறிவித்துவிட்டு எழுந்த மன்னர் ஏகாம்பரநாதர், "நான்கு திசை அகம்படையார்களும் இருப்பதால் நம் போர் பிரகடனத்தையும் எல்லைக் காவலர்களிடம் எடுத்து இயம்புங்கள்" என்றபடி அரண்மனை மாளிகையில் நுழைந்தார்.

4. எதிரிக்கு எதிரி நண்பன்!

சுல்தானியர்கள் மட்டுமல்ல உள்ளூர் நாகமும் தலையெடுத்து ஆடுகிறது என மக்களின் உயர்வு தாழ்வு சிக்கலைத்தான் நினைத்தார். ஆனால் அவர் எதிர்பாராத இன்னொரு நாகமும் புற்றிலிருந்து கிளம்பியிருப்பதை மன்னர் ஏகாம்பரநாதர் அறிந்திருக்கவில்லை.

ஆறகழூர் மகதை நெடுஞ்சாலையிலிருந்து பிரிந்துசென்ற சிறிய சாலையில் வந்துகொண்டிருந்தது அந்த மாட்டு வண்டி. அந்தி சாய்ந்த நேரம். பின் பாரம் போல வண்டியின் பின்னால் அமர்ந்திருந்தான் அவன். தலைப்பாகையிலிருந்து சரிந்திருந்த துணியால் முகத்தை மறைக்கும்படி இழுத்துக் கட்டியிருந்தான் அவன். சிவந்த மேனி, மெலிந்த தேகம்.

வண்டியோட்டி, "நீங்கள் சொன்ன இடம் வந்துவிட்டது. இறங்கிக்கொள்ளுங்கள்" என்றான். அந்த இடம் மக்கள் புழக்கமற்ற இடம். அருகே சிதலமடைந்த ஒரு பவுத்த கோயில் தெரிந்தது. வண்டியைவிட்டு இறங்கியதும் வண்டிக்காரனைப் போகச் சொல்லிவிட்டார். சாலையின் வண்டிச்சக்கரம் சத்தம் மெல்ல மெல்ல அடங்கி ஓய்ந்ததும் அந்த இடம் மேலும் அமைதியாகவும் அச்சுறுத்துவதாக இருந்தது. இருட்டு தொடங்கியிருந்தது. தன்னை

படைவீடு

இந்த இடத்துக்கு வரச் சொன்ன ஒற்றனின் வருகைக்காக அவன் சாலையின் இருபக்கமும் பார்த்தபடி காத்திருந்தான். அவன் எதிர்பார்த்தபடியே தூரத்தில் பாய்ந்து வந்துகொண்டிருந்தது ஒரு புரவி. அது அருகில் நெருங்கி வந்துகொண்டிருந்தது. வருகிறவன் தன்னைக் காக்க வருகிறானா, தாக்க வருகிறானா என்ற ஐயமும் அவனுக்கு ஏற்பட்டது.

குதிரை அருகே வந்து நின்றது. குதிரையில் இருந்தவன், "வாருங்கள் ஆச்சார்யா" என்றான். அவனுடைய குரல் செயற்கையாக இருந்தது. குதிரையின் மீது இருந்த அவனும் முகத்தை முடியிருந்தான். புத்த விகாரத்தினுள் குதிரையைச் செலுத்தி, அங்கே ஓர் அரச மரத்தினடியே நிறுத்தி கீழே இறங்கினான் அந்த வீரன். பின் தொடர்ந்து உள்ளே சென்ற ஆச்சார்யா தன் முகத்தில் இருந்த திரையை விளக்கினான். சம்புவராயர் நடத்திய சமய ஆலோசனைக் கூட்டத்தில் கலந்துகொண்ட அதே ரவிசங்கர ஆச்சார்யா.

இப்போது குதிரையிலிருந்து இறங்கிய அந்த வீரனும் தலைப்பாகையும் முகக் கவசத்தையும் நீக்கினான். ரவிசங்கரனுக்கு அதிர்ச்சியாக இருந்தது. ஏனென்றால் நின்றுகொண்டிருந்தது தன்னை அழைத்த ஒற்றனோ, வீரனோ அல்ல. வாணர் குலத்தின் இளவரசி ஞானசௌந்தரி.

"இளவரசி நீங்களா?" என அதிர்ந்தான் ரவிசங்கரன்.

"ஆம் நான்தான்."

"அரச வில்லங்கத்தில் மாட்டிக்கொண்டேனே... இளவரசி என்னை ஒன்றும் செய்துவிடாதீர்கள். படைவீட்டில் என்னைச் சந்தித்த ஓர் ஒற்றன் சுல்தானிய வீரன் ஒருவனிடம் அறிமுகப்படுத்துவதாக ஏமாற்றி இங்கே வர வைத்துவிட்டான். எனக்கு ஒன்றும் தெரியாது. என்னை விட்டுவிடுங்கள்" என்று பதறினான்.

"நன்றாக இருக்கிறதே... சுல்தானிய வீரனைச் சந்திப்பீர்கள் என்னைச் சந்திக்க மாட்டீர்களா? ஆமாம் எதற்காக சுல்தானிய வீரனைச் சந்திக்க விரும்பினீர்கள்?"

"அது... அது."

"நான் சொல்லட்டுமா?"

"இளவரசி என்னைக் கொன்றுவிடாதீர்கள்... தெரியாமல்

ஆசைப்பட்டுவிட்டேன்.”

“அச்சப்பட வேண்டாம். சுல்தானிய வீரனை உங்களுக்கு அறிமுகப்படுத்துவதாக அழைத்துவரச் சொன்னது நான்தான்.” இளவரசி அங்கிருந்த அரளிப் பூவைக் கிள்ளி முகர்ந்துவிட்டு கீழே வீசினாள். அவளுடைய நடவடிக்கைகளில் ஓர் அலட்சியமோ, திமிரோ தென்பட்ட போதும் அது அவளுக்கு அழகாகத்தான் இருப்பதாக ரவிசங்கரன் நினைத்தான்.

“ஏன் இளவரசி என்னை எதற்கு சுல்தானிய வீரனுக்கு அறிமுகப்படுத்த நினைக்கிறீர்கள்?” என்றான் ரவிசங்கரன்.

“நீங்கள் விரும்பினீர்கள். அதனால் நான் ஏற்பாடு செய்ய நினைத்தேன். நீங்கள் எதற்காக சுல்தானிய வீரனைச் சந்திக்க விரும்பினீர்கள் என்பதை இப்போதாவது சொல்லுங்கள்.”

ரவிசங்கரன் தயங்கிக்கொண்டிருந்த நேரத்தில் இளவரசி ஞானசௌந்தரி புத்தரின் முன்னாள் இருந்த விளக்கை எடுத்து சுவரில் பொருத்தியிருந்த தீப்பந்தத்தை ஏற்றினாள். தீயை உருவாக்கும் தீக்கடை கோல் ஒன்றும் அங்கே இருந்தது. எல்லா நேரத்திலும் அங்கே விளக்கேற்றி வைக்க ஆட்கள் இருப்பதில்லை என்பதன் அடையாளமாக இருந்தது அந்தத் தீக்கடை கோல். தேவைப்படுவோர் அதைக் கடைந்து தீ உருவாக்கிக்கொள்ள வேண்டும். கோயில் விளக்கிலும் அணையும் நிலையிலிருந்த சுடரை ஒளிரச் செய்வதுபோல் அங்கு குடுவையிலிருந்த ஆமணக்கு எண்ணெயை விளக்கில் ஊற்றினாள்.

ரவிசங்கரன் தயங்கிப் பேச ஆரம்பித்தான். “இளவரசி என்னை மன்னித்துவிடுங்கள். படைவீட்டில் நடந்த கூட்டத்தில் பிராமணர்களுக்கு எதிராகப் பலரும் பேசினார்கள். அந்தக் கோபத்தில் சம்புவராயர்கள் ஒழிக்கும்வரை ஓயமாட்டேன் என ஏதோ ஆவேசத்தில் ஊரில் பேசித் திரிந்தேன். அது எப்படியோ உங்கள் காதுகளுக்கு எட்டிவிட்டது என்று நினைக்கிறேன். கோபத்தில் என்னை எதுவும் செய்து விடாதீர்கள். அப்படிப் பேச மாட்டேன்” என்றான் ரவிசங்கர்.

“அதனால் சுல்தானியர்களின் தயவை நாடி சம்புவராயர்கள்மீது படையெடுக்க வைக்கலாம் எனத் திட்டமிட்டீர்கள் அல்லவா?” இளவரசி அவனுடைய நோக்கத்தை நேரடியாக விசாரிப்பதில் கவனமாக இருந்தார்.

படைவீடு

"புத்தி பேதலித்து அப்படிப் பேசிவிட்டேன் இளவரசி. என்னை மன்னித்துக்கொள்ளுங்கள்." இவள் தன்னை என்னவிதமாகக் கொல்லப் போகிறாள் என்ற அச்சம் ரவிசங்கரனுக்கு அதிகரித்துக்கொண்டிருந்தது.

"நீ அப்படிப் பேசியது தவறு என்று நான் சொல்லவில்லையே. சொல்லப்போனால் நானும் சம்புவராயர்களை ஒழிக்க வேண்டும் என்றுதான் சொல்லிக் கொண்டிருக்கிறேன். அதற்குத்தான் உங்கள் ஆதரவு தேவை என அழைத்திருக்கிறேன்" என்றாள் ஞானசௌந்தரி.

அங்கே இருந்த மண்டபத் திண்ணையில் அமர்ந்தாள். அவன் சற்றுத் தள்ளி ஒடுங்கி நின்றான்.

"இளவரசி அதற்கு நான் என்ன செய்ய முடியும்?" என்றான் எதையும் முழுமையாக உணர முடியாமல்.

"சிறு துரும்பும் பல் குத்த உதவும். பெரிய தேருக்கு அச்சாணி முக்கியம். நான் உங்களை வைத்துதான் சம்புவராயர்களை அழிக்கப் போகிறேன். ஏனென்றால் உங்களைப் போன்ற ஒருவரை அவர்கள் எந்த நாளும் எதிரியாக நினைக்க மாட்டார்கள். சம்புவராயர்கள் மீது உங்களுக்கு இருக்கும் கோபம் பல ஆண்டுகளாக வளர்ந்துகொண்டிருப்பதையும் நான் அறிவேன். அதனால்தான் உங்களைத் தேர்வு செய்தேன். இங்கிருந்து மதுரை செல்வதற்கும் நான் ஏற்பாடு செய்கிறேன். நான் தரும் ஓலையை சம்புவராயர் எல்லையைக் கடந்து திருவரங்கம் கோயில் வாசலில் உள்ள திருசூரணம் விற்கும் கடையில் சேர்த்துவிட வேண்டும். அங்கிருந்து எனது ஒற்றன் அதை சுல்தானிய அரசனிடம் சேர்த்துவிடுவான். அவனுக்குப் படையெடுத்துவரும் நோக்கம் இருப்பது உறுதியானால் அவனுக்குப் பாதை போட்டுத் தருவதற்கு நான் இருக்கிறேன். படைவீட்டில் தயாராகும் போர்க் கருவிகள், படை நிலவரம், அவர்களை திசை திருப்புவது எல்லாம் உங்கள் வேலை. அரசரீதியான நடவடிக்கைகள் நான் என் ஒற்றர்களை வைத்துப் பார்த்துக்கொள்வேன். போதுமா?"

நம்ப முடியாமல் பார்த்தான் ரவிசங்கரன். அவனிடம் பாட்டுத் துணியால் எழுதப்பட்ட திருமுகத்தை நீட்டினாள். அதை நடுங்கும் கையோடு பெற்றுக்கொள்ள முன் வந்தவன், "இளவரசி நான் ஒரு ஐயம் கேட்டுக்கொள்ளட்டுமா? இந்தத் திருமுகத்தை இங்கிருந்தே

உங்கள் ஒற்றன் மூலமாகக் கொடுத்த அனுப்பலாமே?"

"சம்புவராய அரசின் எல்லையில் இப்போது பாதுகாப்பு பலமாக இருக்கிறது. வீரர்கள், வணிகர்கள் அனைவரும் பலத்த சோதனைக்குப் பிறகே எல்லையைக் கடக்க முடிகிறது. உங்களைப் போன்ற அந்தணர்களுக்குக் கெடுபிடி இருப்பதில்லை. எனக்கு உதவியது போலவும் இருக்கும், உன்னுடைய சபதம் நிறைவேறியதாகவும் இருக்கும்" என்றாள் ஞானசௌந்தரி.

ரவிசங்கரன், "உங்கள் திருமணம் தடைபட்டுப் போனதால்...?" என இழுத்தான்.

"ஏன் மென்று முழுங்குகிறீர்கள்? ஏகாம்பரநாதர் என்னை ஏமாற்றிவிட்டதால்... என்றே சொல்லலாம். மனத்தில் இடம் தர மறுத்தவருக்கு நாட்டிலேயே இடம் தரக்கூடாது என நினைப்பதில் என்ன தவறு. அவருக்கு நான் தரும் மிகப் பெரிய பரிசே வென்று மண்கொண்டார் என்ற மமதையை அடக்கி, தோல்வியைப் பரிசாகத் தரப்போகிறேன்."

ஒருவரை எதிர்ப்பது என முடிவெடுத்துவிட்டால் எத்தனை அற்பமான காரணங்கள் எல்லாம் கூட்டு சேர்ந்து கும்மியடிக்கின்றன... பின்னர், எத்தனை முக்கிய காரணங்களாகவும் மாறுகின்றன? ரவிசங்கரன் கண்களில் குரூரம் ஏறியது. இளவரசியின் கையிலிருந்த திருமுகத்தை வாங்கித் தன் தோளிலிருந்த துணிப்பைக்குள் சொருகிவைத்தான்.

"இப்போதே திருவரங்கம் கிளம்புகிறேன், வண்டிக்கு ஆவன செய்யுங்கள்!" என்றான் ரவிசங்கரன்.

5. மல்லிநாதர் செய்த மாற்றம்

சேந்தமங்கலத்துக்குப் புறப்படும் அவசரத்தில் இருந்தார் அரசர். அரசருக்குப் பிடித்த பனங்கற்கண்டு பாயசம், ஆட்டு நெஞ்செலும்பு குழம்பு எனத் தேர்வு செய்து பரிமாறினாள் பட்டத்தரசி. திருமணமாகி இருபது ஆண்டுகள் ஆன பின்பும் மன்னருக்குப் பிடித்தமான உணவு தேவையைப் பூர்த்தி செய்வதில் மட்டும் பூங்குழலிக்கு அலுப்பே ஏற்பட்டதில்லை. இரண்டு மகன்கள் பிறந்து தோளுக்கு மிஞ்சி வளர்ந்த பின்னும் தன் பிறவிக்கடன் போலவே அதைத் தொடர்ந்து வந்தார்.

“பூங்குழலி, பயணத்துக்கான ஏற்பாடுகள் தயாராகட்டும்” என்றார் மன்னர்.

“ஏன் அவசரம்?”

“சாதி தொல்லைகள் ஊருக்கு ஒருவிதமாக இருக்கின்றன. நானும் அமைச்சர் திருநம்பியும் வீரர்களும் இரவே சேந்தமங்கலம் சென்று விசாரணை செய்ய இருக்கிறோம். சரி... ராசா எங்கே?” என்றார் ஏதோ நினைவு வந்தவராக. மல்லிநாத ராசநாராயணனை ராசா என்றும் இளையவனை பொன்னன் என்றும் அழைப்பதுதான் மன்னரின் வழக்கம்.

“அப்பாடா இப்போதாவது கேட்டீர்களே? உங்கள் மகன்... நீங்கள் சற்று முன்னர் சொன்னீர்களே ‘காப்பாற்றும் பொறுப்பு’ என்று அந்தப் பொறுப்பில் சற்றும் சளைத்தவன் இல்லை. தன் தாத்தாவை அப்படியே உரித்து வைத்திருக்கிறான். எப்போதும் போர்ப் பயிற்சி... இல்லையென்றால் இரும்பாலையூரில் புதிய கருவிகளை உருவாக்குவது என்றே இருக்கிறான். வாழையடி வாழையாக நம் அரசாட்சி தொடர்வதற்கு நம்பிக்கை நட்சத்திரமாக இருக்கிறான். இப்போதுகூட அவன் இரும்புபாலையில் இருக்கலாம் என்பது என்னுடைய உத்தேசம். எங்கே சாப்பிடுகிறான், எப்போது சாப்பிடுகிறான் என்பது அவனுக்கே வெளிச்சம். கேட்டால் நண்பர்கள் சேர்ந்து மான் வேட்டையாடினோம்... பனங்கிழங்கு சாப்பிட்டோம்... ஆலையில் கம்மியர்களோடு சேர்ந்து சாப்பிட்டோம் என்று சொல்லிவிடுகிறான். இளையவனும் அண்ணன் வகுத்த பாதை என அவனுடன்தான் இருக்கிறான்.”

மன்னர் மகிழ்ச்சியுடன் முறுவலித்தார். “நல்லதுதான். மக்களோடு இருந்து அவர்களின் அன்றாட தேவைகளையும் இடர்களையும் அறிந்து வருபவன்தான் பிற்காலங்களில் அவர்களுக்கு நல்லது செய்ய முடியும். நானும் இளம்வயதில் அப்படித்தான் இருந்தேன். போகும்போது இரும்பாலையூர் சென்று பார்த்துவிட்டுப் போகிறேன்” என்றார்.

அதற்குள் திருநம்பியும் காந்திமதிராயரும் வேலாயுதமும் வந்துவிட்டதாக தளபதி பழனிவேள் வந்து சொன்னார். மெய்க்காப்பாளராக இருந்து கடந்த சில ஆண்டுகளுக்கு முன் படைத் தளபதியாகப் பதவி உயர்ந்தவர்.

“உடனே வருகிறேன்” என அவரை அனுப்பிவிட்டு கைகழுவி எழுந்தார்.

காந்திமதிராயரும் வேலாயுதமும் மெய்க்காப்பாளர்கள் எனினும் பழனிவேள் ஒரு ஆள் துணைக்கு இருந்தால் போதும் என்றே வென்று மண்கொண்டார் எப்போதும் நினைப்பார். அவனுடைய தோரணையும் தோள்விரிவும் உயரமும் எதிராளிக்கு பார்த்ததுமே தயக்கம் ஏற்படுத்துபவை. அச்சமூட்டக்கூடியவை. இப்படி நூறு வீரர்கள் இருந்தால் படைவீட்டு அரசை எவராலும் அசைக்க முடியாது என நினைத்தார்.

“பூங்குழலி நான் புறப்படுகிறேன். ஒருவேளை ராசநாராயணனை இரும்பாலையூரில் பார்க்கவில்லை என்றால் நாளை மறுதினம்

பார்க்கிறேன் என்று சொல். வரட்டுமா?"

வாளையும் இடுப்பு பட்டியிலே சொருகி வைத்துக்கொள்ளும் குறுவாளையும் ஒவ்வொன்றாக எடுத்துக்கொடுத்தாள் பூங்குழலி. மன்னர் அவற்றைப் பொருத்திக்கொண்டு பூங்குழலியின் கைகளை ஆதரவாகப் பற்றியபடி சில நொடி நின்றார். பிறகு வேகமாக வாயில் நோக்கி விரைந்தார். இரண்டு குதிரைகள் பூட்டிய, காளை கொடி பறக்கும் தேர் இரும்பாலையூர் நோக்கிப் பாய்ந்தது.

மேல் சித்தாமூர் சமணர்களின் அன்பின் காரணமாகவே தன் மகனுக்கு மல்லிநாதன் என்ற சமண பெயரை வைத்தார். இரண்டாவது மகனுக்கு பொன்னன் தம்பிரான் என்ற பெயர். ஆனால் இரண்டு பேருக்குமே பொது பின்னொட்டு பெயர்களாக ராசநாராயணன் என்றே வைத்திருந்தார். "சைவத்துக்கு ஏகாம்பரம்... வைணவத்துக்கு நாராயணன். நாம் எல்லா சமயத்துக்கும் பொதுவானவர்களாக இருப்போம்" என்பது அரசரின் எண்ணமாக இருந்தது. பூங்குழலி சோழர்கள் தங்கள் பெயர்களில் ராச என ஆரம்பிப்பார்கள். உங்கள் பாட்டனார் ராசகம்பீரர் என வைத்துக்கொள்ளவில்லையா? அதனால் நம் பிள்ளைகளுக்கும் ராச எனத் தொடங்கினால் நன்றாக இருக்கும் என்றார். அதனால் மல்லிநாத ராசநாராயணன் என பெயர் சூட்டப்பட்டது. இவ்வளவு நீண்ட பெயரைச் சொல்லி யார்தான் அழைக்க முடியும்? ராசா என்றே அழைப்பார் அரசர்.

இரும்பாலையூர் ஆயுதச்சாலையில் ராசநாராயணன் இல்லை. கம்மியர் தலைவர் மணி நாகப்பன் அரசரை வரவேற்று, புதிய போர்க் கருவிகளைக் காட்டினார். ஈட்டிகள், வேல் கம்புகள், வாள்கள், குறுவாள், குந்தம், வளைவிற்பொறி, கருவிரலூகம், கல்லுமிழ் கவண், கல்லிடுகூடை, இடங்கணி, தூண்டில், ஆண்டலையடுப்பு, கவை, கழு, புதை, அயவித்துலாம், கைப்பெயர் ஊசி, எரிசிரல், பன்றி, பனை, எழு, மழு, சீப்பு, கணையம், சதக்களி, தள்ளிவெட்டி, களிற்றுப்பொறி, விழுங்கும் பாம்பு, கழுகுப்பொறி, புலிப்பொறி, குடப்பாம்பு, சகடப்பொறி, தகர்ப்பொறி, அரிநூற்பொறி, குருவித்தலை, பிண்டிபாலம், தோமரம், நாராசம், சுழல்படை, சிறுசவளம், பெருஞ்சவளம்,. தாமணி, முசுண்டி, முசலம் உள்ளிட்ட கருவிகள் போதுமான அளவுக்குத் தயாராக இருந்தன. இரும்புத் தாதுக்களும் இன்னும் ஐநூறு வண்டிகள் நாளை வர இருப்பதாகச் சொன்னார். எஃகு வார்க்கும் அச்சுகள், பித்தளைக் கைப்பிடிகள்,

தமிழ்மகன்

சாணைக் கற்களில் கூர்தீட்டப்படும் வாள்கள் என எல்லாமே தனித்தனிப் பிரிவுகளாக இயங்கிக்கொண்டிருந்தன. ஒரு வாளை எடுத்துச் சுழற்றிப் பார்த்தார். ராசநாராயணர் ஆலோசனையில் உருவான ஆயுதங்கள் இன்னொரு பக்கமிருந்தன. யவனர்களின் ஆலோசனையில் வடிவமைக்கப்பட்டவை. அவர்கள் வடிவமைத்துக்கொடுத்த ஆயுதங்கள் நீண்டதூரம் சென்று தாக்கக் கூடியவையாகவும் விசையுடன் சென்று மோதக் கூடியவையாகவும் இருந்தன. சாதாரணமாகக் கைகளால் எறியும் கவண்களைப் போல இருபது பங்கு முடுக்கத்துடன் பாயக் கூடியவை. ஒரே நேரத்தில் பத்து இரும்பு பந்துகளை வீசும். ராசநாராயணர் இரும்புப் பந்துகளில் பலாப் பழங்களில் இருப்பது போன்ற முட்களை உருவாக்கியிருந்தார். தீப்பந்துகள், குத்தீட்டிகளை எறியும் கருவிகளையும் வடிவமைத்திருந்தார்.

"இதைக் கவனித்தீர்களா?" என கம்மியர் தலைவர் காட்டிய கருவி ஒரு பொட்டி வண்டி போல இருந்தது.

"என்ன செய்யும் இது?" என்றார் மன்னர்.

எருது பூட்டி இழுத்துச் செல்லக் கூடிய வாகனம்தான். போர்ப் பகுதியில் நிலையான ஓரிடத்தில் இதை நிறுத்திவைக்க வேண்டும். இடதுபுறம் இருக்கும் இந்த ராட்டினத்தைச் சுழற்ற வேண்டும். இதை இறுக்கமாகச் சுழற்றச் சுழற்ற வீசும் வேகம் கூடும். எவ்வளவு தூரத்தில் எறிய வேண்டும் என்பதைத் தீர்மானிக்க இயலும். இதோ இங்கு இருக்கும் அடையாளம் காவல் கோட்டங்களின் மீதிருந்து பாறைகளையும் அம்புகளையும் சரமாரியாகப் பொழியக்கூடிய கருவியை வடிவமைத்திருந்தார் மல்லிநாத ராசநாராயணன். சகோதரர்கள் இருவரும் காலையில் வந்துவிட்டுச் சென்றதாகக் கூறினார்கள். அருகிலேயே ராசகம்பீரன் குளிகை தயாரிக்கும் தங்கசாலை தொழிற்சாலையும் கிடங்கும் இருந்தது. "தங்கசாலையைப் பார்க்கிறீர்களா அரசே?" என்றார் கம்மியர் தலைவர்.

"இளையவன் பொன்னன் தம்பிரானுக்குத்தான் குளிகைகள் தயாரிப்பதைப் பார்ப்பதில் ஆர்வம் அதிகம். அவன் வந்தால் காட்டுங்கள். எனக்கு இப்போது நேரமில்லை" என்றபடி புறப்பட்டார். இரும்பாலையூர் கொற்றவை மிக்க பிரபலம். தேரில் ஏறுவதற்கு முன் கொற்றவையை அரசரும் அமைச்சரும் வழிபட்டுவிட்டு வந்தனர்.

படைவீடு

சேந்தமங்கலம் போய்ச் சேர்ந்தபோது மாலை நேரத்தை இரவு கவ்வ ஆரம்பித்திருந்தது. கெடிலம் ஆற்றின் அழகிய கரையோரத்தில் சோலைக்கு நடுவே வீற்றிருந்தார் இன்னல்நீக்கி நாயினார்*. அந்த சிவன் கோயில் மக்கள் திரளில் நிரம்பியிருந்தது. காடவராயர் மணவாள பெருமாள் வாயிலில் வரவேற்கக் காத்திருந்தார்.

* இன்னல்நீக்கி நாயினார் சிவன் கோயில் - ஆபத் சகாய ஈஸ்வரர் கோயில்.

6. கலமறுத்த காந்தளூர் சாலை

ஏற்கெனவே தகவல் சொல்லி அனுப்பியிருந்ததால் இடங்கை வலங்கை பிரிவுக்கான தலைவர்களின் வழிகாட்டுதலில் கோயில் மண்டபத்துக்கு இரண்டு புறமும் பிரிந்து அமர்ந்திருந்தனர். நடுவே மன்னரும் மற்றவரும் மண்டபத்தில் போட்டிருந்த இருக்கைகளுக்கு நடந்து செல்ல விசாலமாக வழிவிட்டிருந்தனர். ஏகாம்பரநாதர் நடுநாயகமாக அமர, காடவராயரும் அமைச்சர் திருநம்பியும் இருபுறமும் அமர்ந்தனர். காடவராயரின் அமைச்சர் குணசேகரரும் தளபதி ராசசிம்மரும் எதிரே நாற்காலியில் அமர்ந்திருந்தனர். 'மாமன்னர் ஏகாம்பரநாதர் வாழ்க, காடவராயர் மணவாள பெருமாள் வாழ்க' என்ற முழக்கங்கள் மண்டபம் எங்கும் எதிரொலித்து அடங்கின.

அரசர் கை உயர்த்தி அமைதிபடுத்திவிட்டு, "எதையும் நடுவில் இருந்து ஆரம்பித்தால் புரியாது. சிறிய விளக்கம் தருகிறேன். தவறான முடிவுகளுக்குச் செல்வோம் என்பதால்தான். தொழில்கள் தொடங்கிய காலத்திலிருந்து வருகிறேன். இந்தக் கால கட்டம்வரை ஏற்றத் தாழ்வுகள் இல்லை. வர்ணாசிரம தர்மம் என்ற வைதீக தர்மங்கள் வடக்கே பல தேசங்களில் சுமார் ஐநூறு ஆண்டுகளுக்கு முன் மன்னர்களால் பின்பற்றப்பட்டன. அரசனுக்கான அதிகாரம்

என்பதை வகுக்க வைதீக தர்மம் சில நடைமுறைகளைப் பின்பற்றுகிறது. வடக்கிலே நடந்ததாகச் சொல்லப்படும் பாரதக் கதையில் இவை அரச தர்மங்களாகச் சொல்லப்பட்டன. சாணக்கியர், மனுநீதி போன்றவர்கள் இவற்றைப் மக்கள் பின்பற்றும் சட்டங்களாக மாற்றினர். நான் முன்னர் சொன்ன குடிமரபினர் இல்லாத ஒரு குழு இதிலே இணைக்கப்பட்டது. புரோகிதர் என்ற குடியினர். கோயிலில் பூசை செய்வோர், வேதங்கள் படிப்போர், வேள்விகள் செய்வோர் என்ற இந்தப் புதிய குடியினர் தூர தேசங்களில் இருந்து வந்து பேரரசுகளில் குடியேறத் தொடங்கினர். ஏற்கெனவே வேத மரபை எங்கோ ஓரிடத்தில் இருந்து பரப்பிய இவர்கள் அரசுகள்தோறும் வந்து சேர்ந்தனர். சமணர்களும் பௌத்தர்களும் இந்த தர்மங்களை ஏற்கவில்லை. சொல்லப்போனால் இவர்களுக்கு மாற்றாகத்தான் இந்த வேதமரபு வந்தது. மாரியம்மன், சோலையம்மன், எல்லையம்மன், சுடலை மாடன், கொற்றவை, ஐயனார் என மக்கள் ஊர்தோறும் வழிபட்டு வந்த தெய்வங்கள் எல்லாம் ஓரங்கட்டப்பட்டு வேத தெய்வங்கள் களத்துக்கு வந்தன. அந்த தெய்வங்களின் ஆவேசத்தைக் குறைப்பதாக ஆதிசங்கரர் அறிவித்தார். அந்த பலிகொடுக்கும் தெய்வங்கள் இருந்த கோயில்களில் சக்கரம் பதித்து சாந்தப்படுத்தினார். பின்னர் அந்த சில கோயில்களில் ஆடு கோழிகள் பலியிடுவதும்கூட நின்று போனது. மகா விஷ்ணுவும் மகா சிவனும் மகா கணபதியும் வந்தனர். பிரமாண்டமான வழிபாடுகள், பிரமாண்டமான யாகங்கள் அரசர்களுக்குப் புதிதாக இருந்தன. அரசனுடைய ஆட்சி நிலைக்கவும் அரசன் நீடுழி வாழவும் யாகங்கள் செய்யப்பட்டன. நல்ல நேரம் பார்த்துச் சொல்ல சோதிடர்கள் வந்தார்கள். கோயில் பணிகளைச் செய்ய குருக்களும் ஆச்சார்யார்களும் ஜீயர்களும் உருவாக்கப்பட்டனர். ஒவ்வொரு வேலையை ஒவ்வொரு பிரிவினர் தொடர்ந்து செய்வது உறுதி செய்யப்பட்டது. ஆரம்பத்தில் அதிலொன்றும் தவறில்லை என்றே மக்களும் நினைத்தனர். தெரிந்த தொழிலை வம்சாவளியாகச் செய்வதில் சௌகரியமும் இருந்தது. சோழர்கள் ஆட்சிக்காலத்தில் ஒன்று பலவாக இந்தத் தொழில் பிரிவுகள் வளர்ந்து சுமார் நூற்றைம்பது சாதிகள் இருந்தன. அவர்களின் நேரடி உற்பத்தியில் இறங்கியவர்கள் ஒரு பிரிவாகவும் சேவைப் பிரிவினர் இன்னொரு பிரிவாகவும் பிரிந்து நின்றனர். அவர்களே வலங்கை பிரிவினர், இடங்கை பிரிவினர் எனப்பட்டனர். உற்பத்தியில் இருப்பவர்களுக்கு ஒருவகையான வரியும் சேவை தொழில் செய்வோருக்கு இன்னொரு

வகையான வரியும் இருந்தன. அதற்காகவே இந்தப் பிரிவினை பேணப்பட்டது. இதில் ஏதாவது சந்தேகம் இருந்தால் கேளுங்கள்!"

மக்கள் கூட்டம் பேச்சற்றுக் கிடந்தது. ஏதோ கேட்க வேண்டுமே எனக் கேட்க நினைத்தவர்களும் அதை மனதோடு நிறுத்திக்கொண்டார்கள்.

மன்னரே தொடர்ந்தார். "யாருக்கும் சந்தேகம் இல்லை என எடுத்துக்கொண்டு மேலும் தொடர்கிறேன்.... இந்த இடங்கை வலங்கைப் பிரிவுகளில் இருப்பவர்கள் அவர்களின் வருமானத்துக்கு ஏற்ப அவ்வப்போது பிரிவுகள் மாற்றப்பட்டனர். உதாரணத்துக்கு தறி நெய்யும் செங்குந்தர் பிரிவினர் முதலில் இடங்கை பிரிவில் மற்ற கம்மியர் போலவே கருதப்பட்டனர். பின்னாளில் பட்டு நெசவு அவர்களின் வாழ்க்கையை மாற்றியது. கடல் கடந்த தேசங்களுக்கும் மன்னர்களுக்கும் ஆடைகள் நெய்தனர். அவர்களின் வாழ்க்கை மாறியது. அதிக வரி செலுத்த வேண்டிய பிரிவில் சேர்க்கப்பட்டனர். பிறகு அந்தத் தொழில் நலிவடைந்து மீண்டும் இடங்கை பிரிவுக்கு வந்தனர். வீரர்கள், வணிகர்கள், செம்மான்கள், பறையர் போன்றவர்களும் இந்த மாற்றங்களுக்கு உள்ளாக்கினர். மாறாமல் இருந்த ஒரே குடியினர் பார்ப்பனச் சேரியில் வசித்தவர்கள் மட்டுமே. எப்போதும் அவர்களுடைய பெருமை குறைபடவே இல்லை. ஏனென்றால் இந்த தர்மங்களை வகுத்தவர்கள் அவர்கள், அதை நடைமுறைப் படுத்துவதில் ஆர்வம் காட்டியவர் சங்கரர்."

"கடந்த மாதம்கூட மக்கள் வெகுண்டெழுந்து பார்ப்பனச் சேரி ஒன்றை தரை மட்டம் ஆக்கினர்.* மக்களுக்கு அவர்கள் மீது இருக்கும் கோபம் தனியாகவும் தங்களுக்குள் ஏற்றத்தாழ்வு இருப்பது தனியாகவும் செயல்படுகிறது" என்றார் காடவராயர்.

குரல் வந்த திசையை மன்னர் நோக்கினார். "இவ்வளவும் இதற்கு முன் இருந்த மன்னர்கள் அறிந்திருக்கவில்லையா? ஏன் இதைப் போக்க நடவடிக்கை எடுக்கவில்லை?" வலங்கை பிரிவில் இருந்த பெரியவர் ஒருவர் கேட்டார்.

"அறிந்திருந்தனர் அய்யா. நன்றாக அறிந்திருந்தனர். இதனுடைய விபரீதம் இன்று இருக்கும் அளவுக்குப் போகும் என அறிந்திருப்பார்கள் என்று சொல்ல முடியாது. பன்னிறு திருமுறையை தில்லையிலே பூட்டி வைத்திருந்த சந்தர்ப்பம் ஒன்றில் சோழ மன்னர்கள் கோபம் கொண்டது தெரிகிறது. மன்னனைவிட அந்தணர்களுக்கு அதிகாரம் அதிகமாக இருந்ததைக் காட்டுகிறது. ராசராச சோழரின் அண்ணன்

படைவீடு

ஆதித்த கரிகாலர் அதற்காக முதல் குரல் கொடுத்ததாகத் தெரிகிறது. ஆனால் சில நாட்களிலேயே அவர் மர்மமான முறையில் கொல்லப்பட்டார். அவருக்குப் பிறகு ராசராச சோழனின் சித்தப்பா உத்தம சோழர் ஆட்சிப் பொறுப்புக்கு வந்தார். ஏனோ அவர் அந்தப் படுகொலைபற்றி விசாரணை எதுவும் மேற்கொள்ளவில்லை. அதன் பிறகு பதினாறு ஆண்டுகள் கழித்தே ராசராச சோழர் ஆட்சிக்கு வந்து அண்ணனைக் கொன்றவர்களைப் பழி வாங்கினார். அதுவும் அவர்கள் நிலம் பறிக்கப்பட்டதோடு முடிந்துபோனது.

திருவாலங்காட்டுச் செப்புப் பட்டயம் ராசராச சோழனின் முதல் வெற்றி தென் திசை நோக்கிய திக்விஜயம் எனக் குறிப்பிடுகிறது. பாண்டிய மன்னன் அமர புயங்கனை வென்று கடலினையே அகழியாகக் கொண்டதும் சுடர்விடுகின்ற மதில்களுடன் கூடியதும் வெற்றித் திருவின் உறைவிடமும் எதிரிகளால் புகமுடியாததுமாகிய விழிஞத்தை வென்றார் என்று அப்பட்டயம் குறிப்பிடுகிறது. காந்தளூரை வென்றதுதான் திருவாலங்காட்டுச் செப்பேட்டால் உணர்த்தப்படுகிறது. காந்தளூர்ச்சாலை கலமறுத்த ராசராச சோழர் என்றும் அவர் புகழப்படுகிறார். அந்தக் காந்தளூர் சாலையில்தான் அந்தணர்களுக்கான கல்விச் சாலையும் போர்ப் பயிற்சி சாலையும் இருந்தன. கோபம்கொண்ட ராசராச சோழர் அவற்றைத்தான் அடித்துத் தரைமட்டமாக்கியிருக்கிறார்.

ஆதித்தக் கரிகாலனைக் கொன்ற துரோகிகளான சோமன், அவன் தம்பி ரவிதாசனான பஞ்சவன், பிரம்மாதிராஜன், அவனுடைய தம்பி பரமேஸ்வரன் ஆகியோருக்கு வழங்கப்பட்ட வீரநாராயண சதுர்வேதி மங்கல நிலத்தைப் பிடுங்கி, கஜமல்ல பல்லவராயர் என்பவருக்கு விற்பனை செய்ததாக உடையார் குடி கல்வெட்டு சொல்கிறது. இதிலிருந்து வேத மரபை எதிர்த்த சிறுமுயற்சி தெரியவருகிறது. அதை தனி நபர் விரோதமாக நினைத்து அத்துடன் விட்டுவிட்டார்களா? அவர்கள் கைகள் எதோ ஒரு இனம் புரியாத அச்சத்துக்குக் கட்டுப்பட்டு நின்றனவா என்பது தெரியவில்லை. அதன் பிறகான முந்நூறு ஆண்டுகளில் என்னென்னவோ நடந்துவிட்டது."

"தமிழகத்தில் இந்த வைதீக முறை வழிபாட்டுக்கு எதிர்ப்பு எதுவும் கிளம்பவில்லையா?" என்றார் இடங்கையினர் பிரிவில் இருந்து.

"ஏராளமான எதிர்ப்புகள் இருந்தன. பவுத்த, சமண மரபினர் எதிர்த்தனர். ஆசிவக மரபினர் எதிர்த்தனர். சைவ சித்தாந்த மரபினர் சிந்தாந்த ரீதியாக மறுத்தனர். சித்தர் மரபினர் தொடர்ந்து

காரசாரமாக எதிர்த்தனர்.. 'கோயிலாவ தேதடா குளங்களாவ தேதடா... கோயிலுங் குளங்களுங் கும்பிடுங் குலாமரே... கோயிலு மனத்துளே குளங்களு மனத்துளே... ஆவது மழிவது மில்லையில்லை யில்லையே' என்கிறார் சிவவாக்கியார். பறைச்சியாவ தேதடா பணத்தியாவதேதடா... இறைச்சிதோ லெலும்பினு மிலக்கமிட் டிருக்குதோ?' என ஆவேசமாகக் கேட்கிறார். சித்தர்கள் எல்லோருமே சனாதன, வைதீக, வேத, உருவ வழிபாட்டுக்கு எதிராகக் கலகம் செய்தவர்கள்." அரசர் தான் இதுவரை மனதில் அடக்கி வைத்திருந்த அத்தனை இறுக்கத்தையும் கொட்டித் தீர்த்தார்.

"மன்னா எந்த முயற்சியும் ஏன் பலிக்காமல் போனது? இன்னும் முன்னரே எதிர்க்க ஆரம்பித்திருக்க வேண்டும் என்று நினைக்கிறேன்" என்றார் காடவராயரின் அமைச்சர்.

"பிறப்பொக்கும் எல்லா உயிர்க்கும் என ஆயிரத்து ஐநூறு ஆண்டுக்கு முன்பே திருவள்ளுவர் சொன்னார். மழித்தலும் நீட்டலும் வேண்டாவாம் என்கிறார். அவர் காலத்திலேயே பிரச்சனைகள் ஆரம்பித்துவிட்டன. சங்கரருக்குப் பிறகு வேத மரபுக்கு அருமையான அடித்தளம் போடப்பட்டது. அதன் பிறகு அதை பிராமணர்கள் சுமக்க வேண்டியிருக்கவில்லை. பிராமணரல்லாதார் தூக்கிச் சுமக்கிறார்கள். எப்போதாவது சுணக்கம் ஏற்பட்டால் மட்டும் தூண்டிவிடுகிற வேலையை மட்டும் அவர்கள் செய்தால் போதும் என்றாகிவிட்டது."

ஒரு தேசம் எப்படியெல்லாம் அலைக்கழிக்கப்படுகிறது என மக்கள் கூட்டம் திகைத்துப் போயிருந்தது. ஒட்டுமொத்த சமயங்களும் எதிர்த்தும்கூட மக்களின் உள்ளத்தில் இந்த அளவுக்கு ஊடுறுவியிருப்பது வியப்பை ஏற்படுத்தியிருந்தது. இங்கு உதித்த பௌத்த சமயம் சீனம், கம்போசியா, சுமத்ரா, இலங்கை போன்ற பல தேசங்களில் தலைமை சமயமாக மாறியிருக்கிறது. ஆனால், அது பிறந்த தேசத்தில் காணாமல் போய்விட்டது. என்ன ஒரு கொடுமை என்ற அதிர்ச்சியும் மக்களிடம் நிலவியது.

"இப்போது ஏற்பட்ட சிக்கலை எப்படித் தீர்த்துக்கொள்ளப் போகிறீர்கள் என்பதை விவாதிக்கவே விரும்புகிறேன். நான் சொன்ன வரலாற்றின் அடிப்படையில் இந்தச் சிக்கலைப் பாருங்கள் என்று கேட்டுக்கொள்கிறேன்."

கூட்டத்தில் யார் இதைப் பற்றி பேசுவது என்ற சிறிய சலசலப்பு எழுந்து அடங்கியது. வலங்கையர் பிரிவில் இருந்த மூத்த மனிதர்

ஒருவர் பேசினார். "மன்னா... பழையபடி தேரின் அகலத்தைக் குறைப்பது சுலபம்தான். செம்மான் குடி பகுதியில் தோல்களைப் பதனிடுவதற்கு உரிய இடம் ஒதுக்கித் தந்தால் அங்கே துர்நாற்றம் என்ற காரணத்தையும் நீக்கிவிட முடியும். அவ்வளவுதான் தீர்ந்தது சிக்கல்."

"ஏதேது நீங்களே தகுந்ததொரு தீர்வினைச் சொல்லிவிட்டீர்களே... நான் வந்திருக்க வேண்டிய அவசியமே இல்லை போல் இருக்கிறதே?" மன்னர் மக்களை நோக்கிக் கைகூப்பி எழுந்தார்.

"அரசே இந்த சாதி இடர்களுக்கு நீங்கள் நிரந்தர தீர்வு காணலாமே?" என்றார் ஒரு முதியவர்.

மன்னர் நேரடியான இந்தக் கேள்விக்கு இவ்வளவு பெரிய சபையில் எப்படி பதில் சொல்வதென்று யோசித்தார். பிறகு, "காந்தளூர் சாலையை ராசராச சோழர் தவிடு பொடியாக்கினார். ஆனால், சில நாட்களிலேயே அங்கு அது மீண்டும் நிர்மானிக்கப்பட்டது. சோழர்கள் யாரும் அதன்மீது பிறகு கை வைக்கவில்லை... மட்டுமல்ல, காந்தளூர்ச் சாலை இப்போதும் இயங்கிக்கொண்டுதான் இருக்கிறது."

"அரசே" என்று பதறினார் அந்த முதியவர்.

"பதற வேண்டாம். கலமறுத்தலால் அவருடைய ஆசை நிறைவேறவில்லை. ஆனால், நான் உங்களுக்குச் சொன்ன உண்மைகளை வருங்கால சந்ததிகளுக்குச் சொன்னால் அவருடைய ஆசை நிறைவேற வழியிருக்கிறது" என்றவர், "கோயில் பணிகளுக்குச் செலவிடும் வரிப்பணத்தின் ஒரு பகுதி* இனிமேல் கலாசாலைகளுக்குப் பயன்படுத்தப்படும். தமிழ் மன்றங்கள் அமைத்து நம் முன்னோர் வகுத்த வாழ்க்கை நெறியைக் கடைபிடிக்க வழிச் செய்யப்படும். நன்றி... நான் வருகிறேன்" என்றபடி விடைபெற்றார்.

* பிராமண குடியிருப்புகள் மீது தாக்குதல் நடத்தப்பட்ட கல்வெட்டு ஆதாரங்கள் கிடைத்துள்ளன.

* இன்றைய திருவனந்தபுரம் அருகே ஆயிரம் ஆண்டுகளுக்கு முன் காந்தளூரில் கல்விச்சாலை ஒன்று இருந்தது. தொன்னூற்று ஐந்து பிராமண மாணவர்களுக்கு த்ரைராஜ்ஜிய வ்யவஹாரம்

(மூவேந்தர் ஆட்சிப் பகுதிகளின் நிர்வாகம்) குறித்த கல்வியும் பயிற்சியும் வழங்கிய கல்விச் சாலை. இதை ஆய் மன்னனின் பார்த்திவசேகரபுரம் செப்பேடு (கி.பி. 866) தெரிவிக்கிறது. இச்செப்பேட்டில் காந்தளூர்ச் சாலையை முன்மாதிரியாகக் கொண்டு பார்த்திவசேகரபுரம் சாலை அமைக்கப்படுவதாகக் குறிப்பிடப்படுகிறது. காந்தளூர்ச் சாலை என்பது போர்ப் பயிற்சி நிலையமும் நிர்வாகப் பயிற்சி நிலையமும் இணைந்தது. பிராமணர்களுக்குரிய பயிற்சி நிறுவனமாக இருந்திருக்க வேண்டும். காந்தளூர்ச்சாலை கலமறுத்த நிகழ்வு இந்தப் பயிற்சி நிலையத்தை ராசராசன் வெற்றிகொண்ட வீரச்செயலைக் குறிக்கிறது என ஆய்வறிஞர்கள் தெரிவிக்கிறார்கள். கலமறுத்தல் என்பதற்கு வில்லங்கம் அழித்தல், கலகம் அழித்தல் என்று பொருள் சொல்லப்படுகிறது.

* பிலவ ஆண்டு (1364) 2 -ஆம் ராசநாராயண சம்புவராய வேந்தரின் ஆட்சியின்போது காஞ்சிபுரம் அருளாளப் பெருமாளுக்கு அமுதுபடி உள்ளிட்டனவற்றுக்கு உக்கல் பற்றாக சிறுபுலியூர் ஊரார்க்குப் பல கோவில் பூசை பாதியில் வரிநீக்கி அந்த வரிப்பணத்தைக் கொண்டு என்ற வரை கல்வெட்டு நிறைவு பெறாமல் நின்று விடுகிறது. கோயில்களுக்கு வழங்கப்பட்ட இந்த வரிப்பணத்தில் பாதியை வேறு எதற்காகவோ செலவிட்டதைத் திட்டமிட்டு அழித்திருப்பது இதனால் விளங்கும். சம்புவராயர் காலத்தில் உள்ள கல்வெட்டுகள் பல, உளிகொண்டு கொத்தி பலியிடப்பட்டுள்ளன (ஆதாரம்: டாக்டர் ஜி.தங்கவேலு மற்றும் இல. தியாகராஜன் ஆகியோர் எழுதிய 'சம்புவராயர் வரலாறு' நூல்).

* ராசநாராயணன் சம்புவராயர்க்கு 7 ஆவது ஆட்சியாண்டில் (1363) தென்னவதரையன் இட்ட ஆணை யாதெனில் "பெருமாள் கோவில் தானத்தவர் நினைவிற்கு, உற்சவ காலத்தில் பெருமாள் யானை, குதிரை, கருடன், நகர் சோதனை வாகனங்களில் எழுந்தருளும் நான்கு நாளும் இறங்கிய திருவீதியில் காட்சிப்பட எழுந்தருளச் செய்ய வேண்டும். திருத்தேரில் எழுந்தருளும் போதும் ஏழாம் திருநாளின் போதும் கங்கைகொண்டான் மண்டபத்தில் எழுந்தருளினால் மீண்டும் எழுந்தருளச்செய்ய வேண்டும்.

படைவீடு

ஏகாம்பரநாதர் கோயிலுக்குச் சொந்தமான நிலங்களான சேரமான் திருத்தோப்பு, அறப்பெருஞ்செல்வி திருத்தோப்பு, செண்பகத்தோப்பு, ஈசானதேவர் திருத்தோப்பு இந்நாலு திருத்தோப்பிலும் எழுந்தருளுவிக்க உரிமை கொடுக்கப்பட்டுள்ளது. இதைக் கல்வெட்டி நட்டுநிறுத்தலாம். இந்த ஏற்பாடு இல்லாது ஒழியும்படி வேறு எந்த புது செய்கையை செய்யாதபடி குறைவின்றி நடத்திப்போக வேண்டும்" என்கிறான் அரசன் தென்னவதரையன்.

7. மலைக்கோட்டை மர்மம்!

திருவல்லத்திலிருந்து வாணர்குல அரசர் வந்திய தேவனின் வாரிசான பொன்குமார வல்லவராயர் வந்திருப்பதாகச் சொன்னாள் பூங்குழலி. இருபது ஆண்டுகளுக்கு முன்னர் அவரைச் சந்தித்தபோதே புதிய அரண்மனையொன்று கட்டுவது சம்பந்தமாகப் பேசியிருந்தார் வென்று மண்கொண்டார். இப்போதுதான் அதற்கான காலமும் நேரமும் வாய்த்திருந்தது. அதற்காக திருமுகம் அனுப்பி வரச் சொல்லியிருந்தார். சேந்தமங்கலத்திலிருந்து திரும்பிய களைப்பு அதிகமிருந்தும் உடனே அவரைச் சென்று சந்திக்க விரும்பினார். சேந்தமங்கலத்தில் இரவே ஒருவாறு சிக்கலைச் சமாளிக்க முடிந்தது மன்னருக்குத் திருப்தியாக இருந்தது. இரவு உணவுக்குச் செல்லும்போது நள்ளிரவு நெருங்கிவிட்டது. இரவு தங்கியிருந்துவிட்டுச் செல்லுமாறு காடவர்கோன் வலியுறுத்தியும் மண்கொண்டார் அவசரம் கருதி கிளம்பி வந்துவிட்டார்.

திருமுகத்தில் சொல்லியிருந்தபடியே பெருந்தச்சர்கள், கட்டட நிபுணர்கள், ஓவியர்கள் போன்றவர்களையும் அழைத்துவந்திருந்தார் பொன் குமார வல்லவராயர். அறுபது வயதைக் கடந்தமையைக் குறித்து சில நாட்களுக்கு முன்னர்தான் மணி விழா கொண்டாடியிருந்தார் அவர். அந்த விழாவுக்கு வென்று மண்கொண்டார் தன் பட்டத்தரசி பூங்குழலி சகிதம் சென்று சிறப்பித்துவிட்டு வந்தார். முன்பு ஒரு முறை சுல்தானிய படைகளை

படைவீடு

விரட்ட ஆதரவு திரட்டுவதற்காக தொண்ட மண்டலம் முழுதும் சுற்றிவந்து சிற்றரசுகளிடம் வென்று மண்கொண்டார் ஆதரவு திரட்டினார் அல்லவா? அதை நினைவுபடுத்தினார் வல்லவராயர். அதன்கூடவே வேறு ஒன்றையும் நினைவுபடுத்தினார்... "புதிய மாளிகை ஒன்றைக் கட்டுவதாகச் சொன்னீர்களே?" என.

ஏறத்தாழ இருபது ஆண்டுகளுக்குமுன் திருவல்ல அரண்மனையின் சுவர் ஓவியங்களைப் பார்த்து வியந்து இப்படியொரு அரண்மனை கட்ட விரும்புவதைச் சொல்லியிருந்தார் வென்று மண்கொண்டார். "அந்த ஆசை அப்படியே இருக்கிறது... சொல்லப் போனால் இப்போது அதற்கான தேவையும் ஏற்பட்டுவிட்டது. உங்கள் கட்டடக் கலைஞர்களையும் ஓவியர்களையும் அனுப்பி வையுங்கள்" எனச் சொல்லிவிட்டு வந்தார். நினைவாகவும் பொறுப்பாகவும் அவரே உடன் அழைத்து வந்திருந்தது பெருமைப்பட வைத்தது.

"பொழுதுடன் நீங்கள் மாளிகை கட்ட விரும்பும் இடத்தை இவர்களுக்குக் காட்டுங்கள். இடத்தை அளந்துகொண்டு அதற்கான வரைபடத்தோடு வருவார்கள். செங்கல்லும் சுண்ணாம்பும் வெல்லப் பாகும் கலந்து கட்டுமானப் பணிகள் முடியட்டும் சுவர்களின் நீள அகலத்துக்கு ஏற்ப ஓவியங்களைத் தீட்ட வேண்டும். சுண்ணாம்புப் பூச்சு நடக்கும்போது அந்த ஈரம் காய்வதற்குள் வரைய வேண்டும் அப்போதுதான் அந்த ஓவியங்கள் உரிந்துவிடாமல் சுவரோடு சேர்ந்து காலம் கடந்து நிற்கும்" வல்லவராயர் வைத்தியத்தில் மட்டுமின்றி ஓவியத்திலும் நிபுணராக இருந்தார். கட்டட வல்லுநர்கள், சிற்பிகள் நான்கு பேர் இருந்தனர். நீண்ட தலைமுடியைத் தோளின் மேல் சரியவிட்டு, நெற்றி நிறைய நீறுபூசி துலக்கமாக இருந்தது அவர்கள் முகம். அளக்கும் கருவிகள், சிற்றுளிகள் போன்றவற்றை முன்னேற்பாடாக எடுத்து வந்திருந்தனர். உறுதியான உடம்பு. வெற்றிலை போட்டு சிவந்திருந்த உதடுகள். மேலே ஒரு நீண்ட துண்டின் ஒரு முனையை ஒரு பக்கத் தோளில் போட்டு மறுபக்க இடுப்பு வழியாக இழுத்துக் கட்டியிருந்தனர்.

"அனைவரும் கிளம்புவோம்" என்றவர், "காவலர் யாரேனும் வாருங்கள்" என்றார் பெருங்குரலில்.

வந்தார் காவலர். "உடனே தேர் தயாராகட்டும். இரண்டு குதிரைகள் பூட்டிய இரண்டு தேர்கள் தேவை" என்றார்.

"உத்தரவு அரசே!" காவலர் வேகமாக லாயம் நோக்கிச் சென்றார்.

தமிழ்மகன்

"எதற்கு இரண்டு தேர்கள்?" என்றார் வல்லவராயர்.

"இப்போது கட்டப்போகும் அரண்மனைக்கான இடம் மலை உச்சியில் இருக்கிறது. சாலை வசதி குறைவு. ஒரு தேரில் இரண்டு மூன்று பேருக்கு மேல் செல்வது சிரமமாக இருக்கும். அதனால்தான்."

"என்னது மலை உச்சியிலா?"

"ஆமாம்."

"ஏன்?"

"அதனால்தான் தேவை உருவாகியிருக்கிறது என்றேன்... சுல்தானியர்களில் சிறு சிறு குழப்பங்கள் ஏற்பட்டு சில காலமாக மதுரையிலிருந்து அவர்கள் படையெடுப்புகள் எதுவும் நடத்தாமல் இருக்கிறார்கள். இப்போது துக்ளக் பெரும்படையுடன் பல திக்கிலும் படையெடுத்து வருகிறான். மதுரைக்கும் வருவான். பாதுகாப்பான ஒரு பாதுகாப்பு அரண் தேவை. இவ்வளவு தூரம் வந்துவிடுவானா என நினைக்கக் கூடாது. அதனால்தான்."

"ஓ அது உண்மைதான். இப்போதும் முன்புபோல போருக்கான ஏற்பாடுகளைத் துரிதப்படுத்த வேண்டுமே?!"

"படுத்தியாயிற்று.. வடபெண்ணையிலிருந்து கொள்ளிடம் வரை குறுக்கே உள்ள அத்தனைச் சாலைகளிலும் கடுமையான பாதுகாப்புப் போடப்பட்டுள்ளது. அவர்கள் படைவீடு அரண்மனையை அடைவது அத்தனை சுலபமல்ல. மேற்கே விரிஞ்சிபுரமும் கிழக்கே கடற்கரை காவல் படையும் இரும்புக்கோட்டைகளாக உள்ளன. விரிஞ்சிபுரம் வருவதென்றால் உங்களைக் கடந்துதானே வர வேண்டும் சித்தப்பா? எனக்கு முன்பு போல அத்தனை ஐயமில்லை. இப்போது படைவீடு பாதுகாப்பாக இருக்கிறது. இப்போது கட்டப்போகும் அரண்மனை இன்னொரு ஆயுத கேந்திரம். இன்னொரு படைமுகாம். வாருங்கள் அந்த இடத்தைக் காட்டுகிறேன். பார்த்துவிட்டுப் பேசுவோம்."

இரண்டு தேர்களும் ஒன்றன்பின் ஒன்றாகப் புறப்பட்டன. முதல் தேரில் வென்று மண்கொண்டாரும் பொன்குமார வல்லவராயரும் அமர்ந்திருந்தனர். மன்னர் செல்லும் தேர், அமைச்சர் செல்லும் தேர், படைத் தளபதி செல்லும் தேர் என்பதற்கு சிறு சிறு வித்தியாசங்கள் உண்டு என்றாலும் எல்லாவற்றாலும் காளை கொடி கட்டாயம் பறக்கும். இப்படி அரசின் தேர்கள் கோட்டையில் இருந்து புறப்பட மக்கள் எல்லாரும் வழி நெடுக வியப்புடன்

படைவீடு

பார்த்தனர். சிலர் வணங்கி நின்றனர். "நாற்புறமும் இயற்கை அரண்களாக அத்திமலை, கானமலை, வெள்ளிமலை, புஷ்பகிரிமலை ஆகிய மலைகள் சூழ்ந்த இந்தப் பகுதியில் ராசகம்பீர சம்புவராயன் படைவீடு பேரரசின் கோட்டையை அமைத்தார். அதோ அந்த கயிலைப் பாறையில் அம்மையப்ப ஈஸ்வரர் என்னும் சிவன் கோயிலைக் கட்டினார். அதுதான் இந்த நகரத்தின் ஆரம்பப் புள்ளி. அதன் பிறகுதான் படைவீட்டம்மன் ஆலையத்தையும் கோட்டையையும் கட்டினார். வேலவன் மலைக் கோயில். குன்று இருக்கும் இடமெல்லாம் குமரன் இருக்கும் இடம்தான். ஆனால், அந்த வேலவன் குன்றின் உச்சியில் முருகன் இல்லை. முருகனுக்குப் பதிலாக ஒரு வேல் மட்டுமே வழிபாட்டுக்கு இருந்தது. 'படைவீடு' என்று இக்கோட்டை நகருக்குப் பெயர் சூட்டினார். இந்நகரின் மேற்கில் மலையில் சிறு ஓடையாகத் தோன்றும் செண்பகா நதி ஆரணிக்கருகில் பாலாற்றுடன் சேர்கிறது. கோட்டையின் மேற்புற அரணாக அமைந்துள்ள அத்திமலைமீது ஒரு காவற்கோட்டையைக் கட்டுவதுதான் என் நோக்கம்."

"படைவீட்டு கோட்டைக்கு வருவதற்கு சேனைக்கு மீண்டான் வாசல்* ஒன்றுதானே இருக்கிறது? எதிரிகளைச் சுலபமாகக் கண்காணிக்க முடியுமே?" என்றார் வல்லவராயர்.

"இல்லை சித்தப்பா... கண்ணமங்கலம் வழியாகவும் வரலாம். வழிகள் சம்பந்தமான அச்சம் மட்டுமல்ல... வருங்காலப் போர்கள் போருக்கான விதிமுறைகளை மீறியதாக இருக்கும். அதற்கான பாதுகாப்புகளை நாமும் ஏற்படுத்திக்கொள்ள வேண்டும் என்ற எண்ணத்தில்தான் இந்த மலைக்கோட்டையைக் கட்ட முடிவு செய்தேன்."

அதற்குள் தேர், மலையில் மூவாயிரம் அடிக்கு மேல் பயணித்திருக்க வேண்டும். நான்கு பக்கமும் மலைகள் உள்ள இந்தப் பகுதி இதற்கு முன் ஆண்ட எந்த சக்ரவர்த்தியின் கண்களிலும் படாமல் இருந்தது ஆச்சர்யம்தான். ராசகம்பீரரின் கண்களுக்கு இது ஒரு நாடாள்வதற்கான நகரமாகத் தென்பட்டது அதைவிட ஆச்சர்யம். இந்த அத்திமலையைக் கோட்டை கட்டுவதற்காகத் தேர்வு செய்திருக்கும் வென்று மண்கொண்டாரின் நுணுக்கமான தொலைநோக்குப் பார்வை அதனினும் ஆச்சர்யத்துக்குரியதாக இருந்தது. இயற்கையே நினைத்தாலும் இந்த நகரத்தை அழிக்க இயலாத இயற்கை அரண். நான்கு பக்கமும் காவல் காக்கும்

தமிழ்மகன்

இயற்கையின் எழுச்சி. வழியில் சாலையையொட்டி ஓடிவரும் செண்பகா நதி. உயரம் செல்ல செல்ல செண்பகா ஏரியின் அழகிய தோற்றம். நகரமும் கோயில்களும் கீழே இருந்த படைவீடு கோட்டையின் பிரமாண்ட தோற்றமும் மிடுக்காகத் தெரிந்தன. மஞ்சள் மாலை வேளை மலை முகட்டில் பொன் வேய்ந்தது போல மின்னியது. இதைக் கண்டதும் பொன் பரப்பின வாண கோவராயரும் ஞானசௌந்தரியும் நினைவில் வந்து போனார்கள்.

"எப்படி இந்த இடத்தைக் கண்டு பிடித்தீர்கள்? உங்கள் நகரத்தை ஓரிடத்தில் இருந்து பார்க்க இயலும் என்றால் அது இந்த அத்தி மலைதான். அருமையான தேர்வு" என்றார் வல்லவராயர்.

தேர் ஒரு பகுதி வரை சென்று நின்றதும் சிறிது தூரம் பாறைகளைப் பிடித்து ஏற வேண்டியிருந்தது. விசாலமான சமவெளி கொண்ட உச்சிப் பகுதி. அதற்குள் பின்னால் வந்த தேரில் வந்த கட்டட நிபுணர்களும் வந்து சேர்ந்தனர்.

"இருள் சூழ்வதற்குள் இந்த இடத்தை அளந்துகொள்ளுங்கள். கிழக்கிலிருந்து மேற்காக இருநூறு அடி நீளமும் வடக்கில் இருந்து தெற்காக நூற்றி ஐம்பது அடி அகலமும் கொண்ட அரண்மனை அமைத்தால் போதும். நான்கு புறமும் காவல் கோபுரங்கள் அமைக்கப்பட வேண்டும். நடுவே பாறையில் சுனை நீர் தேங்குவதற்கான இயற்கையான வசதி இங்கே உள்ளது. அதை அப்படியே நடுவில் தக்க வைக்க வேண்டும். செங்கல் கோட்டை என்பதை முன்னரே முடிவு செய்தோம். ஆலோசனை மண்டபம், அரசவை, கிழக்கு புறத்திலும் பின் பக்கத்தில் படுக்கை அறைகளும் இருக்க வேண்டும். நெல் உறைகலம் ஒன்று அவசியம். போர்க்காலங்களில் இங்கேயே பல நாட்கள் தங்கியிருந்து வியூகம் வகுக்க போதுமான தானிய கிடங்குகள் தேவை. தெற்கு புறத்தில் செண்பகா நதியைப் பார்த்தவாறு சமையல்கூடம். ஆநிரைகள் கட்டிப் பராமரிக்கப் போதுமான இடம் இருக்க வேண்டும். நான்கு புறமும் காவல் கோபுரங்கள் அமைக்க வேண்டும்" சொல்லிவிட்டு நிறுத்தினார். கட்டட வல்லுநர்கள் மன்னர் சொன்னபடி இடம் போதுமானதாக இருக்கிறதா என அளந்து பார்த்தனர்.

"மாமன்னா... எங்களுக்கு வரைபடம் வரைய வேண்டிய அவசியமே இல்லை. எல்லாம் நீங்கள் சொன்னது போலவே இருக்கிறது. நீங்களே அளந்து முடித்து ஒரு முடிவுக்கு வந்துவிட்டீர்கள் எனத் தெரிகிறது" என்றார் வயதில் மூத்தவராக இருந்த கட்டடக்

படைவீடு

கலைஞர்.

வல்லவராயர் பெருங்குரலெடுத்துச் சிரித்தார். "வீரத்தில் மட்டுமல்ல கலை தாகத்திலும் உங்களை யாரும் அடித்துக்கொள்ள முடியாது போலிருக்கிறதே... நான் கூட்டிவந்த ஆட்களுக்கு வேலையில்லாமல் செய்துவிட்டீர்களே?"

"அரியவாம் சொல்லிய வண்ணம் செயல்...!" ரத்தினச் சுருக்கமாக பதிலளித்தார் மன்னர். "கூடவே முக்கியமான இன்னொரு அம்சம் இருக்க வேண்டும். இதோ இந்த சுனைக்கு அருகில் இயற்கையான ஒரு குகை உள்ளது. இன்னும் அரைகாதம் குடைந்தால் அதோ அந்த குன்றுக்கு அருகில் சென்றுவிட முடியும். அது ரகசிய பாதையாக இருக்க வேண்டும் என்பது என் எண்ணம்.."

சிற்பி யோசிப்பது தெரிந்தது. மன்னரும் அதைக் கவனித்தார். "அரசே குகை பாறையால் ஆனது என்றால் பாதுகாப்பான பாதையாக இருக்கும். மண்பாதை என்றால் சரியும் ஆபத்து இருக்கிறது."

"பாறை குகைதான். சிறிது தூரத்துக்கு பாறையும் பிறகு மண்ணுமாக இருக்கும் என்பது என் கருத்து. மண் பாதையில் சரியாமல் இருக்க பாறை பலகைகள் கொண்டு சாரங்கள் அமைக்க வேண்டும்."

"அது சாத்தியம்தான் அரசே!"

"எல்லாவிதமான ஆபத்துகளையும் எதிர்கொள்ள வேண்டும் என்பதால்தான் இந்த சுரங்கம் அமைக்க நினைக்கிறேன். இது அவசியமானது. எப்பாடு பட்டாகினும் சுரங்கம் அமைக்கப்பட வேண்டும். அதில் உறுதியாக இருக்கிறேன்" எனக் கறாராக சொன்னார் வென்று மண்கொண்டார்.

மன்னரின் உறுதி அவருடைய நோக்கத்தையும் நிலைப்பாட்டையும் உடனே அவர்களுக்கு உணர்த்தியிருக்க வேண்டும்.

"நிச்சயமாக சுரங்கம் அமைக்கலாம் மன்னா. பாதுகாப்பானதாகவும் உறுதியாகவும் அமைப்பது எங்கள் பொறுப்பு" என்றார் சிற்பி.

* கிழக்கு வாயிலான சந்தவாசலுக்கு 'சேனைக்கு மீண்டான் வாசல்' என்று ஒரு சிறப்புப் பெயர் உண்டு.

8. அஞ்சி வந்தோருக்குப் புகலிடம்!

திருவண்ணாமலையில் இருந்தபடி சில காலமே ஆட்சிசெய்த போசாள மன்னர் வல்லாளர் கண்ணனூரில் முகாமிட்டு மதுரை உலுக்கான் படையினருடன் மோதி சீரழிந்த கதையை ஒற்றன் வந்து சொன்னபோது மிகுந்த வலியுடன் கேட்டுக்கொண்டார் வென்று மண்கொண்டார். அமைச்சர் உள்ளிட்டோரிடம் உடனடியாக ஆலோசனை நடத்தினார்.

"போர்தொடுக்க இது சரியான தருணம் அல்ல... எதிர்கொள்ளும் நிலை வரும்வரை அமைதியாக இருங்கள்" என்று எவ்வளவோ எடுத்துச் சொல்லியும் போசாளர் காது கொடுத்துக் கேட்கவில்லை. சாளுவ தேசத்தையும் இழந்து, சுந்தர பாண்டியரின் தயவையும் இழந்து, சமயபுரத்திலே போரிட்டு உயிரையும்விட்ட கொடுமை அவருக்கு நேர்ந்தது. உலுக்கான் படையினர் போர்க் களத்தையும் சித்ரவதை முகாம் போலவே நினைக்கிறார்கள். சமாதானம் பேசுவதாக அழைத்து அநியாயமாகக் கொன்றிருக்கிறார்கள். உயிரச்சத்தை உடலைச் சிதைப்பதன் மூலம் உருவாக்க முயல்கிறார்கள். வல்லாளரின் உடம்பைக் கிழித்து அதிலே வைக்கோலைத் திணித்து முச்சந்தியிலே தொங்கவிட்டிருக்கிறார்கள். மற்ற மன்னர்களை அச்சுறுத்துவதற்கும் உசுப்பேற்றி போருக்கு அழைப்பதற்கும் அவர்களின் இந்த உத்தி பயன் தருவதாக இருக்கிறது. அப்படி உசுப்பேற்றப்பட்டு உயிரைவிட்டவர்களில்

படைவீடு

ஒருவர்தான் வல்லாளர். உலுக்கானுக்கு சம்புவராயர்கள் மீது படையெடுக்கவும் அச்சம். நாமாக வந்து அவன் வலையில் வீழ்ந்தால் போராடிப் பார்க்கலாம் என்ற ஆசையுமிருக்கிறது. மன்னர் வென்று மண்கொண்டார் அமைதியாக இருப்பதைப் பார்த்து அமைச்சர் பேசினார்.

"நாம் அவருக்குத் துணையாக நின்றிருந்தால் ஒருவேளை வேதனை ஏற்பட்டிருக்காது" என்றார் திருநம்பி.

"அவருக்கு இந்த நிலைமை ஏற்பட்டிருக்காதுதான். ஆனால், சுல்தானியர்களின் கோபம் நம் மீது திரும்பியிருக்கும். ஒரு வல்லாளர் அமைதியாக இருந்திருப்பார்... ஆனால், நம்மையே நம்பியிருக்கும் ஒரு நாட்டின் மக்கள் அனைவரும் சிரமத்துக்கு ஆட்பட்டு இருப்பார்கள். இதைத்தான் நீங்கள் விரும்புகிறீர்களா அமைச்சரே?"

"மன்னா ஒரு நாட்டின் அமைதியை குலைக்கும் யோசனையை அமைச்சன் ஒருபோதும் சொல்லக்கூடாது. அதை நான் நன்கு அறிவேன். ஆனால், வரலாறு அதை எப்படி எடுத்துக் கொள்ளும்? சம்புவராயர்கள் ஏன் துருக்கரின் மீது ஒரு முறையும் படையெடுக்கவில்லை என்று பிற்காலத்தில் சரித்திரம் கேட்கும் கேள்விக்குப் பதிலில்லாமல் போய்விடக்கூடும். நாம் அவர்களுக்கு அடங்கி போய் அடிமைகளாக இருந்தோம் என்றுகூட சுருக்கமாகச் சொல்லி முடித்துவிடுவார்கள்."

மன்னர், அந்தத் திருமுகத்தை எடுத்துப் படித்துக் காட்டினார்.

"சம்புவராயர்களை அழிப்பதற்கு நாங்கள் தயாராக இருக்கிறோம். இந்தத் தகவல் கொண்டுவரும் தூதுவனிடம் உங்கள் விருப்பத்தையும் போருக்கான நாளையும் தெரியப்படுத்தினால் அடுத்த கட்ட பேச்சுவார்த்தையைத் தொடங்கலாம்."

"மன்னா... இது யார் யாருக்கு எழுதியது? இதைக் கொண்டுவந்தவர் யார்?" என்றார் காந்திராயர்.

காலை நேரத்து அவைக் கூட்டம் அதிர்ச்சியில் உறைந்திருந்தது. மன்னர் நடந்தவற்றை விளக்க முற்பட்டார். "கண்ணனூர் எல்லைக் காவல் படையினர் நடத்திய சோதனையில் இந்தத் திருமுகம் கிடைத்தது. இது மதுரை சுல்தானிய அரசனுக்கு எழுதப்பட்ட திருமுகம் என்பது முதல்கட்ட ஆய்வில் தெரியவந்துள்ளது. எழுதியது நம்முடைய சிற்றரசர்களில் ஒருவர் என்பதும் தெரியவந்திருக்கிறது."

அவை அமைதியாக இருந்தது. இப்படியொரு துரோகத்தைச் செய்தது யாராக இருக்கும் என அனைவரும் யோசனையில் ஆழ்ந்திருந்தனர். அடுத்து யார் பேசுவது, என்ன கேட்பது என்ற தயக்கங்கள் நிலவின. மன்னரே மீண்டும் பேச்சைத் தொடர்ந்தார். "சோதனை நடப்பதை அறிந்து திருமுகத்தை வீசி எறிந்துவிட்டனர். அந்த எல்லைச் சாவடியில் அன்றைய தினம் இருநூற்றி அறுபத்து இரண்டு பேர் எல்லையைக் கடந்து சென்றிருக்கிறார்கள். அவர்களில் ஒருவர்தான் அந்தத் திருமுகத்தைச் சுல்தானுக்குக் கொண்டு சென்றிருக்கிறார்கள். அவர்களிடம் விசாரணை நடத்தப்பட்டுள்ளது. அதில் நாற்பத்தியிரண்டு பேர் வணிகர்கள். மற்றவர் உறவினர் வீடு, கோயில் குளங்களுக்குச் செல்லும் பக்தர்கள்."

"அத்தனை பேரின் இல்லங்களையும் சோதனையிட வேண்டும் அரசே! ஐயத்துக்கு உள்ளாகுவோரை தண்டித்தாவது உண்மையை வரவழைக்க வேண்டும்" என்றார் காந்திராயர்.

"சுங்கச் சாவடி எல்லையில் அந்தத் திருமுகம் கிடைத்திருக்கிறது. அன்று வந்தவர்கள் கொண்டுவந்ததா என்பது உறுதிபடத் தெரியவில்லை. ஆரம்பகட்டத்திலேயே பிடித்துவிட்டதால் நாம் எச்சரிக்கை அடைந்தது போலவே அவர்களும் எச்சரிக்கையாகிவிட்டார்கள். காவலைப் பலப்படுத்தச் சொல்லியிருக்கிறேன்" என்றார் அரசர்.

"நாமே சுல்தானியர்கள்மீது போர்தொடுக்க வேண்டும் என்பதற்கான காரணம் இன்னும் வலுவாகிவிட்டது. இல்லையென்றால் வரலாறு நம்மை தவறாகப் புரிந்துகொள்ளும் அவலம் ஏற்பட்டுவிடும்" என்றார் திருநம்பி.

மன்னர் சிரித்தார். "ஏன் வரலாற்றை இப்படி எடுத்து எழுத மாட்டார்களா... சம்புவராயர்கள் மீது துருக்கியர்கள் ஒரு முறைகூட படை எடுக்கவில்லை...ஏனென்றால் துருக்கியர்கள் சம்புவராயர்களின் அடிமைகளாக இருந்தார்கள் என்று? வரலாற்றின் வேடிக்கைகளுக்கு அளவு இல்லை. பிராமணர்களுக்கு பதிலாக ஓதுவார்களை நிறுத்தப் பார்த்தார் ராசராச சோழன்... காந்தளூர் சாலை சென்று அந்தணர்களின் பயிற்சி முகாமைத் தரை மட்டமாக்கினார். ஆனால், அவருக்கு பிராமண விசுவாசி என்ற பெயர்தானே நிலைக்கிறது? இதுதான் சரித்திரம் சொல்லும் உண்மை... சுல்தானியர்கள் செய்யும் கொடுமை பற்றி பேசுகிறோம். அந்த

அரசர்கள் மீது இருக்கும் வெறுப்பு நாளை அந்தச் சமயத்தைச் சேர்ந்த அனைவரையும் எதிரியாகப் பார்க்க நினைக்கும். வரலாறு பேசும் நியாயங்கள் வேறு. அதைப் புரிந்துகொள்பவர்களின் நியாயங்கள் வேறு."

"நீங்கள் சொல்வது அத்தனையும் சரி. வரலாற்றைப் புரட்டுகிறவர்கள் வேறு... வரலாற்றையே புரட்டிப் போடுகிற கூட்டம் வேறு. களப்பிரர்களின் ஆட்சியைக் குழி தோண்டி புதைத்ததுமல்லாமல் அவர்களின் வரலாற்றையும் புதைத்துவிட்டதை அறிவோம். நம்முடைய ஆட்சிக்காலத்தையும் அப்படி சரித்திரத்தின் இருள் பகுதியாக வைத்துவிடக் கூடாதே என்பதற்காகத்தான் சொன்னேன்."

"என்ன சொல்கிறீர்கள்? விளக்கமாகச் சொல்லுங்கள் அமைச்சரே!"

"விளக்கமாகச் சொல்ல ஒன்றுமில்லை... வல்லாளருக்கு இப்படி ஒரு கதி நேர்ந்த பின்னும் சம்புவராயர்கள் சும்மா இருந்தார்கள் என்ற கேள்விக்கு பதில் இல்லாமல் போய்விடுமே?"

"வரலாற்றில் இடம் பிடிப்பதைவிட மக்கள் மனதில் இடம் பிடிப்பதைத்தான் இந்த ஏகாம்பரநாதன் விரும்புகிறான் என்பதைச் சரித்திரம் படிக்கும் புத்தியுள்ளவர்கள் புரிந்துகொள்ளட்டும். முன்னரே சொன்னதுதான். சுற்றிலும் தீ கொழுந்துவிட்டு எரிந்துகொண்டிருக்கிறது. நடுவிலே உள்ள கற்பூரத்தை எரிந்துவிடாமல் காப்பாற்ற வேண்டியது போல தொண்ட மண்டலத்தை நாம் காப்பாற்றிக்கொண்டிருக்கிறோம். வரலாற்றை அறிய வேண்டியவர்கள்... நம்மைச் சுற்றிலும் இருந்த அரசர்களின் வரலாற்றையும் பார்ப்பார்கள். நாம் ஆட்சி அமைத்த பிறகு நம்முடைய காஞ்சியை மீட்பதற்காக ஒருமுறை போர் தொடுத்ததைத்தவிர எந்த நாட்டின் மீதும் போர் தொடுக்கவில்லை. அதே நேரத்தில் அபயம் தேடி வந்தவர்களைக் காப்பாற்றி இருக்கிறோம்... வரிக் கொடுமையில் இருந்து மக்களை விடுவித்திருக்கிறோம்... நூலாயம் அமைத்து பழந்தமிழ் நூல்களைப் பிரதி எடுத்திருக்கிறோம்.வலங்கையர்,இடங்கையர் பிரச்சினைகளைத் தீர்த்துவைத்திருக்கிறோம். ஐம்பது ஆண்டு ஆட்சியில் இதைத்தான் செய்ய முடியும். நாம் போர்த் தொடுக்கத் தொடங்கியிருந்தால் இவை எதையுமே செய்திருக்க முடியாது. மக்களைப் பஞ்சத்தில் தவிக்கவிடுவதைத்தவிர. கலைகளை வளர்த்து, நீர் வளங்களைப் பெருக்கி வயல்வெளிகளை உருவாக்கி, விளைச்சலை அதிகமாக்கி,

தமிழ்மகன்

வரியைக் குறைத்து, பாடசாலைகளை உருவாக்கி, படைபலத்தையும் அதிகரித்து இருக்கிறோம் என்பதை நினைவில் வைத்துக்கொள்ளுங்கள். வரலாற்றில் இடம் வேண்டுமென ஆசைப்பட்ட பேரரசர்கள் எல்லாம் செய்யாத பல காரியங்களை சிறிய காலகட்டத்திலே நாம் செய்து முடித்திருக்கிறோம். அதை என்றேனும் யாரேனும் உணர்வார்கள். அதுபோதும் அமைச்சரே... கவலையைவிடுங்கள். திரும்பத் திரும்ப இதைப் பற்றி பேச வேண்டாம் என்பதே என்னுடைய கருத்து" என்று உறுதிபட சொல்லிவிட்டு எழுந்து சென்றார் வென்று மண்கொண்டார்.

"காலை நேர வழிபாட்டில் கவனமாக இருந்தான் ரவிசங்கரன். கண்ணனூர் சுங்கச் சாவடியில் காவலர்களிடம் சிக்க இருந்த அந்தக் கடைசி நொடிகளை நினைத்து உறக்கத்திலும்கூட திடுக்கிட்டு எழுந்தான். இந்த நேரம் இந்தச் சதிவேலைக்கு உடன்பட்டது தெரிந்தால் இன்னேரம் தலையைச் சீவியிருப்பார்கள். ஒரு பெண் பிள்ளை பேச்சைக் கேட்டு இப்படியொரு காரியம் செய்துவிட்டோமே என்ற அச்சமும் நடுக்கமும் உடம்போடு கலந்துபோயிருந்தது.

"மண்இலங்கு நீர்அனல்கால் வானும் ஆகி
    மற்றுஅவற்றின் குணம்எலா மாய்நின் றாரும்
பண்இலங்கு பாடலோடு ஆட லாரும்
    பருப்பதமும் பாசூரும் மன்னி னாரும்
கண்இலங்கு நுதலாரும் கபாலம் ஏந்திக்
    கடைதோறும் பலிகொள்ளும் காட்சி யாரும்
விண்இலங்கு வெண்மதியக் கண்ணி யாரும்
    வெண்ணிஅமர்ந்து உறைகின்ற விகிர்த னாரே."

திருநாவுக்கரசர் பாடலைப் பாடி வழிபாட்டை நிறைவு செய்தான் ரவிசங்கரன். ஈசன் கோயிலில் காலை வழிபாட்டு நேரம் முடிந்தது. நடை சாற்ற இருந்தான் ரவிசங்கரன். "கண்ணனூர் சாவடியில் நல்ல காரியம் செய்தீர்கள்" என்ற குரல் கேட்டுத் திரும்பிப் பார்த்தான் ரவிசங்கரன். கண்ணனூர் சாவடி என்ற சொற்களே அவனுடைய உயிர்வரை வேல் பாய்ச்சியது. பதறிப் போய்

அவனுடைய முகத்தைப் பார்த்தான். குரலுக்குச் சொந்தக்காரனுக்கு ஐம்பது வயதிருக்கலாம். நெற்றியில் நாமமும் முற்றிய உடம்புமாக இருந்தான். அஞ்சாத விழிகள் அவனுக்கு. அருகில் இருபத்தைந்து வயது போற்றத்தக்க பெண் நின்றிருந்தாள். முதல் பார்வையிலேயே இரண்டாவதாகவும் பார்க்கத் தூண்டும் அழகு.

"யார் நீங்கள்... என்ன சொல்கிறீர்கள்?" என்றான் ரவிசங்கரன்.

"எங்களை உனக்கு அறிமுகப்படுத்துகிறோம். உன்னை எங்களுக்கு நன்கு தெரியும் என்பதால்தான் சுருக்கமாகக் கண்ணனூர் சுங்கச் சாவடியைச் சொன்னேன்."

"என்ன சுங்கச் சாவடி.... எனக்கொன்றும் தெரியாது." ரவிசங்கரன் அங்குமிங்கும் பார்த்தான். இந்தப் பேச்சை வேறு யாரும் கேட்டிருப்பார்களோ என்பதாக அஞ்சினான்.

"தம்பி... அச்சம் வேண்டாம். கோயிலில் நம்மைத் தவிர வேறு யாருமில்லை என்பதை உறுதிப்படுத்திக்கொண்டுதான் சொல்கிறேன். ஆறகழூர் இளவரசி கொடுத்தனுப்பிய தூதுவோலையை சுங்க அதிகாரிகள் அருகில் வந்து விசாரிக்கும் முன் வீசியெறிந்ததை நாங்கள் கவனித்தோம். அதைத்தான் சொன்னேன்.'' அந்த நாமமிட்ட பிராமணர் இனி மறைக்க ஏதுமில்லை என்பதாகச் சொன்னார்.

அந்தப் பெண், ரவிசங்கரன் அஞ்சுவதை ரசிப்பது போல உதடுகளில் குறுநகை புரிந்தாள். அதில் ஓர் ஏளனமும் சுண்டி இழுக்கும் அழைப்பும் தெரிந்தது. அவள் ஏன் அவ்வளவு அழகாக இருக்கிறாள்? வாளிப்பு வாளிப்பு எனக் கேள்விபட்டிருக்கிறான் ரவிசங்கரன். அதைக் கண்கூடாகப் பார்த்தான்.

"அதிகமாக அச்சமூட்டாதீர்கள்... முகமே வெளுத்துவிட்டது பாவம்" என ரவிசங்கரனையும் தன்னுடன் வந்தவரையும் மாறி மாறி பார்த்தாள் அந்தப் பெண்.

"சரி சரி. யாரும் வருவதற்குள் சொல்லிவிடுகிறேன். நாங்கள் இருவரும் விஜயநகரத்திலிருந்து வருகிறோம். கண்ணனூரில் உங்களைப் பார்த்தோம். பிறகு விசாரித்தோம். நம் இருவரின் நோக்கமும் ஒன்றுதான். அச்சம் வேண்டாம். என் பெயர் வைகுந்தன். கிரியா சக்தி பண்டிதரின் சீடன். விஜயநகரப் பேரரசை விரிவுபடுத்துவதே எனக்கு இடப்பட்ட கட்டளை. இந்த சம்புவராய தேசத்தை விஜயநகரத்தோடு இணைக்க வேண்டும். சுல்தானியர்கள்

தமிழ்மகன்

வசமாவதைவிட விஜயநகர பேரரசோடு இணைவதுதான் நமக்கெல்லாம் பாதுகாப்பு." வைகுந்தன் தெளிவாகப் பேசினான்.

"இது யார் உங்கள் மகளா?" என்றான் ரவிசங்கரன்.

"காரியத்தைக் கெடுத்தாய் போ. இது என் மனைவி ராஜலட்சுமி. இரண்டாம் தாரமென்றால் இளக்காரம்தான் போலும்."

"மன்னித்துக்கொள்ளுங்கள் அய்யா. தோற்றத்தை வைத்து இப்படிச் சொல்லிவிட்டேன்."

"இதற்கு எதற்கு மன்னிப்பு? எல்லோரும் அப்படித்தான் சொல்கிறார்கள். திட்டத்தைச் சொல்லிவிடுகிறேன். சம்புவராயர்களை வீழ்த்த நினைப்பவர்களை ஒருங்கிணைப்பதுதான் கிரியா சக்தி பண்டிதரின் யோசனை."

"என்னை இதில் ஒருங்கிணைத்து என்ன ஆகப் போகிறது? நான் கோயிலில் வேலை செய்யும் சாதாரண அர்ச்சகன்."

"சில வேலைகளைச் செய்து முடிக்க சாதாரணமானவர்கள்தான் தேவை."

ரவிசங்கரன் யோசனையோடு வைகுந்தனைப் பார்த்தான். ஞானசௌந்தரி சொன்னது நினைவுக்கு வந்தது. "நான் இப்போது என்ன செய்ய வேண்டும்?" உங்கள் உறவினர் என எங்களையும் உங்கள் வீட்டில் தங்க வைக்க வேண்டும். விஜயநகரத்தில் ஹரிகரர், புக்கர் தலைமையில் ஆட்சி அமைந்திருக்கிறது. சிருங்கேரி மடத்தின் தலைவர் வித்யாரண்யர் அமைத்திருக்கும் ஆட்சி. வித்யாநகரம் என அழைக்கப்படும் சிருங்கேரி மடமும் விஜயநகரம் எனப்படும் ஹரிகர புக்கரின் ஆட்சியும் இந்த பூமியில் வேகமாக சனாதன ஆட்சியைக் கொண்டுவரும். துங்கபத்ராவுக்குத் தெற்கே இருக்கும் அத்தனை ஆட்சிகளும் இனி அவர்கள் வசம் மாற வேண்டும். மதுரையில் இருக்கும் துலுக்கர் ஆட்சியை ஒழிப்பதற்கு முன் சம்புவராயர்களை ஒழிக்க வேண்டும் என்பதுதான் கிரியா சக்தி பண்டிதரின் ஆணை. இங்கே நடக்கிற முக்கியமான நிகழ்வுகளை நாம் அவர்களுக்குச் சொல்லிக்கொண்டிருந்தால் போதும்" என்றான் வைகுந்தன்.

"நிகழ்வுகள் என்றால்?"

"முக்கியமாக இவர்களின் படை பலம். வாணகோவராயரின் மகள் ஞானசௌந்தரி சம்புவராய அரசின்மீது கோபமாக

இருக்கிறாள். அவளை இன்னும் கொம்பு சீவிவிட வேண்டும். அவர்களின் நாட்டை சம்புவராயர்களுக்கு எதிரி நாடாக ஆக்கினால் போதும். அடுத்து காடவராயர், அதியர். இந்த மூவரும் படைவீடு தேசத்தின் காவல் தேசங்கள் அவர்களைப் பிரித்தாள முடிந்தால் இவர்களை வெற்றிகொள்வது எளிதாகிவிடும். முதல் கட்டமாக நீலகண்ட சிங்கனை வைத்து வாணகோவராயரை வளைத்தாயிற்று. இனி ஞானசௌந்தரியும் நீலகண்டனும் சம்புவராயர்களின் நிரந்தர எதிரியாக மாறுவார்கள். மற்றவர்களுக்கும் அவரவர் பலவீனம் ஆயும் பணி நடக்கிறது.”

ரவிசங்கரன் உறுதியாகச் சொன்னான். “அவர்களைப் பிரிப்பது அத்தனை எளிதல்ல. அதற்கு ஒருவன் பிறந்துதான் வரவேண்டும்.”

“ஒருவன் அல்ல... ஒருத்தி! ஏற்கெனவே பிறந்து உங்கள் முன் நிற்கிறாள்” தன் கூந்தலை இழுத்து முன் பக்கம் விட்டு, அதை வருடியவாறு சொன்னாள் ராஜலட்சுமி. அழகையே ஆயுதமாகவும் பயன்படுத்தத் தெரிந்தவளாகவும் இருந்தாள்.

“நீயா?... நீ... நீ... என்ன செய்வாய்?”

“நான் என்ன செய்வேன் என்பதைச் செயலில்தான் காட்ட முடியும். சொன்னால் புரியாது. சம்புவராய மன்னனின் ஒற்றன் வசந்தனைச் சந்திக்க வேண்டும் அதுதான் எங்கள் முதல் திட்டம்.”

அபூர்வத்திலும் அபூர்வமாகக் காலையில் ராசநாராயணனைப் பார்த்தார் வென்று மண்கொண்டார். “நீயே என்னைத் தேடி வந்தால்தான் பார்க்க முடிகிறது ராசா'' என்றபடி அணைத்துக்கொண்டார். அவைக்குக் கிளம்பிக்கொண்டிருந்த அரசர், “வா ராசா அவைக்குச் செல்லலாம்... தில்லியில் இருந்து துக்ளக்கின் படையினர் மதுரைக்கு வந்து மக்களை இம்சித்து வருவதாகத் தகவல் வந்திருக்கிறது. மக்கள் படாத அவதிகள் பட்டுக்கொண்டிருக்கிறார்கள். அதைப் பற்றித்தான் இன்று விவாதிக்க இருக்கிறோம். மதுரையிலிருந்து ஒற்றர்கள் கொண்டுவந்த தகவல்களை நீயும் அறிந்துகொள்ள வேண்டும்” என்றார்.

“அப்பா இவ்வளவு சொல்ல வேண்டுமா? வா ராசா என்றால் வரப்போகிறேன். வாருங்கள் அப்பா செல்வோம்” புன்னகை மாறாமல் அப்பாவுடன் இணைந்துகொண்டார். மகனுடைய வேகமும் அனுசரணையும் போற்றத்தக்கதாக மாறிக்கொண்டிருப்பது

வருங்கால படைவீடு பேரரசை நம்பிக்கை உலகமாக மாற்றியிருந்தது. இருவரும் அரசவை நோக்கிச் சென்றனர்.

அமைச்சர், தளபதி, அவைப்புலவர் ஆகியோர் வீற்றிருக்க காவல் படையினரின் அருகே மக்கள் சிலரும் கூடியிருந்தனர்.

"மாமன்னர் வாழ்க!" "வாழ்க வாழ்க" குரல்கள் ஓங்கி ஒலித்தன. அனைவரையும் வணங்கி சிம்மாசனத்தில் அமர்ந்தார் அரசர். காவல் படையினரின் அருகே கை கட்டி நின்றிருந்த கூட்டம் வேறு தேசத்திலிருந்து அபயம் தேடி வந்தவர்களாக இருக்க வேண்டும்.

"தொடங்கலாம்" என்றார் அரசர்.

"மன்னருக்கு வணக்கம். இவர்கள் மதுரை, ராமேஸ்வரம் பகுதிகளில் இருந்து அபயம் தேடி வந்தவர்கள். தில்லி சுல்தான்கள் நடத்தும் கொடுமைகளால் உடமை, பலாத்காரத்துக்கு ஆளாகி பலரும் துன்பம் மிக உழன்று செய்வதறியாது நம் தேசம் நோக்கி வந்த வண்ணமிருக்கிறார்கள். அனைவரையும் கண்ணமங்கலம் சத்திரத்தில் தங்க வைத்திருக்கிறோம். அரசரின் ஆலோசனைக்குப் பிறகு நடவடிக்கை எடுக்க இருக்கிறோம்" என்றார் காவல் படைத் தலைவர்.

அரசர், அமைச்சரைப் பார்த்தார். "மன்னா, நாம் உடனடியாகப் போர் தொடுக்கலாம். துக்ளக் தர்பாருக்குக் குளிர்விட்டுப் போய்விட்டது. ஆனால், அதைவிட முக்கியமானது ஒன்று உண்டு. அபயம் தேடி வந்தவர்களையும் வந்துகொண்டிருப்பவர்களையும் காப்பாற்றுவது. மூவேந்தர்களில் யாரும் எதிர்கொள்ளாத ஒரு நிலைமை இது. அதனால் இதற்கு முன்னர் தமிழகத்தை அரசாண்ட யாரையும் முன் மாதிரியாகக் கொள்ளாமல் நாம் சில முடிவுகளை எடுக்க வேண்டியிருக்கிறது. அதனால் யுத்தம் வேண்டாம் என்பது என்னுடைய அபிப்ராயம்." அமைச்சர் ஆலோசனை சொல்லிவிட்டு அரசரின் பதிலுக்காகக் காத்திருந்தார்.

தளபதி பழனிவேள், "அரசே... நம் பொறுமையை அவர்கள் கோழைத்தனம் என நினைக்க வாய்ப்பு இருக்கிறது!" என்றார்.

"தளபதியாரே... அப்படி அவர்கள் நினைத்தால் படையெடுத்து வரட்டும். அப்போது எதிர்கொள்ளலாம். போரை எதிர்கொள்ள மன்னர் வீரசம்புவர் காலத்திலிருந்தே தயாராகத்தான் இருக்கிறோம். அவர்கள்தான் இத்தனை ஆண்டுகளாக நம்மை எதிர்கொள்ளத் தயங்கி கோழைகளாக இருக்கிறார்கள்."

உண்மைதான் என்பதை உணர்ந்தவராக தளபதி அமைதியானார்.

மக்களை நோக்கினார் மன்னர். “அங்கே என்ன நடக்கிறது என்பதை எங்கள் ஒற்றர்கள் மூலம் தெரிந்துகொள்வதற்கு முன் உங்கள் தரப்பில் தெரிந்துகொள்ள விரும்புகிறேன்.”

நூறு பேருக்கு மேல் இருந்தும் பேசுவதற்கு முன்வராமல் ஒருவர் முகத்தை ஒருவர் பார்த்தபடி காத்திருந்தனர். “அம்மா நீங்கள் சொல்லுங்கள்” என்றார் ஒரு மூதாட்டியைப் பார்த்து.

“அய்யா... அங்கே நடப்பது சொல்லிக்கொள்வது போல இல்லையென்பதால்தான் யாரும் சொல்லாமல் நிற்கிறார்கள். வீட்டில் புகுந்து எதைவேண்டுமானாலும் எடுத்துச் செல்கிறார்கள். எதிர்ப்பவர்களை வெட்டிச் சாய்க்கிறார்கள். வீட்டைக் கொளுத்திவிட்டுப் போகிறார்கள். ஓர் ஊருக்குள் நூறு ஆயிரம் பேராகக் குதிரைகளில் புகுந்து அகப்பட்டதையெல்லாம் சூறையாடுகிறார்கள். எதுவும் அகப்படவில்லையென்றால் வீட்டில் உள்ள பெண்களைத் தூக்கிச் செல்கிறார்கள். பல பெண்கள் தங்களைத் தாங்களே வெட்டிக்கொண்டு மடிகிறார்கள். சில பெண்களை அவர்களின் தந்தையும் தனயர்களும் போராடிக் காப்பாற்றுகிறார்கள். அய்யா சில நேரங்களில் மானத்துக்காகத் தங்கள் வீட்டுக் குழந்தைகளைத் தாங்களே கொல்கிறார்கள். உழவு இல்லை... விளைச்சல் இல்லை. எங்களைக் காப்பவர் இல்லை. அதனால்தான் இரவோடு இரவாகப் பெண்களையெல்லாம் அழைத்துக்கொண்டு கூட்டம் கூட்டமாக இங்கே வந்துகொண்டிருக்கிறார்கள். இங்கே வருபவர்களுக்குப் பாதுகாப்பு கொடுக்கிறீர்கள் என்று தெரிந்தால்போதும் ஆபத்தில் இருக்கும் பெண்கள் இங்கே வந்துவிடுவார்கள்.”

தளபதி சொல்வது போல் உடனடியாகப் போர் தொடுக்க வேண்டியதுதான் என்ற முடிவுக்கு வந்தார் வென்றுமண்கொண்டார். கலந்து ஆலோசித்துவிட்டு நாளை அறிவித்தால் சரியாக இருக்கும் என்று தோன்றியது. தன் பலம், மாற்றான் பலம் அறிய வேண்டும். குறுநில மன்னர்களின் கருத்துகளை விசாரிக்க வேண்டும். இன்னும் ஒரு வாரத்தில் கருவிகள், படை நிலவரத்தை அறிந்துகொண்டு வீட்டுக்கொரு ஆள் வேண்டி முரசு கொட்டிவிட்டு அவர்களை விரட்டியடிக்க வேண்டும்.

“அமைச்சர் சொல்வதுபோல உடனடியாக மக்களுக்குப் பாதுகாப்பு ஏற்பாடுகள் செய்தாக வேண்டும். மக்களை வெறுமனே

தமிழ்மகன்

தங்கவைப்பது மட்டும் போதாது. அவர்களுக்கு வாழ்வதற்கு உகந்த குடியிருப்புகளை உருவாக்கித் தரவேண்டும். வேலை வாய்ப்புகளை உருவாக்கித் தர வேண்டும். எல்லையில் உள்ள நம் பாதுகாப்புப் படையினருக்குத் தகவல் அனுப்புங்கள். எந்த வழியில் வந்தாலும் அங்கேயே போதிய உதவிகள் செய்ய வேண்டும். உணவு, இருப்பிடத்துக்கு உடனே ஆவன செய்ய வேண்டும். மருத்துவ உதவிகள் தேவைப்பட்டால் நம் அரச வைத்தியர் வேலாயுதம் மேற்பார்வையில் துரிதமாக மருந்துகள் அனுப்பி வைக்க வேண்டும். குடும்பத்துக்குத் தேவையான சட்டிப் பானைகள், துணிமணிகள் அனுப்பிவையுங்கள். அகம்படையார்களிடம் ஆலோசனை நடக்கட்டும். தம் சொந்த தேசத்தில் இருப்பதாக அபயம் தேடி வருபவர்கள் உணரும்வரை இது தொடர வேண்டும். நான்கு எல்லைப் பகுதிகளிலும் அஞ்சினான் புகலிடங்கள் அமைக்க உத்தரவிடுகிறேன். இன்னும் நான்கு நாட்களில் இது உறுதி செய்யப்பட வேண்டும். இது அரச கட்டளை."

மக்கள் கைகூப்பி வாழ்த்தினர். "நல்லது. நீங்கள் காவல் படையினருடன் கிளம்பலாம்" என மக்களை அனுப்பி வைத்தார். "ஒற்றர்கள் என்னுடன் ஆலோசனை மண்டபத்துக்கு வாருங்கள். அமைச்சரும் தளபதியாரும் இளவரசரும் வாருங்கள்." அரசர் வேகமாக ஆலோசனை மண்டபத்துக்கு விரைந்தார்.

ஆலோசனை மண்டபத்தில் அரச பிரதிநிதிகள் சந்திப்பு குறித்து காலையிலேயே சொல்லி வைத்திருந்ததால் விளக்குகள் பொருத்தப்பட்டு தூய்மை விளங்கவைத்திருந்தனர். "நீங்கள் சொல்லுங்கள். மக்களின் குரலில் அச்சம் அதிகமாக இருக்கிறது. மதுரை நிலவரம் எப்படியிருக்கிறது?" என்றார் ஒற்றர்களை நோக்கி.

"மன்னா... மக்களின் அச்சம் நியாயமானதுதான். ஆனால், இத்தகைய வெறித்தனங்கள் பாண்டி நாடு முழுவதும் நடைபெறுவதாகச் சொல்ல முடியாது. அங்கொன்றும் இங்கொன்றுமாக நடந்திருக்கிறது. மக்கள் அச்சமாக இருக்கிறார்கள். பெண்களை சூறையாடுவதாக தகவல் பரவிவிட்டதுதான் அச்சத்தின் காரணம். இத்தகைய செயல்கள் அந்த மன்னனின் ஆணையால் நடைபெறுவது இல்லை. சபல புத்தியுள்ள சில வீரர்களின் செயல்கள். இந்தத் தகவல்கள் இப்போது சுல்தானின் காதுகளுக்கும் போயிருக்கிறது. மாலிக் காபூர் வந்த காலமும் நோக்கமும் வேறு. அவன் கொள்ளையடிப்பதையே நோக்கமாகக் கொண்டு வந்தவன். ஆனால், துக்ளக் ஆட்சி அப்படியானது அல்ல.

தன் ஆட்சியின் எல்லைப் பரப்பை அதிகரிக்கும் நோக்கோடு வந்திருக்கிறான். அவனுடைய ஆட்சியெல்லையின் இருபத்து மூன்றாம் பகுதியாக மதுரையை அறிவித்திருக்கிறான். வேண்டுமானால் அவனுடைய கவனம் கோயில் சொத்துக்களை அபகரிப்பது வரை போகலாம். ஆட்சிக்கு எதிராக சதி செய்பவர்களைக் கொல்ல நினைக்கலாம். மற்றபடி மக்களை இம்சிப்பது அவனுடைய நோக்கமல்ல. அவனுடைய எல்லை எங்கெல்லாம் விரிந்திருக்கிறதோ அங்கெல்லாம் நிலவுகிற சட்டத்தையே இங்கும் நிலைநாட்டவே விரும்புகிறான். சுல்தானின் வீரர்கள் எங்கெல்லாம் இத்தகைய செயல்களில் ஈடுபடுகிறார்களோ... அவர்களை மட்டும் தண்டித்தால் போதும். நம்முடைய சிறு படைக்குழுவைத் தொல்லைப்படுத்தும் இடங்களுக்கு அனுப்பி இதைச் சமாளித்துவிடலாம். இப்போதைக்கு தில்லி மன்னனுக்கு சிக்கல்கள் அதிகரித்துவிட்டதால் மேற்கொண்டு படையெடுத்து முன்னேறி வருகிற எண்ணம் இருப்பதாகத் தெரியவில்லை.” ஒற்றன் தான் அறிந்துவந்த செய்தியை நேர்மையாக எடுத்துரைத்தான்.

“எந்தெந்த பகுதிகள் ஆபத்து நிறைந்தவையாக இருக்கின்றன?”

“மன்னா... ராமநாதபுரம் பகுதியில் அவர்களின் ஆட்டம் அதிகமாக இருக்கிறது. அந்தப் பகுதிக்குத் தலைமை தாங்குபவன் சபலபுத்திக்காரனாக இருக்கிறான். அவனுடைய தலையைச் சீவி... மதுரை சுல்தானுக்கு ‘எங்கள் பெண்களிடம் வாலாட்டினால்... இதுதான் கதி’ என்பதைத் தெரிவிக்க வேண்டும்.”

“சரியாகச் சொன்னீர்கள். அதைச் செய்வதற்கு ஆட்களை அனுப்புகிறேன். மதுரை மன்னனுக்கும் தகவல் தெரிவிப்போம். வீணாக மக்களைப் பகைத்துக்கொண்டு ஆட்சி செய்ய எந்த மன்னனும் விரும்ப மாட்டான். அப்படி ராமநாதபுரம் படைத் தலைவனின் தலை கொய்யப்பட்டதற்கு ஆவேசப்பட்டு மேற்கொண்டு மக்களைத் துன்புறுத்த நினைத்தால் நாம் களத்தில் இறங்குவதைப்பற்றி யோசிப்போம். இப்போதை அஞ்சினான் புகலிடம் போதுமானது. அதே நேரத்தில் எந்த நேரத்திலும் போருக்குத் தயாராக இருப்போம். என்ன சொல்கிறாய் மல்லிநாதா?”

“சரியான யோசனை. ராமநாதபுரம் படைத் தலைவனை பலியிடும் பொறுப்பை மட்டும் என்னிடம் விட்டுவிடுங்கள் அப்பா.”

மன்னர் சிரித்தார். “உன்னைவிட பொருத்தமான ஆளை நானும் நினைக்கவில்லை. நான் அறிவிப்பதற்குள் நீ முந்திக்கொண்டுவிட்டாய்.

அவனைப் பற்றித் தகவல் திரட்டு. எங்கு தங்குகிறான். எவ்வளவு பேர் அவனுக்குக் காவலுக்கு இருக்கிறார்கள். அவனுடைய பலவீனம் என்ன? எந்த திசையில் செல்ல வேண்டும். என்ன வேடத்தில் செல்ல வேண்டும் என எல்லாவற்றையும் தீர ஆலோசிக்க வேண்டும். உன் வழித்துணையாக யாரை அழைத்துச் செல்லப் போகிறாய்? அங்கே எங்கு தங்கியிருந்து இந்தப் பணியை முடிக்கப் போகிறாய் என்பதையெல்லாம் எனக்கு முன்னரே தெரிவிக்க வேண்டும்."

"எனக்கு இரண்டு நாள் அவகாசம் போதுமப்பா. மதுரையிலிருந்து என்னிடத்திலும் சிலர் இத்தகைய தகவல்களைச் சொன்னார்கள். ராமேஸ்வரத்தில் இருக்கும் படைவீரனின் பெயர் பரூக். அவன் தங்கியிருக்கும் இடம் சிவகங்கைச் சீமை. அவனுடைய ஆதிக்கத்தில் மொத்தம் நூற்றைம்பது வீரர்கள் இருக்கிறார்கள். சிவகங்கையிலிருந்து ராமநாதபுரம் வரை அவனுடைய வீரர்கள் ஆதிக்கம் செலுத்துகிறார்கள். வரி வசூலிப்பது எல்லை பாதுகாப்புதான் அவனுக்கு இடப்பட்ட பணி. வீடு புகுந்து சூறையாடுவதை வரி வசூலிப்பு என்பதாகச் சொல்லிக்கொண்டிருக்கிறான். மன்னனுக்கு அவன்மீது அதிருப்தி இருப்பதும் தெரியவந்திருக்கிறது. அவன் தலையைச் சீவுவதற்கு இதுவே சரியான தருணம்."

"ஒற்றர்களே இவை உங்களுக்கும் தெரிந்த தகவல்கள்தானா?"

"இளவரசர் சொல்வது உண்மைதான். அவன் தங்கியிருக்கும் மாளிகையில் அவனுக்குத் துணையாக எப்போதும் இருபது பேர் இருக்கிறார்கள். ஏராளமான ஆயுதங்கள்... அந்த மாளிகையின் மதிற்சுவர் மிகுந்த உயரம் உடையவை. இளவரசர் அதற்கான ஏற்பாடுகளுடன் செல்ல வேண்டும். அந்த நகரம் எங்கும் உள்ளே செல்பவர்கள் மிகுந்த கண்காணிப்புக்கு ஆளாகிறார்கள். அதைத்தாண்டித்தான் உள்ளே செல்ல முடியும்."

"இப்படி சவாலான இடமாக இருந்தால்தானே எனக்கும் ஈடுபாடாக இருக்கும்? நேராகப் போய் மரத்தடியில் தூங்கிக்கொண்டிருப்பவனின் தலையையா நான் வெட்டி எடுத்து வருவேன்?" என்றார் மல்லிநாத ராசநாராயணன்.

9. போரும் வாழ்வும்!

சம்மட்டி சத்தங்களும் துருத்திகளின் பெருமூச்சுகளும் அரம் அறுக்கும் சத்தமும் ஏறத்தாழ இசை போலவே பழகிவிட்டது ராசநாராயணர்களுக்கு. அதிலும் மல்லிநாத ராசநாராயணன் போர்க்கருவிகளின் பிரியனாகிவிட்டான். இன்று காலையிலேயே இரும்புலியூர் வந்துவிட்டனர்.

கொல்லர்கள் இரும்பைக்கொண்டு பல்வேறு வகையான ஆயுதங்களைச் செய்து கொண்டிருந்தனர். வில், அம்பு, வேல், அரிவாள், உடைவாள், கொடுவாள், கோல், சிறுவாள், தகர்ப்பொறி, தொடக்கு, பிண்டிபாலம், ஞாயில், கழுமுள், குந்தம், கூன்வாள், கைபெயர், கோடாரி, சதக்கணி, தண்டம், தூண்டில் போன்ற கருவிகள் தயாராகிக்கொண்டிருந்தனர். இளவரசர் மல்லிநாத ராசநாராயணருக்கும் அவருடைய இளைய சகோதரர் பொன்னன் ராசநாராயணருக்கும் இரும்படிக்கும் இடத்தில் ஈக்களாகச் சுற்றித் திரிவதில் ஆர்வம் அதிகமாக இருந்தது. அண்ணன் சொல்லும் புதிய புதிய உத்திகளை இளையவனும் கவனமாகக் கேட்பான்.

“தம்பி ஒன்று சொல்கிறேன். கொல்லர்கள் பொற்கொல்லர், இரும்பு கொல்லர் என இருவகைப்படுவர். சிற்பிகள் என்பார் இன்னொரு வகை. அவர்கள் கோயில் சிற்பங்களில் ஈடுபடுபவர்கள்.

தமிழ்மகன்

பொற்கொல்லரைவிட இரும்பு கொல்லர்கள்தான் அரசர்களுக்கு நெருக்கமாக இருந்தனர். 'வேல்வடித்துக் கொடுத்தல் கொல்லற்குக் கடனே' என்பது புறத்திணைப் பாடல். மகனைப் பெற்று வளர்ப்பது தாயின் கடமையாகவும் அவனை நற்பண்புகளினால் நிறைந்தவன் ஆக்குவது தந்தையின் கடமையாகவும் குறிப்பிடும் புலவர், அடுத்ததாக அவன் போர்புரிவதற்கு வேண்டிய, 'வேல்வடித்துக் கொடுத்தல் கொல்லர் கடனே' என்று குறிப்பிட்டுள்ளார். தாய் தந்தையர்க்கு அடுத்த இடத்தில் கொல்லன் இடம் பெற்றிருப்பது அவர்களின் பணி முக்கியத்துவத்தை உணர்த்துகிறது."

இருவரும் உலைக் கலத்தைப் பார்வையிட்டவாறே பேசிக்கொண்டு வந்தனர். இளவரசர்கள் இருவரும் கருவிகள் தயாரிப்பதைப் பார்க்க அவ்வப்போது வந்துபோவது அங்கிருந்த கொல்லர்களும் பெருமையாக இருந்தது. மன்னர் வரும்போதும் இளவரசர்களின் ஆர்வத்தைச் சொல்லி மகிழ்வார்கள்.

"கொல்லர்கள் உலைக்களத்தில் தீ மூட்டும்போது கரியை அடுத்து உலையிலே போடுவதனால் அவர்கள் கை எப்போதும் கரிய நிறம் உடையதாக இருக்கும். அதோடு இரும்பைக் காய்ச்சி அடுத்து சம்மட்டியால் அதை ஓங்கி அடித்துக் கொண்டேயிருப்பதால் அவர்கள் கைகள் காய்ந்து உரம் ஏறிக் காய்த்திருக்கும். இந்த வேலையைச் செய்வதற்குக் கடுமையான வலிமையிருக்க வேண்டும்."

"பார்த்தாலே தெரிகிறது அண்ணா... ஒவ்வொரு ஊரிலும் உலைக்கலம் இருக்குமா அண்ணா" என்றான் இளையவன்.

"ஒவ்வொரு ஊரிலும் துருத்தி வைத்து கருவிகளை சீர்படுத்தும் வசதி மட்டுமே இருக்கும். பல ஊருக்கும் பொதுவாகவே இது போன்ற கொல்லுலை இருக்கும். போர்க் காலங்களில் கருவிகளின் தேவை அதிகரிக்கும். இவை தவிர பயிர்த்தொழில் மற்றும் பிற பயன்பாட்டுக் கருவிகளையும் கொல்லர்களே செய்து தருகிறார்கள்."

"நம் தாத்தாவும் அப்பாவும் இங்கே அடிக்கடி வருவதை நாமும் பார்த்திருக்கிறோமே... அந்தப் பழக்கம்தானே நம்மையும் வரவழைத்திருக்கிறது?"

"கொல்லர்கள் இரும்பு, செம்பு, வெண்கலம், பித்தளையின் தன்மையை நன்கு அறிந்திருந்தனர். தாதுக்களை உலையிலிட்டு அதனோடு கரியையும் நீரையும் விட்டு நன்றாகக் காய்ச்சி இரும்பைத் தனியாகப் பிரித்து எடுத்து வேண்டிய வடிவங்களுக்கு ஏற்ப

படைவீடு

சம்மட்டியால் கருவிகளைத் தட்டி உருவமைத்து விட்டு அவற்றை நீரில் அமிழ்த்து குளிரச் செய்கிறார்கள். உருவாக்கிய இரும்புப் பொருள்களுக்குச் சாணைப் பிடிக்கும் தொழிலையும் நன்கு அறிந்திருந்தனர். கொல்லர்கள் இரும்பு தாதுக்களை உலையிலிட்டு துருத்தி மூலம் காற்று செலுத்தி உருக்குவது முதல் அதற்கு உருவம் கொடுத்து சாணேற்றுதல் வரை உள்ள அனைத்தையும் நுட்பமாகச் செய்கிறார்கள்."

இதையெல்லாம் கேட்டுக்கொண்டே பின்னால் நடந்துவந்த தலைமைக் கொல்லர் மணி நாகப்பனார், "நீங்கள் எங்கள் மீது வைத்திருக்கும் மரியாதை நெகிழச் செய்கிறது" என்றார்.

"நீங்களே சொல்லுங்கள் அய்யா. தம்பிக்கு நான் சொல்வதைவிட நீங்கள் சொல்வது சிறப்பானதாக இருக்கும்."

"எங்கள் கருவிகளில் குறிப்பிடத்தக்கன துருத்தி, உலைமூக்கு, குறடு, சுட்டுக்கோல், சம்மட்டி, உலைக்கல், அரம் என்பனவாகும். துருத்தி என அழைக்கப்படும் கருவி இரும்பு வேலை செய்யும் கொல்லர்கள் உலையிலுள்ள நெருப்பின் வெப்பத்தை அதிகரிப்பதற்காகப் பயன்படுத்தும் ஒருவகை தோற்கருவி. இக்கருவி பொதுவாக உலையோடு பொருத்தப்பட்டிருக்கும். தோல் பாகத்தில் துருத்தியின் குழாய் ஒன்று களிமண்ணால் செய்யப்பட்டு பொருத்தப்பட்டிருக்கும். அக்குழாயின் மறுபக்கம் உலையோடு இணைக்கப்பட்டிருக்கும். துருத்தி பொதுவாக கையினாலோ, கால்களினாலோ இயங்கும் தன்மையுடையது. இக்கருவியை அமுக்கும்போது காற்று உலைக்குழாயின் வழியாக உலைக்குள் சென்று எரிந்து கொண்டிருக்கும் கரி மேன்மேலும் தொடர்ந்து எரிந்து கொண்டே இருக்கச் செய்கிறது." அந்தத் துருத்தியின் அருகே சென்று விளக்கிச் சொன்னார்.

"கொல்லுலையில் பொருத்தப்பட்டிருக்கும் துருத்தியின் குழாய்ப் பகுதிக்கு உலைமூக்கு என்று பெயர். அதாவது துருத்தியும் உலையும் இணையும் இடம். கொல்லன் உலை நாசி என்றும் அழைப்பர். பிடியானை மூச்சு விட்டாற்போன்று காற்றை உலையில் செலுத்துகிறது உலைத் துருத்தியின் உலைமூக்கு. சுத்தியல் பார்த்திருப்பீர்கள். சம்மட்டி அதைவிடப் பெரியது. பொன்னர் சுத்தியல் என்றால் மல்லிநாதர் சம்மட்டி" என்றார் வேடிக்கையாக. இளவரசர் மல்லிநாதர் சிரித்தார்.

"இளவரசே... நான் வரம்பு மீறிப் பேசிவிட்டேன். என்னை

மன்னித்துவிடுங்கள்” என்றார் நாகப்பனார்.

“விளங்கும்படி சொல்வதுதான் சிறப்பு. என் தந்தையினும் மூத்தவர் நீங்கள். மேற்கொண்டு சொல்லுங்கள்” என்றார்.

“இரும்புக் கட்டிகளைச் சூடாக்கிப் பட்டைக் கல்லில் வைத்து அடிப்பதற்காகப் பயன்படுத்தப்பட்ட கருவியே சம்மட்டி. இன்னொரு முக்கிய உபகரணம், உலைக்கல். சூடாக்கப்பட்ட இரும்பை ஒரு கல்லின் மேல் வைத்து சம்மட்டி அடித்து கொல்லர்கள் தங்களுக்கு வேண்டிய கருவிகளைச் செய்வார்கள். காய்ந்த இரும்பை வைத்து அடிக்கப் பயன்படும் கல்லே உலைக்கல். கல்லாக இருந்தால் அதன்மீது இரும்பை வைத்து ஓங்கி அடிக்கும்போது அது உடைந்து போகக் கூடும். அதனால் மிகவும் உறுதியும் வலிமையும் வாய்ந்ததாக இந்த இரும்பை உருவாக்கியிருக்கிறோம்.”

“தேர்கள் செய்வதற்கும் கொல்லர்களின் பங்கு முக்கியமானது. தச்சர்களும் நாங்களும் சேர்ந்து தேருக்குத் தேவையான பொருள்களை முடிவு செய்வோம். தேர் போன்றவற்றைச் செய்யும்போது மரப்பலகைகளை அறுப்பதற்கு அரத்தினைப் பயன்படுத்துவோம். தச்சு வேலைக்கான கருவிகளும் உழவுப் பொருள்களுக்கான கருவிகளும் இங்கே தயார் செய்கிறோம்.”

“ஆழியான் ஆழியன் எழுத்தாணி யென்பார்
கோழியான் குன்றெறிய வேலென்பான் - ஊழியான்
அங்கை மழுவென்பானருள் பெரிமா வண்டூர்ச்
சிங்கன் உலைக்களத்திற்சென்று...என்ற பாடலில் மாவண்டூரிலுள்ள சிங்கனது உலைகளத்துக்குச் சென்று திருமாலும் பிரமனும் தங்களுக்குச் சக்கரமும் எழுத்தாணியும் செய்து தர வேண்டுமென்று முறையிட்டதாக எழுதப்பட்டுள்ளது. முருகன் தனக்கு வேல் செய்து தருமாறும் சிவபெருமான் மழுவாயுதம் செய்து தருமாறும் வேண்டிய செய்தியும் அதிலே கூறப்பட்டுள்ளது. தெய்வங்களை்கூட கொல்லர்களிடம் வந்து தங்களுக்கு வேண்டிய கருவிகளைச் செய்து தருமாறு கேட்டதாகப் பாடியிருக்கிறார்கள். பாடியது யார் தெரியுமா? கம்பர். இது கம்பர் பாடிய தனிப்பாடல்.” மல்லிநாதனின் இலக்கிய அறிவை நினைத்து மகிழ்ந்தார் கொல்லர் தலைவர்.

இருவரும் புறப்பட்டு தங்கள் குதிரைகள் மீது ஏறி அமர்ந்தனர். “அண்ணா நீங்கள் நாளை சிவகங்கை செல்கிறீர்களாமே?” என்றான் இளைய ராசாநாராயணன்.

“ஆமாம் தம்பி. அதற்கான சில கருவிகளை இங்கிருந்து பெற்றுச் செல்ல இருக்கிறேன். இன்று இரவு தந்தையிடம் சில தகவல்களைச் சொல்லிவிட்டு ஆலோசனை பெற்றுக் கிளம்புவேன். நீ தந்தையின் அருகிலேயே இருக்க வேண்டும்.”

“நீங்கள் வரும் வரை நான் அவருடனேயே இருப்பேன் அண்ணா.”

‘நான் வராவிட்டாலும் நீ அவருடன்தான் இருக்க வேண்டும்’ எனச் சொல்ல நினைத்தான் மல்லிநாத சம்புவராயன். ஆனால் சொல்லவில்லை.

* உத்திரமேரூர் வட்டம் பெருநகர் பிரம்மபுரீசுவரர் கோயில் கல்வெட்டு.

வரலாறு திருமுகத்துக்குப் படி சம்புவராயன் ஓலை பெருநகர் ஊரவர் கண்டு விடைத் தங்களூர் ஆளுடையர் பிரமீசுரமுடைய நாயனாற்க்கு ஸ்ரீ கோராஜகேசரி பந்மற் - - - - ப்புறமாக தாங்கள் கைக்கொண்ட பொன் பதினேழு கழஞ்சரையும் வைகாசி விசாகந் தீத்தமாக திருநாள் எழுந்தருளுவிக்க கைக்கொண்ட போ முப்பத்தின் கழஞ்சும் ஆகப்பொன் நாற்பத்தேழு கழஞ்சு -- - - - கல்வெட்டுப்படியாலுள்ள பொ / லிசைப் பொன்னுக்கு நேராக உபைய நடத்தாதபடியாலே தாங்களுந் தானத்தரும் நாயனார் விசையகண்ட கோபால தேவற்கு இருபத்தொன்றாவது வைகாசி மாதத் - - - - - இக்கல்வெட்டின தூண் இரண்டும் நாம் அத்தியேற அழைப்பித்துப் பாத்த இடத்து தூண் ஒன்றினால் பொன் முப்பதின் கழஞ்சும் தூண் ஒன்றினால் பொன் பதினேழு கழஞ்சரையும் ஆகப் பொன் நாற்பத்தேழு கழஞ்சரைக்கும் ஆண்டு ஒன்றுக்கு கழஞ்சுக்கு மூன்று மஞ்சாடியால் / வந்த பலிசைப் பொன் ஏழு கழஞ்சே யிரண்டு மஞ்சாடியே நாலுமாவுக்கும் நேராக உபைய நடத்தி எழுந்தருளுவியுங்கோளென்ன தங் களெழுந்தருளு விடாதபடியாலே இப்பலிசைப் பொன் ஏழு கழஞ்சே இரண்டு மஞ்சாடியே நாலுமாவும் ஆண்டு தோறுந் தானத்தார்கு நியாயத்தார்க்கு நியாய முதலிகளுக்குமே தாங்கள் குடுக்க இது கொண்டு தானத்தாரும் நியாயத்தாரும் நியாயமுதலிகளும் திருநாளுக்கு வேண்டுவன அழிந்து இத்திருநாள் எழுந்தருளுவிக்கக் கடவர்களாகவுஞ்சொன்னோம். இப்படிக்கு வீரப்பெருமாள் மகன்

தமிழ்மகன்

ஆளப்பிறந்தான் ராசராச சம்புவராயனேன்.

விளக்கம்: மல்லிநாத ராசநாராயணர் கோயில் திருப்பணியைச் சிறப்பாக செய்யாத நிர்வாகிகளைத் தண்டித்ததைச் சொல்லும் கல்வெட்டு இது.

அரச ஓலைவழி கட்டளைப்படி (திருமுகம்) ஓலைநாயகமான சம்புவராயன் பெருநகர் ஊரார் கண்டு விடை தர வேண்டும் என்று அவர்கள் இனி செய்ய வேண்டியதை ஆணையாக வெளியிட்டான். 'உங்களூர் பிரமீசுர நாயனாருக்கு இராசராச சோழன் கொடுத்து நீங்கள் கைக்கொண்ட பொன் 17 கழஞ்சும் வைகாசி விசாகத் திருநாளில் இறைவனை எழுந்தருளுவிக்க 30 கழஞ்சும் ஆக மொத்தம் 47 கழஞ்சு பொன்னை கைக்கொண்டதாக கல்வெட்டில் உள்ளபடி அதில் வரும் வட்டியில் உபையம் நடத்தாதபடியால் ஊரார் நீங்களும் பொறுப்பாளரும் வேந்தர் விசைய கண்டா கோபாலரது இருபத்தொன்றாம் (கி.பி.1271) ஆட்சி ஆண்டில் கல்வெட்டின் தூண் இரண்டையும் பார்த்த போது ஒருதூணில் பொன் 30 கழஞ்சும், இன்னொரு தூணில் பொன் 17 கழஞ்சும் ஆக 47 கழஞ்சுக்கும் ஆண்டு ஒன்றுக்கு ஒரு கழஞ்சுக்கு மூன்று மஞ்சாடியால் வரும் வட்டிப்பொன் 7 கழஞ்சே 2 மஞ்சாடியே நாலு மாவுக்கு ஈடாக இறைவனை எழுந்தருளுவிக்க சொன்னபடி செய்யவில்லை. ஆதலால் இந்தப் பொன்னுக்கு வட்டியை ஊரார் ஆகிய தாங்கள் பொறுப்பாளருக்கு, தீர்ப்பாளருக்கு, தீர்ப்பு தலைவருக்குக் கொடுக்க வேண்டும். நீங்கள் கொடுக்கும் இந்த வட்டியில் பொறுப்பாளரும் தீர்ப்பாளரும் தீர்ப்பு தலைவரும் திருநாளுக்கு வேண்டியதை செலவழிக்க வேண்டும். திருநாள் நடந்தேறச் செய்யவேண்டும் என்று ஆணையிட்டேன்' என்று வீரப்பெருமாள் மகன் ஆளப்பிறந்தான் ராசராச சம்புவராயன் கூறுகிறான்.

10. மாம்பழ வியாபாரி!

இரட்டை மாட்டு வண்டி. முழுக்க மூட்டம் போட்டு பழுக்க வைத்த மாம்பழங்கள். வண்டியோட்டி பெரிய தொங்கு மீசையுடன் தலைப்பாகை கட்டியிருந்தான். சித்திரை மாத இரவில் சோதி நாளில் வண்டிப் பாதையில் தன்னந்தனியே அவன் பயணித்துக் கொண்டிருந்தான். உடன் பயணித்துக்கொண்டிருந்த அவனுடைய ஒரே துணை அவனுடைய பாட்டு.

காட்டு வழி போறவளே கண்ணம்மா..
பாட்டு பாடி நானும் வரேன் நில்லம்மா..
கொஞ்சம் ஓரங்கட்டி உன் மனச சொல்லம்மா...
நெஞ்சம் படபடத்தது உன் பதிலுக்கு பொன்னம்மா.
காட்டு வழி போற கண்ணம்மா ஓ. ஓ ஓ பொன்னம்மா...

வானில் நட்சத்திரங்கள் துலக்கமாகத் தெரிந்தன. மழை நீரில் குளித்த காடு போல அத்தனை தெளிவு. கீழ் இசையில் திசையில் வெளிச்சக் கீற்றுகள் கசிய ஆரம்பித்திருந்தது. சில நாழிகையில் ஊர் விழித்துக்கொள்ளும். அதற்குள் இடைச்சேரிக்கு சென்று சேர வேண்டும். பால்காரர் பரமசிவம் கொண்டு கிளம்பிவிட்டார்

தமிழ்மகன்

என்றார் வீண் அலைச்சல் ஆக மாறிவிடும்.: பாட்டின் ஊடே இரண்டு கால்களையும் மாடுகளின் இரண்டு கால்களின் பின்னே லேசாக தட்டிவிட்ட வழி நான்கு கால் பாய்ச்சலில் போய்க்கொண்டிருந்தார் அந்த வண்டிக்காரன். நெற்குப்பை... ஊரின் பெயரே வித்தியாசமாக இருந்தது.: நெல்லைக் குப்பையெனக் குவித்து வைத்திருப்பதால் இப்படியொரு பேரா என்று நினைத்துக் கொண்டான். கடற்கரையோரப் பாடசாலைகள் சூரிய வெளிச்சத்தை அதிகமாகக் காட்டினாலும் மேற்கே திரும்பி வண்டியை ஓட்டும்போது இன்னும் விடியவில்லை என்று தெரிந்தது. பொன்னமராவதிக்குப் போகும் பாதை என சுமைதாங்கிக் கல்லொன்று வழிகாட்டியது. அங்கிருந்து ஓரிரு காத தூரம் தான் என்று சொல்லியிருந்தார்கள். ஊர் நெருங்க நெருங்க வண்டியில் இருக்கும் பழங்கள் பத்திரமாக இருக்கின்றனவா என்று திரும்பத்திரும்ப பார்த்துக்கொண்டான்.

ஆடுகளும் மாடுகளும் அதிகமாக இருந்த அந்தச் சேரியைப் பார்த்ததும் இதுவாகத்தான் இருக்கும் என்று தனக்குத் தானே சொல்லிக்கொண்டு ஓவ்... ஓவ்... ஓவ் என்று வாயைக் குவித்துக் குரல்கொடுத்து மூக்கணாங்கயிற்றை இழுத்து நிறுத்தினான்.

காலையில் மாடு கன்றுகளுக்குத் தீவனம் போட்டுக்கொண்டிருந்தால் ஒரு பெண்மணி.

"அம்மா பரமசிவம் வீடு?" என்று நிறுத்தினான் வண்டிக்காரன்.

"இந்த வீடுதான். நீங்க யாரு... எங்க இருந்து வர்றீங்க."

"அம்மா ஐயா பழம் கேட்டிருந்தார்... கொண்டாந்திருக்கேன்னு சொல்லுங்க."

"பழமா?" என்றபடி குடிசைக்குள் திரும்பி, "ஏனுங்க பழம் எதுவும் கேட்டு இருந்தீங்களா?" என்றாள் அவள்.

பரமசிவன் என்பவர் பதறியடித்துக் கொண்டு வெளியே வந்தார். வண்டிக்காரனை ஏற இறங்கப் பார்த்துவிட்டு, வண்டியைப் பார்த்தார்.

பால் கறந்து வைத்திருந்த குடத்தை எடுத்து தலையில் வைத்துக்கொண்டு, "போகலாம் வாங்க" என்றார்.

"பழத்தை எடுத்துக் கொள்ளவில்லையே?" என்றான் வண்டிக்காரன்.

“ஆமாம். இதோ எடுத்துக்கொள்கிறேன்” என்றபடி பால் குடத்தை ஒரு ஓரமாக வைத்துவிட்டுப் பழங்களைத் தோராயமாக அள்ள ஆரம்பித்தார். வண்டிக்காரன் சொன்னதற்காக பழுத்த பழம் பழுக்காத பழம் எனப் பார்க்காமல் ஒரு கூடைப் பழத்தை அள்ளிப்போட்டு, தன் மனைவியிடம் கொடுத்து உள்ளே கொண்டுபோய் வைக்கச் சொன்னார்.

தன் கணவர் இப்படி பதறிக்கொண்டிருப்பது மனைவிக்கு வினோதமாக இருந்தது.

“என்ன ஆச்சு உங்களுக்கு... யாரு இவரு?” என்றாள்.

வண்டிக்காரன் வண்டியைவிட்டு கீழே இறங்கி பால்காரரை நெருங்கினான்.

“ஐயா பதற்றத்தில் நீங்களே காட்டிக் கொடுத்து விடுவீர்கள் போலிருக்கிறதே? உங்கள் மனைவிக்கே சந்தேகம் வந்துவிட்டது. சாதாரணமாக இருங்கள். எல்லோரிடமும் பழ வியாபாரி என்று சொல்லுங்கள்” என்றார் மெல்லிய குரலில். ஓரளவுக்கு வெளிச்சம் ஏறிவிட்டது. இப்போது வண்டிக்காரனின் முகம் தெளிவாகத் தெரிந்தது. அது வண்டிக்காரன் அல்ல. பல வியாபாரியும் அல்ல.... இளவரசர் ராசநாராயணன். மல்லிநாத ராசநாராயணன்.

பால் குடத்தைத் தூக்கிக்கொண்டு முன்னாள் வேகமாகச் சென்று கொண்டிருந்தார் பரமசிவன். அவருக்குப் பின்னால் வண்டியில் பழங்களோடு மாடுகளை விரட்டிக்கொண்டு வந்தார் ராசநாராயணன். அவருடைய தலைப்பாகையும் உதட்டுக்கு மேலே பரவி உதட்டின் இரண்டு பக்கமும் வழிந்து கொண்டிருந்த மீசை மீசையும் உடம்பைப் போர்த்தியிருந்த செம்மையே ஏறிய மேல் துண்டும் யாருக்கும் சந்தேகம் ஏற்படுத்தாதபடிதான் இருந்தன. இளவரசர் என்ற பதற்றத்தில் தாம்தான் வித்தியாசமாக நடந்து சந்தேகம் ஏற்படுத்திக்கொண்டிருக்கிறோம் என்பதை பரமசிவனும் ஒருவாறு உணர்ந்துவிட்டார்.

“அவர்களிடம் என்னை, உங்கள் அண்ணன் மகன் என்று சொல்லுங்கள். மற்றதை நான் பார்த்துக் கொள்கிறேன்” என்றார் இளவரசர்.

பாரூக் இருந்த அந்த மாளிகையின் முன் போய் நின்றார் பரமசிவன். இரண்டு காவலர்கள் வாசலிலேயே நின்றிருந்தார்கள். சுல்தானியர்கள். அவர்களின் சிவந்த தோற்றமும் உயரமும் ஆடை

தமிழ்மகன்

வடிவமைப்பும் இளவரசருக்கு வினோதமாக இருந்தது. அவர்களின் எச்சரிக்கை உணர்வு எத்தகையது என்பதை நொடியில் தீர்மானித்தார். இருவரும் அலட்சியம் அதிகம் கொண்டவர்களாகவும் தினமும் பால்காரரிடம் பாலை வாங்கிக் கொண்டு துரத்துவதில் முனைப்பாகவும் இருந்தனர். பரமசிவனின் உடன் வந்திருந்த வண்டிக்காரனை எதிரிபோல பார்த்தனர்.

"யார் இவன்?"

"என் அண்ணன் பையனுங்க... மாம்பழம் வியாபாரம் செய்கிறான். அய்யாவுக்குப் பிடிக்குமேன்னு கொண்டுவரச் சொன்னேன்." சைகையும் பாவனையுமாகச் சொல்லி முடித்தார் பரமசிவன்.

வீரர்களில் ஒருவன் பால் சொம்பை வாங்கிக்கொண்டு வாயில் கதவைத் திறந்துகொண்டு உள்ளே நகர, இன்னொருவன் மாம்பழத்தை மோப்பம் பிடித்தபடி எதிரே வந்தான். வண்டியிலிருந்து பழத்தைத் தேர்வு செய்ய ஆரம்பித்தான்.

மல்லிநாத ராசநாராயணன், "நல்ல பழங்கள் இதோ இருக்கின்றன" என்று பழங்களை உருட்டிப் புரட்டி கீழே இருந்து ஒரு பழத்தை எடுத்தார். பெரிய பழுத்த பழம். வாசம் அவன் உள்ளத்தையே இனிக்க வைத்திருக்க வேண்டும். எச்சில் விழுங்கியபடி அவன் அந்தப் பழத்தைவாங்கி அவனுடைய தேர்வை உறுதிப்படுத்துவதற்குள், மேலும் நல்ல பழங்களுக்காக இன்னும் கீழே கையை நுழைத்துத் தேடுவது போல பாவனை காட்டினார் மல்லிநாதர். அவன் பழத்தை எதிர்பார்த்து கூர்ந்து பார்த்துக்கொண்டிருந்தான். எதிர்பாராதவிதமாக பழங்களில் இருந்து விருட்டென்று வாளை வெளியே எடுத்தார் ராசநாராயணன். அந்த சுல்தானிய வீரன் திகைப்பதற்குக்கூட நேரம் தரவில்லை. கண்களில் அந்தத் திகைப்புக்கான ஆரம்ப உத்தேசங்கள் தொடங்கும் முன்பே ராசநாராயணரின் கைகள் வேகமாக இயங்கின. ஓங்கி ஒரே சீவு. தலைத் தனியாக மாம்பழத்தின்மீது விழுந்தது. வண்டிக்கு அடியே விழுந்து துடித்துக் கொண்டிருந்தது. உடம்பை இழுத்து ஓரமாகக் கிடாசினான் பரமசிவன். கழுத்து ரத்தம் மண்ணில் வரைந்த கோடு லட்சுமணன் போட்ட கோடுபோல ஏதோ ஒரு எல்லை போல இருந்தது. பால் சொம்பைத் தூக்கிக்கொண்டு உள்ளே நகர்ந்த இன்னொரு வீரனை நோக்கி இருவரும் பாய்ந்தனர். பழங்களில் ஒளித்துவைத்திருந்த ஒரு வாளை எடுத்துக்கொண்டு பரமசிவனும் தயாராகிவிட்டார். குரல்வளை பிளந்துகொள்ளுமளவுக்கு ஒரு

வெட்டு. எதிர்பாரா தாக்குதலில் சரிந்துவிழுந்தவனைத் தூக்கித் தோட்டத்தில் வீசிவிட்டு, பதுங்கிப் பதுங்கி இருவரும் உள்ளே சென்றனர். ஃபாரூக் எங்கே இருப்பான் என்று பரமசிவனுக்கு நன்றாகத் தெரியும். வலதுபுறம் அமைந்த பெரிய அறை அவனுடையது.அது சாத்தியிருந்தது. வீரர்கள் வேறு யாரும் இன்னும் எழுந்திருக்கவில்லை. வேகமாகவும் பூனைத்தடம் போலவும் நகர்ந்தனர். உள்ளே சென்ற இருவரும் ஃபாரூக் மிருகம் போல உறங்கிக்கொண்டிருப்பதைப் பார்த்தனர். ராசநாராயணன் ஒரு முறை பரமசிவனைப் பார்த்தான். தயார்தானா என்ற பார்வை. அடுத்த நொடி அவன்மீது பாய்ந்தனர். திடுக்கிட்டு எழுந்தவன் சுதாரித்து இருவரையும் கீழே தள்ளிப் போர்த்தியிருந்த போர்வையை எடுத்து இருவரையும் வீசிப் பிடித்து அமுக்க நினைத்தான். போர்வையின்மீது வாளை வீச, போர்வை இரண்டாகப் பிரிந்துவிட்டதால் வலைவீசி அமுக்க நினைத்த அவனுடைய திட்டம் பலிக்கவில்லை. அதற்குள் பரமசிவன் வாளை எடுத்து ஃபாரூக்கின் கழுத்துக்குக் குறிவைத்தான். ஃபாரூக் வேகமாக வலது கையால் தடுத்தான். அத்தனை ஆவேசமாகப் பாய்ந்த வாள், அவன் கையை வெட்ட... அது துவண்டு தொங்கியது. வலியைப் பொறுத்துக்கொண்டு இருவர் மீதும் வெறிகொண்டு பாய்ந்தான் ஃபாரூக். பரமசிவனின் கழுத்தை இடது கையால் இறுக்கி அழுத்தியபடி இழுத்துக்கொண்டு இளவரசரை நெருங்கினான். தாமதிக்காமல் குறுவாளை எடுத்து அவன் கழுத்தில் சொருகி ஒரு திருகு திருகி வெளியே எடுத்தார். நெடுமரமென கீழே விழுந்தான் ஃபாரூக்.

சத்தம் கேட்டு சுல்தானிய வீரன் ஒருவன் குரல் கொடுத்தான். பாஷை புரியவில்லை.'என்ன சத்தம்?' என்று கேட்கிறான் போலும். கீழே கிடந்த போர்வையால் ரத்தத்தைத் துடைத்துக்கொண்டு கதவோரத்தில் அமைதியாக நின்றனர். குரல் கொடுத்தவன் எந்த பதிலும் கிடைக்காததால் வேறு பக்கம் நடந்து செல்வது தேய் ஓசையாக மங்கி அடங்கியது. இளவரசர் மதுரை சுல்தானுக்கு தான் கொண்டு வந்த மடலை சுருட்டி வைத்த நிலையில் ஃபாருக் படுத்திருந்த கட்டிலின் மீது வைத்துவிட்டு வேகமாகக் கதவு இடுக்கு வழியாக நடமாட்டத்தைக் கவனித்தார். "ஒரு நிமிடம்கூட தாமதிக்கக் கூடாது கிளம்பலாம்" என்றார் இளவரசர்.

"நாம் உள்ளே வந்ததை யாரும் பார்த்திருக்க மாட்டார்கள்.

தமிழ்மகன்

பின்வாசல் வழியாக வெளியேறிவிடலாம். அங்கே உங்களுக்கு குதிரை தயாராக இருக்கும்."

பின்கட்டு பகுதியில் துக்ளக் அரசின் வீரர்களின் அரபு குதிரைகள் கட்டப்பட்டிருந்தன. தெருவில் நடமாட்டம் இல்லை. "நீங்கள் உடனே படைவீடு செல்லுங்கள். மற்ற வீரர்களை நாங்கள் பார்த்துக்கொள்கிறோம்" என்றார் பரமசிவன்.

"நாங்கள்?" என யாரைச் சொல்கிறார் என வினவ நினைத்தவருக்கு பக்கத்திலேயே இருந்தது பதில். சொல்லி வைத்தால் போல ஆறேழு இளைஞர்கள் உள்ளே நுழைந்தனர். "மாளிகையில் ஒருவனையும் மிச்சம் வைக்காதீர்கள். பெண்கள்மீது கை வைத்தால் இதுதான் கதி என்றுதான் மடலில் எழுதி வைத்திருக்கிறேன். இனி வாலாட்ட மாட்டார்கள் என்று நம்புகிறேன். உங்கள் மனைவியைப் பொருத்தவரை 'பழ வியாபாரி வந்தான் வந்தபடி போனான்' என்று இருக்கட்டும். வந்தது யாரென்ற செய்தி பரவினால் வேறு வில்லங்கம் முளைக்கும். வேறு ஏதாவது தகவல் என்றால் ஒற்றர்கள் மூலம் சொல்லி அனுப்புங்கள்."

"ஃபாரூக்கைத் தீர்த்துக்கட்ட நாங்களும் தருணம் பார்த்துக்கொண்டிருந்தோம். ஒவ்வொரு நாளும் ஏதாவது ஒருவகையில் தடை வந்துகொண்டிருந்தது. உங்கள் கையால் முடிக்கப்பட வேண்டும் என இருக்கிறது."

"உங்கள் முயற்சியை அறிந்து, அதை முடித்துவைக்கும் பொருட்டுதான் நானும் வந்தேன். வந்த காரியம் வெற்றி... நான் வருகிறேன்."

குதிரை ஏறி பறந்தார் இளவரசர்.

சித்தூர் வனப்பகுதியில் வைகுந்தனும் ராஜலட்சுமியும் காத்திருந்தனர். விஜயநகரம் சென்ற சம்புவராயரின் ஒற்றன் வசந்தன் வரும் பாதை அவர்களுக்கு நன்கு தெரிந்தது. சித்தூர் - அனந்தபூர் பெரும்பாதை இடையே இருந்தது அந்த மாளிகை. விஜயநகர பேரரசு தன் எல்லையென அதுவரை எல்லை வகுத்து அங்கே அரசு மாளிகையும் காவல் கோட்டமும் அமைத்திருந்தது. விஜயநகரப் பேரரசு அடுத்து சம்புவராயரைக் குறிவைத்து போர் ஆயத்தங்கள் செய்து வருவதுதான் ஒற்றன் வசந்தன் சேகரித்த தகவல். அதுவும் கிரியா சக்தி பண்டிதர் அதில் மிகுந்த தீவிரமாக இருப்பதையும்

படைவீடு

அவன் அறிந்திருந்தான். பண்டிதர் சமயம், சனாதனம் போன்றவற்றில் மிகுந்த நம்பிக்கையும் அதைப் பரப்புவதில் தீவிரமும் கொண்டவராக இருந்தார். இந்தத் தகவலை மன்னரின் காதிலே போட வேண்டும் என்ற அவசரம் அவனுக்கு இருந்தது. இரண்டாம் சாமம் தொடங்கிவிட்ட நேரத்தில் இரவோடு இரவாகப் படைவீடு சென்றுவிடலாம் என்பதுதான் வசந்தனின் திட்டம். இந்த மாதிரி எல்லைக் காவல் படையினர் நிற்கும் இடங்களை வசந்தன் தவிர்த்துவிடுவான். சாலைகளை விட்டு அகன்று காடுகள் வழியாகச் சுற்றிக்கொண்டு வந்து எல்லையைக் கடப்பான். அதை அறிந்துதான் வைகுந்தனும் ராஜலட்சுமியும் அந்தக் காட்டுப் பாதையில் காத்திருந்தனர். வீரர்களை வைத்து வசந்தனை வீழ்த்துவது கடினம். அப்படியே வீழ்த்தினாலும் வேறு ஓர் ஒற்றன் முளைப்பான். அவர்களுக்குத் தேவை ஒற்றன் சேகரித்த வேவு தகவல்களும் மன்னருக்குச் சேர வேண்டிய தகவல்களை மாற்றியமைப்பதும்தான். அதற்கு ஒற்றன் மனம் மாற வேண்டும். அதற்கான திட்டத்தோடுதான் காத்திருந்தனர். வசந்தன் வருவதை அறிந்து அவனை இந்தப் பக்கம் திசை திருப்பவும் முன்னரே ஏற்பாடுகள் செய்யப்பட்டிருந்தன. சித்தூர் காட்டுக்குள் புகுந்து விரிஞ்சிபுரம் பாதையை அடையும் காட்டுப்பாதையில் வேகமாகப் வந்துகொண்டிருந்தான் வசந்தன்.

சிறிய ஓடையின் அருகே வரும் வசந்தனைப் பார்த்து, "காப்பாற்றுங்கள்... காப்பாற்றுங்கள்" என்று ஓலமிட்டான் வைகுந்தன்.

சற்று தூரத்திலேயே நிறுத்திவிட்டு "என்ன... யார் நீங்கள்?" என்று கேட்டான் வசந்தன்.

"அய்யா... நாங்கள் சித்தூர் செல்ல வேண்டும். காட்டில் திசை மாறி இந்த இடத்துக்கு வந்துவிட்டோம். சில வழிப்பறிக் கொள்ளையர்கள் என்னையும் என் மனைவியையும் தாக்கிவிட்டு நகைகளைப் பிடுங்கிக்கொண்டு போய்விட்டார்கள். அவள் மயங்கிக் கிடக்கிறாள். பக்கத்திலே எங்காவது ஆள் நடமாட்டம் உள்ள இடத்திலே அவளைச் சேர்த்துவிட்டால் போதும்." காட்டின் நடுவே வருவதற்கு அவர்களுக்கு என்ன வேலை என்ற ஐயம் ஏற்பட்டாலும் அவர்களை அப்படியே விட்டுவிட்டுக் கிளம்பிச் செல்வதற்கு வசந்தன் மனம் இடம் தரவில்லை. வைகுந்தனுக்கு அருகிலே ஆடை கலைந்து காயம் பட்டதுபோல் படுத்திருந்தவள் ராஜலட்சுமி.

தமிழ்மகன்

வசந்தன் வைத்த கண் வாங்காமல் பார்த்தான். "நீங்கள் எதற்காக இந்தக் காட்டுப் பகுதிக்குள் வந்தீர்கள்?" என்றான் வைகுந்தனைப் பார்த்து.

"கேள்வி கேட்க இதுவா நேரம்? ஆபத்திலிருப்பவர்களைக் காப்பாற்றாமல் அபவாதம் செய்கிறாயே?"

"ஆபத்தான இடத்துக்கு ஏன் வந்தீர்கள் என்றுதான் கேட்கிறேன்."

"மூலவாசலிலிருந்து சித்தூர் செல்ல இதுவே சிறந்தவழி என்று ஒருவன் சொன்னான். அவன் பேச்சைக் கேட்டு இங்கு வந்து சிக்கிகொண்டோம்" என்றவன் அந்தப் பெண்ணை உட்காரவைக்க முயற்சி செய்தான். "லட்சுமி எழுந்திரு. இதோ ஓர் ஆபத்பாந்தவன் வந்திருக்கிறார். நீ அவருடன் சென்று சித்தூரில் இரு. நான் பொடி நடையாக வந்துவிடுகிறேன்" என்றான் வைகுந்தன்.

"அய்யா பொறுங்கள். நான் சித்தூர் செல்லவில்லை. விரிஞ்சிபுரம் செல்கிறேன். அதுவுமில்லாமல் உங்கள் மனைவியை அழைத்துச் செல்கிறேன் என நான் வாக்குறுதி எதையும் தரவில்லையே?" என்றான் வசந்தன்.

இப்போது அவள் எழுந்து அமர்ந்து, வலியினால் உதட்டைக் கடித்து அவனை ஏறிட்டாள். அவள் வலி... அவனை என்னவோ செய்தது. எதிர்வினையாக வசந்தனுள் ஒரு கிளுகிளுப்பு ஏற்பட்டது என்றுதான் சொல்ல வேண்டும்.

"அப்படிச் சொல்லாதேப்பா. நீ சொல்கிறபடி விரிஞ்சிபுரத்தில் விட்டுவிட்டாலும் போதும். நான் நாளைகூட அவளை வந்து பார்த்துக்கொள்கிறேன்" என்றான் வைகுந்தன்.

ராஜலட்சுமி, மெல்ல எழுந்துவந்து வசந்தன் அருகில் வந்து நின்றாள். மறுக்க முடியாத மனநிலை. உடன் வருவதற்குத் தயாராக இருப்பதாக இருந்தது அவளுடைய நடவடிக்கை. வசந்தன் அப்போதுதான் அவளை முழுதாகப் பார்த்தான். ஆளுயர பொன் சிலையொன்று ஆடைகட்டி நிற்பது போல இருந்தது. பொன் சிலையை விட்டுவிட்டு பொன் நகைகளைக் கொள்ளையடித்துச் சென்றவர்களின் அறியாமையை நினைத்துப் பார்த்தான். அந்தப் பேரழகியின் பக்கத்தில் நிற்பதே பெருமையாக இருந்தது.

"சீக்கிரம் கிளம்புங்கள். கொள்ளையர் வந்துவிடப் போகிறார்கள்" என வேகப்படுத்தினான் வைகுந்தன். திகைப்பூண்டு மிதித்தவன் போல அவளையேற்றி முன்னால் உட்காரவைத்துவிட்டு குதிரையில்

393

படைவீடு

ஏறி அமர்ந்தான். புரவி குதூகலத்துடன் புறப்பட்டது போல இருந்தது. வைகுந்தன் எழுந்தான். தான் ஊன்றியிருந்த தடியை ஒரு சுழற்று சுழற்றி தோளில் வைத்து இரண்டு கைகளையும் எடுத்து அதன் மேல் போட்டுக்கொண்டான். அவனுக்காகக் காத்திருந்த வீரனொருவன் அவனை நோக்கி குதிரையில் வந்தான். அவன், வைகுந்தனை ஏற்றிக்கொண்டு சித்தூர் மாளிகை நோக்கி விரைந்தான்.

11. படைகுடிகளின் பாதை!

அரபு தேசத்திலிருந்து வந்து குடியேறிய சிலர் குதிரை வர்த்தகத்தில் ஈடுபட்டு வந்தனர். இன்னும் சிலர் படகு கட்டும் துறையில் ஈடுபட்டனர். சுல்தானிய அரசர்கள் செய்யும் அட்டூழியங்களுக்கு இங்கு வசிக்கும் சிலர் பாதிக்கப்படுவதாகவும் மக்கள் ஆவேசம் கொண்டு தாக்க முற்படுவதாகவும் அரபு முகமதியர் சிலர் மனுகொடுக்கக் காத்திருப்பதாக அமைச்சர் தெரிவித்தார். ஏற்கெனவே சமணர்கள் இப்படியொரு மனுகொடுக்க வந்து அவர்கள் குடியிருக்கும் பகுதியில் மற்ற சமயத்தினர் தொல்லை கொடுக்கக் கூடாது என அறிவித்திருந்தார் அரசர். அந்த நம்பிக்கையின் பொருட்டே இப்போது முறையீடு செய்ய வந்திருந்தார்கள். அவர்களின் இடர்பாட்டை விசாரிக்க முன் வந்தார் அரசர்.

முகமதியர் மூன்று பேர் வந்திருந்தனர். அவர்கள் அமைச்சர் திருநம்பிக்கு அறிமுகமானவர்களும்கூட. சுல்தானிய அரசர்கள் படையெடுத்து வந்தால் எதிர்கொள்வதற்காகத் தரமான அரபி குதிரைகளை வருவித்துக்கொடுத்தவர்கள். அவர்களின் முகங்களிலும் கைகளிலும் காயம் இருப்பது தெரிந்தது.

“மன்னருக்கு வணக்கம்” என்றார் அதிலே மூத்தவராக இருந்தவர்.

படைவீடு

"என்ன சொல்வதற்காக வந்தீர்கள் என்பதைச் சொல்லலாம்" என்றார் அரசர்.

"அரசே... மாலிக் காபூர், அவரைத் தொடர்ந்து வந்த துக்ளக் அரசரின் வீரர்கள் இங்கே வந்து கொள்ளையடிப்பதை நோக்கமாகக் கொண்டு அரசாட்சி செய்கிறார்கள். அல்லாவின் மீது ஆணை. அந்தக் கொடுஞ்செயல்களை நாங்கள் கண்டிக்காத நாளில்லை. ஓர் அரசன் எடுக்கும் நடவடிக்கைக்கு அந்த சமயத்தைச் சேர்ந்த நாங்கள் எப்படி பொறுப்பாக முடியும். மதுரையில் நடக்கும் கொடுமைகளுக்காக எங்களைச் சிலர் தாக்குகிறார்கள். நீங்கள்தான் எங்களுக்குத் தக்க பாதுகாப்பு கொடுக்க வேண்டும். அதற்காக இங்கே வந்தோம் அரசே!"

"என் தேசத்தில் பல்வேறு சமயங்களைச் சேர்ந்தவர்கள் வசிக்கிறார்கள். சைவம், வைணவம், சமணம், பௌத்தம் எல்லாமே கால காலமாக இங்கே அவரவர் நம்பிக்கையை காக்கும் பொறுப்பிலேயே எங்கள் அரசு செயல்படுகிறது. ஐந்நூறு ஆண்டுகளுக்கு முன்பிருந்தே இங்கே வணிகம் செய்ய முகமதியர்கள் பலர் வந்திருக்கிறார்கள். சேரமான் பெருமாள் என்ற மன்னர் இசுலாம் மதத்தைத் தழுவி உங்கள் புனிதபூமியான மெக்காவுக்கும் சென்று வந்ததாகச் சொல்லியிருக்கிறார்கள். அதனால் சமய நெறிகளைப் பொறுத்தவரை யாரிடமும் காழ்ப்புணர்வு கூடாது என்பதே எங்கள் கொள்கை. உங்களுக்குத் தகுந்த பாதுகாப்பு அளிக்கப்படும். அரசனின் கட்டளையாகவும் நாட்டு மக்களுக்கு அறிவிக்கப்படும்."

"மிக்க நன்றி அரசே! உங்கள் அன்புக்கு நன்றி!"

"சென்று வாருங்கள்."

அவர்கள் சென்றவுடன் அமைச்சரிடம் தக்க நடவடிக்கை எடுக்குமாறு சொன்ன அரசர், "சமயத்தால் மொழியால் அரசர்கள் இன்னொரு அரசருடன் வேறுபட்டு நிற்கலாம். அதனால் அந்த சமயத்தைச் சேர்ந்தவரோ, அந்த மொழியைச் சேர்ந்தவரோ நமக்கு எதிரிகளாவதில்லை. நாளை விஜயநகரத்தை எதிர்க்க வேண்டிய நிலை நமக்கு வரலாம். அதனால் அந்த மக்களை விரோதிக்க வேண்டியதில்லை. இதை நம் மக்கள் புரிந்துகொள்ள வேண்டும். அரச நடவடிக்கைகளுக்கு அதிகாரத்திலிருக்கிற வெகு சிலர் மட்டுமே காரணமாக இருக்கிறார்கள். அதனால் அவர்கள் சமயமோ, மொழியோ எதிரிகள் இல்லை" என்றார்.

பதிலளிப்பதற்காக எழுந்து நின்ற அமைச்சர் திருநம்பி சிறிது நேரம் எப்படித் தொடங்குவதென்ற யோசனையில் சில நொடிகள் தாமதித்தார். ‘‘மக்களுக்கு இதை உணர்த்துவது கடினமான பணியாகத்தான் இருக்கும் மன்னா. அரச மோதல்கள் முடிவுக்கு வந்த பின்பும் சமய மோதல்கள் தொடர்ந்துகொண்டுதான் இருக்கின்றன. சைவ, வைணவ மோதல்கள் நடக்கின்றன. சைவ சமண மோதல்கள் நடக்கின்றன. அரசர்கள் தொடங்கி வைக்கிறார்கள்... மக்கள் முடிப்பதே இல்லை.’’

ஆலோசனை மண்டபத்தில் மன்னர் வென்று மண்கொண்டார் ஏதோ சொல்ல வாயெடுத்த நேரத்தில் இளவரசர் மல்லிநாத ராசநாராயணர் படைவீடு வருவதற்கு முன்னே அவர் செய்த சாதனை மன்னரின் காதுகளுக்கு வந்துவிட்டது. “எதிர்பார்த்ததைவிட சுலபமாக முடிந்துவிட்டது காரியம். அவர்கள் சிவகங்கையில் அமைத்திருந்த முகாமையே காலி செய்துவிட்டு ஓடிவிட்டார்களாம். இளவரசர் தனியொருவராக சென்று இந்த சாதனையை நிகழ்த்தியிருக்கிறார்’’ என்றான் ஒற்றன்.

அமைச்சர் எழுந்து, ‘‘மன்னா இதோ சில நொடிகளில் வந்துவிடுகிறேன்’’ என அவையைவிட்டு வெளியே சென்றார்.

‘‘துருக்கி சுல்தான்கள் ஆடம்பரப் பிரியர்கள். கலையும் உல்லாசமும் அவர்களுக்குப் பிரதானம். நாட்டை வழிநடத்துவதும் அந்த அடிப்படையில்தான். தில்லியிலும் முகமது பின் துக்ளக்குக்கு இப்போது சிக்கலான காலகட்டம். ஒருவரை முதுகில் குத்தி இன்னொருவர் ஆட்சிக்கு வருகிற அவலம் நடக்கிறது. இந்த நேரத்தில் நம் தமிழ் தேசத்தில் ஆட்சியை விரிவுபடுத்துவதில் அவருக்கு ஈடுபாடு இல்லை. இங்கு வந்து ஆளுநராக இருந்தவர்களும் தமிழ் மக்களிடையே அவப்பெயரை சம்பாதித்து வைத்திருக்கிறார்கள். இந்தக் காலகட்டத்தில் ஆளும் சுல்தான் ஆட்சியை விரட்ட விரும்புகிறார் ஹரிகரர். தெற்கே தன் பலம் குன்றிவிட்டதால் சிவகங்கைச் சீமையிலிருந்து பின் வாங்கியிருக்கிறான் சுல்தான்.’’

‘‘நல்லதாகப் போய்விட்டது. சுல்தானியர்களை விரட்ட வேண்டிய அவசியமில்லாமல் போனது’’ என்றார் மன்னர்.

மன்னரின் யோசனையைக் கேட்டுக் கொண்டவர், “சாளுக்கிய தேசத்தில் இப்போது விஜயநகர அரசு உருவாகியிருக்கிறது. அவர்களுக்கும் மதுரையைப் பிடிக்க வேண்டிய ஆசை இருக்கிறது.

சுல்தான்களின் ஆட்சியை ஒழிக்க வேண்டும் என்பதுதான் அவர்களின் ஒரே நோக்கம். சிருங்கேரி மடத்தின் சங்கராச்சாரியார் அறிவுரையில் ஆலோசனையில் உருவாக்கப்பட்ட அரசு அது. வித்யாரண்யரின் முழு ஆலோசனையில் சுற்றியிருந்த பல அரசுகளையும் தங்கள் ஆளுகையில் கொண்டு வந்திருக்கிறார்கள்."

"அவர்கள் மதுரையைக் குறி வைத்தால் ... அப்போதும் இரண்டு அரசுகள் ஒரு தேசத்தைப் பிடிக்கப் போட்டியிடக்கூடாது என்பீர்களா?"

"அதிலென்ன சந்தேகம்? அவர்களின் நோக்கம் சரியாக இருந்தால் சுல்தானியர்களின் ஆட்டத்தைக் கட்டுப்படுத்த அவர்கள் தயவையும் நம் எதிர்கொள்வோம்."

"அவர்கள் அவ்வளவு வலிமையானவர்கள் என்று நினைக்கிறீர்களா அப்பா?"

"வலிமையானவர்கள் என்பதால் அல்ல... சுல்தானியர்களை விரட்டியடிப்பதில் அவர்களுக்குத் தனிப்பட்ட காரணம் இருக்கிறது. கீழை சாளுக்கிய நாடு சுல்தானியர்கள் கைக்கு வந்தபோது அங்கிருந்து பணயக் கைதியாகப் பிடித்துச் செல்லப்பட்டவர்களில் முக்கியமான சகோதரர்கள் ஹரிகரர், புக்கர் என்பவர்கள்..."

"சரி அப்பா!"

"அந்த இருவரும் தில்லிக்கு அழைத்துச் செல்லப்பட்டு மதமாற்றம் செய்யப்பட்டார்கள். அவர்களுக்கு இசுலாமியப் பெயர்கள் சூட்டப்பட்டன."

"அப்படியா?"

"சுல்தானியர்கள் ஆட்சியைப் பற்றி உனக்கு ஏற்கெனவே சொல்லியிருக்கிறேன். அவர்களுக்குப் பிடித்தவை மூன்று. அதிகாரம், ஆடம்பரம், அலங்காரம்... சகோதரர்கள் இருவரும் இளைஞர்கள்... சுல்தானியர்களுக்குப் பிடித்த இந்த மூன்று அம்சங்கள் இந்த இளைஞர்களுக்கும் பிடித்துப் போனதில் ஆச்சர்யமில்லை. மகிழ்ச்சியாக இசுலாம் மதத்துக்கு மாறி, சுல்தானியர்களின் விசுவாசி ஆகிப்போனார்கள். அதேபோல சுல்தானியர்களின் நம்பிக்கைக்கும் பாத்திரமானார்கள்."

"அப்புறம்?"

"துக்ளக் அவர்கள் இருவரையும் அவர்கள் பிடித்துச் செல்லப்பட்ட

தமிழ்மகன்

சாளுக்கிய தேசத்துக்கே அனுப்பிவைத்தான். ஆளுநராக இருந்து அந்த தேசத்தை ஆண்டார்கள். அப்போதுதான் சிருங்கேரி மட சங்கராச்சாரியாரான வித்யாரண்யர் அவர்களைச் சந்தித்தார். முகமதியர் ஆட்சியில் நம் மக்கள் படும் அவதிகளை எடுத்துச் சொல்லி அவர்களின் மனத்தை மாற்றினார். சுல்தானியர்களை மீண்டும் விரட்டியடிக்க அவர்களையே ஆயுதமாக்கினார். சுல்தானியர்களை விரட்டியடித்துவிட்டு, காகதியர்களை ராஷ்டிரகூடர்களை எல்லாம் ஒடுக்கி அந்த அரசுகளையும் வென்றார். விஜயநகர அரசு வீறுகொண்டு எழுந்தது. துக்ளக் ஆவேசம் கொண்டு இவர்களிடம் போராடிப் பார்த்தார். ஆனால், அவருக்கு தில்லி வட்டாரத்திலேயே இடர்கள் எழவே, விஜயநகரத்தை விட்டுவிட்டார். அவர்களுக்கு மதுரை சுல்தான்களையும் விரட்டியடிக்க வேண்டும் என்ற எண்ணம் இருக்கிறது... அதை அவர்கள் பார்த்துக்கொள்வார்கள்."

"அப்பா?"

"எப்போதுமே எனக்கு மதுரையைப் பிடிக்க வேண்டும் என்ற எண்ணமிருந்ததில்லை. நம் தொண்ட மண்டலத்தைப் பாதுகாப்பாகவும் தொல்லைகள் இல்லாமலும் காக்க வேண்டும் என்பதுதான் ஒரே ஆசை. அடுத்தடுத்து நாடு பிடித்து ஆகப் போவது ஒன்றுமில்லை. எனக்கு அதில் விருப்பமும் இல்லை."

மல்லிநாதர், தன் தந்தையின் கொள்கைகளைக் கோட்பாடுகளை நினைத்துப் பெருமிதம் கொண்டார். ஆனாலும் அவருடைய மனதில் ஒரு கேள்வி தேளின் கொடுக்கு போல குத்திக்கொண்டு நின்றது. "அப்பா... உங்களுடைய பெருந்தன்மை, போரில்லாமல் அமைதியை விரும்பும் மனம், தேச மக்களின் பாதுகாப்பு மீது உங்களுக்கு இருக்கும் அக்கறை எல்லாமே பொதுவாக மாமன்னர்களிடம் கேள்விப்படாத குணங்கள். அதனாலேயே எனக்கு ஒரு கேள்வி எழுகிறது. முகமதியர் நம் தேசத்தை சுற்றி வளைத்தபோது சம்புவராயர்கள் ஏன் சும்மா இருந்தார்கள் என்ற வரலாற்றுக் கேள்விக்கு விடை கிடைக்காமல் போய்விடுமே?"

"அஞ்சினான் புகலிடம் அமைத்தோம். அபலைகளாக வந்த பெண்களைக் காத்தோம் என்பதுதான் அதற்கு விடை. வந்த சண்டையை விடுவதில்லை... வம்பு சண்டைக்குப் போவதில்லை என்பதுதான் ஓர் உண்மையான வீரனுக்கு அழகு. நம்மை சீண்டிப் பார்க்காத யாரையும் நாம் சினம் கொண்டு தாக்கியதில்லை. ஒன்று

படைவீடு

சுல்தானியர் நம்மைத் தாக்கினால் போர் தொடுக்கலாம். யாரேனும் நம்மைத் துணைக்கு அழைத்தால் போருக்குச் செல்லலாம். இந்த இரண்டுமில்லாதபட்சத்தில் வம்பாக நாம் போரை விலைக்கு வாங்கக் கூடாது. அது ஒரு மன்னன் மக்களுக்குச் செய்யும் துரோகம் என நினைக்கிறேன்."

இந்த நேரத்தில்தான் அமைச்சர் திருநம்பி திரும்பி வந்தார். "ஏதும் குறுக்கீடு செய்துவிட்டேன் என்றால் சொல்லுங்கள். பாதியில் வந்து பங்கேற்பதற்கு மன்னிக்க வேண்டும்" என்றார்.

"குறுக்கீடு எதுவும் இல்லை அமைச்சரே.. சரியான நேரத்தில்தான் வந்தீர்கள். மதுரைமீது போர் தொடுப்பது குறித்து இளவரசர் கேட்டுக்கொண்டிருந்தார். நீங்களே விளக்கிச் சொல்லுங்கள்" என்றார் மன்னர். அமைச்சர் மன்னருக்கு அருகில் அமர்ந்தார்.

"இளவரசே... மன்னர் சொல்வது போர்க்குல மரபின் சாரம். நம் முன்னோர்கள் வேளிர் குடிகளாகப் பல்வேறு அரசுகளை அமைத்து ஆண்டவர்கள். சேர சோழ பாண்டிய மன்னர்களின் அங்கமாக இருந்தவர்கள்... வில்லாளிகள். பல்லவப் பேரரசு வீழ்ந்த நேரத்தில் எடுத்த முடிவு இது. மகத்தான பல்லவர்கள் வழிவந்த வீரமரபினர் நாம். நம்முடைய மூதாதையர் பலரும் தங்கள் பெயருடன் பல்லவர்* என்ற பட்டத்தைப் பயன்படுத்தியதை நீ அறிந்திருப்பாய். பல்லவ பேரரசு சோழப் பேரரசுக்கு இணையானது. கலை இலக்கியத்தில் சிறந்து விளங்கிய பேரரசு. காஞ்சியும் மாமல்லையும் அவர்களின் கலையுணர்வின் சாட்சிகள். ஆனால் இளவரசே அவர்களின் ஆட்சியின் வீழ்ச்சி பெருந்துயரம் நிறைந்தது. நந்திவர்மர் காலத்துக்குப் பிறகு சோழர்கள் ஆட்சி தலை தூக்க ஆரம்பித்தது. பல்லவர்கள் வீண்பழிக்கும் இடர்களுக்கும் ஆளானார்கள். பேரரசு ஆகும் ஆசையைத் துறந்தனர். தன் கடைசி இளவரசரை துறவியாகவே சீன தேசத்துக்கு அனுப்பிவைத்தனர். போதிதர்மர் அவர் பெயர். வீரர்கள் வீரர்களாக மட்டுமே இருப்பது என்பதே அப்போது எடுக்கப்பட்ட தீர்மானம். பல்லவ வாரிசுகள், வீரர்கள் அனைவரும் சோழ பேரரசின் கீழ் அங்கம் வகிக்க ஆரம்பித்தனர்."

"அமைச்சரே... பிறகு ஏன் தனி அரசு அமைத்தோம்?"

"தமிழ் மண்ணில் இருந்த மூன்று அரசுகளில் சோழ அரசு மட்டுமே தொடர்ந்து முந்நூறு ஆண்டுகளுக்கும் மேலாக நீடித்தது. கடைசி வரை நாமும் உடனிருந்து அந்த பேரரசின் பலமான நட்பு நாடுகளாக இருந்தோம். பேரரசுகளின் ஆட்சி முடிவுக்கு வந்த பின்

மீண்டும் வேளிர் குடிகள் போல காடவராயரும் மழவரும் வாணகோவராயரும் மலையமானும் சேதிராயரும் அதியரும் அந்தந்தப் பகுதிகளில் ஆளத் தொடங்கினர். நாமும் படைவீட்டை தலைமையிடமாக ஆளத்தொடங்கினோம். பேரரசுகள் மறையும்போது வேளிர்குடிகள் ஆட்சியமைப்பதும் பேரரசுகள் தோன்றும்போது அதே வேளிர்குடிகள் அவற்றுடன் இணைந்து பணியாற்றுவதும் வாடிக்கையாகிவிட்டது. இது மீண்டும் வேளிர்குடிகளுக்கான காலம். நாமும் ஆட்சியமைத்தோம். சிற்றரசுகள் பலவும் நம்மோடு இணைந்து செயல்படுவதாலேயே நாம் பேரரசாக ஆனோம். மற்றபடி யார்மீதும் போரிட்டு வென்றதால் பேரரசாக நாம் அறிவித்துக்கொள்ளவில்லை. வேளிர்குடியின் குணம் இதுதான்.”

“குடிமக்களின் பாதுகாப்பு ஒன்றுதான் நம் நிரந்தர லட்சியம். அப்படித்தானே அமைச்சரே?”

“சரியாகச் சொன்னீர்கள் இளவரசே!”

“அப்படியானால் மலையில் கோட்டை கட்டுவது ஏன் அப்பா?”

“மக்களைக் காக்கத்தான். தொடக்க நாட்களில் அரசனின் உறைவிடமே மலைகள்தான். வில்லாளிகளின் உற்பத்திக் கேந்திரமும் மலைகள்தான்.”

“இவ்வளவு காலமுமில்லாமல் இப்போது மலையில் கோட்டை கட்டுவதற்கு என்ன அவசியம் தந்தையே?”

“இருக்கிறது மகனே... ஆபத்து மேகம் எங்கோ புறப்பட்டு நம்மை நோக்கி வருவதாக என் உள் மனது சொல்கிறது.”

“சுல்தானியர்கள்தானே அப்பா?”

வென்று மண்கொண்டார் கிளி மண்டபத்தை நோக்கிப் பார்த்துக்கொண்டே இருந்தார். மகன் கேட்டது அவர் காதுகளில் விழுந்ததா எனத் தெரியவில்லை. அமைச்சரும் இளவரசரும் அரசர் எங்கே பார்த்துக்கொண்டிருக்கிறார் என அவர் பார்த்துக்கொண்டிருந்த திசையை நோக்கினர். கிளி மண்டபத்தில் கல்லால் ஆன கொடியொன்று உத்தரத்தில் இருந்து காற்றில் ஆடியபடி தொங்கிக்கொண்டிருந்தது. அந்தக் கொடியில் கல்லால் ஆன கிளி அமர்ந்து தன் அலகுகளால் பழத்தை ருசித்துக்கொண்டிருப்பதுபோல வடிக்கப்பட்டிருந்தது. மண்டபத்தைச் சுற்றியிருந்த நான்கு தூண்களின் ஓரங்களிலும்

படைவீடு

அப்படி அசலாகச் செதுக்கியிருந்தார்கள் சிற்பிகள். ஆனால், அரசர் அதை இன்றுதான் முதன்முதலாகப் பார்ப்பதுபோல பார்த்துக்கொண்டிருந்தார். பார்க்கிறார் என்று சொல்ல இயலவில்லை.... சிந்தனையில் ஆழ்ந்திருந்தார். ஒரு நீண்ட பெருமூச்சுவிட்டு, தலையைச் சிலுப்பி திரும்பினார். விஜயநகரம் சென்றுவந்த ஒற்றன் வசந்தன் சொன்ன தகவல்கள் அவர் மனதில் எரிந்துகொண்டிருந்தது.

"சுல்தானியர்கள்... அல்லது சுல்தானியரை எதிர்ப்பவர்கள் யாராக வேண்டுமானாலும் இருக்கலாம்."

சுல்தானியர்களை எதிர்ப்பவர்களா... அப்படி யாருமில்லையே என்றுதான் இளவரசர் முதலில் நினைத்தார். பிறகு... கங்கு ஒன்று பறந்துவந்து அடி வயிற்றில் விழுந்தது போல சுருக்கென பதறினார். விஜயநகரம்?

12. வேண்டாம் விஜயநகரம்!

வென்று மண்கொண்டார் தன் மகன் மல்லிநாத ராசநாராயணரை அணுகி விஜயநரக அரசின் வரலாற்றைச் சொல்ல முற்பட்டார். இதுவரை அறிந்திராத புதிய அரசினர் போர் தொடுக்கிறார்கள் என்பதால் அது பற்றி ஏராளமான செய்திகளைத் திரட்டி வைத்திருந்தார்.

“விஜயநகர பேரரசனை மக்கள் கடவுளின் அம்சமாகவே மதிக்கின்றனர். வித்யாரண்யர் வகுத்த வழியில் மன்னரே கடவுள்... சத்ரியரே ரட்சகர்கள். வேதங்கள், தர்ம சாத்திரங்கள், நீதி நூல்கள், அரச தந்திரங்கள் அடிப்படையில் நடைமுறைச் சட்டங்களைச் செயல்படுத்துகின்றனர்.

. அமைச்சரவையோடு அரசரவையும் இருக்கிறது. பிரதானியையும் பேரரசரின் நெருங்கிய உறவினர்களையும் கொண்ட இத்தகைய அரசரவைகள் மிகுந்த பலம் வாய்ந்தவை. இவ்வவையின் கூட்டங்களில் அமைச்சர்கள், துறைத் தலைவர்கள், அமர நாயன்காரர்கள், இளவரசர்கள், தளவாய்கள், வணிகக் குழுவினர் ஆகியோரும் கலந்துகொள்வர். சில நேரங்களில் அயல்நாட்டுத் தூதர்களும் பங்கேற்பர். அமைச்சரவை பேரதிகாரம் பெற்றதாக விளங்கியது. அரசினரின் உறவினர்கள் அறிவு, திறமை, தியாகவுணர்வு, தன்னலமில்லாத தன்மை ஆகிய பண்புகளை உடையவர்களாக இருக்கிறார்கள். மகாபிரதானி, உபபிரதானி, சிரபிரதானி, சர்வசிரபிரதானி, தண்ட நாயகம் போன்ற பதவி பெற்றவர்களே

அமைச்சர்களாகிறார்கள். கர்ணீகம் எனும் பிரிவு அரசின் கணக்குகளைக் கண்காணித்தது. சுவர்ண நாயக்கர் என்பவர் அரசின் பொன் இருப்பின் பொறுப்பாளராக இருக்கிறார். பிற அரண்மனைப் பணிகளை மனை பிரதானி என்பவர் மேற்கொள்கிறார். இவருக்குக் கீழ்ப் பல அலுவலர்கள் உள்ளனர். தளவாய் எனும் அதிகாரி பேரரசர் மற்றும் அரண்மனைப் பாதுகாவல் பொறுப்பு வகிப்பவராவார். அடப்பம் எனும் அலுவலர் மன்னனுக்கு அவ்வப்போது வெற்றிலை, பாக்கு அளிக்கும் பணியோடு, அவருக்கு நம்பிக்கைக்குரிய ஆலோசகராகவும் விளங்குகிறார். அரசனின் ஆணையை நேரடியாக ஏற்று உடனடியாகச் செயல்படுத்தும் அதிகாரிகள் அஜனதாரகர், ஜனபரிபாலகர் என்றும் அழைக்கப் பெற்றனர். இவர்கள் அனைவரும் ஒருங்கிணைந்து அரசு செயலகத்தை நிர்வகிக்கின்றனர்."

ராசநாராயணருக்குக் கொஞ்சமும் பொறுக்கவில்லை. "தந்தையே இதையெல்லாம் எதற்குச் சொல்கிறீர்கள். நம்மிடமும்தான் இப்படி எடுத்துச் சொல்வதற்கு ஏராளமான பெருமைகள் இருக்கின்றன. நாமாக யார் மீதும் போர் தொடுப்பதில்லை... அஞ்சி வந்தவர்களுக்கு அஞ்சினான் புகலிடம் அமைத்தோம், நில வரிகளைக் குறைத்தோம், இடங்கை வலங்கையர் பிரச்னையைத் தீர்த்து வைத்தோம், மொழி வளர்க்க தமிழ் மன்றம் வைத்தோம், சுங்க வரிகளை நீக்கினோம், ஆலயங்களில் திருப்பணி செய்கிறோம், ஆயுதங்களில் புதுமை செய்தோம், எல்லைக் காவல் படையை பலபடுத்தினோம். கடந்த முப்பது ஆண்டுகளாக சுல்தானியர் நம்மீது போர்த் தொடுக்க அஞ்சி ஒதுங்கியிருக்கிறார்கள், நீர்த் தேக்கம் அமைத்து வேளாண்மை பெருக்கியிருக்கிறோம்...."

"போதும் மகனே... நம்மைக் குறைத்து மதிப்பிட்டுவிட்டதாக நீ ஏன் நினைக்கிறாய்?"

''நாம் ஏற்கெனவே செய்து கொண்டிருக்கும் அரசியல் அமைப்பைத்தான் அவர்கள் வேறு வேறு பெயர்கள் வைத்துச் செய்கிறார்கள்."

"ஒத்துக்கொள்கிறேன். ஆனால் நமக்குப் போட்டியாக இருக்கும் அரசு எப்படி செயல்படுகிறது என்பதைத் தெரிந்துகொள்ள வேண்டும்... எங்கே இளையவன்? பொன்னனையும் கூப்பிடு" என்றார்.

மல்லிநாதர் சென்று அவனுடைய தம்பி பொன்னன்

தமிழ்மகன்

தம்பிராயனையும் அம்மாவையும் அழைத்துக்கொண்டு தந்தையிடம் வந்து சேர்ந்தார். "நீங்கள் சொல்வதை அம்மாவும் தெரிந்துகொள்ளட்டும் அப்பா" என்றான்.

"அப்படி என்னதான் பேசிக்கொண்டிருக்கிறீர்கள் இருவரும்..." என்றபடி அருகிலே அமர்ந்தாள் பட்டத்தரசி பூங்குழலி.

"ஒன்றுமில்லை பூங்குழலி... விஜயநகர அரசுக்கு நம்முடைய அரசின் மீது ஒரு கண் இருக்கிறது. மகனை எச்சரிக்கை செய்துகொண்டிருந்தேன்" என்றார்.

பூங்குழலி சற்றே மிரட்சியடைந்தாலும் அதை வெளிப்படுத்தாமல், "போர்த் தொடுக்க இருக்கிறார்களா?" என்றார்.

"இப்போது இல்லையென்றாலும் விரைவில் எதிர்கொண்டுதானே ஆகவேண்டும்? நான் அவர்களின் ஆட்சி முறை பற்றித்தான் சொல்லிக்கொண்டிருந்தேன்."

பொன்னன், "தந்தையே நீங்கள் தொடர்ந்து சொல்லுங்கள்" என்றான் தந்தையின் மடியில் சாய்ந்தபடி.

"நிலவரி 'அத்வனம்' எனப்படுகிறது. இதற்கெனத் தனி அமைச்சரும், அவருக்கு உதவியாக அலுவலர்களும் உள்ளனர். ஊர்களில் வரித்தண்டல் செய்யும் அலுவலர் தானிகர் ஆவார். முறையான பதிவேடுகள் மூலம் பதிவுசெய்து வரிவசூல் முறையைக் கையாள்கிறார்கள். நன்செய், புன்செய், தரம், நீர்பாய்ச்சல், பயிர் விளைச்சல், விளைபொருள்கள் முதலியவற்றிற்கேற்ப வரித்தண்டல் செய்கின்றனர். புன்செய் நிலத்தில் விளையும் தானியங்கள், கிழங்கு வகைகள் ஆகியவற்றைத் தனித்தனியே மதிப்பிடுகின்றனர். மானாவாரிப் பயிருக்குத் தனியாகவும், ஆற்றுநீர் அல்லது ஓடை நீர்ப் பாசன நிலங்களுக்குத் தனியாகவும் வரி விதிக்கின்றனர்."

"வரி அதிகமாகத்தான் வசூலிப்பார்கள் எனத் தோன்றுகிறது." பொன்னன் சொன்னதைக் கேட்டு அனைவரும் சிரித்தனர்.

"வீடுகளுக்குச் செலுத்தப்படும் வரி மனை வரி அல்லது வாசல் பணம் எனப்படுகிறது. தலையாரிக் காணம், நாட்டுக் கணக்கு வரி, இராயச வர்த்தனை, அவசர வர்த்தனை, அதிகார வர்த்தனை ஆகியவை நிருவாகச் செலவுகளுக்காக வாங்கப் பெறும் வரிகளாகும். அரசு கட்டளையைக் கொண்டு வருபவனுக்குச் செலுத்தும் கட்டணம் நிருபச் சம்பளம் எனவும் வயல்களுக்கு நீர்பாய்ச்சும் போது கண்காணிக்கும் அதிகாரிக்குச் செலுத்தும் கட்டணம்

நீர்ப்பாட்டம் எனவும் ஊர்க்காவலுக்குச் செலுத்தும் கட்டணம் பாடிகாவல் என்றும் அழைக்கப் பெற்றன. காணிக்கை, மகிமை, கட்டளை, பிரசாதக் காணிக்கை, பிடாரி வரி, விபூதி காணிக்கை, ஆடிப்பச்சை, கார்த்திகை காணிக்கை என்பன கோயில்களுக்கும் சத்திரங்களுக்கும் செலுத்தப்பெற்ற கட்டணங்களாகும்."

"என்னப்பா அவ்வளவுதானா இன்னும் இருக்கிறதா?"

"காசுகள் பற்றிச் சொல்கிறேன். தங்கம், வெள்ளி, செம்பு ஆகிய உலோகங்களாலான காசுகளே புழக்கத்தில் உள்ளன. வராகன், கத்யாணம், பகோடா எனப்படும் பொற்காசுகளும் தார் எனப்படும் வெள்ளிக் காசும், ஜிதால் காசு எனப்படும் செப்புக்காசுகளும் புழக்கத்தில் இருக்கின்றன. ராமன், அனுமன், கருடன், இலக்குமி நாராயணன், வேங்கடேசர், விருபாட்சர், சங்கு, சக்கரம், பன்றி, யானை, எருது ஆகிய உருவங்கள் மன்னர்களின் பெயர்கள் பொறித்த காசுகள் வெளியிட்டிருக்கிறார்கள்.

நெசவு, உலோகத் தொழில்கள், சர்க்கரை காய்ச்சுதல், கள் இறக்குதல், பனைவெல்லம் தயாரித்தல், அவுரியிலிருந்து சாயம் இறக்குதல், பருத்தி நூல் நூற்றல், பட்டு நெசவு, எண்ணெய் எடுத்தல், தென்னை நாரிலிருந்து கயிறு திரித்தல், சுரங்கத் தொழில், படைக்கருவிகள் செய்தல், மரத்தொழில், உப்புகாய்ச்சுதல் எனப் பலதரப்பட்ட தொழில்களும் விவசாயமும் நடக்கின்றன. இத்தொழில்களைக் கண்காணிக்கவும் வரித்தண்டல் செய்யவும் அதிகாரிகள் இருக்கிறார்கள்."

"இதிலும் நம் தேசத்தை விஞ்சிய தொழில்கள் நடப்பதாக நான் நினைக்கவில்லை."

"இருக்கட்டும். அவர்களுக்கும் நமக்குமான வித்தியாசம் ஒன்று உண்டு. வழக்குகளைத் தர்ம சாத்திரங்கள் அடிப்படையிலேயே விசாரித்து நீதி வழங்குகின்றனர். தனநாயகர், தண்ட நாயகர் என அழைக்கப்பட்ட அலுவலர்கள் நீதிபதிகளாக விளங்குகின்றர். தர்மாசனம் எனும் ஊர் வழக்கு மன்றம், ஆயக்காரர் வழக்கு மன்றம் எனும் பன்னிருவர் விசாரிக்கும் வழக்கு மன்றம், சாதிக் குழுக்களுக்கான வழக்கு மன்றம் எனப் பலதரப்பட்ட நீதிமன்றங்கள் செயல்படுகின்றன. நாட்டுக்கோ, ஊருக்கோ, அரசனுக்கோ தீங்கு செய்பவர்களைக் கடுமையாகத் தண்டிக்கிறார்கள். திருட்டு வழக்குகளில் ஈடுபட்டோருக்கு, கைகால்களைக் குறைக்கும்

தமிழ்மகன்

தண்டனை முறை வழக்கத்தில் இருக்கிறது. நீதித்துறையைப் பொறுத்தவரை உடல் உறுப்புகளைச் சிதைத்தல், யானைக் காலால் இடறுதல் போன்ற கொடுமையான தண்டனைகள் குற்றவாளிகளுக்கு வழங்கப்படுகின்றன. கோயில் சொத்துக்களைக் கொள்ளையடிப் போருக்கு மரண தண்டனை வழங்கப்படுகிறது."

"எனக்கென்னவோ அவர்கள் சுல்தானியர்களின் ஆடம்பரத்தையும் நம்முடைய கடவுள்களையும் கலந்துகட்டி ஓர் அரசாட்சியை ஏற்படுத்துவது போலவே தெரிகிறது. எல்லாவிதத்திலும் அது மூடத்தனங்களின் கூடாரமாகத்தான் இருக்கும் போல் இருக்கிறது தந்தையே."

"வியாபாரத்தில் கடல் வணிகத்திலும் அவர்களைக் குறைத்துச் சொல்ல முடியவில்லை. பேரரசின் தலைநகரமான விஜயநகரம் எனும் ஆனைமலை*, பல நாட்டவர் கூடும் பெரும் வணிக மையம். இந்நகர வணிக வளாகங்களில் தங்கம், வெள்ளி முத்து, மாணிக்கம், வைடூரியம், ரத்தினம், பவளம் போன்ற நவரத்தினங்கள் விற்கப்படுகின்றன. விஜயநகரப் பேரரசில் வர்ணாசிரம சாதிய முறை கடுமையாகப் பின்பற்றப்படுகின்றன. அரச கட்டளைகளை நிறைவேற்ற, கிராமப்புறங்களில் ஒவ்வொரு சாதிக் குழுவினரும் தங்கள் தலைவரைத் தேர்ந்தெடுப்பார்கள். சமயச் சடங்குகளிலும் இலக்கியங்களிலும் அமைச்சரவைகளிலும் அந்தண சமூகம் உயரிய இடம் வகிக்கிறார்கள். விஜயநகரப் பேரரசின் தலைநகராக விளங்கிய இந்நகரம் ஏழு வரிசை கொண்ட கோட்டைகளால் சூழப்பட்டிருக்கிறது. இந்தக் கோட்டை களில் வாயில்களும் கொத்தளங்களும் அமைக்கப்பட்டுள்ளன. நகரைச் சுற்றி ஏழாவதாக அமைந்த உட்கோட்டை மிகவும் பாதுகாக்கப்பானது. போதுமா? இப்போது என்ன நினைக்கிறாய்?" மன்னர் முழு வரலாற்றையும் சொல்லிவிட்டுக் கேட்டார்.

"இப்போதும் என் கருத்தில் மாற்றமில்லை அப்பா... அவர்களின் சாதி ஏற்றத் தாழ்வுகளும் சமய பேதங்களும் நாம் இங்கே எதிர்க்க நினைப்பவை. அந்தவிதத்தில் சுல்தானியரைவிட முதலில் எதிர்க்கப்பட வேண்டியவர்கள் விஜயநகர பேரரசினர்தான். அவர்களைத் தமிழ் தேசத்தில் வரவிடுவதும் வளரவிடுவதும் நாட்டுக்கே கேடு. அவர்கள் எதிர்க்கப்பட வேண்டியவர்கள்." மல்லிநாதர் உறுதியாகவும் இறுதியாகவும் சொன்னார்.

*ஆனைமலை - ஆனெகொண்டி. ஹம்பியின் அந்நாளைய பெயர்.

13. புக்கரின் போர்ப் படை!

நடுநிசி. செம்மை நிறம்கொண்ட புரவியொன்று அத்தி மலை முகடுகளில் பாய்ந்தோடி வந்துகொண்டிருந்தது. அதன் மேல் இருந்த வீரன், குதிரை மீது இருந்து தாவி வெளியே குதிக்க விரும்புகிறவன் போல பாயும் நிலையிலே - அரைவாசி நின்றபடி வந்தான். அவன் சேணத்தின் மீது நின்றிருந்தான். அதே சமயத்தில் குதிரையின் கழுத்து நோக்கி குனிந்திருந்தான். ஓடுவது குதிரையா அதன் மேல் இருக்கும் அவனா என்ற தோற்றப் பிழை ஏற்பட்டது. விரிஞ்சிபுரத்திலிருந்து படைவீடு அரண்மனைக்கு வர வேண்டுமானால் கண்ணமங்கலம், சந்தவாசல் என இரண்டு வழிகள் உண்டு. ஆனால் இவன் வழியைப் பற்றிக் கவலைப்பட்டவனாகத் தெரியவில்லை. காடு, மலை, ஆறு, புதர் எனக் கிழிபட்டு கரடு முரடாகப் பயணித்துக்கொண்டிருந்தான். சுருக்கு வழியில் செல்வது அவன் நோக்கமாக இருக்க வேண்டும். வேகமாகவும் குறுகிய காலத்திலும் அவன் சென்று சேர வேண்டியிருப்பது அவனுடைய பாதையும் வேகமும் உணர்த்தியது. இந்த இருட்டு நேரத்திலும் பனி பொழியும் இரவிலும் அவனுக்குச் சித்திரையின் உச்சி வெயில் என வேர்த்துக்கொண்டிருந்தது. உடையெல்லாம் நனைந்து, உடையோடு குளித்துவிட்டு வந்தவன் போல் இருந்தான். அரண்மனை கண்ணில் பட்டதும் அவனுக்குள் ஏதோ நம்பிக்கை ஊறியிருக்க வேண்டும்.

முகம் ஆசுவாசம் அடைந்தது. ஆனால், வந்த வேகத்தில் குறைவில்லை. நகரக் காவல்படை தலைமையகத்தில் குதிரையோடு வேகமாக பாய்ந்தான்.

இரவுப் பணியில் இருந்த காவல் தலைவன் அவனுடைய அவசரமறிந்து எதிர்கொண்டு வந்தான். அடையாளம் தெரிந்தது. விரிஞ்சிபுரம் காவல் படைத் தலைவன்.

"என்ன அவசரம்" என்று நகரக் காவல் படைத் தலைவன் கேட்பதற்குள்ளாகவே, "மன்னரைச் சந்திக்க வேண்டும்" என்று சொல்லி முடித்தான். மன்னர் வென்று மண்கொண்டாரைச் சந்திக்க விரிஞ்சிபுரத்திலிருந்து எல்லைக் காவல் படை தலைவன் இப்படி பதற்றமாய் வந்திருக்கிறான் என்றால்... காவல் அதிகாரி, "ரகசிய தகவலா?" என்றான்.

"ரகசியம்தான்... ஆனால் இன்னும் சில நாழிகை தாமதித்தால் உலகுக்கே தெரிந்துவிடும். இனி இது ரகசியல் தகவல் ஆகாது. போர் தகவல். விஜயநகர மன்னர் புக்கர் தலைமையில் மாபெரும் படை மூல வாயிலருகே* முகாமிட்டு இருக்கிறது. எந்த நேரத்திலும் குடியேற்றம்* வந்துவிடுவார்கள். இரண்டொரு நாளில் போர் தொடுக்கலாம். அரை நாழிகை நேரம்கூட தாமதிக்கக் கூடாது. அரண்மனை வாயிலில் இருக்கும் எச்சரிக்கை மணியின் கயிற்றை இழுத்தார் தலைமைக் காவலர். மாமன்னர் ஏகாம்பரநாதர் அரண்மனை மாடத்திலிருந்து காவலர்களை நோக்கினார். எல்லைக் காவல் படைத்தலைவன் குதிரையோடு நிற்பதையும் கவனித்தார். சில நொடிகளில் அரசு மாளிகை வந்து சேர்ந்தார். மன்னரைச் சந்தித்து விவரங்களைச் சொல்ல நினைத்த காவலர்களும் எல்லைக் காவல் படைத் தலைவனும் அரச மாளிகைக் கூடத்துக்கு வந்து சேர்ந்தனர்.

"மன்னா... விஜயநகர பேரரசர் புக்கர் நம்மீது..." நகரக் காவல் படைத் தலைவரை அதற்கு மேல் பேசவிடாமல், எல்லைக் காவல் படைத் தலைவரை நோக்கி கேள்வி கேட்டார் மன்னர்.

"படையின் வலிமை எத்தகையது?"

"மன்னருக்கு வணக்கம். யானைப் படை நூறு எண்ணிக்கையால் ஆனது. குதிரைப் படையில் ஐயாயிரம் பேர். காலாட் படையில் பத்தாயிரம் பேர். மூலவாயில் சிவன் கோயிலில் புக்கர் தங்கியிருக்கிறார். அவருடன் அமைச்சர்கள் தளபதிகள் ஆலோசனையில் இருக்கிறார்கள். நாளைக் காலையில் கிளம்பி

படைவீடு

குடியேற்றம் வந்துவிடுவார்கள். இரவில் விரிஞ்சிபுரம் வந்து தாக்குவதுதான் திட்டம். பெரும்பாலும் விரிஞ்சிபுரம் அவர்களுடைய வழியாக இருக்கும். படையினர் சிலர் வெங்கடகிரி கோட்டை மலைப்பாதைகளைச் செப்பனிட்டுச் சென்றிருக்கிறார்கள். இடையில் அதிரடியாக மாற்றுவதற்கு உத்தேசம் இருக்காது. அப்படி மாறுவதாக இருந்தால் சித்தூர் பாதையில் திருவல்லத்தையொட்டி ஆரணி வந்து சந்தவாசலுக்கு வருவார்கள். எல்லைக் காவல் படையினர் அரசரின் உத்தரவுக்காகக் காத்திருக்கிறார்கள்."

விஜயநகரம் சென்று வந்த வசந்தன் சம்புவராய அரசைக் கவிழ்க்க சதிவேலைகள் தொடங்கிவிட்டதாகச் சொன்னான். அந்த சதிகாரர்களின் போக்கிலேயே சென்று இன்னும் சில தகவல்களைச் சேகரிக்க தன்னை அனுமதிக்க வேண்டும் என்று சொல்லிவிட்டுப் போனான். இப்படி விஜயநகரத்து அரசன் போரிட்டு வரும் வரையில் அவன் எந்தத் தகவலும் வந்து தெரிவிக்காமல் இருப்பது மன்னருக்கு ஏனோ ஐயத்தை ஏற்படுத்தியது.

தன் யோசனையை மறைத்துக்கொண்டு எல்லைக் காவல் தலைவனைப் பார்த்தார். பிறகு சுதாரித்துக்கொண்டு, இதை எதிர்பார்த்தவர் போல தலையை சரி என்பது போல அசைத்தார். "இளவரசர் மல்லிநாதரை விரிஞ்சிபுரத்துக்கும் பொன்னன் தம்பிரானை சந்தவாசலுக்கும் நேற்றே அனுப்பிவிட்டேன். ஒவ்வொரு இடத்திலும் இருபது யானைகளைக் கொண்ட படைகள், ஐந்நூறு குதிரைப் படையினர் ஆயிரம் காலாட் படையினர் உள்ளனர்."

"வேந்தே நம்மைவிட அவர்களிடம் ஐந்து மடங்கு அதிக படைபலம் இருக்கிறது. எப்படி சமாளிப்பது?"

"எதிரியை அவர்கள் எல்லையில் சென்று தாக்குவது கடினம். அதற்கு ஐந்து மடங்கு பலம் தேவைதான். முதலை நீருக்குள் இருக்கிற வரைக்கும்தான் அதற்கு பலம். துங்கபத்ரா முதலை இப்போது படை வீட்டுக்கு வந்து இருக்கிறது. கவலைப்படாதீர்கள். விரிஞ்சிபுரத்தில் அவர்களுக்கு சரியான பாடம் கற்பிக்கப்படும். அரசர் மல்லிநாதர் இருக்கும்போது கவலை வேண்டாம். இரும்பாலையூரில் இத்தனை காலம் இளவரசர் செய்த கருவிகளுக்கு எல்லாம் இப்போது வேலை வந்துவிட்டது. அதையும் மீறி சந்தவாசல் வந்தால், இளையவன் இருக்கிறான். சோழகனார் உத்தரவின்பேரில் குடிபடைகளும் வீட்டுக்கு ஒருவர் தயாராகி வருகிறார்கள். 'ஒருவேளை அவர்கள் நாளை இரவு தாக்கினால்

அவர்கள் தோற்று ஓடுவது உறுதி. விஜயநகரத்திலிருந்து முந்நூறு காத தூரம் பயணப்பட்டு வந்தவர்களுக்கு இன்னொரு நாள் தேவைப்படும். அப்படி ஓய்வெடுத்து புறப்படுவதாக இருந்தால் நாமே மூல வாயில் நோக்கி எதிர்கொள்வோம். விஜயநகரத்தை வென்றுவிடும் அளவுக்கு ஆயுதங்கள் தயார். ஆனால் அவர்களைத் திரும்பி ஓட செய்தாலே போதும். இன்னொரு முறை இந்த திசை நோக்கி அவர்களின் குதிரைகள்கூட திரும்பிப் பார்க்கக் கூடாது. நம்முடைய பாதுகாப்பு அரண் பற்றி அவர்கள் மட்டுமல்ல... சுல்தானியரும் உணர வேண்டும். அதையும் மீறி வாலாட்ட நினைத்தால்... வேறு வழியில்லை விஜயநகரத்தையும் மதுரையையும் பிடிப்பது நம் கடமையாக மாறிவிடும்" மாமன்னர் உறுதியான குரலில் தீர்க்கமாக சொன்னார்.

அதற்குள் படைத் தலைவர் சோழகனார் வந்து சேர்ந்தார்.

"எல்லா ஏற்பாடுகளும் தயார். சந்தவாசலில் அம்பு வியூகம் அமைத்திருக்கிறேன். நான்கு புறமும் மலைகளால் சூழப்பட்டுள்ளதால் சந்தவாசல் கணவாய் வழியாக மட்டுமே எவராலும் நம் அரண்மனைக்கு வரமுடியும். நமக்கு மலைகளே வியூகம். விஜயபுரத்து அரசன் இதை உணர்ந்து இருக்கமாட்டான். அம்பு வியூகம் எப்படிப்பட்டது என்பதையும் அவன் அறிந்திருக்க மாட்டான். ஒவ்வொரு வியூகத்துக்கும் ஒவ்வொரு வகையான நில அமைப்பு தேவை. சந்தவாசல் அம்பு வியூகத்துக்கு ஏற்றது. அவர்கள் நம் வீரன் ஒருவன் மீது அம்பு எய்துவதற்குள் நம்முடைய ஓர் ஆயிரம் வீரர்கள் அவர்கள் மீது அம்பு மழை பொழிவார்கள். நம்முடைய வில்லாளி வீரர்களின் அருமை தெரியாமல், ஆழம் தெரியாமல் காலை விடுகிறார்கள். முடிந்தால் இங்கிருந்தே அவர்களைத் துரத்திச் சென்று அவர்கள் ஊரில் சேர்த்துவிட்டு அவர்கள் தேசத்தையும் கைப்பற்றுவதற்கு சபதம் ஏற்கலாம். பத்தாயிரம் பேர் என்றால் பெரும் படை என்று நினைத்துவிட்டார்கள். அது நம்முடைய நூறு பேருக்கு சமம். நான் பார்த்துக்கொள்கிறேன். நீங்கள் ஓய்வு எடுங்கள். காலையில் விரிஞ்சிபுரம் செல்லலாம்" என்றார் சோழகனார்.

மாமன்னர் சிரித்தார். எதிரியை அழகாக எடைபோட்டு விட்டீர்கள். இதை வீரர்கள் முன்னிலையில் சொல்ல வேண்டும். அரசனின் முன் சொல்வது அத்தனை சரியல்ல. குறைத்து மதிப்பிட்டு விட்டீர்கள் என்றுதான் அரசன் சொல்வான். ஊக்கப்படுத்துவது வேறு உண்மையைச் சொல்வது வேறு."

“நான் எதையும் மிகைப்படுத்திச் சொல்லவில்லை மன்னா. அவர்களுடைய போர்முறைகள் சுல்தானியர்களின் வீரத்தைப் போன்றவை. அவர்கள் கருவியை மட்டுமே பலம் என்று நம்புகிறவர்கள். வெறும் கையாலேயே வீழ்த்தத்தெரிந்த அடிமுறை வித்தைகள் அவர்களுக்குத் தெரியாது. யானைகளையும் குதிரைகளையும் பலமாக நினைக்கிறார்கள். வியூகத்தைப் பொருத்தவரை நம்மிடம் இருக்கும் சாதுர்யம் அவர்களுக்குப் போதாது என்பதே என் கருத்து.”

‘‘விட்டுக்கொடுக்க மாட்டீர்களே... நல்லது. இப்போதே புறப்பட்டுச் சென்று விரிஞ்சிபுரம் சந்தவாசல் ஏற்பாடுகள் எப்படி இருக்கின்றன என்று பார்த்துவிட்டு வரலாம். அவர்களை விரட்டி அடிக்கும் வரை எனக்கு உறக்கமில்லை.”

தேரோட்டிக்குத் தகவல் தெரிவிக்கப்பட்டு, அரை நாழிகையில் அரண்மனையே பகல் போல இயங்கத் தொடங்கிவிட்டது. தேர் சந்தவாசல் நோக்கி புறப்பட்டது. சோழகனாரும் மெய்க்காப்பாளர்களும் தேரில் ஏறி மன்னரின் இருபுறம் நின்றனர். போர் வந்துவிட்டது என்று புரவிகளுக்குப் புரிந்திருக்க வேண்டும். பனிக்காற்றில் உரசி, இருட்டை கிழித்தபடி அம்புபோல கிளம்பின. தேர் சக்கரங்களுக்குக் கீழ் நிலம் அதிர்ந்தது.

* மூலவாயல் - இப்போது முல்பாகல் என அழைக்கப்படுகிறது. இதற்கு முதன்மை வாயில் அல்லது கிழக்கு வாயில் எனப் பொருள்.

* குடியேற்றம் - குடியாத்தம்

14. பாம்புக் கூடை!

இயற்கை அமைத்த அரண்வாயல்தான் சந்தவாசல். மலை இடுக்கு வழியே செல்லும் பாதை. இரண்டு புறமும் பெரிய கல்தூண்கள் எழுப்பப்பட்டு தேர்ப் படை, யானைப் படை செல்லும் அளவுக்கு அதைச் சீர் செய்திருந்தார் ராசகம்பீர சம்புவராயர். அதன் வழியே உள்ளே வந்தால் சிறிது தூரத்தில் பாதை பரந்துவிரியும். மலைகளால் வளைக்கப்பட்ட மாபெரும் வட்ட நிலம் தெரியும். அரண்மனையும் கோயில்களும் தெரியும். கோட்டை மலை தெரியும். செண்பகா நதி அந்தச் சிறிய நகரத்தைக் கழுத்தின் ஆரம்போல சுற்றி ஓடுவது தெரியும். இந்த அழகிய நகரத்தில் எதிரிகள் நுழைய வேண்டுமானால் சந்தவாசல் வழியாகத்தான் வரவேண்டும் என்பதால் அங்கு அம்பு வியூகத்தை அமைத்திருந்தார் தளபதி சோழகனார்.

வீரர்களே ஒரு அம்பு போல திரண்டு நிற்பார்கள். முதலில் நிற்பவர் ஒரு கேடயத்தை மட்டும் வைத்துக்கொண்டு முன்னே நிற்பார். அதன் பிறகு மூவர்... அதன் பின்னால் ஐவர்... அதன் பின்னால் ஒன்பது பேர்... இவர்கள் அனைவரின் கைகளிலும் கேடயம் மட்டுமே இருக்கும். அதற்கு பின்னால் இருப்பவர்கள்.. விசையெறி ஈட்டி செலுத்துபவர்கள். இயந்திரத்தோடு பொருத்தப்பட்ட ஈட்டிகள் வேகமாகவும் அதிக தூரத்துக்கும்

படைவீடு

பயணிக்கக் கூடியவை. அதன் பின்னால் வில்லாளிகள் நிற்பார்கள். உள்ளே நுழைய முயல்பவர்கள் செத்து விழுந்தபடி இருப்பார்கள். எத்தனை ஈட்டிகள், அம்புகள் எறிந்தாலும் அவை முன்னே உள்ள கேடயக்காரர்களால் தடுக்கப்பட்டுக்கொண்டே இருக்கும். படையினர் இன்னும் மூர்க்கமாக முன்னேறத் தொடங்கினால் இந்த அம்பு வியூகம் மெல்ல மாறும் ஒரு கையில் கேடயத்தையும் இன்னொரு கையில் வாளையும் ஏந்தி முன்னேறுவார்கள். கழுகு போல பறவைக் கோணத்தில் சீறி முன்னேறுவார்கள். இந்த வியூகத்தை அமைப்பதற்கு அப்படியொரு புவியியல் அமைப்பு இருக்க வேண்டும். எதிரிகள் வருவதற்கான வழி குறுகலாகவும் அவர்களை எதிர்கொள்பவர்களுக்குப் பரந்த இடமும் தேவை. எதிரே இருப்பவர்கள் பார்க்க இயலாத அளவுக்குப் பெரும்படை முன்னால் இருக்கும் சிலர் மறைத்திருக்க வேண்டும். யானைப் படையினரோ, குதிரைப் படையினரோ ஓரளவுக்கு முன்னேறி பின்னால் இருக்கும் படையின் ஆழ அகலத்தை அறிவதற்குள் பெரும்பாலும் விசை ஈட்டியாலோ, வில் அம்புகளாலோ, குண்டெறி கவண்கள் மூலமாகவோ வீழ்த்தப்பட்டிருப்பார்கள். காலாட் படையினர் சரமாரியான அம்புகளுக்கும் ஈட்டிகளுக்கும் ஆளாவார்கள். எதிரியின் முன்னேற்றம் குறைய குறைய கழுகு வியூகத்திலிருந்து பக்க வாட்டத்திலிருந்து வீரர்கள் வெளியே வருவார்கள். அது எதிரியால் எதிர்கொள்ள முடியாததாக இருக்கும்.

இளையவர் பொன்னர் தம்பிரான் ராசநாராயணன் ஏற்பாடுகளில் மூழ்கியிருந்தார். கருவிகள், உணவு, மருந்து எல்லாமே தக்க இடத்தில் பாதுகாப்பாக இருந்தன. வேலாயுதம் மருத்துவத்துக்கும் பழனிவேள் கருவிகளுக்கும் பொறுப்பாளர்களாக இருந்தனர். மன்னர் எல்லோரிடமும் "கவனமாக இருங்கள்" என்றார் பொதுவாக.

"அப்பா... நீங்கள் சொல்லவே வேண்டாம். எல்லோரும் மிகுந்த கவனமாக இருக்கிறோம்" என்றார் இளவரசர்.

சந்தவாசல் ஏற்பாடுகளைப் பார்த்து முடித்த மன்னர் விரிஞ்சிபுரம் நோக்கி விரைந்தார். அடுத்த இரண்டு நாழிகையில் மன்னரின் தேர் விரிஞ்சிபுரத்து வாயிலில் நின்றது. இளவரசர் மல்லிநாதர் செய்திருந்த ஏற்பாடுகள் அசர வைத்தன. எல்லை கோபுரத்தின் மீதிருந்து எரிகிற குத்தீட்டி குண்டுகளும் பெரிய பெரிய பாறைகளும் அவற்றை இயக்கி விசையுடன் செலுத்தும் கருவிகளும் ஒரு நொடியில் ஓர் ஆயிரம் பேரை தாக்கக் கூடியவை. எல்லை கோபுர மதில்களில்

ஒரு வீரனுக்கு ஆபத்து ஏற்பட்டால் இன்னொரு வீரன் வந்து நிற்க ஏற்பாடு செய்திருந்தார். பாலாற்றங்கரையைக் கடந்து உள்ளே நுழையும் வீரர்கள் முதலில் எதிர்கொள்வது எல்லைச் சுவர் மதில்களைத்தான். ஆற்றிலே இப்போது தண்ணீர் குறைவாக இருந்தது. நடுவே ஒரு சிற்றோடை போல இடுப்பளவு தண்ணீர் மட்டுமே இருந்தது. ஆகையினால் வீரர்கள் ஆற்றில் இறங்கி ஏரி மறுகரைக்கு வருவதற்குள் எல்லைக் காவல் படையினர் தொடர்ந்து விசை கற்களையும் தீப்பந்தங்களையும் தொடர்ந்து எறிய முடியும். அவர்கள் சுதாரித்து வேறு பக்கம் சுற்றி வருவதற்குள் பெரும்பகுதி வீரர்கள் ஆற்றிலே செத்துக் கிடப்பார். சுற்றிவளைத்து மேலே வந்து விரிஞ்சிபுரம் நகரத்தில் வரவேண்டுமானால் வழித்துணைநாதர் கோயில் வழியாக வரவேண்டும்.

அது பெரு வழிப்பாதைதான் என்றாலும் வேகமாக அவர்களை எதிர்கொண்டு தாக்குவதற்குக் குதிரைப் படைகளை அங்கே முன் நிறுத்தி இருந்தார். அவற்றையும் தாண்டி அவர்கள் விரிஞ்சிபுரம் கோட்டையை அணுகுவது குதிரைக் கொம்பு. உருவாக்கியிருந்த தீ எரிகுண்டுகள், அம்புகள் விதம் விதமான வாள்கள் எல்லாமே முன்னெச்சரிக்கையாக ஆங்காங்கே வீரர்களுக்கு வழங்கப்பட்டு தயாராக இருந்தன. "குடி படைவீரர்கள் இன்னும் இரு நாழிகையில் வந்து சேர்ந்துவிடுவார்கள் அப்பா. இந்த விஜயநகர அரசை விரட்டி அடிப்பதற்கு இது போதும். நான் பார்த்துக்கொள்கிறேன். நீங்கள் அரண்மனையில் சென்று இருங்கள். இங்கு நடக்கும் போர்க் காட்சிகள் ஐந்து நாழிகைக்கு ஒரு தரம் உங்களுக்கு ஒற்றர்கள் மூலம் விரிக்கப்படும்" என்றார் மல்லிநாதர்.

"பொன்னன் சந்தவாசலிலே செய்திருக்கும் யுக்திகளைப் பார்த்தேன். விரிஞ்சிபுரத்தில் இருக்கும் வீரர் கூட்டத்தையும் பார்த்தேன். தளபதி சோழகனார் விரிஞ்சிபுரத்தில் இருந்து வழிநடத்துவார். காந்திராயனும் பழனிவேளும் சந்தவாசலிலேயே இருப்பார்கள். தேவைப்பட்டால் நானும் களத்திலேயே இறங்குவேன். வாணகோவரயாருக்கும் காடவராயருக்கும் சோழருக்கும் வாணாதிராயர் வல்லவராயருக்கும் தகவல்கள் சென்றுவிட்டன. அதிகாலையில் எல்லோரும் விரிஞ்சிபுரம் வந்து சேர்வார்கள்" என்றார் மன்னர்.

குடி படைவீரர்கள் வந்துகொண்டிருந்தார்கள். அவர்கள் கைகளிலே பெரும்பாலும் கேடயமும் வேலும் இருந்தன.

படைவீடு

கோபாலரிடமிருந்து காஞ்சியை மீட்ட பின்பு வென்று மண் கொண்டார் எதிர்கொள்ளும் பெரிய போர் இதுவாகத்தான் இருக்கும். தன் தந்தை அன்று இளவரசனாக இருந்த தன்னிடம் பொறுப்பை ஒப்படைத்தது போலவே இன்று வென்று மண் மண்கொண்டார் தன் மகன்களிடம் பொறுப்பைத் திருப்பியிருந்தார்.

காடவராயர், வாணகோவராயர், அதியர் உள்ளிட்ட நட்பரசர்களுக்கு ஒற்றர்கள் மூலம் போர்ச் செய்திகளை அனுப்பினார் அரசர். நாளையே விரிஞ்சிபுரம் நோக்கி விரைந்து வரச் சொல்லியிருந்தார்.

அதே நேரத்தில் வைகுந்தன் அனுப்பிவைத்த வீரனொருவன் ஆறகழூர் நோக்கிப் பயணித்தான். அவன், வாணகோவராயர் மகள் ஞானசௌந்தரியின் கணவன் நீலகண்ட சிங்கனைச் சந்திக்கப் போய்க்கொண்டிருந்தான். அவனிடம் ஓர் ஓலையிருந்தது. வைகுந்தன் கையெழுத்திட்ட அதில், 'ஏகாம்பரநாதருக்கு ஆதரவாகப் படையெடுத்து வரவேண்டாம். விஜயநகர அரசரின் கை ஓங்கினால் தகவல் வரும். அப்போது புக்கரின் ஆதரவாளராகப் புறப்பட்டு வந்தால் போதும்' என்று எழுதியிருந்தது.

15. போர் போர்

மூல வாசலிலிருந்து வேங்கடகிரி கோட்டை மலைப்பாதை வழியாக வந்துகொண்டிருந்தது விஜயநகரப் பேரரசின் பெரும்படை. விரிஞ்சிபுரம் எல்லைக் கோட்டையின் மதில்களில் இருந்த தீப்பந்தங்கள் அணைத்துவைக்கப்பட்டிருந்தன. தூரத்திலிருந்து வருபவர்களுக்கு அருகே வந்து சேரும் வரை எல்லை கோபுரமும் பெரிய கோட்டையும் அங்கு செய்யப்பட்டிருந்த ஏற்பாடுகளும் தெரிய வாய்ப்பே இல்லை. இளவரசர் காவல் கோட்டத்தின் மதில்சுவர் கோபுரத்தில் இருந்தபடி உருபெருக்கி ஆடியின் மூலம் படை முன்னேறி வருவதைப் பார்த்துக்கொண்டே இருந்தார். முதலிலே சில வரிசைகளில் யானைகள்... அதன் பின்னர் குதிரைப் படைகள் என்று கண்ணுக்கு எட்டியவரை நீண்டிருந்தது அந்தப் பெரிய படையணி. கோட்டைக் கொத்தளங்களையே இடித்துத் தூள் ஆக்கிவிட்டு முன்னேறுகிற ஆவேசமும் வெறித்தனமும் பலமும் உள்ள கூட்டம்.

"என்ன நினைக்கிறீர்கள்?" அருகில் இருந்த வீரர்களைப் பார்த்துக் கேட்டார்.

"இளவரசே இவர்கள் வருகிற வரை அவர்களுக்கு இந்த ஏற்பாடு தெரியாது. இளவரசர் கொடுக்கும் சிறு சமிக்ஞைக்குப் பிறகு

சட்டென்று தீப்பந்தங்கள் எரியும். அவர்களைத் தாக்க அதுதான் தருணம்” என்றான் அருகில் இருந்த தலைமை வீரன்.

“சரியாகச் சொன்னாய். அவர்களை ஆற்றில் இறங்கி பாதி தூரம் வரும் வரை எந்த சலனமும் நம்மிடம் இருக்கக்கூடாது. அவர்கள் எச்சரிக்கை அடைந்துவிட்டால் நாம் செய்து வைத்திருக்கும் ஏற்பாடுகளில் பாதி வீணாகிவிடும். நடுவிலே சிறு ஓடை போல ஓடுகிறது ஆறு. யானைகள் அதில் இறங்கி ஏறட்டும். அதன் பிறகு குதிரைகள் இறங்கும். அவர்களின் வேகம் தணிந்து இருக்கும் நேரம். யானைகள்மீது இருக்கும் வீரர்கள் தாக்கப்பட வேண்டும். குதிரைப் படையினர் நீரிலிருந்து மேலே ஏறுவதா... இல்லை வேறு பாதையைத் தேர்ந்தெடுப்பதா என யோசிப்பார்கள். சரமாரியாக அம்புகள் பாய வேண்டும். அம்பறாதூளிகள் தயாராக இருக்கட்டும். விசை குண்டுகள் விசை தீப்பந்தங்களும் ஒரு பக்கம் எறியப்பட வேண்டும். ஆற்றிலிருந்து ஒருவரும் கரையோரக் கூடாது. அப்படியே அவர்கள் பாதை மாறி வேறு பக்கம் வந்தால், நம்முடைய குதிரைப் படை வீரர்களும் காலாட் படை வீரர்களும் அவர்களை வேகமாக சென்று தாக்க வேண்டும். நமது எல்லை கோட்டையில் ஒரு கீறல் விழுவதற்குள் அவர்கள் அனைவரையும் விரட்டி ஓடச் செய்ய வேண்டும். என்ன சொல்கிறீர்கள்?”

“உங்கள் திட்டப்படியே நடக்கும் இளவரசே!”

“இளவரசரால் இப்போது உருபெருக்கி ஆடி இல்லாமலேயே விஜயநகரப் படைகளைப் பார்க்க முடிந்தது. ஆற்றில் இறங்குவதற்கு முன் அவர்களின் படைத்தளபதி ஏதோ எச்சரிக்கை செய்வது தெரிந்தது. தீப்பந்த வெளிச்சத்தில் ஆற்றை நோட்டம் விடுகிறார்கள். ஆற்றிலே யாராவது பதுங்கியிருந்து தாக்குவார்கள் என்ற அச்சம். அப்படி ஏதும் இல்லை என்ற தெளிவு பிறந்தது யானைப் படையை ஆற்றில் இறங்குவது தெரிந்தது. ஆனால், இளவரசர் எதிர்பார்த்தது போல உடனே இறங்கவில்லை. யானைப் படையில் பாதி மட்டுமே ஆற்றிலே இறக்கப்பட்டன. இன்னும் பாதி யானைகள் கரையிலே நின்றிருந்தன. யானைகள் நீரிலே இறங்கி மறுபுறம் வெளிவந்ததும் ஏதும் நடக்கிறதா என்று கவனித்தார்கள். இளவரசர் அமைதியாக இருக்கும்படி சொன்னார். கருங்குருவியின் க்ரீச் சத்தம் இதுதான் எச்சரிக்கை ஒலி. இளவரசரின் வாயிலிருந்து அந்த ஓசை கேட்டதும் அனைவரும் துரிதமாக அவரவருக்கு முன்னரே சொல்லியிருந்த பணிகளில் வேகமாகினர். வேகமாகத் தீப்பந்தங்கள் எரிவிக்கப்பட்டன.

ஒரு நொடியில் நகரமே வேறு காட்சிக்கு மாறியது. எதிரில் வருகிறவர்கள் பிரகாசமாகத் தெரிந்தார்களேயொழிய எல்லைச் சுவர் மதில்களில் இருப்பவர்கள் யாரும் அவர்களுக்குத் தெரியவில்லை.

விளக்குகளுக்குப் பின்னால் வெள்ளித்தகடுகள் வைத்து ஒளிவெள்ளத்தைப் பிரதிபலித்ததால் வெளிச்சம் ஆற்றில் வரும் ஆனைகள் மீது நிலவுபோல அடித்தது. அதே நேரத்தில் ஆற்றில் வந்துகொண்டிருந்தவர்கள் விளக்கொளியால் கண்கள் கூசி நிலை தடுமாறினர். குத்துமதிப்பாக விளக்குகள் இருந்த திசையில் ஒன்றிரண்டு அம்புகளை வீசிப் பார்த்தனர். ஆனால், அவர்கள் மீது பாயும் அம்புகளோ, விசை ஈட்டிகளோ வெவ்வேறு இடங்களிலிருந்து பொங்கி வந்த வண்ணமிருந்தன. விளக்கின் ஒளியைக் காட்டித் தம்மை திசை திருப்புவதை அவர்கள் அறியும் முன்னே பல யானைகள் வழி நடத்த பாகன்கள் இன்றி பரிதவித்தன. பாகன்களோ அதன் மீதிருந்த வீரர்களோ இறந்து சரிந்ததால் அவை இங்குமங்கும் ஓடித் திரிந்தன. யானையின் மீது பாய்ந்த ஈட்டிகள் அவற்றை வலியால் பிளிறவைத்தன. இடுப்பளவு நீரில் இருந்த குதிரைகள் ஆறு போன திசையில் நீந்தத் தொடங்கின. அவற்றைக் கட்டுப்படுத்தி கரையேற்ற வீரர்கள் போராடினர். “அடுத்து குதிரைப் படைகள் மீது அம்பு மழை பொழியட்டும்” என்றார் மல்லிநாதர்.

அந்த அறிவிப்புக்காகவே காத்திருந்தது போல பொழிந்தது அம்பு மழை. ஒரே நேரத்தில் நூறு வீரர்களும் அம்பு எய்தினர். ஒரு குதிரையும் ஆற்றிலிருந்து கரையேறியதாகத் தெரியவில்லை. புக்கரும் அவருடைய தளபதி தண்டநாயக்கரும் அடுத்து களமிறங்க இருந்த படைக் குழுவைத் தடுத்தி நிறுத்தினர். அந்தப் போர் மூன்று நாழிகைகூட முனைப்பு காட்டவில்லை. நாற்பது யானைகள், இருநூறு குதிரைகள் ஒரு நாழிகையில் நாசமாகின. அடுத்து படைகளைக் களமிறக்குவது காலனுக்கு இரையாக்குவதற்கு ஒப்பாகும் என உணர்ந்தனர். அடுத்து இருந்த யானைப் படை, குதிரைப் படை, காலாட் படை, தேர்ப்படை வீரர்களுக்குக் கட்டளையிட்டார். “யாரும் ஆற்றிலே இறங்க வேண்டாம்.”

“இரவிலே போர் தொடுத்தால் சுலபமாக வென்றுவிடலாம் என நினைத்தது தவறாகப் போய்விட்டது'' என்றார் தளபதி தண்டநாயக்கர்.

“விரிஞ்சிபுரம் கோட்டையில் வேலையிருக்காது. எல்லை மதிலை

தகர்த்துவிட்டு வேகமாகப் படைவீட்டை அடைந்துவிடலாம் என்று ஆலோசித்ததும் தவறுதான். படைவீட்டில்தான் போர் நடத்த வேண்டியிருக்கும் என்றுதான் நாம் முடிவெடுத்தோம். இது எதிர்பாரத தாக்குதல். விடியும் வரை இங்கேயே முகாம் அமைத்துத் தங்குவோம். ஒருவேளை அவர்கள் ஆற்றைக் கடந்து தாக்க வந்தால் எதிர்கொண்டு போரிடுவோம்."

சில நாழிகையில் யானைப் படையிலும் குதிரைப் படையிலும் நேர்ந்துவிட்ட பேரிழப்பு அவரை நிலை குலையச் செய்திருக்க வேண்டும். "இன்னொரு யானைப் படையையும் குதிரைப் படையையும் ஆளனுப்பி வரவழைக்கலாமா?" என்றார் தளபதி.

"அவசரம் வேண்டாம். நமக்கு அங்கேயும் துக்ளக் படையினரால் ஆபத்திருக்கிறது. பெரும்பகுதி படையை இங்கே கொண்டுவந்து நிறுத்தியிருப்பது தெரிந்தால் அவர்கள் அங்கே புகுந்து ஆட்சியைப் பிடிக்க நினைப்பார்கள். விடியட்டும். நிலைமையைப் பார்த்துக்கொண்டு முன்னேறிச் செல்லலாமா... போரை ஒத்தி வைக்கலாமா என்று முடிவெடுப்போம்."

தட்டுத் தடுமாறி கரையேறி வந்த வீரர்கள் சிலருக்கு மருத்துவ உதவிக்கு ஏற்பாடு செய்துவிட்டு தேரிலேயே அமர்ந்திருந்தார் புக்கர். சம்புவராயர்களின் வீரத்தை அறிந்திருந்த போதிலும் இப்படியொரு தாக்குதலை அவர் எதிர்பார்க்கவே இல்லை. விடிவதற்கு இன்னும் ஒரு சாமப் பொழுது இருந்தது. அதுவரை பொறுத்திருந்துதான் அடுத்த தாக்குதலைத் தொடங்க வேண்டும் என்பதில் புக்கர் உறுதியாக இருந்தார்.

அதே நேரத்தில் விரிஞ்சிபுரம் காவல் கோட்டையில் மல்லிநாதர் இருந்த வீரர்களுக்கு அடுத்த படைப்பிரிவு ஆற்றில் இறங்காதது யோசனையை ஏற்படுத்தியது. ஆற்றின் கரையைவிட்டு இறங்காமல் நிற்கும் தேர்ப் படையும் யானைப் படையும் குதிரைப் படையும் காலாட் படையும் அங்கேயே முகாமிட்டு தங்குவது தெரிந்தது.

"இனி அவர்கள் விடியும் வரை ஆற்றைக் கடந்து வரமாட்டார்கள். இரவிலே வந்தால் தாக்குவது எளிது என்று நினைத்தவர்கள், இருளே நமக்கு பலமாக அமைந்துவிட்டதை எதிர்பார்க்கவில்லை. ஒரு சிறு பகுதி வீரர்கள் இந்தத் தாக்குதலில் பலியாகியிருக்கிறார்கள். இன்னும் இதுபோல பத்து மடங்கு வீரர்கள் அவர்களிடம் இருக்கிறார்கள். தேவைப்பட்டால் விஜயநகரத்திலிருந்தும் வருவிக்கலாம். விடிந்த பிறகு நம்முடைய படை பலத்தை

அறிந்துகொண்டு தாக்குவதுதான் அவர்கள் திட்டம். அதற்குள் அவர்களுக்குக் கிலி ஏற்படுத்தி மேலும் சேதத்தை ஏற்படுத்த வேண்டும். அதற்குள் விடிந்துவிட்டால் நம்மிடம் இருக்கும் படைபலம் போதாது. தலையாரிகளிடம் சொல்லி வீட்டுக்கு ஒரு வீரரைத் தயாராகச் சொல்லுங்கள்."

தளபதி சோழகனார், தலையாரிகளுக்குத் தகவல் அனுப்பிவிட்டு, வீரர்களுக்கு அடுத்த கட்ட நடவடிக்கைகளை விவரித்தார். இரவுக்குள் அவர்கள்மீது தீப்பந்துகளையும் விசை ஈட்டிகளையும் கவண் குண்டுகளையும் அம்புகளையும் இரும்பாலையூரிலிருந்து பெரும்பகுதி கொண்டுவந்து சேர்த்திருந்தார்கள். காடவராயரும் வாணகோவராயரும் அதிகாலைக்குள் இங்கே வந்து சேர்ந்துவிடுவார்கள். அதைத் தொடர்ந்து சோழரும் பொன்குமார வல்லவராயரும் வந்து சேர்ந்துவிடுவார். ஆற்றின் இந்தக் கரையில் யானைகள்தான் அவர்கள் கண்களுக்குத் தெரியும். இதுதான் தளபதி சோழகனாரின் திட்டம். நம்மைக் குறைத்து எடைபோட்டுவிட்டதாக நினைக்க வைப்பதே அவர்களை நிலைகுலைய செய்துவிடும். ஏற்கெனவே அவர்கள் குலைய ஆரம்பித்துவிட்டார்கள்.

"தளபதி... அவர்கள் தளர்ந்திருப்பது நமக்குச் சாதகமான தருணம். அங்கே அவர்கள் முகாமிடுவதற்கு இடம்தரலாகாது. இருள் இருக்கும்போதே இன்னும் ஏறி அடிக்க வேண்டும் என நினைக்கிறேன்."

"நானும் அதைத்தான் யோசித்தேன். அவர்கள் முகாமிட்டால் காலையில் இன்னும் பெரும் வீரர் கூட்டத்தை அவர்கள் விஜயநகரத்திலிருந்து கோருவார்கள். இப்போதே அவர்களை மிரட்டுவதும் விரட்டுவதும் தொடங்கப்பட வேண்டும்" என ஆமோதித்தார் மல்லிநாதர்.

ஆற்றில் இறங்கி மறுகரைக்குச் செல்வதில் ஆபத்தும் அதிகமிருந்தது. விஜயநகரத்து வீரர்களின் உண்மையான சொரூபம் அப்போதுதான் தெரியும். இருட்டில் எல்லை மதிலில் இருந்து ஈட்டி எறிவது வேறு. எதிரில் நேருக்கு நேர் மோதுவது சவாலானது. ஆற்றில் வீரர்கள் இறங்கிவிட்டபின் காவல் கோட்டையிலிருந்து விசை எறி குண்டுகளை வீசுவதும் இயலாது. தம்முடைய வீரர்களே பாதிப்புக்கு ஆளாவார்கள். மல்லிநாதர் தளபதியிடம் வேகமாகப் பேசி முடிவெடுத்தார். முதலில் யானைப் படையை அனுப்புவதைத் தவிர்க்க வேண்டும் என்பது மல்லிநாதரின் முடிவு.

அதற்கான வியூகங்களைத் திட்டங்களை வேகமாக விவரித்தார். "பொதுவாக யானைகளை முன்னே அனுப்புவது எதிரிகளை மிரள வைக்கும். அதன் உயரம், அதன் பலம் காரணம். யானையின் மீதிருக்கும் வீரனை யாரும் அவ்வளவு சுலபத்தில் வீழ்த்த முடியாது. அம்பும் ஈட்டியும் உயரம் எட்டும்போது சுலபமாக கேடயத்தால் தடுக்கப்படும். யானையின் கால் இடறினாலே பலர் இறந்து போவார்கள். அதுதான் அவற்றை முன்னே அனுப்புவதற்குக் காரணம். ஆனால், இப்போது ஆற்றில் இறங்கிச் செல்லும்போது யானையின் மீது இருப்பவர்களை வீழ்த்துவது சுலபம்."

"குதிரைப் படைக்கும் அதே நிலைமைதானே இளவரசே?" என்றார் தளபதி.

"குதிரைப் படையும் வேண்டாம்."

தளபதி மட்டுமின்றி காவல் படைத் தளபதிகளும் எல்லைக் காவல் படைத் தலைவரும்கூட இளவரசர் சொல்லப்போகும் உத்திகளைக் கேட்கக் காத்திருந்தனர்.

"முதலில் களமிறங்கப் போவது காலாட் படைதான். செம்மான்கள் உருவாக்கிய கரடித் தோல், மாட்டுத் தோல்களால் ஆன கவசங்களை உடல் மூடும்படி அணிய வேண்டும். இரண்டு கரங்களிலும் இரண்டு கேடயங்கள். உடை வாள் உறையிலிருந்தால் போதும்... தேவைப்படும்போது பயன்படுத்த. முதல் இரண்டு வரிசையில் இவர்கள்தான் இருப்பார்கள். அதன் பின்னே குதிரைப் படை. அவர்கள் குறிப்பிட்ட தூரம் வரை வில் அம்பைத்தான் பயன்படுத்த வேண்டும். முன்னால் செல்பவர்கள் அவர்களுக்குப் பாதுகாப்பு அரணாக இருப்பார்கள். எதிரிகள் அனுப்பும் அம்பும் ஈட்டியும் கேடயங்களைத் தாண்டி வராது. நாம் வேகமாக முன்னேறுவோம். அதன் பின்னால் யானைப் படை அம்புகள் எய்த வேண்டும். இதுதான் யோசனை."

மகத்தான யோசனை. எதிரிகள் எய்தும் அம்புகள், கவண் கல்கள் எதுவும் முன்னே செல்லும் காலாட் படையின் கவசங்களைத் தாண்டி எங்கும் செல்லப் போவதில்லை. எல்லோரும் மகிழ்ச்சியோடு பாராட்டினர். கட்டியணைத்துக்கொண்டார் தளபதி.

தமிழ்மகன்

"நீங்கள் யோசிக்கும் அதே உத்திகளை அவர்களும் யோசிப்பார்கள் நினைக்கவில்லையா இளவரசே?"

அனைவரும் அதிர்ச்சியும் ஆவேசமாக குரல் வந்த திசையை நோக்கினார். அங்கே வென்று மண்கொண்டார் நின்றுகொண்டிருந்தார்.

"அப்பா" என்று எழுந்து நின்றார் மல்லிநாதர்.

"அமருங்கள். விஜயநகரப் பேரரசு போர் செய்து நாடுகளை வெல்வதை நோக்கமாகக் கொண்டது. எல்லா தேசத்தையும் தங்கள் காலடியில் கொண்டுவந்து சேர்த்துவிட வேண்டும் என்று நினைக்கிறது. இந்த இரவிலே நாம் அவர்களை எதிர்கொண்டு அதை வைத்து அவர்களை சாதாரணமாக எடை போட முடியாது."

"அவர்களை சாதாரணமாக நினைக்கவில்லை தந்தையே. அதனால்தான் எப்படி எதிர்கொண்டு தாக்குவது என முயற்சி செய்துகொண்டிருக்கிறோம்" என்றார் மல்லிநாதர்.

"அந்த நாட்டு காலாட்படையினரிடமும் கவச உடை இருக்கும். நாம் எய்துகிற அம்புகள் அவர்கள் நெஞ்சை தாக்காது. ஆகவே, நாமும் நம்மை எதிர்த்துப் போராடுபவர்களின் பின்வரிசையில் இருப்பவர்களைப் பதம் பார்க்க வேண்டும்."

"யாராவது ஒருவர் முன்னேறிச் சென்று தானே பின்னால் இருப்பவர்களை முடியும்?"

"விசை ஏறி குண்டு வீசும் கருவிகளைக் கையோடு கொண்டுபோய் நடு ஆற்றிலே நிறுத்துங்கள். அதிலிருந்து விசைகுண்டுகளை வீசி, எதிரிப் படையின் பின்னால் இருப்பவர்களைத் தாக்க வேண்டும். நடு ஆற்றிலே இருந்தபடி வெகு நேரத்துக்கு எறி குண்டுகளை வீசிக் கொண்டிருக்க முடியாது. நாம் குண்டுகளுக்கு பதிலாக அங்கே இருக்கும் கூடைகளைத்தான் எறிய போகிறோம்" என்றார். மூங்கிலால் முடைந்த மூடி வைக்கப்பட்ட இருபது கூடை அங்கே இருந்தன."

"கூடைகளா?"

"ஆமாம். மூங்கில் கூடைகள் உள்ளே இருப்பவை நச்சு நாகங்கள். இவற்றை எறிந்தால் கூடைகளோடு பாம்புகள் சென்று விழும். பாம்பு என்றால் படை நடுங்கும் என்று சும்மாவா சொன்னார்கள்? அதுவும் இரவு நேரத்தில் என்பதால் நடுநடுங்கும். வேகமாக நம்

குதிரைப் படை யானைப் படைகளை அந்த சைன்யத்தில் செலுத்தினால் அவர்களைச் சுலபமாகச் சிதறடித்துவிடலாம். பாம்பு நஞ்சு பற்றி நமக்குக் கவலையில்லை. நம் வீரர்களுக்கு இரவு கொடுத்த உணவிலேயே வேலாயுதம் தந்த அனுப்பிய நஞ்சு முறிவு குளிகைகள் கலக்கப்பட்டுவிட்டன. பாம்புகள் நம்மைக் கடித்தால் நஞ்சு ஏறாது. நேரமில்லை... இன்னும் ஒரு நாழிகையில் எல்லாம் நடந்தாக வேண்டும். புறப்படுங்கள்" என்று வீரர்களை ஊக்கப்படுத்தி வீரம் பற்றியெரியச் செய்தார் வென்று மண்கொண்டார்.

காடவராயர் படை நெருங்கி வருவது கண்ணில்பட்டது. இன்னும் சில நாழிகையில் வாணகோவரையரின் படையும் விரிஞ்சிபுரம் எல்லைக்கு வந்துவிடும் என்று அதற்குள் தகவல் வந்து சேர்ந்தது. "இதுவே தருணம். புறப்படுங்கள்... வீரவேல் வெற்றிவேல்... வீரவேல் வெற்றிவேல்."

காளைக் கொடிகள் பட படக்க தேரேறி விரைந்தார் மாமன்னர். இளவரசர் மற்ற வீரர்களை அணி திரட்டிக் கொண்டு பாலாற்றங்கரைக்குள் விரைந்தார். இயந்திரங்களைத் தூக்கிக்கொண்டு வீரர்கள் ஆற்றுக்குள் ஓடினார்கள். முகாமிட்டு ஆற்றங்கரையில் களைப்பாறிக் கொண்டிருந்த விஜயநகரப் பேரரசின் வீரர்கள் என்ன நடக்கிறது என்று யூகிக்க முடியாமல் புக்கரைப் பார்த்தார்கள். இருட்டில் அவர் கண்கள் எதிர்புறத்தை ஆய்ந்தன. எதிர்கொண்டு வந்து தாக்கும் அளவுக்குப் படைபலம் ஏதுமில்லை. என்ன தைரியத்தில் வருகிறார்கள் என அவராலும் கணிக்க முடியவில்லை.

சில நூறு பேர் கேடயத்தோடு வந்துகொண்டிருப்பது மட்டுமே அவர் கண்ணுக்குத் தெரிந்தன. சிறிது தூரத்தில் குதிரைப்படையும் யானைப்படையும் அணிவகுத்து நிற்பது தெரிந்தது. வீரர்களை எச்சரிக்கையாக இருக்கும்படி சொன்னார். சிலர் ஆற்றிலே வந்து கொண்டிருப்பவர்களை நோக்கி அம்புகளையும் ஈட்டிகளையும் எறிந்தனர். ஆனால், அதில் பயனில்லை. எதிரில் வந்து கொண்டிருப்பவர்களை நோக்கி எறியப்பட்ட அம்புகள் ஆற்றின் கால் பகுதி தூரம்கூட சென்று சேரவில்லை. "இன்னும் நெருங்கி வரும் வரை பொறுமையாக இருங்கள்" என்றார் மன்னர் புக்கர்.

நடு ஆற்றிலே நீரோடும் இடத்தில் நின்றபடி பாம்புக் கூடைகளை விசை கருவி மூலம் எறியத் தொடங்கினார். வந்து விழுந்த கூடைகளை முதலில் யாரும் என்ன என்று உணரவே இல்லை. சிறிது நேரத்தில் அதிலிருந்து சீறிய நாகங்களின் மூச்சுக்காற்று முதலில் திடுக்கிடச் செய்தது. சிலர் சிதறி ஓட ஆரம்பித்தனர்.

"பாம்பு பாம்பு" என்று ஒரே கூச்சல். சிலரைப் பாம்பு கொத்தவே அலறலும் அதிகரித்தது. இருட்டும் நெளிந்தபடியிருந்த் பாம்புகளும் அங்கே கிளம்பிய கூச்சல்களில் காற்று வெளியெங்கும் களேபரம். படைவீடு ராச்சியத்தின் படைகள் திட்டமிட்டபடி முன்னேறத் தொடங்கின. முதல் இரண்டு வரிசைகள் கவச உடை வீரர்கள். அடுத்த வரிசைகளில் யானை - குதிரைப் படைகள் முன்னேற, வென்று மண்கொண்டாரும் இளவரசர் அத்திமல்லரும் வாளை வீசியபடி குதிரைகளில் பாய்ந்தனர். இருட்டிலே எந்த திசையில் இவ்வளவு வேகத்தில் செல்ல வேண்டுமென்பதும் எந்த இடத்தில் சட்டென நின்று திரும்ப வேண்டும் என்பதும் எந்த இடத்தில் பின்னங் கால்களில் நின்று முன்னிரு கால்களை தூக்கி கனைக்க வேண்டும் என்பதும்தான் குதிரையைப் பயன்படுத்துவதின் லாகவம். குட்டியிலிருந்து ஓட்டிப் பழகிய குதிரைகளால்தான் அது சாத்தியப்படும். வென்று மண்கொண்டாரின் செவலையும் மல்லிநாதரின் கருப்பனும் ஒன்றுக்கு ஒன்று சளைத்தவை இல்லை. புதிதாக இறங்கிய அரபுக் குதிரைகளைக்கூட வேண்டாம் என்று கூறிவிட்டனர். பழகிய குதிரைகளின் லாகவம் போரின்போதுதான் தெரியும். மன்னரும் இளவரசரும் தந்த வேகத்தில் வீரர்களும் வேகமாக சுழன்று சுழன்று தாக்கிக்கொண்டிருந்தனர். சம்புவராய வீரர்கள் வெளிப்படுத்தும் போர் உத்திகளை புக்கர் எதிர்பார்க்கவே இல்லை. இப்படியும் வீரர்களா என்று வியந்து கிடந்தார். இதே நேரத்தில் காடவராயர் களத்திலே வந்து இறங்கினார். பாலாறு செந்நீராக மாறி ஓடியது. ரத்த ஆறு. சம்புவராயர் படை கொஞ்சம் கொஞ்சமாக ஆற்றிலிருந்து மறுகரையில் மேலேறி அங்கிருந்த வீரர்களையும் உள்வாங்கி சென்றது. ரத்தம் ரத்தம்... தலைகள் ஆங்காங்கே காலிலே இடறப்பட்டு உருண்டுகொண்டிருந்தன. ரத்தச் சேறு.

தளபதி தாண்டவராயன் மெல்ல புக்கர் அருகே வந்தார். "நாம் தோல்வியை ஒப்புக்கொண்டு பின் வாங்குவது உசிதம். இப்போதே நமது யானைகளும் குதிரைகளும் பாதிக்கு மேல் இறந்து கிடக்கின்றன. வீரர்களில் இறந்தவர்கள் போக மீதிஇருப்பவர்கள் களைத்துப் போயிருக்கிறார்கள். விடிவதற்குள் இவர்களின் இன்னும் சில நட்பு படைகள் வந்து சேர்ந்துவிடும். போராடும் வலிமை குன்றிக்கொண்டே இருக்கிறது. ஆகையால் இத்துடன் போரை நிறுத்திக் கொள்வதாக சங்கு முழங்குவோம். வீரர்களைத் திரும்ப சொல்லுவோம். தமிழ் அரசர்கள் போர்நிறுத்தத்தை சம்மதிப்பார்கள். தாக்குவதை

நிறுத்துவார்கள். போட்டது போட்டபடி திரும்பிவிடலாம். தோற்றதாக சம்மதித்து உடன்படிக்கை எழுத வேண்டியது இல்லை. போரிலிருந்து அப்படியே திரும்புவது நமக்கும் நல்லது" என்றார்.

புக்கரார் ஒரு கணம்தான் யோசித்தார். "முழங்கட்டும் சங்கு. எல்லோரையும் திரும்பச் சொல்லுங்கள்'' என்றார். இந்த உத்தரவுக்காகவே காத்திருந்ததுபோல போர் நிறுத்தப்பட்டது. வீரர்கள் வேகமாக மறுகரைக்குத் திரும்பினர். காடவராயர் படை, அவர்களைச் சிறிது தூரம் துரத்திச் சென்று திரும்பி வந்தது. "பதறி ஓடுபவர்களை விட்டுவிடுங்கள்'' என்று முழங்கினார் வென்று மண்கொண்டார்.

''எங்கள் வாளுக்கு வேலை தராமல் செய்துவிட்டீர்களே?'' என்றார் காடவராயர் மணவாளப் பெருமாள்.

"வெற்றி வெற்றி" என்று விண்ணதிர முழக்கங்கள். விடிந்தது பொழுது. அதுவரையில் வாணகோவராயர் படை வந்து சேரவில்லை. ஆளனுப்பி போர் முடிந்ததையும் படைவீடு பேரரசு வென்றதையும் தகவல் தெரிவிக்கச் சொன்னார் வென்று மண்கொண்டார்.

16. எங்கே வசந்தன்?

மூல வாசலையொட்டியிருந்தது அந்த அரச மாளிகை. புக்கருக்கு நேர்ந்த பின்னடைவில் அந்த நகரமே பொலிவிழந்து கிடந்தது. நடமாட்டம் இல்லாத தெரு. விவரம் புரியாத தெரு நாயொன்று தெருவை இங்குமங்கும் கடந்துகொண்டிருந்தது. அந்த அரச மாளிகையில் ராஜலட்சுமி மட்டும் தனிமையில் இருந்தாள். மஞ்சத்தின் அருகில் இருக்கையில் அமர்ந்து ஆழ்ந்த யோசனையிலிருந்தாள். அவள் படுத்திருந்த மஞ்சம் அவளை எள்ளி நகையாடுவதுபோல இருந்தது. பஞ்சணையால் சாதிக்க முடியாத செயலொன்றும் இருப்பது அவளுக்கு எரிச்சலூட்டியது. மஞ்சத்தில் தன்னால் வீழ்த்தப்பட்ட வசந்தன், தனக்கு எதிராகத் திரும்புவான் என அவள் நினைக்கவேயில்லை.

விரிஞ்சிபுரம் செல்வதாகத் தன்னை அழைத்துச் சென்ற வசந்தனை தன் வழிக்குக் கொண்டுவர அவள் எடுத்த முயற்சியின் மீதும் அவளுக்கு வெட்கமாக இருந்தது.

குதிரையின் முன் பக்கம் அவளை அமரவைத்து வேகமாகச் சென்றுகொண்டிருந்தான் வசந்தன். அவனுடைய மார்பு தன் முதுகில் உரசிக்கொண்டிருந்தது. அவளுடைய கூந்தல் காற்றிலே

படைவீடு

பறந்து அவனுடைய முகத்தை அடிக்கடி மறைப்பதும் அவன் அதை ஒதுக்கிவிட்டபடி வேகமாக செல்வதுமாக இரு காதம் கடந்திருப்பார்கள். எதிர்பாராத தருணத்தில் அவள் ஒரு காரியம் செய்தாள். "கூந்தல் உங்கள் பார்வையை மறைக்கிறதென்றால் நான் இப்படி திரும்பி அமர்ந்துகொள்கிறேன்" என்றபடி அவள் அவன் பக்கமாகவே திரும்பி அமர்ந்தாள். கூந்தல் உரசியபோது ஏற்பட்ட கிறக்கம் இப்போது இரட்டிப்பானதுதான் மிச்சம். அவனுடைய மார்போடு தன்னுடைய முன் அவயங்கள் ஒட்டி உரசும்படி செய்வதற்காகவே அப்படியொரு நாடகமாடினாள். முகத்தோடு முகமும் மார்போடு மார்பும் தொடையோடு தொடையும்... தத்தளித்துப் போனான் வசந்தன். குதிரையின் ஓட்டத்தை நிறுத்தினான்.

"இல்லை... நீ பழையபடியே அமர்ந்துகொள். என்னால் குதிரையை வேகமாகச் செலுத்த முடியவில்லை" என்றான்.

"அதனாலென்ன நிதானமாகச் செல்லலாம். எனக்கு இதுதான் வசதியாக இருக்கிறது" என்றாள் அவன் தோள்களைத் தன் இரு கரங்களால் வளைத்துக்கொண்டு. அதன்பிறகும் பொறுமைகாக்க வசந்தனும் முனிவனில்லை. அந்த அடர் சோலையில் அவள் காட்டிய சல்லாபத்துக்கு ஒரு தேசத்தையே எழுதிவைக்கலாம் என்றுதான் நினைத்தான். அங்கேயே ஒரு சுனையில் இருவரும் குளித்துமுடித்துவிட்டு அமர்ந்தனர். யாருக்கு யார் அடிபணியப் போகிறார்கள் என்பதற்கு வானத்தில் உலா வந்த நிலவு மட்டுமே சாட்சியாக இருந்தது. வசந்தனின் தோளில் சாய்ந்து படுத்தபடி, "நீ சம்புவராய தேசத்து ஒற்றனென்று எனக்குத் தெரியும்... விஜயபுரத்திலிருந்து தகவல்களோடு திரும்புகிறாய் என்பதும் தெரியும்" என்றாள்.

வசந்தனுக்கு எச்சரிக்கையுணர்வு அதிகரித்தது. அவளைத் தன் தோளிலிருந்து நகர்த்தினான். "ரகசியம் தெரிந்துவிட்டதென்று அஞ்ச வேண்டாம். என் கணவர் விஜயநகரத்து அரசனிடம்தான் அரசவை ஊழியனாகப் பணியாற்றுகிறார். எனக்குத் தெரிந்த ரகசியம் ஒன்றைச் சொல்லலாம் என்றுதான்" என்று நிறுத்தினாள்.

வசந்தன் அவளுடைய ஒவ்வொரு வார்த்தைக்குள்ளும் உலவிப் பார்த்தான். தான் ஓர் ஒற்றன் என்பது எதிரி நாட்டுக்காரனுக்குத் தெரிந்துவிட்டதே தன் பலவீனம் என எண்ணினான். ஓர் ஒற்றன்

தமிழ்மகன்

எதிரி நாட்டினன் சொல்லும் ரகசியத்தை ஏற்றுக்கொள்வதைவிடவும் கேவலம் ஒன்று இருக்க முடியாது என்பதை வசந்தன் அறிவான்.

இருப்பினும், "உனக்குத் தெரிந்த ரகசியத்தைச் சொல்வதால் உன் கணவருக்கு ஆபத்து நேராதா?" என்றான்.

"நேர்ந்தாலும் கவலையில்லை. உன்னைப் போன்ற ஆண்மகனுக்குச் சொல்வதால் எனக்குப் பெருமைதான்" என்றாள் உதட்டைச் சுழித்தபடி.

"சொல். அது என்னவென்று தெரிந்துகொள்கிறேன்."

"நிச்சயம் உங்கள் மன்னருக்குப் பயனுள்ளதாகத்தான் இருக்கும்."

"அதை நான் தீர்மானித்துக்கொள்கிறேன்."

"தன்னையே தந்தவள்மீது நீங்கள் காட்டும் நம்பிக்கை இதுதானா?"

மேலும் ஐயம் வளராமல் அவளைத் தன் மேல் ஆடையெனப் போர்த்திக்கொண்டு, "சொன்னால்தானே தெரியும்?" என்றான்.

"சொல்கிறேன். இப்போது தட்சிண பாகத்தில் இன்று இருக்கும் பேரரசுகள் இரண்டு. ஒன்று விஜயநகரம், இன்னொன்று படைவீடு. ஒருவரை ஒருவர் வீழ்த்த நினைப்பது இயல்புதானே?" என்றாள்.

"எங்கள் அரசர் ஏகாம்பரநாதருக்கு இன்னொரு நாட்டை வீழ்த்த வேண்டுமென்ற என்ற எண்ணம் எப்போதும் எழுந்ததில்லை." திருத்தினான் வசந்தன்.

"சரி. அப்படியே இருக்கட்டும். விஜயநகர அரசர் புக்கர் படைவீட்டைப் பிடிக்க நினைக்கிறார்."

"இதுதான் ரகசியமா? படைவீட்டிலிருக்கிற பச்சைக் குழந்தைக்கும் இது தெரியுமே?" என்றான் வசந்தன் அலட்சியமாக.

"அது தெரிந்திருக்கலாம். ஆனால் படையெடுத்து வரும் திசைதான் முக்கியம். அவர்கள் தாக்கப் போவது புலியூர் கோட்டத்தை. சந்திரகிரியில் கிழக்கு முகமாக நெல்லூர் வழியாகப் படையை நகர்த்த இருக்கிறார்கள். உங்கள் பெரும்படையை கொற்றலை ஆற்றங்கரையில் நிறுத்திவைக்க வேண்டும். எப்போதும்போல விரிஞ்சிபுரம், பாலாற்றங்கரை என்றே இருந்தீர்கள் என்றால் எளிதாக உங்கள் தேசத்தை அடைந்துவிடுவார்கள்."

வசந்தன் அமைதியாக இருந்தான். அவனை திசை திருப்பிவிட்டதே அவளுக்கு மகிழ்ச்சியாக இருந்தது. வசந்தன் விரிஞ்சிபுரத்தில் அவளைப் பத்திரமாக இறக்கிவிட்டு படைவீடு நோக்கிச் செல்லும்

படைவீடு

வரை ராஜலட்சுமி சொல்லிய ரகசியத்தை மண்டைக்குள் காத்துக்கொண்டு செல்வதுபோலவே இருந்தது. அந்த நம்பிக்கையில்தான் விஜயநகரத்துக்கும் தகவல் அனுப்பினாள். படைவீட்டின் ஒரு சேனை புலியூர் கோட்டத்தைத் தாண்டிப் போய்விடும். இந்த நேரத்தில் விரிஞ்சிபுரத்தின் மீது படையெடுத்தால் வெற்றி நிச்சயம் என்றுதான் சொல்லியனுப்பினாள். ஆனால், வசந்தன் அவள் சொன்னதை ஒரு பொருட்டாகவே எடுத்துக்கொள்ளவில்லை. விஜயநகர ஒற்றர்கள் படைவீட்டில் நுழைந்திருப்பதைச் சொல்லி எச்சரிக்கையும் செய்துவிட்டான். இல்லையென்றால் புக்கருக்கு இவ்வளவு பெரிய தோல்வி ஏற்பட்டிருக்காது. வைகுந்தனும் தாசியைவைத்து காரியம் சாதிக்க நினைத்த எனக்கு இந்த அவமானம் போதுமென்று கோபித்துக்கொண்டு போயிருக்கவும் மாட்டான்.

அதனால்தான் வசந்தனை மீண்டும் இந்த இடத்துக்கு வரவழைத்தாள். உடற்பசி போக்கி வயிற்றுப் பசியும் போக்கினாள். பெண்தானே என எளிதாக எடை போட்டுவிட்டான் வசந்தன். நஞ்சு கலந்த உணவு ஒரு நாழிகை நேரத்திலேயே அவன் உயிரைக் குடித்துவிட்டது.

யாரோ கதவு தட்டும் சத்தம் கேட்டது. விஜயநகரத்து வீரர்களாகத்தான் இருக்கும் என்பது அவளுக்குத் தெரியும். திறந்தாள். நான்கு பேர் உள்ளே நுழைந்தனர்.

"வசந்தன் அதோ அந்தக் கட்டிலின் மேலே கிடக்கிறான். அவனைக் கொண்டுபோய் சித்தூர் காட்டில் எறிந்துவிடுங்கள்" என்றாள்.

பாகம் 5

வெளி

குனித்த புருவமும் கொவ்வைச் செவ் வாயில் குமிண்சிரிப்பும்
பனித்த சடையும் பவளம்போல் மேனியில் பால் வெண்ணீறும்
இனித்தம் உடைய எடுத்த பொற்பாதமும் காணப் பெற்றால்
மனித்தப் பிறவியும் வேண்டுவதே இம் மாநிலத்தே!

— திருநாவுக்கரசர்

கி.பி. 1360 தொடங்கி...

1. விரிஞ்சிபுரம் இரவு

படைவீடு ரத்னகிரியில் பழனிவேள் தன் வீட்டின் முன்னால் வாள், வேல், கேடயம், குறுவாள் போன்றவற்றை தேங்காய் எண்ணெய் தோய்த்த துணியால் துடைத்துக்கொண்டிருந்தார். வயோதிகம் காரணமாகப் பொறுமை கூடியிருந்தாலும் உறுதி குறையவில்லை. தான் இருந்த பொறுப்பில் தன் மகன் மயிலவேலன் இருக்கிற பெருமை அதிகமிருந்தது. தான் வென்று மண்கொண்டாரின் மெய்க்காப்பாளனாக இருந்ததைப் போல தன் மகன், அவருடைய மகன் மல்லிநாத ராசநாராயணனுக்குக் காப்பாளனாக இருப்பதை நினைத்து மகிழ்ந்தான்.

"அரசனின் உயிருக்கு நீதான் பொறுப்பு. போரில் அவர் மீது ஒரு கீறல்விழுவதற்கு முன் உன் மார்பில் ஈட்டி பாய்ந்திருக்க வேண்டும்" என்பார் பழனிவேள்.

மன்னர்மீது அவருக்கு இருந்த பற்று அதீதமானது. வென்று மண்கொண்டாருடன் இப்போதும் காலை முதல் மாலை வரை

தமிழ்மகன்

இருப்பார். கடந்த ஐம்பது ஆண்டுகளில் இதில் ஒரு நாளும் மாற்றமிருந்ததில்லை. இப்போது கோட்டை மலையில் ஒரு துறவி போல அவர் வாழ்ந்துவருகிறார். மல்லிநாதருக்கு ஆலோசனைகள் வழங்குவதைவிடவும் அமைச்சர்களோடு பேசுவதைவிடவும் நூலாயத்தாரிடம்தான் அதிகம் பேசுகிறார். பழந்தமிழ் சுவடிகளைப் படியெடுக்கும் பணிகளில் அவர் காட்டும் ஆர்வம் அலாதியானது. வருங்காலத்தில் நம்மைக் காக்கப் போவது ஆயுதங்கள் அல்ல... இந்த நூல்கள்தான்தான் என்பார் ஆணித்தரமாக. விஜயநகரத்து வேந்தன் படையெடுத்து வருகிறான் என்றபோதும் இந்தச் சுவடிகளைப் பத்திரப்படுத்துவதைப் பற்றித்தான் அதிகம் பேசினார். அன்று அவர் பேசியது அனைத்தும் மக்கள்மீது அக்கறைகொண்ட ஒரு மனிதனின் உரையாடல்.

கடந்த முறை விஜயநகரப் பேரரசர் புக்கர் வந்தபோது சக்ரவர்த்தி வென்று மண்கொண்டார் எடுத்த புதிய உத்திகளைக் கண்ணெதிரே கண்டவர் பழனிவேள். மல்லிநாதர் அதிபுத்திசாலியான வீரர்தான். ஆனால், வென்று மண்கொண்டாரின் போர் அனுபவங்களும் பொறுமையும் பிரமிக்கவைப்பவை. அவர் சொன்ன ஒரே ஓர் உத்தி பாலாற்றில் விஜயநகர படையினரை எப்படி எதிர்கொள்ள வேண்டும் என்பதைத்தான். "பாலாறு நம்முடைய பலம் என்பதில் சந்தேகமில்லை. நம்முடைய எல்லையாக இருக்கும் பாலாற்றைக் கடந்துவர வேண்டியிருப்பதுதான் எதிரிகளுக்கு சறுக்கல். ஆனால், கடந்த முறை பாலாற்றில் நம்மோடு பட்டபாடு அவர்களுக்கு மறந்திருக்கிறது. பத்தாண்டுகள் கழித்து மீண்டும் வந்திருக்கிறார்கள் என்றால் அதற்கான மாற்றுத்திறன் அவர்களிடம் இருக்கிறது என்றுதான் பொருள். ஒரேவிதமான பொறிகளில் எலிகள் தொடர்ந்து சிக்குவதில்லை. கீழேயிருந்து மேல் நோக்கி ஈட்டிகளையும் இரும்பு குண்டுகளையும் எறிவதற்கான கருவிகளைத்தான் அதிகம் சுமந்து கொண்டுவருவார்கள். அதற்கு வேலைவைக்காமல் இருப்பதே அவர்களுக்கு நாம் கொடுக்கும் சிரமமாக இருக்கும்."

"வேந்தே... அப்படியானால் அவர்களைச் சுலபமாக ஆற்றைக் கடக்க வைக்க வேண்டும் என்கிறீர்களா?" என்றான் பழனிவேள்.

"ஆம். நாமே ஒரு மரப்பாலம் அமைக்க வேண்டும். அந்த பாலத்தில் இருந்து அவர்களால் நம்மைத் தாக்க முடியாதவாறு பாலத்தின் கோணம் அமைந்திருக்க வேண்டும். விரிஞ்சிபுரம் கோட்டையின் மீது ஆயுதங்களை வீச முடியாதபடி வேறொரு

இடத்தில் கரையேற வேண்டும். மறுகரைக்கு வந்த பின்புதான் நம்மீது ஆயுதங்களை எய்த முடியும். வந்திருப்பவர்களில் பத்தில் ஒரு பகுதியினர் கரையேறுகிறவரை காத்திருந்து அவர்களைத் தனிமைப்படுத்த வேண்டும். அதாவது அதன் பிறகு அந்தப் பாலம் இருக்கக் கூடாது. பத்தாயிரம் வீரர்கள் வருகிறார்கள் என்றால் அதில் சுமார் ஆயிரம் வீரர்களைத் தீர்த்துக்கட்ட முடியும். மறுகரையிலிருப்பவர்கள் ஆற்றிலிறங்கி ஏறிவருவதற்குத் தீர்மானிப்பார்கள். கீழேயிருந்து மேலே எறியும் விசைக் கருவிகளைப் பயன்படுத்துவார்கள். ஆற்றிலே நீர்வரத்து அதிகமாக இருப்பதால் பெரிய அளவில் தாக்குதல் நடத்த இயலாது. கரையேறி வருவதற்குள் அவர்கள் தரப்பில் இழப்பு அதிகமிருக்கும் என்பதை அவர்களே கணித்திருப்பார்கள். சென்ற முறை ஏற்பட்ட அனுபவத்தால் பாதிப்பைக் குறைக்கிற நடவடிக்கைகள் அவர்களிடம் இருக்கும். ஆக, அவர்கள் ஆற்றிலிருந்து ஏறி வருவதற்குள் எவ்வளவு பேரை வீழ்த்த முடிகிறதோ அதுதான் நம் வெற்றியின் அறிகுறி. விரிஞ்சிபுரம் எல்லையைத் தொடுவதே அவர்களுக்குச் சிரமமாக இருக்க வேண்டும். அது உண்மையும்கூட. விரிஞ்சிபுரத்தைக் கடந்துவிட்டால் அவர்கள் படைவீடு வருவது சுலபமாகிவிடும்."

"உண்மைதான் வேந்தே... இந்த முறையும் விரிஞ்சிபுரத்தை அவர்கள் தொட முடியாது" என்றார் மல்லிநாதர்.

"இன்னொன்றையும் கவனிக்க வேண்டும். விரிஞ்சிபுரம் ஆபத்தான பாதை என உணர்ந்த அவர்கள் வேறு பாதையில் முயற்சி செய்யலாம். உதாரணத்துக்கு சந்திரகிரி கோட்டை வழியாக வந்து காஞ்சியைப் பிடிக்க நினைத்தால்?"

"அது நாம் ஏற்கெனவே யூகித்ததுதானே அப்பா. அங்கும் நம் படைகள் நிறுத்திவைக்கப்பட்டுள்ளன. இரண்டு இடங்களிலும் ஒரே நேரத்தில் போர்த் தொடுத்தாலும் எதிர்கொள்ளத் தயாராக இருக்கிறோம்."

மாமன்னர் மற்ற சிற்றரசர்களின் ஆதரவு எப்படி இருக்கிறதென விசாரித்தார். அந்த விசாரிப்பு மன்னரின் பெருங்கவலையை வெளிப்படுத்துவதாக அமைந்தது.

"சென்ற முறை வாணகோவரையர் ஏன் இறுதி நேரம் வரை நமக்கு ஆதரவு தெரிவித்து படைகளை அனுப்பவில்லை என்பது தெரிந்ததுதான். வென்று மண்கொண்டார் மீது ஞானசௌந்தரிக்கு இருந்த கோபம் ஓர் அரச உறவுக்கே பாதகமாக முடிந்துவிட்டது.

தமிழ்மகன்

அவள் தெலுகு அரசன் நீலகண்ட சிங்கனைத் திருமணம் செய்ய முடிவெடுத்ததோடு, ஆறகழூரில் உள்ள புத்தர் சிலையே கதியென்று மாறிப்போனாள். மக்களுக்கு ஏதாவது துக்ககரமான சம்பவம் ஒன்று நடந்துவிட்டால், ஏற்கெனவே நம்பி வந்த சமயத்தின்மீது நம்பிக்கை தளர்வதோடு வேறு ஒரு மதத்தின்மீது நம்பிக்கை வைக்கவும் காரணமாகிவிடுகிறது. பவுத்தம், சமண மதத்தைத் தழுவியர்கள் இப்போது இசுலாம் மதத்தையும் தழுவிக்கொண்டிருக்கிறார்கள். மக்களின் மனம் எதற்காக ஏங்குகிறது என்பது ஆழங்காண முடியாத மர்மம்தான். நிராசை உள்ள மனமே இறைவனிடம் ஆறுதல் தேடுகிறது. 'பற்றுக பற்றற்றான் பற்றினை பற்று விடற்கு' என்பதா இறை நம்பிக்கையின் ஆதாரமாக இருக்கிறது? இல்லவே இல்லை. அப்படியானால் அல்லாவைவிட சிறந்தவர் ராமர்தான் என்ற கருத்தை விஜயநகரம் பரப்பி வருவதற்கான காரணம் என்ன? மக்களைத் தனித்தனிக் குழுக்களாகப் பிரிக்கும் வர்ணாசிரமத்தையும் அதிகமாகப் பின்பற்றுகிறார்கள். ஒருவரைவிட ஒருவர் உயர்ந்தவர் என்பதை மக்கள் ஏற்றுக்கொள்ளும் வண்ணம் சொல்கிறார்கள். அது இறைவன் வகுத்த விதி என்கிறார்கள். அதை தாழ்ந்த நிலையில் வைக்கப்படும் மக்களும் இறைவன் கட்டளையென ஏற்றுக்கொள்கிறார்கள். அதைத்தான் நினைத்து அஞ்சுகிறேன். அவர்கள் நம்மை வெல்லக்கூடாது என்பதற்கு எனக்கிருக்கிற ஒரே காரணம் அதுமட்டும்தான். அனைத்து சாதியினருக்கும் சாதி புராணங்கள் உருவாக்குவதும் சனாதனத்தைப் போற்றும் பாரதக் கதைகளைப் பரப்புவதும் கோயில்களை மையப்படுத்துவதும் அவர்கள் தேசத்தில் அவர்களுக்குப் பெரிய வலிமையை ஏற்படுத்தியிருக்கிறது."

"எல்லாம் மூடத்தனங்களை வளர்க்கும் போக்கு என்றாலும் ஒருவகையில் பெரிய வலிமையை ஏற்படுத்துவது தேசத்துக்கு நன்மைதானே அப்பா?" என்றார் மல்லிநாதர்.

"கள் குடிக்கிறவர்கள் அடைகிற மகிழ்ச்சியில் உண்மையும் நியாயமும் இருக்குமா? தினந்தோறும் கள்ளை நாடிச் செல்கிறார்கள். அது இல்லாமல் போனால் சோர்ந்து போகிறார்கள். புத்தி மயக்கம் எப்படி நன்மை பயப்பதாக இருக்க முடியும்? மதம் தரும் போதை கள்ளைவிட மோசமானது. இது கள் போதை போல ஒரு நாளில் மறைந்து போவது இல்லை. இது மூளையில் நிரந்தரமாக ஒன்றிவிடுகிறது. அதனால்தான் சுல்தானியர்களைவிட

படைவீடு

ஆபத்தானதாக விஜயநகர பேரரசை நினைக்கிறேன்."

"மனம் கலங்க வேண்டாம் தந்தையே. சமயங்களின் அரசியலை நாம் அனுமதிக்க மாட்டோம். சாதி ஏற்றத்தாழ்வுகளையும் அனுமதிக்க மாட்டோம். விஜயநகரப் பேரரசு இங்கே காலூன்ற இயலாது. இது சத்தியம்!"

"நல்லது ராசா... என் மனம் ஏனோ கலங்கிக் கிடக்கிறது. என் தாய் ஐம்பூதங்களில் தில்லையை மட்டும் நீ தரிசிக்காமல் வந்துவிட்டாய்.. அதைப் பார்த்துவிட்டு வா எனச் சொன்னார். அது எனக்குள் ஒரு குறையாக இருக்கிறது. நடன நாதனை தரிசித்துவிட்டு வரவேண்டும்."

"அப்பா... நாளையே அதற்கு ஏற்பாடு செய்கிறேன்."

2. தில்லை ரகசியம்!

ஐம்பது ஆண்டுகளுக்கு முன் பார்த்த தீவுக்கோட்டை, சுரபுன்னை காடு, கொள்ளிடம் ஆறு அனைத்தும் வென்று மண்கொண்டார் நினைவுகளைக் கிளறின. தில்லை எவ்வளவு மாறிவிட்டது. நடராசர் சந்நிதியுள் இப்போதுதான் காலடி எடுத்து வைக்க காலம் வாய்த்தது. சோழர்களின் வாழ்வில் மிகப்பெரிய மாற்றங்களை உருவாக்கிய திருத்தலம். சோழ வம்சாவளி முடிசூட்டும் பட்டம் கட்டவும் நடராசர் கோயிலில் நடைபெற்ற வைபவங்கள் தன் தந்தையும் தாத்தாவும் சொல்லிக் கேட்டிருக்கிறார் வென்று மண்கொண்டார்.

ஐம்பூதங்களில் ஆகாயம். தெற்கு நுழைவு வாயிலில் கோப்பெரும்சிங்கராயர் சிலையைப் பார்த்ததும் சோழர்களுக்கும் காடவராயர்களுக்கும் இருந்த நட்பும் பகைமையும் நினைவுக்கு வந்தன. மைத்துனன் என்று காடவராயர் சோழரை அழைப்பார். மணவாளன் என்று சோழர் காடவராயரை அழைப்பார். மாமன், மைத்துனர் உறவு பாராட்டியதில் சம்புவராயர்களைவிட ஒரு படி மேலே இணக்கம் காட்டியவர்கள் இருவரும்தான். அது பல்லவர் காலத்திலிருந்து தொட்டுத் தொடர்ந்த உறவு. ஒரு கட்டத்தில் மன்னர் மூன்றாம் ராசராசரை சிறைப்பிடித்து வைத்தார் கோப்பெருஞ்சிங்கராயர். காலம்தான் எவ்வளவு கொடியது? நட்பைக்கூட பகையாக்கிவிடுகிறது... காலம்தான் எவ்வளவு

இனியது? பகைவனைக்கூட நண்பன் ஆக்கிவிடுகிறது. பிரபஞ்சத்தையே கருப்பொருளாகக் கொண்ட திருத்தலம் தில்லை. லிங்க வடிவிலேயே காட்சி தரும் சிவன், இங்கே நடன கோலத்தில் காட்சி தருகிறார்.

பதினொரு திருமுறைகளை மீட்டுத் தந்து, ஓதுவார்கள் என்ற இறை உபாசகர்களை உருவாக்கிய வேந்தர் ராசராச சோழன் நினைவுக்கு வந்தார். ஒற்றியூரான் வழிவந்த சோழப் பரம்பரையை அரச ரத்தமா என்று சோதித்த சூழ்நிலை. பாண்டியர்களும் சேரர்களும் இந்தச் சோழன் வழிவந்த மரபினருக்குப் பெண் கொடுக்கவும் எடுக்கவும் மறுத்த காலம். தமிழக வரலாற்றில் மாபெரும் பேரரசர்களாக இருந்தும் அவர்களை அரசர் குடும்பமா என்று அனுதினமும் உரசிப் பார்த்த கொடுமை நிகழ்ந்தது. தில்லை வாழ் அந்தணர்கள் முடி சூட்டினால் போதும். அவர்கள் அரச மரபினர்தான் என்ற புதிய கோட்பாடுகள் வகுக்கப்பட்டு நடைமுறைபடுத்தப்பட்டது. காந்தளூர்சாலையில் பயிற்சி எடுத்துக்கொண்டவர்களே சத்ரியர்... அவர்களே அரச குடும்பத்தினர்... அவர்களே நாட்டை ஆளும் பொறுப்புக்கு வரவேண்டும் என்ற வரம்புகள் உடைக்கப்பட்டன. ஆட்சிக்கு வந்தபின்பு முதல்வேலையாக காந்தளூர்சாலை முகாமை நொறுக்கிவிட்டு, கேரளத்திலிருந்து வருவிக்கப்பட்ட பிராமணர்கள் தலைமையில் தில்லை நடராசர் கோயிலில் உருவானது புதிய அந்தப் புதிய நடைமுறை. தில்லை அந்தணர்களுக்கு வழங்கிய புதிய அதிகாரம். அவர்களுடைய அதிகாரத்துக்குக் கட்டுப்பட்டிருந்த அரசாங்கம். அந்த சமரச அதிகாரத்தையும் வென்று மண்கொண்டார் யோசித்துப் பார்த்தார். பிராமணர்களை அரவணைத்துக்கொண்டும் அவர்களை எதிர்த்துக்கொண்டும் கையில் பிடித்த நாகத்தை விட்டாலும் ஆபத்து... கையிலே பிடித்துக்கொண்டிருப்பதும் ஆபத்து என்ற இக்கட்டான நிலை. இரண்டாவதாக வந்த சோழ ஆட்சிக்கு அரச அங்கீகாரம், முடிசூட்டுவது, பட்டம் கட்டுவது எல்லாமே தில்லையிலே என ஆனது. ஒரு பேரரசனுக்கான அங்கீகாரமே தில்லையில் இருந்தது. தில்லை ரகசியம் என்பதே இதைத்தானோ?

ஒவ்வொரு இடமும் நினைவுகளால் நிரம்பியிருக்கிறது. மனிதன், தன் குலப் பெருமையை, தனது சாதனைகளை, தனது திறமையை... ஏன் தன்னையே நினைவுகளாகத்தான் சுமந்துகொண்டு திரிகிறான்.

தில்லை நகரம், வென்று மண்கொண்டாருக்கு நினைவுகளின் நகரமாகவே இருந்தது.

கூடவே படைவீட்டை நெருங்கிவரும் விஜயநகர ஆபத்தையும் இந்த நேரத்தில் நினைத்துப் பார்த்தார். கோயிலுக்குள் வந்ததிலிருந்து வேந்தர் அமைதியாகவே இருப்பதை அந்தணர்களும் யோசனையோடு பார்த்துக்கொண்டிருந்தனர். ''மா மன்னரின் வருகை எங்களுக்கெல்லாம் பெருமை'' என வாசலுக்கே வரவேற்று, அங்கிருந்தே வேதம் ஓதி அழைத்துச் சென்றனர். மக்களின் வாழ்த்து முழக்கங்களும் சேர்ந்துகொண்டன. மூலவர் முன்னிலையில் பூரண கும்ப மரியாதை செலுத்தினர். நடன கோலத்தில் ஆடல்வல்லான் வீற்றிருக்க வலதுபுறம் திரைவிலக்கி அங்கிருந்த சிறுவாயிலை நோக்கி கற்பூர ஆரத்தி காட்டினார். பிரபஞ்ச வெளியே இறைவன் எனும் ஆழ்ந்த ஞானம். வெறுமையே இறைவன் என்ற தில்லையின் ரகசியத்தை அந்தணர் எடுத்து இயம்பினார்.

சம்புவராயரின் நட்பு நாடுகள் அத்தனையும் துணைக்கு இருந்தபோதும் ஏனோ அவருக்கு சிவபெருமானின் ஆசி தேவைப்படுவதுபோல இருந்தது. கவசம் போல இருக்க வேண்டிய நட்பு நாடுகளைப் பிரித்தாளும் சூழ்ச்சியில் வீழ்த்தியிருக்கிறது விஜயநகரம். கோபால கண்டனை தனியரசாக நின்று வீழ்த்திய நெஞ்சுரம்மட்டுமேவென்றுமண்கொண்டாரிடம்இப்போதுமிருந்தது.

“சக லோக சக்கரவர்த்தி வென்று மண்கொண்டார் வாழ்க, மகாராணி வாழ்க” என்றபடி சோழ வாரிசுகள் வந்து சேர்ந்தார்கள். தீவுக்கோட்டையிலிருந்து பூங்குழலியின் பெரியப்பாவின் மகன் ராச விக்ரமனுக்குத்தான் இப்போது பட்டம்கட்டியிருக்கிறார்கள். வந்திருப்பது அவன்தான் எனத் தெரிந்தது.

“கோட்டைக்கு வராமல் நேராக இங்கே வந்துவிட்டீர்களே?” என்றார்.

“இல்லை விக்கிரமா... அங்கே எந்த நேரத்திலும் விஜயநகரத்தின் போர் முற்றுகை தொடங்கலாம். அதனால்தான் தங்கிச் செல்வதற்கு அவகாசமில்லை எனத் தகவல் அனுப்பினேன்.'' வென்று மண்கொண்டாரின் பதிலில் சமாதானமாகாமல் பூங்குழலியைப் பார்த்தார் விக்கிரம சோழர்.

“அக்கா... நீங்களாவது எடுத்துச் சொல்லியிருக்கலாமே?... உங்கள் பிறந்தவீட்டுப் பாசம் அவ்வளவுதானா?”

“அப்படியில்லை அண்ணா. சூழ்நிலை அப்படியிருக்கிறது. தில்லை நடராசரைப் பார்க்கவில்லை என்ற ஏக்கம் இவருக்கு இருந்தது. அதனால் உடனடியாகப் புறப்பட்டு வந்தோம்.”

அனைவரும் கோயில் பிரகாரத்தில் சிறிது நேரம் அமர்ந்து பேசுவதென முடிவெடுத்து அமர்ந்தனர். “சோழ நாட்டிலே இப்போது இருநூறு வீரர்கள்கூட இல்லை அரசே. ஆனால், அந்த இருநூறு பேரின் உயிரையும் உங்களிடம் ஒப்படைக்கிறேன். உங்களுக்காக உயிரைத் தருவார்கள். விஜயநகர அரசை விரட்டியடிப்பதற்கு அவர்கள் முன்னத்தி வீரர்களாக நிற்பார்கள்... இது சத்தியம்” என்றார். ராச விக்கிரம சோழரின் கையைப் பிடித்து ஆதரவாக அழுத்தினார் வென்று மண்கொண்டார்.

திரும்பும் வழியில் பெரும்புலியூர் சித்தர் நினைவில் வந்தார். ஏகாம்பரநாதருக்கு திடுமென அர்த்தம் புரிந்ததுபோல் உரைத்தது.

“மக்களை வெல்லலாம்... மண்ணை வெல்வானோ மன்னன்..?” வென்று மண்கொண்டார் என்ற பெயரைத்தான் சொல்லியிருக்கிறார்.

‘‘மண்ணுக்குரியோனே... மனைவியை அறிவாயோ? முன்னொட்டாய் மலர்ந்திடுவாள் முழு மனதாய் ஏற்றிடுவாய்!” மண்ணுக்குரியோன் காஞ்சி ஏகாம்பரநாதர். சித்தர் ஒவ்வொரு வார்த்தையிலும் சித்து விளையாடியிருக்கிறார். பூங்குழலியை மணக்கப் போவதையும் சரியாகச் சொன்னார். அப்படியானால்?

“உன் பின்னோர் கொத்துக்கொத்தாய் மாண்டனர் காண்!
தன்வம்சம் செழித்திடவே பலஊராய் சென்றனர் காண்!
கொடிமரபாய் குலமரபாய் படைவீட்டாள் துணையிருந்தாள்
குடிகாத்தாள் வளம்காத்தாள் கொற்றவையாய் குலம் காத்தாள்.”

இதற்கு என்ன பொருள்? படைவீடு விளங்க பல நூறு ஆண்டுகளாகும் என்றாரே... அதுதான் அதன் பொருளா?

3. ஆட்கொல்லி புலி!

ஈட்டியை உயர்த்திப் பிடித்தபடி வீரர்கள் நாலா பக்கமும் கண்களைச் சுழற்றிப் பார்த்துக்கொண்டிருந்தனர். பௌர்ணமி இருள். ஏழு வீரர்கள் இருந்தார்கள். அவர்களை வழி நடத்தும் தலைவனாக முன்னேறிக்கொண்டிருந்தான் கம்பணன். பரந்துவிரிந்த புதர்க் காடு. பாறை இடுக்குகளுக்கு இடையிடையே பயிரான மரங்கள் சில பாறையையே பிளந்துவிட்டிருந்தன. தந்தை விடுத்திருந்த சவாலான பணி. "இன்று இரவுக்குள் அந்தப் புலியைப் பிடித்துக் காட்டு. உனக்கு ஒரு பரிசு காத்திருக்கிறது" என்று சொல்லியிருந்தார்.

விஜயநகர பேரரசுக்கு இளவரசனாகப் பட்டம் சூட்டுகிற நிகழ்ச்சி மூன்று ஆண்டுகளுக்கு முன் நிகழ்ந்தது. விஜயநகரத்தின் எல்லையை ஆந்திரம் வரை விஸ்தரித்ததற்காகக் கொடுத்த பரிசு அது. ராஷ்டிரகூடர்கள், காகதியர்களை மட்டுமல்லாது சுல்தானியர்களையும் எல்லைக்குள் நுழையவிடாமல் இரும்புக்கோட்டையாக மாற்றியிருந்தார் குமார கம்பணன். புலியைப் பிடிப்பதற்குமா பரிசு? அப்படி என்ன பரிசாக இருக்கும்? ஆட்கொல்லி புலி. ஊருக்குள் புகுந்து ஆடு, மாடுகளைக் கொன்ற புலி இப்போது மனிதர்களையும் கடித்துக் குதற ஆரம்பித்துவிட்டது.

படைவீடு

அதைத்தான் வேட்டையாடி வெற்றியோடு திரும்புமாறு பணித்திருந்தார் மன்னர் புக்கர். அந்த சாதாரண புலி வேட்டைக்காக மன்னர் தன் மகனையே அனுப்பிவைத்தது அறிய முடியாத புதிரென்றால் அதற்குப் பரிசு வேறு காத்திருக்கிறது என்று கூறியனுப்பினார். அதற்கேற்ப புலியும் இரண்டு நாட்களாகச் சிக்காமல் ஆட்டம் காட்டிக்கொண்டிருந்தது. அப்பாவி ஆட்களை அடித்துக்கொல்லும் புலி, அதைத் தேடிவரும் ஆட்களைப் பார்த்துப் பதுங்கியிருப்பது வேடிக்கையாக இருந்தது.

"ராசகுமாரா... அது வயதான புலி. பாய்ந்து சென்று மான்களை வேட்டையாடுவது இயலவில்லை. அதனால்தான் கொட்டிலில் கட்டிப் போட்டிருக்கும் ஆடுகளையும் மாடுகளையும் வயதானவர்களையும் கொன்று புசிக்கிறது. நாம் வேட்டையாட வந்திருப்பது தெரிந்ததும் எங்கோ புதரில் பதுங்கிவிட்டது." தளபதி தண்டமாரயன் சொன்ன தகவலில் மேலும் வாடிப்போனான் குமார கம்பணன். "ஒரு கிழட்டுப் புலியைப் பிடித்துவரவா தந்தை ஆணையிட்டார்? இது அவமானமாக இருக்கிறது."

"கிழட்டுப்புலிகள் என்று சாதாரணமாக எடைபோட்டுவிடக்கூடாது. அவை அனுபவப் புலிகள். அவை சாதுர்யமானவை. அவசரப்படாமல் காத்திருப்பவை. அவற்றை வேட்டையாடுவதோ ஏன் கண்டுபிடிப்பதோகூட சிரமம்தான். அதுவாக வெளியே வந்தால்தான் உண்டு."

"ஊரிலேயே ஓர் ஆட்டைக் கட்டிப்போட்டு புலியை வரவழைத்திருக்கலாமே தளபதி? ஒரு சூரப்புலியை அடக்க வந்ததுபோல நான் ஏன் வர வேண்டும்? அரசருக்கு ஏதோ திட்டமிருக்கிறது. இல்லையென்றால் இதைப் பிடித்துவரச் சொல்லிவிட்டு அதற்குப் பரிசும் தருவதாகச் சொல்லியிருக்க மாட்டார்."

"அப்படியானால் அந்தக் கிழட்டுப்புலியை எப்படியாகினும் வெளியே கொண்டுவர வேண்டுமே? அதற்கு என்ன வழி? நாம் எல்லோரும் ஒளிந்துகொண்டிருந்தால் வெளியே வருமா?"

"நாம்தான் புலியைப் பார்க்கவில்லை. புலி நம்மைப் பார்த்துக்கொண்டுதான் இருக்கிறது இளவரசே!"

"வேறு என்னதான் வழி?"

"காடு அதிர கொட்டு முரசு முழங்குவோம். அச்சத்தில் அது

தமிழ்மகன்

வெளிவந்தால் உண்டு. முரசுகள் கொண்டுவர ஏற்பாடு செய்கிறேன்."

"உடனே செய்யுங்கள்."

வல்லபுரி* காட்டிலிருந்து விஜயநகரம் சென்று முரசறைப்பவர்களை அழைத்துவர வேண்டுமானால் எப்படியும் அரை நாளுக்கு மேல் ஆகிவிடும். அதுவரை அந்த இடத்திலேயே மரத்தின் கீழ் படுத்திருப்பது உசிதம் என முடிவெடுத்தனர். திடுமென இத்தனை மனிதர்கள் காட்டிலே தென்படுவது விலங்குகளுக்கும் வினோதமாக இருந்தது. ஆங்காங்கே முயல்களும் நரிகளும் திடீர் திடீரென புதர்களில் இருந்து இங்கும் அங்கும் தாவி ஓடிக்கொண்டிருந்தன. நிலவு வெளிச்சம் காட்டின்மீது படர்ந்து ரம்மியமாக இருந்தது. குமார கம்பணன் தன் எதிர்கால கனவுகளை நினைவில் தவழவிட்டு கண்ணை மூடி யோசித்துக்கொண்டிருந்தான். வித்யாரண்யரின் வழிகாட்டுதலில் அமைக்கப்பட்ட விஜயநகர அரசின் முன் இருக்கும் பெரும் கடமைகள் பிரமாண்டமாக விரிந்திருந்தன. கம்பிலி அரசைக் கைப்பற்றியதும் இசுலாமிய படையினரைப் புறமுதுகிட்டு ஓடவைத்ததும் மட்டுமல்ல... சம்பந்தமில்லாத அந்தப் புதிய சமயத்தினரை என்றுமே தலையெடுக்கவிடாமல் காரியமாற்ற வேண்டும். மன்னர்கள் மட்டுமன்றி மக்களும் இந்த நோக்கத்தில் கைகோக்க வேண்டுமாயின் சிருங்கேரி பீடாதிபதி வித்யாரண்யர் காட்டிய முக்கிய ஆலோசனை ஒன்று உண்டு. தன் தந்தைக்கும் பெரிய தகப்பனாருக்கும் அவர் காட்டிய போர் வழியும் சமூக நெறியும் அதுதான். வித்யாரண்யர் பல ஆண்டுகளாகப் போதித்து முறைபடுத்திய பாதை.

முகமது துக்ளக் தன் தந்தையையும் பெரியப்பாவையும் பிணையக் கைதிகளாக அழைத்துச் சென்று தில்லியிலே அடைத்து வைத்திருந்த கொடுமையான காலங்களை குமார கம்பணன் சிறுவயது முதலே கேட்டு வளர்ந்தவன். இயலாமையின் பெருந்துயரம். அரச குடும்பத்தில் பிறந்து அடிமைகளாக இருந்த அவலக் காலம் அது. ஆதரவற்ற நிலையிலே தன் அப்பாவும் பெரியப்பாவும் இசுலாம் மதத்துக்கே திருப்பப்பட்ட பின்பு, அவர்களை எந்த மண்ணில் இருந்து பிணையக் கைதிகளாக ஓட்டிச் சென்றானோ அதே மண்ணுக்கு ஆளுநராக அனுப்பிவைத்த கதையும் அவன் அறிவான். சிவ மார்க்கத்தைச் சேர்ந்தவர்கள் தில்லிக்குச் சென்று இசுலாமியராகத் திரும்பிவந்து, துக்ளக்கின் அரசின் ஆளுநராக ஆள ஆரம்பித்தனர். அந்த நேரத்தில்தான் அரசவைக்கு வந்து சந்திக்க விரும்புவதாக

சிருங்கேரி சங்கரமட அதிபதி வித்யாரண்யர் கூறியிருந்தார். தண்டம் தாங்கி வந்த தவயோகி... அவருக்கும் ஆட்சியாளருக்கும் என்ன சம்பந்தம் என்றுதான் ஹரிகரரும் புக்கரும் நினைத்தனர். வந்தவர் சமய நெறியை போதித்தார். நம் நாடு மாற்று சமயத்தாரின் அடிமையாக இருக்கலாகுமோ? தொடர்பற்ற மாற்றானின் அதிகாரத்தால் மக்கள் படும் இன்னல்களைக் கவனியாது இருந்தால் வருங்காலம் பழிக்காதா? உங்களைப் போன்ற வீர இளைஞர்கள் மீண்டும் நம் சமயத்துக்குத் திரும்ப வேண்டும். தனியரசு நிறுவ வேண்டும் என்று வேண்டிக்கொண்டார்.

“தில்லிப் பேரரசை எதிர்ப்பதா... நடக்கிற காரியமா? ஒரு நொடியில் நம் அரசைத் தவிடுபொடியாக்கிவிடுவாரே முகமது துக்ளக். இசுலாமிய படைவீரர்கள் முகமது அரசுக்கு எதிராக நமக்குத் துணை நிற்பார்களா? போர் என்றால் பெரும் செலவு பிடிக்குமே? வீரர்களைத் திரட்டவும் வழி நடத்தவும் பயிற்சியளிக்கவும் யார் இருக்கிறார்கள்? போர்க்கால செலவுகளைச் சமாளிப்பது எப்படி?... என்றெல்லாம் கேள்வி மேல் கேள்வி கேட்டார்கள் ஹரிகரரும் புக்கரும். வித்யாரண்யர் சுருக்கமாகச் சொன்னார். “நீங்கள் கேட்கிற எல்லா கேள்விகளுக்கும் பதில் சொர்ணத்தில் இருக்கிறது.”

“சொர்ணமா?”

“ஆமாம். நீங்கள் சந்தேகமாகக் கேட்ட கேள்விகளுக்கும் ஒரே விடை... செல்வம். வீரர்களைத் திரட்ட செல்வம் தேவை, போருக்குச் செல்வம் தேவை... அதற்கான செலவைப் பற்றிக் கவலைப்படாதீர்கள். மடத்திலே அதற்கான அத்தனை சொர்ணமும் இருக்கிறது. கனகதாரா பொழிந்ததாகச் சொல்லி பொற்காசுகளைத் தருகிறோம் எடுத்துக்கொள்ளுங்கள். அதை வட்டியோடு தருவதற்கு உங்கள் ராச்சியத்தால் இயலும். வீரர்களை ஒன்று திரட்ட செல்வம் மட்டும் போதாது... அவர்களை வழி நடத்த எங்களிடம் யோசனை இருக்கிறது. அதைச் செயல்படுத்தினால் போதும்...”

“என்ன யோசனை?”

“மக்கள் அனைவரையும் ஒன்று திரட்டும் ஒரு வழி. சமய ஈடுபாட்டையும் சாதி ஈடுபாட்டையும் ஒன்று கலந்த திட்டம். ஆதி சங்கரர் தொடங்கிவைத்த ஆழ்ந்த சமூக அடித்தளம். அவற்றை நாங்கள் ஆரம்பித்து வைக்கிறோம். மடத்திலே கொட்டிக்கிடக்கிற பொன்னும் மணியும் நம் மண்ணில் நம்முடைய பேரரசை

உருவாக்கப் பயன்படும். தோதான காலம் கனியும் வரை பொறுத்திருங்கள். அதற்குள் நாங்கள் வீரர்களை உருவாக்குகிறோம். நீங்கள் செய்ய வேண்டியது நம் கோயில்களுக்கு மக்களைக் கொண்டுவந்து சேர்க்க வேண்டிய பணியைத்தான். மக்கள் கோயிலுக்குள் வர ஆரம்பித்துவிட்டாலே எல்லாம் சுலபமாகிவிடும்.”

சாதியும் சமயமும் இணைந்து உருவாக்கப்பட்ட அரசாக...

“ராசகுமாரரே...” என எழுப்பினார் தளபதி தண்டமாரயன். கண்விழித்த குமார கம்பணரிடம், “களைப்பாக இருந்தால் இந்தக் கொட்டிலுக்குள் சென்று படுத்துக்கொள்ளுங்கள்” என்றார். வீரர்கள் அதற்குள் அங்கே தழிகளால் அழகாக வேய்ந்து குடில் அமைத்திருந்தனர். “வேண்டாம் தளபதி... எனக்குக் களைப்பு எதுவும் இல்லை. ஆழ்ந்த யோசனையில் இருந்தேன்.”

“அப்படியென்ன யோசனை? அடியேன் அறியலாமோ?”

‘‘சுவாமி வித்யாரண்யர் வகுத்த பாதைதான் எத்தனை உறுதியானது? நமது தெய்வம் என்ற சிந்தனை நம் மக்களை எத்தனை வேகமாக ஒன்று திரட்டிவிட்டது? அபாரமான யோசனை. அதிலும் சத்ரிய வம்சத்தை எவ்வளவு வேகமாக உருவாக்கி, இவ்வளவு வீரர்களைத் திரட்டினார்... ஆஹா... ஒரு லட்சம் வீரர்களைக் கொண்ட இமாலயப் படையை அல்லவா உருவாக்கிவிட்டார்?”

“அந்தந்தத் தொழில் செய்வோர் அதே தொழிலிலேயே ஈடுபட வேண்டும் என்பது நமது தேசத்தில் பலகாலமாக இருந்துவரும் பழக்கம்தான். அவரவர் ஈடுபடும் தொழிலில் சில நுட்பங்களைத் அதே தொழிலில் தொடர்ந்து ஈடுபடுவதன் மூலமே அடைய முடியும். அதைத்தான் ஆதிசங்கரரும் பகவத் கீதையில் கிருஷ்ணரும் வருணங்கள் நான்கு என வலியுறுத்தினர். வித்யாரண்யர் எதையும் உருவாக்கவில்லை. அவர் செய்தது அதை வலியுறுத்தியதுதான். ஆதிசங்கரர் வலியுறுத்தியதைவிடவும் அதிகமாகவே வலியுறுத்தினார். இசுலாமியர்களை விரட்டுவதற்கு சமயத்தை ஓர் ஆயுதமாக எடுத்தார். சத்ரிய குடியினருக்கு உத்வேகம் கொடுத்து, ஒன்று திரட்டினார். ஆசாரிகளை உடனே போர்க்கருவிகளை உருவாக்க ஒன்று திரட்டினார். ஒவ்வொரு குடியினருக்கும் ஒவ்வொரு பெருமையிருப்பதைச் சொன்னார். மக்ககள் தங்களை உணர்ந்தனர். தம் கடமை உணர்ந்தனர். வேதம் வகுத்த வழியே சத்ரியர்களுக்கானதுதான். அரசர்களுக்கான நெறிமுறைகளை வகுத்துக்கொடுப்பதன் மூலம் சமூதாயத்தில் பணிகளைத் தொடர

படைவீடு

அது ஏதுவாக இருக்கிறது. வேற்று சமயத்தவர் நம்மை வெறிகொண்டு தாக்கும் நிலையில் இதை லாகவமாகக் கையில் எடுத்ததுதான் சுவாமியின் வியூகம் என்றே சொல்லலாம்." தளபதியில் பேச்சில் வித்யாரண்யரை உயர்த்திப் பிடிக்கிறாரா, குயுக்தியாக வென்றுவிட்டார் என்று சொல்கிறாரா என்பது துல்லியமாக விளங்கவில்லை.

"நீங்கள் வித்யாரண்யரின் வியூகத்தை முழுமையாக ஆதரிக்கிறீர்கள்தானே?"

"அதிலென்ன சந்தேகம் இளவரசே?"

"இசுலாமியருக்கு எதிராக வர்ணாசிரமத்தைப் பிரயோகித்ததை லாகவமாக செய்தார் என்றீர்களே?"

"இளவரசே... அரசர்களை அந்தணர்கள் தங்கள் தர்மங்களை நிலைநாட்டப் பயன்படுத்திக்கொள்வது காலம் காலமாக நிகழ்வதுதான். சந்திரகுப்தரை சாணக்கியர் பயன்படுத்திக்கொண்டார். அந்தணரான சாணக்கியர் சந்திரகுப்தர் என்ற சத்ரியரின் பின்னால் இருந்து ஒரு சாம்ராச்சியத்தை நிலைநாட்டினார். அதையேதான் நம்முடைய சுவாமி வித்யாரண்யரும் செய்திருக்கிறார். நம்மிடையே ஏராளமான சமய வழக்கங்கள் உள்ளன. அவற்றையெல்லாம் அத்வைதம் என ஒரு குடையின்கீழ் கொண்டுவந்தார் ஆதிசங்கரர். அதுதான் பௌத்தம், சமணம் போன்ற வேத மரபுக்கு எதிரான சமய இயக்கங்களை ஒடுக்கியது. இன்று இசுலாம் சமயத்துக்கும் அந்த வேத மரபையே கையிலெடுத்திருப்பது சாதனைக்குரியது என்றுதான் சொன்னேன்."

குமார கம்பணன் சிரித்தான்.

"ஏன் சிரிக்கிறீர்கள்?"

"முன்னூறு ஆண்டுகள் கோலோச்சிய களப்பிரர்களை விரட்டவும் இதே வேதமும் யாகமும் பயன்பட்டன. எத்தனை யுகங்களானாலும் மக்களை எளிதில் வசீகரிக்கக் கூடியதாக வர்ணாசிரமம் இருக்கிறது. நம்முடைய பேரரசின் பலம் என இதை உணர வேண்டும். மக்களை எப்போதுமே நம் கட்டுப்பாட்டில் வைத்துக்கொள்வதற்கு வர்ணாசிரமம், சமய ஒருங்கிணைப்பு இவற்றை எப்போதும் கடைபிடிக்க வேண்டும். நாவலந்தீவு முழுவதையும் நம் கட்டுப்பாட்டில் கொண்டு வருவதற்கு இது பயன்படும். எந்த நாட்டை வெற்றி கொண்டாலும் உடனே அங்கே கோயில்கள்

கட்ட வேண்டும். ஏற்கெனவே இருக்கும் கோயில்களில் திருப்பணிகள் செய்ய வேண்டும். இது ஒன்றே நம் மக்களுக்கு இவர்கள் நமக்கு வேறானவர்கள் அல்ல என்ற எண்ணத்தை விதைக்கும். கூடவே அவரவர் குலப்பெருமையை எடுத்துச் சொல்ல வேண்டும்."

தளபதி, "குலப்பெருமையை எடுத்துச் சொல்கிற அதே நேரத்தில் குலம் தாழ்த்தலும் நிகழ்கிறதே..?" என்றார்.

"ஒவ்வொரு சாதிக்குக் கீழேயும் ஒவ்வொரு சாதி இருப்பதால் மேலே இருப்பவர்கள் கீழே இருப்பவர்களைப் பார்த்து எப்போதும் மகிழ்ந்தபடி இருப்பார்கள். சோறு இல்லையாயினும் குலப்பெருமை பேசுவார்கள். இதுதான் இதில் இருக்கிற சூட்சுமம்."

"எல்லோருக்கும் கடைசியாக யாரோ ஒருவர் இருந்துதானே ஆக வேண்டும். அவர்களின் மகிழ்ச்சிக்கு என்ன செய்வது?"

"ஒரு சாதியில் பிறந்த ஆண் இன்னொரு சாதியில் திருமணம் செய்தால் அவன் சாதி தூய்மை போய் கீழான சாதியாகிறான். ஆகவே கீழான சாதியில் திருமணம் செய்பவனின் குலம் இன்னும் கீழானதாக ஆகிவிடும்.... கீழ்மைக்கு எல்லையே இல்லை. ஆனால், உச்ச பெருமைக்கு உரியவர் ஒருவரே... அவர் தாம் பிராமணர். அவர்களுக்கு என்றுமே தாழ்வு இல்லை." தீர்க்கமாகச் சொன்னார் குமார கம்பணர்.

"ஏன் அப்படி?"

"அவர்கள் கடவுளுக்கு நெருக்கமானவர்கள். நாம் எல்லோரும் கடவுளைக் காண முடியாது. கடவுளுக்கு நெருக்கமாக இருக்கும் அவர்களைத்தான் பார்க்கிறோம். நமக்கு அவர்களே கடவுளர். கடவுளுக்கு ஏது தாழ்வு?'' குமார கம்பணர் உறுதியாகவும் நம்பிக்கையாகவும் சொன்னார். ''இதில் உங்களுக்கு ஏற்பு இல்லையா?" என்றார்.

தண்டமாரயன் அதற்கு பதில் சொல்வதற்கு வாயெடுப்பதற்குள், குதிரைகள் வரும் குளம்புச் சத்தம் கேட்டது. "முரசு அறிவிப்பவர்கள் வந்துவிட்டார்கள் என நினைக்கிறேன் இளவரசே!"

"நல்லது. புலி வேட்டையைத் தொடங்குவோம்." விருட்டென எழுந்து நின்றார் குமார கம்பணன்.

தீப்பந்தம் ஏற்றிவந்த வீரர்கள் முன்னே செல்ல, முரசு முழங்கும் ஆட்கள் பின் தொடர்ந்தனர். அதன் பின்னே குமார கம்பணரும்

அவருடன் வந்த வீரர்களும் தளபதியின் பின் தொடர்ந்தனர். நிலவு மேற்கு பக்கம் சாய்ந்துவிட்டிருந்தது. ஒளியும் ஓசையும் காட்டை அதிர வைத்துக்கொண்டிருந்தன. மான்கள், முயல்கள், காட்டுப் பன்றிகள் மிரண்டு தலைதெறிக்க ஓடின. புல்லினங்கள் படபடத்தன. மரம் மாறி அமர்ந்தன. கரடி ஒன்று தன் குட்டிகளோடு தாவி ஓடியது. காட்டுயிர்களின் அச்சமும் மிரட்சியும் மனித உயிர்களுக்கு மேலும் உற்சாகமளித்தது. புதர்களையும் குகைகளையும் குறிவைத்து முன்னேறியது வீரர் கூட்டம். அந்தக் கிழட்டுப் புலி அசைந்துகொடுப்பதாக இல்லை. "அடர் காட்டினுள் மேலும் மேலும் முன்னேறுவதில் புண்ணியமில்லை" என்றார் தளபதி. "வயோதிக புலி ஊருக்கு நெருக்கமான இடத்தில்தான் இருக்கும்" என்றார்.

"விடிவதற்குள் அதைப் பிடித்து தோலை உரிக்க வேண்டும். வித்யாரண்யரின் தியானத்துக்கு அந்த தோல்தான் இனி இருக்கை... தந்தையாரின் பரிசைப் பெறுவதிலும் ஆர்வம் அதிகமாக இருக்கிறது."

"ஒன்றும் கவலை வேண்டாம்... காட்டைவிட்டு வெளியேறுவதற்குள் அதைப் பிடித்துவிடலாம். இதோ துங்கபத்ரா ஆறு தென்படத் தொடங்கிவிட்டது. இதன் கரையோரமே பயணித்தால் நாம் ஆனெகொண்டியை அடையலாம். ஆனால் இது காட்டு வழி. நகரத்துக்குச் செல்ல அந்தப் புலிக்கு இதுதான் பாதையாக இருந்திருக்கும். நீர் நிலையும் ஊரும் கைகோர்க்கிற இடம். இங்குதான் அது ஒடுங்கிக்கிடக்கும். இன்னும் சில நாழிகையில் அது நம் கைக்குச் சிக்கிவிடும்."

குமார கம்பணனின் கண்களே ஈட்டியைப் போல மாறியிருந்தன. கோபத்தாலும் உறக்கமின்மையாலும் சிவந்திருந்த கண்களில் கொலைவெறி தலைதூக்கியிருந்தது. வீரர்களை அதை உணர்ந்து இன்னும் ஆவேசமாகத் தேடத் தொடங்கியிருந்தனர். சற்றே வெளிச்சம் ஏறியிருந்தது. இப்போது குமார கம்பணனின் உருவம் ஆஜானுபாகுவாக உறுதி உரமேறி கருங்கல் சிற்பமென தெரிந்தது. அப்போதுதான் அந்தப் புதரில் தெரிந்தது அலைந்தபடியிருந்த அந்த வால். புலிவால். பதுங்கியிருந்த புலி. குமார கம்பணன் ஈட்டியை வலிமையாகப் பிடித்துக்கொண்டு அந்தப் புதரை நெருங்கினான். ஆபத்து நெருங்குவதைப் புலி வெகு வேகமாக உணர்ந்துவிட்டது.

தனித்துவந்திருந்த குமார கம்பணனைப் பாய்ந்து தாக்க

தமிழ்மகன்

முடிவெடுத்துவிட்டது. சீறியது... உருமியது. மற்றவர்கள் சுதாரித்துத் திரும்புவதற்குள் அவன்மீது வீறுகொண்டு பாய்ந்தது. கம்பணன் ஈட்டியை எறிவதற்கு தன் கரத்தை இழுத்து ஓங்குவதற்குள் முந்திக்கொண்டுவிட்டது புலி. மனித ரத்த ருசி பார்த்துவிட்ட புலி, கம்பணனின் கழுத்தைக் கவ்வ, வாயை விரித்தது. அத்தனை நெருக்கத்தில் புலியின் பல்லும் உருமலும் குடல்நடுங்க வைப்பதாக இருந்தது. ஆணிகள் பதித்த பலகைகள் போல இருந்த பலம் வாய்ந்த புலியின் முன்னங்கால்கள் அவனை அசையமுடியாதபடி அழுத்திக்கொண்டிருந்தன. புலியின் கண்களில் இருந்து தீப்பொறி பறக்காத குறைதான். வெறி... வெறி. கம்பணன், கழுத்துக்கு நெருக்கமாக வந்துவிட்ட புலியின் பற்களைக் கவனித்தான். மாபெரும் ராச்சியத்தைக் கட்டிக்காக்க வேண்டிய நான் ஒரு கிழட்டுப்புலி அடித்துச் சாவதா? கீழே கிடந்தவன், ஒரு மூச்சில் அந்தப் புலியைப் புரட்டித் தள்ளினான். புலி அதை எதிர்பார்க்கவில்லை. அது புரண்டு எழுந்து நிற்பதற்குள் அதன் அடி வயிற்றில் எட்டி ஓர் உதைவிட்டான். தரையை உரசிக்கொண்டு மறுபக்கம் விழுந்தது. கீழே கிடந்த ஈட்டியைப் பாய்ந்து எடுத்தான். ஓடலாமா, விரட்டலாமா என புலி ஒரு கணம் யோசித்திருக்க வேண்டும். அவனுக்கு அது போதுமானதாக இருந்தது. பலம்கொண்ட மட்டும் ஈட்டியை ஓங்கி வீசினான் கம்பணன். ஈட்டி புலியில் வாய் வழியாக நுழைந்து கழுத்து வழியாக வெளியே வந்திருந்தது. அதனால் எழுந்திருக்க முடியவில்லை. அங்கேயே தரையில் கிடந்து சுழன்றது. விலகிச் சென்ற வீரர்கள் அனைவரும் அந்த சில நொடிகளில் நடந்து முடிந்திருந்த சாகசத்தைக் கண்டு பதறி நின்றனர். குமார கம்பணன் ஓங்கி உயர்ந்த மலையென அங்கே நின்றிருந்தான்.

வீரர்கள், "இளவரசர்... வாழ்க!" என முழக்கமிட்டனர். தளபதி அருகேவந்து குமார கம்பணனை பெருமிதத்தோடு தட்டிக்கொடுத்தார்.

---

* வல்லபுரி என்பது இன்றைய பெல்லாரியின் பழைய பெயர்.

4. கங்கா தேவி

குமார கம்பணன் ஒரு பெரிய மாட்டு வண்டியில் அந்தப் புலியை ஏற்றிக்கொண்டு அரச மண்டபத்தின் நடுவே வந்து நிறுத்தச் சொன்னான். தளபதி தண்டமாரயன் அந்த வண்டிக்கு மறுபுறத்திலும் கம்பணன் அருகே குதிரைப்படைத் தலைவர் பிரம்மராயனும் நின்றிருந்தனர். ‘‘அரசர் புக்கர் அரசவைக்கு இன்னும் சில நாழிகையில் வந்துவிடுவார்” என மதகுரு சொல்லி முடிப்பதற்குள், “மாமன்னர் புக்கர் வருகிறார் பராக்... பராக்!” என்ற கட்டியங்காரனின் குரல் கேட்டது.

மன்னர் அவையின் நடுவே வந்து நின்று புலியையும் குமார கம்பணனையும் மாறி மாறிப் பார்த்தார். ‘‘புலியும் புலியும் மோதிக்கொண்டனவா?... ஹா ஹா ஹா.”

“ஆனாலும் அப்பா ஒரு கிழட்டுப் புலியை அடிக்க என்னை அனுப்பிவைத்தது வேதனையாகத்தான் இருந்தது’’ என்றார் கம்பணன்.

“திருத்தம்... இது கிழட்டுப் புலி அல்ல... ஆட்கொல்லி புலி. இதனுடைய உக்கரம் சாதாரணமாக புலிகளிடம் காணப்படும் உக்கரத்தைவிட அதிகம். பொதுவாகப் புலிகள் மனித

நடமாட்டத்தைக் கண்டால் விலகிச் சென்றுவிடும். இது மனிதர்களைத் தேடிவரும். மனித ரத்தம் சுவைத்துவிட்ட புலி, மற்ற விலங்குகளை அவ்வளவாக உணவாக்கிக்கொள்வதில்லை. மனிதரோடு போராடத் தொடங்கிவிட்டால் அவர்களைக் கொல்லாமல் விடாது.”

“இதனோடு போராடும்போது உணர்ந்தேன் அப்பா. அது என்னைக் கொல்லும்வரை போராடும் மூர்க்கத்தோடு இருந்தது. நானும் அதே மூர்க்கத்தோடு போராட வேண்டியிருந்தது. கொல்லும் வரை போராடுவதுதான் எங்களுக்குள் இருந்த போட்டி.”

“சரியாகச் சொன்னாய் மகனே... அடுத்து நீ இறங்கப்போகும் செயலுக்கு இந்தப் புலிதான் உனக்கு துலாபாரம். இதுதான் உனக்கு உரைகல். அடுத்து நீ போர் தொடுக்க வேண்டிய தேசத்துக்கு இதுவே பயிற்சிக்களம்.”

“என்ன அப்பா... ஒரு சாதாரண புலியை வைத்து ஒரு தேசத்தையே எடைபோடுகிறீர்கள்?” என்றான் குமார கம்பணன்.

“இந்தப் புலியை வென்றுவிட்டால் அந்த தேசத்தையும் வென்றுவிடுவாய் என என் உள் உள்ளுணர்வு சொல்லியது.”

“நன்றாய் இருக்கிறதப்பா உங்கள் மனக்கணக்கு...”

புக்கர் மெல்ல புலியைச் சுற்றி வந்து பார்த்தார். பெரிய புலி. கீழ்தாடை கிழிந்து மார்பின் வழியாக வெளிவந்த ஈட்டி பிடுங்கி எறியப்படாமல் அப்படியே இருந்தது. அவையில் எட்டடி அகலத்துக்கு அந்தப் புலி பரந்திருந்தது. பெரிய புலி. தன் முழு வளர்ச்சியை எட்டிவிட்ட புலி. செத்த புலிக்கு ஒப்பாரி போல ஈக்கள் மொய்க்கும் ரீங்காரம். வியந்து பார்த்துக்கொண்டிருந்த தந்தையை வினாக்குறியோடு பார்த்தார் கம்பணன்.

“தந்தையே நான் எந்த தேசத்தை வெல்ல வேண்டும் என்று இன்னமும் நீங்கள் சொல்லவில்லை.”

குமார கம்பணனை தீர்க்கமாகப் பார்த்தார். “மதுரை... இப்போது துக்ளக்கின் பிடியில் இருக்கிறது. அங்கிருக்கிற சுல்தான் தனி அரசு அமைக்கிற எண்ணத்தில் இருக்கிறான். துக்ளக் ஆட்சிக்கு தில்லியிலேயே வில்லங்கம் தொடங்கிவிட்டதால் அவர் தென் பிராந்தியங்களில் கவனம் செலுத்துவதை அறவே விட்டுவிட்டான். இதுதான் சரியான தருணம்.”

“தேதி குறியுங்கள் அப்பா. மதுரையை வென்று உங்கள் காலடியில் சமர்ப்பிக்கிறேன்.”

“மகனே அது என் காலடிக்கு அல்ல.. மகுடத்துக்கு. நானும் என் அண்ணன் ஹரிகரரும் பத்து ஆண்டுகளுக்கு முன்னரே மதுரையைப் பிடிக்கக் கிளம்பினோம். மதுரையை வெல்வது அத்தனை சுலபமல்ல. அதைப் பிடிப்பதற்கான வலிமை நம்மிடம் இல்லை எனத் திரும்பிவிட்டோம்.”

“மதுரை சுல்தான் அவ்வளவு வலிமைவாய்ந்த சைன்யத்துக்குச் சொந்தக்காரனா?” ஆச்சர்யத்துடன் கேட்டான் கம்பணன்.

“மதுரை சுல்தானின் வலிமை பெரியதல்ல. உண்மையில் அவனை வெல்ல வேண்டுமானால் அவனுக்கு முன்னால் இருக்கிற இன்னொரு தேசத்தை நீ வென்றாக வேண்டும். அவர்கள்தான் பெரும்பலமும் பேராற்றலும் பெற்ற சைன்யத்துக்குச் சொந்தக்காரர்கள். அவர்கள் தேவையில்லாமல் எந்த தேசத்தின்மீதும் போர் தொடுக்க மாட்டார்கள். அவர்கள்மீது போர் தொடுக்கிற தைரியமும் யாருக்கும் இல்லை. மதுரை சுல்தானியர்கள் ஒரு முறையும் அவர்கள் பக்கம் தலைவைத்துப் படுக்கவில்லை.”

“நாம் அவர்கள்மீது படையெடுத்தால் என்ன?”

“அதைத்தான் சொல்ல வந்தேன். ஹரிகரரும் புக்கரும் அவர்கள் மீது படையெடுக்க முயன்றோம். எங்களால் முடியவில்லை. அந்த நாட்டின் எல்லையைக்கூட தீண்ட முடியவில்லை. அதற்குள் நம் வீரர்களில் பாதி பேர் பரலோகம் போய்விட்டார்கள். சாதாரண எல்லைக் காவல் படையையே சமாளிக்க முடியவில்லை. இன்னும் அந்த தேசத்தின் கோட்டையை அடைய வேண்டுமானால் நம் லட்சம் வீரர்களையும் காவு கொடுக்க வேண்டியதாக இருக்கும் என்பதை உணர்ந்தே திரும்பிவிட்டோம்.”

“அப்படியொரு தேசமா..?”

“ஆமாம்... படைவீடு பேரரசு அதன் பெயர். தமிழகம் இரண்டு பெரும் பகுதியாகப் பிரிந்திருக்கிறது. தமிழகத்தின் வடபகுதி ராசகம்பீரன் ராச்சியம் என்றழைக்கப் பெற்ற சம்புவராயர்களின் ஆட்சிப்பகுதி. வடபெண்ணை முதல் தென் பெண்ணை வரை உள்ள பகுதி. அதற்கு தெற்கே உள்ள பகுதி மதுரை சுல்தான்களின் கட்டுப்பாட்டுக்குள் இருக்கிறது.”

“உங்களையே அச்சம் கொள்ள வைத்த அந்த ராச்சியத்தை நான்

தமிழ்மகன்

பார்க்க வேண்டுமே?" என்றார் குமார கம்பணன் பொங்கி வந்த ஆர்வத்தோடும் அலட்சியத்தோடும்.

"ஆமாம். சம்புவராய படைவீட்டு ராச்சியத்தை வென்றுவிட்டாயானால் மதுரை சுல்தான் பக்ருதீன் முபாரக் ஷாவை வெல்வது பத்து நிமிட வேலை" என்றார் புக்கர்.

"நீங்கள் சொல்லச் சொல்ல அந்த சம்புவராயர்களை வீழ்த்தும் ஆர்வம் அதிகமாகிக்கொண்டே இருக்கிறது அப்பா."

"ஆழம் தெரியாமல் ஆற்றிலே காலை வைக்கக் கூடாது."

"என்ன அப்பா என்னை அவ்வளவு சாதாரணமாக எடைபோட்டுவிட்டீர்களா?"

"பழமொழிக்காகச் சொல்லவில்லை. தமிழகத்தின் ஆறுகளை நீ முதலில் தெரிந்துகொள்ள வேண்டும். நெல்லூர் கிருஷ்ணா ஆற்றில் இருந்து கன்னியா குமரி வரை தமிழகத்தில் புலியின் உடலிலிருக்கும் கோடுகளென வரிவரியாக ஓடி எழில் சேர்க்கும் ஆறுகள் ஏராளம். ஒவ்வொரு ஆறும் ஒவ்வொரு ஆழமும் அகலும் உடையவை. அந்த ஆறுகளைக் கடப்பதும் உன்னுடைய சைன்யத்துக்கு பெரும் சவாலாக இருக்கும். ஒவ்வொன்றாக நாளை விளக்கமாகச் சொல்கிறேன். நீ சென்று ஓய்வெடுத்துக்கொள்."

தந்தையின் பீடிகை குமார கம்பணனுக்கு ஆர்வ உந்துதலை அதிகப்படுத்துவதாக இருந்தது. உண்மையில் அவர் கொம்பு சீவிவிடும் வேலையைக் கூர்மையாக செய்து முடித்தார்.

"சரி அப்பா" என திரும்ப எத்தனித்த மகனை, கையைப் பிடித்து நிறுத்தினார்.

"பரிசு காத்திருக்கிறது என்று சொன்னேனே... என்ன பரிசு எனக் கேட்காமலேயே செல்கிறாயே?"

"போர் நடத்திச் செல்வதே எனக்கு நீங்கள் அறிவித்த பரிசு என எண்ணிக்கொண்டேன் அப்பா."

"உனக்குப் பெண் பார்த்திருக்கிறேன். அவளைப் பெண் என்று ஒரு வரியில் விவரித்துவிட முடியாது. சாளுக்கிய மன்னனின் தவப் புதல்வி. பேரழகி. பெரும் புலவி... பெயர் கங்கா தேவி."

மன்னர் புக்கர் திரையிட்டு வைத்திருந்த ஓவியத்தை விலக்கிக் காட்டினார். ஒய்யாரமாக தூணில் சாய்ந்து நின்றிருந்தாள் அவள். கையில் எழுத்தாணி கொண்டு பட்டுத் துணியிலே கவி புனையும் பாவனை. குமார கம்பணனுக்கு மூன்று மனைவிமார்கள் இருந்தனர்.

படைவீடு

அவர்கள் யாரிடமும் காணாத ஒரு தோரணை இவளிடம் தென்பட்டது. கவி புனைபவளா? அவனுக்கு வெட்கம் பிடுங்கித் தின்றது. வேகமாக அந்த ஓவியத்தை வாங்கிக்கொண்டு வேகமாக தன் அறை நோக்கி விரைந்தான்.

5. கிரியாசக்தி பண்டிதர்!

உருவ ஓவியங்கள் உண்மைக்கு மிகையாகவோ, குறையாகவோ இருப்பது வாடிக்கை. ஓவியத்துக்கு உள்ள சிறப்பே அதுதான். ஆனால், குமார கம்பணனின் மனம் அந்த சிறப்பை சம்மதிப்பதாக இல்லை. கங்கா தேவியை வரைந்த ஓவியன் மீது கோபம் கொப்பளித்தது. அவளுடைய அழகைக் குறைத்து மதிப்பிட்ட தூரிகையை, அந்த ஓவியனின் கையை உடைத்து விறகுக்குப் போடவேண்டிய கோபம். ஒரு பேரழகியை... கந்தர்வ கன்னிகையை ஏன் அப்படி வரைந்தான்? அழகைக் குறைப்பதில் அவனுக்கு அப்படி என்ன ஆர்வம் என்றெல்லாம் கோபம் பொங்கியது. ஆனால் அவன் பேரழகியாக வரைந்திருந்தால் இப்போது இந்த அழகின் அதிர்ச்சியை நேரில் எதிர்கொண்ட மகிழ்ச்சியைத் தவறவிட்டு இருப்போம் என்று மனதைத் தேற்றிக்கொண்டான்.

அந்தப்புரத்து நாயகிகள், அழகிய மூன்று மனைவிகள் என்று அவனுடைய அனுபவத்தில் பெண் வாசனை என்பது தினசரி நுகர்வுதான். ஆனாலும் ஒரு தேகம் தங்கம் போல ஜொலிக்க முடியுமா என்ற ஆச்சர்யம் அடங்கவே அளவே இல்லை. மெல்லிய

தோள்கள்... ஆனால் முன்னழகின் திரட்சி மலைப்பாக இருந்தது. ஒரு கைப்பிடி இடை. தம்புரா போன்ற பருத்த பிருஷ்டம். ஒரு உடலில் எங்கெங்கே திரட்சி தேவை என்பதை தேகமே முடிவு செய்யுமா?

திருமண ஏற்பாடுகள் அரண்மனைக்கு பகல் போன்ற ஒளிர்வையும் பரபரப்பையும் ஏற்படுத்தியிருந்தன. இரவு நேரம் என்பதே சிலருக்கு மறந்துவிட்டது. இரவில் நலங்கு வைக்கும் விழாவுக்காக கங்கா தேவியையும் குமார கம்பணனையும் சந்தனம் பூசி குங்குமமிட்டு பலரும் ஆசீர்வதித்தனர். குமார கம்பணனுக்கு கங்கா தேவியை அவ்வளவு அருகில் பார்த்தபோது கிளர்ச்சியாக இருந்தது. குமார கம்பணனின் மூன்று சகோதரர்களும் வந்தவர்களை உபசரிப்பதில் தீவிரமாக இருந்தனர். அண்ணன் பாஸ்கர கம்பணனுக்கு ஆட்சி அதிகாரத்திலே அத்தனை ஈடுபாடு இல்லை. ஆனால், கனிவாக உபசரிப்பதில் அரசனுக்கு அரசனாக இருந்தான். இளையவர்கள் விருபணனும் ஹரிகரனும் கொஞ்சம் களியாட்டத்திலே நாட்டமுள்ளவர்கள். அண்ணன் திருமணத்தையொட்டி இருவரிடமும் கொண்டாட்ட மனநிலை அதிகமாக இருந்தது. மூவரும் திருமண வைபவத்தை விஜயநகர விழாவாக மாற்றியிருந்தனர். உறவுகளும் அரசர்களும் மடாதிபதிகளும் பெரும் மகிழ்வும் கேளிக்கையுமாக இளவரசரின் திருமணத்தைச் சிறப்பித்துக்கொண்டிருந்தனர்.

ஆனால் கங்கா தேவியின் மனமோ வேறு எங்கோ நிலைக்குத்தியிருந்தது. வைணவ நெறியைப் போற்றும் பேரரசின் ராச்சியத்தை அவள் தன் திருமணத்தின் மூலம் நிலைநிறுத்த ஆசைகொண்டிருந்தாள். துருக்கிப் படையினரை எங்குமில்லாமல் விரட்ட வேண்டும் என்பது அவளுடைய நெறியாகவும் வெறியாகவும் இருந்தது. மேலை சாளுக்கிய தேசத்து மகளாக இருந்தும் அவளுடைய தந்தையின் அரசு இப்போது ஒரு சிற்றரசனுக்கும் கீழானதாக மாறி, குமார கம்பணனின் அரசுக்கு அடங்கியதாக இருந்தது. அவர்களின் ஆட்சி அதிகாரம் பறிபோனதற்குக் காரணமாக இருந்தவர்கள் துருக்கிய சுல்தானியர்கள்தான். போசாளர்களுடனும் காகதியர்களுடனும் ராஷ்ட்ரியகூடர்களுடனும் இன்னும் தெற்கே பாண்டிய, சோழ அரசர்களுடனும் போராடி சாளுக்கிய ஆட்சியைத் தக்க வைத்திருந்த ரத்த சரித்திரம் அறிந்தவள் அவள். காளிதாசரையும் பவபூதியையையும் கவி கர்ணாமிருதரையும் கவி திக்கையாவின்

கவிதைகளையும் அளவு கடந்த ஆர்வத்தில் படித்துச் சுவைத்ததில் அவளுக்கு ஓர் உண்மை உறைத்தது. வைஷ்ணவ வியாசங்களை, விக்ரகங்களை அழித்து ஒழிப்பதையும் கோயில்களையும் அந்தணர்களை சேதம் செய்வதையும் குலத் தொழிலாகப் பூண்டொழுகும் துருக்கர்களை ஒழிப்பதே இந்த அரிய பொக்கிஷங்களைக் காக்கும் உபாயமாக இருக்கும் என்பதை உணர்ந்திருந்தாள். குமார கம்பணன் பெரிய வீரன் என்பதிலே மாற்றுக்கருத்து இல்லை. அந்த வீரம் வெறும் நாடுபிடிக்கும் பேராசையாக இல்லாமல் பரதேச மன்னர்களை விரட்டியடிப்பதற்குப் பயன்பட வேண்டுமென விரும்பினாள்.

முகமது பின் துக்ளக்குக்கு பஞ்சசீலத்தில் சிக்கல் ஏற்படவில்லையென்றால் நிலைமை என்னவாகியிருக்கும்? துங்கபத்ரா ஆற்றங்கரையின் அனேகொண்டா பகுதியிலிருந்து பிடித்துச் செல்லப்பட்ட ஹரிகரரும் புக்கரும் மீண்டும் அதே பகுதிக்கு துக்ளக்கால் அனுப்பிவைக்கப்பட்டது இறைவனின் திருச்செயல் அல்லவா? கைதிகளாகப் பிடித்துச் செல்லப்பட்ட ஹரிகரரும் புக்கரும் இசுலாம் மதத்துக்கே அல்லவா மாற்றப்பட்டனர். வைணவ மரபிலே உதித்த மாலிக்காபூர் இசுலாம் மதத்துக்கு மாற்றப்பட்டார். அவர் போல திசை மாறிவிடாமல் காத்தது வித்யாரண்யரின் நெறிகாட்டல் அல்லவா? அப்படி அறிவுறுத்தாமல் போயிருந்தால் தில்லியிலேயே இருந்து அங்கேயே ஒரு இசுலாமிய படைத்தளபதிகளாக வாழ்ந்து வைணவரை வேட்டையாடி மகிழ்ந்திருப்பார்களே... சாளுக்கிய தேசத்தில் போசாளர்களும் தெலங்கானாவில் முசுநாரி பிரலோயநாயக்கும் கம்பலியை ஆண்டுவந்த சோமதேவனுடன் சேர்ந்து இங்கே துருக்கியரை நெருக்கியிருந்த நேரம். வடக்கிலே துக்ளக்கின் ஆட்சிக்கு பஞ்சசீலத்தில் இடர் உருவானது. தன்னுடைய இளம் படைத் தளபதிகளான ஹரிகரரையும் புக்கரையும் அனுப்பி, கம்பலியை அடக்கிவைக்க அனுப்பினான். சுல்தானியர்களின் அடியாட்களாக இசுலாமியர்களாக வந்த ஹரிகரரும் புக்கரும் மீண்டும் வைணவ தர்மத்துக்கு மாறி, சுல்தானியர்களை வேருடன் அறுக்கக் களம் புகுந்தது வரலாற்றில் ஏற்பட்ட சுழற்சி. இன்று அந்த புக்கரின் மகனுக்கே மனைவியாகி பட்டத்தரசியாகவும் பொறுப்பேற்கிற நன்னாளை அவள் நினைத்து மகிழ்ந்தாள். எப்பாடு பட்டேனும் வைஷ்ணவ இலக்கியங்களை வைணவ கோயில்களைக் காப்பாற்றியாக வேண்டும் என்பதுதான் அவளுடைய மணநாள்

சபதமாகவும் இருந்தது. இத்தகைய சிந்தனைகளினூடே குமார கம்பணனை அவள் அவ்வப்போது கடைக்கண்ணால் கவனித்துக்கொண்டிருந்தாள். தன்னுடைய லட்சியங்களை நிறைவேற்றும் திடம் நிறைந்தவன் என்பதிலே அவளுக்கு மாற்றுக்கருத்து இருக்கவில்லை. முரட்டுத்தனம் ஒருவகையில் லட்சியத்துக்குப் பயன்படும். அதே முரட்டுத்தனம் எதிராகவும் மாறிவிடும். முரட்டுத்தனத்தின் இயல்பு அது. கூரான கத்தியைப் பயன்படுத்தும் விதம்போல. காயை அறுக்கும் கத்தி, கையை அறுத்துக்கொள்வதற்கும் காரணமாகிவிடுவதில்லையா?

நலங்கு நிகழ்ச்சிகள் முடிந்து இரவு அவளுடைய அறையிலே நிம்மதியாகத் தூங்கி எழுந்திருக்குமாறு தாய் சொல்லிவிட்டுச் சென்றாள். அதிகாலையில் பிரம்ம முகூர்த்தத்தில் திருமணம். இரவு மூன்றாம் சாமத்திலேயே எழுப்பி நீராட்டுவார்கள் எனச் சொல்லியிருந்தாள். ஆனால், கங்கா தேவிக்குத் தூக்கம் வரவில்லை. நம்முடைய திருமணம் சமுதாயத்திலே பெரிய மாறுதலை உருவாக்க வேண்டும் என்பதை நினைத்தபடி இருந்தாள். இல்லறத்திலே புகுகின்ற இந்த வேளையில் துறவறம் போன்ற ஒரு மனநிலை அவளுக்கு வளர்ந்தபடியிருந்தது.

சொல்லிவைத்தது போல அவள் கண்கள் ஒருவாறு அசந்த நேரத்தில் தோழியர் வந்து அவளை எழுப்பினர். மாளிகையில் மங்கல வாத்தியங்கள் முழங்குவதும் கேட்கத் தொடங்கின. வெகு சீக்கிரமே அவளை அலங்கரித்து நறுமணப் புகைகளால் தலைமுடியை உலர்த்தி, மைதீட்டி, சந்தனம் பூசி, குங்குமமிட்டு மகாலட்சுமி போலவே மாற்றியிருந்தனர். லட்சுமிகரமாக இருப்பவளுக்கு அலங்காரம் செய்தால் அவள் மகாலட்சுமியாகத் தோற்றம் தருவது இயல்புதானே? மணமேடையில் மங்கல இசை வாத்தியங்கள் முழங்க தாலியைக் கட்டினான் குமார கம்பணன். சங்கராச்சாரியார் சுவாமிகள் காலில் சாஷ்டாங்கமாக விழுந்து வணங்கி, மணமக்கள் ஆசி பெற்றனர். அதனினும் பெரிய அரச குருவாக கிரியாசக்தி பண்டிதரே விஜயநகர பேரரசரின் இருந்தார். மணமக்களை வாழ்த்திய கையோடு சங்கராச்சாரியார் விடைபெற்றுக்கொண்டார். ஆனால் கிரியாசக்தி பண்டிதர் உடனிருந்து அரசியல் யோசனைகளைலும் பங்கெடுப்பதை கங்கா தேவி கவனித்தாள். அத்வைத கொள்கைகளைவிடவும் வைணவ கொள்கைகளில் நேரடியாகப் பங்குவகிக்கும் அரச மரபாக மாறிக்கொண்டிருப்பது

தமிழ்மகன்

தன் லட்சியத்துக்குத் தோதானதாக இருக்கும் என்பதையும் அவள் உணர்ந்தாள்.*

குமார கம்பணனுக்கு எல்லோர் முன்னிலையிலும் முடிசூட்டு விழா நடத்தப் போவதாக அறிவித்தார் ஹரிகரர். வாழ்த்தொலிகள் விண்ணைப் பிளந்தன. புக்கர், மெல்ல கையைத்தட்டி அமைச்சரிடம் சைகை காட்டினார். மகுடத்தை எடுத்துக்கொண்டு வந்தார் அமைச்சர். அதை வாங்கி மகனின் தலையில் சூட்டி, ஆரத்தழுவிக்கொண்டார்.

கிரியாசக்தி பண்டிதர், கங்கா தேவியின் கண்கள் சிவந்திருப்பதைக் கவனித்தார். அவளுடைய பெரிய விழிகள் செவ்வரியோடியிருப்பதினாலும் சோர்ந்திருப்பதினாலும் அவள் உறக்கம்கொள்ளவில்லையென்பதை அவர் உணர்ந்தார். "அஞ்சாதே அம்மா. இந்த ராச்சியத்துக்கு வாழ்க்கைப்பட்டு வந்தது உனக்கு அனுகூலமாகவே இருக்கும். துருக்கர்களை வென்று விரட்டியடிக்கும் வாரிசுகளைப் பெற்றுத் தருகிற பாக்கியம் உனக்கு வாய்த்திருக்கிறது" என்றார்.

"மதுரையை மீட்டு, நாற்பது ஆண்டுகளுக்கு மேலாக தேசம்விட்டு தேசம் தஞ்சமடைந்துவரும் திருவரங்க மணவாளனை மீண்டும் அதே திருவரங்கத்தில் அமர்த்தும் நாள் வெகு தொலைவில் இல்லை சுவாமி!" என்றாள்.

தான் சொல்ல நினைத்ததைவிடவும் பாய்ந்து யோசிக்கும் அவளுடைய திறனும் சுல்தானியர்களால் வைஷ்ணவக் கடவுள் சிலைகள் படும் பாட்டையும் அதைத் தீர்க்க வேண்டிய கடமையையும் அவள் ஒரு வரியில் சொல்லிவிட்டாள்.

அதற்கு மேல் அவளிடம் பேச எண்ணவில்லை. புன்னகைத்தார். அவர் கரங்கள் அவளுடைய தலையை ஆசீர்வதித்து இறங்கின.

* மைசூரில் கண்டெடுத்த இரண்டாம் ஹரிகரர் (1377 - 1406) காலத்துக் கல்வெட்டு ஒன்று இதை உறுதி செய்கிறது. கங்கா தேவியின் மதுராவிஜயம் நூலில் சங்கம குலகுருவான கிரியாசக்தி பண்டிதரை வணங்கி அந்தக் காவியத்தை எழுதுவதில் இருந்து அவருக்கு இருந்த முக்கியத்துவத்தை அறியமுடிகிறது.

6. 'காவி' காவியம்!

முதலிரவுக்கான சிருங்கார அலங்காரங்களுக்கு நடுவே கங்கா தேவி வைத்திருந்த ஓலைச்சுவடிகள் சிலவும் இருந்தன. பழங்களுக்குப் பக்கத்திலே சுவடிகளைப் பார்த்ததும் படுக்கை அறையிலே பாடம் நடத்தப் போகிறாளா என குமார கம்பணன் திகைத்துப் பார்த்தான்.

"தந்தையார் உன்னைப் பெரிய கவி என்று சொன்னார். ஆனால் இப்படி காமத்தை விஞ்சிய கவியார்வமாக இருக்கும் என நினைக்கவில்லை" என்றான்.

அப்போதுதான் அவனைக் கவனித்த கங்கா தேவி, வேகமாக எழுந்து அவனை நமஸ்கரித்தாள். "என் கவியார்வம் உங்களுக்கு எந்தக் குறையையும் வைக்காது என்பதற்கு உறுதிகூறுகிறேன் அரசே!" கங்கா தேவியின் பார்வையிலேயே கிறங்க வைக்கும் தோரணையிருந்தது. அவளை நெருங்கி அவளுடைய இரு தோள்களில் தன் இரண்டு கைகளை வைத்து முகம் நோக்கிக் கூர்ந்து பார்த்தான். அவளுடைய முகத்தில் நாணத்தின் சிறுகூறு தென்பட்டாலும் அதையும்மீறி நேருக்கு நேர் பார்த்து புன்னகைக்க முடிந்தது. குமார கம்பணன் அவளுடைய வதனத்தை வருடியபோதும்

அந்தப் புன்னகை மாறவில்லை. அறிவின் ஒளி தெரிந்தது. இவ்வளவு நாளாக நாம் சுகித்த பெண்ணில்லை இவள் என அந்தப் பிரகாசம் அறிவித்தது.

தீபத்தின் ஒளியைக் குறைத்துவிட்டு வந்து பார்த்தபோதும் அந்தப் பிரகாசம் குறையவில்லை. அது இயல்பாக அவள் முகத்தில் ஒளிர்கிறது, வைரம் போல. ஒளியை இன்னும் கொஞ்சம் குறைத்துவிட்டு வந்தாள் கங்கா தேவி. இருளே மேலோங்கியது போன்றும் வெளிச்சம் இருக்கிறது போன்ற பொய்த்தோற்றத்தோடும் இருந்தது அந்த அறை. குமார கம்பணன் அவளை ஆரத் தழுவிக்கொண்டான். ஓருடலாக ஒன்று சேர்த்துத் தழுவ முடியாதபடி தடுத்தது அவளுடைய அமுதம் நிறை முலை.

கட்டிலின் மீது அவளைச் சாய்த்துப் படுக்கவைத்துவிட்டு அமர்ந்தார் குமார கம்பணர். உஷ்ணமான மூச்சுக்காற்று ஒருவரிடமிருந்து இன்னொருவர்மீது படர்வது உணர்வுநிலையில் சில மாற்றங்களை உணர்ந்தனர். அவளுடைய மேகலையை விலக்கினார். கழுத்திலே அணிந்திருந்த ஆபரணங்களை அவளே கழற்றி அருகிலே வைத்தாள். அன்றைய இரவு குமார கம்பணனுக்கு உணர்த்தியது காமமல்ல... காவியம். இன்பம் துய்ப்பதில் இத்தனை ஈடுபாடு காட்ட முடியுமா என அவனுக்கு ஆச்சர்யமாக இருந்தது. அவனுக்குப் புதிய அனுபவமாக இருந்தது. பழைய சுகத்தைப் புதிதாக மாற்றிக் காட்டியது அவளுடைய சாமர்த்தியமா, சாமர்த்தியமின்மையா? இத்தனை காலமாக இல்லாத சுகமென்றால் அது ஏற்கெனவே இல்லாத அனுபவமா, அனுபவமின்மையா? அவனுக்குப் பலவாறாக சிந்தனை ஓடியது. காமத்தில் அவள் காட்டிய பொறுமையும் காட்டிய அக்கறையும்தான் அந்த சுகத்தின் தனித்துவம். பரிபூரணமாக அவள் அவனிடம் தன்னை ஒப்படைத்து விட்டதுதான் காரணம். அதை அவன் உணர்ந்தான்.

உறவுக்குப் பின் குமார கம்பணன், கும்பகர்ணன் ஆகிவிடுவான். அயர்ந்து தூங்குபவன் அன்று உறங்கவில்லை. எழுந்துவந்து மாடம் வழியாக நிலவைப் பார்த்தான். வளர்ந்துவரும் நிலவு. அது அவனுக்குள் நம்பிக்கை ஒளியை நிரப்பியது. கங்கா தேவி நிறைவான புணர்ச்சி மயக்கத்தில் ஒருக்களித்துப் படுத்து உறங்கிக்கொண்டிருந்தாள். அவள் முகம் முழுக்க பரவியிருந்த மகிழ்ச்சியை அவன் கண்டான். அருகில் அமர்ந்து அவளையே பார்த்தான். அவனுடைய கரங்கள் அவளுடைய வதனத்தைத்

தொட்டு ஆராய்ந்தன. கங்கா தேவியின் கரங்கள் அவனுடைய கரங்களைப் பற்றிக்கொண்டன. அவள் மெல்ல விழிகளைத் திறந்து அவனை நோக்கினாள். தொட்டதும் விழித்துக்கொண்ட அவளை, தூங்கும்படி சொன்னான்.

"நீங்கள் ஏன் உறங்காமல் இருக்கிறீர்கள்?"

"உன்னைப் பார்த்தால் எனக்கு வியப்பாக இருக்கிறது. அதனால் பார்த்துக்கொண்டே இருக்கிறேன்."

"எனக்கும்தான்."

"அப்படியானால் நாம் இருவரும் பார்த்துக்கொண்டே இருக்க வேண்டியதுதான்.'

"அரசே... இல்லற வாழ்வில் அன்பும் இன்பமும் இரண்டு தூண்கள் போன்றவை. ஆனால், நாம் அரச குடும்பத்தினர்... நமக்கு வேறு கடமைகளும் இருக்கின்றன. பகைவர்களிடமிருந்து மக்களைக் காப்பாற்ற வேண்டிய கடமை. அதைவிட...."

''மக்களைக் காப்பாற்ற வேண்டிய கடமை மன்னனுக்கு இருக்கிறது என்பது எனக்குத் தெரியாது என்று நினைக்கிறாயா?"

"அரசே... என்னை மன்னிக்க வேண்டும். உங்களுக்குத் தெரியாது என நான் நினைப்பேனா? இதுவரை இருந்த அரசர்க்கெல்லாம் மக்களைக் காக்கும் பொறுப்பு மட்டுமே இருந்தது. இப்போது இருக்கும் சூழ்நிலை துருக்கியர்களிடமிருந்து மக்களை மட்டுமல்ல... கடவுளர்களையும் காக்கும் பொறுப்பை ஏற்படுத்திவிட்டது... அதைத்தான் சொல்ல வந்தேன்."

காலையில் எழுந்ததும் கம்பணனும் கங்கா தேவியும் புக்கரின் மாளிகைக்கு சென்றனர். அவர்களுக்காகவே காத்திருப்பது போல விழி மலர்ந்து வரவேற்றார் புக்கர்.

"எங்கள் செல்வங்களே... உங்கள் வாழ்வு இனிதாகட்டும்."

"நன்றி அப்பா."

"உங்களிடம் முதல்நாளே என் வேண்டுகோளை முன்வைக்க வேண்டும். அதற்காகவே காத்திருந்தேன்."

"அப்பா வேண்டுகோள் என்பது பெரிய வார்த்தை. கட்டளை என்று சொல்லுங்கள்."

புக்கர் என்னச் சொல்லப் போகிறார் என கங்கா தேவி மிகுந்த ஆர்வமாக இருந்தாள். முதல்நாள் கோரிக்கையை ஆழ்ந்து

தமிழ்மகன்

உள்வாங்கி அதை நிறைவேற்ற பொறுப்புடன் செயல்பட வேண்டும் என்ற ஆவல் அவளுக்கு.

"செல்வங்களே வேண்டுகோளும் இல்லை... கட்டளையும் இல்லை. நம் கடமை என்றே வைத்துக் கொள்ளுங்கள். விஜயநகரம் உருவானதற்கு ஒரு காரணம்தான் உண்டு. ஜகத்குரு ஆதிசங்கரர் உருவாக்கிய கடமை. நம்முடைய அத்வைத நெறி உலகம் எங்கும் தழைக்க வேண்டும். கடந்த ஐந்நூறு ஆண்டுகளாகச் செழித்து ஓங்கி வளர்ந்த சமயநெறிக்கு இப்போது மாபெரும் நெருக்கடி ஏற்பட்டுள்ளது. அது நீங்கள் அறியாதது அல்ல. அதைக் களைய வேண்டும். விஜயநகரம் உருவாக்கப்பட்ட காரணிகளில் முக்கியமானதே அதுதான். கோயில் விக்ரகங்களை உடைத்து நொறுக்குவதும் கோயில் செல்வங்களைக் கொள்ளையடிப்பதுமே நோக்கமாகக் கொண்டுள்ள துருக்கியர்கள் விரட்டியடிக்க வேண்டும். வடக்கில் துருக்கியரின் ஆட்சி வளர்ந்துகொண்டே இருக்கிறது. தெற்கிலும் அவர்கள் கால்பதிக்க விரும்புகிறார்கள். இங்கே நாம் ஓரளவுக்கு அவர்களைத் தடுத்துவிட்டோம். நமக்கும் தெற்கே மதுரையில் பாதுஷாவின் தனியாட்சி தொடங்கியிருக்கிறது. வயிற்றில் ஏற்பட்ட புண்ணை அகற்றிவிட்டோம். புதிதாக கால் வழியே புரையோட ஆரம்பித்திருக்கிறது. மதுரை சுல்தானியர்களை எப்படியும் வீழ்த்தி ஆகவேண்டும்."

"அப்பா இதற்கு இத்தனை பீடிகை தேவையா? 'மதுரை மீது போர் தொடுக்க வேண்டும்' என ஒரு வரியில் சொல்லி இருக்கலாமே?"

"இருக்கலாம்தான். ஆனால், நமக்கு இருக்கிற நோக்கம் புரிய வேண்டும் என்று நினைத்தேன். காகதியர், போசாளர் போல அல்ல இவர்கள். இவர்களின் சமயநெறி வேறு. போர்த்திறம் வேறு."

"பாமினி சுல்தான்களை விரட்டும்போதே அது எல்லாம் அறிந்ததுதானே?"

"ஆனால் தெரிந்துகொள்ள வேண்டிய ஒன்று உண்டு. மதுரை சுல்தான்களை வீழ்த்த வேண்டுமானால் முதலில் சம்புவராயர்களை வீழ்த்தியாக வேண்டும். சுல்தானியர்களைவிட சக்தி வாய்ந்தவர்கள் சம்புவராயர்கள். அவர்களை வீழ்த்துவது எளியது அல்ல. நானே இரண்டு முறை போர் தொடுத்துப் பயனளிக்காமல் போய்விட்டது. இப்போது தமிழகத்தில் இருக்கிற ஒரே ஆட்சி இவர்களது தலைமையில் நடப்பதுதான். போர்களில் நாட்டமில்லாத மக்கள் நலனை விரும்புகிற அதே நேரத்தில் எந்தப் போரையும் எதிர்கொள்கிற

படைவீடு

ஆட்சி நடந்துகொண்டிருக்கிறது. எத்தனையோ வழிகளில் உங்களை எதிர்கொண்டு தாக்கிவிட்டேன். முடியவில்லை. மூலவாயிலில் நம்முடைய படை முகாமை வலிமைப்படுத்தி அங்கிருந்து அவர்கள் மீது போர் தொடுத்துச் செல்வதுதான் சுருக்கமான ஒரு வழி. பத்தாயிரம் பேர் கொண்ட சைன்யம் அவசியம்."

"அப்பா என்ன சொல்கிறீர்கள்... பாமினி சுல்தானியர்களை அடக்கக்கூட அவ்வளவு படைத் தேவை இருக்கவில்லையே?"

"சுல்தானியர்களைவிட படைபலத்தில் பல்வேறு உத்திகள் பின்பற்றுகிறவர்கள். மதுரையில் இருக்கிற சுல்தான்கள் நம்மீது போர் தொடுக்க நேரம் பார்த்துக்கொண்டிருக்கிறார்கள். ஆனால், சம்புவராயர்கள் பக்கம் தலைவைத்தும் படுப்பதில்லை. கடந்த ஐம்பது ஆண்டுகளில் சம்புவராயர்கள் மீது படையெடுக்க சுல்தானியர்கள் தயங்கிவருகிறார்கள். அதனால்தான் சொல்கிறேன். திரும்பத் திரும்பச் சொல்கிறேன்... அவர்களை வெல்ல பெரும்படை வேண்டும் என்று. அவர்களை வெல்ல அது ஒன்றுதான் வழி."

"மாமா குறிப்பிடுவதற்கு மன்னிக்கவும். சம்புவராயரை விட்டுவிட்டு நேரடியாக சுல்தானியர்கள் நோக்கி அனுப்பினால் என்ன?" என்றாள் கங்கா தேவி.

"கொங்கு மண்டலம் வழியாக செல்லலாம். ஆனால், அங்கும் இவர்களின் ஆளுகைக்கு உட்பட்ட வாணகோவரையர், அதியர் ஆகியோர் இருக்கிறார்கள். நெல்லூர் வழியாக செல்லலாம். ஆனால் நீண்ட பாதை. வாணகோவரையர், காடவராயர் எனப் பல சிற்றரசர்களைக் கடந்துதான் சம்புவ பேரரசை அடையமுடியும். அதனால்தான் ஒரே வழி தான் உள்ளது என்று சொன்னேன்."

"ஒரே ஒரு வழிதான் என்றால் வேறு மாற்றுவழிகளை ஆராய வேண்டும். அதாவது அவர்களுக்கு ஆதரவாக இருக்கும் சிற்றரசுகளை நம் வழிக்குக் கொண்டுவர வேண்டும். அதன் பிறகு சம்புவராயர்களை நம் கைக்குள் கொண்டு வந்துவிடலாம்" என்றான் குமார கம்பணன்.

"அவர்கள் எல்லோருமே ஒருவகையில் உறவினர்கள். பல்லவர்களின் வழிவந்த அரசர்கள். பெரும் பேரரசுகளுக்குத் தளபதிகளாக இருந்தவர்கள். இப்போது சிற்றரசுகளாக உருவெடுத்திருக்கிறார்கள். அவர்கள் ஒருவரை ஒருவர் விட்டுக் கொடுக்கமாட்டார்கள். பார்ப்பதற்குத் தனித்தனியாக இருந்தாலும் தேவைவந்துவிட்டால் ஒன்றாகச் சேர்ந்து திரண்டு நிற்பார்கள்.

அந்தச் சங்கிலியை அறுப்பது கடினம். பத்தாயிரம் வீரர்களோடு படையெடுத்துச் சென்று மூர்க்கமாகப் போரிட்டு அவர்களை வெல்ல வேண்டும். வெல்லும் வழி அதுதான்" என்றார் சக்ரவர்த்தி புக்கர்.

"சரி அப்பா. அப்படியே ஆகட்டும்."

"அவைக்கு நேரமாகிவிட்டது. அமைச்சர் பெருமக்களோடு பேசி முடிவெடுத்து போருக்கான தேதியைக் குறிக்கலாம். கிரியா சக்தி பண்டிதரின் ஆலோசனையையும் நீங்கள் கேட்கலாம். நீங்களும் அவைக்கு வாருங்கள்" என நடக்கலானார் புக்கர்.

தளபதி தண்டமாரயனுடன் ஆலோசனை நடத்தினார் குமார கம்பணன். அது ஒரு ரகசிய ஆலோசனை கூட்டம். இருவர் மட்டுமே இருந்தனர். "வேந்தர் புக்கர் சொல்வதுபோல பதினாயிரம் படை வீரர்கள் மட்டும் போதாது. ஏற்கெனவே இரண்டு முறை நம்முடைய போர் வியூகம் பயனில்லாமல் போய்விட்டது. இந்த முறை அப்படி எதுவும் நிகழாமல் இருக்க வேண்டுமானால் மிகுந்த கவனத்துடன் எத்தனை வாய்ப்புகள் உண்டோ அத்தனையையும் பயன்படுத்த வேண்டும். அங்கே மற்ற தேசத்திலிருந்து புகலிடம் தேடி வருபவர்களுக்குக் குடியிருப்புகள் ஏற்படுத்தித் தருகிறார்கள். நாம் பயன்படுத்திக்கொள்ள வேண்டும்" என்றார் தளபதி.

"என்ன சொல்கிறீர்கள் தளபதி... அபயம் தேடி அவர்களிடம் பிச்சை கேட்டு நிற்க சொல்கிறீர்களா?"

"அப்படி இல்லை அரசே... அவர்கள் தேசத்தில் நம் சதிகாரர்கள் ஊடுருவிச் செல்வதற்குப் பயன்படுத்திக்கொள்ள வேண்டும் என்று சொன்னேன். சாம பேத தண்டம் என்பார்கள்... நாம் கையில் எடுக்கப் போவது காம வேத தண்டம்."

"காம வேத தண்டமா?... இது புதிதாக இருக்கிறதே?" விளங்கிக் கொள்ள முடியாமல் கேட்டார் கம்பணர்.

தண்டமாரயன் அர்த்தபுஷ்டியாகச் சிரித்தான். "அந்தக் கட்டுக் கோப்பான ராச்சியத்தைக் கலைத்துப் போட அந்த வழிதான் இருக்கிறது."

"புரியும்படியாகச் சொல்லுங்கள் தளபதியாரே!"

"காமம்... வேதம்... தண்டம்... இது புரியவில்லையா?"

சாம பேத தண்டம் தெரியும்... இது என்ன புதுக்கதை? குமார

படைவீடு

கம்பணனுக்கு இப்படிப் பொடிவைத்துப் பேசிக்கொண்டிருந்தால் பிடிக்கவே பிடிக்காது. அதில் என்ன மாதிரியான சுவாரஸ்யங்கள் பொதிந்துகிடந்தாலும் பொறுமை காக்க மாட்டான். உடனே சொல்லவேண்டிய கருத்தைச் சொல்லிவிட வேண்டும். அவன் கோபமடைவது தெரிந்தது.

"கோபம் வேண்டாம் அரசே! முதலில் நாம் கையிலெடுக்கப் போவது காமத்தைத்தான். எப்படிப்பட்ட இளைஞர் கூட்டத்தையும் காமத்தால் திசைத் திருப்பிட முடியும். நம் தேசத்திலிருந்து இப்போதே சிறுகச் சிறுக தாசிகளை சம்புவராயர் தேசத்துக்கு அனுப்பிவைக்க வேண்டும். படைவீரர் குடியிருப்புகளையெல்லாம் அந்த தாசிகள் வசமாக வேண்டும்."

"இது ஓர் அரசன் செய்யக் கூடிய வேலைதானா தளபதி?"

தண்டமாரயன் அமைதியாக இருந்தான். அரசனின் அமைதியைப் பார்த்துவிட்டு அவனே பேச ஆரம்பித்தான். "போரில்வெல்வதற்கு நடக்கும் அரசியல் சூழ்ச்சிகள் பற்றி தாங்கள் அறியாததல்ல... சொந்த சகோதரனையும் சொந்த சகோதரியையும் கொன்றுவிட்டு அரியணை ஏறத் துடிக்கிறார்கள் சுல்தானியர்கள். நாம் அப்படியல்ல. போர் வீரர்களை திசைதிருப்புவதற்கு ஒரு உத்தியைப் பயன்படுத்துகிறோம். இது தவறே அல்ல. போர்க்களத்தில் இந்த உத்திகளை யாரும் தவறு என்று சொல்ல மாட்டார்கள். போரில் வெற்றிதான் முக்கியம். போரிடும் முறை அல்ல."

"இதை எப்படிச் செய்வது?"

"அதை என்னிடம் விட்டுவிடுங்கள் அரசே. நாளையே நூறு தாசிகளை அபயம் தேடிச் செல்பவர்களாக படைவீடு ராச்சியத்துக்கு அனுப்பிவைக்கிறேன். அவர்களுடன் நூறு ஆண்களும் செல்வார்கள். கணவன் என்ற போர்வையில். குழந்தை குட்டிகளைவிட்டுவிட்டு பதறியடித்து ஓடிவந்ததாக நடிப்பார்கள். பாவம் அந்த தேசத்து அதிகாரிகள். பரிதாபப்பட்டு இடம் கொடுத்துவிடுவார்கள். தேர்ந்தெடுத்த வீரர்களாகப் பார்த்து வலையில் வீழ்த்துவதுதான் அவர்களுக்கு வேலை. தேவைப்பட்டால் ரகசியத் தகவல்களை நமக்குத் தெரியப்படுத்துவார்கள். படைவீடு ராச்சியத்தின் எல்லைப் பகுதிகள்தான் நம்முடைய நோக்கம்."

கம்பணரின் மௌனத்தைச் சம்மதமாக எடுத்துக்கொண்டு அடுத்த செய்திக்குச் சென்றார் தளபதி. "வேதம்... அதைப் பற்றிச்

தமிழ்மகன்

சொல்கிறேன். காமத்துக்கு அடுத்து மக்களை வசியப்படுத்துவதற்கு தேவை பக்தி. ராமரையும், அனுமனையும் அலை அலையாக மக்கள் மத்தியில் பரப்ப வேண்டும். ராமாயண கலைக்குழுக்களைப் பரவலாக அனுப்பி வைக்க வேண்டும். ராவணனை... ராமபிரானையே எதிர்த்த அந்த நயவஞ்சகனுக்கு நேர்ந்த கதியை மக்கள் கூத்துகளாகப் பார்க்க வேண்டும். நம்முடைய தலைநகர் அனெகொண்டாவையே கிஷ்கிந்தை என்றுதான் சொல்வார்கள். ராமபிரானின் தூதுவர்களாக கதா காலாட்சேபம் செய்பவர்கள், மகாபாரத கூத்து நடத்துபவர்கள் எனப் பலவிதங்களில் அங்கே நம் கலைஞர்கள் பயணிக்க வேண்டும். அது மக்களை மழுங்கடிக்கப் போதுமானதாக இருக்கும்."

"இது எப்படி சரியாக இருக்குமெனத் தெரியவில்லை."

"சரியாக இருக்கும் அரசே... அதனூடே மக்களைப் பிரித்துவைக்க நாம் பயன்படுத்தும் அதே வருண பேதத்தை வளர்க்க வேண்டும். சாதிரீதியாக ஒற்றுமையாக இருப்பவர்களால் நாட்டின் ஒற்றுமை சீரழியும்... இந்த நேரத்தில்தான் நம் அடுத்த ஆயுதத்தை எடுக்க வேண்டும். அதாவது தண்டம்... போர்த் தொடுக்க வேண்டும்."

"இந்த காம வேத தண்டம் பற்றி அரசருக்குத் தெரிய வேண்டாம்."

"அரசரிடம் இப்படியொரு யோசனையைச் சொன்னவரே நம் பண்டிதர்தான். இப்போது உங்களிடம் ஒப்புதல் வாங்கத்தான் நாங்கள் காத்திருக்கிறோம்."

"பண்டிதர் சொல்லிவிட்ட பின் நான் குறுக்கே நிற்பேனா? போருக்குத் தேதி குறியுங்கள்.!" என்றான் குமார கம்பணன்.

7. ஊரும் ஆறும்!

"ஒரு தேசத்தை அடைய வேண்டுமானால் அதன் பெருவழிகளை, ஆறுகளை அறிந்துகொள்ள வேண்டும்" என்ற புக்கர் தன் மகனுக்கு தமிழகத்தின் ஆறுகள் பற்றி கூறலானார்.

"தமிழ்நாட்டில் ஆறுகள் பெரும்பாலும் கிழக்குப் பக்கமாக ஓடி சோழனின் ஏரி என வர்ணிக்கப்படும் சோழ மண்டல கடலில் சேர்கின்றன.இந்த ஆறுகள் அனைத்தும் வட நாட்டின் ஆறுகளைவிட வயது மூத்தவை. ஆனால் ஆண்டு முழுவதும் நீர் வரத்து உள்ள ஆறுகள் குறைவு. எப்போதும் நீரோடும் ஆறுகள், எப்போதாவது நீரோடும் வறண்ட ஆறுகள், விட்டுவிட்டு ஓடும் ஆறுகள் என மூன்று வகையானவை அவை. எப்போதும் நீரோடும் ஆறுகள் காவிரி, வைகை,தாமிரபரணி ஆகியவை. பாலாறு,தென்பெண்ணை ஆகியவை இடைக்காலம் விட்டு ஓடும் ஆறுகள். குண்டாறு, வைப்பாறு போன்றவை எப்போதாவது நீரோடும் வறண்ட ஆறுகள்."

"சரி அப்பா..." என்ற குமார கம்பணர் ஆறுகளின் கதை அத்துடன் முடிந்துவிட்டது என்றுதான் நினைத்தார்.

"அவசரப்படாதே மகனே... நம் தேசத்திலிருந்து தெற்கு நோக்கிப்

தமிழ்மகன்

பயணித்தால் முதலில் வருவது வடபெண்ணை ஆறு. அதைத் தொடர்ந்து தெற்கே சென்றால் கொற்றலை ஆறு குறுக்கிடும். அதையும் கடந்தால் பாலாறு. இது கோலாரில் நந்தி மலையில் உற்பத்தியாகி தமிழகம் நோக்கிப் பாயும் ஆறு. புல்லூர், அம்பலூர், ஆற்காடு, குடியாத்தூர், வேலூர், காஞ்சிபுரம், செங்கல்பட்டு ஆகியவை பாலாற்றின் கரையோர நகரங்கள். அதைக் கடந்தால் தென் பெண்ணை ஆறு. இந்த ஆறுகள் மழைக் காலங்களில் பெருக்கெடுத்து ஓடும். அதன் பிறகு வருவது அகன்ற காவிரி. காவிரி தமிழகத்தின் முக்கியமான ஆறு. இதன் துணை நதிகள் கருவூர் நகரில் காவிரியுடன் சங்கமம் ஆகின்றன. தஞ்சாவூர் சென்றதும் காவிரி ஆறு அங்கு ஐந்து கிளை ஆறுகளாகப் பிரிகிறது. கொள்ளிடம் ஆறு, காவிரியின் துணை ஆறுகளில் பிரபலமான ஒன்று. துறைமுகங்கள் கொண்டது. தீவுக்கோட்டைக்கு அருகில் கடலில் சங்கமிக்கிறது."

"அப்பா, இவற்றையெல்லாம் நான் நினைவில் வைத்திருப்பேன் என நினைத்துதான் சொல்கிறீர்களா?"

"நினைவில் நிற்கும் வரை நிற்கட்டும். நேரில் பார்க்கும்போது இன்னும் கூடுதலாகப் பதியும். கல்வராயன் மலையில் உருவாகி ஆத்தூர், வட்டுத்துறை, தலைவாசல், ஆறகழூர், சித்தேரி வழியே பயணம் செய்கிறது வாணாதி ஆறு. வாணகோவராயர்கள் ஆளும் பகுதி. இது கடலில் சங்கமமாவதற்கு முன்னால் வெள்ளாற்றில் கூடுகிறது. வாணாதி நதியும் வெள்ளாறும் இரண்டு இணை ஆறுகள். செய்யாறு என்பதன் நிஜப் பெயர் சேய் ஆறு. அதாவது, குழந்தை ஆறு. ஒரு குழந்தை விளையாடுவதற்காக உருவாக்கப்பட்ட ஆறு. தன் குழந்தை முருகனுக்காக தாய் பார்வதி நிலத்தைக் கீறி இந்த ஆற்றை உருவாக்கித் தன் மகனிடம் விளையாடக் கொடுத்தார். இதுதான் சேய் ஆறு புராணம். சவ்வாது மலைத்தொடரில் பிறப்பெடுத்து, அங்கிருந்து திருவண்ணாமலையில் இறங்கி சோழ மண்டல கடலில் சங்கமமாகிறது. காவிரியைத் தாண்டினால் மதுரையின் பிரதான ஆறு வைகை. மிகப் பழைமையான ஆறு. பல்லாயிரம் ஆண்டு சரித்திரம் கொண்டது. மதுரைக்குத் தெற்கே ஓடுவது பொருநை நதி எனப்படும் தாமிரபரணி. நீ மதுரையை வென்ற பிறகு பார்க்க வேண்டிய ஆறு. அந்த நீரின் சுவைக்கு ஈடாக உலகில் வேறு எங்கும் நீர் இல்லை என்பார்கள்."

மன்னர் புக்கர் சொல்லி முடிக்கும்போது குமார கம்பணர் ஆழ்ந்த உறக்கத்துக்குப் போய்விட்டார். நீண்ட கொட்டாவிக்குப் பிறகு

“நான் பார்த்துக்கொள்கிறேன் அப்பா” என்றார்.

புதிதாக மணமாகி வந்த பெண்களுக்குப் பொழுது போகவில்லை என்பதுதான் பிரச்சனையாக இருக்கும். கங்கா தேவிக்கு பொழுது போதவில்லை என்றுதான் சொல்ல வேண்டும். எப்போதும் புதிய சுவடிகளைத் தயார் செய்து பத்திரப்படுத்தவும் அதிலே எழுத்தாணி கொண்டு எழுதிக்கொண்டிருப்பதும் மஞ்சள் பூசி ஓலைகளைப் பாதுகாப்பதும் என முடிவுறாத வேலைகளாக அவளுக்கு எப்போதும் இருந்தன.

குமார கம்பணன், “இரவு நேரத்தையாவது எனக்கென்று ஒதுக்கிவைப்பாயா?” என்பான் கிண்டலாக.

கங்கா தேவியும் சளைக்க மாட்டாள். “அந்த இரவுகள் தானே என்னை ஓயாமல் எழுத வைக்கின்றன” என்பாள்.

“எங்கே... இப்போது என்ன எழுதியிருக்கிறாய் என்று படித்துக் காட்டு.”

“இந்தக் காவியம் சிறப்புற அமைய வேண்டும் என்பதற்காக... என்னை கவி எழுத தூண்டிய காளிதாசர் தொடங்கி கருணாமிருதர், திக்கையா, அகஸ்தியர் வரை அனைவரையும் வணங்கியிருக்கிறேன். சக்கரவர்த்தியைப் பற்றியும் மகாராணி பற்றியும் அவர்கள் உருவாக்கிய பேரரசின் சிறப்பையும் எழுதி இருக்கிறேன்.”

“ஓ இது விஜயநகர காவியம்தானா? என்னைப் பற்றி என்ன எழுதி இருக்கிறாய் என்று தெரிந்துகொள்ளலாமா?”

“மன்னா, நீங்கள் இப்போது இருட்டு அறையில் இருக்கிறீர்கள்.”

“என்னது இருட்டறையிலா?”

“ஆமாம் மன்னா. தாயின் கருவறையில் இருக்கிறீர்கள்...”

“ஓ! சிலவற்றைப் காட்டு.”

“கங்கா தேவி மகிழ்வுடன் சுவடியைப் புரட்டி சில ஸ்லோகங்களைப் படித்துக் காட்டினார். “சர்ப்பங்களில் ஆதிசேஷன்... மலைகளில் இமயமலை... கடவுள்களில் மகாவிஷ்ணு... மன்னர்களில் புக்கர்...”

“பிரமாதம்... பிரமாதம்.”

“புக்கரின் புகழ் இந்தப் புவிக்குப் போர்த்தப்பட்ட பட்டாடை.....

விஜயநகரம் இந்திரனின் அமராவதி நகருக்கு ஒப்பானதாகும்...

விஜயநகரத்து மாதர்களின் கால் சிலம்பின் ஒலி கேட்டு அன்னங்கள் நடைபயில கற்றுக்கொண்டன. மன்மதன் தனது பானங்களை ஆடவர் மேல் எய்திட வாய்ப்பு இல்லாமல் போனது. ஏனெனில் விஜயநகரத்தில் வாழும் மாதர்களின் கடைக்கண் பார்வையே ஆடவர் மேல் அம்பு போல தைத்தன.”

“வர்ணனைகள் பிரமாதமாக இருக்கின்றனவே. வரலாற்று காவியத்தில் சிருங்கார ரசமும் கலந்திருக்கிறாய்.”

“அதற்குக் குறை வைக்கவில்லை அரசே. ‘துடியிடை மாதர் வீதிகளில் உலவும்போது அவர்களுடைய இடுப்பு உடைந்துவிடும் அளவுக்கு ஸ்தனங்களைச் சுமந்து சென்றனர்... விஜயநகரத்துப் பெண்களின் ஸ்தனங்களைக் கனமாக இருந்தன. அவற்றைவிட கனமான பொருட்கள் விஜயநகரத்தில் காணப்படவில்லை’...”

“ஆஹாஹாஹா உனக்கு எப்படி இப்படியெல்லாம் வர்ணிக்க தோன்றுகிறது?”

“அரசே உங்களால் எப்படி ஒரு வாளைக் கொண்டு நூறு பேரை வீழ்த்த முடிகிறது?”

கவித்துவமான கேள்வியே பதிலாக இருந்தது அவளிடம்.

“சரி சரி. நான் கருவிலேயே என்ன செய்துகொண்டிருக்கிறேன்... அதை சொல்.”

“ஸ்ரீமத் நாராயணனை விட்டு அகலாத மகாலட்சுமி போலவும் தன் உடம்பில் பார்வதிக்குப் பாதி இடம் கொடுத்த சங்கரன் போலவும் புக்கரானவர் பட்டத்து மகரிஷி தேவாயியைக் கொண்டிருந்தார்.

பிரம்மன் பிரபஞ்சத்தின் அண்ட வெளியில் அமர்ந்து உலகங்களைப் படைப்பதுபோல் பட்டமகிஷியான தேவாயி சங்கம குலத்தின் வாரிசை சுமந்து வந்தார். அவளுடைய அடிவயிற்றில் காணப்பட்ட மயிர் கற்றை, வளரும் சிசுவைப் பாதுகாக்கும் கருநாகங்கள் போல இருந்தன. அவளுடைய மார்பகத்தில் அமைந்திருந்த முலைத் தடங்கள் அழகுடன் காணப்பட்டன. சக்கரவாகப் பட்சிகள் உத்கல மலரைத் தம் நீண்ட மூக்கின் தாங்கிக் கொண்டிருப்பது போல இருந்தது அந்த முலை.”

“ஏதேது நான் கருவிலே இருந்தபோது என் தாய் எப்படி இருந்தார் என்பதை நீ எப்படி அறிவாய்?”

படைவீடு

கங்கா தேவி ஒரு கணம் அமைதியாக இருந்தாள். கணவரின் முகத்தை நாணத்துடன் பார்த்தாள். "ஒரு பெண் இன்னொரு பெண்ணை அறிய மாட்டாளா அரசு... அதிலும் ஒரு தாய் இன்னொரு தாயை அறிவது இன்னும் சுலபம்."

ஆச்சர்யமும் மகிழ்ச்சியுமாக கங்கா தேவியின் முகத்தை விரல்களால் உயர்த்திப் பார்த்தார் கம்பணர். "ஒரு தாய் இன்னொரு தாயை அறிவதா? அப்படியா சங்கதி? இந்த மகிழ்ச்சியான செய்தியைக் கொண்டாட வேண்டுமே?" என்றான்.

பெரிய கவி பேரரசியாக இருந்தும் இத்தகைய தருணத்தில் அவள்முகம் நாணிச் சிவந்தன. மகிழ்வின் விழிப்பாக வெளிப்பாடாக கண்ணில் துடித்தது துளிர்த்தது துளி நீர். அன்பும் வெட்கமும் போட்டியிட்டன. தன் மணாளனை அப்படியே வாரி அணைத்துக்கொண்டாள் கங்கா தேவி.

8. அனெகொண்டி ஆலோசனை!

ஆகாயத்தில் நிலவின் நீச்சல். மேகங்கள் நிலவுக்கு எதிர்புறமாக சென்று மறைந்துகொண்டிருந்தன. அரண்மனை மாடத்தில் காற்று சகஜமாக உள்ளே நுழைந்து மறுபுற மாடம் வழியாக சென்றது. சர விளக்குகளின் பொன்னிற ஒளிவெள்ளத்தில் ஆலோசனையில் ஈடுபட்டிருந்தனர் விஜயநகர அரச பிரதிநிதிகள். சக்கரவர்த்தி, மதகுரு கிரியாசக்தி பண்டிதர், அமைச்சர்கள், படைத்தளபதி ஆகியோருடன் குமார கம்பணனும் கங்கா தேவியும் அந்த ஆலோசனையில் இடம்பெற்றனர். அரண்மனை மாடத்திலிருந்து இரவு அங்காடிகள் தெரிந்தன. நான்கு புறமும் கடைகளும் நடுவிலே மக்கள் குழுமி வேடிக்கை பார்த்தபடியும் தேவையானவற்றை வாங்கியபடியும் பண்டமாற்றாக நெல்லையோ, பருப்பு வகைகளையோ கொடுப்பதும் அங்கே நடந்துகொண்டிருந்தது. முத்தும் பவளமும் மாணிக்கமும் வைரங்களும் தங்க ஆபரணங்களும் தந்தங்களால் உருவாக்கப்பட்ட கலைப்பொருட்களும் சந்தனத்தால் செய்யப்பட்ட மரச்சிற்பங்களும் அங்கே இரவு நேரங்களிலும் விற்கப்படுவது பல தேசங்களிலும் பிரசித்தமாக இருந்ததால் அவற்றை வாங்கிச் செல்வதற்கு வெளிநாட்டு பயணிகள் கலங்களில் வந்து குவிந்துகிடந்தனர். அனெகொண்டி அரண்மனையின் உயர்ந்த மாடத்திலிருந்து அந்தக் காட்சிகளை கங்கா தேவி பார்த்தாள்.

படைவீடு

அனெகொண்டி அரண்மனையிலிருந்து பார்க்க முடிந்த இந்த இரவு நேரக் காட்சி விஜயநகரத்தின் புகழுக்குச் சாட்சியாக இருந்தது. பிரகாசமான தீப்பந்தங்களை சரதீபங்களும் நகரத்தை நட்சத்திர பூமியாக்கி இருந்தன. இன்னொரு பக்கம் விருபாக்ஷர், நரசிம்மர் கோயில்கள் பிரம்மாண்டமாக உருவாகிக் கொண்டிருந்தன. அரண்மனைக்கு வலதுபுறத்தில் துங்கபத்ரா சலசலத்து ஓடிக்கொண்டிருந்தது. பாறைகளும் அடர்த்தியான மரங்களும் நிறைந்த அந்த இடத்தில் இடத்தை, ராமகாவியத்தில் இடம்பெற்ற கிஷ்கிந்தா என்று உருவகித்து இருப்பது சாலப் பொருத்தமாக இருந்தது.

தன்னை குமார கம்பணன் மணம் முடித்த கையோடு சுல்தானியர்களைத் தாக்க நாள் குறித்திருப்பது அவளுக்குப் பெருமிதமாக இருந்தது. கங்கா தேவியைக் கைபிடித்த ராசி, கம்பணன், படைவீடு ராச்சியத்தை வெல்வதற்கு சந்தர்ப்பம் வாய்த்திருக்கிறது என்ற நம்பிக்கை சக்கரவர்த்திக்கு இருந்தது.

"தொடங்க இருக்கிற வசந்தகாலம் மதுரை துருக்கியருக்கு வேதனை காலமாக இருக்க வேண்டும். கடந்த பத்து ஆண்டுகளாக நம் முயற்சிகள் பயனளிக்காமல் இருக்கின்றன. படைவீடு ராச்சியம்தான் மதுரை சுல்தானியர்களைப் பிடிக்கப் பெருந்தடையாக இருக்கிறது. இந்த முறை நாம் அவர்களை ஒடுக்கியாக வேண்டும். வெற்றி பெறுவதற்கான எல்லா ஏற்பாடுகளையும் தளபதி செய்துவிட்டார். கடந்த நான்கு மாதங்களாக நானூறு யானைகள் கொண்ட யானைப் படை, மூவாயிரம் குதிரைகள் கொண்ட சேனை, ஆறாயிரம் படைவீரர்கள் மூலவாசலில் முகாமிட்டு இருக்கிறார்கள். உணவு, உடை, மருந்து, விலங்குகளுக்கான தீவனங்கள் எல்லாம் முறைப்படி அவர்களுக்குக் கிடைத்து வருகிறது. போர் பயிற்சியும் உத்திகளும் சொல்லித் தரப்படுகின்றன. இந்த முறை சம்புவராயர்கள் வீழ்வது நிச்சயம். காம வேத தண்டம் இந்த முறை நமக்கு சாதகமாக இருக்கிறது" என்றார் மா மன்னர் புக்கர்.

கங்கா தேவி ஏதோ சொல்ல வந்து மீண்டும் அமைதியாகிவிட்டதை மாமன்னர் பார்த்தார்.

"எதுவாக இருந்தாலும் இந்த சபையில் தைரியமாகச் சொல்லலாம். அதற்கான முழு அதிகாரத்தை இங்கிருக்கும் அனைவருக்கும் இந்த அவை அளித்திருக்கிறது. இந்த அவை முடியும் வரை இங்கிருக்கும்

தமிழ்மகன்

அனைவருமே மாமன்னரின் அதிகாரத்தோடு இருக்கிறீர்கள் என்பதை உணர்ந்து உங்கள் கருத்துக்களைப் பேசலாம்" என்றார் மாமன்னர்.

கங்கா தேவி முதுகுப்புறம் தவழ்ந்து இருந்த தன் முந்தானையை எடுத்து முன்பக்கம் போர்த்தி, "நான் பேசத் தயங்கியது அச்சத்தினால் அல்ல மாமா. சம்புவராயர்கள் தாக்குவதற்கான இத்தனை ஏற்பாடுகளும் நடந்து விட்டபின் என் யோசனையைச் சொல்வது சரியாக இருக்குமா என்ற காரணத்தினால்தான்."

"பரவாயில்லை சொல்லம்மா."

"நம்முடைய நோக்கம், துருக்கியர்களைத் துரத்துவதுதான். இந்த நேரத்தில் நம் படை பலத்தை சம்புவராயர்களை வெல்வதற்குப் பயன்படுத்துவது தேவையா என்று எண்ணினேன்."

"அவர்களை எதிர்க்காமல் மதுரைக்குள் நுழைவது முடியாது அம்மா."

"நான் அவர்களை எதிர்க்கச் சொல்லவில்லை. அவர்களையும் அரவணைத்துக்கொண்டு போராடினால் என்ன? ஏனென்றால் அவர்களும் துருக்கியர்களால் பாதிக்கப்பட்டுக் கொண்டிருப்பவர்கள். நம்முடைய சமய நெறியைப் பின்பற்றுகிறவர்கள். இந்தக் காரணங்களைச் சொல்லி இரண்டு ராச்சியங்களும் சேர்ந்து சுல்தானியர்களுடன் போராடினால் வெற்றிக்கனியைப் பறிப்பது சுலபமாக இருக்குமே?"

"நீ சொல்வது சரிதான் அம்மா. ஒன்று... அவர்கள் மொழி அடிப்படையில் நம்மை ஏற்றுக்கொள்ள மறுக்கிறார்கள். அது தமிழ் மன்னர்களின் தனித்துவமான குணமாக இருக்கிறது. அசோகர் காலத்திலிருந்து துக்ளக் காலம் வரை தமிழக எல்லையில் யாரும் கால் வைத்ததில்லை. சுல்தானியர்களைப் போலவே நாமும் அவர்களுக்கு ஒரு விரோதிதான். இரண்டாவது... நம் சமயநெறி. அவர்கள் வர்ணாசிரம தர்மங்களுக்குக் கடும் எதிர்ப்பைத் தெரிவிப்பவர்கள். நாமோ வித்யாரண்யரின் சனாதன கொள்கையைப் பின்பற்றுகிறவர்கள்... அவர்கள் சைவ மரபைப் பின்பற்றுகிறவர்கள். நம்முடைய வேத தர்மங்களை அவர்கள் ஏற்கவில்லை. அவர்களைப் பொருத்தவரை நாமும் சுல்தானியர் ஒன்றுதான்."

"என்ன சொல்கிறீர்கள் மாமா? ஒரே சமய நெறியைப் பின்பற்றுவதிலும் முரண்பாடு இருக்குமா?"

“இருக்கிறது அம்மா” என்றார் கிரியாசக்தி பண்டிதர்.

“எனக்குப் புரியும்படி சொல்லுங்கள் சுவாமி!”

‘‘உண்மையில் இது சாதாரண பக்தர்களுக்கானது அல்ல. பிரம்மத்தை அறிவது இயலாதது. அதை அறிந்துகொண்டதாகச் சொல்பவர் அதை அறியாதவர் எனப் பொருள். பிரம்மமும் தன்னை அறிவிப்பதில்லை. தன்னாலும் வெளிப்படுத்த இயலாததாகவும் பிறராலும் அறிய முடியாததாக பிரம்மம் இருக்கிறது. இந்த நிலையைக் கேவலம் என சொல்கிறார்கள். கேவல நிலைதான் பிரம்மத்தின் நிலை. இது ஆதி சங்கரரின் வாக்கு. வேதங்கள் சொல்லும் நான்கு வருணம் அவருடைய நெறியின் அடிப்படை. ஆனால், சிவநெறியைப் போற்றும் சம்புவராயர்கள் சிவஞான போதத்தை அடிப்படையாகக் கொண்டவர்கள். பதி, பசு, பாசம் என்பது அவர்களின் கோட்பாடு. பதி என்றால் கடவுள். சைவ சித்தாந்தத்தில் கடவுள் எங்கும் இருப்பவராகக் கூறப்படுகிறார். தோற்றமும் அழிவும் இல்லாதவர் அவர். அவருக்கு எட்டு வகை குணங்கள் உண்டென்கிறது சைவ சித்தாந்தம். கடவுள் உவமைகளால் விளக்க முடியாதவர் என்கிறது அந்தக் கோட்பாடு.

பசு என்றால் உயிர். சைவ சித்தாந்தத்தின் படி உயிரானது உடலினைப் பெறும் முன்பு அறிவு, இச்சை, செயல் என்பது இன்றி அறியாமையில் இருக்கும். உயிரும் கடவுளைப் போன்றதே. அதற்கும் தோற்றமும் அழிவுமில்லை என்கிறது. பாசம் என்றால் தளை. பாசம் என்பது உயிர்களை அடிமை செய்யும் பொருள். அதாவது போகப் பொருள்கள் என்கிறார்கள். அதாவது, பசுவும் பாசமும் பதியினைப் போலவே அனாதியானது. அதுவும் பரம்பொருளின் வடிவம்... அல்லது அதுவும் பரம்பொருள். பார்ப்பனர்களின் வருகைக்குப் பிறகு சிவனுக்குப் பல கதைகள் புனையப்பட்டு லிங்கத்தையே சிவனின் குறி என்ற அர்த்தத்தில் சிவலிங்கம் என பொருள்படுத்திவிட்டதாகவும் கருதுகிறார்கள். பிராமணர்கள் போற்றும் சைவத்தை அவர்கள் சைவம் என ஏற்பதில்லை” என்றார்.

பிராமணர்கள் சொல்லும் வழிபாட்டின்மீது இப்படியொரு விரோதம் இருப்பதே அவளுக்கு ஆச்சர்யமாக இருந்தது. இப்படியும் இருக்குமா என்ற மலைப்பு. தன்னுடைய சம்ஸ்கிருத படிப்பில் இப்படி அவள் கேள்விப்பட்டதில்லை. சிவனையும் விஷ்ணுவையும் படைவீட்டு ராச்சியத்திலும் வழிபடுகிறார்கள்... நாமும் வழிபடுகிறோம்.... ஆனால் இரண்டும் வெவ்வேறு முறைகளில் நடக்கின்றன. சங்கராச்சாரியார் சொல்லும் சைவம் பிழையென்று

ஒதுக்கித் தள்ளுகிறார்கள். அது ஏன் என்பதற்காகவே அந்த தேசத்தைப் பார்க்கவேண்டும் என்றும் நினைத்தாள்.

"அப்படியானால் முதலில் போர் தொடுக்க வேண்டியது அவர்கள் மீதுதான் என்பதை நானும் ஒப்புக்கொள்கிறேன் மாமா."

"வேந்தே சென்றமுறை நம்முடன் வந்த போர் தளவாடங்கள் இந்த முறை மும்மடங்காக உயர்த்தப்பட்டிருக்கின்றன. அதுவுமில்லாமல் நம்முடன் இந்த முறை கம்பணர் வருகிறார். விரிஞ்சிபுரம் மற்றும் காஞ்சிபுரம் இரண்டு பக்கமும் ஒரே நேரத்தில் தாக்குதல் நடத்தவும் திட்டமிட்டு இருக்கிறோம். காஞ்சிப் படையை சாளுவ மங்கு வழிநடத்துவான். இந்த முறை அவர்கள் நம்மை எதிர்கொள்வது சிரமம். வென்று மண்கொண்டாருக்கு அறுபது வயது கடந்துவிட்டது. அவருடைய மகன்கள் இருவர்தான் போரை நடத்த போகிறார்கள்... இவர்கள் ஏகாம்பரநாதர் போல திறமைசாலிகளாக இருப்பார்கள் எனத் தெரியவில்லை. பலவிதங்களிலும் இந்த முறை இந்தப் போர் நமக்கு சாதகமாக இருக்கிறது வேந்தே." தளபதி நம்பிக்கையுடன் சொல்லிவிட்டு அனைவரின் முகத்தையும் பார்த்தார்.

"நான் அப்படி இல்லை பார்க்கவில்லை. சென்றமுறை ஒரு மன்னர் இருந்தார்... இப்போது இரண்டு மன்னர்கள் இருக்கிறார்கள். அதுவுமில்லாமல் கடந்த முறை நான் போர்தொடுத்து சென்றபோதே ராசநாராயணனின் வீரத்தை அறிவேன். இந்தக் காலகட்டத்துக்குள் அவர்களும் தங்கள் படை வளத்தைப் பெருக்கியிருப்பார்கள். அவர்களின் படைபலத்தைக் குறைத்து மதிப்பிடாதீர்கள். முன்னர் இருந்ததைவிட இரண்டு மடங்கு பலம் கொண்டிருக்கிறார்கள் என்பதை மனதில் வையுங்கள். நான் சென்ற முறை கற்ற பாடம் அத்தகையது. படைவீரர்களுக்கும் இதை எடுத்துச் சொல்லுங்கள். எந்த நிமிடத்திலும் வைராக்கியத்தை விட்டுவிடக்கூடாது. படைவீரர்களுக்கு ஆனந்த மூலி* தாராளமாக வழங்கப்படவேண்டும். அது வைராக்கியத்தைக் கூட்டுகிறது. வலியை மறக்கச் செய்கிறது. ஒவ்வொரு காதம் முன்னேறினாலும் அங்கே நமது புதிய பாடி வீடுகள் அமைக்கப்பட்டு முகாம்கள் உருவாக்கப்பட வேண்டும். தொடர்ந்து முன்னேற்றம் இருக்க வேண்டும் மூல்பாகல் முகாம் அப்படியே விரிஞ்சிபுரத்திலும் காஞ்சிபுரத்திலும் அமைக்கப்பட வேண்டும். இன்னும் படைகள் தேவைப்பட்டால் உடனடியாக

படைவீடு

அனுப்பப்பட வேண்டும்" என்று தனது போர் உபாயங்களை சொல்லிக்கொண்டே போனார் மாமன்னர்.

தளபதி எழுந்து, "ஒவ்வொரு இடத்தை வென்று முடித்ததும் உடனடியாக முகாம் அமைப்பதற்கு ஏற்பாடுகள் செய்து இருக்கிறோம் மா மன்னா. கனத்த துணிகள் நெய்யப்பட்டு மூட்டை மூட்டையாக மூலவாசலில் சேர்த்திருக்கிறோம். அவர்கள் அரண்மனையை அடித்து நொறுக்கும் வரை எத்தனை முகாம்கள் வேண்டுமானாலும் அமைப்பதற்குத் தயாராக இருக்கிறோம்" என்றார்.

மா மன்னர் இன்னும் ஏதாவது சொல்ல இருக்கிறதா என யோசித்தார். குமார கம்பணர், "கவலையைவிடுங்கள் அப்பா. இது என் முறை" என்றார் விறைப்பாக.

"நல்லது. வரும் கார்த்திகை மாதம் கடை புதனன்று போர் தொடுக்கப்பட வேண்டும். போர்த் தொடுக்கப் போவதை அவர்களுக்குத் தெரிவிக்க வேண்டும் என்ற அவசியமில்லை. எதிர்பாராத தாக்குதல்தான். இப்போதெல்லாம் அறிவித்துவிட்டுப் போர்தொடுப்பதில்லை. இது, துருக்கியர்கள் நமக்குக் கற்றுத் தந்த சுருக்கமான பாடம். நினைவிருக்கட்டும்... கார்த்திகை மாதம் பவுர்ணமி நாள். எல்லோரும் சென்று ஓய்வு எடுங்கள். காலையில் பார்க்கலாம்."

"மாமா இந்தப் போருக்கு நானும் அரசருடன் செல்லலாமா?" என்றாள் கங்கா தேவி.

"போர்க்களத்தில் பெண்ணா?" என மன்னர் சற்று யோசித்துவிட்டு, "தாராளமாகப் போய் வா அம்மா. உன் கணவன் வெற்றி பெறுவதை உடனுக்குடன் பார்த்து காவியமாக எழுது" என்றார் புக்கர்.

கங்கா தேவி வணங்கினாள். மதுரா விஜயத்துக்கு மனதளவில் தயாரானாள்.

* ஆனந்த மூலி - கஞ்சா மூலிகை

9. பாதி சேனை!

அனெகொண்டி அரண்மனையில் இருந்து ஐம்பதினாயிரம் படைவீரர்கள் புறப்பட்டனர். தேர்களில் மன்னர் குமார கம்பணர், கங்கா தேவி, தளபதி தண்டமாரயன் ஆகியோர் வீற்றிருந்தனர். முன் வரிசையிலிருந்த யானைகளில் ஒவ்வொரு படைப் பிரிவுக்குமான தளகர்த்தர்கள் அமர்ந்திருந்தனர். கண்ணுக்கெட்டிய தூரம் வரை கரு மேகங்களின் திரட்சியென கரிப் படைக் கூட்டம். ஒவ்வொன்றும் நெற்றி முகப்பில் பித்தளை அணிகலன்களால் அழகுற அலங்கரிக்கப்பட்டிருந்தன. அதன்மேல் குடை பொருத்தி மற்ற ராணுவ முக்கியஸ்தர்கள் அமர்ந்திருந்தனர். குதிரைப் படைகளும் கடல் அலைபோல அணிவகுத்து நின்றன. குதிரைகளால் ஆன பெரும் கடலலைப் போல அது காட்சி தந்தது. காலாட்படையினர் புதர்க் காடு போல பரவி இருந்தனர். அரண்மனையிலிருந்து விடைபெறும் முன்னர் சக்கரவர்த்தி புக்கர் முக்கியமான சில அறிவுரைகளை வழங்கினார். "இந்த முறை வெல்ல முடியவில்லையென்றால் வேறு எப்போதும் வெல்ல முடியாது என்பதை மனதில் வையுங்கள்" என்று திரும்பத் திரும்பச் சொல்லி அனுப்பினார்.

சனாதன வர்ணாசிரம தருமத்தை நிலைநாட்டும் பொறுப்பையும் பலமுறை அறிவுறுத்தினார். கடந்த ஆறு மாதங்களில் படைவீடு ராஜ்யத்தின் எல்லைப்பகுதிகளில் ஓராயிரம் தாசிகள் அனுப்பப்பட்டு இருப்பதையும் அவர்கள் மூலம் நாம் எதிர்பார்த்த தகவல்கள் வந்து

சேர்ந்ததையும் தமக்குச் சாதகமான சூழல் இருப்பதையும் தண்டமாரயன் எடுத்துச் சொன்னார்.

அவன் அதையே பலமுறை எடுத்துச் சொல்வதை சக்கரவர்த்தியும் கவனித்தார். “தாசிகளை நம்பி இவ்வளவு பெரிய காரியத்தை எடுப்பது உங்களுக்கும் அழகல்ல... என்னுடைய பெயருக்கும் பேரிழுக்காக வந்து முடியும். இனி ஒருதரம் தாசிகள் சாதுர்யம் பற்றி என்னிடம் விவரிக்க வேண்டாம்” என்று கடுமையாகக் கூறிவிட்டார் சக்கரவர்த்தி.

அதனால் புறப்படும் நேரத்தில் அதைச் சொல்லி, அரசரின் கோபத்துக்கு ஆளாக தளபதி விரும்பவில்லை.

“வெற்றியோடு திரும்புவோம் மன்னா... வீண் கவலை வேண்டாம்” என்று மட்டும் சொன்னார்.

பயணத்திட்டம் மன்னர் கம்பணர் உள்ளிட்ட அனைவருக்கும் பாடம் ஆகியிருந்தது. இருந்தாலும் சக்கரவர்த்தி அதைப் பட்டியலிட்டு சொன்னார்.

“வல்லபுரி முகாமில் ஐயாயிரம் வீரர்கள்... அனந்தபுரத்தில் ஐயாயிரம் வீரர்கள் மூலவாசலில் பத்தாயிரம் வீரர்கள் நிறுத்தப்பட வேண்டும். மீதம் இருக்கிற முப்பதாயிரம் வீரர்கள் மட்டுமே சம்புவராயர் எல்லைக்குள் நுழைய வேண்டும். இருபதாயிரம் வீரர்கள் விரிஞ்சிபுரம் வழியாகச் செல்ல வேண்டும். பாலாற்றங் கரையிலிருந்து மேலே ஏறுவதற்குள் ஆயிரம் வீரர்களாவது வீழ்வது உறுதி. பாலாறு அவர்களின் பலம். அது அவர்களுக்கு பல ஆறு. இன்னொரு பத்தாயிரம் வீரர்கள் காஞ்சிபுரம் வழியாக அவர்களை எதிர்க்க வேண்டும். சம்புவராய வீரர்கள் இரண்டு புறத்திலும் தாக்குதலை எதிர்பார்க்க மாட்டார்கள். அவர்கள் தடுமாறும் நேரத்தில் நாம் படைவீடு கோட்டையை நெருங்க வேண்டும். படைவீடு கோட்டைக்கு சந்தவாசல் ஒன்றுதான் வழி. அத்தனை சீக்கிரம் சந்தவாசலைக் கடக்க விடமாட்டார்கள். அது இயற்கை அமைத்த அரண். படைவீடு அரண்மனையை தவிர்த்து... மாலையிலும் ஒரு கோட்டையை உருவாக்கியிருக்கிறார்கள். அதனால் அங்கே இருந்து தாக்குவதற்கு அவர்களுக்கு வசதியும் அதிகமாக இருக்கும். முதலைக்கு நீரில் யானை பலம் என்பார்கள். அப்படி படைவீட்டில் அவர்களுக்கு இருக்கும் பலமும் பல மடங்காக இருக்கும். அவர்களை நெருங்க நெருங்க அடுத்தடுத்து நம்முடைய வீரர்கள் வந்துகொண்டே இருப்பார்கள். அவர்களின்

தமிழ்மகன்

ஒவ்வொரு எல்லையைக் கடக்கும் போதும் நம்முடைய வீரர்கள் உங்கள் முன்னேற்றத்துக்கு ஏற்ப படைவீட்டுக்கு வந்து சேர்வார்கள். களைத்திருக்கும் வீரர்கள் பின்னே இருக்க புதிய வீரர்கள் முன்னேறுவார்கள். திட்டம் சரியாக இருக்கிறது. பயன்படுத்திக்கொள்ள வேண்டியது நம் கையில்தான். இவர்களைக் கடந்தால்தான் மதுரையைப் பிடிக்க முடியும். கவனம். நாம் சம்புவராயர்களைக் குறி வைக்கும் நேரத்தில் வடக்கிலிருந்து துருக்கியர்களால் எந்த நேரத்திலும் ஆபத்து வரலாம். அதனால்தான் விஜயநகரத்துக்கு வந்து சேரும் வகையிலும் அனந்தபுரம், மூலவாசல் முகாம்களில் வீரர்களை இருக்கச் சொன்னேன். வீரர்கள் அந்த மையங்களில் நிறுத்தப்பட்டு இருப்பதால் இரண்டு புறங்களிலும் இருக்கும் ஆபத்தை எதிர்கொள்ள முடியும். படைவீட்டுக்குத் தேவைப்பட்டால் அங்கே வருவார்கள். விஜயநகரத்துக்குத் தேவைப்பட்டால் இங்கே திரும்பிவிடுவார்கள். புரிகிறது அல்லவா?" மன்னர் போருக்குச் செல்பவர்களுக்கு மீண்டுமொருமுறை விளக்கினார்.

"நன்றாக விளங்கியது வேந்தே. நாங்கள் வெற்றியோடு வருகிறோம்."

அதற்குள் மதகுரு கிரியாசக்தி பண்டிதர் அங்கு வந்து சேர்ந்தார். வித்யாரண்யரின் ஆசியோடு வந்திறங்கிய எலுமிச்சை மாலைகள் குமார கம்பணனுக்கும் கங்கா தேவிக்கும் அணிவிக்கப்பட்டன.

அதிகாலையிலேயே மதகுரு கிரியாசக்தி பண்டிதர், ஆனெகுண்டி ஆஞ்சநேய கோயிலுக்குள் கங்கா தேவி தளபதி ஆகியோரை அழைத்து சென்று சிறப்பு பூஜைகள் நடத்தினார். வழியில் லாபாட்சி சிவாலயத்தில் வீரபத்தரரையும் கோலார் அம்மன் கோயிலில் துர்க்கை அம்மனையும் வழிபட்டுவிட்டு செல்லுமாறும் சொல்லியிருந்தார் மதகுரு.

"ஜெய் ராம்... ஜெய் ஆஞ்சநேயா" என விண்ணதிர முழக்கங்கள். புறப்பட்டன படைக்கூட்டங்கள்.. யானைகள் மீதிருந்த குடையின் மீது பன்றி சின்னம் பொறித்த கொடிகள் காற்றில் படபடத்தன. ஒரு லட்சம் வீரர்களைக்கொண்ட விஜயநகர ராணுவத்திலிருந்து சரிபாதி வீரர்கள் போருக்குப் போவதை ஊர் மக்கள் எல்லாம் வியந்து பார்த்தார்கள். ஒரு தேசத்தைப் பிடிக்க ஒரு தேசத்தின் மக்கள்தொகையில் ஐந்து சதவிகிதம் பேர் ஈடுபடுவது இதுவரை விஜயநகர வரலாற்றில் இல்லை. அப்படியானால் வெல்லப்போவது பலம் வாய்ந்த ஒரு பேரரசைத்தான் என அவர்களும் பரபரப்பாகப்

பேசிக் கொண்டார்கள். ஒருவேளை சம்புவராயர்களிடம் இவர்கள் தோற்றுவிட்டால் என்ன ஆகும் என்ற அச்சமும் அவர்களிடம் இருந்தது. பேரரசர்களின் ஆசைகளுக்கு மண்டியிட்டு வாழ்க கோஷமிடுவதுதானே மக்களின் பணி? அதனால் அவர்களும் “சக்கரவர்த்தி வாழ்க... மன்னர் குமார கம்பணன் வாழ்க... கங்கா தேவி வாழ்க” என்ற முழக்கங்களை மட்டும் மூச்சுக்கு ஒரு தரம் முழங்கிக்கொண்டே இருந்தனர். படை நகர்ந்து செல்வது நகரமே நடந்து செல்வது போல இருந்தது.

காடு, மலை, நகரம், வயல், வீடு எல்லாமும் படையினரைப் பொறுத்தவரை பாதைகள்தான். ஐம்பதாயிரம் பேர் பயணிக்கும் பாதை என எந்த பெருவழியையும் சொல்லிவிட முடியாது. அவர்கள் பாதையில் சென்றார்கள்... சில இடங்களில் அவர்கள் மிதித்த மண்ணே பாதையானது. ஒரு வசந்த காலத்தின் எதிர்பாராத முன்னறிவிப்பை எதிர்கொள்ள இயலாத கானக ஜீவராசிகள் அச்சத்தில் அலறின. படபடத்தன பறவைகள். பதறி ஓடின நான்குகால் உயிரினங்கள். பகல் முழுதும் பயணம் தொடர்ந்தது. அவரவர் தோள்களில் இருந்த குடுவைகளில் கூழும் நீரும் இருந்தன. நடந்தபடியே பசியாறலாம். நின்று அமர்ந்து பசியாற நேரமில்லை. ஒவ்வொரு வீரனும் புறப்பட்ட இடத்திலிருந்து அம்பு போல போய்க்கொண்டே இருக்க வேண்டும். நிற்கும் ஒரு நொடியும் எதிரியின் சுதாரிப்புக்கு வழிவகுத்துவிடும். மொத்தமாக இரவுதான் ஓய்வெடுக்க வேண்டும். அனந்தபுரம் வந்ததும் அங்கே நிறுத்தப்பட வேண்டிய ஐயாயிரம் வீரர்கள் அவர்களுடனான யானை, குதிரைப் படைகளோடு அங்கே அமர்த்தப்பட்டனர். பெரிய பாழடைந்த சிவன் கோயில் ஒன்று அங்கே இருந்தது. அவர்களின் கைகளில் மஞ்சள் நிற நூல் கயிறு கட்டியிருந்தது. அனந்தபுர எல்லையில் இருக்க வேண்டியவர்கள் என்பதற்கான அடையாளமது. மூலவாசலில் தங்கியிருக்க வேண்டிய ஐயாயிரம் பேருக்கு நீல நிற கயிறு. இன்று அனந்தபுர நகரத்தில் தங்கியிருந்துவிட்டு காலையில் புறப்பட்டு இரவுக்குள் மூலவாசல் சென்று சேர்ந்தாக வேண்டும். அங்கு நீலக் கயிறு அணிந்தவர்கள் போக மீதி பேர் விரிஞ்சிபுரம் செல்ல வேண்டும். அதுதான் திட்டம்.

அனந்தபுர முகாமில் இருக்க வேண்டியவர்கள் மற்றவர்களை வழியனுப்பிவைத்தனர். இரவுக்கும் விரிஞ்சிபுரத்தை அடைய வேண்டிய அவசியமும் நிர்பந்தமும் இருந்த அவர்களை ஜெய் ஸ்ரீராம்... ஜெய் ஆஞ்சநேயாதான் இயக்கின. மூலவாசல் வந்து

தமிழ்மகன்

சேர்ந்தவர்களை வரவேற்க சிற்றரசர்கள் காத்திருந்தனர். அனந்தபுர அரசனும் வெங்கடகிரி அரசனும் குமார கம்பணனுக்கு பூரண கும்ப மரியாதை செலுத்தி வரவேற்றனர்.

அனந்தபுர அரசன், "மா மன்னருக்கு வந்தனம். இங்கே நான்கு நாட்கள் தங்கியிருந்து செல்ல வேண்டும்" என்றார்.

"உங்கள் விருந்துபசாரத்துக்கு எல்லையில்லையா? போர் நடத்திச் செல்லும்போது தங்கிச் செல்லுமாறு கேட்கிறீர்களே?"

"விருந்து உபசாரம் செய்ய எனக்கு ஆசையிருப்பது உண்மைதான். ஆனால் வேறு ஒரு காரணமாகத்தான் அப்படிச் சொன்னேன். உங்கள் ராசிக்கு இரண்டு நாட்கள் சந்திராஷ்டமம் இருக்கிறது. அதற்கு அடுத்த நாள் அஷ்டமியும் நவமியும் வருகிறது. நான்கு நாட்கள் பொறுத்திருந்து போர் தொடுப்பது நல்லது என்பது என் கருத்து."

"என்ன சொல்கிறீர்கள் சோமப்பரே? அரண்மனை சோதிடர்கள் அத்தனை பேரும் சேர்ந்து முடிவெடுத்துக் குறித்துக்கொடுத்த நாள். அது எப்படிப் பொய்த்துப் போகும்?"

சோமநாயக்கர் மிகுந்த அக்கறை கொண்ட தளகர்த்தர். மூலவாசல் எல்லையின் தளபதி. ஆழ்ந்த பக்திமான். மூலவாசல் ஈஸ்வர ஆலயத்தில் அவருடைய திருப்பணி முக்கியமானது. ஓர் அரண்மனை போலவே அதை நிர்மாணித்திருந்தார். "பொய்த்துப் போனதென்று சொல்லவில்லை. மேலும் நல்ல நாளாக இருக்கும் என்றுதான் சொன்னேன். அவர்கள் உங்கள் ஜாதகத்தை அடிப்படையாக வைத்து குறித்திருக்கிறார்கள். ஆனால், நான் மகாராணி கங்கா தேவியின் ஜாதகத்தையும் பொருத்திப் பார்த்தேன். ஏனென்றால் அவரும் உங்களுடன் போருக்கு வருகிறார். அவருக்கான பலனையும் எடுத்துப் பார்த்தேன். ஜென்ம ராசியை குரு பார்த்துக்கொண்டிருக்கிறார். எடுத்த காரியம் எல்லாமே வெற்றி. அதனால்தான் இன்னும் நான்கு நாட்கள் கழித்துப் போரைத் தொடங்கச் சொல்கிறேன். இன்னொரு முக்கிய காரணமிருக்கிறது. கார்த்திகை மாதம் கடை ஞாயிற்றுக்கிழமை விரிஞ்சிபுரத்தில் வழித்துணைநாதர் கோயிலில் பெண்கள் பல நூறு பேர் திரண்டு பிள்ளை வரம் வேண்டி தங்குவார்கள். அதே நாள் நாமும் விரிஞ்சிபுரம் கோட்டையை முற்றுகையிட்டால் அவர்களுக்குப் பெரும் நெருக்கடியாக அமையும். பெண்களைக் காப்பதா, எல்லையைக் காப்பதா எனத் திணறுவார்கள். புதன்கிழமை

படைவீடு

தொடுக்க இருக்கும் போரை ஞாயிற்றுக்கிழமை தொடுத்தால் நலம்." சோம நாயக்கர் கண்சிமிட்டிச் சிரித்தார். குமார கம்பணருக்கு அந்த ஆலோசனை பிடித்திருந்தது. நாற்பதாயிரம் வீரர்கள் தங்குவதற்கான முகாம்களை கோயில் முற்றத்தில் சில நாழிகையில் ஏற்படுத்தினார். நான்கு நாட்களும் கறி விருந்துக்கும் ஏற்பாடு செய்திருந்தார்.

வாழ்த்து முழக்கங்கள் விண்ணைப் பிளந்தன. குமார கம்பணன் கங்கா தேவி சென்ற தேரின் மீது வராக அவதார கொடி பறந்து கொண்டிருந்தது. 'ஜெய் ஸ்ரீராம்.. ஜெய் ஹனுமான். என்ற கோஷங்களுடன் .குமார கம்பணன் வாழ்க... சக்கரவர்த்தி புகழ் வாழ்க' கோஷங்களும் எழுந்தன. மூலவாசல் தளகர்த்தர் சோமப்ப நாயக்கர் மாடங்களில் இருந்து பெண்களைப் பூமாரி புரிய வைத்தார். மக்கள் மக்களின் மகிழ்ச்சி கோஷம் அவர்களுக்கு உற்சாகம் அளித்தது. மாலைக்குள் விரிஞ்சிபுரம் சென்று சேர்ந்துவிட முடியும் என்று வீரர்களுக்குள் பேசிக்கொண்டனர். எதிர்பாராத விதமாக நான்கு நாட்கள் கறி விருந்தாக அமைந்ததில் வீரர்களுக்கு உடம்பு கொதிப்பு ஏறியிருந்தது. நாற்பதாயிரம் பேர் ஒரே நேரத்தில் ஒரு தேசத்தை தாக்குவது என்றால் அந்த தேசம் என்ன கதியாகும் என்ற எக்களிப்பு அதிகமாகியிருந்தது.

வல்லபுரி, அனந்தபுரம் பகுதிகளைக் கடந்து வந்த வீரர்களுக்கு உண்மையிலேயே ஒரு பெரிய உத்வேகம் கிடைத்த இடமாக மூலவாசல் அமைந்துவிட்டது. வெங்கடகிரி கோட்டை மலைப்பாதை ஆக இருந்ததால் சற்றே சுணங்கி நடந்தது படைவீரர் கூட்டம். பலகாத தூர நெட்டுக்குத்தான பாதை. தூரம் குறைவு என்பதால் இந்தப் பாதையைத் தேர்ந்தெடுத்தது எத்தனை தவறு என வருந்தினான் கம்பணன். சித்தூர் பாதை வழியே போனால் சுற்றுப் பாதையாக இருக்கும் என்பதால் இந்தப் பாதையைத் தேர்வு செய்தது தவறு. வீரர்கள் களைப்புடன் நடைபோடுவது தெரிந்தது. லேசான குளிர் காற்று வருடியபடியே இருந்ததால் யாருக்கும் சோர்வோ, வியர்க்கும் தொல்லையோ இல்லாமலிருந்தது.

பாலாறு கரையைத்தொட்டபடி நீர் பொங்கி ஓடிக்கொண்டிருந்தது. ஒரு காத தூரம் இருந்தும் விரிஞ்சிபுரம் கோட்டையின் தீபக் கலச வெளிச்சத்தினால் நன்றாகவே தெரிந்தது. குமார கம்பணன் மனதில் எரிந்துகொண்டிருந்த தீயைப் போலவே இருந்தது அது.

10. நெடுமொழி

தேர்க்கால்களில் புல் பூண்டுகள் நசுங்கிப் போவதைக் குறித்து எத்தனை பேர் கவலைகொள்கிறோம்? போர்க்காலங்களில் வேளாண் தொழிலும் நெசவும் பாதிக்கப்படுவதையே பலர் கவனியாது இருக்கும்போது கல்வி, கலை, இசை போன்ற சார்ந்து வளரும் பிரிவின் நலிவு குறித்துக் கவலைப்படுவோமா? இல்லையென்றே சொல்லலாம். ஒரு முறை போர் வந்தால் மீண்டும் இயல்பு நிலைமைக்கு அந்த தேசம் வருவதற்கு பத்தாண்டுகளாவது தேவைப்படுகிறது. போர் நடக்கும்போது பிறந்த குழந்தைகளின் எதிர்காலம் போதிய உணவோ, பராமரிப்போ, கல்வியோ இல்லாமல் போகிறது. சில குழந்தைகள் தகப்பன் முகத்தைப் பார்க்க முடியாமல் போகின்றன. போரைத் தவிர்க்க வேண்டும் என போர்க்குடியில் பிறந்த வென்று மண்கொண்டார் தொடர்ந்து பாடுபட்டும் இந்தப் போரைத் தவிர்க்க இயலவில்லை. அந்தக் காலைப் பொழுது குதிரைகளின் கனைப்புகளோடும் யானைகளின் பிளிறலோடும் விடிந்தது. படைவீட்டில் போர் ஆயத்தங்கள் பலமாக இருந்தன. வென்று மண்கொண்டார் படைவீட்டு அரண்மனையில் இருந்தார். விரிஞ்சிபுரம் கோட்டையில் மல்லிநாதரும் காஞ்சி கோட்டையில் பொன்னனும் தலைமை தாங்கினர். நல்லவேளையாக முதல் நாள் இரவே உளவுத் தகவல் வந்து சேர்ந்ததால் வழித்துணைநாதர்

படைவீடு

கோயிலில் தங்குவதற்காக வந்த பெண்களைப் பத்திரமாகத் திருப்பி அனுப்ப முடிந்தது. பொன்னன் தம்பிரான் அதை சிரமேற்கொண்டு செவ்வனே செய்து முடித்தான்.

விரிஞ்சிபுரம் எல்லையில் போர் முழக்கம். சங்கும், துடியும் முரசும் வளையும் வயிறும் முழங்கின. அது வீரர்களுக்கு வெறியேற்றுவதாக இருந்தன. படைவீட்டு பேரரசின் வீரனொருவன் வஞ்சினம் பேசி நெடுமொழி* பேசினான்.

"சகலோக சக்ரவர்த்தி வென்று மண்கொண்டாரின் படைவீட்டு பேரரசின் வீரர்கள் சார்பாகச் சொல்கிறேன். செங்கேணி அம்மையப்பன் வழிவந்த பல்லவ பேரரசின் குலமரபினர் நாங்கள். எங்களை வெல்ல ஒருவர் இன்னும் பிறக்கவில்லை. பேரரசர், இளம் சிங்கம் ராசநாராயண மல்லிநாதரோடு மோதுவது மலையோடு மோதுவது போலாகும். காடவராயர், சோழர், அதியர், மலையமான் எனப் பெரும்படை இங்கே குவிந்து கிடக்கிறது. ஆயுதமற்ற வீரர்களைத் தாக்கக் கூடாது. காயம்பட்டு துடிப்பவரையோ, குழந்தைகளையோ, முதியவர்களையோ, பெண்களையோ நாங்கள் தாக்குவதில்லை. அபாய சங்கு முழங்கினால் உடனே போரை நிறுத்த வேண்டும். காலை தொடங்கி மாலை வரை போர் நடக்கும். பின்னர் சங்கு முழங்கி போர் நிறுத்தம் அறிவிக்கப்படும். எத்தனை நாட்கள் போர் நடந்தாலும் இதுவே விதி. தோல்வியை ஒப்புக்கொள்ள நினைத்தால் அபாய சங்கு முழங்கி அறிவிக்கலாம்."

ஆற்றின் கரைமீது நின்று புனல் கருவியால் அவர் முழங்கினான். அது எட்டு திக்கும் எதிரொலித்தது. எதிர்முனையிலிருந்து அப்படி அறிவிக்கும் வழக்கமில்லை எனத் தெரிந்தது. கடந்த முறை வந்தபோதும் போர் நியதிகள் எதையும் கடைபிடித்தது போலத் தெரியவில்லை. சிறிது நேரம் அவர்களின் பதில் அறிவிப்புக்காகக் காத்திருக்கச் சொன்னார் மல்லிநாத சம்புவராயர்.

மறுமுனையில் ஒருவன் முன்னே வந்து நின்றான். "எங்கள் மாமன்னர் குமார கம்பணர் விஜயநகர சாம்ராச்சியத்தின் மாவீரர். ராம ராச்சியத்தை நிலைநாட்ட வந்த அனுமனின் சக்தி கொண்டவர். உங்கள் போர் விதிகளுக்குக் கட்டுப்படுவோம். ஆனால், தோல்வியை ஒப்புக்கொண்டு சங்கு முழங்க வாய்ப்பு இல்லை. ஏனென்றால் தோல்வியடையப் போவது நாங்களல்ல... நீங்கள்தான்."

இருதரப்பும் போரின் மூர்க்கத்தோடு எதிர்கொண்டு நின்றன. தண்டமாரயன் எதிர்முனையைப் பார்த்தான். ஆற்றிலே சாரம்

கட்டி உருவாக்கிய புதிய பாலம் இருந்தது. அதைக்காட்டி அவனுடைய வீரர்களுக்குக் கட்டளை பிறப்பித்தான். "படைநடத்திச் செல்வதற்கு வசதியாகத்தான் இருக்கும். ஆனால், இதற்கு முன் ஆற்றிலே பாலம் இருந்ததில்லை. இப்போது புதிதாக பாலம் ஒன்றைக் கட்டி வரவேற்பதில் சூழ்ச்சி இருக்கிறது. முதலில் ஒரு பத்து பேர் மட்டும் பாலத்தில் சென்று பாருங்கள். மற்றவர் ஆற்றின் வழியாகவே இறங்குங்கள்" என்றான்.

முதல் வரிசையிலிருந்த தூசி படை*யினரில் பத்து குதிரைபடையினரும் பத்து காலாட் படையினரும் மரப் பாலத்தின் வழியே கடக்க, இன்னும் சிலர் ஆற்றின் வழியே இறங்கினர். என்ன நடக்கிறது என்று கவனித்துக்கொண்டிருந்தார், விரிஞ்சிபுரம் காவல் கோட்டத்தில் இருந்த மல்லிநாத ராசநாராயணன். தான் அடுத்து செயல்படுத்த போகும் நடவடிக்கையை அசை போட்டுக் கொண்டிருந்தார். பாலத்தில் ஆயிரம் பேராவது மறுகரைக்கு வருவார்கள்... அதன் பிறகு பாலத்தைத் தகர்த்துவிட்டு முதல் ஆயிரம் பேரைத்தனிமைப்படுத்தித்தாக்கலாம் என அவர் திட்டமிட்டிருந்தார். அது சரியாக வரும் என்று தெரியவில்லை. ஆற்றிலும் பாலத்திலுமாக சில நூறு பேராவது மறுகரைக்கு வந்து சேரட்டும் எனக் காத்திருந்தார்.

இரண்டு தரப்பினருமே என்ன முன்னெச்சரிக்கை எடுக்கிறார்கள் என்பதைப் பொருத்து தாக்குதல் நடத்த கவனமாக அடி எடுத்து வைப்பது தெரிந்தது. கவண் விசை கருவி வீரர்கள், கம்மியர்களோடு சேர்ந்து கருவிகளை இயக்கக் காத்திருந்தனர்.

பாலாற்றின் கரையை கடந்து இப்போது இருநூறு பேர் வரை வந்துவிட்டனர். அவர்கள் தங்கள் உயிரைப் பணயம் வைத்து இருப்பதை அறிந்திருந்தார்கள். மீன் தூண்டிலில் புழு போல. எதிரிப் படையினருக்கு வெற்றி ஆசையைக் காட்டி வம்புக்கு இழுப்பவர்கள். அந்த இருநூறு பேரும் தங்களால் எதிரியின் இருநூறு உயிரை பதிலுக்கு எடுத்துவிட வேண்டும் என்கிற வெறிகொண்டவர்கள். முதல் அம்பை முதல் விசையை எய்தப் போகிறவர்கள் யார் என்கிற தவிப்பு இருதரப்பு வீரர்களிடம் தீவிரமாகிக்கொண்டிருந்தது.

தேன் கூட்டை கலைப்பது போல அந்த முதல் அம்பு எந்தக் கூட்டத்தை உசுப்பி விடுமோ என்ற ஆர்வமும் தவிப்பும் இரு புறமும் இருந்தது "வந்தவர்களை நாம்தான் வரவேற்க வேண்டும். முதல் அஸ்திரமே அவர்களை நடுநடுங்க செய்யவேண்டும்" என்று

படைவீடு

முழங்கினார் மல்லிநாதர். அடுத்த கணமே தீ குண்டுகள் சரமாரியாக அவர்கள் மீது விழுந்தன. இருநூறு பேரில் சிலர் மட்டுமே குற்றுயிரும் குலையுயிருமாக உயிருடன் இருந்தனர். குமார கம்பணன் முடிவைத் தெரிந்து கொள்வதற்காகத்தான் காத்திருந்தான். அடுத்து அவர்கள் தரப்பிலிருந்து முதல் படையணியை அனுப்பினர். அது ஐயாயிரம் பேர்கொண்டது. அந்தப் படையினர் பூமி அதிர விரிஞ்சிபுரம் கோட்டையை நோக்கி முழு வீச்சுடன் கிளம்பினர். கூடவே அவர்களின் விசை குண்டுகளின் தாக்கமும் இருந்தது. இனி ஒவ்வொரு கட்டளையாக நிறைவேற்றுகிற பாவனைகள் அங்கு இல்லை. திட்டமிட்டபடி இருதரப்பிலிருந்தும் அம்பு மழையும் ஈட்டி மழையும் பாய்ந்துகொண்டிருந்தன. ஆனாலும் வெகுநேரம் வரை விரிஞ்சிபுரம் எல்லைச் சுவரை நெருங்க முடியாமல் தவித்தது விஜயநகரப் படை. பாதிப்பு பலமாக இருந்தது. எதிர்ப்புறத்தின் பாதிப்பு எத்தகையது என்பதை அறிய முடியவில்லை. தம்முடைய வீரர்கள் ஐயாயிரம் பேர் வரை பலியாகிவிட்டது கண்கூடாகத் தெரிந்தது. தன் தந்தை சொன்னதைச் சற்று அலட்சியமாக எடைபோட்டு விட்டோமோ என்ற சிறு அச்சம் தோன்றி மறைந்தது. குமார கம்பணன் இடிபோன்ற கூச்சலால் கட்டளைகளைப் பிறப்பித்தபடி இருந்தான். அடுத்த ஐயாயிரம் பேர் படையணி முன்னகர்ந்தது.

பாலத்தைத் தகர்த்துவிடும்படி கட்டளையிட்டார் மல்லிநாதர். ஒரு பெரிய பாறாங்கல் விசை எறிப்பான் மூலம் சாரம் கட்டி போடப்பட்டிருந்த அந்தப் பாலத்தின் மீது போய் விழுந்தது. இதை எதிரிப்படை எதிர்பார்க்கவில்லை. பாலத்தில் இருந்த வீரர்கள் உயிர்பிழைக்கக் குதிரைகளோடு ஆற்றில் பாய்ந்தனர். படையினர் பலர் ஆற்றில் சரிந்து விழுந்தனர். அடுத்து தீப்பந்தங்கள் பாலத்தை நோக்கிப் பாய்ந்தன. மர பாலம் தீப்பற்றி எரிந்தது. தீ மரங்களைத் தின்று வளர்ந்து வளர்ந்து பின் மடியத் தொடங்கியது. அரை நாழிகையில் ஆற்றின் போக்கில் சாய்ந்தது மரப் பாலம். தீயும் நொறுங்கும் சத்தமும் ஒரு பதற்றத்தை ஏற்படுத்தி அடங்கியது.

குமார கம்பணன் சளைக்கவில்லை. இருந்த அத்தனை வீரர்களையும் ஆற்றில் இறங்கி மறுகரைக்கு செல்லுமாறு அறிவித்தார். மலையே உருண்டு வருவது போல இருந்தது அது. விரிஞ்சிபுரத்தில் இருந்த வீரர்கள் அச்சத்தை வெளிக்காட்டிக்கொள்ளாமல் எதிர்கொள்ள வேண்டியிருந்தது.

படைப்பிரிவின் ஒவ்வொரு தளகர்த்தர்களின் சைகளுக்கும் ஒவ்வொரு அர்த்தமிருந்தது. மூன்றாம் வாசல் தளகர்த்தர் பச்சையப்பனின் சைகை ஒன்றுக்கு ஒட்டுமொத்த வீரர்களும் அம்பு எய்தினர்.

வெண்நாபி, கருநாபி கிழங்கு, சங்கு பாசானம், அலரிப்பட்டை, வீரம், பூரம், நேர்வாளம், குண்டு முத்துப்பருப்பு, செங்கொட்டைப்பால் ஆகியவை கொண்டு அரைத்து எடுத்து பாலில் தேய்த்த அம்புகள் எய்யப்பட்டன. அம்பு தைத்ததும் நீலம் பாரித்து கீழே சாயும் வீரர்கள் எண்ணிக்கை அதிகரித்தது. கடுமையான வலியை ஏற்படுத்துவதோடு ஆறாத ரணத்தையும் உருவாக்கக் கூடியவையாக அந்த அம்புகளைத் தயாரித்திருந்தது தலைமை மருத்துவர் வேலாயுதத்தின் குழு. தூரத்தும் முதுமையையும் பொருட்படுத்தாமல் அவருடைய மருத்துவ சேவை தொய்வின்றி நடைபெற்றது.

* நெடுமொழி - சபதம் செய்தல்

* தூசி படை முதலில் களத்தில் இறங்கும் வீரர்கள்.

11. காஞ்சிபுரமா, விரிஞ்சிபுரமா?

*ஏ*ழாவது நாளாகப் போர் நடந்துகொண்டிருந்தது. இப்போது விஜயநகர அரசனின் முன்னேற்றம் கண்கூடாகத் தெரிந்தது. அனந்தபுர, மூலவாசல் நகரங்களில் தங்கவைக்கப்பட்ட படைகளும் விரிஞ்சிபுரம் வந்துசேர்ந்துவிட்டன. விரிஞ்சிபுரம் எல்லையைக் கடந்துவிட்டால் அதன்பிறகு எதிரிகளுக்கு சவால் கொடுக்கும் இடம் சந்தவாசல் களம்தான். காடவராயருடனும் வாணகோவராயருடனும் வல்லவராயருடனும் ஏற்படுத்திக்கொண்ட ஒப்பந்தப்படி முதல் நாள் வந்த படைவீரர்களைத் தொடர்ந்து ஐந்தாம் நாள் வருவதாக இருந்த படைவீரர்கள் வந்து சேரவில்லை. அதனால் அமைச்சர் திருநம்பியுடன் தூதுக்குழுவை அனுப்பி விசாரிக்கச் சொல்லியிருந்தார்.

ஏழாம் நாள் போர்முனை. மன்னர் ராசநாராயணனிடம் தவிப்புடன் தயங்கி வந்து நின்றார் காந்திராயர்.

"மன்னா காடவராயர் வரமாட்டார். சேந்தமங்கலம் சுற்றி வளைக்கப்பட்டது. உங்களுக்குத் துணைபுரியக் கூடாது என்ற நிபந்தனையில் அவர்களை விட்டுவைத்திருக்கிறார்கள். காடவராயர் கையறுநிலையில் இருக்கிறார்."

மல்லிநாதர் அமைதியாகப் பார்த்தார். எதிர்புறத்தில் படைகள் அதிகரிக்க அதிகரிக்க இங்கே அதற்கு நிகராக வீரர்கள் திரட்டியாக

தமிழ்மகன்

வேண்டும். மற்றவர்கள் நிலை என்ன எனக் கேட்பதற்குள் காந்திராயர் தொடர்ந்தார். "ஆறகழூர் வாணகோவரையர் சுத்தமல்லரையும் கைப்பிடிக்குள் கொண்டு வந்துவிட்டார்கள். ஏற்கெனவே அங்கே ஞானசௌந்தரியின் ஆட்சிதான். சுத்தமல்லரின் மருமகன் நீலகண்ட சிங்கனுக்கு ஒரு பழைய பழி பாக்கியிருக்கிறது. அதை சமயம் பார்த்துத் தீர்த்துக்கொண்டான்." காந்திராயர் சொன்னது ராசநாராயணருக்குப் புரியாமலில்லை. சோழர்கள் வேங்கி நாட்டை வென்றபோது கருணாகரத் தொண்டமானுடன் தளகர்த்தர்களாகச் சென்றவர்கள் சம்புவராயர்கள். கலிங்க நாட்டு அரசன் அனந்தவர்மனின் ஆட்சியை ஒழித்துக்கட்ட சம்புவராயர்கள் செய்த போர் அசாதாரணமானது. அந்த அனந்தவர்மனுக்கு ஆதரவாக செயல்பட்டவன் கொலது நாட்டைச் சேர்ந்த சிற்றரசன் தெலுங்க வீமன். அவனுடன் சமரில் நேருக்கு நேர் மோதி வீழ்த்தியவர் செங்கேணி அம்மையப்ப சம்புவராயர். அந்த தெலுங்க வீமனின் மரபைச் சேர்ந்தவன்தான் நீலகண்ட சிங்கன். தன் பாட்டனாரின் ஆட்சியைப் பறித்தவர்கள் என்பது மட்டுமே அவனுடைய ஒரே கோபம். ஞானசௌந்தரிக்கும் வென்று மண்கொண்டாருக்கும் திருமணம் நடைபெறவில்லை என்ற செய்தி அறிந்து சமயோசிதமாக வாணகோவரையரின் அரண்மனைக்கு வந்தான். தெலுங்கு தேச சிற்றரசனாக அறிமுகமானவன். ஞானசௌந்தரியின் மனதைமாற்றி அவளையேமணந்துகொண்டான். சுத்தமல்லருக்கு ஆண் வாரிசு இல்லாததால் இங்கேயே தங்கி ஆட்சிபுரிய ஆரம்பித்தான். சுத்தமல்லரின் மறைவுக்குப் பிறகு, பக்கத்திலேயே இருந்த சம்புவராயர்களை அழிப்பதற்குத் தருணம் பார்த்துவந்தான். கோபால கண்டனை வீழ்த்துவதற்கும் படை அனுப்பாமல் சாக்கு சொல்லி சமாளித்ததும் அதனால்தான். சம்புவராயர்கள்மீது அவனுக்கு நீண்ட நாள் விரோதமிருந்தது. சோழர்கள்மீதோ, கருணாகரத் தொண்டமான் மீதோ இருந்த விரோதத்தைவிடவும் அது அதிகம். அதனால்தான் மல்லிநாத சம்புவராயரைப் பழி வாங்க நினைக்கிறான். இப்படியொரு வன்மம் ஒருவன் மனதில் குடியேறி, நட்டாற்றில் கழுத்தறுக்கவும் முதுகில் குத்தவும் உதவுமா? மன்னர் கலங்காமல் அடுத்த முயற்சியில் கவனத்தைத் திருப்பினார்.

"மன்னா... இன்னொரு காரணம் விஜயநகரத்து வேந்தனும் தெலுங்கு மொழிக்காரன் என்பதுதான். அந்த உறவின் மூலம் படைவீடு ராச்சியம் கைக்கு வந்துவிடும் என்ற கனவில் இருக்கிறார்.

விஜயநகர வெற்றிக்குப் பின்னர் இதைக் கைப்பற்றலாம் என்ற ஆசை. நம்முடைய ஆதரவாளர்கள் இருவரும் இப்படி கைவிடுவார்கள் என்று நினைக்கவில்லை அரசே!"

ராசநாராயணன், "காஞ்சியை என் தந்தை வென்ற அதே நிலை இன்று எனக்கு ஏற்பட்டிருக்கிறது. தளபதி நம்முடைய வீரத்தை நிரூபிப்பதற்கு இது ஒரு தருணம். இனி பேசுவதற்கு நேரமில்லை. குடிபடைகள் ஒருவரும் மிச்சமில்லாமல் போருக்கு வந்தாகவேண்டும். வீட்டுக்கு இருவர் வந்தாலும் சிறப்பு. முன்னர் தந்தையே நட்பு நாடுகளின் ஆதரவு இல்லாமல் வெல்வோம் என்றார். வென்றார். இப்போது அவர்களாக வரவில்லை வென்று காட்டுவோம்."

"மன்னா... இங்கே நம்மிடம் போராடிக்கொண்டிருக்கிற அதே நேரத்தில் காஞ்சியை நோக்கியும் படைகளை அனுப்பியிருக்கிறான் குமார கம்பணன். காஞ்சியைக் காக்க காடவராயர் படையைத்தான் எதிர்பார்த்திருந்தோம்.'' காந்திராயர் சொல்லும் ஒவ்வொரு தகவலும் இடியாகத் தாக்கின. ஆனால், அதை சம்புவராயர் வெளிப்படுத்தவில்லை.

"காஞ்சியைக் காப்பாற்ற போராட வேண்டாம். நம்முடைய முழு கவனமும் இப்போது விரிஞ்சிபுரத்திலும் படைவீட்டிலும்தான். பல இடங்களில் சிதறியிருந்து போராட வேண்டியதில்லை. காஞ்சியிலிருக்கும் வீரர்களையும் விரிஞ்சிபுரம் வந்துவிடச் சொல்லுங்கள். விஜயநகரத்தின் பெரும்பகுதி சேனை இங்கே பலியாகிவிட்டது. நாம் துவண்டுவிடாமல் போராட காஞ்சி வீரர்களும் இங்கு வந்து சேர்ந்தால் போதும். இங்கே இவர்களை துவம்சம் செய்து முடித்த பின்னர் காஞ்சியை மீட்டுக்கொள்ளலாம்."

"மன்னா..."

"சொன்னதைச் செய்யுங்கள்!"

தலையாரியிடம் சொல்லி, குடிபடை திரட்ட வேகமாகத் தகவல் அனுப்பினார் காந்திராயன். "நாளை வீட்டுக்கு இருவர் களத்துக்கு வரவேண்டும்" என்று சுருக்கமான தகவல். காஞ்சிக்கும் உடனே தகவல் அனுப்பி வீரர்களைத் திரும்பச் சொன்னார்.

ஏழாம் நாள் போரிலும் குமார கம்பணனால் விரிஞ்சிபுரம் கோட்டையை நெருங்க முடியவில்லை. மாலை படைவீட்டு முகாமுக்கு வந்த அமைச்சர் திருநம்பியிடம் தான் எடுத்த முடிவைச் சொன்னார்.

தமிழ்மகன்

காஞ்சியைப் பிடித்ததனால் வென்று மண்கொண்டார் பட்டம் சூட்டப்பட்டவர் ஏகாம்பரநாதர். அவருடைய இறுதிக்காலத்துக்குள்ளாகவே அது மீண்டும் இன்னொரு தேசத்தவன் கைக்குப் போவதை அவரால் பொறுத்துக்கொள்ளவே முடியவில்லை.

"ஏனிந்த அவசர முடிவு?" எனப் பதறினார்.

"எதிரியின் படை வலுவாக இருக்கும் போது நாம் நம் எல்லையைச் சுருக்கிக்கொண்டு போராடுவதுதான் புத்திசாலித்தனம். உங்களுக்குக் காஞ்சிதான் முக்கியம் என்றால் விரிஞ்சிபுரத்தையும் படைவீட்டையும் விட்டுவிட்டு அங்கு செல்ல வேண்டும். எது சிறந்தது என நீங்களே சொல்லுங்கள்."

திருநம்பி ஏற்றுக்கொள்ளும் முகபாவத்துடன் தலையசைத்தார்.

மல்லிநாத ராசநாராயணர். அப்பாவின் உடல்நிலை எப்படியிருக்கிறதென்று அமைச்சரிடம் விசாரித்தார். "அடிக்கடி நினைவு தப்புவதைத் தவிர வேறு பிணியில்லை... திடகாத்திரமாக இருக்கிறார். ஒருவேளை அவருக்கு காஞ்சியும்கூட நினைவிலிருந்து தப்பியிருக்கும்" என்றார் கலங்கியவாறு. அந்தச் சூழ்நிலையின் இறுக்கத்தை உடைப்பதுபோல அப்போது காந்திராயரும் வந்துசேர்ந்தார்.

"கம்மியர்களையும் தச்சர்களையும் கொல்லர்களையும் மருத்துவர்களையும் இரவே சந்திக்க வேண்டும்."

"ஆவன செய்கிறேன் அரசே! பக்கத்திலேதான் இருக்கிறார்கள்..." ஆட்களை அனுப்பி அழைத்துவர ஏற்பாடு செய்தார் தளபதி காந்திராயர்.

12. குந்தவை அரண்மனை

படைவீட்டு அரச வைத்தியர்களுடன் வல்லவராயர் அரண்மனை வைத்தியர் தணிகைவேலரும் வந்திருப்பதைப் பார்த்து ராசநாராயணர் முதலில் ஆச்சர்யமும் பிறகு அதிர்ச்சியும் அடைந்தார். பொன்குமார வல்லவராயரைத் தனிமைப்படுத்தி போரில் வீழ்த்திவிட்டான் குமார கம்பணன். தன் புத்திசாலித்தனத்தாலும் திறமையாலும் அவர் இரண்டு நாட்கள் தன் வீரர்களுடன் தனித்து நின்று போராடினார். சொல்லப்போனால் குமார கம்பணனுக்குத் தேவையில்லாமல் எறும்புப் புற்றில் கையைவிட்டு பாம்புக் கடியையும் சேர்த்து வாங்கிக்கொண்டது போல் ஆனது. பலநூறு வீரர்களைப் பலிகொடுத்தே வல்லவராயரை வீழ்த்த முடிந்தது. வென்று முடித்ததும் யானைகளைக் கொண்டு கோட்டையை இடித்துத் தரை மட்டமாக்கிவிட்டான் குமார கம்பணன். அரண்மனையிலிருந்த அழகிய ஓவியங்கள், அங்கு பாதுகாக்கப்பட்ட அரிய சுவடிகள் அத்திமல்லருக்கு நினைவுக்கு வந்தன. அவை குந்தவை நாச்சியாரின் ஓவிய ஆர்வத்துக்கு சான்றாக இருந்த அரண்மனை. ராசேந்திர சோழன் சேகரித்திருந்த சுவடிகள் பல அங்கே இருந்ததை தந்தை வென்று மண்கொண்டார் சொல்லியிருக்கிறார். போர் எத்தனைத் தடயங்களை அழித்துவிடுகிறது. சரித்திரத் துண்டுகளை இணைக்கும் சிறப்புக்

கண்ணிகளை நிர்மூலமாக்குவதன்மூலம் மானுடம் பண்பாட்டு தொடர்பை இழந்து நிற்பதை எண்ணி அவர் வருந்தினார். வென்ற மன்னரின் வரலாற்றின் காலடியில் மிதிபடும் தோற்ற மன்னரின் வரலாற்றை, தோற்ற நாட்டின் பெருமையை எப்படிச் சேகரிப்பது என்பது வேதனையளிப்பதாக இருந்தது. சோழர்களின் நீண்ட நெடிய கொடி உறவாக இருந்த வல்லவராயரின் கோட்டையும் எருக்கஞ்செடி முளைக்கும் புதர்க்காடாக மண்டி நிற்கப் போகிறது. பின்னொரு காலத்தில் அரண்மனை மேடு என்றோ, கோட்டை மேடு என்றோ... வெறும் மேடு என்றோ அதற்கு அர்த்தமற்ற ஒரு பெயர் மட்டுமே மிஞ்சும். வைத்தியர் தணிகைவேலரைப் பார்த்ததும் மிஞ்சிய ஒரு பொக்கிஷத்தைப் பார்த்ததுபோல தோன்றியது.

"மன்னருக்கு இறுதிவரை உங்களுக்குத் துணைநின்று போராட இயவில்லையே என்ற வருத்தம்தான் அதிகமிருந்தது. இளவரசர் நாகராச வல்லவராயர் இறுதிவரை களத்திலே நின்றார். அவருடைய உடலைக்கூட கண்டெடுக்க முடியவில்லை. துண்டுதுண்டாக வெட்டி திசைக்கொரு பகுதியாகக் காட்டிலே வீசிவிட்டார்கள். அவர்களுடைய வெறித்தனமே அடையாளங்களை அழிப்பதிலேதான் இருக்கிறது. முன்னெச்சரிக்கையாக மன்னர் இந்த ஓலைச்சுவடிகளை என்னிடம் தந்து உங்களிடம் சேர்ப்பிக்கச் சொன்னார். ஓவியக்கலை, வைத்தியம் சார்ந்த சுவடிகள் இவை."

வைத்தியர் கொடுத்த சுவடிகளைக் கைகளில் வாங்கிக் கண்களில் ஒத்திக்கொண்டார் மல்லிநாதர். பின் அவற்றை அமைச்சரிடம் கொடுத்துப் பாதுகாப்பாக வைக்கச் சொன்னார். "ஏழு நாள் போரிலும் அவர்களுக்குப் பெரிய முன்னேற்றமில்லை. ஆனால் அடுத்த நாட்களும் அப்படியே இருக்குமென சொல்ல முடியாது. அவர்கள் நம்முடைய நட்பு நாடுகளை எல்லாம் முடக்கிவிட்டார்கள். நாம் நம் சொந்தக் காலில் நிற்க வேண்டிய நெருக்கடியில் இருக்கிறோம்."

"மன்னா... நாம் நம்முடைய நட்பு நாடுகளை நம் எல்லை பாதுகாப்பு கருதியே இந்த ஐம்பது ஆண்டுகளில் பயன்படுத்தி வந்திருக்கிறோம். போருக்கு எப்போதும் நம்முடைய பலம்தான் கைகொடுக்கும். அதனால் நம்முடைய பலம் குறைந்துவிட்டதென மனதாலும் நினைக்க வேண்டியதில்லை. மனதால் நினைப்பதுதான் பலவீனம்." திருநம்பி வயதாலும் அனுபவத்தாலும் மூத்தவர். தைரியமாகத் தன் கருத்தைச் சொன்னார்.

“நானும் அப்படித்தான் நினைக்கிறேன். விஜயநகர பேரரசனிடம் ஒரு லட்சம் வீரர்கள் இருக்கிறார்கள் என்பதை நாம் மறந்துவிடக்கூடாது. முதலில் ஐம்பதாயிரம் பேர் முற்றுகையிட்டிருக்கிறார்கள். இன்னும் ஐம்பதாயிரம் பேரை அனுப்பியாவது நம்முடைய படைவீட்டைப் பிடித்துவிட வேண்டும் என்பதே குமார கம்பணனின் தந்தை புக்கரின் ஆணை. அவன் அடிபட்ட புலி. அடிபட்ட முதுமைப்புலி. அதனுடைய திட்டங்கள் எல்லாம் குயூக்தியாகத்தான் இருக்கும். தாசிகளை அனுப்பி நம்முடைய வீரர்களைத் திசைதிருப்பும் முயற்சியும் நடந்திருக்கிறது. நல்ல வேளையாக அஞ்சினான் புகலிடங்கள் சமண முனிவர்களின் தலைமையில் நடந்ததால் அவர்களின் காம வியூகம் பெரிய பலனளிக்கவில்லை. எங்கோ சில வீரர்கள் அந்தப் பெண்மணிகளின் வலையில் வீழ்ந்தார்கள். சீக்கிரமே சுதாரித்துவிட்டார்கள். இப்போது நேருக்கு நேராக நாமும் அவர்களும் மோதியாக வேண்டிய சூழ்நிலை.'' மன்னர் ராசநாராயணர் அடுத்து சொல்லவேண்டியிருந்த ஒரு செய்தியை மட்டும் சொல்லாமல் நிறுத்தினார்.

“நம்முடைய படையில் எத்தனை பேர் இருக்கிறார்கள் என்பதைத் தெரிந்துகொள்ளலாமா?” என ஓர் ஆர்வத்தில் கேட்டுவிட்டார் தணிகைவேலர். மன்னர் ராசநாராயணர் சொல்லாமல் விடுத்த செய்தி அதுதான். அதைத்தான் கேட்டார்.

“எவ்வளவு பேர் நம்முடைய படையில் இருக்கிறார்கள் என்பதை நீங்களே கண்டுபிடிக்கப் போகிறீர்கள். அதை ஈடுகட்டும் முயற்சியில்தான் வைத்தியர்களையும் கொல்லர்களையும் கம்மியர்களையும் அழைத்து வந்திருக்கிறேன். இந்த மூவருக்கும் மூன்றுவிதமான பணிகள் இருக்கின்றன. நீங்கள் ஒவ்வொருவரும் நம்முடைய ஒவ்வொரு வீரரையும் பத்து ஆள் பலம் கொண்டவர்களாக மாற்றப் போகிறீர்கள்.”

“எப்படி மாயாஜாலம் போல இருக்கிறதே?” திருநம்பி வியந்தார்.

கொல்லர்களும் கம்மியர்களும் தச்சர்களும் சேர்ந்து எடை குறைந்த... நெடுந்தூரம் சென்று சேரக் கூடிய தீப்பந்தங்களை உருவாக்க வேண்டும். விசைக்கருவிகள் அதிகம் பயனளிக்கக் கூடியவை. முகாம்களைத் தகர்க்கவும் சிதறி ஓட வைக்கவும் பாதிப்புகளை ஏற்படுத்தக் கூடியதாகவும் தீப்பந்தங்கள் இருக்கின்றன. இப்போதைக் காட்டிலும் நெடுந்தூரம் சென்றுவிழக் கூடியவையாக

தமிழ்மகன்

அவை இருக்க வேண்டும். அதிகம் தக்கையாக இருந்தாலும் காற்றடிக்கும் திசைக்கு ஏற்ப சென்றுவிடும். இலக்கை அடைவதுதான் நம் நோக்கம். ஆகவே அது உலோகத்தாலும் மரத்தாலும் ஆனதாக இருக்க வேண்டும். நாளை மறுநாள் பயன்படுத்துபடி வேகமாகத் தயாரிக்கக் கூடியதாகவும் இருக்க வேண்டும். அதற்கு என்ன செய்யலாம் சொல்லுங்கள்."

பதிலுக்கு ஏதோ சொல்வதற்கு வாய் எடுத்த தச்சரிடம், "இப்போது பதில் சொல்ல வேண்டாம். வைத்தியரிடம் பேசிவிட்டு வருகிறேன். ஒருமுறைக்கு இருமுறை நன்கு கலந்து ஆலோசித்து பதில் சொன்னால் போதும்."

வைத்தியரின் பக்கம் திரும்பினார். வீரர்களுக்கு காயம் படுவது இயல்பு. சிறு காயங்களில் துவண்டுவிடும் நேரம்கூட போரில் தவிர்க்கப்பட வேண்டும். ஒவ்வொரு காயத்துக்கும் நாம் ஒரு வீரனை இழக்க வேண்டியிருக்கிறது. வலிகளைப் பொறுத்துக்கொள்ளும் வலிகளை மறக்கடிக்கும் வலிகளை மரத்துப் போகச் செய்யும் மருந்து ஒன்று தேவை. நமது பிரிவில் ஒரு வீரன்கூட துவண்டுவிடாமல் போர் முடிந்து திரும்பி வரவேண்டும். காயத்தை ஆற்றுவது அதற்கான மருந்தைக் கொடுத்து குணப்படுத்துவது ஒருநாள் தாமதமானாலும் தாங்கும் பக்குவம் வேண்டும். அதேபோல் எதிரிகள் மீது நாம் எய்யும் அம்பு உடனடியாக அவர்களை மூர்ச்சை அடைய செய்ய வேண்டும். ஆறாத காயத்தையும் பெரிய வலியை ஏற்படுத்த வேண்டும். அத்தனையும் ஒரு நாள் அவகாசத்தில் வேண்டும். என்ன செய்யலாம் என்று யோசித்து சொல்லுங்கள். நான் கம்மியர்களிடம் பேசிவிட்டு வருகிறேன்."

மன்னர் தாம் அமர்ந்த இடத்தில் இருந்தவாறே தச்சர்கள் பக்கம் திரும்பினார்.

"அரசே உறுதியானதும் எடை குறைந்ததுமான தீக்கட்டைகளுக்கு சுளுந்தி மரம் சிறந்தது. மரங்கள் என்றால் பெரிய துண்டுகளை வெட்டி சிறிதாக அழிக்க வேண்டிய அவகாசமும் தேவைப்படும். சுளுந்தி மரம் அப்படி அல்ல. உறுதியானதும் எடை குறைவானதும் அதுதான். தீப்பந்தங்களுக்கு அவற்றையே பயன்படுத்தலாம். தீப்பந்தங்களுக்கு இலுப்பை, ஆமணக்கு எண்ணெய்கள் கைவசம் இருக்கின்றன. உலோகங்களின் செய்வது என்றால் திட கம்பிகள் இல்லாமல் சிறு உருளைகளைப் பயன்படுத்தலாம். தகடுகளை உருளையாக சுருட்டி ஈட்டி அளவுக்கு வெட்டி எடுத்துக்

படைவீடு

கொள்ளலாம். அதன் முனைகளில் குத்தீட்டி பொருத்தலாம். அது திடமானதாகவும் காற்றைக் கிழித்துக்கொண்டு சென்று எதிரியைத் தாக்குவதாகவும் இருக்கும்" என்றார் ஆயுதக் கிடங்கின் சார்பில் பேசியவர்.

"நாளை மறுநாள் எத்தனை தயாராக இருக்கும்?"

"ஐயாயிரம் எண்ணிக்கை சுளுந்தி பந்தம் நாளை தயார் ஆகிவிடும். நாளை ஒரு நாளில் உருளை ஈட்டிகள் ஓராயிரம் உருவாக்கலாம். அடுத்தடுத்த நாட்களுக்குத் தொடர்ந்து அதே எண்ணிக்கையில் தயாரிக்க முடியும். எண்ணெய் செக்குகளில் இலுப்பைகளையும் ஆமணக்குக் கொட்டைகளைக் கொண்டு சேர்த்து ஆட்டுவதற்கு ஏற்பாடு செய்ய வேண்டும்."

ஆயத்தார்களை அழைத்து அதற்கான ஆணைகளை அரசர் தெரிவித்தார். வைத்தியர்கள் அரசர் அடுத்து தங்கள் பக்கம் திரும்பப் போவதை எதிர்பார்த்திருந்தனர்.

"அரசே நம் சித்தர்கள் நிறைய வலி நிவாரணிகளையும் பசி போக்கிகளையும் ஊக்க மருந்துகளையும் பயன்படுத்துகிறவர்கள்தான். ஆனந்த மூலியைக் காயவைத்து பொடிசெய்து பயன்படுத்துவது சிறந்த வலி போக்கி. காயவைத்துப் பொடி செய்து பயன்படுத்துவது நாளையே நடக்கக் கூடியது இல்லை எனக் கவலை வேண்டாம். உடனடியாகப் பயன்படுத்த வேண்டியிருந்தால் ஆனந்த மூலியை பாலிலே ஊறவைத்து பருகலாம். தைரியத்தையும் வலியை எதிர்கொள்ளும் சக்தியையும் தரக்கூடியது."

"சில வலி நீக்கி தைலங்களும் என்னிடம் தயாராக இருக்கின்றன மன்னா" என்றார் தணிகைவேலர்.

ஆமோதித்த அரசர். "அவை அத்தனையையும் நாளைக்கே போரில் பயன்படுத்த வேண்டும். எதிரிகளைத் தாக்குவதற்கு அம்புகளிலும் ஈட்டிகளிலும் நச்சு பூசி நிலைகுலையச் செய்ய வேண்டும். ஒரு லட்சம் வீரர்களைக்கொண்டு நம்மை நிலைகுலையச் செய்கிறவர்களை நாம் வேறு எப்படி எதிர்கொள்வது? நச்சு மருந்துகளும் வலி நிவாரணிகளும் தீப்பந்தங்களும் விசைக்கருவிகளும் அவர்களின் பத்து வீரர்களை நம் ஒரு வீரன் ஈடு செய்தாக வேண்டும். இப்போது சொல்லுங்கள்... அவர்கள் ஒரு லட்சம் பேர் என்றால் நாம் எத்தனை பேர்?" அரசர் கேட்டுவிட்டு அவர்கள் கணக்கிடும் சில வினாடிகளிலேயே அங்கிருந்து கிளம்பிச் சென்றார்.

13. முதலில் காஞ்சி... பிறகு படைவீடு!

எட்டாம் நாள் யுத்தம். எல்லோரும் பயந்தது போல படை வீட்டுக்குப் பாதகமாக அமையவில்லை. சங்கு முழங்கிய சில நொடிகளிலேயே விரிஞ்சிபுரம் எல்லையில் இருந்த அத்தனை தடைகளையும் வேகமாக விரட்டியடித்தது சம்புவராயர் படை. முதல்நாள் இரவில் ஏற்படுத்திய விசைக்கருவிகளின் ஒழுங்குமுறையும் எய்ய வேண்டிய திசையும் தீர்மானிக்கப்பட்டன. எறி தீப்பந்தங்களும் விஜயநகரப் படைகளைத் திக்குமுக்காடச் செய்தன.

மல்லிநாதரே போர் முனையில் முதல் ஆளாக இறங்கி, இரண்டு கைகளிலும் இரண்டு வாள்கள் கொண்டு தலைகளைச் சீவிக்கொண்டு பறந்தார். அவருடைய புரவி செல்லும் வேகமும் தலைகள் பந்துபோல பறந்துவிழும் வேகமும் அவர்களுக்குள் கிலியை ஏற்படுத்தியிருக்க வேண்டும். சூறாவளிப் புயல் ஒன்று சுழன்று சுழன்று சுழன்று புழுதியைப் பரப்பியபடி போவது போல இருந்தது அந்தக் காட்சி. குமார கம்பணன் முகாமிட்டிருந்த இடத்தையே அடைந்துவிடுவாரோ என்ற அச்சத்தை எதிரிப் படையினருக்கு ஏற்படுத்திவிட்டது. பயந்துபோன அவர்கள் குமார கம்பணனையும் அவருடைய மனைவி கங்கா தேவியையும் சில காத தூரம் தள்ளி ஒரு வீட்டில் தங்குவதற்கு ஏற்பாடு செய்தனர். “மேற்கொண்டு

விஜயநகரப் படைகளை வர சொல்லலாமா திரும்பி விடலாமா?" என்று தண்டமாரயனிடம் கேட்டார் குமார கம்பணன்.

"நாம் வெற்றியோடு வருவதாக வாக்களித்துவிட்டு வந்து இருக்கிறோம். திரும்பிச் செல்ல வேண்டாம் அரசே. காஞ்சியில் அவர்களுடைய காவல்படை எதுவுமில்லை. காஞ்சியைப் பிடிப்பதில் சிரமம் ஏதுமில்லை. படைவீட்டைப் பிடிப்பதை ஒத்திவைத்துவிட்டு முதலில் காஞ்சியைப் பிடிப்போம். இங்கிருக்கும் படைகளைத் திரும்பப் பெற்றுக்கொள்வோம். காஞ்சியில் ஆறுமாதங்கள் நிலைபெற்ற பின்னர் மீண்டும் போரைத் தொடங்கலாம் என்பது என் எண்ணம். இந்த எட்டு நாள் போரில் நம் தரப்பில் பத்தாயிரம் வீரர்கள் வீழ்ந்துவிட்டனர். நம்மிடம் லட்சம் படைவீரர்கள் கையிருப்பில் இருப்பதால் அவர்களுக்கும் கிலி ஏற்பட்டிருக்க வேண்டும். தற்காலிகமாக இந்தப் போர் நிறுத்தத்தை ஏற்படுத்துவோம். காஞ்சியில் வலுப்பெறுவோம். அமைதியான நல்லாட்சிக்கு உத்தரவாதம் தருவதைப் பொருத்து நமக்கு மக்கள் ஆதரவு கிடைக்கும். மக்கள் ஆதரவு இல்லாத எந்த ஆட்சியும் நீடித்திருந்ததாகச் சரித்திரம் இல்லை. ஏராளமான நலத்திட்டங்கள் அறிவிப்போம். கோயில் திருப்பணிகளில் கவனம் செலுத்துவோம். வரிகளில் விலக்கு அளிப்போம். துருக்கியர்களின் கொடுமையிலிருந்து நாமே பாதுகாப்பு அரண் என்ற எண்ணத்தை அவர்களுக்குள் நிலைபெற்றுவிட்டால் மக்கள் ஆதரவு கிடைத்துவிடும். கூடவே அனெகொண்டியிலிருந்து இவ்வளவு தூரம் வந்து படையெடுக்கும் அவசியமும் இருக்காது. அதனால் நமது முதல் இலக்கு காஞ்சி... ஆறு மாதங்கள் கழித்து படைவீடு. என்ன சொல்கிறீர்கள்?"

"நல்ல யோசனைதான். அதே நேரத்தில் அந்த ஆறுமாத அவகாசத்தில் அவர்களும் தயாராக மாட்டார்களா?"

"மன்னா அவர்களின் துணைப் படைகள், நட்பு நாடுகள் வசம் கொண்டு வருவோம். அதன்பிறகு நம்முடைய செயல்பாடு படைவீட்டோடு முடிந்துவிடும். அவர்களைச் சுற்றி வளைப்பது சுலபம். நான்கு திசைகளிலும் இதேபோல திசைக்கு பத்தாயிரம் பேரை அனுப்பினால் அவர்களை சுலபமாக வீழ்த்திவிடலாம்."

"இதற்கு ஏன் ஆறு மாதங்கள் காத்திருக்க சொல்கிறீர்கள்?"

"மன்னா... இங்கே இருக்கும் மக்களுடன் ஒரு நட்புச் சூழலை ஏற்படுத்தவும் மீண்டும் ஒரு ஐம்பதாயிரம் பேரைத் திரட்டுவதற்கும்

அவகாசம் வேண்டும். அவர்களுடைய போர் உத்திகள் நம்மைவிட சிறப்பானவை. நம்மால் ஒரு நாளைக்குப் பத்து அடிகள்கூட நகர முடியவில்லை. இன்னொரு காரணம் நாம் கீழே இருந்து தாக்குவதாக இருக்கிறது. அவர்கள் மேலே இருக்கிறார்கள். காஞ்சியில் ஆட்சி அமைத்தால் இப்படி ஆற்றில் இறங்கி வர வேண்டிய அவசியம் இருக்காது."

"மிகவும் நல்ல யோசனை... மிகவும் நல்ல யோசனை. உடனே தந்தைக்குத் தகவல் தெரிவிக்க ஏற்பாடு செய்யுங்கள். இன்று இரவே காஞ்சிக்கு விரைவோம்" என்றார் குமார கம்பணன்.

காஞ்சியைப் பிடிக்கப் போகிறோம் என்ற பேச்சு கங்கா தேவியின் காதில் விழுந்ததும் பெரு மகிழ்ச்சியடைந்தாள். காஞ்சியா? முக்தி தரும் புனித நகரங்கள் ஏழு. காஞ்சி, காசி, ஹரித்வார், அயோத்தி, துவாரகை, உஜ்ஜைனி, மதுரா. இவ்வேழு நகரங்களுள் முதன்மையானது காஞ்சி.

"நகரேஸு காஞ்சி.. நாரீசு ரம்பா.. புஷ்பேஸு சாதி.. புருஸேஸு விஷ்ணு.." - இந்த சுலோகத்தின் விளக்கம் என்ன தெரியுமா? நகரங்களில் சிறந்தது காஞ்சி. பெண்களில் சிறந்தவள் ரம்பை. மலர்களில் சிறந்தது சாதி மல்லி.. ஆண்களில் சிறந்தவன் விஷ்ணு... இப்படி எல்லாம் காஞ்சியைப் பெருமைப்படுத்தியிருக்கிறார்கள். இன்று இரவே அதை நோக்கிப் புறப்படுவோம்" என்றாள் கங்கா தேவி.

14. கோட்டை மலைச் சுரங்கம்

மாலை வேளை. கோட்டை மலைக்குச் சென்றுவர, தளபதி வெற்றிவேலரோடு புறப்பட்டார் ராசநாராயணன். படைவீட்டிலிருந்து கோட்டை மலைக்கு இரண்டு காத தூரத்துக்கும் குறைவுதான். ஆனால், நெட்டுக்குத்தான மலைப்பயணம் என்பதால் சமவெளியில் பயணிப்பதைவிட கூடுதல் நேரம் ஆகும். 'ஒரு போரை இப்படி முடிவுக்குக் கொண்டு வந்திருக்கக் கூடாதுதான். ஆயின், கூட்டரசுகள் காலை வாரிவிட, ஒரு நேரத்தில் ஐம்பதினாயிரம் படைவீரர்களை எதிர்கொள்வதில் ஏற்பட்ட சிரமத்தை ராசநாராயணர் நினைத்துப்பார்த்தார். கோட்டை மலையில் ஒரு குறிப்பிட்ட உயரத்துக்கு மேல் சுரங்கம் வழியாகவே குதிரையில் செல்லக் கூடிய வழியே சில நூறு அடிகள் பயணித்தால் அரண்மனையின் மலையின் சுனை பகுதிக்கு வந்து சேர்ந்துவிடலாம். தீப்பந்த வெளிச்சம் மட்டுமில்லையென்றால் கடைந்தெடுத்த மையிருட்டில் சில அடிகள்கூட அவதானிக்க முடியாது. தந்தையின் உடல்நிலையை உத்தேசித்து அவரைப் பார்க்க மலைக்கோட்டை வந்து பார்த்துச் செல்வதை வழக்கமாக்கியிருந்தார் ராசநாராயணர். வென்று மண்கொண்டாரை உடனிருந்து பார்த்துக்கொள்வதை மட்டுமே தன் வாழ்நாள் லட்சியமென இருந்தார் அரச வைத்தியர் வேலாயுதம். அம்மாவும் ஊழியர் சிலரும்

அங்கே இருந்தனர். நீருக்கு நல்லதொரு சுனை இருந்தது. ஆண்டு முழுதும் வற்றாமல் இருக்கும் இனிய நீர். தானிய குதிர் ஒன்றும் அங்கே இருந்தது. நான்கு பக்கமும் காவல் கோபுரங்கள். இரவும் பகலும் அங்கே காவலர்கள் இருந்தனர். எதற்காக வென்று மண்கொண்டார் இப்படியொரு ஏற்பாட்டைச் செய்தார் என்று ராசநாராயணருக்கு அறிந்துகொள்ள இயலவில்லை. அந்தக் காவல் கோட்டத்திலிருந்து கீழே கவனித்தார். அங்கே படைவீட்டு அரண்மனை கம்பீரமாகத் தெரிந்தது. வெற்றிவேலர் அருகே வந்து நின்று பேச்சுக்கொடுத்தார்.

“விஜயநகர அரசர்கள் இடத்தைக் கொடுத்தால் மடத்தைப் பிடிக்கிற கூட்டமாக இருக்கிறார்கள். அவர்களிடம் காஞ்சியை விட்டுக் கொடுத்தது தவறாகிவிட்டது மன்னா.” வெற்றிவேலர் மிகுந்த கவலையோடு சொன்னார்.

“நான் அப்படி நினைக்கவில்லை என அப்போதே சொன்னேனே? அவர்களுக்கு வழிவிடவில்லை... வழி மாற்றிவிட்டு இருக்கிறோம். இல்லையென்றால் இன்னேரம் படைவீட்டை இழந்திருப்போம்.”

“அப்போது நீங்கள் எடுத்த முடிவு சரி. காஞ்சியில் இப்போது ஆணித்தரமாக அமர்ந்துவிட்டார். இருபதினாயிரம் படை வீரர்களோடு அவர்கள் தயாராக இருக்கிறார்கள். அவர்களின் திட்டப்படி ஆறு மாதங்கள் கழித்து படைவீடு மீது போர்த்தொடுக்க தேதி குறித்திருக்கிறார்கள். இந்த முறை அவர்கள் வந்தால் கண்ணமங்கலம்... சந்தவாசல் வழியாகப் படை வீட்டை அடைய முடியும். மூலவாசல் வழியே வந்து பாலாற்றில் ஏறி வர வேண்டியதில்லை. அவர்கள் சுலபமாக நம்மை நெருங்கிவிடுவார்கள். ஆபத்தான கட்டம். மிகுந்த எச்சரிக்கையுடன் அவர்களைத் துரத்தியடிக்க வேண்டும். அல்லது..”

“சொல்லுங்கள் தளபதி.. அவர்களைத் துரத்தியடிப்பதற்கு மாற்றாக ஏதேனும் யோசனை உண்டா?”

“நீங்கள் போரை விரும்புகிறவர் அல்ல. போர் ஒரு தேசத்தின் வளர்ச்சியைப் பெரிதும் பாதிக்கும். விவசாயம், கல்வி, இறைப்பணி, ஆடை, இருப்பிடம் எல்லாவற்றுக்கும் தட்டுப்பாட்டை உருவாக்கும். இது சக்ரவர்த்தி வென்று மண்கொண்டார் அடிக்கடி சொல்லி வந்ததுதான். வீரம் என்பது நாட்டைப் பிடிப்பது அல்ல... நாட்டை ஆளுவது என்பார்.”

“நீங்கள் நேரடியாகச் சொல்லலாம். போரைத் தவிர்க்க வேண்டும்

என்கிறீர்கள் என்பது புரிகிறது. எப்படி என்று சொல்லுங்கள்?"

"நமக்கும் சுல்தானியரின் ஆட்சியை அகற்ற வேண்டும் என்பதில் மாற்றுக்கருத்து இல்லை என்பதைச் சொல்லுவோம். விஜயநகரப் பேரரசுடன் இணைந்து மதுரை சுல்தானியர்களை அகற்ற துணை நிற்போம் எனத் தூது அனுப்புவோம்."

மன்னர் ராசநாராயணர் வெற்றிவேலரை ஆழ்ந்து நோக்கினார். "அதற்கான வாய்ப்பை அவர்கள்தான் ஏற்படுத்தித் தர வேண்டும். மேலை சாளுக்கியர், கீழை சாளுக்கியர், ராஷ்டிரகூடர், காகதியர் அனைவரையும் வென்றுவிட்ட எக்களிப்பில் ஒரு பேரரசைக் கட்டமைக்க அவர்கள் தெற்கே படையெடுத்திருக்கிறார்கள். நம்மோடு இணைந்து போரிட விரும்பியிருந்தால் புக்கரே அந்த அபிப்ராயத்தோடு அணுகியிருப்பார். அவனுக்குக் கப்பம் கட்டும் சிற்றரசனாக இருக்க முடிவெடுத்தால் ஒருவேளை போரைத் தவிர்க்கலாம்."

"அவர்களுக்குக் கட்டுப்பட்ட அரசனாக இருக்க வேண்டும் என நான் சொல்ல மாட்டேன். அரசே என் ஆலோசனைக்காக என்னை மன்னித்துவிடுங்கள்."

"மன்னிப்பு கேட்க வேண்டியதில்லை. நாம் எப்போதும் வேளிர் குடிகளாக இருக்க விரும்புகிறவர்கள்தான். நமக்கு கீழே சிற்றரசர்களையும் உடன்படிக்கையின் அடிப்படையில் ஏரிகள் பராமரிப்பு, கோயில் பராமரிப்பு, எதிரி நாடுகளுடனான போர் ஒப்பந்தங்கள் என்று நட்பு பாராட்டினோமே ஒழிய சோழ சக்கரவர்த்தி போல் நாடு பிடிக்கவில்லை. வேளிர் குடி அமைப்புதான் பண்டைய தமிழர்களின் அரசமைப்பு. அதுதான் ஐந்திணை குடிகளின் ஆதாரம். விஜயநகரப் பேரரசு முற்றிலும் ஆரிய வர்த்தமான அரசு. அரசனை தெய்வமென போற்றுகிறார்கள். சாதி முறைகள் இறுக்கமாகப் பின்பற்றப்பட வேண்டும் என்ற கொள்கை உடையவர்கள். நம்மைப்போல் வேறு வழி இல்லாமல் அதைத் தொடர்பவர்களில்லை. வித்யாரண்யரும் கிரியா சக்தி பண்டிதரும் அவர்களின் அரச குருக்கள். அவர்கள் பூமியையே கிஷ்கிந்தை என்றும் ஆஞ்சநேய படை என்றும் கூறிக்கொள்பவர்கள். நாம் சிவனியம் மாலியம் இரண்டையும் அரவணைப்பவர்கள். அவர்களுக்கோ வைதீகமும் வர்ணாசரமும் தான் பிரதானம்.* எந்த விதத்திலும் அவர்களை ஏற்றுக்கொண்டு அவர்களுக்குக் கப்பம் கட்டும் அரசனாக வாழ்வது கனவிலும் பார்க்க முடியாது.

அவர்களின் வருகை ஓர் அரச படையெடுப்பு மட்டுமல்ல... பண்பாட்டு படையெடுப்பும்கூட. சமரசம் பேச வேண்டும் என முடிவெடுத்திருந்தால் பத்து ஆண்டுகளுக்கு முன் புக்கர் வந்தபோதே செய்திருப்பேன்."

"எந்த விதத்திலும் ஆட்சியை சமரசம் செய்துகொள்ளாத உங்களின் கொள்கைக்கு தலைவணங்குகிறேன். நம்முடைய படைபலத்தைப் பெருமளவு பெருக்கிவிட்டோம். அரச படை வீரர்களை மட்டுமே நம்பி நாம் களம் இறங்க முடியாது. அதனினும் அதிகமாகக் குடிபடையினரைப் பயன்படுத்த வேண்டும். இருமுனை குறுவாள், குத்துவாள், கோ பட்டா, கடக கத்தி, சுருள் பட்டா, செண்டாயுதம், திரிசூலம் போன்றவற்றையும் குடி படையினருக்குப் பயன்படுத்த பயிற்சி அளிக்கிறோம் அல்லவா? வில்லும் வெட்டுக் கத்தியும் மட்டும் போதாது."

"அனைவரும் அடிமுறை பயிற்சிகள் தெரிந்தவர்கள். வீட்டுக்கு ஒருவர் வருகிறார்கள். சிலம்பப் பயிற்சியும் நடக்கிறது. கூடவே, இந்த ஆயுதங்களைப் பயன்படுத்தவும் பயிற்றுவிக்கிறோம். வளரி, கட்டாரி போன்றவற்றையும் பயன்படுத்த கற்பிக்க சொல்லியிருக்கிறேன்" என்றார் தளபதி வெற்றிவேலர்.

அவர்கள் நின்றிருந்த இடத்தில் இருந்து பார்த்தபோது வீரன் ஒருவன் கோட்டைமலையை நோக்கி வந்துகொண்டிருப்பது தெரிந்தது. மன்னர் யோசனையோடு தளபதியை நோக்கினார். அவன் ஓலையோடு வருவது மட்டும் தெரிந்தது. சற்று தூரத்திலேயே குதிரையை விட்டு இறங்கி அரசரின் முன்னால் வந்து நின்றான். பணிந்து, "அரசருக்கு வணக்கம்!' என்றான்.

ஓலையை எடுத்து மன்னரிடம் கொடுத்தான். தீப்பந்தம் இருந்த பக்கம் திரு முகத்தை விரித்துப் படித்தார். எதிர்பார்த்ததுதான். 'சித்திரை மாதம் சோதிநாள் அன்று போருக்குத் தேதி குறித்திருந்தான் குமார கம்பணன். அந்தத் திருமுகத்தைத் தளபதியிடம் படிக்கக் கொடுத்தார் ராசநாராயணர்.

* பண்பாட்டு அசைவுகள் நூலில் ஆய்வாளர் தொ.பரமசிவன்.

15. கணிகையும் காளமேகப் புலவரும்

சோதி நாளுக்கு இன்னும் ஒரு வாரமிருந்தது. ராசநாராயணர் நகர் வலம் வரப்போவதாக அறிவித்தார். ரத்தினகிரி, முதுகுப்பம், கண்ணமங்கலம், ராஜகம்பீரபுரி, செங்கேணி, சித்திரக்கூடம், இரும்பாலையூர், சந்தவாசல் என படைவீடு பேரரசின் முக்கியமான ஊர்களைச் சுற்றிப் பார்க்கக் கிளம்பினார். அதற்கு முக்கியமான காரணம் ஒன்று இருந்தது.

இன்றும் அனுசரணையாக இருக்கும் சோழர், மலையமான், அதியர் ஆகியோருக்கு திருவோலை அனுப்பி, வருகிற சோதிநாளில் நடைபெற இருக்கும் போருக்குத் துணைநிற்குமாறு வேண்டுகோள் விடுத்திருந்தார். ஒவ்வொருவரும் தலா ஆயிரம் வீரர்களைத் திரட்டி வந்தாலும் பெரிய காரியம்தான். அதனால்தான் தமது அரசுக்குள் இருக்கும் வீரர்களைத் திரட்டுவதில் முனைப்பு காட்டினார். இந்த நகர்வலமும் அதையொட்டித்தான். ஊர்களின் தெலுங்கு தாசிகளின் பெருக்கம் அதிகரித்துவிட்டதைப் பலரும் மன்னரின் காதுக்குக் கொண்டுவந்தனர். அந்தப் பெண்களையெல்லாம் வெட்டி மலைப் பள்ளத்தாக்குகளில் எறிந்துவிடலாம் என தளபதி வெற்றிவேலரும் பலமுறை சொல்லிவிட்டார்.* மன்னர் பெண்களின் மீது கொலைவெறி கூடாது எனக் கூறிவிட்டார். “அவர்களைப்

பெண்கள் என்றா வகைப்படுத்துகிறீர்கள்... இல்லை மன்னா. அவர்கள் நீங்கள் நினைக்கிற பெண்கள் இல்லை. ஒருவனை நினைத்து இன்னொருவனை தழுவுபவள் என வள்ளுவரே எச்சரித்திருக்கிறார்'' என்றும் சொல்லிப் பார்த்தார். ஆனால், மன்னர் அவர்களைத் தண்டிப்பதை அனுமதிக்கவே இல்லை.

புலவர்கள் மூலம் இரட்டைப் புலவர்களும் காளமேகப் புலவரும் சபைக்கு வந்தபோது, நாட்டில் நிறைய தெலுங்கு தாசிகள் பெருத்துவிட்டதாக சொன்னார்கள். அதிலும் திம்மியைப் பார்த்துவிட்டு வந்த கதையை பாட்டாகவே பாடிக்காட்டினார். “ஏமிரா, காமிரா என அவள் பேசுவது ஒன்றும் புரியவில்லை. ஆனால், அவளிடம் பேசிப் புரிந்துகொள்வதற்கா போகிறோம்” எனச் சிரித்தார்.

“விழிவீச்சு நடக்கும் இடத்தில் மொழிவீச்சுக்கு என்ன வேலை?” என எடுத்துக்கொடுத்தனர் இரட்டைப் புலவர்கள். ராசநாராயணர் அந்த நேரத்தில் சிரித்து வைத்தாரே தவிர, உடலால் ஆன தொல்லைகள் பெருத்துக்கொண்டு போவதை அறிந்து வேதனைகொண்டார்.

“தாசிமார்கள் தங்கள் மகள்களுக்குச் சொல்லித்தரும் உபதேசங்கள் பற்றி தெரியுமா அரசே... அரசாங்க அதிகாரிகள் வந்தால் அவர்கள் கொஞ்சமாகக் கொடுத்தாலும் வாங்கிக்கொள்... ராஜாங்க வேலைகளுக்கு உதவுவார்கள். அப்பனும் மகனும் அடுத்தடுத்து வந்தாலும் உறவைப் பார்க்காதே... உள்ளூர்க்காரன் அடிக்கடி வருபவன்... அதிகம் எதிர்பார்க்காதே. உள்ளூர்க்காரனும் வெளியூர்க்காரனும் ஒரே நேரத்தில் வந்தால் முதலில் உள்ளூர்க்காரனை சுகப்படுத்தி அனுப்பு. ‘உங்களுக்குத்தான் முதலிடம் கொடுப்பேன். வெளியூர்க்காரன் சக்கையைத்தான் அனுபவிக்கப் போகிறான்‘ என்று சொல்லிவிடு. அடுத்து வெளியூர்க்காரன் வந்ததும் ‘அந்த உள்ளூர்க்காரனை வேகமாக அனுப்பிவிட்டேன். இந்த இரவு முழுவதும் நான் உங்களுக்குத்தான்’ என்று சொல்...”

“போதும் புலவரே... இதையெல்லாம் கேட்டு சிரித்து மகிழ எனக்கு அவகாசமில்லை. வரும் சோதிநாளன்று விஜயநகர அரசன் குமார கம்பணனுடன் போர் தொடங்க இருக்கிறது. அதற்கு முன் உங்களைச் சந்தித்துப் பேச விரும்பித்தான் அழைத்தேன். சந்தோஷமான உங்கள் அனுபவங்களைக் கேட்டுக்கொண்டிருக்கவும்

படைவீடு

நேரமில்லாமல் போய்விட்டது." ராசாநாராயணர் புலவர்களோடு மகிழ்ந்து உரையாடவும் நேரமில்லாமல் போய்விட்டதற்காக உண்மையில் வருந்தினார். அதற்குள் புலவர்கள் வந்திருப்பதை அறிந்து இளையவர் பொன்னன் தம்பிரான் ராசநாராயணரும் அங்கே வரவே தாசிகளைப் பற்றி பேச விரும்பாமல் புலவர்களும் நாட்டு நிலைமையைப் பற்றி பேச்செடுத்தனர்.

வாணகோவரயரின் மருமகன் தெலுங்கு அரசர்களுக்குச் சாதகமாகப் போய்விட்டதையும் காடவராயர்களைப் போரில் துணைபுரியவிடாமல் எதிரிப்படையினர் தடுத்துவிட்டதையும் எடுத்துச் சொன்னார் மன்னர். "ஆனால் அரசே... நீங்கள் அவர்களின் தயவுடனா இந்த அரசை அமைத்தீர்கள். பக்கத்து சிற்றரசர்களிடம் சில உடன்படிக்கைகள் போட்டீர்கள். அதற்காக அவர்கள் ஆதரவு உங்களுக்கு இருந்தது என்று நம்பிவிடாதீர்கள். விஜயநகரத்து அரசனை உங்களால் ஓட ஓட விரட்டியடிக்க முடியும். தயவு செய்து போர் தர்மங்கள் பேசி விட்டுக்கொடுத்துவிடாதீர்கள். சங்க கால அரசர்கள் போலவே இன்னமும் போர் தர்மங்கள் பார்த்துக்கொண்டிருந்தீர்கள் என்றால் உங்கள் பக்கத்தில் அதைப் பயன்படுத்திக்கொண்டு எதிரிகள் சுலபமாக மீறிவிடுவார்கள். இதை எங்கள் அறிவுரையாகவே எடுத்துக்கொள்ள வேண்டும்" என்றார் காளமேகப் புலவர்.

"துருக்கியர்களுக்குப் பொன் ஆபரணங்களைச் சூறையாடுவதில் இன்பம். இவர்கள் மண்ணையே ஆபரணமாக நினைப்பவர்கள். துங்கபத்ராவிலிருந்து வைகை வரை விஸ்தீரிக்க நினைக்கிறார்கள் தங்கள் எல்லையை. யுத்த தர்மங்களை நினைத்தால் அது நடக்குமா?" என்றார் இளஞ்சூரியர்.

புலவர்கள் சொன்ன தாசிகள் குறிப்பு போரைவிட பெரிய அச்சமாக இருந்தது. நகர்வலத்துக்கு முக்கிய காரணம் நம் குடிபடை வீரர்களிடமும் மக்களிடமும் தாசிகளின் தாக்கம் எப்படி இருக்கிறதென்ற சூழலை உணரவும் விரும்பினார். போர்க்களத்துக்கு ஒருவாரம் இருக்கும்போது இந்த ஆராய்ச்சிகள் பயனளிக்குமா எனத் தெரியவில்லை. ஊர்வலத்தில் ஒவ்வொரு கோயிலின் வாயிலிலும் கும்ப மரியாதை செலுத்தி வரவேற்ற அந்தணர்களுக்கு பரிசுகள் வழங்கி மகிழ்ந்த மன்னர், ஊர் மக்கள் திரண்டிருந்த அந்த இடத்திலேயே வரும் சோதி நாளில் தொடங்க இருக்கும் போருக்குத் தயாராகிவிட்டீர்களா எனக் கேட்டார். "மன்னா, வீட்டுக்கு ஒருவர்

தமிழ்மகன்

என்று இல்லை... வீட்டிலுள்ள அனைவருமே போர்க்களத்திலே நிற்கத் தயாராகிவிட்டோம். கவலையைவிடுங்கள்" என்றார் ஊர்ப்படைத் தலைவர் பாலமுரளி வர்மர்.

ஒவ்வொரு ஊரிலும் மன்னரின் போர் முயற்சியில் பெரும் பங்கு வகிக்க மக்கள் காட்டிய ஆர்வம் மகிழ்வூட்டுவதாக இருந்தது. ரத்தினகிரி முருகன் கோயில் வளாகத்தை வந்தடைந்தபோது மாலை நேரமாகிவிட்டது. பாலமுரளி வர்மரிடமே விசாரித்தார். "தெலுங்கு தாசிகள் நம் தேசத்து இளைஞர்களைப் பாழ்படுத்தி வருவதாக அறிகிறேன். இளைஞர்களைக் கட்டுப்பாடாக இருக்க வைப்பது உங்கள் கடமை" என்றார்.

"அரசே... இந்த விவகாரங்களையெல்லாம் உங்கள் காதுகளுக்குக் கொண்டு வரத் தயங்கித்தான் அமைதி காத்தேன். நம் தேசத்தில் இருக்கும் கணிகையருக்கும் இவர்களும் பெரிய வேறுபாடு இருக்கிறது. விஜயநகரத்து தாசிகள் காமசூத்திரங்கள் படித்தவர்கள்... வாத்ஸாயனர், கொக்கோகர் என்று காமத்தைக் கற்றுக்கொடுக்கும் முனிவர்களைப் பின்பற்றுகிறவர்கள். காமம் இவர்களின் ராஜ தந்திரங்களில் ஒன்றாக இருக்கிறது. இவர்கள் வடிக்கும் கோயில் சிற்பங்களே ஒரு பெண் பல ஆண்களோடு இருப்பது போலவும் ஒரு ஆண் பல பெண்களோடு இருப்பது போலவும் இருக்கிறது. அதிலும் இவர்களில் பல ரகங்களைச் சொல்கிறார்கள். கும்பதாசி, அழகுதாசி, கணிகை, சேடி, விபசாரி, பிரகாஷ பினஷ்டை, குலதா, சில்பகாரிகை, நடி என ஒன்பது வகையாக தாசியரைப் பிரிக்கிறார்கள்.

சகஜமாக இந்தத் தொழிலில் ஈடுபடுபவர்கள் கும்பதாசி. அழகு தாசி, கணிகை, சேடி என்பவர் ஒருவனுக்கே தாசியாக இருப்பவள்... விபசாரி என்பவள் கணவனின் சுகத்தில் திருப்தியில்லாமல் வந்தவள். பிரகாஷபினஷ்டை... வீட்டைவிட்டு ஓடிவந்தவள்... நடி என்றாள் நடிப்பவள்."

பாலமுரளி வர்மர் சொல்லி முடிக்கும் வரை கண்ணை மூடிய நிலையில் கேட்டுக்கொண்டிருந்தார் அரசர். "காமத்துக்கு எத்தனை பெயரிட்டு அழைத்தாலும் பலன் ஒன்றுதான்! நம்முடைய இளைஞர்கள் போர்த்தருணத்தில் திசைகெட்டுப் போய்விடாமல் இருப்பது குடிபடை தலைவர்களிடம்தான் இருக்கிறது. அத்தனை இளைஞர்களையும் கோட்டைக்கு வரவழைத்துப் போர்ப் பயிற்சிகளைத் தொடங்கலாம் என்பது என் அபிப்ராயம்."

“அப்படியே ஆகட்டும் மன்னா. இரவு நேரங்களில் அந்தத் தெலுங்கு கூத்தாடிகள் மதன காமராசன் கதை என்று கதை சொல்லி ஆடுகிறார்கள். அவையும் காமரசமானவை. சில நேரங்களில் அவர்களை ஆடவிடாமல் அனுப்பியிருக்கிறேன். நம்முடைய அர்ச்சுனர் வழிவந்த கூத்தாடிகள் நடத்தும் கூத்துக்கும் இவர்கள் நடத்தும் கூத்துக்கும்தான் எத்தனை வித்தியாசம்?” என்றார் முரளி வர்மர்.

விஜயநகரம் தொடுப்பது வெறும் படையெடுப்பு அல்ல... அது பண்பாட்டுப்படையெடுப்புஎனதளபதியுடன்பேசிக்கொண்டிருந்தது மன்னருக்கு நினைவுக்கு வந்தது. “விஜயநகரத்தோடு நடக்கப்போவது பண்பாட்டு படையெடுப்பு என்பதை மனதில் வையுங்கள். அதில் நாம் வெற்றி பெற்றால்தான் தமிழகத்தில் தமிழர் ஆட்சிக்கு வழி. அல்லது மொழி, கலாசாரம், பண்பாடு எல்லாமே நம் அடையாளங்களை இழக்கும் என்பது மட்டும் நிச்சயம். போர் முடிவுக்கு வரட்டும் இந்தப் பெண்களை அவர்களின் நாட்டுக்குத் திருப்பியனுப்பிவைப்போம்” என்றார் ராசநாராயணன்.

கோயில் மண்டபத்தில் ஒரு வயோதிகர் அமர்ந்திருந்தார். அவருக்குக் கண்பார்வை மங்கியிருந்தது. ஆனால் காது கேட்பதில் பிழையிருக்கவில்லை. மன்னருக்குப் போரில் உதவ முடியாத வயோதிகத்தின் மீது அவருக்கு ஆத்திரமாக வந்தது. தன் தோளின் மீது பெரிய போர்வையொன்றைப் போர்த்தியபடி அமைதியாக அனைத்தையும் கேட்டுக்கொண்டிருந்தார்.

* காத்தவராயன், சேந்தவராயன் என்ற அரசகுல சகோதரர்கள் செங்கல்பட்டு பகுதியை ஆண்டுவந்தனர். கிருஷ்ணதேவராயர் காலத்தில் காமக் கிழத்திகளைக் கொண்டு சூது செய்து அதில் காந்தவராயனை கொலைசெய்தனர். கோபம்கொண்ட சேந்தவராயன் தன் சகோதரனைக் கொன்ற தாசி குலத்தை அழிக்க சபதம் கொண்டு நூறு தாசிகளை வெட்டி ஏரியில் நிரப்பி மண்ணிட்டு மூடினான். அந்த ஏரி பிண ஏரி என்று இன்றும் அழைக்கப்படுகிறது. கல்வெட்டு ஆதாரமும் உள்ளது.

16. பழனிவேளர் குறுவாள்!

அரசர் கிளம்பிச் சென்றதும் கூட்டம் மெல்ல கலைந்தது. கோயிலில் அமர்ந்திருந்த அந்தப் பெரியவர் எழுந்தார். போர்வையைத் தோளில் உதறிப் போர்த்திக்கொண்டு நடந்தார். அவருடைய முகம் இப்போது நன்றாகத் தெரிந்தது. அவர், வென்று மண்கொண்டாரின் மெய்க்காப்பாளராகப் பணியாற்றிய பழனிவேள். அவருடைய முகம் இறுக்கமாக இருந்தது. வென்று மண்கொண்டாருடன் இணைந்து காஞ்சியை மீட்ட நினைவுகள் அவருக்குள் நிழலாடின. வேந்தரின் உறுதியும் போர் உத்திகளும் வேகமும் அவருக்கு இப்போதும் அப்படியே நினைவில் இருந்தன. இன்று துணைப்படைகள் இல்லை. இளைஞர்களை நாசப்படுத்தும் தாசிகளும் பெருத்துவிட்டார்கள். திருமறைக்காடு, திருவண்ணாமலை, திருக்கழுக்குன்றம், திருக்காளத்தி, திருவல்லம். திருப்பாலைவனம் எல்லாமே திரு இழக்கும்படியாக இந்த தாசிகளின் மோகவலை அதிகரித்துவிட்டது. இளைஞர்களுக்கு வழிகாட்டுவது யார்? மன்னர் ராசநாராயணர் இறங்கிவந்து வேண்டுகோள் விடுக்கும் நிலைமை வந்துவிட்டதே? இப்படியெல்லாம் நினைத்தபடி வீடு நோக்கிச் சென்றார்.

வீட்டுக்குள் செல்ல மறுத்து மனம் வாசலிலேயே நின்றது. மரத்தில்

சாய்த்து நிறுத்திவைத்திருந்த கயிற்றுக் கட்டிலை படுக்கை வாட்டமாகப் போட்டுவிட்டு அமர்ந்தார். மாலையும் இரவும் சந்திக்கும் அந்தப் பொழுது அவருக்கு மிகை வெறுமையை நிரப்புவதாக இருந்தது. வறட்டுப் பார்வையுடன் ஆகாயத்தை வெறித்துப் பார்த்துக்கொண்டிருந்தார். வெளியே யாருடைய இருப்பையோ உணர்ந்தவளாக வெளியேவந்த தேன்மொழி, இத்தனை ஆண்டு வாழ்வில் தான் பார்க்காத சோகத்தை பழனிவேளின் முகத்தில் பார்த்தாள். மாபெரும் வீரராகத்தான் அவரை அவள் அறிவாள். இடியே விழுந்தாலும் இடது கையால் புறந்தள்ளிவிட்டுப் போகக் கூடியவர். கலங்கா நெஞ்சினர். நோய், வலி, பிரிவு எதுவுமே அவரை வருத்தியதில்லை. போர்களில் பெரிய பெரிய வெட்டு காயங்கள் ஏற்பட்ட போதும் எறும்பு கடித்தது போல இருப்பார். மார்பிலே ஒரு வெட்டுக்காயம் உண்டு. காஞ்சி போரிலே ஏற்பட்ட விழுப்புண். நச்சு வாள் வெட்டு காரணமாக இரண்டாகப் பிளந்து விரல் கனத்தில் ஓரங்குல ஆழத்துக்கு அரை அடி நீளத்துக்குக் காயமிருந்தது. ஆறாத ரணம். வேலாயுதம்தான் சிகிச்சையளித்துக் காப்பாற்றினார். ஆறு மாதங்கள் ஆறாமல் இருந்தது. ஒரு நாளும் வலிக்கிறது எனப் புலம்பியதில்லை. வேறு யாருடைய உடலிலேயோ ஏற்பட்ட வலி போல இருந்தார். உடலிலே இருக்கும் ஒரு காயம், ஏதோ தோலிலே வரையப்பட்ட ஓர் ஓவியமென இருக்க முடியுமா? அப்படித்தான் இருந்தார்.

அப்போது வெற்றிவேல் சிறு குழந்தை. உறங்கிக்கொண்டிருந்த பழனிவேளின் மார்பில் ஏறிக் குதித்து விளையாட ஆரம்பித்தான். காயத்திலிருந்து ரத்தம் வழிந்தது. அதைப் பொருட்படுத்தாமல் மகனுடன் சேர்ந்து சிரித்து விளையாடிக்கொண்டிருந்தார். வலியை உணரும் தன்மையே இல்லை. தேன்மொழி பதறி ஓடி வந்து குழந்தையை இறக்கிவிட்டு பழனிவேளை எழுப்பி உட்கார வைத்தாள்.

பழனிவேளின் முகத்துக்கு சோகம் பொருந்தவில்லை. வேறு யாரோ போல இருந்தார். முற்றத்தில் வேப்பமரத்தின் அடியில் கயிற்றுக் கட்டிலில் அமைதியாகப் படுத்திருந்தவரின் அருகில் சென்று அமர்ந்தாள். "எப்போதும் இல்லாத ஒரு துயரும் உங்கள் முகத்தில் தெரிகிறது" என்றாள். "அரசருக்கு ஏற்பட்டிருக்கும் இக்கட்டுகளை நினைத்தேன். உண்மையில் எனக்கு உறக்கம் போய்விட்டது. மன்னர் முகத்தில் நான் மட்டுமே உணர்ந்த ஒரு துயரும் உண்டு. தந்தை

மீட்டுத் தந்த காஞ்சியைக் கைவிட்டு விட்டோமே என்ற இயலாமை அது. என்ன செய்வேன்... அந்த இயலாமையில் பங்கெடுத்துக்கொள்வதைத் தவிர? நானும் இயலாதவனாக இருக்கிறேனே? துயரமெல்லாம் கோபமெல்லாம் என் வயோதிகத்தின் மேல். இனி என் தேசத்துக்கு என்னால் செய்ய முடிந்த செயல் ஒன்றும் இல்லையே என்ற வருத்தம். போருக்கு இன்னும் ஆறு நாட்கள் இருக்கின்றன. என்ன செய்ய முடிந்தது என்ன என்று யோசித்துப் பார்க்கிறேன்."

"நீங்கள் வீணாக மனதைக் குழப்பிக்கொள்ள வேண்டாம். உங்கள் சார்பாக உங்கள் மகன் அரசனுக்குத் துணையாக இருப்பான். சாகாவரம் பெற்றவர் யாரும் இல்லை. சாகாவரம் என்பது நம் தலைமுறை மட்டுமே. கவலையை விடுங்கள்" என்றாள் தேன்மொழி.

"சரி நீ சென்று உறங்கு" என்றார் பழனிவேள்.

சிறிதுநேரம் கணவனின் கால்களை அழுத்திவிட்டவாறு யோசனையிலேயே அமர்ந்திருந்த தேன்மொழி, பழனிவேள் கண்ணயர்வதை உணர்ந்து வீட்டுக்குள் சென்று படுத்தாள். அவள் சென்று உறங்கட்டும் என்பதற்காகவே கண்ணயர்ந்து படுத்திருந்த பழனிவேள், வானத்தைப் பார்த்தார். வளர்பிறை நிலவு கிழக்கு வானம் நோக்கி சென்றுகொண்டிருந்தது. மன்னருக்கும் வீரர்களுக்கும் உத்வேகம் தரக்கூடிய ஒரு செயலைச் செய்ய இயலுமா என எண்ணிப் பார்த்தார். 'அதுதான் சரி' என்று உதடு பிரித்து சொல்லிக்கொண்டார். நாளை காலை அதற்கான நல்ல தருணத்தைப் பார்க்க வேண்டும் என்று எண்ணியபடி, மெல்ல வீட்டுக்குள் சென்றார். விளக்கின் ஒளியில் சுவரிலே மாட்டி வைத்திருந்த தன் குறுவாளை எடுத்துப் பார்த்தார். சிலகாலமாகப் பயன்படுத்தாமலேயே இருந்த அந்த வாளில் கூர் சற்றே துருப்பிடித்து மழுங்கியிருப்பது போலிருந்தது. அந்த வாளையும் கிண்ணத்தில் சிறிது ஆமணக்கு எண்ணெயையும் எடுத்துக்கொண்டு வெளியே வந்தார். வாளை எண்ணெய் போட்டு நன்கு தேய்த்தார். துறு போனதோடு கருகருவென பளபளத்தது. குறுவாளின் கூர்... அருகில் தேடி எடுத்த கருங்கல்லை தன் இரு கால் பாதங்களில் இடுக்கிக்கொண்டு அமர்ந்தார். கருங்கல்லில் தீட்டிக் கொண்டார். கட்டைவிரல் ரேகையில் உரசிப் பார்த்தார். குறுவாளைத் தலை மாட்டிலேயே வைத்துக்கொண்டு படுத்தார்.

காலையில் வீடு தெளிக்க வெளியேவந்த தேன்மொழி, கட்டிலில்

படுத்திருந்த தன் கணவன் அங்கு இல்லை என்பதைக் கவனித்தார். யோசனையாக தன் மருமகளை அழைத்து, "இவ்வளவு காலையில் எங்கும் செல்ல மாட்டார். அவர் சரியாகத் தூங்கவே இல்லை. வரப்போகிற போர் எப்படி இருக்கும் என்று வேதனையோடு சொல்லிக்கொண்டிருந்தார். எனக்கு என்னவோ பயமாக இருக்கிறது. தெருமுனை வரை சென்று பார்த்துவிட்டு வா" என்று சொல்லி அனுப்பினார். மாமியாரின் பதற்றத்தை உணர்ந்தவளாக அவளும், ''சரி அத்தை. இதோ பார்த்துவிட்டு வருகிறேன்'' என்றபடி படைவீட்டு அம்மன் கோயில் நோக்கி ஓடினாள்.

அதிகாலையிலேயே எழுந்த பழனிவேள், படைவீட்டம்மன் கோயிலைக் கடந்து சந்தவாசல் செல்லும் சாலையில் செண்பகா நதிக் கரை வரை சென்றார். நதியில் நீந்திக் குளித்தார். முருக மலையை நோக்கி வணங்கினார். விடிந்து விடியாத பொழுது. கோயிலில் முதல் பூசைக்கான மணியோசை கேட்டது. நெற்றி நிறைய நிறைந்திருப்பது போல மூன்று விரல்களால் திருநீறு பூசிக்கொண்டார். மார்பில், கரங்களில் விபூதியைப் பூசினார்.

அம்மையப்பன் ஈசன் மலையை நோக்கினார்.

அவருடைய உதடுகள் குளிரில் மெல்ல நடுங்கின. அந்த நடுக்கத்தோடே அவருக்கு மிகவும் பிடித்தமான மாணிக்க வாசகரின் பாடலொன்றை முணகின.

"பாரிடை ஐந்தாய்ப் பரந்தாய் போற்றி
நீரிடை நான்காய் நிகழ்ந்தாய் போற்றி
தீயிடை மூன்றாய்த் திகழ்ந்தாய் போற்றி
வளியிடை இரண்டாய் மகிழ்ந்தாய் போற்றி
வெளியிடை ஒன்றாய் விளைந்தாய் போற்றி
அளிபவ ருள்ளத் தமுதே போற்றி!

படைவீட்டம்மன் கோயிலை நோக்கி நடக்க ஆரம்பித்தார். கோயிலை வலம் வந்தார். போர்க் கடவுளான படைவீட்டு அம்மனிடம், அரசருக்குத் துணை நின்று தேசத்தைக் காக்க வேண்டுமென வேண்டிக்கொண்டார்.

கோயிலின் கிழக்கு வாசலுக்கு வந்தார். மக்கள் ஒருவர் இருவராக வந்துகொண்டிருந்தனர். அரசரின் மெய்க்காப்பாளராக இருந்த பழனிவேள் மீது மக்களுக்கு எப்போதும் மரியாதை உண்டு.

"என்ன அய்யா இங்கே நிற்கிறீர்கள்?" என்று கேட்ட சிலரிடமும் புன் முறுவலை மட்டுமே பதிலாகத் தந்தார். பொழுது ஏற ஏற அவர் அங்கே நின்றுகொண்டிருந்தது சிலருக்கு விபரீதமாகத் தெரிந்தது. சிலர் அவரிடம் பேச்சுக் கொடுத்தும் அவர் அசைந்து கொடுக்கவில்லை. ''நிழலில் வந்து உட்காருங்கள்'' என அழைத்தபோதும் செவி சாய்க்கவில்லை. அசையாமல் நின்ற இடத்திலேயே நின்றுகொண்டிருந்தார். அவரைச் சமாதானப்படுத்தி அழைத்துச் செல்ல சில பெரியவர்கள் முயற்சி செய்வதும் அதைப் பார்ப்பதற்கு சிலரும் கூட்டம் பார்க்க கூட்டமுமாகக் காலையில் கோயிலுக்கு வந்தவர்கள் கோயில் வாசலிலேயே குழுமியிருந்தனர்.

பழனிவேள் சுற்றும் முற்றும் திரும்பிப் பார்த்தார். "எம் அரசர் எதிரியோடு போரிட்டு நம்மையெல்லாம் காப்பாற்ற முயன்று வருகிறார். நம் நேச நாடுகள் பலவும் எதிரியின் கைப்பிடிக்குச் சென்றுவிட்டன. நம்முடைய படைவீட்டு வீரர்கள் வெகுண்டெழுந்து அரசருக்குத் துணை நிற்க வேண்டிய தருணமிது. அரசர் நேற்று கோயிலுக்கு வந்து வேதனையோடு பேசிச் சென்றதை நீவீர் அறிவீரோ? அவர் மனதிலுள்ள ஆதங்கம் ஆற வேண்டும். இளைஞர்கள் பொறுப்புடன் போருக்குத் தயாராக வேண்டும். சிதறிக்கிடக்கும் மனங்களை ஒருங்கிணைக்க எனக்கு வேறு வழி தெரியவில்லை. ஒட்டுமொத்த தேசத்தையும் ஒன்று திரட்ட இதோ என காணிக்கை..." என ஓங்கிய குரலில் சொல்லியபடி தன் இடுப்பிலே சொருகி வைத்திருந்த குறுவாளை உருவினார். அவர் அதை வெளியே எடுத்ததை மட்டுமே பார்க்க முடிந்தது. அதே வேகத்தில் தன் கழுத்தை ஒரே வீச்சில் சீவினார். தலைவேறு உடல் வேறாகக் கிடந்தார் பழனிவேள்.

''அய்யோ.. பழனிவேள் அய்யா போருக்காகத் தன்னையே அரிகண்டம் கொடுத்துவிட்டார்." என்றபடி அலறல்கள் ஒலித்தன. நாட்டு சேவைக்காகத் தன்னையே கொடுத்து விழிப்புணர்வு ஏற்படுத்திய அவருடைய செயல் வேகமாக அக்கம் பக்கம் பரவியது. கோயிலில் இருந்த அர்ச்சகர் அம்மன் கழுத்திலிருந்த மாலையை எடுத்துவந்து பழனிவேளின் உடலுக்கு சாத்தினார்.

கோயில் வாசலில் என்றுமில்லாத கூட்டம். அது ஒரு திருவிழாவுக்கான அறிகுறியாகத் தெரியவில்லை. கூட்டத்தை விலக்கிக்கொண்டு என்று பார்த்தாள் பழனிவேளின் மருமகள்.

ஊர் நிர்வாகி சுந்தர ராயர், “அம்மா உன் மாமனார் செய்த காரியத்தைப் பார்த்தாயா? இன்றைய இளைஞர்களுக்கு ஒரு விழிப்புணர்வை ஏற்படுத்துவதற்காகத் தன்னையே பலி கொடுத்து இருக்கிறார். போருக்குப் பலிகொடுக்கும் அரிகண்டமாகத் தன் கழுத்தை தானே அறுத்துக்கொண்டு இறந்துவிட்டார் அம்மா” என்றபடி குலுங்கி அழுதார்.

“அய்யோ மாமா...” என் தரையில் விழுந்து அவர் காலைப் பிடித்துக்கொண்டு கதறினாள் மருமகள்.

“அரசருக்குத் தகவல் சொல்லி இருக்கிறோம் அம்மா. மாமன்னரின் மெய்க்காப்பாளர் அல்லவா? தேசத்துக்குப் பேரிழப்பு. இளைஞர்களுக்கு உணர்ச்சியூட்டி போருக்கு அழைப்பதற்காக இப்படியொரு காரியம் செய்திருக்கிறார்... என்ன ஒரு தியாகம்... பற்று” என்றார் தலைவர்.

தகவலறிந்து தேன்மொழி தன் தள்ளாத வயதிலும் தடுமாறி ஓடிவந்தாள். உடலைத் தூக்கி மடியில் போட்டுக்கொண்டு மார்பில் அடித்தபடி ஓலமிட்டாள். இள வயதில் தன்னைப் பாம்பு கடித்துவிட்டதாக அவரைப் பதறவைத்த காட்சி அப்போது அவளுக்கு நினைவு வந்தது. சார்பில்லாத நினைவு. அவளை மேலும் துக்கமுற வைத்தது. நெஞ்சு வெடித்துவது போல விம்மினாள். இரண்டு கைகளும் ஓயாமல் மார்பில் அடித்துக்கொண்டன.

“ஆலமரம்போல அன்னாந்து நிப்பேனு
சோலை கிளியெல்லாம் தேடி வந்ததய்யா..
பட்ட மரம்போல படுத்துக்கிடக்கிறயே
பாவி மனம் வேகுதய்யா!

பொட்டு இல்ல பூவில்ல
பூச மஞ்சள் இல்ல
கட்டுன ராசாவே

தமிழ்மகன்

காட்டுக்குப் போறீங்களே!

பட்டு இல்லை தங்கம் இல்ல
பரிமாறப் பந்தல் இல்ல
படையெடுத்து வந்த ராசா
பாதியில போறீங்களே?

முள் விலக்கி பாதை செய்ய
முன்னே கிளம்பினீரோ?
பின்னே நானும் வர
இடம்பிடிக்கப் போனீரோ?"

அவளுடைய ஒப்பாரி ஓசை படைவீடு அரண்மனை வரை எதிரொலித்தது. கோட்டை மலையிலிருந்து மல்லிநாதருடன் புறப்பட்டார் வெற்றிவேலர். போருக்காகத் தன்னையே பலியிட்டுக் கொண்ட தந்தையை நினைத்து வேதனை கொண்டார். இருவரும் தேரில் ஏற இருந்த நேரத்தில் தள்ளாத வயதிலும் தன் நண்பனின் நிலையறிந்து ஓடிவந்தார் வேலாயுதம். "அரசே நானும் வருகிறேன். அன்புகூர்ந்து அனுமதி தாருங்கள்!" என்றார்.

17. சாதிக்கொரு புராணம்

வரதராஜ பெருமாள் கோயிலை வலம் வந்து நின்றார் குமார கம்பணன். போரையொட்டி காஞ்சியிலிருக்கும் அத்தனை கோயில்களிலும் சிறப்பு வழிபாடுகளுக்கு ஏற்பாடு செய்திருந்தார் அவர். பேயாழ்வார், பூதத்தாழ்வார், ராமானுஜர் போன்ற மகான்களெல்லாம் தங்கள் பாசுரங்களால் பாடி நிரப்பிய திருத்தலம். கருநாடகத்திலே இருக்கும் ரங்கநாதனையும் ராமானுஜர்தான் ஸ்தாபித்தார் என்பதை குமார கம்பணன் அறிவார். காஞ்சியிலிருந்து சிறிது தூரத்தில்தான் ராமானுஜர் அவதரித்த புண்ணியபூமியும் இருக்கிறது என்பதையும் பட்டாச்சாரியார்கள் சொல்லக் கேட்டு மகிழ்ந்தார். சம்புவராயர்களை வென்ற பின்னர் தமிழகத்திலே தரிசிக்க வேண்டிய இடங்கள் ஏராளம் இருப்பதாகச் சொன்னாள் கங்கா தேவி.

“உன்னுடைய ஆர்வத்துக்காக வேணும் தமிழகத்தை விரைந்து பெற்றுத் தருவேன்” என்று அவளிடம் சபதம் செய்திருந்தார்.

கோயிலைச் சுற்றி வந்தவர், “உயர்ந்த கலைநயம். காஞ்சியிலே இருக்கும் ஒவ்வொரு கோயிலுக்கும் இன்னும் சில சன்னதிகளும் இன்னுமொரு வெளிப் பிரகாரமும் இருக்க வேண்டும் என்பதே என் ஆவல். நெடிய பிரகாரம்... இதோ இந்தப் பனைமரத்தின் உயரத்தில் ஒரு சுற்று சுவர் எழுப்ப வேண்டும். காஞ்சி மாநகரம்

தமிழ்மகன்

பழமையானது. அறிவிற் சிறந்த சான்றோர் நிறைந்த நகரம். பல்லவர் காலம் தொட்டு பலகாலம் தலைநகராக இருந்த பூமி. ஆனாலும் பிரம்மாண்டத்திலே குறை வைத்துவிட்டார்கள். விஜயநகர கோயில்களை வந்து பாருங்கள். கோயில்கள் இருக்கும் கூடவே பிரம்மாண்டமும் இருக்கும். என்னுடைய ஆசையெல்லாம் இந்தக் கோயில்களையெல்லாம் பிரம்மாண்டப் படுத்துவதே" என்றார் குமார கம்பணன்.

மன்னரைச் சுற்றித் திரண்டிருந்த பட்டாச்சாரியர்களும் ஜீயர்களும் குருக்களும் பெருமக்களும் மன்னர் சொன்ன செய்திகளைச் செவி குளிர கேட்டுக்கொண்டிருந்தனர். "வைணவ கோயிலுக்கு மட்டும் திருப்பணிகள் செய்வேன் என்று எண்ணி விடாதீர்கள். என் பெரிய தந்தையின் பெயர் என்ன என அறிவீர்கள். ஹரிகரர். வைணவம், சைவம் இரண்டும் என் இரண்டு கண்கள். ஏகாம்பரநாதர் கோயிலையும் கண்டேன். அதுவும் ஐநூறு ஆண்டுகள் பழமையானது" அதையும் புதுப்பிக்க ஏற்பாடு செய்திருக்கிறேன்" என்றார்.

பிராமணர்கள் அனைவருக்கும் அது சந்தோஷம் அளிப்பதாக இருந்தது. "கலியுகத்திலே மீண்டும் மகாவிஷ்ணு பிறவி எடுத்ததாக நினைக்கிறோம்" என்றார் ஒரு பட்டாச்சாரியார்.

"அவதாரம் என்று நீங்கள் சொல்வதால் எனக்கு ஒரு உபகாரம் செய்ய வேண்டும். மதுரையிலேயே இருக்கும் துக்ளக் ஆட்சியை ஒழித்துக் கட்டுவதே எனது லட்சியம். திருவரங்கத்து மணவாளர், இருக்க இடமின்றி தேசம் விட்டு தேசம் உலா வந்துகொண்டிருக்கிறார். துருக்கியர்கள் எந்த நேரத்திலும் கோயில் சிற்பங்களைச் சூறையாடிச் சென்றுவிட தயாராக இருப்பதாலேயே மணவாளருக்கு இந்த நிலை. திருப்பதி காடுகளிலே அவரை மறைத்து வைத்திருக்கிறார்கள் என்றறிந்தேன். மதுரை சுல்தானியர்களின் ஆட்சியை ஒழித்து, மணவாளரையும் நாச்சியாரையும் திருரங்கத்தில் கொண்டு வைப்பேன். இது சத்தியம்!" எனக் கோயில் மண்டபத் தூணில் அடித்துச் சொன்னார்.

"வாழ்க மன்னர். பெருமாளின் கருணை உங்களுக்கு எப்போதும் உண்டு" என்று வாழ்த்தினர் ஜீயர்கள்.

"நாம் சுல்தானியர்களை ஒழிக்க வேண்டுமானால் அதற்கு முதலில் சம்புவராயர்களை வென்றாக வேண்டும். அதற்குத்தான் உங்கள் உபாயம் தேவை" என்று நிறுத்தினார்.

படைவீடு

அனைவரும் ஒருவரை ஒருவர் பார்த்துக்கொண்டு ஊமையாகி நின்றனர்.

"அரசரை வெல்வதற்கு நாங்கள் என்ன செய்ய முடியும்?" என்றார் ஒரு பிராமணர்.

"வித்யாரண்யர்தான் எங்கள் குரு. கிரியாசக்தி பண்டிதர் எங்கள் ஆலோசகர். என்னுடைய குருமார்கள் எல்லாம் இங்கிருந்து பல காதம் தூரத்தில் இருக்கிறார்கள். அதனால்தான் உங்கள் ஆலோசனையைக் கேட்டேன். சொல்வதற்கு விருப்பம் இல்லையாயின் விட்டுவிடுங்கள்" என்றார் அரசர்.

"உங்கள் குருமார்கள் முதலிலேயே எங்களுக்குத் தகவல் அனுப்பிவிட்டார்கள். எங்கள் ஆதரவு முழுக்க உங்களுக்குத்தான். சிருங்கேரி சங்கராச்சாரியாரை மீறி காஞ்சி அந்தணர்கள் எதையும் செய்ய மாட்டோம். உபாயத்தை நான் சொல்லுகிறேன் அரசே"" என்று முன்வந்தார் ஒருவர்.

"சொல்லுங்கள்."

"நமது சமயங்கள் தழைக்கவேண்டும் என்ற ஆவலில் நான் சொல்வதை எடுத்துக் கொள்ளவேண்டும்."

"அப்படியே ஆகட்டும் சொல்லுங்கள்."

"இங்கே அரச குலத்தவர்களுக்கு மட்டுமே புராணம் இருக்கிறது. சத்திரியர்களுக்கான புராணம். கம்பர் எழுதிய சிலை எழுபது என்பதும் வன்னியர்களின் பெருமையைச் சொல்கிறது. சத்ரிய குலத்தவர்களை வில்லாளிகள் என்றோம். ஒரு அம்பினால் எட்டு மரங்களைத் துளைக்கக் கூடியவர்கள் என்றும் அவர்களின் வில் திறமையை உலகத்தில் உள்ள அத்தனை அரசர்களும் உணர்ந்திருக்கிறார்கள் என்றும் அவர்கள் அக்கினி குண்டத்திலே பிறந்தவர்கள்... சம்பு மகரிஷியால் நெருப்பிலிருந்து உருவாக்கப்பட்டவர்கள் என்றும் அவர்களின் புராணம் பெருமை பேசுகிறது. சம்பு மகரிஷி கோத்திரத்தில் வந்தவர்கள் சம்புவர்கள் என்றும் சொல்கிறார்கள்."

"போர்க் குலத்தவர்களை இப்படியெல்லாம் பெருமைப்படுத்தியது வழக்கம்தான். அதற்கென்ன?"

"அதை நாம் ஒன்றும் செய்ய வேண்டியதில்லை. அதேபோல வேறு குலத்தைச் சேர்ந்தவர்களுக்கும் பெருமைகளை உருவாக்க

வேண்டும். இடங்கைப் பிரிவில் 92 குலங்கள்... வலங்கைப் பிரிவில் 92 குலங்கள்... ஆக 184 குலங்கள் இருக்கின்றன. முடிந்தால் அத்தனைக்கும் சாதிப் புராணங்கள் உருவாக்கப்பட வேண்டும்."

"எப்படி எல்லோருக்கும் புராணங்கள் எழுத முடியுமா?" என்றார் மன்னர் கம்பணர்.

"எல்லா தொழிலும் போற்றுவதற்கு உரியவை. அதன் பெருமையை மிகைப்படுத்திச் சொன்னால் போதும்."

"அதை யாரும் மறுக்கவில்லை."

"மறுக்கவில்லை என்பதை நிரூபிக்கத்தான் புராணங்கள் வேண்டும் என்றேன். ஒவ்வொரு சாதியினரும் தங்களின் சாதி பெருமையைச் சொல்ல முடியும். அப்படிச் சொல்வதன் மூலம் சுய சாதிப் பெருமையைப் பேசிக் கொண்டும் இருப்பார்கள். எல்லா புராணங்களுக்கும் ஒரு கடவுள் கதையை இணைப்பதன் மூலம் வர்ணாசிரம தர்மம் தழைக்கும். மக்களை ஒரே கோட்பாட்டுக்குள் கொண்டு வருவதற்கே சங்கரர் பாடுபட்டார். அதையொரு பேரரசரால்தால் நிலை நிறுத்த முடியும்."

"நீங்கள் சொல்வதில் ஆழ்ந்த கருத்து இருப்பதை உணருகிறேன். ஒவ்வொரு குழுவும் தங்கள் குலப் பெருமை பேசிக்கொள்வதால் அதன் போக்கிலேயே வர்ணாசிரம தர்மத்தையும் ஏற்றுக்கொள்ளத் தொடங்குவார்கள்... அப்படித்தானே?"

"சரி. சாதியாக இப்படி பிரிந்து கிடைப்பதால் என்ன நன்மை?" மன்னர் தெரிந்துகொண்டே கேட்கிறாரா என அர்ச்சகர்களும் ஆச்சாரியார்களும் வியப்புடன் பார்த்தனர்.

"மக்கள் கூட்டிப் பெருக்கும் விளக்குமாறு போல இருக்க வேண்டும். எல்லோரும் ஒன்றாக இருந்தால் அந்த உருட்டு கட்டையை வைத்து ஒன்றும் செய்ய முடியாது. நமக்கு தனித்தனி குச்சிகளாக இருக்க வேண்டும். அதை ஒன்றாகக் கட்டிவைக்க வேண்டும். விளக்குமாறு... அதை வைத்துதான் சுத்தம் செய்ய முடியும்."

"அருமையான யோசனை. வர்ணாசிரம தர்மத்தைக் கட்டிக் காக்க சிறந்த வழி. தனித்தனியே பிரிந்து கிடக்கும் குச்சிகளை ஒன்றாகக் கட்டி வைப்பது எப்படி?"

"சாதிகள் பலவாக இருந்தாலும் கடவுள்கள் தனித்தனியாக இருக்கக் கூடாது. அனைவரும் பிரம்மம் என்ற சக்திக்குக்

படைவீடு

கட்டுப்படுவார்கள். பிரம்மம் மகாவிஷ்ணு... இங்கே ஏகாம்பரநாதர் பூசிக்கும் பிராமணர்களும் இருக்கிறார்கள். ஆகவே, மகேஸ்வரனையும் சேர்த்துக்கொள்ளலாம். முடிந்தவரை மகாவிஷ்ணுவும் மகேஸ்வரனும்தான் அந்தக் கயிறுகள். அனைத்து மக்களையும் இந்த இரண்டு கயிறுகளால் கட்டி வைத்துவிட முடியும். தேவைப்படும் நேரங்களில் அவிழ்க்கவும் முடியும். அதாவது சமயம் வரும்போது அவர்களுக்குள்ளாகவே அடித்துக் கொள்வார்கள்...'சமயம்' என்று வரும்போது எல்லோரும் சேர்ந்து நிற்பார்கள்.'' அத்வைத தத்துவவாதி அழகாக விளக்கினார்.

"என்னுடைய குருநாதர்கள் அருகில் இல்லையே என்ற கவலை இன்றோடு ஒழிந்தது. ஆனால் இன்னும் நான்கு நாட்களில் போரை வைத்துக்கொண்டு இதையெல்லாம் நடைமுறைப்படுத்த முடியாது."

"அரசே ஒரு கோரிக்கையும் உண்டு. முறைப்படி கன்னிகா தானம் செய்வதுதான் சரி. சம்புவராயர்கள் அதை ஏற்பதில்லை. கணவன் வீட்டார்தான் மணமகளுக்கு சீர்செய்ய வேண்டும் என நெறிப்படுத்தி வைத்திருக்கிறார்கள். அதுதான் தொல் தமிழர் வழக்கம் என்கிறார்கள். இது ஆசாரக் கேடு. பெண் வீட்டார் தட்சணை கொடுக்கும் முறையை வழக்கத்தில் கொண்டு வரவேண்டும்."

"ராமசேஷனுக்கு விரைவில் கல்யாணம் பேச இருக்கிறார்கள் மன்னா. அவனுக்கு அவன் கவலை." ஒரு வைணவர் எடுத்துச் சொன்னார்.

அனைவரும் இறுக்கம் தளர்ந்து சிரித்தனர். ராமசேஷன் என்பவன், "ஏன் நீங்கள் எல்லாம் இதற்கு முன் புலம்பியதில்லையா? உங்களுக்கும் சேர்த்துதான் மன்னரிடம் முறையிடுகிறேன்" என்றான் சீற்றமாக.

நிலைமையைப் புரிந்துகொண்ட கம்பணன், "நான் ஆட்சிக்கு வந்ததும் உங்கள் ஆசையை நிச்சயம் நிறைவேற்றுவேன்" என்றார்.*

அங்கே கனத்த மௌனம் நிலவியது. ஆச்சார்யா மீண்டும் பேசினார்.

"போரில் நீங்கள் வெற்றி பெற்றால் இதையெல்லாம் நடைமுறைப்படுத்துங்கள். ஒருவேளை..". ஆச்சார்யா நிறுத்திவிட்டுப் பார்த்தார்.

"ஒருவேளை தோல்வி அடைந்தால்...?" விட்ட இடத்தை நிரப்பிவிட்டுக் கேட்டார் குமார கம்பணன்.

"அடுத்து வெற்றி பெறுவதற்காக இவற்றையெல்லாம் செய்யுங்கள்" என்று முடித்தார் ஆச்சார்யா.

ஆச்சார்யார் சொல்வது நன்மைக்கா, தீமைக்கா என்பதைக் கணிக்க முடியாமல் அந்தணர் சிலர் குழப்பத்துடன் வெளியேறினர்.

* கன்னிகாதானம் செய்யவும் பொன் கொடுத்து திருமணம் செய்வதைத் தடுத்தும் விஜயநகர அரசர் பிறப்பித்த ஆணை இது. விரிஞ்சிபுரத்திலுள்ள மார்க்கபந்தீஸ்வரர் கோயிலில் உள்ள கல்வெட்டு.

சுபமஸ்து. ஸ்வஸ்தி ஸ்ரீ ஸ்ரீமன் மகா ராஜாதிராஜ பரமேசுவரரான ஸ்ரீ வீரபிரதாப தேவராய மகாராஜர் ப்ரித்விராஜ்யம் பண்ணி அருளானின்ற சகாப்தம் 1347-ன் மேல் செல்லானின்ற விஸ்வாசு வருஷம் பங்குனி மாதம் 3க்கு சஷ்டியும் புதன்கிழமையும்பெற்ற ஆநுசத்து நாள், படைவீட்டு ராஜ்யத்து அஸேஷவித்ய மஹாஜநங்களும் அகர்கபுஷ்கரணி கோபிநாத ஸன்னதியிலேதர்ம ஸ்தாபந மையபத்ரம் பண்ணி குடுத்தபடி இற்றைய நாள் முதலாக இந்தப் படைவீட்டு ராஜ்யத்து பிராமணரில் கன்ன(டி)கர் தமிழர் தெலுங்கர் இலாளர் முதலான ஆஸேஷ ரோத்திரத்துஅஸேஷ சூத்தரத்தில்அஸேஷகையிலவர்களும்விவாஹம் பண்ணுமிடத்து, கன்னியாதானமாக விவாஹம் பண்ணக் கடவராகவும் கன்னியாதானம் பண்ணாமல் பொன் வாங்கி பெண் கொடுத்தால், பொன் கொடுத்து விவாஹம் பண்ணினால், ராஜ தண்டத்துக்கும் உட்பட்டு பிராமண்யத்துக்கும் புறம்பாகக் கடவரென்று பண்ணின தர்ம ஸ்தாபன மைய பத்ரம்; இப்படிக்கு அஸேஷ வித்ய மகாஜனங்கள் எழுத்து.

18. சலக்கிரீடை

சதி, நயவஞ்சகம், துரோகம், பேராசை அனைத்தும் ஒட்டுமொத்தமாக உருவெடுத்து சம்புவராயர்கள் முன் எதிரிப்படையாக நின்றது. வெறித்தனமும் சதித்தனமும் அமைதிப் பூங்காவாக இருந்த அந்த மண்ணின்மீது ரத்தத்தைப் பூசுவதற்குத் துடித்தது. சந்தவாசலில் அம்பு வியூகம் அமைத்திருந்தனர். அத்தனை சுலபத்தில் அம்பு வியூகத்தை உடைக்க முடியாது. படைவீட்டு அரசின் குவிமையம் போல சந்தவாசல் அமைந்திருந்தது. படைவீடு வில் என்றால் சந்தவாசல்தான் அம்பு. எதிரி நாட்டிலிருந்து பல்லாயிரம் வீரர்கள் வரலாம். ஆனால் எதிரிப் படையினரால் படைவீட்டு வீரர் ஒருவரைத் தாக்கிக் கொல்லுவதும் சிரமம். முன் பகுதியில் இருந்த அத்தனை பேரும் கேடயங்கள் மட்டுமே வைத்திருந்தார்கள். மனித சுவர் போல இருந்தது அந்தக் காட்சி. கம்பணன் படையினர் விரிஞ்சிபுரத்தில் எதிர்கொண்ட அதேபோன்ற சிரமம். தம் படையின் இருப்பவர்கள் சுருண்டு விழுந்து செத்து கொண்டிருக்க, சம்புவராயர்களோ பாறை போல இருந்தனர். காஞ்சிபுரத்து அந்தணர்கள் அதற்கு மாற்றாக இன்னொரு யோசனையை சொல்லியிருந்தார்கள். அதை ஏற்காமல் போனது தவறுதான் என்பதை முதல் நாள் போரிலேயே முடிவுசெய்தார் குமார கம்பணன். முதல்நாள் போரில் மட்டும்

ஆயிரம் பேருக்கு மேல் பலி. அந்தணர்கள் அறிவுறுத்தியதைக் கேட்காமல் போனதன் இழப்பை இப்போது உணர்ந்தார் கம்பணன். சந்தவாசல் வழியாக வருவதைத் தவிர்த்திருக்க வேண்டும்.

பன்முதுகுன்றம் எனப்படும் சவ்வாது மலை காடுகள் வழியாக செல்வதுதான் சரி என்று ஆச்சார்யா சொன்னார். அந்தப் பாதையில் சென்றால் தூரம் அதிகமாக இருக்கும் என்றதால் அதைத் தவிர்த்துவிட்டார். காஞ்சியில் இருந்து படைவீட்டுக்கு செல்லும் தூரம் போல இரு மடங்குக்கு மேலே இருக்கும் என்றார்கள். வீரர்களை ஏன் காட்டுக்குள் அலைக்கழிக்க வேண்டும் என மன்னர் நினைத்துவிட்டார். "அப்படிப் போனால்தான் நீங்கள் படைவீட்டுக் கோட்டையை நெருங்கவே முடியும். சந்தவாசல் வழியாகப் போனால் உங்களின் ஒரு லட்சம் வீரர்களை அவர்களின் பத்தாயிரும் வீரர்கள் சுலபமாகச் சமாளித்துவிடுவார்கள்" என்று சொல்லியிருந்தார் ஆச்சார்யா. கேட்காமல் போனது பெரும் தவறு என்று உணர்ந்த குமார கம்பணன், காஞ்சிபுரம் விரைந்து, காடுவெட்டிகளை அழைத்து இரவோடு இரவாகப் பாதையை சீர் அமைக்கச் சொன்னார். போர்க் காலங்களில் காடுகளில் செடி, கொடிகளை, புதர்களை, முட் செடிகளை அகற்றி வீரர்களுக்குப் பாதை உருவாக்கித் தருபவர்கள். சில ஒற்றையடிப் பாதைகளை அகலமாக்கி போர்ப்படை செல்லும் அளவுக்கு இருபுறமும் தழைகளை ஒழுங்குபடுத்துபவர்கள். வெட்டுக்கத்தி, கிடை ஆகியவற்றோடு ஓராயிரம் பேர் புறப்பட்டனர்.

போர் நாள் இரவுகளில் மிதமான சூடு பறக்கும் நீரில் பெண்களோடு சேர்ந்து குளிப்பது குமார கம்பணனுக்கு மகிழ்வு தரும் பொழுதுபோக்கு. அப்போதுதான் இரவு நிம்மதியாக உறங்கி அதிகாலையில் புத்துணர்ச்சியாக எழுந்திருக்க முடியும் என்பது அவன் நம்பிக்கை. கணவனின் நம்பிக்கையே தன்னுடைய நம்பிக்கையாகவும் ஏற்றுக்கொண்டு வாழும் கங்கா தேவியும் அவனுடன் நறுமணப் பொருட்கள் தூவிய அந்த அகன்ற தொட்டியில் இறங்கி அவனுடன் சலக்கிரீடை புரிந்தாள். உடல் கிளர்ச்சியோடு அரசியல் பேச்சும் அங்கே நடந்தது.

"அடுத்த இரண்டு நாட்களில் பாதை தயாராக வேண்டும். சந்தவாசல் முகாமில் இரண்டு நாட்கள் போக்கு காட்டிவிட்டு விஜயநகரப் படை படைகளை வரவழைத்து அந்தக் காட்டுப் பாதையில் அழைத்துச் செல்ல வேண்டும். சந்தவாசல், சவ்வாது

மலைப் பாதை... இரண்டிலும் நம் வீரர்கள் கூடுவார்கள். படைவீட்டு வீரர்கள் இரண்டு பக்கமும் சிதறிவிடுவார்கள். பிறகு நாம் படைவீடு கோட்டையை நெருங்குவது சுலபம்.'' தன் திட்டத்தை கங்கா தேவியிடம் களிப்புடன் விவரித்தான் கம்பணன்.

“காஞ்சியில் நமக்கு இப்படி அந்தணர்கள் ஆதரவு கிடைக்கும் என நான் கனவிலும் நினைக்கவில்லை.” கங்கா தேவி மகிழ்ச்சியோடு சொன்னாள்.

“அதிகாரமும் செல்வமும் இருக்கும் இடத்தில்தான் அந்தணர்கள் இருப்பார்கள். தில்லியிலே சுல்தான்களுக்கு ஆதரவாகவும் அந்தணர்கள் செயல்படத் தொடங்கிவிட்டார்கள். சித்தூர் மீது படையெடுப்பதற்கு அலாவுதீன் கில்ஜிக்கு ஆலோசனை சொன்னவனே ஆச்சார்யா ராகவ் சேத்தன் என்ற பிராமணன்தான். இப்போது இங்கு நம்மிடம் அதிகாரமும் செல்வமும் இருக்கிறது. அவர்களும் நம்முடன் இருக்கிறார்கள்.”

அதிர்ச்சியுடன் மன்னரைப் பார்த்தாள் கங்கா தேவி. “என்ன சொல்கிறீர்கள் அரசே... நமது கடவுள், நமது சமயம் ஆகியவற்றைக் காப்பாற்றுவதையும்விட செல்வத்திலும் பதவியிலும் அதிக அக்கறை காட்டுவார்கள் என்று நினைக்கிறீர்களா?”

“நம் கடவுளையும் நம்பிக்கைகளையும் காப்பாற்றுவதற்கு இறுதி மூச்சுவரைப் போராடப் போகிறவர்கள் அவர்கள்தான். அதிகாரத்தில் இருப்பவர்களாகவும் அரசர்களின் பக்கத்திலேயே இருப்பவர்களாகவும் இருப்பவர்கள் அவர்கள். அதனால் ஆதாயத்துக்காக முதலில் மனம் மாறுகிறவர்களாகவும் அவர்களில் சிலரே இருக்க வேண்டியிருக்கிறது. நேற்றுவரை சம்புவராயர்களின் தயவில் இருந்தவர்கள் இன்று நம் பக்கம் மாறவில்லையா? நாளை சுல்தானியர் பக்கமோ... அல்லது வேறு தேசத்திலிருந்து ஒருவர் வந்து அதிகாரத்தைக் கைப்பற்றினாலோ முதல் ஆளாக அவர்களே மாறுவார்கள். ஒருவேளை நமது சமய நலன்களைக் காப்பாற்றும் பொருட்டு எதிர்ப்பவர்களாகவும் அவர்களே முதலில் நிற்பார்கள். எதிர்ப்பது, இடம் மாறுவது இரண்டையுமே அவர்கள்தான் முதலில் செய்வார்கள்.”

“வினோதமாக இருக்கிறது மன்னா.”

“அதிகாரத்திலும் செல்வாக்கிலும் குளிர்காய்ந்து பழகியவர்களுக்கு அதைத் தக்கவைத்துக்கொள்ள இந்த இரண்டு வாய்ப்புகள்தான்

தமிழ்மகன்

இருக்கின்றன. வேறு வழியே இல்லை மகாராணி."

தான் நினைத்ததைவிடவும் புத்திசாலியாகவும் அரசியல் நுணுக்கம் உணர்ந்தவனாகவும் குமார கம்பணன் இருப்பதை அறிந்து மகிழ்ந்தாள். சூடுதணிக்கும் விதமாக சந்தனம் பூசிக் குளிப்பாட்டி, அவனைக் களிப்பில் ஆழ்த்தி மகிழ்ந்தாள் கங்கா தேவி.

19. வெற்றிவேலரின் வியூகம்

அதிகாலை. பன்முதுகுன்ற மலை பாதை, சந்தவாசல், கண்ணமங்கலம் பாதை என மூன்று புறத்திலும் விஜயநகரப் படைகள் முகாமிடப் போவதை அறிந்தார் மல்லிநாத ராசநாராயண சம்புவராயர். படைவீடு கோட்டையிலிருந்து அமைச்சர் பெருமக்கள், அவர்தம் மனைவியர், அரச குடும்பத்துப் பெண்கள் அனைவரையும் பாதுகாப்பாக அழைத்துக்கொண்டு கோட்டைமலைக்கு விரைந்தார் பொன்னன் தம்பிரான் ராசநாராயணன்.

வென்று மண்கொண்டாருக்குக் கடும் காய்ச்சலும் சேர்ந்துகொண்டது. அடிக்கடி நினைவு தப்பி மயங்கினார். பொன்னன் தம்பிரானை தந்தையிடம் இருக்கச் சொன்னார் மல்லிநாதர். சந்தவாசல் முகாமில் குறைந்த அளவு வீரர்களே இருந்தனர். அங்கு வந்து உயிரை இழப்பதற்கு குமார கம்பணன் படையினருக்கும் திராணியில்லை. சவ்வாது மலைக் காடுகள் வழியாகவும் கண்ணமங்கலம் வழியாகவும் விஜயநகரப் படை பெரும் திரளாக வந்து படைவீட்டுப் பெரிய கோட்டையின் முன்னே முகாமிட்டிருந்தனர். கோட்டைச் சுவர்களின் மீது வீரர்கள்

இரவு முழுக்க காவல் காத்தனர். அப்போது தளபதி வெற்றிவேலர் வீரர்கள் முன் தோன்றி, 'இன்னும் சிறிது நேரத்தில் மன்னர் ராசநாராயணர் உங்களைப் பார்க்க வருகிறார்" என்றார்.

"அரசர் வருகிறார்" என்ற அறிவிப்பு அங்கே கூடியிருந்த படைவீரர்களின் சலசலப்புகளைச் சட்டெனக் குறைத்தது. கோட்டை மதில் சுவர்களைத் தாண்ட முடியாத சூரியனின் கதிர்கள் சுவர்களில் பட்டு எதிரொளித்தன.

மன்னர் அங்கிருந்த உயரமான மேடையில் வந்து நின்றார். "வீரர்களே... நம் சம்புவராயர்கள் சேர சோழ பாண்டிய பல்லவ மன்னர்களின் ரத்த உறவுகளாக அங்கம் வகித்தவர்கள். வீரமே நம் சொத்து. போர்க்களத்திலே உயிரை துச்சமெனக் கருதி போரிடுவோம். அச்சமென்பதை அறியாதவர்கள் நாம். எல்லா பேரரசர்களிடமும் வீரர்களிடமும் விழுப்புண் தாங்கி வெற்றி பல கண்டவர்கள். வீரர்களாக இருப்பதையே வெகுமதியாகக் கொண்டோம். தியாகமே நம்முடைய வரலாறு. இதுவரை எந்த வடநாட்டுப் படையுமே தொண்ட மண்டலத்தைத் தாண்டிச் செல்லவிட்டதில்லை நாம். மூவேந்தர்களாகவும் நம்பிக்கையான வீரர்களாகவும் வில்லாளிகளாகவும் இருந்தோம். மூவேந்தர்களின் ஆட்சி முடிவுக்கு வந்த பின்பு நாமே ஒரு தனி அரசு கண்டோம். இப்போது தெற்கே மதுரையில் சுல்தானியர்களின் ஆட்சியும் வடமேற்கே விஜயநகர ஆட்சியும் நம்மை கபளீகரம் செய்ய தருணம் பார்க்கின்றன. நேற்று முதல் விஜயநகர பேரரசின் படைவீரர்கள் படைவீட்டைச் சூழ்ந்துவிட்டார்கள். இறுதி மூச்சு உள்ள வரை அவர்களுடன் போராடுவோம். கருவிகள் குறைவில்லை... வீரர்கள் குறைவில்லை... எதற்கும் அஞ்ச வேண்டாம். சக்ரவர்த்தியின் மெய்க்காப்பாளராக இருந்த பழனிவேள் இந்தப் போருக்காகத் தன்னையே பலியிட்டு மாய்ந்திருக்கிறார். வயதான காலத்தில் போரிட்டு மாயக்கூடிய தகுதியை இழந்துவிட்டாலும் தன் மரணத்தின் மூலம் பல ஆயிரம் வீரர்களுக்கு மற உணர்வை ஊட்டியிருக்கிறார். நாளை நடக்கப்போகும் யுத்தம்... அவர்களுக்கு ஏற்படுத்தப் போகும் கிலியில்தான் இருக்கிறது நம் வெற்றி. போருக்குத் தயாராகுங்கள். வீரவேல்... வெற்றிவேல்!"

வீரர்களும் முழங்கினர்... "வீரவேல், வெற்றிவேல்!" கோட்டையின் கதவுகளைத் திறந்ததும் பாய்ந்தன குதிரைப்படைகள், பின் தொடர்ந்தது யானைப் படை. கோட்டையிலிருந்து ஒரு காத

தூரத்தில் அந்நியர் படைகள் அணிவகுத்து நிற்பது தெரிந்தது. படைவரிசைகள் தங்களுக்கான எல்லையில் வந்து நின்றன. முழங்கியது சங்கு. முறுக்கேறிய நரம்புகளுடன் வாளைச் சுழற்றிக்கொண்டு பாய்ந்தது படைவீட்டுப் படை.

வீரர்களின் வாள்களும் கேடயமும் மோதும் சத்தம் இரும்பாலையின் சம்மட்டி சத்தம்போல கேட்டபடியிருந்தது. யானைகளின் பிளிறல் அச்சுறுத்தும்படியிருந்தது. அரசரின் பேச்சு படைவீட்டின் வீரர்களுக்குத் தந்த உத்வேகம் பயனாக இருந்தது. வாளை வீசுவதும் முன்னேறுவதும் விரட்டிப்போய் முடக்குவதுமாக இருந்தனர். கோட்டைச் சுவர்களை இடிப்பதற்காகவே பாறை திரட்டி விசைகளைக் கொண்டு வந்தனர் விஜயநகரப் படையினர். பதிலுக்குக் கோட்டை மீது இருந்து குத்தீட்டிகள் பொருத்திய பெரிய பெரிய மர உருளைகளை வீசினர் படைவீட்டினர். அவை யானைகளையே கீழே சாய்த்துக் கொல்லக் கூடியவை. எங்கு பார்த்தாலும் யானைகளும் குதிரைகளும் ரத்தச் சகதியில் துடித்துக்கொண்டிருந்தன. ஆங்காங்கே உருண்டுகொண்டிருந்த மனிதத் தலைகள், பாய்ச்சலாக வந்த குதிரைகளின் காலடி பட்டு வேறொங்கோ போய் விழுந்தன. இதனால் யாருடைய தலை எந்த உடலுக்குச் சொந்தமென்று அனுமானிக்க முடியாமல் இருந்தது.

தளபதி வெற்றிவேலர், "மேற்கே ஒருவன் திறமையான வாள் வீச்சாளனாக இருக்கிறான். விஜயநகரத்தில் இருந்து வந்தவனில் அவன் பிசாசுபோல பாய்ந்து பாய்ந்து தாக்குகிறான். அவன் ஒருவனை வீழ்த்தினாலே நூறு பேரை வீழ்த்தியதற்குச் சமம். நான் அவனை நெருங்கிச் செல்கிறேன். நீங்கள் நால்வரும் அதோ அந்த விசைக் கருவி இயக்குபவர்களை வீழ்த்துங்கள்" என்று கூறிவிட்டு விரைந்தார்.

அவர் சொன்னது சரிதான். அவன் வைத்திருப்பது வாள்தானா அதை இயக்குவது கைகள்தானா என யூகிக்க முடியாதபடி சுழற்றிக்கொண்டிருந்தான். வெற்றிவேலர் குதிரையை விரட்டி அவன் முன் நின்றார். வாளை அவன் கழுத்துக்கு வீசினார். அவன் லாகவமாக தன் கால்களால் குதிரையின் அடிவயிற்றில் குத்தி வேறு பக்கம் விலகினான். அப்படி விலகிக்கொண்டே தளபதியை நோக்கி வாளைச் சுழற்றினான். அதைத் தன் கேடயத்தால் தடுத்து இந்த முறை அவன் எந்தப் பக்கம் குதிரையைத் திருப்பப் போகிறான் என்பதை உத்தேசித்தார். இடது புறமாகக் குதிரை திரும்புவதற்குத் தயாரான நேரத்தில் வெற்றிவேலரும் இடதுபுறமாக வந்து அவன் கழுத்தை

தமிழ்மகன்

நோக்கி வாளை ஓங்கினார். அதை அவன் சற்றும் எதிர்பார்க்கவில்லை. வலது புறமிருந்தவர் எப்போது இடதுபுறம் வந்தார் என யூகிக்க இயலாமல் கேடயத்தைக் காட்டி கழுத்துக்கு வந்த வாளைத் தடுத்தான். ஆனாலும் வாளின் வேகம் அவன் தோளில் சிராய்த்துச் சென்றது. இடது தோளில் அவனுக்கு ஆழமான சிராய்ப்பு. அதனால் கேடயத்தை உறுதியாகப் பிடிக்க முடியாமல் வலது கையிலிருந்த வாளை மட்டும் ஓங்கியபடி வெற்றிவேலரை நெருங்கினான். அவனுடைய கேடயம் மார்புக்குக் காவலாக இல்லை. வாளை அவன் மார்புக்குக் குறிவைத்தார். நெஞ்சில் பாய்ந்த வாள் முதுகிலே எட்டிப்பார்த்தது. வலியால் துடித்து வீழ்ந்தான் அவன்.

தளபதி இப்படித் தனக்குத் தகுதியான வீரனைத் தேர்தெடுத்து வீழ்த்திக்கொண்டிருந்தார். அரசர் யானையின் மீது அமர்த்து அம்பு மழை பொய்தார். ஒரு நாளைக்கு ஐநூறு பேரையாவது அம்பால் தைக்க வேண்டும் என்று கங்கணம் கட்டியிருந்தார். அவருடைய கங்கணம் மதியப் பொழுதை எட்டும்போதே நிறைவேறிவிட்டது என்றுதான் சொல்ல வேண்டும். வீரன் இல்லாமல் கழுத்தில் ஈட்டி பாய்ந்த நிலையில் குதிரையொன்று திக்கு தெரியாமல் சுற்றிக்கொண்டிருந்தது. சரிந்து கிடந்த யானைகள் மீது ஏறி நின்று காலாட் படையினர் எதிரிப் படையினரின் நிலையை உணர்ந்துகொண்டனர். எங்கும் ஓலம் புற்றீசல் போல ஒரு குறிப்பிட்ட நேரத்துக்கு ஒருதரம் விஜயநகரப் படைகள் புதிதாக வந்த வண்ணமிருந்தன. பல்லாயிரம் பேர் கொண்ட படை என்பதால் தவணையாக வீரர்களை அனுப்பிக்கொண்டே இருக்க முடிந்தது. புதிதாக வந்தவர்கள் காலையிலிருந்து போரிட்டு களைத்திருந்தவர்களை எழுச்சியுடன் எதிர்கொண்டனர். படைவீடு படையினர் சளைக்கவில்லை. புதியவர்களைப் பார்த்தால் புதிய தெம்புடன் போரிடுபவர்களாக இருந்தனர்.

சரிக்கு சமமாக சமர் நடந்துகொண்டிருப்பதைக் கவனித்த குமார கம்பணரின் தளபதி தண்டமாரயன், "மன்னா மூலவாசலுக்குத் தகவல் அனுப்பி நாளையே பதினாயிரம் வீரர்களை அனுப்பச் சொல்லுங்கள். இவர்கள் போர் செய்வதற்காகவே பிறந்தவர்கள். இவர்களைச் சமாளிப்பது கடினம்" என்றார்.

"வென்றே ஆக வேண்டும். இருபதினாயிரம் பேர் என்றாலும் வரச் சொல்கிறேன். வெற்றி பெற்றே ஆக வேண்டும். இத்தனைக் காலம் நாம் போரிட்டது பெரிதல்ல. இங்குதான் முதல் முதலாக நம் வீரர்கள்

படைவீடு

பயிற்சியெடுக்கிறார்கள் என்பதை உணர்கிறேன். சம்புவராயர்களை வென்றுவிட்டால் அதன்பிறகு நாம் எங்குமே தோல்வியைச் சந்திக்க மாட்டோம். இவர்களின் போர் நுணுக்கமும் வீரமும் சிலிர்க்க வைக்கிறது" குமார கம்பணனும் படைவீட்டு ராச்சிய வீரர்களை மெச்சியபடி பேசினார்.

"அப்படியாயின் இவர்களை வெல்வதே நம்முடைய லட்சியம். நாளையே இருபதினாயிரம் வீரர்களை வரச் சொல்கிறேன். நாளை இந்தக் கோட்டையை இடித்துத் தள்ளுவோம். கோட்டை சுவர்கள் பத்தடி உயரம். கருங்கல் பாறைகளால் உருவாக்கப்பட்டது. அவற்றை இடித்துவிட்டால் அதன் பிறகு செங்கல்லால் ஆன அரண்மனைதான். அவற்றை தரை மட்டம் ஆக்குவது சாதாரணம். சிறிய கோட்டை, பெரிய கோட்டை என இரண்டு கோட்டைகள் இருக்கின்றன. சிறிய கோட்டையில் அரசாங்க அலுவலர்கள் வசிக்கிறார்கள். படைத் தலைவர்கள், அமைச்சர்கள் இருக்கிறார்கள். பெரிய கோட்டையில் அரசர் இருக்கிறார். இதைத் தவிர ராசகம்பீரன் மலையிலும் ஒரு கோட்டை இருக்கிறதாம்."

"கீழே இருக்கும் கோட்டைகளை நாளை முடித்துவிடலாம். அடுத்த நாள் அந்த மலைக்கோட்டை."

"ஹா ஹா ஹா" என இறுமாப்புடன் சிரித்தான் குமார கம்பணன்.

20. மல்லிநாதரின் கட்டளை

இருபதினாயிரம் பேர்கொண்ட படை, படைவீட்டை நெருங்கிவிட்டது என்பதை தளபதி வெற்றிவேலர் வந்து சொன்னார். போர் தொடங்கிய முதல் நாளிலேயே கவண் எரிபந்துகளைக் கோட்டை மலையில் சேகரிக்கச் சொல்லியிருந்தார் மல்லிநாதர். கடுமையாகப் போரிட்டுதான் படைவீடு மதில்களை விஜயநகரத்தின் வீரர்கள் நெருங்க முடிந்தது. யானைப் படைகள் மதில்களை இடிப்பதில் மும்முரம் காட்டின. இருபதினாயிரம் வீரர்களை ஒரு பக்கம் சம்புவராயர்கள் எதிர்கொண்டு நிற்க, இன்னொரு பக்கம் நூற்றுக்கும் மேற்பட்ட யானைகளைக் கொண்டு கோட்டைச் சுவரை இடித்துக் கொண்டிருந்தனர்.

மல்லிநாதர் தன் கடைசி அஸ்திரமென கோட்டை மலையைத்தான் நம்பினார். ஈசன் வாளும் அவருக்கு மிகுந்த நம்பிக்கையை அளித்தபடியிருந்தது. வேகமாகக் கோட்டையில் இருந்த வீரர்களைக் கோட்டை மலைக்கு வந்து சேருமாறு உத்தரவிட்டார். ஒரு சாரார் போரிட்டுக்கொண்டிருக்க பெரும்பான்மையான வீரர்கள் கோட்டை மலைக்கு விரைந்தனர். மலையிலே எதிரிகளை ஏறவிடாமல் தடுப்பது சுலபம். அதற்குத்தான் அம்புகளும்

படைவீடு

ஈட்டிகளும் எரிபந்துகளும் தயார் படுத்தப்பட்டன.

மாலை வரை நடந்த போரில் இரு தரப்பினருக்கும் அடுத்த நாள் போர் கோட்டை மலையில்தான் என்பது புரிந்துவிட்டது. சங்கு ஊதி, அன்றைய போர் நிறுத்தப்பட்டது. குமார கம்பணன் தன் தரப்பில் இத்தனை சேதாரத்துக்குப் பிறகு அவர்களை இறுக்கிவிட்டதை அறிந்தான். அவன் இருந்த இடத்திலிருந்து மலைக்கோட்டையைப் பார்த்தான். மலையில் உச்சியில் அந்தக் கோட்டை மலைக்குச் சூட்டப்பட்ட மகுடம் போல இருந்தது. இந்த சிறிய அரசன் தங்களுக்கு பத்து ஆண்டுகளுக்கு மேல் போக்கு காட்டிக்கொண்டிருப்பது ஆத்திரமூட்டினாலும் பெருமிதமாகவும் இருந்தது. மலைக்கோட்டை மதில்களில் இருந்த காவல் கோபுரங்களில் தீப்பந்தம் ஏற்றப்பட்டு அங்கே வீரர்கள் காவலுக்கு நிற்பது தெரிந்தது.

ஐந்தாம் நாள் போர். விஜயநகர வீரர்கள், ராசகம்பீரன் மலையை நெருங்க ஆரம்பித்தனர். மலையடிவாரத்தில் நெருங்குவதற்குள் பல்லாயிரம் வீரர்களை அவர்கள் பலியிட வேண்டியிருந்தது. கீழிருந்து நான்குபுறமும் தீ பந்துகள் விழுந்துகொண்டிருந்தன. ஈட்டிகளும் அம்புகளும் பாய்ந்தன. குமார கம்பணன் மலையை சுற்றி வளைத்து முகாமிட்டு வெறுமனே காத்திருக்கச் சொன்னார். அவருக்கு இதற்கு மேலும் வீரர்களை இழப்பதற்கு சம்மதமில்லை.

"மலையிலே இருப்பவர்களுக்குத் தண்ணீர், ஆகாரம், தானியங்கள் எல்லாம் எவ்வளவு கையிருப்பு இருக்கும்.. மிஞ்சிப்போனால் ஒரு மாதம் சமாளிப்பார்கள். பரவாயில்லை ஒரு மாதம் காத்திருந்து பார்ப்போம். அவர்களுடைய உத்திகளால் அச்சுறுத்தி நம்மைத் திரும்பிப் போகச் செய்கிறார்கள். அவர்களால் தொடர்ந்து அச்சுறுத்த முடியாது என்பதைப் புரிந்துகொண்டால் அவர்களை வெல்வது எளிது" என்று முழங்கினார் குமார கம்பணன்.

"ஒரு மாதம் காத்திருப்பதா?" என்றான் தண்டமாரயன்.

"அவசரப்பட்டால் நம் அத்தனை பேரையும் அவர்கள் அழித்துவிடுவார்கள். இங்கே போரிடுவது மனிதர்கள் மட்டுமல்ல... இந்த மலையும்தான். எச்சரிக்கை! ஒரு வழிதான் உண்டு. அவர்களைப் பசியால் வாடச் செய்வது."

"அதுசரிதான் அவர்களின் தானியக் கிடங்கு எப்போது

காலியாகும் என்று நமக்கு எப்படித் தெரியும்?” என்றான்.

“நமக்கு அவர்களே தெரியப்படுத்துவார்கள். அங்கே கிடங்கு காலியானால் வேறு வழியில்லாமல் நம்மிடம் போர்தொடுக்க முன்வருவார்கள். அதுவரை பொறுத்திருப்போம்” என்றான் குமார கம்பணன்.

அதே நேரத்தில் அதைத்தான் மன்னர் மல்லிநாதரும் தளபதி வெற்றிவேலரும் பேசிக்கொண்டிருந்தார்கள். “அரசே அவர்கள் நமக்கு வைத்திருக்கிற பொறி இது. காத்திருந்து உணவுத் தட்டுப்பாடு ஏற்பட்டு நாமாக வழிக்கு வருவோம் என்று நினைக்கிறார்கள். மலைக்கு தானியங்கள் வருகிற பாதைகள் அனைத்தையும் அடைத்துவிட்டார்கள். இனி போர்க்கருவிகளையும் மேலே கொண்டுவர இயலாது. தூதுவரை அனுப்பி சமாதானம் பேசிப் பார்க்கலாம்.”

“சமாதானமா... என்ன சொல்கிறீர்கள் தளபதி?”

“தந்தையின் உடல்நிலையைக் கருதி வேலாயுதம்தான் இப்படியொரு யோசனையைச் சொன்னார். குமார கம்பண்ணருக்கும் சுல்தானியர்களை வீழ்த்த வேண்டி புறப்பட்ட நாம் இவர்களிடமே நம் சேனையை இழந்துவிடுவோமோ என்று புலம்பியிருக்கிறார். சமாதானம் பேசுவதற்கு அவரும் தயாராகத்தான் இருக்கிறார். வேலாயுதமும் மன்னர் தன் இறுதிக் காலம் வரை நிம்மதியாக வாழ வேண்டும் என நினைக்கிறார். இன்னமும் இந்தப் போர் நடவடிக்கைகள் எதையும் மன்னரிடம் யாரும் சொல்லவில்லை.”

மன்னர் மல்லிநாதர் யோசித்தார். “தூது அனுப்புவதை நான் ஒப்புக்கொள்ள மாட்டேன். இத்தனை ஆயிரம் வீரர்களை இறந்தபின்பு எதிரியும் ஒப்புக்கொள்ள மாட்டான். இறுதிவரை போர் செய்தாக வேண்டும். நாளையே இங்கிருந்து அவர்களின் முகாம்களை நோக்கி தாக்குதலைத் தொடங்குவோம். தந்தையை வேறு இடத்துக்கு மாற்றுவதற்கு ஏற்பாடு செய்வோம்.”

“அப்படியே ஆகட்டும் மன்னா” என்றார் தளபதி.

“வெற்றிவேலரே உங்களுக்கு ஒரு முக்கியமான பொறுப்பு இருக்கிறது. இறுதிப்போரில் நாம் தோற்றால் நம்முடைய ஒரு வீரனும் அவர்கள் கையில் சிக்கக் கூடாது. நம்முடைய வீரர்கள் அனைவரையும் அவன் உயிரோடு விடமாட்டான். அவன் இதுகாறும் செய்த போர்களில் வென்ற நாட்டு வீரர்களையும் தன்

படைவீடு

படையோடு இணைத்துக் கொள்வதுதான் வழக்கம். அவனுடைய படையில் இஸ்லாம் வீரர்கள் பல்லாயிரம் பேர் இருப்பதற்குக் காரணம் அதுதான். நம்முடைய வீரர்களையும் அப்படி இணைத்துக்கொள்வான் என்று நான் நினைக்கவில்லை. இத்தனை ஆண்டுகளாக நம் வீரர்கள் காட்டிய மூர்க்கம் இவர்களை வேறுபடுத்திக் காட்டிவிட்டது. நம் வீரர்களைத் தம் படையோடு சேர்த்துக்கொள்வது பாம்பைப் பக்கத்தில் படுக்க வைத்துக்கொள்வது போல என்று அவன் நினைப்பான். ஒரு வேளை நம் வீரர்கள் அனைவரையும் கொல்ல நினைப்பான். அல்லது இழிவுபடுத்துவான். ஆகவே ஒரு வீரரும் அவன் கைக்குக் கிடைக்கக் கூடாது. அதற்கு நீங்களே பொறுப்பு."

"மன்னா நம் வீரர்களை நான் என்ன செய்யமுடியும்?"

"கோட்டை மலையிலிருந்து குதிரை மீதேறி ஒவ்வொரு வீரரும் பள்ளத்தாக்கில் விழுந்து வீரமரணம் எய்த வேண்டும். இதுவே என் கட்டளை."

"அவர்கள் நம்மை வெல்வதற்கு முன் நான் இறந்திருப்பேன் என்று நீங்கள் நினைக்கவில்லையா அரசே?"

"அதற்காகத்தான் உங்களுக்கு முன்கூட்டியே சொல்கிறேன்."

"மன்னா இது என்ன சோதனை?"

"சோதனை அல்ல. வீர மரணத்துக்கு வழி சொல்கிறேன். எல்லா குதிரையின் கண்களையும் கட்ட வேண்டும். அப்போதுதான் குதிரைகள் பாதை தெரியாமல் பள்ளத்தாக்கில் பாயும். புரிகிறதா?"*

"சரி அரசே. மா மன்னர் தங்கள் நினைவு வந்து விசாரித்தார். உங்களைச் சந்திக்க வேண்டும்" என்று சொன்னார்.

"இப்போது எப்படி இருக்கிறார்?"

"அறைக்குள்ளேயே அரை நாழிகை நடந்தார். பின்பு படுத்துவிட்டார். அவருக்கு, தான் படைவீட்டில் இருக்கிறோமா, கோட்டை மலையில் இருக்கிறோமா என்பது இன்னும் தெரியவில்லை."

"போர் நடந்து கொண்டிருப்பதையும் அவருக்குச் சொல்ல வேண்டாம். தம்பி பொன்னன் ராசநாராயணரைத் தப்பித்துச் செல்லுமாறு சொல்லிவிட்டேன். நீங்களும் தப்பித்துவிடுங்கள். வல்லவராயர் கொடுத்த ஓலைச் சுவடிகள் பத்திரமாக உங்கள் வசம்

இருக்கட்டும். தம்பியிடம் சேர்க்க வேண்டியது உங்கள் கடமை” என்றார் மன்னர்.

“மன்னா இப்படி தப்பி ஓடுவதற்குத்தான் என்னைத் தளபதி ஆக்கினீர்களா?”

“உங்களுக்கு இன்னுமொரு பணியும் இருக்கிறது தளபதியாரே... படைவீட்டு அம்மன்தான் நம் குல தெய்வம். நம் சம்புவகுலத்தார் வேறு எங்கேனும் சென்று வாழ நினைத்தால் குலதெய்வத்தை மறந்துவிடலாகாது. கோயில் பிடி மண்ணைக் கொண்டு போய் வாழப் போகும் இடத்தில் கோயில் கட்ட வேண்டும். நாம் ஆட்சியேற்ற ஆடி மாதம்தோறும் அம்மன் கோயில்களில் படையலிட்டு கூழுற்றி விழா எடுக்க வேண்டும்.”

“மன்னா...”

“எச்சரிக்கை. உங்கள் உயிரில்தான் இருக்கிறது நம் வீரர்களின் பெருமை. காப்பாற்றுங்கள். ஒருவேளை நாம் தோற்றுவிட்டால்...”

“மன்னா ஒரு பேச்சுக்காகக்கூட அப்படிச் சொல்லாதீர்கள்...”

“எனக்கு ஒரு வருத்தமும் இல்லை. தோல்வி ஒரு சம்புவராயனுக்கு அல்ல... தமிழ் மண்ணுக்கு என்பதை நினைவில் வையுங்கள். தமிழ் மண்ணின் கடைசி தமிழரசாக நம்முடைய ஆட்சியே இருந்தது என்பதைத் தமிழர்கள் உணரும்போது வருந்தப்போகும் தமிழர்களை எண்ணியே வருந்துகிறேன். காந்திராயரை அழைத்து அவருக்கு ஒரு முக்கியமான கடமையைச் சொல்ல வேண்டும். நம்முடைய ராச்சியத்தின் பகுதியான நந்தி மலைக்கு* நம் வீரர்கள் சிலரோடு அனுப்பி அங்கே ஆட்சியமைக்க தருணம் பார்க்க வேண்டும். இதை ஏற்கெனவே அவரிடம் சொல்லியிருக்கிறேன்'' உணர்ச்சிகள் ஏதுமற்ற முகமாக அரசரின் முகத்தைக் காண நேர்ந்தது... ஒருவகையில் உணர்ச்சிகளின் தொகுப்பாக இறுகியிருந்தது போலவும் இருந்தது.

“மன்னா அவர் நேற்றே படைவீரர்கள், குடி மக்களோடு நந்தி மலைக் கோட்டைக்குச் சென்றுவிட்டார். நான்தான் இதை உங்களிடம் சொல்ல வேண்டாம் என்றிருந்தேன். நமக்கு இன்னும் வெற்றி வாய்ப்பு இருக்கிறது கலங்க வேண்டாம்'' என்றார் வெற்றிவேலர்.

மறுநாள் காலை ஆரம்பித்த போர் இரவு நெருங்கியும் சங்கு ஊதப்படாமல் நடந்துகொண்டே இருந்தது. இரண்டில் ஒன்று

படைவீடு

பார்க்காமல் இருவருமே நிறுத்துவதாக இல்லை. எரிப் பந்துகள், தீப்பந்தங்கள் வந்து விழுந்த வண்ணம் இருந்தன. மாலையில் சிறிது சிறிதாக ஏறத் தொடங்கியிருந்தது விஜயநகரப் படை. சில இடங்களில் செங்குத்தாகவும் சில இடங்களில் வழுக்குப் பாறையாகவும் இருந்த மலையில் அவர்கள் ஏற முடியாமல் திணறினார்கள். கோட்டை மலைக்குச் செல்லும் பாதை திடீரென்று ஒரு இடத்தில் பாதை ஏதுமின்றி நின்று போயிருக்கவே, அங்கிருந்து மேலே செல்வது எப்படி என்று அவர்களுக்குத் தெரியவில்லை. அங்கிருந்த சுரங்கம் வழியாகத்தான் மேலே உள்ள அரண்மனைக்குச் செல்ல முடியும். அவர்களுக்கு அந்த சுரங்கம் எங்கே இருக்கிறதென்பதோ... சுரங்கப்பாதை இருக்கிறதென்பதோ தெரிந்திருக்கவில்லை. உயிரைப் பணயம் வைத்து முதலில் சென்றவர்கள் முரட்டு தாம்புக் கயிறு கட்டி, மற்றவர்களும் ஏறி வருவதற்கு வழிசெய்தனர். மலைக் கோட்டையிலிருந்து இப்போது தீப்பந்துகள் விழவில்லை. அவை தீர்ந்து போயிருக்கலாம். அம்புகளும் ஈட்டிகளும்கூட தாக்குதல் நடத்தவில்லை. மேலே சொற்ப படையினர் மட்டுமே இருப்பது தெம்பைத் தந்தது. விஜயநகர படையினர் எகதாளமாகக் கூச்சலிட்டபடி வீரர்களைத் தாக்கத் தொடங்கினர். நெருங்கி, நெருங்கி முகத்துக்கு மிக அருகில் வந்து தாக்குதல் நடத்தினர். மேலே ஆயிரம் வீரர்களுக்கும் குறைவாகவே இருந்தனர். அவர்களில் பலரைப் பல்லாயிரம் வீரர்கள் சேர்ந்து வெட்டி வீழ்த்தத் தொடங்கினர். அந்த இறுதி நேரம் வரையிலும் படைவீட்டு வீரர்களின் முகத்தில் அச்சத்தைப் பார்க்க முடியாதது குமார கம்பணனை எரிச்சலூட்டியது. அவனுடைய கோபம் எல்லை மீறியது. பெரும் குரலெடுத்து கர்ஜித்தான்.

அப்போதுதான் ராசகம்பீரன் கோட்டையிலிருந்து மல்லிநாத ராசநாராயணர் சிங்கமென வெளியே வந்தார். அவர் கையில் இருந்த ஈசன் வாள் எதிரிகளுக்கு அச்சமூட்டுவதாக இருந்தது. அவரைத் தாக்குவதற்கு நூற்றுக்கும் மேற்பட்ட விஜயநகர வீரர்கள் சூழ்ந்தனர். சளைக்காமல் வாளை வீசியபடி தீ யெனச் சுழன்றார் மல்லிநாத ராசநாராயணர்.

இதைப் பார்த்து மலைத்துப் போய் நின்ற குமார கம்பணன் முன்னே வந்து, "நானே அவருடன் நேருக்கு நேர் மோதுவேன்.. விலகுங்கள்" என்று கர்ஜித்தான்.

குமார கம்பணனுக்கும் மல்லிநாத ராசநாராயண சம்புவராயருக்கும் நேரடியான போர். வெற்றி தோல்வி கணிக்க முடியாமல் வெகுநேரம் நடந்தது யுத்தம். இரவு முடிந்து பகல் தொடங்கும் நேரம். முடியவில்லை வாள் போர். மல்லிநாத சம்புவராயர் அந்த வாளிலேயே பல நூறு பேரை தலை வேறு உடல் வேறாக சீவி எறிவதைப் பார்த்து குமார கம்பண்ணன் நிலை தடுமாறிப் போனான்.

எதிர்பாராதவிதமாக அங்கே வந்து நின்றார் வென்று மண்கொண்டார். எழுபது வயதைக் கடந்த பின்பும் அவருடைய திடகாத்திரமான மேனி எதிரி படையினருக்கு அச்சத்தைத் தந்தது. போருக்கான உடையுடன் கையில் வாளுடன் வந்து நின்ற வென்று மண்கொண்டாரை, ராசநாராயணன் எதிர்பார்க்கவில்லை. அவருக்குத் துணையாக நின்றுகொண்டிருந்தார் வேலாயுதம். எல்லா உண்மையையும் அவர் மன்னரிடம் எடுத்துச் சொல்லியிருக்க வேண்டும். வென்று மண்கொண்டார் தன் மகனைத் தீர்க்கமாகப் பார்த்தார்.

“சகல லோக சக்ரவர்த்தி வென்று மண்கொண்டார் வாழ்க” என்று சம்புவராய வீரர்கள் முழங்க, திகைத்து நின்றனர் விஜயநகரப் படையினர். இரு தரப்பு வீரர்களும் தங்கள் மன்னர்களின் கட்டுப்பாட்டை மீறிய ஆவேசத்தில் மோதிக்கொள்ள தருணம் பார்த்தனர். தங்கள் இறுதி மூச்சுக்கு முன் எவ்வளவு பேரின் மூச்சை நிறுத்துகிறோம் என சோதித்துக்கொள்ள தயாராகியது சம்புவராயர் படை.

பதற்றமான சூழல். வென்று மண்கொண்டார் மீது வாளோடு பாய்ந்தான் தண்டமாரயன். வீரம்... மண்கொண்டாரின் ரத்தத்தில் இருந்தது. ஒரு நொடியில் தண்டமாரயனின் வாளைத் தட்டிவிட்டு சிரித்தார் வென்று மண்கொண்டார். வயோதிகரிடமிருந்து இப்படி ஒரு போர் வேகத்தை எதிர்பார்க்காமல் அதிர்ந்து நின்றான். நெடுநாள் கழித்து வாள் வீசினாலும் ஏதோ பேரக் குழந்தைகளிடம் விளையாடுவது போல பயின்றார். வேகம் குறையவில்லை... விளையாட்டும் குறையவில்லை. ‘‘ராசேந்திர சோழர் மரணிக்கவில்லையா வேலாயுதம்?” வாள் சுழற்றும் போக்கிலேயே அவரிடம் வினவினார்.

வல்லவராயர் சொன்னது அவருக்குத் தெரியும். வேலாயுதத்திடமும் பொன்குமார வல்லவராயர் சொல்லியிருந்தார். “மாவீரர்களுக்கு

மரணமில்லை வேந்தே” என்றார் வேலாயுதம்.

வேந்தர் சிரித்தார். அப்போது எங்கிருந்தோ ஒரு ஈட்டி வென்று மண்கொண்டாரின் நெஞ்சில் பாய்ந்தது. ஆனாலும் அவருடைய வாள் விளையாட்டு நிற்கவில்லை. அத்துடனே வேகமாக வாள் வீச்சில் ஈடுபட்டார். அவருடன் வேலாயுதமும் இறங்க, சம்புவராய வீரர்களின் ஆவேசம் ஆயிரம் மடங்காக உயர்ந்தது. அத்தனை நெருக்கமான சூழலில் ரத்தச் சகதி மலை முகட்டை நனைத்துக்கொண்டிருந்தது. அடுத்தடுத்து அம்புகள் வென்று மண்கொண்டாரின் மீதும் வேலாயுதம் மீதும் பாய்ந்த வண்ணமிருந்தன. தனது பங்களிப்பாக பத்து வீரர்களை வீழ்த்திவிட்டு மலை முகட்டிலிருந்து சரிந்தார் வென்று மண்கொண்டார். அவரைத் தாங்கிப் பிடிக்க நினைத்த வேலாயுதமும் அவருடன் அந்தப் பள்ளத்தாக்கின் பாறைச் சரிவில் விழுந்தார். அதைத்தான் எதிர்பார்த்து அங்கு வந்தவர் போல பெருங்குரலில் சிரித்தார் வென்று மண்கொண்டார். பள்ளத்தாக்கில் அவரும் வேலாயுதமும் எங்கு விழுந்தனர் எனத் தெரியவில்லை. வென்று மண்கொண்டாரின் சிரிப்புச் சத்தம் கேட்டுக்கொண்டே இருந்தது. ராசகம்பீரன் மலையைத் தன் செங்குருதியால் குளிப்பாட்டி, அவருடைய சிரிப்பலைகாற்றோடு கலந்து வெட்டவெளியிலே கரைந்தபடியிருந்தது.

பெரும்புலியூர் சித்தர் சொன்ன வாக்கியங்கள் வேந்தரை நினைவுகளால் வருடிவிட்டன. “மலைகளின் தலைவன் முருகன். கொடும்பகை தீர்த்தான். சித்தர்களின் சித்தனவன் சிவனென்று பெயர்கொண்டான். கொள்ளை நோய் அதில் காத்தான். வில்லுக்கும் வேலுக்கும் உரியவராய் மக்களைக் காக்கவே மன்னராய் வந்துதித்தார். பாண்டியென்றார், சேரனென்றார், சோழனென்றார், ராயறென்றார். வில்லாளி இனத்துக்கு விதவிதமாய் பலபெயர்கள். மக்களைக் காத்திடும் மன்னனுக்கு இலக்கணமாய் தலைமுறையாய் இனம் காத்தாய். மண்ணுக்குரியோனே... மனைவியை அறிவாயோ? முன்னொட்டாய் மலர்ந்திடுவாள் முழு மனதாய் ஏற்றிடுவாய்!

உன் பின்னோர் கொத்துக்கொத்தாய் மாண்டனர் காண்!
தன்வம்சம் செழித்திடவே பலஊராய் சென்றனர் காண்!
கொடிமரபாய் குலமரபாய் படைவீட்டாள் துணையிருந்தாள்
குடிகாத்தாள் வளம்காத்தாள் கொற்றவையாய் குலம் காத்தாள்.”

வானெங்கும் வியாபித்த பிரபஞ்சத்தின் நினைவுகளென அது அரூபமாக எதிரொலித்தது.

ராசநாராயணர் ஒரு கையில் கேடயமும் மறு கையில் வாளுமாக குமார கம்பணன் மீது பாய்ந்தார். தமிழகத்தை ஆண்ட ஒரு தமிழ் மன்னனின் கடைசி யுத்தம் அது. அடுத்து வரப்போகிற ஆட்சி தமிழகத்தில் மீண்டும் தமிழராட்சியே இல்லாமல் செய்யப் போகிறது என்ற நெடிய வேதனையோடு அவர் போரிட்டுக்கொண்டிருந்தார். அவர் உடம்பில் எங்கெங்கிருந்தோ அம்புகள் பாய்ந்து வந்து தாக்கிக்கொண்டிருந்தன. அது எதுவுமே அவரை பாதிக்கவே இல்லை. உடலிலிருந்து ஆறென வழிந்து ஓடிக்கொண்டிருந்தது செங்குருதி.

அடுத்து குதிரையோடு வீரர்கள் மாயப் போகும் அந்தப் பள்ளத்தில் தன் பயணத்தைத் தொடங்கினார் அத்திமல்ல ராசநாராயணர். ஈசன் வாளோடு அந்தப் பள்ளத்தாக்கில் குதிரையோடு பாய்ந்தார். ஆகாயத்தில் மேகத்தோடு கலந்தது போல அவர் வீரர்களின் கண்களில் இருந்து மறைந்தார். வெற்றிவேலர், ஏற்கெனவே தன் படையினருக்குச் சொல்லியிருந்தது போல தங்கள் குதிரைகளைப் பள்ளத்தாக்கு நோக்கித் திருப்பினர். கொத்து கொத்தாக அந்த மலையுச்சியிலிருந்து பள்ளம் நோக்கிப் பாய்ந்தனர். அவர்களில் ஒருவரைக்கூட விஜயநகரப் படையினரால் தடுத்து நிறுத்த முடியவில்லை.

எதிர்த்து நின்ற மன்னனோ, வீரர்களோ அங்கே கண்ணிமைக்கும் நேரத்தில் மறைந்து போயினர். யாரை வென்றோம் என்ற திடீர் குழப்பம் குமாரகம்பண்ணனைச் சூழ்ந்தது. எதிரே யாருமில்லாத ஒரு சூழலை அவன் சிறிதும் எதிர்பார்க்கவில்லை. அவன் கண் முன்னே ஓர் ஏகாந்த வெறுமை கவ்வி நின்றது. இது வெற்றிதானா என்ற கேள்வி அவனுக்குள் வேள்வியாக எரிந்துகொண்டிருந்தது.

தியாகக் குருதியில் நனைந்துகொண்டிருந்தது ராசகம்பீரர் மலை. சதியின் பின்னலும் துரோக வலையும் தமிழ்ச் சமூகத்தை மாற்றானிடம் அடிபணிய வைத்துவிட்ட வரலாற்றைப் படைவீட்டில் பெருகியோடிய ரத்தம் இன்னமும் எழுதியபடியே இருக்கிறது.

முற்றும்

படைவீடு

படை திரட்ட இளவரசர் ஏகாம்பரநாதர் பயணம் செய்த பகுதிகள். இன்றைய மாவட்ட வரைபடத்தில் அடையாளம் காட்டப்பட்டுள்ளது.

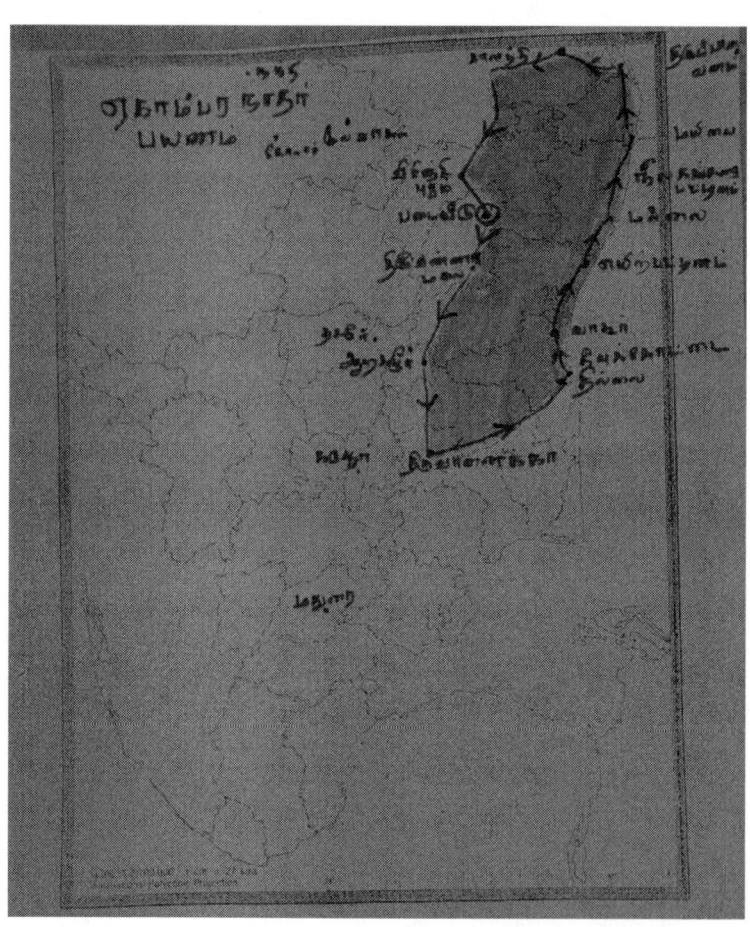

தமிழ்மகன்

சிறுகுறிப்பு

- கோட்டை மலையிலிருந்து தெரியும் பள்ளத்தாக்கை இன்றும் அங்குள்ள மக்கள் குதிரை பாய்ந்த பள்ளமென்றே அழைக்கிறார்கள். பலநூறு சம்புவராய வீரர்கள் தங்கள் குதிரைகளோடு அந்தப் பள்ளத்தாக்கிலே வீழ்ந்து மடிந்ததாகச் சொல்கிறார்கள்.

- காந்திராயருடன் சென்ற படைவீட்டு மக்கள் கூட்டமும் ஒரு பகுதி வீரர்களும் நந்தி மலையில் சென்று ஆட்சியமைத்தனர். இன்றும் அந்தப் பகுதி மக்களில் சிலர் தங்களைப் பல்லவர்களின் வழித்தோன்றல்கள் என்று சொல்லி வருகிறார்கள். சம்புவராய அரசரின் வம்சாவளியினர் எனும்படி சம்புவராயர் என தங்கள் பெயர்களில் பின்னொட்டாகப் போட்டுக்கொள்கிறார்கள்.

- வட தமிழகத்தின் படைவீட்டம்மன் கோயில்கள் அதிகமிருக்கின்றன. அதற்குக் காரணம், படைவீட்டு ராச்சியத்திலிருந்து புலம்பெயர்ந்த மக்கள் வந்து வசிக்கத் தொடங்கியதுதான் என்பதை மக்களின் வாய்மொழியாக அறிய முடிகிறது.

● ஆறகழூரில் உள்ள புத்த விகார். இங்குதான் ரவிசங்கரை ஒற்றனாக மதுரைக்கு அனுப்புவது குறித்து பேசுகிறாள் இளவரசி ஞானசௌந்தரி,

- படைவீடு கோட்டை மலையின் மீது 700 ஆண்டுகளின் சாட்சியாக இன்றும் இருக்கும் காவல் கோட்டம்.

● மாமல்லபுரம் அடுத்த புலிக்குகை அருகே உள்ள வேல் கோட்டம். சங்க காலத்திலிருந்து இருக்கும் தொன்மையான கோயில்.

* திருமானூர் பேருந்து நிலையத்தில் இருக்கும் சோழர்காலச் சிற்பங்கள். கொள்ளிடம் ஆற்றைக் கடக்கக் காத்திருக்கும் தெய்வங்கள்.

* மேல் சித்தாமூரில் உள்ள சமண மடம். இதன் எதிரே சம்புவராயர் காலத்து சமணக் கோயில் உள்ளது.

● விஜயநகரப் பேரரசின் காலத்தில் ஹம்பியில் இருந்த மாபெரும் அங்காடிகள். கீழே... காலத்தைக் காட்டும் சித்திரம்.

● மூல்பாகலில் உள்ள பழைமையான சிவன் கோயில். இங்குதான் சம்புவராயர்கள் மீது படையெடுத்துவந்த விஜயநகரத்து குமார கம்பணர் சேனைகள் தங்கியிருந்தன.

● விஜயநகரத்தில் திரும்பும் திசையெங்கும் கோயில்கள். கள ஆய்வின்போது.

● படைவீட்டில் பல இடங்களில் இதுபோன்ற சிற்பம் உள்ள தூண்கள் கிடக்கின்றன.

● படைவீட்டில் வயல் நடுவே கிடக்கும் கோட்டை மதில் கற்கள்.

* படைவீட்டில் உள்ள அம்மையப்பன் சிவன் கோயில். நாவல் தொடங்கும் இடமும் படைவீடு அரசு தொடங்கிய இடமும் இதுவே.

* படைவீடு கோட்டை மலை உச்சியில் இருக்கும் தானியக் களஞ்சியத்தின் மிச்சம்.

● சேந்தமங்கலம் காடவராயர்கள் கட்டிய இன்னல் நீக்கிநாதர் கோயில்.

● சேந்தமங்கலம் காடவராயர்கள் கட்டிய இன்னல் நீக்கிநாதர் கோயில் வெளிப்புறம்.

● படைவீடு கோட்டை மலையில் உள்ள சுரங்கம்.

- படைவீடு கோட்டை மலையில் உள்ள பெரிய சுனை.

- கோட்டை மலையிலிருந்து தெரியும் குதிரை பாய்ந்த பள்ளம்.

- பிச்சாவரம் சுரபுன்னைக் காடு.

- சுரபுன்னைக் காடு. தீவுக்கோட்டையிலிருந்து இளவரசர் ஏகாம்பரநாதர் பயணித்த பாதையில் ஒரு பயணம்.

- படைவீட்டில் இருக்கும் ஒரு கோட்டை மதில்.

- இன்றைய ஹம்பி... அன்று ஆனெகொண்டி (ஆனைமலை) என அழைக்கப்பட்ட விஜயநகரம். வெற்றியின் வடிகட்டிய திப்பியாக மண்டபங்களும் கோயில்களும் நிறைந்து கிடக்கின்றன.